ജനകീയ പ്രശ്നങ്ങൾ
ഇന്ത്യൻ പാർലമെന്റിൽ

Janakeeyaprashnangal
Indian Parliamentil
Politics

P Karunakaran

CHINTHA PUBLISHERS
Thiruvananthapuram

First Edition
October 2024

Published & Typesetting
Chintha Publishers, Thiruvananthapuram

Printed at
Akshara Offset, Thiruvananthapuram

Cover Design
Vinod Mangoes

ISBN : 978-81-19131-96-9

CO - 3523 / 7156

Email: chinthapublishers@gmail.com
Website: www.chinthapublishers.com

A version is available at National Libraries
Kolkata, Mumbai, Chennai and Delhi

Distribution
DESHABHIMANI BOOKHOUSE
H O Thiruvananthapuram 695035

Branch
Head Office Kunnukuzhi • Statue Thiruvananthapuram
Saphalyam Complex Thiruvananthapuram
Machingal Lane Thrissur • IG Road Kozhikode
Mavoor Road Kozhikode • NGO Union Building Kannur
Central Bus Terminal Complex Thavakkara Kannur

ജനകീയ പ്രശ്നങ്ങൾ
ഇന്ത്യൻ പാർലമെന്റിൽ

പി കരുണാകരൻ

ചിന്ത പബ്ലിഷേഴ്സ്
തിരുവനന്തപുരം-695 035

പി കരുണാകരൻ

കാസർഗോഡ് ജില്ലയിലെ കിളിയളത്ത് 1945 ഏപ്രിൽ 20 ന് ജനിച്ചു. അച്ഛൻ: എൻ കോരൻ, അമ്മ: പി ചിരുത.

നെല്ലിയടുക്കം, പൊതാവൂർ, കയ്യൂർ, നീലേശ്വരം എന്നിവിടങ്ങളിൽ സ്കൂൾ വിദ്യാഭ്യാസം. കാസർഗോഡ് ഗവ. കോളേജിൽനിന്ന് ബിരുദവും കോതമംഗലം മാർ അത്തനാഷ്യസ് കോളേജിൽനിന്ന് എം എയും നേടി.

വിദ്യാർത്ഥി യുവജന പ്രസ്ഥാനങ്ങളിലൂടെ പൊതുപ്രവർത്തനം ആരംഭിച്ചു. ഗ്രന്ഥശാല പ്രവർത്തനങ്ങളിലും ഇക്കാലത്ത് സജീവമായിരുന്നു. നെല്ലിയടുക്കം ടാഗോർ ക്ലബ് ഉൾപ്പെടെയുള്ള സാംസ്കാരിക സ്ഥാപനങ്ങളുടെ സംഘാടകരിലൊരാളായിരുന്നു. വിദ്യാഭ്യാസം കഴിഞ്ഞയുടൻ ട്രേഡ് യൂണിയന്റെയും കെ എസ് വൈ എഫിന്റെയും സംഘാടകനായി. സി പി ഐ (എം) ൽ ലോക്കൽ സെക്രട്ടറി മുതലുള്ള ചുമതലകൾ ഏറ്റെടുത്തു. 1984 ൽ കാസർഗോഡ് ജില്ല രൂപീകരിച്ചപ്പോൾ പ്രഥമ ജില്ലാ സെക്രട്ടറി. പിന്നീട് സംസ്ഥാന സെക്രട്ടറിയേറ്റ് അംഗമായി.

നിലവിൽ പാർട്ടി കേന്ദ്രകമ്മിറ്റി അംഗം. തൃക്കരിപ്പൂർ നിയോജകമണ്ഡലത്തിൽനിന്ന് രണ്ടുതവണ (1977–82) എം എൽ എയും കാസർഗോഡ് മണ്ഡലത്തിൽനിന്ന് മൂന്നുതവണ (2004–2019) എം പിയും ആയി. ലോക്സഭയിൽ സി പി ഐ (എം) കക്ഷിനേതാവായിരുന്നു. പാർലമെന്റിന്റെ സബോർഡിനേറ്റ് ലെജിസ്ലേറ്റീവ് കമ്മിറ്റി ചെയർമാനായി പ്രവർത്തിച്ചു.

ദേശാഭിമാനി പത്രം ജനറൽ മാനേജരായിരുന്നു. അബുദാബി ശക്തി സാഹിത്യ അവാർഡ് കമ്മിറ്റിയുടെ ചെയർമാനാണ്. കുവൈത്ത് കല ട്രസ്റ്റിന്റെ ചെയർമാൻ പദവിയും വഹിച്ചിരുന്നു. കോളേജ് സർവകലാശാല വോളിബോൾ ടീമുകളിൽ മികച്ച കളിക്കാരൻ കൂടിയായിരുന്നു. വിവിധ വിഷയങ്ങളെ ആസ്പദമാക്കി ലേഖനങ്ങളും കവിതകളും എഴുതാറുണ്ട്. ഏഴോളം പുസ്തകങ്ങൾ പ്രസിദ്ധീകരിച്ചു.

ചിന്ത പ്രസിദ്ധീകരിച്ച കൃതികൾ: *വിയറ്റ്നാം ഓർമ്മക്കുറിപ്പുകൾ, ഒളിമങ്ങാത്ത ഓർമ്മകൾ, ഇന്ത്യൻ രാഷ്ട്രീയം പാർലമെന്റിനകത്തും പുറത്തും* (2 വോള്യം), *നീലേശ്വരം പള്ളിക്കര സംഭവം, In defence of Democracy and Social Justice (Collection of Parliament Speeches), ഇടപെടലുകളുടെ രാഷ്ട്രീയം* (പുസ്തകഭവൻ, പയ്യന്നൂർ).

ഭാര്യ : ലൈല (എ കെ ജി,
സുശീല ഗോപാലൻ ദമ്പതികളുടെ മകൾ)

മകൾ : ദിയ കരുണാകരൻ

വിലാസം : 'അമരാവതി', പള്ളിക്കര
നീലേശ്വരം പി ഒ, കാസർഗോഡ് 671 314

ഫോൺ : 9207140081

ഉള്ളടക്കം

ആമുഖം 8
നാടിന്റെ പൾസ് അറിഞ്ഞ പെർഫോമൻസ് 18
സീതാറാം യെച്ചൂരി
സർക്കാർ പൊതുജന താല്പര്യം സംരക്ഷിക്കണം 21
കോർപ്പറേറ്റുകൾക്ക് വേണ്ടി ദേശീയ താല്പര്യങ്ങൾ ബലി കഴിക്കരുത് 27
പൊതുവിതരണ സംവിധാനം ശക്തിപ്പെടുത്തണം 34
കർഷകരാണ് ഇന്ത്യൻ സമ്പദ്ഘടനയുടെ നട്ടെല്ല് 39
സർക്കാരിലെ മാറ്റം ജനങ്ങൾക്ക് അനുഭവവേദ്യമാകണം 41
ഗവൺമെന്റ് പദ്ധതികൾ നടപ്പിലാക്കുന്നതിനുള്ള
മാനദണ്ഡങ്ങൾ മാറ്റണം 49
രാഷ്ട്രീയ പാർട്ടികളെ നികുതിയിൽനിന്നും ഒഴിവാക്കരുത് 56
ഉല്പന്നങ്ങൾക്ക് മികച്ച വില ഉറപ്പാക്കി കർഷകരെ സഹായിക്കുക 62
ചില്ലറ വ്യാപാരത്തിൽ വിദേശമൂലധനത്തിന്റെ വരവ് നിയന്ത്രിക്കണം 71
പൊതുമേഖലാ സ്ഥാപനങ്ങളെ സംരക്ഷിക്കുക 76
പാർശ്വവൽക്കരിക്കപ്പെട്ടവർക്ക് സാമൂഹ്യനീതി
എന്നതാവണം സർക്കാർ നയം 83
പാവപ്പെട്ടവർക്ക് വേണ്ടിയുള്ള ക്ഷേമപദ്ധതികളിൽ
സർക്കാർ ശ്രദ്ധ കേന്ദ്രീകരിക്കണം 91
ഗുജറാത്ത് മാതൃക വെറുമൊരു കെട്ടുകഥയാണ് 96
ജങഎടഥ ക്ക് അനുവദിക്കുന്ന ധനസഹായം വർദ്ധിപ്പിക്കുക 100
ഒഞ്ഞ ക്കുള്ള ധനവിഹിതം വർദ്ധിപ്പിക്കുക 104
വൻകിട കമ്പനികൾ പൊതുമുതൽ കൊള്ളയടിക്കുന്നത്
അവസാനിപ്പിക്കുക 106
മൻകി ബാത്ത് അല്ല വേണ്ടത് കാം കി ബാത്ത് 112
കർഷകർക്ക് പലിശരഹിത വായ്പകൾ അനുവദിക്കുക 117
സ്വാമിനാഥൻ കമ്മീഷന്റെ ശുപാർശകൾ നടപ്പിലാക്കണം 121
കേന്ദ്ര സംസ്ഥാന ബന്ധങ്ങൾ യജമാന–അടിമ ബന്ധങ്ങളല്ല 125
അഴിമതി രാജ്യം ഭരിക്കുന്നു 129
സർക്കാർ നിലകൊള്ളുന്നത് ആർക്കുവേണ്ടി? 131
രാജ്യത്തിന്റെ മതേതര ഘടന സംരക്ഷിക്കുക 137
വർഗ്ഗീയത നമ്മുടെ രാഷ്ട്രത്തിന്റെ ഐക്യത്തിന് ഭീഷണിയാണ് 139
ഇന്ത്യൻ റെയിൽവേയുടെ സ്വകാര്യവല്ക്കരണം അവസാനിപ്പിക്കുക 142
യാത്രക്കാരുടെ സൗകര്യങ്ങൾക്കും സുരക്ഷയ്ക്കും
മുൻഗണന കൊടുക്കണം 145
രാകേഷ് മോഹൻ കമ്മിറ്റിയുടെ ശുപാർശകൾ തള്ളിക്കളയുക 149
സർക്കാർ ജനപക്ഷം ആയിരിക്കണം 152

ശുദ്ധമായ വെളിച്ചെണ്ണയുടെ നികുതി ഒഴിവാക്കി
പാമോയിലിന് നികുതി ചുമത്തുക 156
പൊതുസമ്പത്ത് കൊള്ളയടിക്കാൻ കോർപ്പറേറ്റുകളെ
അനുവദിക്കരുത് 163
2008 ൽ അംഗീകരിച്ച ധനകാര്യബില്ലിലെ ശുപാർശകൾ നടപ്പിലാക്കുക 167
അടിസ്ഥാന സാധനങ്ങളുടെ വിലക്കയറ്റം നിയന്ത്രിക്കുക 169
വിലവർദ്ധനവിന്റെ നേട്ടം ആർക്കാണ്? 174
സർക്കാർ വാഗ്ദാനങ്ങൾ നിറവേറ്റണം 178
വിലക്കയറ്റ വിഷയത്തിൽ 185
വിലക്കയറ്റം ഭയപ്പെടുത്തുന്നു 191
കർഷകർ എടുത്ത വായ്പകളുടെ പലിശ സർക്കാർ എഴുതിത്തള്ളണം 200
ന്യൂസ്പ്രിന്റിന്റെ വില വർദ്ധിപ്പിക്കാനുള്ള നീക്കത്തെ നിയന്ത്രിക്കുക 204
പൊതുമേഖലാ സ്ഥാപനങ്ങളെ സംരക്ഷിക്കുക 206
കർണ്ണാടക ജനതയുടെ താല്പര്യം സംരക്ഷിക്കപ്പെടണം 209
പ്രസാർ ഭാരതിയും ദൂരദർശനും സംരക്ഷിക്കുക 213
തൊഴിലാളികളുടെ താൽപ്പര്യങ്ങൾ സംരക്ഷിക്കുകയും ഇന്ത്യയിൽ
നിന്നുള്ള മനുഷ്യക്കടത്ത് അന്വേഷിക്കുകയും ചെയ്യുക 219
പൊതുമിനിമം പരിപാടി ലംഘിച്ചതുമൂലം
വിശ്വാസപ്രമേയം തള്ളിക്കളയുക 220
സാമ്പത്തിക മാന്ദ്യം എന്നന്നേക്കുമായി അവസാനിച്ചിട്ടില്ല,
അത് വീണ്ടും വരും 228
സംസ്ഥാന സർക്കാരുകളെ വിശ്വാസത്തിലെടുക്കുക 231
വാക്സിൻ ക്ഷാമം പരിഹരിക്കണം 234
റെയിൽവേ ജീവനക്കാരുടെ പ്രശ്നങ്ങൾ പരിഹരിക്കണം 235
സർവ്വകക്ഷി പ്രതിനിധി സംഘം ജമ്മു & കാശ്മീർ സന്ദർശിക്കണം 237
പ്രവാസികൾക്ക് വേണ്ടി പ്രത്യേക പദ്ധതി തയ്യാറാക്കുക 241
വിദേശ നയത്തിന്റെ നിഷ്പക്ഷത കാത്തുസൂക്ഷിക്കുക 244
അഴിമതി രോഗത്തിന് കടിഞ്ഞാണിടുക 248
രാഷ്ട്രീയ ലക്ഷ്യങ്ങൾക്കുവേണ്ടി സി ബി ഐയെ
ഉപയോഗിക്കുന്നത് അവസാനിപ്പിക്കുക 250
സർക്കാർ നയം വ്യോമയാന വകുപ്പിനെ തകർക്കുന്നു 253
രാഷ്ട്രത്തിന്റെ ജനാധിപത്യം സംരക്ഷിക്കുക 256
കേന്ദ്രാവിഷ്കൃത പദ്ധതികളിൽ തൊഴിലിൽ
ഏർപ്പെട്ടിരിക്കുന്നവരെ സംബന്ധിച്ച് 259
പട്ടികജാതി/പട്ടികവർഗ്ഗ സമുദായങ്ങൾക്ക് ഭരണഘടനാ
സംരക്ഷണവും പ്രത്യേകാനുകൂല്യങ്ങളും ഉറപ്പാക്കുക 261
പട്ടികജാതി/പട്ടികവർഗ്ഗ, ന്യൂനപക്ഷ കമ്മീഷനുകളോടുള്ള
സർക്കാർ സമീപനത്തിൽ ആത്മാർത്ഥതയില്ല 264
ദേശീയ ഭക്ഷ്യസുരക്ഷാനിയമം നടപ്പിലാക്കാൻവേണ്ടി
സംസ്ഥാനങ്ങൾക്ക് കൂടുതൽ ധനസഹായം അനുവദിക്കുക 267

പ്രസാധകക്കുറിപ്പ്

ഇന്ത്യൻ ജനാധിപത്യത്തിന്റെ സവിശേഷതകളിലൊന്ന് ശക്തമായ പാർലമെന്റാണ്. ജനാധിപത്യപരമായി ചർച്ചചെയ്യാനും തീരുമാനങ്ങളിൽ എത്താനുമുള്ള ഒരിടം. മൂന്നു 'ടേം' ഇന്ത്യൻ പാർലമെന്റിൽ പ്രവർത്തിച്ച അനുഭവമുള്ള സ. പി കരുണാകരന്റെ തെരഞ്ഞെടുത്ത പാർലമെന്റ് പ്രസംഗങ്ങളുടെ സമാഹാരമാണീ പുസ്തകം. സ. സീതാറാം യെച്ചൂരി ഈ പുസ്തകത്തിന്റെ ആമുഖത്തിൽ സൂചിപ്പിക്കുന്നതുപോലെ, നാടിന്റെ നാടീസ്പന്ദനമറിഞ്ഞു വേണം ഒരു അംഗം പാർലമെന്റിൽ സംസാരിക്കാൻ. പാർലമെന്ററി ജനാധിപത്യത്തിൽ മാത്രം ഒതുങ്ങുന്നതല്ല ഒരു കമ്മ്യൂണിസ്റ്റുകാരന്റെ പ്രവർത്തന മണ്ഡലം. ബഹുജനപ്രവർത്തനവും പാർലമെന്ററി പ്രവർത്തനവും കൂട്ടി യോജിപ്പിക്കാൻ ശ്രമിക്കുമ്പോഴാണ് പ്രശ്നങ്ങളുടെ ആഴത്തിലേക്കിറങ്ങാൻ ഒരാൾക്കു കഴിയുന്നത്. തന്റെ പ്രവർത്തനകാലത്ത് (2004–19) പാർലമെന്റിനകത്ത് ഒട്ടേറെ വിഷയങ്ങളിൽ ശ്രീ. പി കരുണാകരൻ ഇടപെട്ടു സംസാരിച്ചിട്ടുണ്ട്. ഒരു കാലഘട്ടത്തിന്റെ സ്പന്ദനങ്ങൾ ചരിത്ര വിദ്യാർത്ഥികൾക്കും സാധാരണ വായനക്കാർക്കും ഏറെ പ്രയോജനം ചെയ്യും.

ചിന്ത പബ്ലിഷേഴ്സ്

ആമുഖം

നമ്മുടെ ദേശീയപ്രസ്ഥാനത്തിന്റെ ഏറ്റവും മഹത്തായ പൈതൃകം 74, 75, 163, 167 ഉൾപ്പെടെയുള്ള ഭരണഘടന വകുപ്പുകളിലൂടെ മുന്നോട്ടുവയ്ക്കുന്ന ജനാധിപത്യവും അതിന്റെ അവിഭാജ്യ ഘടകമായ പാർലമെന്ററി സംവിധാനവുമാണ്. ജനാധിപത്യ ആശയങ്ങളെയും സ്ഥാപനങ്ങളെയും നമ്മുടെ രാജ്യത്ത് പ്രചരിപ്പിച്ചത് ദേശീയ പ്രസ്ഥാനമാണ്. മുതിർന്നവർക്ക് വോട്ടവകാശം നൽകുന്ന പൊതു തിരഞ്ഞെടുപ്പിനെ അടിസ്ഥാനമാക്കിയുള്ള പ്രാതിനിധ്യ ഭരണ സംവിധാനത്തിനു വേണ്ടി പോരാടിയത് ദേശീയവാദികളാണ്. ഭരണഘടനയെ അംഗീകരിക്കുകയും ഇന്ത്യയെ റിപ്പബ്ലിക്കായി പ്രഖ്യാപിക്കുകയും ചെയ്ത അന്നുമുതൽ ചില പരിമിതികൾ ഉണ്ടെങ്കിലും വളരെ കാര്യക്ഷമമായി പ്രവർത്തിക്കുന്ന ഒന്നാണ് ഇന്ത്യൻ പാർലമെന്ററി സംവിധാനം. രാജ്യഘടനയെക്കുറിച്ചും സംസ്കാരത്തെക്കുറിച്ചും സാമ്പത്തികമേഖലയെക്കുറിച്ചുമൊക്കെയുള്ള വ്യത്യസ്ത അഭിപ്രായങ്ങൾ പ്രകടിപ്പിക്കാനുള്ള വേദിയായി പാർലമെന്റ് മാറുന്നു. ഭിന്നാഭിപ്രായങ്ങളും പ്രതിഷേധങ്ങളും രേഖപ്പെടുത്താനുള്ള അവകാശം ഇന്ത്യൻ ഭരണഘടന ഉറപ്പുനൽകുന്നുണ്ട്. ജനങ്ങളുടെ കാഴ്ചപ്പാടുകളും അവരെ സംബന്ധിക്കുന്ന വിഷയങ്ങളും ആശങ്കകളും ആവശ്യങ്ങളും പ്രകടിപ്പിക്കാനുള്ള വേദിയാണ് പാർലമെന്റ്. ഈ വസ്തുതകളെല്ലാം ഉൾക്കൊണ്ട് തന്നെ പറയട്ടെ, എഴുപതുകളുടെ മധ്യത്തിലുണ്ടായ ഇന്ത്യൻ ജനാധിപത്യത്തിന്റെ ഇരുണ്ട ദിനങ്ങളുടെ ഓർമ്മകൾ ഇപ്പോഴും നമ്മെ വേട്ടയാടിക്കൊണ്ടിരിക്കുന്ന ഒന്നാണ്. എന്നാൽ, ഇന്ത്യൻ ജനത അടിയന്തരാവസ്ഥക്കെതിരെ ധീരമായി പോരാടുകയും ജനാധിപത്യത്തിനുവേണ്ടിയുള്ള യുദ്ധത്തിൽ വിജയിക്കുകയും ചെയ്തു.

സഖാവ് എ കെ ജി, സഖാവ് ജ്യോതിർമയി ബസു, മധു ലിമായെ

തുടങ്ങിയവരുടെ മഹത്തായ പ്രസംഗങ്ങൾക്കും ഇടപെടലുകൾക്കും വേദിയായിട്ടുണ്ട് ഇന്ത്യൻ പാർലമെന്റ്. ജനങ്ങളുടെ വിഷയങ്ങളിലേക്ക് സർക്കാരിന്റെ ശ്രദ്ധ പതിപ്പിക്കാൻ അവർക്ക് സാധിച്ചു. ഇന്ത്യൻ ജനാധിപത്യത്തിന്റെ സുവർണ ദിനങ്ങളായിരുന്നു അന്ന്. ആ ദിനങ്ങളെ സ്മരിച്ചുകൊണ്ട് സ. എ കെ ജി തന്റെ ആത്മകഥയിൽ ഇങ്ങനെ രേഖപ്പെടുത്തി.

> ജനങ്ങളുടെ നീറുന്ന പ്രശ്നങ്ങൾ ചർച്ച ചെയ്യപ്പെട്ട വേദിയായിരുന്നു ആദ്യകാലത്ത് ഇന്ത്യൻ പാർലമെന്റ്. അത്തരം പരാതികൾ തീർത്തും അവഗണിക്കാൻ ഭരണകർത്താക്കൾക്ക് സാധിക്കില്ലായിരുന്നു. എന്നാൽ കാലം കടന്നുപോയപ്പോൾ ആ സവിശേഷ സ്വഭാവത്തിന് കോട്ടം സംഭവിച്ചു. ഡോ. ശ്യാമപ്രസാദ് മുഖർജിയുടെ സമീപത്തുള്ള കസേരയിൽ ഇരുന്നുകൊണ്ട് ആരംഭിച്ച എന്റെ പാർലമെന്ററി ജീവിതം ഇന്നും ഓർമ്മയിൽ ഉണ്ട്. സാധാരണ ജനങ്ങളുടെ നീറുന്ന പ്രശ്നങ്ങളും അടിയന്തര ആവശ്യങ്ങളും അവതരിപ്പിക്കുമ്പോൾ അത് നാടകീയമായി വീക്ഷിക്കുന്ന പണ്ഡിറ്റ് ജവഹർലാൽ നെഹ്റു ചിത്രവും ഓർമ്മയിലുണ്ട്. നെഹ്റു അവരെ ശ്രദ്ധതെറ്റാതെ കേൾക്കുമായിരുന്നു. ചില പ്രശ്നങ്ങളെ സർക്കാരിന്റെ ശ്രദ്ധയിൽ കൊണ്ടുവരാൻ എനിക്കും സാധിച്ചു. പ്രതിപക്ഷ നേതാക്കളുടെ പ്രസംഗം അതീവ ശ്രദ്ധയോടെ കേൾക്കാൻ പ്രധാനമന്ത്രി എപ്പോഴും ശ്രമിച്ചിരുന്നു. ആ പാർലമെന്ററി സംസ്കാരത്തിന് ഇപ്പോൾ അപചയം സംഭവിച്ചിരിക്കുന്നു. ചുരുക്കിപ്പറഞ്ഞാൽ സാധാരണക്കാരന്റെ പ്രശ്നങ്ങൾ കേൾക്കാൻ ഇപ്പോഴിവിടെ ആരുമില്ല. ജനങ്ങളുടെ ജീവിതപ്രയാസങ്ങൾ അവതരിപ്പിക്കാനുള്ള വേദിയല്ലാതായി പാർലമെന്റ് മാറിയിട്ടുണ്ട്.....

അംഗങ്ങൾ, പ്രശ്നങ്ങൾ ഗൗരവത്തോടെ പഠിക്കാൻ യത്നിക്കുകയും അവ ശക്തമായി സഭയിൽ അവതരിപ്പിക്കുകയും ചെയ്തു. അവർക്ക് ജനങ്ങളോട് അടുക്കുവാനും പാവപ്പെട്ടവരുടേയും അടിച്ചമർത്തപ്പെട്ടവരുടേയും ഹൃദയത്തുടിപ്പ് മനസിലാക്കാനും സാധിച്ചിരുന്നു. അവർ ആത്മാർത്ഥതയുള്ളവരും ജനങ്ങളോട് കടപ്പെട്ടവരും ആയിരുന്നു. എന്നാൽ ഇപ്പോൾ കാര്യങ്ങളെല്ലാം മാറി. 'ക്ഷേമരാഷ്ട്രം' എന്ന ആശയവും പാർലമെന്റ് ജനങ്ങളുടെ പ്രതിനിധി സഭയാണെന്ന വിശ്വാസവും ഇല്ലാതായിക്കഴിഞ്ഞു. തങ്ങളെ പാർലമെന്റംഗങ്ങളാക്കിയത് കോർപ്പറേറ്റുകളാണെന്ന് കരുതുകയും കോർപ്പറേറ്റുകൾക്ക് വേണ്ടി സംസാരിക്കുകയും ചെയ്യുന്നവരാണിപ്പോൾ അവിടെയുള്ളത്. പാർലമെന്റ് സംവിധാനത്തിന്റെ ആരംഭം മുതൽ കമ്യൂണിസ്റ്റംഗങ്ങളുടെ പങ്കാളിത്തം പ്രശംസനീയമാണ്. അധ്വാനിക്കുന്ന ജനവിഭാഗങ്ങളുടെ താൽപ്പര്യ സംരക്ഷണത്തിനും അവരുടെ ആവശ്യങ്ങൾ നേടിയെടുക്കുന്നതിനും വേണ്ടിയുള്ള വേദിയായി പാർലമെന്റിനെ മാറ്റിയെടുക്കാൻ അവർ കഠിനമായി പ്രയത്നിച്ചുകൊണ്ടിരിക്കുകയാണ്. പാവപ്പെട്ടവർക്കും പാർശ്വവത്ക്കരിക്ക

പ്പെട്ടവർക്കും മികച്ച ജീവിത സാഹചര്യം ഉണ്ടാക്കിയെടുക്കാൻ കമ്യൂണിസ്റ്റുകാർ പാർലമെന്റിൽ എങ്ങനെ പ്രവർത്തിക്കണമെന്ന് സ: എ കെ ജി കൃത്യമായി കാണിച്ചുതന്നിട്ടുണ്ട്.

2004 ൽ ലോക്സഭ തിരഞ്ഞെടുപ്പിൽ മത്സരിക്കാനുള്ള അവസരം കമ്യൂണിസ്റ്റ് പാർട്ടി ഓഫ് ഇന്ത്യ (മാർക്സിസ്റ്റ്) എനിക്ക് നൽകി. തുടർച്ചയായി മൂന്ന് തവണ കാസർകോട് മണ്ഡലത്തെ ഞാൻ പ്രതിനിധീകരിച്ചു. കൂടാതെ 1977–82 കാലയളവിൽ കേരളനിയമസഭയിൽ തൃക്കരിപ്പൂർ നിയോജക മണ്ഡലത്തെ പ്രതിനിധീകരിച്ചുകൊണ്ട് പ്രവർത്തിച്ച പരിചയവും എനിക്കുണ്ട്. ആ കാലയളവിലാണ് പാർലമെന്ററി നടപടിക്രമങ്ങളെക്കുറിച്ച് കൂടുതലായി മനസിലാക്കാൻ സാധിച്ചത്. കഴിഞ്ഞ പതിനഞ്ച് വർഷക്കാലയളവിൽ രാജ്യത്തേയും സമൂഹത്തേയും സംബന്ധിക്കുന്ന വിഷയങ്ങൾ പാർലമെന്റിൽ അവതരിപ്പിക്കാൻ തികഞ്ഞ ആത്മാർത്ഥതയോടെ ഞാൻ ശ്രമിച്ചിട്ടുണ്ട്. സി പി ഐ (എം)ന്റെ നേതാവായി പ്രവർത്തിക്കാനുള്ള അവസരവും ഇക്കാലയളവിൽ എനിക്ക് ലഭിച്ചിട്ടുണ്ട്. ശ്രദ്ധേയമെന്ന് പറയട്ടെ എന്റെ ലോക്സഭാ കാലയളവിൽ ആദ്യത്തേതും രണ്ടാമത്തേതും ഡോ. മൻമോഹൻ സിങ്ങിന്റെ നേതൃത്വത്തിലുള്ള യു പി എ സർക്കാരിന്റെ കാലത്തും മൂന്നാമത്തേത് നരേന്ദ്രമോദിയുടെ കീഴിലുള്ള എൻ ഡി എ സർക്കാരിന്റെ കാലത്തുമായിരുന്നു. സർക്കാരിനെ പിന്തുണയ്ക്കണോ അതോ എതിർക്കണോ എന്ന കാര്യത്തിലുള്ള പാർട്ടിയുടെ നിലപാടുകൾ ഒരിക്കൽപ്പോലും ജനങ്ങളുടെ പ്രശ്നങ്ങൾ പാർലമെന്റിൽ അവതരിപ്പിക്കുന്നതിൽനിന്നോ സർക്കാരിന്റെ ജനദ്രോഹ നയങ്ങളെ എതിർക്കുന്നതിൽനിന്നോ എന്നെ പിന്തിരിപ്പിച്ചിട്ടില്ല.

എന്റെ അവസാന കാലയളവിൽ നരേന്ദ്രമോദിയായിരുന്നു പ്രധാനമന്ത്രി. വലിയ തോതിലുള്ള വർഗീയ ധ്രുവീകരണത്തിനും നമ്മുടെ മഹത്തായ മതേതര മൂല്യത്തെ തകർക്കാനുള്ള ശ്രമങ്ങൾക്കും രാജ്യം സാക്ഷിയായത് ഇക്കാലയളവിലായിരുന്നു. ന്യൂനപക്ഷങ്ങൾക്കും ദളിതർക്കും ആദിവാസികൾക്കും സ്ത്രീകൾക്കും എതിരെ ക്രൂരമായ അക്രമം അഴിച്ചുവിടുന്ന വർഗീയ ശക്തികളുടെ സ്വകാര്യ സൈന്യങ്ങളുടെ ആവിർഭാവത്തിനും ഇക്കാലം സാക്ഷിയായി. മോദി സർക്കാരിന്റെ കാലത്ത് രാജ്യത്തിന്റെ മതേതര മൂല്യങ്ങൾ പോലും ചോദ്യം ചെയ്യപ്പെടുന്നു. ജനാധിപത്യ മൂല്യങ്ങൾ നഗ്നമായി പരിഹസിക്കപ്പെടുന്നു. പാർശ്വവൽക്കരിക്കപ്പെട്ട വിഭാഗങ്ങൾക്ക് സുരക്ഷയും സംരക്ഷണവും ഉറപ്പ് നൽകുന്ന ഭരണഘടനാ വ്യവസ്ഥകൾ പരസ്യമായി ലംഘിക്കപ്പെടുന്നു. എല്ലാ കാര്യങ്ങളും വർഗീയവൽക്കരിക്കപ്പെടുന്നു. മതന്യൂനപക്ഷങ്ങളെ ശത്രുക്കളായി മുദ്രകുത്തുന്നു. ഭരണകക്ഷിയുടെ ജനാധിപത്യ വിരുദ്ധ നയവും അസഹിഷ്ണുതാ മനോഭാവവും കാരണം പാർലമെന്റുൾപ്പെടെയുള്ള ജനാധിപത്യ സ്ഥാപനങ്ങളുടെ പ്രവർത്തനം ദുഷ്കരമാവുകയാണ്. ഈ സാഹചര്യത്തിൽ ഞങ്ങൾ കമ്യൂണിസ്റ്റംഗങ്ങളും മറ്റ് ഇടത് മതേതര പാർട്ടികളും മോദി സർക്കാരിന്റെ ജനവിരുദ്ധ നയങ്ങൾക്കെതിരെ ശക്തമാ

യി പോരാടാൻ നിർബന്ധിതരായി.

കേന്ദ്ര സംസ്ഥാന സർക്കാരുകളുടെ അവകാശങ്ങളെക്കുറിച്ചും അധികാരങ്ങളെക്കുറിച്ചും വ്യക്തമായ നിർവചനം ഇന്ത്യൻ ഭരണഘടനയിൽ ഉണ്ട്. കേന്ദ്ര സംസ്ഥാന ബന്ധങ്ങൾ ആരോഗ്യകരമായി നിലനിർത്തുന്നതിന് അതാവശ്യവുമാണ്. നിർഭാഗ്യവശാൽ ഭരണഘടനാ ശിൽപ്പികളുടെ ദർശനങ്ങളെ പൂർണമായും ലംഘിച്ചുകൊണ്ട് മുഴുവൻ അധികാരങ്ങളും വിഭവങ്ങളും തങ്ങളുടെ നിയന്ത്രണത്തിൽ കൊണ്ടുവരാനുള്ള പ്രവണതയാണ് കേന്ദ്ര സർക്കാർ കാണിക്കുന്നത്. വിഭവ വിതരണവുമായി ബന്ധപ്പെട്ട വിഷയമാണ് പലപ്പോഴും ഭരണകക്ഷിയും പ്രതിപക്ഷവും തമ്മിലുള്ള ഏറ്റുമുട്ടലിലേക്ക് നയിക്കുന്നത്. പല അവസരങ്ങളിലും സംസ്ഥാന ജനതയുടെ ആവശ്യങ്ങൾക്ക് നേരെ ഇതിലൂടെ കണ്ണടയ്ക്കുന്നതിലൂടെയോ, പക്ഷപാതപരമായി വിഭവ–സാമ്പത്തിക വിതരണം നടത്തുന്നതിലൂടെയോ, അവരുടെ അവകാശങ്ങൾ നിഷേധിക്കുന്ന പ്രവർത്തനമാണ് കേന്ദ്ര സർക്കാരിന്റെ ഭാഗത്തുനിന്നുണ്ടാകുന്നത്. ഈ നിഷേധാത്മകമായ നിലപാടുകൾ കൊണ്ടാണ് പാർലമെന്റിൽ ചൂടേറിയ വാഗ്വാദങ്ങളും ചർച്ചകളും ഉണ്ടാകുന്നതും അവസാനം പാർലമെന്റ് നടപടികൾ ബഹിഷ്കരിച്ചുകൊണ്ട് പ്രതിപക്ഷം ഇറങ്ങിപ്പോകുന്നതും. അത്തരത്തിലുള്ള നിരവധി സംഭവങ്ങൾക്ക് കഴിഞ്ഞ പതിനഞ്ചു വർഷത്തിനുള്ളിൽ ഞാൻ സാക്ഷിയായിട്ടുണ്ട്. കൂടാതെ അതിൽ ഭൂരിഭാഗം സംഭവങ്ങളിലും ഞാനും എന്റെ പാർട്ടിയിലെ സഹപ്രവർത്തകരും സജീവമായി പങ്കെടുത്തിട്ടുണ്ട്. കേരളമുൾപ്പെടെയുള്ള ദക്ഷിണേന്ത്യൻ സംസ്ഥാനങ്ങൾക്ക് ഹിന്ദി സംസ്ഥാനങ്ങളെ അപേക്ഷിച്ച് ഡിമാന്റിംഗ് പവർ കുറവാണ്. ഇന്ത്യയിലെ വിവിധ സംസ്ഥാനങ്ങൾ മുന്നോട്ട് വയ്ക്കുന്ന വികസന പദ്ധതികളോടുള്ള കേന്ദ്ര സർക്കാരിന്റെ സാമ്പത്തിക നയത്തിന്റെ സ്വഭാവം മനസിലാക്കണമെങ്കിൽ വിവിധ പ്രവിശ്യകൾ തമ്മിൽ വികസനത്തിലുള്ള അസമത്വം നോക്കിയാൽ മതി.

ഇക്കാലയളവിൽ എനിക്ക് പൂർണ പിന്തുണ നൽകിയ എന്റെ പാർട്ടിക്കും നിയോജക മണ്ഡലത്തിലെ ജനങ്ങൾക്കും നന്ദി. പാർലമെന്റിന്റെ വ്യത്യസ്ത സമ്മേളനങ്ങളിൽ നിരവധി വിഷയങ്ങൾ ഉയർത്തിക്കൊണ്ടുവരാനുള്ള അവസരങ്ങൾ എനിക്ക് ലഭിച്ചിട്ടുണ്ട്. പാർലമെന്റിൽ ഒരു നിശ്ശബ്ദ കാഴ്ചക്കാരൻ ആയിരുന്നില്ല ഞാൻ. ആത്മവിശ്വാസത്തോടുകൂടിത്തന്നെ പറയട്ടെ, കിട്ടിയ എല്ലാ അവസരവും പ്രയോജനപ്പെടുത്താൻ എനിക്ക് സാധിച്ചിട്ടുണ്ട്. ദേശീയ അഖണ്ഡതയുമായും സാംസ്കാരിക ബഹുസ്വരതയുമായും ഭരണഘടനാ അവകാശങ്ങൾ തുടങ്ങിയവയുമായും ബന്ധപ്പെട്ട വിഷയങ്ങൾ ചർച്ചയ്ക്ക് വന്നപ്പോഴെല്ലാം ഞാനും എന്റെ സഹ അംഗങ്ങളും ഉറച്ച നിലപാടുകൾ എടുത്തിട്ടുണ്ട്. രാജ്യത്ത് മതേതര ജനാധിപത്യ മൂല്യങ്ങൾ പ്രചരിപ്പിക്കാൻ സി പി ഐ (എം) ഉൾപ്പെടെയുള്ള ഇടതുപക്ഷം എല്ലായ്പ്പോഴും ശ്രമിച്ചിട്ടുണ്ട്. പാർലമെന്റിനകത്ത് ജനങ്ങളുടെ താൽപ്പര്യം ഉയർത്തിപ്പിടിക്കാൻ ഞങ്ങൾ എന്നും പ്രയത്നിച്ചിട്ടുണ്ട്.

എന്റെ പാർലമെന്ററി അനുഭവങ്ങൾ പങ്കുവയ്ക്കണമെന്ന ആഗ്രഹത്തിന്റെ ഫലമാണ് ഈ പുസ്തകം. ദേശീയ പ്രാധാന്യമുള്ള വിഷയങ്ങളിൽ ഇടതുപക്ഷം പൊതുവിലും എന്റെ പാർട്ടി പ്രത്യേകിച്ചും സ്വീകരിച്ച നിലപാടുകളും പാർലമെന്റിൽ നടത്തിയ ഇടപെടലുകളും ഈ പുസ്തകത്തിലൂടെ പ്രതിഫലിപ്പിക്കാൻ കഴിയുമെന്ന് ഞാൻ പ്രതീക്ഷിക്കുന്നു. പാർലമെന്റിലെ നമ്മുടെ പ്രവർത്തനത്തെപ്പറ്റി പൊതുജനം അറിയണമെന്ന് എനിക്ക് തോന്നി. സഭയിലെ എന്റെ ഇടപെടലുകളും ചർച്ചകളും പ്രസംഗങ്ങളും പുസ്തകരൂപത്തിലാക്കിയത് ഈ ഉദ്ദേശ്യത്തിലാണ്.

സഖാവ് സീതാറാം യെച്ചൂരിയുടെ പാർലമെന്ററി പ്രവർത്തനങ്ങളിൽ നിന്നും ഒരുപാട് കാര്യങ്ങൾ ഞാൻ പഠിച്ചിട്ടുണ്ട്. തികച്ചും മാതൃകയാക്കാവുന്ന പ്രവർത്തനശൈലിയാണ് അദ്ദേഹം രാജ്യസഭയിൽ കാഴ്ചവെച്ചത്. രാജ്യത്തിന്റെ പരമാധികാരവുമായും മതേതര ഘടനയുമായും ബന്ധപ്പെട്ട സുപ്രധാന വിഷയങ്ങൾ അവതരിപ്പിക്കാൻ കിട്ടിയ ഒരവസരവും അദ്ദേഹം പാഴാക്കിയില്ല. പുതിയ അംഗങ്ങൾക്ക് എന്നും പ്രചോദനമാണ് അദ്ദേഹത്തിന്റെ പ്രസംഗങ്ങളും ഇടപെടലുകളും. അദ്ദേഹത്തിന്റെ വിടവാങ്ങൽ പ്രസംഗം ഹൃദയസ്പർശിയും എന്നെന്നും ഓർമ്മിക്കപ്പെടുന്നതും ആയിരുന്നു. ജനങ്ങളുടെ പ്രശ്നങ്ങളിൽ ഇടതുപക്ഷം പൊതുവിലും സി പി ഐ (എം) പ്രത്യേകിച്ചും സ്വീകരിച്ച നിലപാടുകൾ വ്യക്തമാക്കുന്നവയാണ് സ. യെച്ചൂരിയുടെ പാർലമെന്റ് പ്രസംഗങ്ങൾ. ലോക്സഭയിലെ എന്റെ പ്രസംഗങ്ങൾ പുസ്തകമായി പ്രസിദ്ധീകരിക്കാൻ ഏറ്റവും കൂടുതൽ പ്രചോദനമായത് അദ്ദേഹത്തിന്റെ പ്രസംഗങ്ങൾ ഉൾപ്പെടുത്തിയ *അഡ്വാൻസിംഗ് പീപ്പിൾസ് സ്ട്രഗ്ഗിൾസ്* (ജനകീയ സമരങ്ങളുടെ പുരോഗമനം) എന്ന പുസ്തകമാണ്.

പോർച്ചുഗൽ, സ്പെയിൻ, ചൈന, വിയറ്റ്നാം, ഗ്രേറ്റ് ബ്രിട്ടൺ, യുണൈറ്റഡ് അറബ് എമിറേറ്റ്സ് എന്നിവയുൾപ്പെടെയുള്ള വിദേശരാജ്യങ്ങൾ സന്ദർശിക്കാനുള്ള അവസരം പാർലമെന്ററി കാലയളവിൽ എനിക്ക് ലഭിച്ചിട്ടുണ്ട്. ഈ രാജ്യങ്ങളിലെ പാർലമെന്റ് ഉൾപ്പെടെയുള്ള ജനാധിപത്യ സ്ഥാപനങ്ങളുടെ പ്രവർത്തനങ്ങൾ നേരിട്ട് കണ്ട് മനസിലാക്കാൻ ഇത്തരം യാത്രകളിലൂടെ എനിക്ക് സാധിച്ചു. സഭയുടെ ഇടപെടലുകളിലേക്ക് മാത്രം ചുരുങ്ങുന്നതല്ല ഒരു പാർലമെന്റംഗത്തിന്റെ ഉത്തരവാദിത്വം. മറിച്ച് മറ്റനേകം കമ്മിറ്റികളിൽ പ്രവർത്തിക്കുക, അവശ്യഘട്ടങ്ങളിൽ മന്ത്രിമാരുമായി കൂടിക്കാഴ്ച നടത്തി സമൂഹത്തിലെ വ്യത്യസ്ത വിഭാഗങ്ങളിൽനിന്നും ലഭിക്കുന്ന നിവേദനങ്ങൾ കൈമാറുക, സഭയ്ക്ക് പുറത്ത് നടക്കുന്ന ജനകീയ സമരങ്ങളുടെ ഭാഗഭാക്കാവുക തുടങ്ങിയവയെല്ലാം ഒരു പാർലമെന്റംഗത്തിന്റെ ചുമതലയാണ്.

പാർലമെന്റിലെ ധാരാളം സമിതികളിൽ പ്രവർത്തിക്കാൻ എനിക്ക് സാധിച്ചിട്ടുണ്ട്. വിവിധ ബില്ലുകളുമായി ബന്ധപ്പെട്ട നടപടിക്രമങ്ങൾ മനസിലാക്കാൻ അതെന്നെ സഹായിച്ചു. മെമ്പർ, സ്റ്റാന്റിംഗ് കമ്മിറ്റി ഓൺ ഇൻഫർമേഷൻ ടെക്നോളജി (2004–06), മെമ്പർ, എസ്റ്റിമേറ്റ് കമ്മിറ്റി

(2005–06), മെമ്പർ, സ്റ്റാന്റിംഗ് കമ്മിറ്റി ഓൺ ട്രാൻസ്പോർട്ട്, മെമ്പർ, ടൂറിസം ആന്റ് കൾച്ചറൽ (2006–2009), മെമ്പർ, കമ്മിറ്റി ഓൺ എസ്റ്റിമേറ്റ് (2009), മെമ്പർ, സ്റ്റാന്റിംഗ് കമ്മിറ്റി ഓൺ ട്രാൻസ്പോർട്ട്, ടൂറിസം ആന്റ് കൾച്ചറൽ (2009), ചെയർമാൻ, കമ്മിറ്റി ഓൺ സബോർഡിനേറ്റ് ലെജിസ്ലേഷൻ (2009), മെമ്പർ, കമ്മിറ്റി ഓൺ എസ്റ്റിമേറ്റ്സ് (2010), മെമ്പർ - പ്രത്യേക ക്ഷണിതാവ്- ബിസിനസ് അഡ്വൈസറി കമ്മിറ്റി (2014 മുതൽ), ചെയർമാൻ, കമ്മിറ്റി ഓൺ ആബ്സൻസ് ഓഫ് മെമ്പേർസ് ഫ്രം ദി സിറ്റിംഗ്സ് ഓഫ് ദ ഹൗസ് (2014 മുതൽ), മെമ്പർ, കൺസറ്റേറ്റീവ് കമ്മിറ്റി, മിനിസ്ട്രി ഓഫ് റെയിൽവേയ്സ് (2014 മുൽ), മെമ്പർ, സ്റ്റാന്റിംഗ് കമ്മിറ്റി ഓൺ ഇൻഫർമേഷൻ ടെക്നോളജി (2014 മുതൽ), മെമ്പർ, ജനറൽ പർപ്പസ് കമ്മിറ്റി (2015 മുതൽ) എന്നീ നിലകളിൽ പ്രവർത്തിക്കാൻ എനിക്ക് സാധിച്ചിട്ടുണ്ട്. നിയമ നിർമ്മാണം എത്രമാത്രം സങ്കീർണമായ പ്രക്രിയയാണെന്ന് മനസിലാക്കാൻ ഈ ചുമതലകൾ വഹിച്ചതിലൂടെ സാധിച്ചു.

കണ്ണൂരിലെ ഇ കെ നായനാർ അക്കാദമിയുമായി ബന്ധപ്പെട്ട ചില വിഷയങ്ങളിൽ ഇടപെടാൻ പാർലമെന്റ് കാലയളവിൽ എനിക്ക് സാധിച്ചിട്ടുണ്ട്. നായനാർ അക്കാദമിയുടെ സ്ഥലം മുമ്പ് തിരുവേപ്പതി മില്ലിന്റെ ഉടമസ്ഥതയിലായിരുന്നു. ഈ സ്ഥലം ഇപ്പോൾ കണ്ണൂർ സൈനിക ക്യാമ്പിന്റെ തൊട്ടടുത്താണ്. ദേശീയ സുരക്ഷയുമായി ബന്ധപ്പെട്ട വിഷയം ആയതുകൊണ്ട് തന്നെ ഈ സ്ഥലത്ത് ഒരു നിർമ്മാണ പ്രവർത്തനവും നടത്താൻ സൈനിക ക്യാമ്പ് അനുവാദം കൊടുത്തില്ല. നിർമ്മാണ പ്രവൃത്തിക്കുള്ള അനുമതി കേന്ദ്രസർക്കാരിൽനിന്നും നേടിയെടുക്കാനുള്ള ചുമതല പാർട്ടി, പ്രത്യേകിച്ച് പാർട്ടി സംസ്ഥാന സെക്രട്ടറി പിണറായി വിജയൻ എന്നെ ഏൽപ്പിച്ചു. അതിനെത്തുടർന്ന് പ്രതിരോധമന്ത്രിയായിരുന്ന എ കെ ആന്റണിയെ ഞാൻ കാണുകയും വിഷയം അവതരിപ്പിക്കുകയും ചെയ്തു. പിന്നീട് ആ ഫയൽ അംഗീകാരത്തിനായി ബോർഡിനു മുമ്പിൽ വച്ചെങ്കിലും വിഫലമായി. തുടർന്ന് ഇക്കാര്യത്തിൽ നിയമ വകുപ്പിന്റെ അഭിപ്രായം തേടി. നിയമമന്ത്രി ആയിരുന്ന വീരപ്പമൊയ്‌ലിയുമായി സുദീർഘമായ ചർച്ചകൾ നടത്തി. ഒടുവിൽ അനുവാദം കൊടുക്കാവുന്നതാണെന്ന ശുപാർശയോടെ ഫയൽ നിയമവകുപ്പിൽനിന്നും വീണ്ടും പ്രതിരോധ മന്ത്രാലയത്തിലേക്കയച്ചു. ആദായ നികുതിയിളവുമായി ബന്ധപ്പെട്ടായിരുന്നു മറ്റൊരു ഇടപെടൽ ഞാൻ നടത്തിയത്. അതിനു വേണ്ടി ധനമന്ത്രി അരുൺ ജയ്റ്റ്ലിയെ കാണേണ്ടി വന്നു. നായനാർ അക്കാദമിയുമായി ബന്ധപ്പെട്ട വിഷയമായതിനാൽ സഹായിക്കാൻ മന്ത്രി തയ്യാറായെങ്കിലും ധാരാളം പ്രതിസന്ധികൾ ഉണ്ടായി. പല തലങ്ങളിൽ ചർച്ചകൾ നടത്തുകയും ഒടുവിൽ ചുവപ്പ് നാടകളെ തരണം ചെയ്തുകൊണ്ട് അനുകൂലമായ ഉത്തരവ് നേടിയെടുക്കുകയും ചെയ്തു.

അഫിലിയേറ്റ് ചെയ്ത ഫുട്ബോൾ ടീമുകൾക്ക് ടൂർണമെന്റിൽ പങ്കെടുക്കാനാവശ്യമായ അനുമതി ഓൾ ഇന്ത്യ ഫുട്ബോൾ ഫെഡറേ

ഷനിൽ നിന്ന് നേടിയെടുക്കാൻ നായനാർ ടൂർണമെന്റിന്റെ സംഘാടകർക്ക് പല സാങ്കേതിക കാരണങ്ങൾകൊണ്ടും കഴിഞ്ഞില്ല. എ ഐ എഫ് എഫിന്റെ അനുമതിയില്ലാത്തതിനാൽ ഇന്ത്യയുടെ വിവിധ ഭാഗങ്ങളിൽനിന്നും പാകിസ്ഥാനിൽ നിന്നുമുള്ള നിരവധി പ്രമുഖ ടീമുകൾക്ക് ടൂർണമെന്റിൽ പങ്കെടുക്കാൻ സാധിക്കാതെ വന്നു. തുടർച്ചയായി രണ്ടു തവണ ഇങ്ങനെ സംഭവിച്ചു. എ ഐ എഫ് എഫിൽനിന്നും അനുമതി വാങ്ങുക എന്നത് എന്റെ ഉത്തരവാദിത്വമായി മാറി. യു പി എ സർക്കാരിന്റെ കാലത്ത് പ്രിയരഞ്ജ്ജൻദാസ് മുൻഷിയായിരുന്നു സ്പോർട്സ്, പാർലമെന്ററി കാര്യമന്ത്രി. എനിക്ക് അദ്ദേഹവുമായി വളരെ അടുത്ത ബന്ധമായതുകൊണ്ട് എ ഐ എഫ് എഫിന്റെ അനുമതി വേഗത്തിൽ ലഭിച്ചു. പിന്നീട് സ്പോർട്സ് മന്ത്രിയായത് എൻ സി പിയിലെ പ്രഫുൽ പട്ടേലായിരുന്നു. പലതവണ ഞാൻ അദ്ദേഹത്തെ നേരിട്ട് കാണുകയും അനുകൂല ഉത്തരവ് നേടിയെടുക്കുകയും ചെയ്തു. പക്ഷേ, അപ്പോഴേക്കും ഒരു പാട് വൈകിയിരുന്നു. പാകിസ്ഥാൻ ടീമുകൾക്കുള്ള വിസ അനുവദിച്ചിരുന്നില്ല. തുടർന്ന് വിദേശകാര്യമന്ത്രിയായിരുന്ന ഇ അഹമ്മദിനെ കാണുകയും വിഷയം ധരിപ്പിക്കുകയും ചെയ്തു. അദ്ദേഹം വ്യക്തിപരമായ താൽപ്പര്യമെടുക്കുകയും എത്രയും പെട്ടെന്ന് വിസ അനുവദിക്കാൻ തന്റെ ഓഫീസിനോട് നിർദ്ദേശിക്കുകയും ചെയ്തു. വിസ അനുവദിച്ചതിനെ തുടർന്ന് പാക് ടീം ഡൽഹി എയർപോർട്ടിൽ രാത്രി ഏറെ വൈകിയെത്തിച്ചേർന്നു. അന്ന് രാത്രി അവർ കേരള ഹൗസിൽ താമസിക്കുകയും പിറ്റേന്ന് കേരളത്തിലേക്ക് വിമാനത്തിൽ വരികയും ചെയ്തു. അനുകൂലമായ ഉത്തരവുകൾ ഇറക്കുന്നതിന് ആവശ്യമായ നടപടികൾ എടുത്ത മന്ത്രിമാരെ ഞാൻ കൃതജ്ഞതയോടെ ഓർക്കുന്നു.

എന്റെ ലോക്സഭാ കാലയളവിൽ ദേശീയ പ്രാദേശിക പ്രാധാന്യമുള്ള വിവിധ വിഷയങ്ങളുടെ മേൽ ഞാൻ നടത്തിയ ഇടപെടലുകളുടേയും പ്രസംഗങ്ങളുടേയും സമാഹാരമാണ് ഈ പുസ്തകം. ഇതിന്റെ ഉള്ളടക്കം ക്രമീകരിച്ചിരിക്കുന്നത് കാലചക്രം അനുസരിച്ചല്ല. മറിച്ച് പ്രമേയപരമായിട്ടാണ്. പ്രസംഗങ്ങളെ വിശാലമായി തരംതിരിക്കുകയും അതിനനുസരിച്ച് ക്രമീകരിക്കുകയുമാണ് ചെയ്തത്. പാർലമെന്റിൽ ഞാനവതരിപ്പിച്ച വിഷയങ്ങളെക്കുറിച്ചുള്ള സമഗ്രമായ ധാരണ ഇതിലൂടെ ലഭിക്കുമെന്ന് ഞാൻ പ്രതീക്ഷിക്കുന്നു. ദേശീയ പ്രാദേശിക വിഷയങ്ങളുമായി ബന്ധപ്പെട്ട ശീർഷകങ്ങൾ കൊടുത്തിട്ടാണ് പ്രസംഗങ്ങൾ തരംതിരിച്ചിരിക്കുന്നത്. സഭയിൽ നടത്തിയ ഓരോ പ്രസംഗത്തിനും വ്യത്യസ്തമായ ശീർഷകം കൊടുത്തിട്ടുണ്ട്. പൊതു ബജറ്റുകൾ, നന്ദി പ്രമേയങ്ങൾ (രാഷ്ട്രപതിയുടെ അഭിസംബോധന), റെയിൽവേ ബജറ്റുകൾ, ഫിനാൻസ് ബിൽ, കർണാടക ബജറ്റ്, വിലക്കയറ്റത്തെക്കുറിച്ചുള്ള ചർച്ചകൾ, മറ്റ് ഗൗരവതരമായ പൊതു വിഷയങ്ങൾ എന്നിവയുമായി ബന്ധപ്പെട്ട് ഞാൻ നടത്തിയ പ്രസംഗങ്ങളെ അടിസ്ഥാനമാക്കിയാണ് പുസ്തകത്തിന്റെ ആദ്യഭാഗമായ ദേശീയ വിഷയങ്ങൾ ക്രമീകരിച്ചിരിക്കുന്നത്.

പ്രാദേശിക വിഷയങ്ങൾ എന്റെ പാർലമെന്റ് മണ്ഡലവും സപ്തഭാഷ സംഗമഭൂമിയുമായ കാസർകോടുമായി ബന്ധപ്പെട്ടവയാണ്. ഉറുദു/ഹിന്ദുസ്ഥാനി ഭാഷകൾ സംസാരിക്കുന്ന ജനവിഭാഗം വരെ കാസർകോടുണ്ടെന്നത് അത്ഭുതപ്പെടുത്തുന്ന വസ്തുതയാണ്. മലയാളം, കന്നഡ, തുളു, മറാഠി, ബ്യാരി, കൊങ്ങിണി എന്നിവയാണ് കാസർകോട് ജനത സംസാരിക്കുന്ന മറ്റ് ഭാഷകൾ. ജന്മിത്വത്തിനും സാമ്രാജ്യത്വത്തിനുമെതിരെ പോരാടി ജീവത്യാഗം ചെയ്ത കയ്യൂർ രക്തസാക്ഷികളുടെ നാടാണ് എന്റേത് എന്ന് പറയാൻ അഭിമാനമുണ്ട്. കൂടാതെ ബ്രിട്ടീഷ് കൊളോണിയൽ ഈ പ്രദേശത്ത് ആരംഭിച്ചതു മുതൽ അതിനെതിരെ വിവിധ രൂപത്തിൽ ശക്തമായ സമരങ്ങൾ നടത്തിയ പാരമ്പര്യം ഇവിടുത്തെ തദ്ദേശീയർക്കുണ്ട് എന്നതും ശ്രദ്ധേയമാണ്. കൊളോണിയൽ ഭരണം അവരെ സംബന്ധിച്ചിടത്തോളം അസഹനീയം ആയിരുന്നു. കൊളോണിയൽ–ജന്മിത്ത വിരുദ്ധ സമരങ്ങളുടെ പാരമ്പര്യവും സമരാവേശവും ഇന്നും കെടാതെ ഓർമ്മയിൽ സൂക്ഷിക്കുന്നവരാണ് ഇവിടുത്തെ ജനങ്ങൾ. ജനജീവിതവുമായി ബന്ധപ്പെട്ട നിരവധി പ്രശ്നങ്ങൾ ഉയർത്തിക്കൊണ്ടുവരാൻ എനിക്ക് പ്രചോദനമായതും ഈ പാരമ്പര്യം തന്നെയായിരുന്നു. തുളു ഭാഷയിൽ അധിഷ്ഠിതമായ തുളു സംസ്കാരത്തിന്റെ ശക്തമായ സാന്നിദ്ധ്യം ഞങ്ങൾക്കുണ്ട്. കാസർകോട്ടെയും കർണാടകത്തിലെയും നിരവധി പ്രദേശങ്ങളിലെ സാധാരണ ജനങ്ങളുടെ ഭാഷയാണ് തുളു. നിർഭാഗ്യവശാൽ തുളു ഭാഷയ്ക്ക് ലിപി ഇല്ലായെന്നായിരുന്നു കുറേക്കാലം വിശ്വസിച്ചിരുന്നത്. എന്നാൽ പ്രശസ്തരായ ചില ഭാഷാ ശാസ്ത്രജ്ഞന്മാരുടെ അശ്രാന്തമായ പരിശ്രമത്തിന്റെ ഫലമായി നഷ്ടപ്പെട്ടു എന്ന് കരുതിയ തുളു ലിപിയും ഗ്രന്ഥങ്ങളും വീണ്ടെടുക്കുന്നതിൽ നമ്മൾ വിജയിച്ചു. ഇതിലൂടെ തുളു ഭാഷയുടെ മഹത്വവും പാരമ്പര്യവും മനസിലാക്കാൻ സാധിച്ചു. അങ്ങനെയാണ് ഇന്ത്യൻ ഭരണഘടനയുടെ എട്ടാമത്തെ ഷെഡ്യൂളിൽ ഉൾപ്പെടുത്തണമെന്ന ആവശ്യം ഞാൻ ഉയർത്തിയത്.

മധ്യകാലഘട്ടത്തിന്റെ അവസാനത്തിൽ മഹാരാഷ്ട്രയിൽനിന്നും കുടിയേറി വന്നവരാണ് മറാഠി സമുദായക്കാർ എന്നു കരുതപ്പെടുന്നു. ഇവർ കാസർകോടിന്റെ വിവിധ ഭാഗങ്ങളിൽ താമസമുറപ്പിച്ചു. ഗോത്ര വിഭാഗങ്ങൾക്ക് ഇന്ത്യൻ ഭരണഘടന ഉറപ്പുനൽകുന്ന എല്ലാ പ്രത്യേകാനുകൂല്യങ്ങളും അവർക്ക് ലഭിച്ചിരുന്നു. എന്നാൽ പിന്നീട് ഗോത്രവർഗക്കാരുടെ പട്ടികയിൽനിന്നും പുറത്താക്കിയതോടെ എല്ലാവിധ വിശേഷാവകാശങ്ങളും നഷ്ടമായി. തുടർന്ന് മറാഠ വിഭാഗത്തിന്റെ ശക്തമായ പ്രതിഷേധത്തിന് കാസർകോട് സാക്ഷിയായി. പിന്നീട് ഈ വിഷയം ഞാൻ പാർലമെന്റിൽ ഉന്നയിക്കുകയും മറാഠി വിഭാഗത്തിനെ പട്ടികവർഗ ലിസ്റ്റിൽ വീണ്ടും ഉൾപ്പെടുത്തണമെന്ന് ആവശ്യപ്പെടുകയും ചെയ്തു. ആ വിഷയം മറാഠികൾക്കനുകൂലമായി പരിഹരിക്കപ്പെട്ടതിൽ ഞാൻ സന്തുഷ്ടനാണ്. പാർലമെന്റിൽ ഞാൻ നിരന്തരം സംസാരിച്ച മറ്റൊരു വിഷയം എൻഡോസൾഫാനുമായി ബന്ധപ്പെട്ടതാണ്. കാസർകോട് ജില്ലയി

ലെ നിരവധി ഗ്രാമങ്ങളിലായി സ്ഥിതി ചെയ്യുന്ന കശുമാവിൻ തോട്ടങ്ങളിൽ കേരള പ്ലാന്റേഷൻ ഉപയോഗിച്ച ഒരു കീടനാശിനിയാണ് എൻഡോസൾഫാൻ. എൻഡോസൾഫാൻ ഉപയോഗിച്ചതിന്റെ പരിണിതഫലം വളരെ രൂക്ഷമായിരുന്നു. അവിടത്തെ ജനങ്ങളുടെ ആരോഗ്യത്തെ അത് പ്രതികൂലമായി ബാധിച്ചു. ഡി വൈ എഫ് ഐയുടേയും പരിസ്ഥിതി പ്രവർത്തകരുടേയും പിന്തുണയോടെ ഈ പ്രശ്നം കേന്ദ്ര സർക്കാരിന്റെയും സ്വകാര്യ കമ്പനിയുടെയും ശ്രദ്ധയിൽ കൊണ്ടുവരാൻ എനിക്ക് സാധിച്ചു. തുടർന്ന് എൻഡോസൾഫാൻ ഉപയോഗത്തിന് കേന്ദ്രസർക്കാർ നിരോധനമേർപ്പെടുത്തി. ഡി വൈ എഫ് ഐ എൻഡോസൾഫാൻ വിഷയത്തിൽ സുപ്രീം കോടതിയിൽ കേസ് കൊടുത്തതും അനുകൂലമായ വിധി ഉണ്ടായതും ശ്രദ്ധേയമാണ്. ദേശീയ മനുഷ്യാവകാശ കമ്മീഷന്റെ ശ്രദ്ധ പ്രസ്തുത വിഷയത്തിലേക്ക് കൊണ്ടുവരികയും കമ്മീഷൻ കാസർകോട് സന്ദർശിക്കുകയും ചെയ്തു. അതിനെത്തുടർന്ന് നബാർഡിന്റെ സഹായത്തോടെ എൻഡോസൾഫാൻ ദുരിതബാധിതരുടെ പുനരധിവാസത്തിനായി ഒരു ബൃഹത് പദ്ധതി ആരംഭിച്ചു. പുനരധിവാസ പദ്ധതികൾ, വിദ്യാലയങ്ങളുടെ അടിസ്ഥാന സൗകര്യവികസനം, ബഡ്സ് സ്കൂളുകൾ, ആശുപത്രികൾ, അംഗൻവാടികൾ എന്നിവയുൾപ്പെടുന്ന നബാർഡിന്റെ പദ്ധതി 235 കോടി രൂപയായിരുന്നു. ഇന്ത്യയിൽത്തന്നെ അത്തരത്തിലുള്ള ആദ്യ പദ്ധതിയായിരുന്നു അത്. പ്രസ്തുത പദ്ധതി വിജയകരമായി നടപ്പിലാക്കി.

പുതിയ ട്രെയിനുകൾക്ക് വേണ്ടിയുള്ള ആവശ്യം, കാസർകോട് മണ്ഡലത്തിൽ ദീർഘദൂര ട്രെയിനുകൾക്ക് പുതിയ സ്റ്റോപ്പ് അനുവദിക്കൽ, റെയിൽവേ മേൽപ്പാലങ്ങളുടെ നിർമ്മാണം, റെയിൽവേ സ്റ്റേഷനുകളിലെ അടിസ്ഥാന സൗകര്യ വികസനം, കൂടുതൽ സ്റ്റേഷനുകൾ ആദർശ് സ്റ്റേഷനുകളായി പ്രഖ്യാപിക്കൽ തുടങ്ങി റെയിൽവേയുമായി ബന്ധപ്പെട്ട നിരവധി പ്രശ്നങ്ങൾ ഞാൻ ഉയർത്തിക്കൊണ്ടുവന്നിട്ടുണ്ട്. നിർദ്ദിഷ്ട കാഞ്ഞങ്ങാട്-കാണിയൂർ റെയിൽവേ പാത പദ്ധതിക്ക് അംഗീകാരം കിട്ടിയതിൽ എനിക്ക് സന്തോഷമുണ്ട്. വിശദമായ സർവെ റിപ്പോർട്ട് അംഗീകരിക്കപ്പെട്ടു കഴിഞ്ഞു. പ്രസ്തുത പദ്ധതിയുടെ ഭാഗമായി കേരളത്തിൽ വരുന്ന പാതയുടെ നിർമ്മാണച്ചെലവ് വഹിക്കാൻ തയ്യാറാണെന്ന് കേരള സർക്കാർ പ്രഖ്യാപിച്ചിട്ടുണ്ട്. മംഗലാപുരം വിമാനാപകടവുമായി ബന്ധപ്പെട്ട വിഷയത്തിലും വിജയകരമായി ഇടപെടാൻ എനിക്ക് സാധിച്ചിട്ടുണ്ട്.

റെയിൽവേ അടിസ്ഥാന സൗകര്യ വികസനവുമായി ബന്ധപ്പെട്ട ആലപ്പുഴ വാഗൺ ഫാക്ടറി, കേരളത്തിലേക്ക് പുതിയ ട്രെയിനുകൾ, കാസർകോട് പെരിയയിൽ സ്ഥിതിചെയ്യുന്ന കേരള കേന്ദ്ര സർവകലാശാലയുടെ ഭാഗമായി മെഡിക്കൽ കോളേജ് സ്ഥാപിക്കൽ, ഉത്തര മലബാർ ഹോർട്ടി കൾച്ചറൽ യൂണിവേഴ്സിറ്റി ആരംഭിക്കൽ, ഭക്ഷ്യ വിഹിതം ഉയർത്തൽ, പ്രളയം-വരൾച്ച തുടങ്ങിയവയുമായി ബന്ധപ്പെട്ട ദുരിതാശ്വാസ പ്രവർത്തനങ്ങൾക്കുള്ള ഫണ്ട് അനുവദിക്കൽ, ശ്രീലങ്കൻ ജ

യിലിൽ ഉണ്ടായിരുന്ന മലയാളി തടവുകാരുടെ മോചനം, ലോകത്തിന്റെ വിവിധ ഭാഗങ്ങളിൽ ജോലി ചെയ്യുന്ന നഴ്സുമാരുൾപ്പെടെയുള്ള തൊഴിലാളികൾ അഭിമുഖീകരിച്ച പ്രശ്നങ്ങൾ, പ്രവാസികളുമായി ബന്ധപ്പെട്ട വിഷയങ്ങൾ, സംസ്ഥാന പെൻഷൻ കൈപ്പറ്റുന്ന സ്വാതന്ത്ര്യസമര സേനാനികൾക്ക് കേന്ദ്ര പെൻഷൻ നൽകുന്നതുമായി ബന്ധപ്പെട്ട കാര്യങ്ങൾ, തൊഴിലാളികളുടെയും കർഷകരുടെയും പ്രശ്നങ്ങൾ, ബീഡി–കയർ–ഖാദി വ്യവസായങ്ങൾ ഉൾപ്പെടുന്ന ചെറുകിട വ്യവസായ മേഖലയിലെ പ്രശ്നങ്ങൾ തുടങ്ങിയവയിലെല്ലാം കാര്യക്ഷമമായി ഇടപെടാനും സർക്കാരിന്റെ ഇടപെടൽ ഉറപ്പുവരുത്താനും എനിക്ക് സാധിച്ചിട്ടുണ്ട്.

ദേശീയ വിഷയങ്ങളും സഭയുടെ ശ്രദ്ധയിൽ കൊണ്ടുവരാൻ സാധിച്ചിട്ടുണ്ട്. യു പി എ, ബി ജെ പി സർക്കാരുകളുടെ ജനവിരുദ്ധ നയങ്ങൾ സഭയിൽ ചർച്ചയ്ക്ക് കൊണ്ടുവന്നിട്ടുണ്ട്. പൊതു സമ്പത്ത് കൊള്ളയടിക്കാൻ സഹായകരമാകുന്ന തരത്തിൽ കോർപ്പറേറ്റുകളെ പരിധിവിട്ട് സഹായിച്ച യു പി എ, ബി ജെ പി സർക്കാരുകളെ നിശിതമായി വിമർശിച്ചിട്ടുണ്ട്. സഭയിൽ ഞാൻ ഒരു നിഷ്ക്രിയ കാഴ്ചക്കാരൻ ആയിരുന്നില്ല എന്ന് അഭിമാനത്തോടെ പറയാൻ സാധിക്കും. മറിച്ച് എന്റെ ശ്രദ്ധയിൽ വന്ന മുഴുവൻ പ്രശ്നങ്ങളും സഭയിൽ അവതരിപ്പിക്കാൻ സാധിച്ചതിൽ ഞാൻ സംതൃപ്തനാണ്.

ഈ പുസ്തകമെഴുതാൻ എനിക്ക് പ്രചോദനമായത് സ. സീതാറാം യെച്ചൂരിയാണ്. ഒരുപാട് രാഷ്ട്രീയ തിരക്കുകൾ ഉണ്ടായിട്ടും ഈ പുസ്തകത്തിന് അവതാരിക എഴുതാൻ മനസ്സ് കാണിച്ച അദ്ദേഹത്തോട് ഞാൻ കടപ്പെട്ടിരിക്കുന്നു. ഈ പുസ്തകം പ്രസിദ്ധീകരിക്കാൻ എന്നെ നിർബന്ധിച്ച പ്രൊഫ. കെ പി ജയരാജൻ (മുനിസിപ്പൽ ചെയർമാൻ, നീലേശ്വരം), ഡോ. വി പി പി മുസ്തഫ (കാസർകോട് ജില്ലാപഞ്ചായത്തംഗം), ഡോ. പി പ്രഭാകരൻ, ഡോ. വി കുട്ട്യൻ, ഡോ. സി ബാലൻ എന്നിവരോടുള്ള നന്ദി രേഖപ്പെടുത്താൻ ഈ അവസരം ഞാൻ ഉപയോഗപ്പെടുത്തുന്നു. എന്റെ പേഴ്സണൽ അസിസ്റ്റന്റ് കെ വി രാജീവ് കുമാർ, സി പി ഐ (എം) പാർലമെന്ററി പാർട്ടി ഓഫീസിലെ പ്രവർത്തകരായ സഖാക്കൾ തോമസ്, രാജേഷ്, ഗൗതം, സിദ്ധു തുടങ്ങിയവർ നൽകിയ പിന്തുണയ്ക്കും നന്ദി രേഖപ്പെടുത്തുന്നു. ഈ പുസ്തകം പ്രസിദ്ധീകരിക്കാൻ മുന്നോട്ടു വന്ന *ചിന്ത* പബ്ലിഷേഴ്സിന്റെ എഡിറ്ററോടും മറ്റുള്ളവരോടുമുള്ള കൃതജ്ഞത രേഖപ്പെടുത്തുന്നു. ടൈപ്പ് സെറ്റിംഗ് ചെയ്തു തന്ന ജയരാജ് എം കെ, ശ്രീചിത്രയോടുള്ള നന്ദിയും അറിയിക്കുന്നു.

നാടിന്റെ പൾസ് അറിഞ്ഞ പെർഫോമൻസ്
സീതാറാം യെച്ചൂരി

നമ്മുടെ ജനാധിപത്യക്രമത്തിൽ, അതിന്റെ മഹത്തായ വേദികളിൽ ജനങ്ങളുടെ പ്രതിനിധിയായിരിക്കുക എന്നത് അഭിമാനകരമായ സംഗതിയാണ്. പക്ഷേ, അത് ബഹുമുഖമായ ചുമതല നിർവഹിക്കുന്നതിനുള്ള അനിവാര്യതകൂടിയാണ്. ഒരു ലോക്സഭാംഗം തന്നെ തെരഞ്ഞെടുത്ത ജനങ്ങൾക്കും താൻ അംഗമായിരിക്കുന്ന സഭയ്ക്കും ഇടയിലും, സർക്കാരിനും ജനങ്ങൾക്കും ഇടയിലുള്ള പാലം കൂടിയാണ്.

'നാം, ഇന്ത്യൻ ജനത' (We, the people of India) എന്നാരംഭിക്കുന്ന നമ്മുടെ ഭരണഘടനപ്രകാരം ജനങ്ങളാണ് പരമാധികാരി. എക്സിക്യൂട്ടീവ് (സർക്കാർ) നിയമനിർമാണ സഭകളോട് ബാധ്യതപ്പെട്ടിരിക്കുന്നു; നിയമനിർമാണസഭകൾ ജനങ്ങളോട് കടപ്പെട്ടിരിക്കുന്നു. തങ്ങൾക്ക് ക്ലേശകരമായ സാഹചര്യങ്ങളിലെല്ലാം സാധാരണ പൗരന്മാർ ജനപ്രതിനിധികളെയാണ് ആശ്രയിക്കുന്നത്; സർക്കാരിന്റെ വിവിധ ഏജൻസികളുടെ മുമ്പാകെ തങ്ങളെ ബാധിക്കുന്ന വിഷയങ്ങൾ തങ്ങൾക്ക് വേണ്ടി എത്തിക്കാൻ അവരെയാണ് ജനങ്ങൾ ഉറ്റുനോക്കുന്നത്. ഒരു എം പി, പ്രാഥമികമായും താൻ പ്രതിനിധീകരിക്കുന്ന ജനങ്ങളുടെ ആവശ്യങ്ങളോടും പ്രശ്നങ്ങളോടും ഉത്തരവാദിത്വമുള്ളവരായിരിക്കണം. ജനങ്ങളുടെ ബുദ്ധിമുട്ടുകളും പരാതികളും നിയമനിർമാണ വേദികളിൽ അവതരിപ്പിച്ച് സർക്കാരിന്റെ ശ്രദ്ധയിൽ കൊണ്ടുവരുന്നതിന് ഉചിതമായ പരിഹാരമാർഗങ്ങൾ കണ്ടെത്തുന്നതിനും ജനപ്രതിനിധി ലക്ഷ്യബോധത്തോടെ ഇടപെടണം.

ഒരു മികച്ച ജനപ്രതിനിധിയാകുന്നതിന് എല്ലാ സന്ദർഭങ്ങളിലും ജനങ്ങളുടെ 'പൾസ്' ഉൾക്കൊള്ളാൻ സാധിക്കണം. ജനകീയ വിഷയങ്ങളിലുള്ള പ്രതിബദ്ധതയും അവർക്കുവേണ്ടി പോരാടാനുള്ള സന്നദ്ധ

തയുമാണ് ഒരു ജനപ്രതിനിധിയുടെ വിജയത്തിന് അടിസ്ഥാനം. അദ്ദേഹത്തിന്റെ കാഴ്ചപ്പാടും താൽപ്പര്യവും നൈപുണ്യവും വോട്ടർമാരുടെ ആവശ്യങ്ങളും അഭിലാഷങ്ങളും കണ്ടറിഞ്ഞ് ഇടപെടാൻ ആ ജനപ്രതിനിധിയെ സഹായിക്കും. ഒരു എംപി, എല്ലാ വിഷയങ്ങളിലുമോ, ഏതെങ്കിലും ഒരു വിഷയത്തിൽ പോലുമോ വലിയ പണ്ഡിതനായിരിക്കണമെന്നില്ല. സഭയിൽ വരുന്ന എല്ലാ വിഷയങ്ങളിലും ഓരോ എം പിയും ഇടപെടണമെന്നുമില്ല. സഭയുടെ മുന്നിൽ വരുന്ന ധാരാളം പ്രശ്നങ്ങളെക്കുറിച്ചുള്ള മികച്ച ധാരണയും, വ്യത്യസ്ത വിഷയങ്ങളുടെ സത്ത സ്വാംശീകരിക്കാനുള്ള ശേഷിയുമാണ് നിയമനിർമാണ സഭയിലെ അംഗങ്ങൾക്കുണ്ടാകേണ്ട പ്രധാന വൈദഗ്ധ്യം. തന്റെ മണ്ഡലത്തിലെ വിവിധ വികസന, സാമ്പത്തിക, സാമൂഹിക ആവശ്യങ്ങളെ എത്ര ഗൗരവത്തോടെ തിരിച്ചറിയുന്നു എന്നതിനെ ആശ്രയിച്ചാണ് ഒരു ജനപ്രതിനിധിയുടെ പെർഫോമൻസ് നിലനിൽക്കുന്നത്. വ്യക്തിഗത മോഹങ്ങളെയും രാഷ്ട്രത്തിന്റെയും സമൂഹത്തിന്റെയും വിശാലതാൽപ്പര്യങ്ങളെയും സമന്വയിപ്പിക്കുന്നതിന് സ്വീകരിക്കുന്ന തന്ത്രങ്ങളും, അവ സഭയിൽ എത്ര ശക്തമായി അവതരിപ്പിക്കുന്നു എന്നതിലുമാണ് ഒരു ജനപ്രതിനിധിയുടെ മികവ്. തുടർച്ചയായി മൂന്ന് തവണ ലോക്സഭാംഗമായ സ.പി കരുണാകരന്റെ പ്രവർത്തനരേഖ, എം പി എന്ന നിലയിലുള്ള ചുമതല അദ്ദേഹം നിർവഹിക്കുന്നതിന്റെ സാക്ഷ്യപത്രമാണ്. തന്റെ മണ്ഡലത്തിലെ വികസനാവശ്യങ്ങൾ ഉന്നയിക്കുന്നതിലും അവ യാഥാർത്ഥ്യമാക്കുന്നതിനുള്ള പദ്ധതി നിർദ്ദേശം രൂപീകരിക്കുന്നതിലും സർക്കാരിനെക്കൊണ്ട് അവ നടപ്പിലാക്കുന്നതിലും അദ്ദേഹത്തിന്റെ മാതൃക അനുകരണീയമാണ്. അതേസമയം തന്നെ, താൻ പ്രതിനിധീകരിക്കുന്ന പാർട്ടിയുടെ പ്രത്യയശാസ്ത്രപരമായ സമീപനം മുറുകെപ്പിടിക്കുന്നതിലും അദ്ദേഹം ബദ്ധശ്രദ്ധാലുവായിരുന്നു. തന്റെ മണ്ഡലത്തിന്റെയും താൻ പ്രതിനിധീകരിക്കുന്ന സംസ്ഥാനത്തിന്റെയും താൽപ്പര്യങ്ങളുടെ കാര്യത്തിലെന്നപോലെ, വിശാലമായ ദേശീയ താൽപ്പര്യങ്ങൾ ഉയർത്തിപ്പിടിക്കുന്നതിലും നിതാന്ത ജാഗ്രത പുലർത്തിക്കൊണ്ടാണ് പതിനഞ്ച് വർഷത്തെ പാർലമെന്ററി ജീവിതം സ. പി കരുണാകരൻ വിജയകരമായി പിന്നിട്ടത്. ഒന്നര ദശകക്കാലം പാർലമെന്റിൽ തൊഴിലാളി വർഗത്തിന്റെ ശബ്ദമായിരുന്ന സ. പി കരുണാകരൻ പാർലമെന്റിനകത്ത് നടത്തിയ പ്രസംഗങ്ങൾ പുസ്തകമാകുന്നത് സന്തോഷകരമാണ്. അദ്ദേഹത്തിന്റെ ലോക്സഭാ പ്രസംഗങ്ങൾ സമാഹരിച്ചുകൊണ്ട് ഇംഗ്ലീഷിൽ പ്രസിദ്ധീകരിച്ച പുസ്തകം ശ്രദ്ധേയമാണ്. ജനകീയ വിഷയത്തിലുള്ള അദ്ദേഹത്തിന്റെ പ്രതിബദ്ധത വെളിപ്പെടുത്തുന്നതാണ് ഈ പുസ്തകത്തിലെ ഉള്ളടക്കം. പ്രശ്നങ്ങൾ തിരിച്ചറിയുന്നതിലും അവ ശക്തമായി അവതരിപ്പിക്കുന്നതിലും മാത്രമല്ല, അവയുടെ പരിഹാരം യുക്തിസഹമായി യാഥാർത്ഥ്യമാക്കുന്നതിൽ വരെ സ.കരുണാകരൻ നിതാന്ത ജാഗ്രത പുലർത്തിവരുന്നത് കാണാം.

തികഞ്ഞ ആത്മാർത്ഥതയുള്ള പാർട്ടി പ്രവർത്തകൻ, തൊഴിലാളി വർഗത്തിന്റെ സമുന്നത നേതാവ്, പ്രതിബദ്ധതയുള്ള പാർലമെന്റേറിയൻ എന്നീ നിലകളിലെല്ലാമുള്ള തന്റെ ചുമതലകൾ വിജയകരമായി നിർവഹിച്ചു പോരുന്ന സ. പി കരുണാകരന്റെ മാതൃക ആർക്കും പിൻപറ്റാവുന്നതാണ്. ഇങ്ങനെ ഒരു പുസ്തകം പ്രസിദ്ധീകരിക്കുന്നതിൽ അദ്ദേഹത്തെ ഞാൻ അഭിനന്ദിക്കുന്നു. വസ്തുതകൾ പഠിക്കാനാഗ്രഹിക്കുന്നവർക്ക് ഗുണപ്രദമാണ് ഈ പുസ്തകമെന്ന് ശുപാർശ ചെയ്യുന്നു.

സർക്കാർ പൊതുജന താല്പര്യം സംരക്ഷിക്കണം

മികച്ച സംസ്ഥാനങ്ങൾ ഏതൊരു ഫെഡറൽ സംവിധാനത്തിനും മികച്ച കേന്ദ്രത്തിനും അത്യാവശ്യമായ ഘടകമായതുകൊണ്ട്, കൂടുതൽ പ്രാധാന്യം സംസ്ഥാനങ്ങൾക്ക് കൊടുക്കണം. അതേപോലെ, നമ്മൾ ഏറ്റവും കൂടുതൽ ശ്രദ്ധ കൊടുക്കേണ്ട സാമ്പത്തിക മേഖലകൾ സ്വകാര്യ, സഹകരണ, പൊതുമേഖല സംരംഭങ്ങൾ ആണ്. ആഭ്യന്തരവിപണിയിലും, വിദേശവിപണിയിലും നിക്ഷേപങ്ങൾ ശരിയായ രീതിയിൽ വേണമെന്ന ബഹുമാനപ്പെട്ട ധനകാര്യമന്ത്രിയുടെ കാഴ്ചപ്പാടിനെ ഞാൻ അഭിനന്ദിക്കുന്നു. എനിക്ക് അതിൽ ഒരെതിർപ്പും ഇല്ല. പാവങ്ങളുടെ അഭിവൃദ്ധി ലക്ഷ്യമാക്കുന്ന ഒരുപാട് വിഷയങ്ങളിൽ ധനകാര്യമന്ത്രി നമ്മുടെ അഭിനന്ദനം അർഹിക്കുന്നു.

അതേസമയം പദ്ധതി വിഹിതവുമായി ബന്ധപ്പെട്ട് ചില നിർദ്ദേശങ്ങൾ കൂടി മുന്നോട്ട് വയ്ക്കാൻ ഞാൻ ആഗ്രഹിക്കുന്നു. കാർഷിക മേഖലയിലേക്ക് വരുമ്പോൾ ഇത്ര വിഹിതം പര്യാപ്തമല്ല എന്ന് എനിക്ക് തോന്നുന്നു. ഇന്ത്യയെ സംബന്ധിച്ചിടത്തോളം ഭൂനിയമ നിർമ്മാണം കാർഷിക മേഖലയ്ക്ക് വളരെ അത്യാവശ്യമുള്ള കാര്യം ആണ്. ഭൂനിയമം കൂടാതെ കാർഷികമേഖലയ്ക്ക് ശുഭകരമായ വളർച്ച സാദ്ധ്യമല്ല. കർഷകരെ നമുക്ക് മറക്കാൻ കഴിയില്ല. ബഹുമാനപ്പെട്ട ചില അംഗങ്ങൾ സൂചിപ്പിച്ചതുപോലെ കർഷകർക്ക് മിനിമം വേതനം നമ്മൾ ഉറപ്പാക്കണം. കൂടാതെ അവർക്ക് വേണ്ടി ഒരു ക്ഷേമനിധിയും ഏർപ്പെടുത്തണം.

കാർഷിക പ്രശ്നങ്ങളും കർഷക ആത്മഹത്യകളുമായി ബന്ധപ്പെട്ട നിരവധി ദാരുണമായ രംഗങ്ങൾക്ക് ഈ സഭ സാക്ഷിയാണ്. 1998 ന് ശേഷം ഏകദേശം 7000 കർഷകരും തൊഴിലാളികളും ആത്മഹത്യ ചെയ്തു. ഒരു വാർത്താസമ്മേളനം നടത്തി അനുശോചനമോ, സഹ

താപമോ കാണിക്കുകയല്ല ആവശ്യം, പകരം കർഷകർക്ക് സഹായകമാവുംവിധം സമയബന്ധിതവും ശക്തമായതുമായ പാക്കേജുകൾ രൂപീകരിക്കണം. നമ്മുടെ മുൻ പ്രധാനമന്ത്രി പറഞ്ഞതുപോലെ, കൃഷിക്കായി ലോണെടുക്കുന്ന കർഷകർ ലോൺ തിരിച്ചടവ് മുടങ്ങുകയും, പല സംസ്ഥാനങ്ങളിലും ആത്മഹത്യയിലേക്ക് നയിക്കപ്പെടുകയും ചെയ്യുന്നു. അതാണ് കാർഷിക മേഖലയുടെ ഇന്നത്തെ അവസ്ഥ. അതുകൊണ്ട്, കാർഷിക മേഖലയ്ക്കുള്ള വിഹിതം വർദ്ധിപ്പിക്കണം. ഇന്നത്തെ സാഹചര്യത്തിൽ ദീർഘകാല പദ്ധതികളോടൊപ്പം കർഷകർക്ക് അടിയന്തരസഹായം എത്തിക്കാൻ ഹ്രസ്വകാല പദ്ധതികൾ ആവശ്യമാണ്. സഭ ശ്രദ്ധ കൊടുക്കേണ്ട ഒരു പ്രധാനപ്രശ്നം അതാണ്,

വ്യവസായ മേഖലയിലേക്ക് വരുമ്പോൾ 15,000 കോടി പൊതുമേഖല വ്യവസായങ്ങൾക്കായി മാറ്റിവെച്ചത് കാണാം. നല്ലത് തന്നെ. എന്നാൽ ഇന്ത്യയിലെ നൂറുകണക്കിന് വ്യവസായ യൂണിറ്റുകൾ അന്ത്യശ്വാസം വലിക്കുകയാണ്. ഈ അവസ്ഥ പൊതുമേഖലയിലും, ചെറുകിട മേഖലയിലും ഒരുപോലെ പ്രത്യക്ഷമാണ്. ഈ അവസ്ഥയ്ക്ക് കാരണം തൊഴിലാളികളാണ് എന്നെനിക്ക് തോന്നുന്നില്ല. മറിച്ച് നാം സ്വീകരിച്ച പുത്തൻ സാമ്പത്തിക നയങ്ങൾ ആണ് ഈ അവസ്ഥയ്ക്ക് ഒരു കാരണം; ചില സാഹചര്യങ്ങളിൽ മാനേജ്മെന്റുകളുടെ പിടിപ്പുകേടും കാരണം ആകുന്നുണ്ട്.

അടച്ചുപൂട്ടൽ വക്കിലെത്തിയ അനേകം വ്യവസായ യൂണിറ്റുകളെ പുനരുത്ഥാനം നടത്താനുള്ള പദ്ധതികൾ ആവിഷ്കരിച്ചതിന്റെ പേരിൽ, ഇപ്പോൾ പ്രയാസമനുഭവിക്കുന്ന ആയിരക്കണക്കിന് തൊഴിലാളികൾ ബഹുമാനപ്പെട്ട ധനകാര്യമന്ത്രിയെ ആദരിക്കുകയും സ്നേഹിക്കുകയും ചെയ്യുമെന്ന കാര്യത്തിൽ എനിക്ക് സംശയമില്ല. പ്രഖ്യാപിച്ച പദ്ധതികൾക്ക് വേണ്ടി ആവശ്യത്തിന് പണം മാറ്റിവെച്ചു എന്നതും അഭിനന്ദനാർഹമാണ്.

ചെറുകിട വ്യവസായങ്ങളെ സംബന്ധിച്ച് നോക്കുകയാണെങ്കിൽ ഏകദേശം 82 ഓ, 83 ഓ ഒഴിവാക്കിയതായി കാണാം. അതുകൊണ്ട് തന്നെ ഇതിന് ഈ മേഖലയിൽ വലിയ മാറ്റം ഉണ്ടാക്കാൻ കഴിയുമോയെന്ന് എനിക്ക് അറിയില്ല. എന്നിരുന്നാലും ഈ മേഖലയ്ക്കുള്ള വിഹിതം ബഹുമാനപ്പെട്ട ധനകാര്യമന്ത്രി 50 ലക്ഷത്തിൽ നിന്ന് ഒരു കോടിയാക്കി ഉയർത്തിയെന്നത് തികച്ചും സ്വാഗതാർഹമാണ്. സഹായം അർഹിക്കുന്നതും ആവശ്യമായതുമായ ഒരുപാട് വ്യവസായ യൂണിറ്റുകൾ ചെറുകിട മേഖലയിലുണ്ട്. ഈ മേഖലയിലാണ് യഥാർത്ഥ ദാരിദ്ര്യം അനുഭവിക്കുന്ന പട്ടികജാതി–പട്ടിക വർഗ്ഗത്തിൽ ഉൾപ്പെടുന്ന ജനങ്ങൾ ഭൂരിഭാഗവും തൊഴിൽ ചെയ്യുന്നത്. അതുകൊണ്ട് ഈ പുനരുത്ഥാന പദ്ധതിയിൽ പൊതുമേഖലയോടൊപ്പം ചെറുകിട മേഖലയും പരിഗണിക്കപ്പെടണം.

സർ, ഇനി പരമ്പരാഗത വ്യവസായങ്ങളെക്കുറിച്ച് ചില കാര്യങ്ങൾ.

100 കോടി ഈ മേഖലയ്ക്ക് പ്രഖ്യാപിച്ചതിനെ അഭിനന്ദിക്കുന്നു. എക്സൈസ് നികുതിയിളവ് പ്രഖ്യാപിച്ചതിലൂടെ കൈത്തറി തൊഴിലാളികളും യന്ത്രത്തറി തൊഴിലാളികളും രക്ഷപ്പെടും. പക്ഷേ, അതേസമയം, നമുക്കറിയാം കേരളത്തിൽ മാത്രം ലക്ഷക്കണക്കിന് ജനങ്ങൾ ഈ പരമ്പരാഗത മേഖലകളെ ആശ്രയിച്ച് ജീവിക്കുന്നു. ദേശീയതലത്തിൽ ഇത് പല ലക്ഷങ്ങൾ വരും. അതുകൊണ്ട് പ്രഖ്യാപിക്കപ്പെട്ട 100 കോടി പര്യാപ്തമല്ല. അത് വർദ്ധിപ്പിക്കണം. കേരളത്തിൽ ഈ മേഖലയിലെ തൊഴിലാളികൾക്ക് കിട്ടുന്നത് തുച്ഛമായ കൂലിയാണ്. കൂടാതെ തൊഴിലാളികളിൽ ഭൂരിഭാഗവും സ്ത്രീകളാണ്. കൈത്തറി മേഖലയിൽ എക്സൈസ് നികുതിയിളവ് ഒരു നല്ല മുന്നേറ്റമാണെങ്കിലും കേരള സർക്കാർ ആവശ്യപ്പെടുന്നത് കൈത്തറി മേഖലയുടെ സുലഭമായ ഉത്തേജനവും റിബേറ്റ് പുനഃസ്ഥാപനവുമാണ്. ഇത് മുമ്പ് സഭയിൽ ഉന്നയിക്കപ്പെട്ടിട്ടുള്ളതാണ്.

ഇനി കയർ വ്യവസായത്തിലേക്ക് വരാം. കേരളത്തിന്റെ മുഖമുദ്രയാണ് കയർ. നാളികേര കൃഷികൾ കേരളത്തെ സംബന്ധിച്ചിടത്തോളം ഈ മേഖലകളിലെ 90 ശതമാനം തൊഴിലാളികളും സ്ത്രീകളാണ്. കൊൽക്കത്തയിൽ ചണവ്യവസായം പരിഗണിക്കപ്പെടുന്ന അതേ പ്രാധാന്യത്തിൽ കേരളത്തിൽ കയർ വ്യവസായം പരിഗണിക്കപ്പെടണം. കയറും ജൈവ വിഘടനത്തിന് വിധേയമാകുന്ന ഒരു പ്രകൃതിജന്യ നാരാണ് എന്നത് ഇതിന്റെ മേന്മയാണ്. ഈ വസ്തുത പരിഗണിച്ചുകൊണ്ട് അധിക വിപണി സംവിധാനം ഏർപ്പെടുത്തിയാലേ ഈ മേഖല പൂർണ്ണമായും രക്ഷപ്പെടുകയുള്ളു. അതുവഴി ലക്ഷക്കണക്കിന് ജനങ്ങൾ രക്ഷിക്കപ്പെടും.

കശുവണ്ടിയുടെ കാര്യത്തിൽ യാതൊരുവിധ പരാമർശവും ഈ ബജറ്റിൽ ഇല്ലായെന്ന് കാണുന്നു. പ്രതിവർഷം ഇന്ത്യയിൽ നിന്ന് കയറ്റി അയക്കുന്ന 2000 കോടിയുടെ കശുവണ്ടികൾ 70 ശതമാനവും കേരളത്തിൽ നിന്നാണ്. ഈ മേഖല സംരക്ഷിക്കപ്പെടാൻ ഉചിതമായ നടപടികൾ ഉണ്ടാകേണ്ടതുണ്ട്.

സർ, 98 ശതമാനം ബീഡി തൊഴിലാളികളും സ്ത്രീകളാണ്. ഒരു ഭാഗത്ത് കേരള ഹൈക്കോടതിയുടെ പൊതുസ്ഥലങ്ങളിലെ പുകവലി നിരോധനവും മറുഭാഗത്ത് വർദ്ധിച്ച തോതിലുള്ള ബീഡി ഇറക്കുമതിയും ഈ വ്യവസായത്തെ പ്രതിസന്ധിയിലാക്കുന്നു. എക്സൈസ് നികുതിയും ഇവിടെ പ്രശ്നമാണ്. എക്സൈസ്നികുതി ഉല്പാദനത്തിന്റെ ശതമാനാടിസ്ഥാനത്തിൽ അല്ലയെന്നതും പ്രശ്നമാണ്. ഓരോ ആയിരം ബീഡികളുടെ നിർമ്മാണത്തിലും അവർ 9 രൂപ നികുതിയായി അടയ്ക്കണം. കൂടാതെ ക്ഷേമനിധിയും, ഒരു രൂപ ഗുജറാത്ത് ദുരന്തനിവാരണ സംഭാവനയായും കൊടുക്കണം. ഈ നിഷ്കളങ്കരായ ബീഡിതൊഴിലാളികളല്ല ഗുജറാത്ത് ദുരന്തത്തിന് കാരണം. കുറഞ്ഞപക്ഷം ആ ഒരു രൂപയെങ്കിലും ഒഴിവാക്കിക്കൊണ്ട് ഈ ബീഡിനിയമം ദേശീയതല

ത്തിൽ പ്രാബല്യമാക്കണം.

സർ, ഖാദി മേഖലയെക്കുറിച്ച് നമ്മുടെ സ്വാതന്ത്ര്യസമര പശ്ചാത്തലത്തിൽ വേണം ചിന്തിക്കാൻ. ഈ മേഖലയിലെ തൊഴിലാളികൾക്ക് കിട്ടുന്നത് ഏറ്റവും തുച്ഛമായ വേതനമാണ്. ഇവിടെ 100% ഖാദി തൊഴിലാളികളും സ്ത്രീകളാണ്. ഗ്രാമ, ഖാദി വ്യവസായങ്ങൾക്ക് നമ്മുടെ റെയിൽവേ മന്ത്രി പ്രഖ്യാപിച്ച ചില പദ്ധതികൾ ഇവിടെ ഉദാഹരണമായി എടുക്കാം എന്നെനിക്ക് തോന്നുന്നു. ആശുപത്രികളിൽ ഉപയോഗിക്കുന്ന തുണിത്തരങ്ങൾ അടക്കം പൊതുമേഖലയിലെ ആവശ്യങ്ങൾക്ക് ഖാദി ഉപയോഗിക്കണമെന്ന് സംസ്ഥാനങ്ങൾക്കും, പൊതുമേഖലാ സ്ഥാപനങ്ങൾക്കും ഒരു നിർദ്ദേശം കൊടുക്കാമെങ്കിൽ ഗവൺമെന്റിന് തന്നെ ഖാദിയെയും അതുപോലെയുള്ള ഗ്രാമീണ, കുടിൽ വ്യവസായങ്ങളെയും സംരക്ഷിക്കാൻ സാധിക്കും.

സർ, ഊൺ മേഖലയിലേക്ക് പോകുമ്പോൾ മാത്രമാണ് നാം മത്സ്യവ്യവസായത്തെക്കുറിച്ച് ആലോചിക്കുന്നത്. മത്സ്യവ്യവസായത്തിലൂടെയാണ് നമുക്ക് ഏറ്റവും സമ്പുഷ്ടമായ ആഹാരം കിട്ടുന്നത്. കൂടാതെ കിട്ടാവുന്നതിൽ വെച്ച് വലിയ തൊഴിൽ ലഭ്യതയും വിദേശനാണ്യം നേടിത്തരുന്നതുമായ ഒരു മേഖലയാണിത്. പക്ഷേ, കേരളത്തിൽ മാത്രമല്ല ഇന്ത്യയൊട്ടുക്കും മത്സ്യത്തൊഴിലാളികൾ വൻ പ്രതിസന്ധിയാണ് നേരിട്ട് കൊണ്ടിരിക്കുന്നത്. നമുക്ക് ഒരു വലിയ തീരദേശം ഉണ്ട്. പക്ഷേ, അത് കടലെടുത്തുകൊണ്ടിരിക്കുകയാണ്. എല്ലാ വർഷവും നമ്മൾ കോടികളാണ് ഈ മേഖലയിൽ ചെലവഴിക്കുന്നത്. അതുകൊണ്ട് ഈ മേഖലയിൽ ഒരു ദേശീയ ക്ഷേമപദ്ധതി അത്യാവശ്യമാണ്. ഈ ഗവൺമെന്റ് അക്കാര്യം കൂടി പരിഗണിക്കേണ്ടതാണെന്ന് എനിക്ക് തോന്നുന്നു.

അതേപോലെ മണ്ണെണ്ണയുടെ വിലയിൽ വൻ വർദ്ധനവാണ് ഉണ്ടാകുന്നത്. മണ്ണെണ്ണ ഇറക്കുമതി ചെയ്യാൻ കേരള ഗവൺമെന്റ് കേന്ദ്ര ഗവൺമെന്റിനോട് അപേക്ഷിച്ചിട്ടുണ്ട്. അല്ലാതെ അവർക്ക് അതിജീവിക്കാൻ സാദ്ധ്യമല്ല.

മുൻ എൻ ഡി എ സർക്കാർ ആഴക്കടൽ മീൻപിടിത്തത്തിന് വിദേശ കമ്പനികൾക്ക് അനുവാദം കൊടുത്തിട്ടുണ്ട്. അതും നിരോധിക്കണം. അല്ലെങ്കിൽ തദ്ദേശീയരായ മത്സ്യത്തൊഴിലാളികൾക്ക് തൊഴിലുറപ്പ് കൊടുക്കാൻ സാധിക്കില്ല.

വ്യവസായ മേഖലയെക്കുറിച്ച് ചില കാര്യങ്ങൾ മുമ്പേ തന്നെ ഞാൻ ഉണർത്തിച്ചിട്ടുണ്ട്. വല്ലാർപാടം ടെർമിനൽ പദ്ധതിയുടെ പ്രഖ്യാപനത്തിനും ഈ വിഷയത്തിൽ ഗവൺമെന്റ് സ്വീകരിച്ച നിലപാടുകളും അഭിനന്ദനാർഹമാണ്. പക്ഷേ, വെറും 10 കോടി മാത്രമാണ് ഇതിനുവേണ്ടി പ്രഖ്യാപിച്ചത്. അത് പര്യാപ്തമല്ല. ബഹു. പ്രധാനമന്ത്രി പ്രഖ്യാപിച്ച LNG ടെർമിനൽ പദ്ധതിയുടെ കാര്യത്തിലും സർക്കാർ ഉചിതമായ നടപടികൾ സ്വീകരിക്കണമെന്ന് ഞാൻ ആഗ്രഹിക്കുന്നു.

ഇനി നികുതിയുടെ കാര്യത്തിൽ ചില വശങ്ങൾ. മറ്റു ചില അംഗ

ങ്ങൾ നിർദ്ദേശിച്ചതുപോലെ NRI നിക്ഷേപങ്ങൾക്ക് മേലുള്ള നികുതി ഉപേക്ഷിക്കണം. ഗവൺമെന്റിന് എല്ലാവർക്കും തൊഴിൽ നല്കാനുള്ള പ്രാപ്തിയില്ല. ഈ അവസ്ഥയിൽ വിദേശത്ത് പോകുന്ന ധാരാളം ആൾ ക്കാർ ജോലിചെയ്ത് സമ്പാദിച്ച് നാട്ടിലേക്ക് തിരിച്ചുവന്ന് അവരുടെ സമ്പാദ്യം ഇവിടെ നിക്ഷേപം നടത്തുന്നു. കേരളത്തിൽ ഒരുപാട് പേർ പ്രവാസികളാണ്. അക്കാര്യം നമ്മൾ പരിഗണിക്കണം. കേരള ഗവൺമെന്റ് ഇക്കാര്യത്തിൽ പല വിഷയങ്ങളും കേന്ദ്ര ഗവൺമെന്റിന്റെ ശ്രദ്ധയിൽപ്പെടുത്തിയിട്ടുണ്ട് എന്നാണ് എന്റെ വിശ്വാസം.

റിസർവ്വ് ബാങ്ക് ഓഫ് ഇന്ത്യ തന്നെ കേരളത്തിലെ ബാങ്ക് നിക്ഷേപ വായ്പ അനുപാതത്തെ വിമർശിച്ചിട്ടുണ്ട്. വളരെ മോശപ്പെട്ട സ്ഥിതിയി ലാണ്, ഇത് 60 ശതമാനമായി ഉയർത്തണമെന്ന് RBI ആവശ്യപ്പെട്ടി ട്ടുണ്ട്. ധനകാര്യമന്ത്രിയുടെ ശ്രദ്ധ ഈ വിഷയത്തിലേക്ക് ക്ഷണിക്കു ന്നു.

സർ, EPF ന്റെ മേലുള്ള പലിശ ഇപ്പോൾ 8 ശതമാനമാണ്. ഇത് 9.5 ശതമാനമാക്കി ഉയർത്തണമെന്ന് ഞാൻ നിർദ്ദേശിക്കുന്നു.

പോസ്റ്റോഫീസുകളിലെ സേവിങ്സ് അക്കൗണ്ടുകൾ ബാങ്കുകളി ലേക്ക് മാറ്റണമെന്നാണ് മറ്റൊരു നിർദ്ദേശം. ആ നിർദ്ദേശം സഭയ്ക്ക് മുന്നിലുണ്ട്. എനിക്ക് തോന്നുന്നു അതും..................... (തടസ്സങ്ങൾ............)

മറ്റൊരു വിഷയം തേയിലയെക്കുറിച്ചാണ്. കേരളത്തിൽ മാത്രമല്ല രാജ്യത്തുടനീളം തേയില വ്യാപാരം പ്രതിസന്ധിയിലാണ്. തേയില വ്യാപാരത്തിലെ സാമ്പത്തിക തകർച്ച കേരളത്തിൽ ഇടുക്കി ജില്ലയിൽ മാത്രം 20,000 പേരെ തൊഴിൽരഹിതരാക്കിയിട്ടുണ്ട്. പ്രധാനമന്ത്രിയും, ധനകാര്യമന്ത്രിയും, മറ്റെല്ലാവരും സാക്ഷരതയുടെയും, വിദ്യാഭ്യാസത്തി ന്റെയും ആരോഗ്യത്തിന്റെയും കാര്യത്തിൽ നമ്മളെ പ്രശംസിക്കുന്നു. കേരളം ഒരു ഭാഗത്ത് പ്രശംസിക്കപ്പെടുകയും, മറുഭാഗത്ത് അവഗണി ക്കപ്പെടുകയും ചെയ്യുന്നു. ആയിരക്കണക്കിന് വിദ്യാസമ്പന്നരായ ചെറു പ്പക്കാരും, എഞ്ചിനീയറിങ് അഭ്യസ്തരും, ഡോക്ടർമാരും, തൊഴിൽ വൈദഗ്ധ്യം നേടിയ വ്യക്തികളും കേരളത്തിലുണ്ട്. പക്ഷേ, ഒരു IIT കേരളത്തിന് കിട്ടിയില്ല. കേരളസർക്കാരിന്റെ ദീർഘകാലത്തെ ആവശ്യ മാണിത്. ധനകാര്യ മന്ത്രിയുടെ ശ്രദ്ധ ഇക്കാര്യത്തിലേക്ക് ക്ഷണിക്കു ന്നു. കൂടാതെ മെഡിക്കൽ കോളേജുകൾ ഉള്ള സ്ഥലങ്ങളിൽ AIMS നെക്കുറിച്ച് നിങ്ങൾ ആലോചിക്കുന്നു. ഏറ്റവും മികച്ച REC കളിൽ ഒന്ന് കേരളത്തിലാണ്. ഈ വിഷയവും ഇപ്പോൾ ശ്രദ്ധയിൽ കൊണ്ടുവരാൻ ഞാൻ ആഗ്രഹിക്കുന്നു.

സർ, നമ്മുടെ സുഹൃത്തായ മുൻപ്രധാനമന്ത്രി അടൽ ബിഹാരി വാജ്പേയി ആയുർവ്വേദ ചികിത്സയ്ക്കായി കേരളം സന്ദർശിച്ചിട്ടുണ്ടാ യിരുന്നു. അദ്ദേഹത്തിന് ഏറ്റവും മികച്ച ചികിത്സ നല്കാനായതിൽ ഞങ്ങൾ അങ്ങേയറ്റം അഭിമാനിക്കുന്നു. അദ്ദേഹം വളരെ സംതൃപ്തനാ യിരുന്നു. ചികിത്സ കഴിഞ്ഞ് മടങ്ങുമ്പോൾ 4,000 കോടിയുടെ കുമരകം

പദ്ധതി അദ്ദേഹം പ്രഖ്യാപിച്ചു. പക്ഷേ, ഒരു നയാപൈസപോലും പ്രസ്തുത പദ്ധതിക്കായി അനുവദിച്ചില്ല എന്ന് ഏറെ വ്യസനത്തോടെ പറയട്ടെ. അദ്ദേഹം GIM ഉദ്ഘാടനത്തിനെത്തിയപ്പോൾ 10 കോടി പ്രഖ്യാപിച്ചെങ്കിലും കേരളത്തിന് ഒന്നും കിട്ടിയില്ല.

സർ, വാഗ്ദാനങ്ങൾ ഒരുപാടുണ്ട്. തീർച്ചയായും മറ്റ് ബഹുമാനപ്പെട്ട അംഗങ്ങൾ പറഞ്ഞതുപോലെ ഓരോ മേഖലയ്ക്കും അനുവദനീയമായ തുകയിൽ ഏറ്റക്കുറച്ചിലുകൾ ഉണ്ടാകാം. പക്ഷേ, എന്നെ സംബന്ധിച്ചിടത്തോളം ഓരോ പദ്ധതിയും സമയബന്ധിതമായി നടപ്പാക്കാൻ പറ്റുന്നുണ്ടോ എന്നതിലാണ് കാര്യം. ഈ സാമ്പത്തിക വർഷം അവസാനിക്കാൻ 7 മാസം മാത്രമാണ് ശേഷിക്കുന്നത്. 100 കോടി അനുവദിച്ച് തരേണ്ടതുണ്ട്. ആസൂത്രണ കമ്മീഷന്റെ നിർദ്ദേശവും നമുക്ക് മുന്നിലുണ്ട്.

ഒരു സംശയവുമില്ല. ഇതിന് ഒന്നോ രണ്ടോ മാസങ്ങൾ എടുക്കും. ഏതായാലും ബജറ്റ് അവതരണത്തിന് ശേഷം അത് ഉദ്യോഗസ്ഥരുടെ നിയന്ത്രണത്തിലേക്ക് പോകും. പ്രഖ്യാപിക്കപ്പെട്ട പദ്ധതികൾ നടപ്പാക്കണോ വേണ്ടയോ എന്നത് ഉദ്യോഗസ്ഥരുടെ തീരുമാനങ്ങളെ ആശ്രയിച്ചിരിക്കുന്നു. പദ്ധതികൾ സമയബന്ധിതമായി പൂർത്തീകരിക്കാൻ ആവശ്യപ്പെടാനുള്ള ഇച്ഛാശക്തി രാഷ്ട്രീയ നേതൃത്വം കാണിക്കണം. (തടസ്സങ്ങൾ...)

ഞാനെന്റെ സംസാരം അവസാനിപ്പിക്കുകയാണ്. ഈ സഭയിൽ എന്റെ ആദ്യത്തെ പ്രസംഗം ആണിത്.

എന്റെ സുഹൃത്തുക്കൾ വ്യക്തമാക്കിയത് പോലെ FDI യോട് പൂർണ്ണമായും ഞാൻ വിയോജിക്കുന്നു. ഷേക്സ്പിയറിന്റെ ഉദ്ധരണിയോടെ ഞാൻ എന്റെ പ്രസംഗം നിർത്തുന്നു.

(20.7.2004,പൊതുബജറ്റ് 2004.05)

കോർപ്പറേറ്റുകൾക്ക് വേണ്ടി ദേശീയ താല്പര്യങ്ങൾ ബലി കഴിക്കരുത്

സർ, യു പി എ ഗവൺമെന്റ് അംഗീകരിച്ച പൊതു മിനിമം പരിപാടിയുടെ അടിസ്ഥാനത്തിൽ ബഹു. ധനമന്ത്രി അവതരിപ്പിച്ച 2005–06 ബജറ്റിനെ ഞാൻ പൂർണ്ണമായും പിന്തുണയ്ക്കുന്നു. കഴിഞ്ഞ പാർലമെന്റ് ഇലക്ഷനിൽ ഉണ്ടായ ജനവിധിയെയും ഞാൻ അംഗീകരിക്കുന്നു. വർഗ്ഗീയ ശക്തികളെ അധികാരത്തിൽനിന്നും അകറ്റി നിർത്താനും പകരം ഒരു മതേതര സർക്കാർ കേന്ദ്രഭരണത്തിൽ വരാനുമുള്ള ജനങ്ങളുടെ ആഗ്രഹമാണ് ഈ വിധിക്ക് പിന്നിൽ. അതുകൊണ്ട് തന്നെ ഈ ഗവൺമെന്റ് സാധാരണ ജനങ്ങളുടെ ഇഷ്ടങ്ങളും ആവശ്യങ്ങളും അറിഞ്ഞ് പ്രവർത്തിക്കാൻ ബാധ്യസ്ഥരാണ്. ഇപ്പോൾ അവതരിപ്പിച്ചിരിക്കുന്ന ബജറ്റ് നമ്മുടെ ഒരു നേതാവ് പറഞ്ഞതുപോലെ ജനങ്ങളുടെ ഇച്ഛയ്ക്കൊപ്പം നില്ക്കുന്ന ഒന്നാണ്.

ഗ്രാമീണസാമ്പത്തികം, കൃഷി, കുടിവെള്ളവിതരണം, തൊഴിൽ സാദ്ധ്യത, ആരോഗ്യം എന്നീ മേഖലകളുമായി ബന്ധപ്പെട്ടതാണ് നാം ഇന്ന് നേരിടുന്ന പ്രധാന പ്രശ്നങ്ങൾ. ഈ പ്രശ്നങ്ങളെയെല്ലാം അഭിമുഖീകരിക്കുന്ന ഒരു ബജറ്റാണ് അവതരിക്കപ്പെട്ടത് എന്നെനിക്ക് തോന്നുന്നു. പക്ഷേ, അനുവദിക്കപ്പെട്ട തുകകൾ വളരെ കുറവായതിനാൽ ലക്ഷ്യസാക്ഷാത്ക്കാരം സർക്കാരിന് സാദ്ധ്യമാകുമോ എന്ന് ഞാൻ സംശയിക്കുന്നു. വിവിധ തലങ്ങളിലെ വിശദാംശങ്ങളിലേക്ക് പോകുമ്പോൾ അനുവദിക്കപ്പെട്ട വിഹിതങ്ങൾ ഒന്നും പര്യാപ്തമല്ല എന്ന് വ്യക്തമാകും. എന്തായാലും ഇതൊരു നല്ല തുടക്കമാണ്. പരിമിതമായ പണംകൊണ്ട് നാം തുടങ്ങണം. എങ്ങനെയാണ് നമ്മുടെ ആവശ്യങ്ങൾ നിറവേറ്റുക എന്ന് കാണണം. ഞാനിത് പറയാൻ കാരണം കഴിഞ്ഞ വർഷം ആവശ്യത്തിന് പണം സ്വരൂപിക്കാൻ കഴിയാഞ്ഞത് കൊണ്ടാണ് 4,000 കോടി

യുടെ കുറവ് കഴിഞ്ഞ വർഷത്തെ ആദായത്തിൽ ഉണ്ടായത്. ഇക്കാര്യങ്ങളൊക്കെ ആസൂത്രണം ചെയ്യുമ്പോൾ അതിനാവശ്യമായ പണം സ്വരുക്കൂട്ടുന്നതിനും നാം ശ്രദ്ധിക്കണം, ഇപ്പോൾ ധനകാര്യമന്ത്രി കോർപ്പറേറ്റ് നികുതിയിലടക്കം ഒരുപാട് നികുതിയിളവുകൾ പ്രഖ്യാപിച്ചിട്ടുണ്ട്. അതിനായി ധനസമാഹരണം ഊർജ്ജിതമാക്കാൻ വേണ്ട ശക്തമായ നടപടികൾ സ്വീകരിക്കണം. ലക്ഷ്യപൂർത്തീകരണത്തിനു വേണ്ടി മുൻബജറ്റിലെ പ്രഖ്യാപിത പദ്ധതികൾ മാത്രമല്ല ഈ വർഷത്തെ ബജറ്റിലെ പദ്ധതികളും തുടർന്നുകൊണ്ടു പോകാൻ ശ്രദ്ധിക്കണം. കഴിഞ്ഞ ഇലക്ഷനിലെ ജനവിധിയെ മാനിച്ചുകൊണ്ട് അവരുടെ ആവശ്യപൂർത്തീകരണത്തിനായി ശക്തമായ നിലപാട് നമ്മൾ സ്വീകരിക്കണം.

ബജറ്റിൽ പ്രഖ്യാപിച്ച നികുതിയിളവ് തൊഴിലാളികൾക്കും ചില വ്യവസായ മേഖലകൾക്കും ഉപകാരപ്രദമാണ്. കൈത്തറി തുണി വ്യവസായങ്ങളെ മുന്നിൽ കണ്ടുകൊണ്ട് നടത്തിയ പ്രഖ്യാപനങ്ങളെ ഞാൻ സ്വാഗതം ചെയ്യുന്നു. തേയില, കാപ്പി വ്യവസായ മേഖലകളിലെ പ്രഖ്യാപനങ്ങളും സ്വാഗതാർഹമാണ്. കഴിഞ്ഞ ബജറ്റ് ചർച്ചയിൽ ഞാൻ തന്നെ ഈ പ്രശ്നങ്ങൾ ഉന്നയിച്ചിട്ടുണ്ടായിരുന്നു. കേരളത്തിൽ മാത്രമല്ല, തമിഴ്നാട്ടിലും, വെസ്റ്റ് ബംഗാളിലും, ആസാമിലും ഒരുപാട് തോട്ടങ്ങൾ പൂട്ടിപ്പോയിരുന്നു. പൂർണ്ണമായും പര്യാപ്തമല്ലെങ്കിലും ധനകാര്യമന്ത്രി ഇക്കാര്യത്തിൽ സ്വീകരിച്ച നിലപാട് ഒരുപരിധിവരെ ആ മേഖലയ്ക്ക് സഹായകമാണ്.

ദേശീയ ഗ്രാമീണ തൊഴിലുറപ്പ് പദ്ധതി, ദേശീയ ഗ്രാമീണ ആരോഗ്യ ദൗത്യം, ഉച്ചഭക്ഷണ പദ്ധതി, കുടിവെള്ള പദ്ധതി, പട്ടികജാതി–പട്ടികവർഗ്ഗങ്ങൾക്ക് വേണ്ടിയുള്ള പദ്ധതികൾ മുതലായവ തികച്ചും പ്രശംസനീയം തന്നെ. ലിംഗസമത്വത്തിന് വേണ്ടിയുള്ള പ്രഖ്യാപനങ്ങൾ ഉൾക്കൊള്ളിച്ചു കൊണ്ട് അവതരിപ്പിച്ച ഇന്ത്യയിലെ ആദ്യ ബജറ്റ് ഒരുപക്ഷേ, ഇതാകാം. സ്ത്രീകളുടെയും കുട്ടികളുടെയും ക്ഷേമം ഈ ബജറ്റിന്റെ പ്രഖ്യാപിത ലക്ഷ്യമാണ്. അങ്ങനെ ഒരു നവ ആശയം മുന്നോട്ട് വെച്ചതിന് ധനകാര്യമന്ത്രിയെ പ്രത്യേകം അഭിനന്ദിക്കുന്നു. ഭാരത് നിർമ്മൽ പദ്ധതിയും പ്രാധാന്യം അർഹിക്കുന്നു. ധനകാര്യമന്ത്രിക്ക് അഭിമാനിക്കാവുന്ന അനേകം പദ്ധതികൾ ബജറ്റിലുണ്ട്. അതേസമയം മറ്റു ചില പ്രശ്നങ്ങളുമായി ബന്ധപ്പെട്ട് ബജറ്റിനെക്കുറിച്ചുള്ള എന്റെ നിരീക്ഷണങ്ങൾ ഇവിടെ പങ്കുവെക്കാൻ ആഗ്രഹിക്കുന്നു. കാർഷികമേഖലയിലെ വൈവിദ്ധ്യവല്ക്കരണത്തെക്കുറിച്ച് ബജറ്റിൽ പരാമർശനം ഉണ്ടായിരുന്നു. വിളകൾ ഉല്പാദിക്കുന്ന രീതിയിലാണ് വൈവിദ്ധ്യവല്ക്കരണത്തിന് ഊന്നൽ നല്കുന്നത്.

നെല്ലുല്പാദനത്തിൽനിന്നും കൃഷിക്കാർ മറ്റു വിളകളുടെ ഉല്പാദനത്തിലേക്ക് തിരിയേണ്ടി വരും. FCI യിൽ ആവശ്യത്തിലധികം ഭക്ഷ്യധാന്യങ്ങൾ ഉണ്ട് എന്ന ധാരണയിലാകാം ധനകാര്യമന്ത്രി ഇത്തരം പ്രഖ്യാപനം നടത്തിയത്. അധിക ഭക്ഷ്യവിഭവ ശേഖരം ഉണ്ടായേക്കാം.

പക്ഷേ, യാഥാർത്ഥ്യം മറ്റൊന്നാണ്. ഇന്ത്യയിലെ നല്ല ശതമാനം ആൾക്കാർക്കും ഭക്ഷ്യസാധനങ്ങൾ വാങ്ങാനുള്ള സാമ്പത്തിക ശേഷിയില്ല എന്നതാണ് സത്യം. അതുകൊണ്ട് തന്നെ ലക്ഷ്യം മറ്റ് വിളകളുടെ ഉല്പാദനം ലക്ഷ്യം വെക്കുന്ന വൈവിദ്ധ്യവല്ക്കരണം ബുദ്ധിപരമല്ല. തീർച്ചയായും സാദ്ധ്യമായ എല്ലാ സംസ്ഥാനങ്ങളിലും, സ്ഥലങ്ങളിലും മറ്റ് വിളകളെ പ്രോത്സാഹിപ്പിക്കുക തന്നെ വേണം.

1,88,168 കേന്ദ്രങ്ങൾക്ക് പുറമേ കൂടുതൽ ICDS കേന്ദ്രങ്ങൾ അനുവദിക്കുന്നത് സ്വാഗതാർഹമായ കാര്യമാണ്. അതേസമയം, ആയമാർക്കും അദ്ധ്യാപകർക്കും കൊടുക്കുന്ന പ്രതിഫലം വളരെ തുച്ഛമാണ്. പ്രതിഫലം വർദ്ധിപ്പിക്കാൻ സർക്കാർ ആലോചിക്കുന്നുണ്ടെന്ന് ഒരു ചോദ്യത്തിന് ഉത്തരമായി HRD മന്ത്രി പറഞ്ഞിട്ടുണ്ട്. ഈ വിഷയത്തിൽ എന്തെങ്കിലും ഒന്ന് ചെയ്യണമെന്ന് ഞാൻ ധനകാര്യമന്ത്രിയോട് അപേക്ഷിക്കുന്നു. ഈ പദ്ധതിയുടെ വിജയത്തിനായി അക്ഷീണം കഷ്ടപ്പെടുന്നവരാണ് ആയമാരും ടീച്ചർമാരും. അതുകൊണ്ട് ഈ ബജറ്റിൽത്തന്നെ പ്രതിഫല വർദ്ധനവ് ഉൾപ്പെടുത്തേണ്ടതുണ്ട്.

ഇനി സർവ്വശിക്ഷ അഭിയാനെക്കുറിച്ച് ചില കാര്യങ്ങൾ, കുട്ടികളുടെ അടിസ്ഥാന വിദ്യാഭ്യാസ പുരോഗതിക്കുള്ള ഒരു പദ്ധതിയാണിത്. അതിനുള്ള വിഹിതവും വർദ്ധിപ്പിച്ചിട്ടുണ്ട്. സംസ്ഥാനങ്ങൾ തമ്മിൽ വിദ്യാഭ്യാസ നിലവാരത്തിൽ വ്യത്യാസമുണ്ടെന്നുള്ളത് നമ്മുടെ അനുഭവത്തിൽ നിന്ന് വ്യക്തമാകുന്ന കാര്യമാണ്. ഒരുദാഹരണത്തിന് കേരളത്തിന്റെ കാര്യമെടുക്കാം. കേരളം 100% സാക്ഷരത കൈവരിച്ച സംസ്ഥാനമാണ്. അതുകൊണ്ട് സർവ്വശിക്ഷ അഭിയാൻ തുക വകയിരുത്തുന്നതിൽ സുതാര്യത ഉറപ്പ് വരുത്തണം. പദ്ധതിയുടെ നടത്തിപ്പുമായി ബന്ധപ്പെട്ട് കൃത്യമായ പരിശോധനയും, നിരീക്ഷണവും, ഉത്തരവാദിത്വവും ഉണ്ടാകണം. അതിനായി പദ്ധതിയുടെ നടത്തിപ്പ് ജില്ല, ബ്ലോക്ക് പഞ്ചായത്ത് സമിതികളെ ഏല്പിക്കണം എന്ന നിർദ്ദേശം ഞാൻ മുന്നോട്ട് വയ്ക്കുന്നു. ഏതായാലും നമ്മൾ പണം കൊടുക്കുന്നു. അതുകൊണ്ട് തന്നെ ആ പണം കൃത്യമായും സൃഷ്ടിപരമായും ഉപയോഗിക്കപ്പെടുന്നു എന്നുറപ്പ് വരുത്താനുള്ള ഉത്തരവാദിത്വവും ഉണ്ടാകേണ്ടതാണ്.

കേരളത്തിലെ പ്രധാന തൊഴിൽശക്തി എന്ന് പറയുന്നത് പരമ്പരാഗത തൊഴിലാളികളാണ്. സ്ത്രീ തൊഴിലാളികളാണ് അവരിൽ ഭൂരിപക്ഷവും. വളരെ വിഷമത്തോടെയാണ് പറയുന്നത്. അവർക്ക് കിട്ടുന്നത് തുച്ഛമായ വേതനമാണ്.

കേരളത്തിന്റെ സാമ്പത്തിക മേഖലയിൽ പരമ്പരാഗത വിഭാഗത്തിനാണ് മേൽക്കോയ്മ. കേരളത്തിൽ മുന്നിൽ നില്ക്കുന്ന നാളികേര ഉല്പാദനം ഒരുപാട് പ്രതിസന്ധികൾ നേരിടുന്നു. ചകിരിക്ക് ആവശ്യമായ വിപണിയില്ലാത്തതാണ് ഒരു പ്രശ്നം. ചകിരി സഹകരണ വ്യവസായ മേഖലയ്ക്ക് പര്യാപ്തമായ മൂലധനം ലഭ്യമല്ല. അതുകൊണ്ട്, കയറ്റുമതി പ്രോത്സാഹിപ്പിക്കാൻ ഗവൺമെന്റ് പ്രത്യേക ശ്രദ്ധ കൊടുക്കണം.

കശുവണ്ടിമേഖല കേരളത്തിന് മാത്രമല്ല, രാജ്യത്തിന് മുഴുവൻ വിദേശ വ്യാപാരം നേടിക്കൊടുക്കുന്ന ഒന്നാണ്. എന്നാൽ ഈ മേഖലയിൽ തൊഴിൽസാദ്ധ്യത വളരെ കുറഞ്ഞു വരികയാണ്. ഈ മേഖലയിലെ പ്രധാന പ്രശ്നം അസംസ്കൃത കശുവണ്ടിയുടെ ലഭ്യതക്കുറവാണ്. കേരളത്തിൽ മാത്രമല്ല, മറ്റു സംസ്ഥാനങ്ങളിലും ഈ പ്രശ്നമുണ്ട്. അതുകൊണ്ട് കശുവണ്ടി കൃഷി ചെയ്യുന്നവരെ സഹായിക്കാൻ ഗവൺമെന്റ് അടിയന്തരമായി ഇടപെടണം.

99 ശതമാനം സ്ത്രീതൊഴിലാളികൾ ജോലി ചെയ്യുന്ന മറ്റൊരു മേഖല ബീഡി വ്യവസായമാണ്. അവിടെയും തുച്ഛമായ വേതനവും കുറഞ്ഞ തൊഴിൽ സാദ്ധ്യതയുമാണ് നിലവിൽ. സിഗററ്റിനും മറ്റ് പുകയില ഉല്പന്നങ്ങൾക്കും നികുതി വർദ്ധിപ്പിച്ചപ്പോൾ ബീഡി വ്യവസായത്തെ ഒഴിവാക്കിയതിന് ധനകാര്യമന്ത്രിയെ പ്രത്യേകം അഭിനന്ദിക്കുന്നു. ഇത് ഒരു നല്ല നടപടിയാണ്. അതേസമയം കേരളത്തിലെ ബീഡി സഹകരണ സംഘങ്ങൾക്ക് മറ്റ് സ്വകാര്യ കമ്പനികളുമായി കടുത്ത മത്സരമാണ് നേരിടേണ്ടി വരുന്നത്. നിലവിൽ 20 ലക്ഷം ബീഡി നിർമ്മിക്കുമ്പോൾ അവർ എക്സൈസ് നികുതി കൊടുക്കേണ്ടി വരുന്നു. കൂടാതെ ബീഡി സഹകരണ സംഘങ്ങൾ കൃത്യമായ കണക്ക് കൊടുക്കേണ്ടതായും വരുന്നു. പക്ഷേ, സ്വകാര്യ ബീഡി കമ്പനികൾ കൃത്യമായ കണക്ക് കൊടുക്കുന്നില്ല. അതുകൊണ്ട് തന്നെ നികുതിയും അടക്കേണ്ടി വരുന്നില്ല. ഈ കാരണങ്ങൾകൊണ്ട് കടുത്ത മത്സരമാണ് അവർ നേരിടുന്നത്. അതുകൊണ്ട് ബീഡിയുടെ മൊത്തം ഉല്പാദനത്തിനുമേൽ നികുതി ഏർപ്പെടുത്താതെ പുകയിലയുടെമേൽ മാത്രം നികുതി ഏർപ്പെടുത്തണമെന്ന് ഞാൻ അഭ്യർത്ഥിക്കുന്നു. ധനകാര്യമന്ത്രിയോട് ഒരു അപേക്ഷ കൂടിയുണ്ട്. ഞാൻ ഈ കാര്യം കഴിഞ്ഞ ബജറ്റ് ചർച്ചയിലും അവതരിപ്പിച്ചിരുന്നു. പാവപ്പെട്ട ബീഡിത്തൊഴിലാളികൾ ഗുജറാത്ത് ഭൂകമ്പ ദുരിതാശ്വാസനിധിയിലേക്കും സംഭാവന കൊടുക്കണം. അവരുടെ കൈയിൽനിന്നും ഈടാക്കുന്ന ആ ഒരുരൂപയെങ്കിലും ഇളവ്ചെയ്ത് കൊടുത്താൽ ബീഡിത്തൊഴിലാളികൾക്ക് വലിയ അനുഗ്രഹം ആകും.

കൈത്തറിത്തുണി മേഖലയുമായി ബന്ധപ്പെട്ട് ധനമന്ത്രി ചില ആശ്വാസകരമായ ഇളവുകൾ നല്കിയിട്ടുണ്ട്. അതേസമയം ഖാദി, ഗ്രാമീണ വ്യവസായങ്ങൾ ഗൗരവമായ ഒരു പ്രശ്നത്തെ അഭിമുഖീകരിക്കുകയാണ്. ഇക്കാര്യത്തിൽ സെൻട്രൽ ഗവൺമെന്റിന് ചെയ്യാവുന്ന ഒരു കാര്യമുണ്ട്. സർക്കാർ എല്ലാ കേന്ദ്ര സംസ്ഥാന പൊതുമേഖല വ്യവസായ സ്ഥാപനങ്ങളോടും ഗവൺമെന്റ് ഗസ്റ്റ്ഹൗസുകളോടും, ഗവൺമെന്റ് ഓഫീസുകളോടും, ഖാദി, ഗ്രാമീണ ഉല്പന്നങ്ങൾ ഉപയോഗിക്കാൻ ആവശ്യപ്പെട്ടാൽ, ഒരു സംശയവുമില്ല നമുക്ക് ഈ വ്യവസായങ്ങളെ ഉയർത്തിക്കൊണ്ടു വരാൻ പറ്റും. ലാലുജി വളരെ വിജയകരമായി അവതരിപ്പിച്ച റെയിൽവേയുടെ നല്ലമാതൃക നമുക്ക് മുന്നിലുണ്ട്. അതുകൊണ്ട് ഗവൺമെന്റിന് അത്തരമൊരു നിർദ്ദേശം കേന്ദ്ര സംസ്ഥാന

ഓഫീസുകൾക്ക് കൊടുക്കാവുന്നതാണ്.

സർ, നമ്മൾ എല്ലാവരും അനുഭവിച്ച ദുരന്തമാണ് സുനാമി. കേരളത്തെ സംബന്ധിച്ചിടത്തോളം ലക്ഷക്കണക്കിന് മത്സ്യത്തൊഴിലാളികളാണ് തീരമേഖലയിൽ താമസിക്കുന്നത്. അവരുടെ താമസം മാറ്റാൻ നമുക്ക് ഒരിക്കലും കഴിയില്ല. കാരണം കടലും കടൽത്തീരവുമാണ് അവരുടെ ഉപജീവനമാർഗ്ഗം. സുനാമി ദുരന്തത്തിന്റെ വിശദാംശങ്ങളിലേക്ക് കടക്കാൻ ഞാൻ ആഗ്രഹിക്കുന്നില്ല. മറിച്ച് തീരദേശം കടലെടുക്കുന്നത് തടയാൻ കടൽഭിത്തി നിർമ്മാണത്തിനും, കണ്ടൽച്ചെടികൾ വച്ചുപിടിപ്പിക്കുന്നതിനുമായി കൂടുതൽ ഫണ്ട് കേന്ദ്രഗവൺമെന്റ് അനുവദിക്കണമെന്ന് അപേക്ഷിക്കുന്നു.

കേരളത്തിലെ കർഷകരുടെ പ്രശ്നങ്ങൾ മുമ്പും സഭയിൽ ഉന്നയിച്ചിട്ടുണ്ട്. നെൽ കർഷകർക്ക് ന്യായമായ വില കിട്ടാത്തതിനാൽ വില്പന നടക്കാത്തതിന്റെ പേരിൽ രണ്ടാഴ്ച മുമ്പ്, കേരളത്തിലെ MLA മാർ എല്ലാവരും കേരള നിയമസഭയുടെ മുന്നിൽ സത്യഗ്രഹത്തിലായിരുന്നു. കുരുമുളക് കർഷകരുടെ അവസ്ഥയും ഇതുതന്നെയാണ്. അടയ്ക്ക കർഷകരുടെ പ്രശ്നങ്ങൾ ബഹു. ധനകാര്യമന്ത്രിയോട് നേരിട്ട് കണ്ട് സംസാരിച്ചിരുന്നു. കിലോയ്ക്ക് 160 രൂപയിൽ നിന്ന് 40 രൂപയായി കുറഞ്ഞതിന്റെ പേരിൽ എന്റെ സ്വന്തം ജില്ലയിൽ മാത്രം 300 ഓളം അടയ്ക്ക കർഷകരാണ് ആത്മഹത്യ ചെയ്തത്. നെല്ലിന്റെ അവസ്ഥയും അത് തന്നെ. അതുകൊണ്ട് ഈ കർഷകർക്ക് വേണ്ടി ഒരു പ്രത്യേക പാക്കേജ് തന്നെ വേണം. സംസ്ഥാന ഗവൺമെന്റാണ് തുടക്കം തുടങ്ങേണ്ടത് എന്നത് വസ്തുതയാണ്.

വെള്ളപ്പൊക്കവും, വരൾച്ചയുമായി ബന്ധപ്പെട്ട് മാത്രമല്ല നമ്മുടെ ഉത്തരവാദിത്വം. ഇറക്കുമതിയുമായി ബന്ധപ്പെട്ടും സർക്കാരിന് ബാദ്ധ്യതയുണ്ട്. കാർഷിക ഉല്പന്നങ്ങൾക്ക് ഇത്രയും വിലത്തകർച്ച ഉണ്ടാകാനുള്ള കാരണം ഇറക്കുമതിയുമായി ബന്ധപ്പെട്ട സർക്കാർ നയമാണ്.

ഈ സാഹചര്യത്തിൽ നമ്മുടെ ഇറക്കുമതി നയത്തെക്കുറിച്ച് ചില കാര്യങ്ങൾ ഞാൻ പറയാനാഗ്രഹിക്കുന്നു. ഇന്തോ ശ്രീലങ്കൻ കരാർ മിക്ക സംസ്ഥാനങ്ങളിലെയും പ്രത്യേകിച്ച് കേരളത്തിലെ കർഷകരെ വളരെ സാരമായി ബാധിച്ചിട്ടുണ്ട്. അടയ്ക്ക, കുരുമുളക് മുതലായ വിളകളെ സംബന്ധിച്ചും ഇത് ശരിയാണ്. നമ്മുടെ കയറ്റുമതി 25 ശതമാനം കൂടിയിട്ടുണ്ട്. ഇത് പക്ഷേ, നമ്മുടെ സ്വദേശീയ വ്യവസായത്തെയും, കാർഷിക മേഖലയെയും തകർത്തുകൊണ്ടാകരുത്. ഇക്കാര്യത്തിൽ നമ്മൾ പ്രത്യേക ശ്രദ്ധ കൊടുക്കണം.

ബഹുമാനപ്പെട്ട ധനമന്ത്രിയുടെ ബജറ്റ് പ്രസംഗത്തിന്റെ അവസാന ഭാഗം കേട്ടപ്പോൾ എനിക്ക് ഒരുപാട് സന്തോഷമായി. അദ്ദേഹം പ്രസംഗം അവസാനിപ്പിച്ചത് തിരുവള്ളുവർ സ്വാമിയുടെ വാക്കുകൾ ഉദ്ധരിച്ചു കൊണ്ടാണ്. "ആരോഗ്യം, ധനം, ഉല്പാദനം, സന്തോഷം, സുരക്ഷ അതാണ് ഫലം." ഈ അഞ്ച് കാര്യങ്ങളാണ് ഒരു രാഷ്ട്രത്തിന്റെ ഗുണ

ങ്ങൾ എന്നാണ് തിരുവള്ളുവർ പറഞ്ഞത്. ഞാൻ പറഞ്ഞത് കൃത്യമാണെന്ന് എനിക്ക് തോന്നുന്നു. ആരോഗ്യത്തിന് മുൻഗണന കൊടുക്കണം എന്ന മന്ത്രിയുടെ വാക്കുകൾ കേൾക്കുമ്പോൾ സന്തോഷമുണ്ട്. ആരോഗ്യമാണ് ഒരു രാജ്യത്തിന്റെ ധനം. പക്ഷേ, ഈ വാക്കുകൾ ശരിയായി പ്രയോഗത്തിൽ വരുത്തുമോ എന്ന കാര്യത്തിൽ എനിക്ക് ആശങ്കയുണ്ട്. അതിന് കാരണം അദ്ദേഹം സഭയിൽ അവതരിപ്പിച്ച മൂന്നാം പേറ്റന്റ് ഭേദഗതി ബിൽ ആണ്.

രാജ്യത്തിന്റെ പല മേഖലകളിൽനിന്നും രൂക്ഷമായ വിമർശനങ്ങൾ ഇക്കാര്യത്തിൽ ഉയർന്ന് വന്നിട്ടുണ്ട്. WTO യിൽ അംഗമായത് കൊണ്ടു തന്നെ അന്താരാഷ്ട്ര സമൂഹത്തോട് നമുക്ക് ചില കടമകൾ ഉണ്ട്. എന്നിരുന്നാലും നമുക്ക് ഏറ്റവും പ്രാധാന്യം ഈ ഭേദഗതി നിയമം നമ്മുടെ രാജ്യത്തെ സാധാരണ ജനങ്ങൾക്ക് ഉപകാരപ്പെടുമോ എന്നുള്ളതായിരിക്കണം.

ഇനി മുതൽ, ഉല്പന്നം പേറ്റന്റ് ചെയ്യണം. മുമ്പ് ഉല്പാദന പ്രക്രിയ ആയിരുന്നു പേറ്റന്റ് ചെയ്യേണ്ടിയിരുന്നത്. ഇനി മുതൽ നമ്മൾ ഉല്പാദിപ്പിക്കുന്ന എല്ലാ മരുന്നുകൾക്കും ഒരു തുക ആ മരുന്നിന്റെ കുത്തകാവകാശം നേടിയവർക്ക് കൊടുക്കണം. ആ തുക കൂടി ഉല്പാദനച്ചെലവിൽ വരികയും പാവപ്പെട്ടവർക്ക് പല മരുന്നുകളും വാങ്ങാൻ പറ്റാത്ത സാഹചര്യം ഉണ്ടാക്കുകയും ചെയ്യും.

HIV Aids ബാധിതരുടെ വാർത്തകൾ നാം കാണുന്നതാണ്. കാൻസർ, ടി ബി, മലേറിയ, ഹൃദ്രോഗങ്ങൾ മുതലായവ ബാധിച്ച ഒട്ടനവധി ആളുകളുണ്ട്. ഇപ്പോൾ ഈ മരുന്നുകൾ വില കുറച്ച് കിട്ടുന്നതിന് 1970 ലെ പേറ്റന്റ് നിയമത്തിന് നന്ദി പറയണം. പക്ഷേ, അത് മാറ്റാൻ പോകുകയാണ്. WTO അംഗമാണെങ്കിൽ കൂടി 2001 ലെ ദോഹ പ്രഖ്യാപനത്തിൽ TRIPS നടപ്പിലാക്കാമെന്ന് സമ്മതിച്ചതാണ്. അതത് അംഗരാജ്യങ്ങൾക്ക് മനുഷ്യരെയും, മൃഗങ്ങളെയും, സസ്യങ്ങളെയും, പരിസ്ഥിതിയെയും സംരക്ഷിക്കാൻ നടപടികൾ സ്വീകരിക്കാൻ അനുവദിക്കുന്നതായിരുന്നു ആ പ്രഖ്യാപനം. പൊതു ആരോഗ്യ സംരക്ഷണത്തിന് അവസരം ഒരുക്കുന്നതാണ് TRIPS. നമ്മളത് ഉപയോഗിക്കണം. ഉപയോഗിക്കാമോ ഇല്ലയോ എന്നുള്ളതാണ് നമുക്ക് മുന്നിലുള്ള ചോദ്യം.

മരുന്നുകൾ വില കുറച്ച് നല്കണോ വേണ്ടയോ എന്ന കാര്യത്തിൽ ഗവൺമെന്റ് തീരുമാനം എടുക്കണം. അതിനുള്ള അനുവാദം ദോഹ പ്രഖ്യാപനത്തിൽ തന്നെയുണ്ട്.

അവസാനിപ്പിക്കുന്നതിന് മുമ്പ് 12-ാം ധനകാര്യ കമ്മീഷനെക്കുറിച്ച് കൂടി ചില കാര്യങ്ങൾ പറയാൻ ആഗ്രഹിക്കുന്നു. അതിലെ നിർദ്ദേശങ്ങൾ ഒരു വലിയ പരിധി വരെ കേരളത്തിന്റെ താല്പര്യങ്ങൾക്കെതിരാണ്. ആരോഗ്യ, വിദ്യാഭ്യാസ, ഭവനനിർമ്മാണ മേഖലകളിൽ കേരളം അഭൂതപൂർവ്വമായ വളർച്ച കൈവരിച്ചിട്ടുണ്ട് എന്നത് ഒരു സത്യമാണ്. കമ്മീഷന്റെ പ്രധാന കണ്ടെത്തൽ പിന്നാക്കാവസ്ഥ ആയതുകൊണ്ട്

പുരോഗതി കേരളത്തിന് ശാപമായി മാറിയിരിക്കുകയാണ്. ആരോഗ്യ വിദ്യാഭ്യാസ മേഖലയിൽ പുരോഗതി കൈവരിച്ചത് അദ്ധ്യക്ഷ തെറ്റായി കാണരുത്. അത് വിദ്യാഭ്യാസ മേഖലയിലെയും, ആരോഗ്യമേഖലയിലേയും പുരോഗതി ഒരുപാട് സഹകരണ സംഘങ്ങളുടെയും വ്യക്തികളുടെയും അക്ഷീണ പ്രയത്നത്തിന്റെ ഫലമാണ്. ജനസംഖ്യ കൂടുതലുള്ള സംസ്ഥാനമാണ് കേരളം. അതേപോലെ നീതിന്യായവകുപ്പിലും പൊലീസിലും മറ്റ് അനേകം മേഖലകളിലും ഏറ്റവും കൂടുതലുള്ളത് മുതിർന്ന ജനങ്ങളാണ്. അതുകൊണ്ട് ചെലവും കൂടുതലാണ്.

കൃത്യമായ കണക്കുകൾ എന്റെ കൈയിലുണ്ട്. 2 വർഷം മുമ്പ് കേരളത്തിന്റെ വിഹിതം 3.50 ശതമാനമായിരുന്നു. പിന്നീടത് 3.05 ശതമാനമായി കുറഞ്ഞു. ഇപ്പോൾ 2.65 ശതമാനമായി. കേരളത്തെ സഹായിക്കാനുള്ള നടപടികൾ അടിയന്തരമായി ഗവൺമെന്റ് സ്വീകരിക്കണം.

മാഡം, ദേശീയ സാമ്പിൾ സർവ്വേ പ്രകാരം കേരളത്തിൽ 37.10 ശതമാനം ജനങ്ങൾ ദാരിദ്ര്യരേഖയ്ക്ക് താഴെയാണ്. പക്ഷേ, പുതിയ സർവ്വേ പ്രകാരം 9.38 ശതമാനമാണ് BPL. ഇതെങ്ങനെ സാധിക്കും? കൂടുതലായിട്ടൊന്നും ജനങ്ങൾക്ക് കിട്ടിയിട്ടില്ല. അപ്പോൾ നടത്തിയ കണക്കെടുപ്പ് തെറ്റാണ്. കേരള ഗവൺമെന്റ് ഈ വിഷയം സംബന്ധിച്ച് നിവേദനം സമർപ്പിച്ചിട്ടുണ്ട്.

അവസാനമായി പറയാനുള്ളത് ചില മരുന്നുകൾക്ക് മേലെയുള്ള നികുതി വർദ്ധനവിനെക്കുറിച്ചാണ്.

മരുന്നിന്റെ എക്സൈസ് നികുതി വർദ്ധിപ്പിച്ചതുമൂലം പല എക്സൈസ്മുക്ത മേഖലകളും പ്രതിസന്ധിയിലാണ്. അവയിൽ ചിലത് പൂട്ടിപോയേക്കാം. ഏറ്റവും കുറഞ്ഞത് 10 ലക്ഷം പേർക്ക് തൊഴിൽ നഷ്ടപ്പെടും. ആ വിഷയം കൂടി പരിഗണനയിൽ എടുക്കണം.

കരിഞ്ചന്തക്കെതിരെ ശക്തമായ നടപടി പ്രഖ്യാപിച്ച ധനകാര്യ മന്ത്രിയെ ഞാൻ പ്രത്യേകം അഭിനന്ദിക്കുന്നു. നിക്ഷേപങ്ങളുടെ മേൽ 0.1 ശതമാനം നികുതി ഏർപ്പെടുത്താൻ നിലവിൽ മുന്നോട്ട് വെച്ച നിർദ്ദേശം കൊണ്ട് എന്തെങ്കിലും ഉപകാരം ഉണ്ടാകുമെന്ന് എനിക്ക് തോന്നുന്നില്ല. ഈ നടപടിയുടെ ഉദ്ദേശ്യശുദ്ധിയേയും, ആത്മാർത്ഥതയേയും പൂർണ്ണമായും അംഗീകരിക്കുന്നുവെങ്കിലും കൃത്യമായ ഫലം കിട്ടണമെങ്കിൽ മറ്റു ചില നടപടികൾ കൂടി സ്വീകരിച്ചേ മതിയാകൂ.

ഞാൻ ഒരു വാക്യം കൂടി പറഞ്ഞു നിർത്താം. സർക്കാരിന്റെ പ്രവർത്തനങ്ങൾ നിരീക്ഷിക്കുകയും പരിഗണിക്കുകയും അതേസമയം പ്രതിപക്ഷ NDA പാർട്ടികളുടെ നിസ്സഹകരണം മനസ്സിലാക്കുകയും ചെയ്താൽ ഷേക്സ്പിയറിന്റെ വാചകങ്ങൾ ഇപ്പോഴും പ്രസക്തമാണെന്ന് കാണാം. ചെയ്യണോ വേണ്ടയോ എന്നതാണ് വിഷയം.

(16.3.2005,പൊതുബജറ്റ് 2005.06)

പൊതുവിതരണ സംവിധാനം ശക്തിപ്പെടുത്തണം

ഞാൻ നില്ക്കുന്നത് ബഹുമാനപ്പെട്ട ധനമന്ത്രി ചിദംബരം അവതരിപ്പിച്ച ഉപധനാഭ്യർത്ഥനകളെ പിന്തുണച്ചുകൊണ്ടാണ്.

ഈ സർക്കാർ അധികാരത്തിൽ വന്നിട്ട് ഏകദേശം രണ്ടര വർഷമായി. ഈ അവസരത്തിൽ ഉപധനാഭ്യർത്ഥനകളുടെ മേലുള്ള ചർച്ചയുടെ പരിമിതികൾ ഞാൻ മനസ്സിലാക്കുന്നുണ്ട്. നമ്മുടെ രാജ്യത്ത് 8 ശതമാനം വളർച്ചാനിരക്കാണ് രേഖപ്പെടുത്തിയിട്ടുള്ളത്. തീർച്ചയായും ഇത് മികച്ച സാമ്പത്തികാവസ്ഥയാണ്. പണപ്പെരുപ്പനിരക്ക് 4 ശതമാനമാണെന്നും, അത് നിയന്ത്രണവിധേയമാണെന്നും പറഞ്ഞു. തീർച്ചയായും നമുക്ക് അവകാശപ്പെടാവുന്ന നല്ല സാമ്പത്തിക പരിധിയാണത്. ദേശീയ തൊഴിലുറപ്പ് നിയമവും നമ്മൾ നടപ്പിലാക്കിയിട്ടുണ്ട്. ചില സാമൂഹിക നടപടികളും നമ്മൾ കൈക്കൊണ്ടിട്ടുണ്ട്. പക്ഷേ, ഈ സാമ്പത്തിക അളവ് സ്ഥിരതയൊന്നും പാവപ്പെട്ട ഗ്രാമീണജനങ്ങളുടെ ജീവിതത്തിൽ പ്രതിഫലിച്ചിട്ടില്ല എന്നതാണ് അനുഭവം. നമ്മളിക്കാലത്ത് അഭിമുഖീകരിക്കുന്ന വിലവർദ്ധനവിന്റെ വസ്തുതകളും കണക്കുകളും ഇതേ സഭയിൽ പല തവണ ചർച്ച ചെയ്തിട്ടുള്ളതാണ്. പണപ്പെരുപ്പം നിയന്ത്രണത്തിലാണെന്ന് പറയുന്ന ധനകാര്യ മന്ത്രിക്ക് നിത്യോപയോഗ സാധനങ്ങളുടെ വില കുറഞ്ഞുവെന്ന് അവകാശപ്പെടാൻ കഴിയുമോ? കഴിഞ്ഞ ഒന്നോ രണ്ടോ വർഷങ്ങളിലെ വിലയുമായി താരതമ്യം ചെയ്യുമ്പോൾ അവശ്യസാധനങ്ങളായ പച്ചക്കറി, പഞ്ചസാര, സിമന്റ്, ഗോതമ്പ്, മറ്റ് പലചരക്കു സാധനങ്ങൾ മുതലായവയ്ക്ക് വൻ വിലവർദ്ധനവാണ് ഉണ്ടായിരിക്കുന്നത്. ജനങ്ങളുടെ അനുഭവം വെച്ച് നോക്കുമ്പോൾ രാജ്യത്തിന്റെ സാമ്പത്തികാവസ്ഥ മെച്ചപ്പെട്ടു എന്ന് സ്ഥാപിക്കുന്ന സാമ്പത്തിക കണക്കുകൾ നമ്മൾക്ക് ഉൾക്കൊള്ളാൻ പറ്റുന്നില്ല.

രണ്ടോ മൂന്നോ പ്രധാന കാര്യങ്ങളിലേക്ക് എന്റെ സംസാരം ചുരുക്കാൻ ആഗ്രഹിക്കുന്നു. പ്രത്യേകിച്ച് കാർഷിക മേഖലയെക്കുറിച്ച് സ്വാമിനാഥൻ കമ്മീഷന്റെ റിപ്പോർട്ട് സർക്കാരിന് മുന്നിലുണ്ട്. കമ്മീഷൻ റിപ്പോർട്ട് നടപ്പിലാക്കണമെന്ന നിർദ്ദേശം ഗവൺമെന്റ് മുന്നോട്ട് വെച്ചിട്ടുണ്ടെന്ന് എനിക്ക് തോന്നുന്നില്ല. കർഷകർക്ക് 4 ശതമാനം പലിശയ്ക്ക് വായ്പ ലഭ്യമാക്കണമെന്ന കമ്മീഷന്റെ നിർദ്ദേശം നടപ്പിലാക്കിയിട്ടില്ല. (തടസ്സങ്ങൾ) ഭക്ഷ്യസുരക്ഷയെ സംബന്ധിച്ചിടത്തോളം ഒരുപാട് വർഷങ്ങൾക്ക് ശേഷം ആദ്യമായി നമുക്ക് ഗോതമ്പ് ഇറക്കുമതി ചെയ്യേണ്ടി വന്നു. എന്തുകൊണ്ട് നാം അങ്ങനെ ഒരവസ്ഥയിലെത്തി? വിഭവശേഖരണ വിപണിയിൽ സ്വകാര്യ വ്യക്തികൾ വരികയും അവർ ഗവൺമെന്റ് കൊടുക്കുന്നതിനേക്കാൾ വില കൊടുക്കുകയും ചെയ്തത് കൊണ്ടാണ് ഇങ്ങനെ ഒരവസ്ഥ ഉണ്ടായത്. അതിന്റെ ഫലമായി ഗോതമ്പിന്റെ ഉല്പാദനവും ശേഖരണവും കുറഞ്ഞു.

അതുകൊണ്ട് PDS കൾക്ക് പ്രത്യേകിച്ച് സംസ്ഥാനങ്ങൾക്ക് ഭക്ഷ്യോല്പന്നങ്ങൾ കൊടുക്കാൻ ഗവൺമെന്റിന് സാധിക്കാതെ വന്നു. PDS ലൂടെ നമുക്ക് അവശ്യ സാധനങ്ങളുടെ വില നിയന്ത്രിക്കാൻ കഴിയും. പൊതുവിതരണ സംവിധാനം ശക്തിപ്പെടുത്തുമെന്ന് കഴിഞ്ഞ ബജറ്റവതരണത്തിൽ ധനമന്ത്രി പ്രഖ്യാപിച്ചിരുന്നു. [R 32]

അവശ്യസാധനങ്ങൾ പൊതുവിതരണ കേന്ദ്രങ്ങളിലൂടെ വിതരണം ചെയ്താൽ മാത്രമേ വിലനിയന്ത്രണം സാദ്ധ്യമാകൂ. ചില സംസ്ഥാനങ്ങളിൽ രണ്ടോ മൂന്നോ സാധനങ്ങൾ മാത്രമാണ് PDS വഴി നല്കുന്നത്. എന്നാൽ കേരളത്തിൽ ഏകദേശം എല്ലാ സാധനങ്ങളും PDS വഴി വിതരണം ചെയ്യുന്നുണ്ട്. ഗോതമ്പിന്റെ ഉല്പാദനം കുറഞ്ഞു. അതേസമയം വില വർദ്ധിക്കുകയും ചെയ്തു. തത്ഫലമായി വിലനിയന്ത്രണം സാദ്ധ്യമാകുന്നില്ല. എന്തുകൊണ്ടാണ് ഇങ്ങനെ വിലവർദ്ധനവ് സംഭവിക്കുന്നത്? അവശ്യസാധനങ്ങൾ പൊതുവിതരണ സംവിധാനത്തിലൂടെ കൊടുക്കാൻ കഴിയാത്തത് കൊണ്ടാണ് വിലനിയന്ത്രണം സാധ്യമാകാത്തത് എന്നാണ് എന്റെ നിഗമനം. ആവശ്യത്തിന് ഭക്ഷ്യശേഖരവും സഫർ സ്റ്റോക്കും ഉണ്ടെങ്കിൽ മാത്രമേ ഈ കാര്യത്തിന് തൃപ്തികരമായ ഒരു മറുപടി പറയാൻ പറ്റൂ. പണപ്പെരുപ്പം 4 ശതമാനത്തിൽ പിടിച്ചുനിർത്താൻ കഴിഞ്ഞാലും 8 ശതമാനം വളർച്ച ഉണ്ടെങ്കിലും അതാണ് അവസ്ഥ.

കേരളത്തിന്റെ മറ്റു മേഖലയിലേക്ക് വരുമ്പോൾ തീർച്ചയായും ഗവൺമെന്റിനെ ഞാൻ അഭിനന്ദിക്കുന്നു, വിദർഭയ്ക്കുവേണ്ടി ഒരു പ്രത്യേക പദ്ധതി പ്രഖ്യാപിച്ചതിന്. കഴിഞ്ഞ രണ്ടു വർഷക്കാലയളവിൽ കർഷകരുടെ പ്രശ്നങ്ങൾ നമ്മൾ ചർച്ച ചെയ്ത് കൊണ്ടിരിക്കുകയാണ്. ഒരു സംസ്ഥാനത്തിലല്ലെങ്കിൽ മറ്റൊന്നിൽ വെള്ളപ്പൊക്കവും, ദാരിദ്ര്യവും പോലെയുള്ള പല പ്രശ്നങ്ങളുമുണ്ട്. കഴിഞ്ഞ രണ്ടു വർഷവുമായി താരതമ്യം ചെയ്യുകയാണെങ്കിൽ നമ്മുടെ അവസ്ഥയ്ക്ക് പുരോഗ

തിയുണ്ടായെന്ന് അവകാശപ്പെടാൻ കഴിയില്ല. മറിച്ച് അവസ്ഥ വഷളാവുകയാണ് ചെയ്തത്. അതുകൊണ്ട് കൃഷിക്കാരുമായി ബന്ധപ്പെട്ട പ്രശ്നപരിഹാരത്തിനായി വിശദമായ ചർച്ചകൾക്ക് ശേഷമുള്ള ഒരു രൂപരേഖയാണ് ആവശ്യം. കൃഷിക്കാരുടെ പ്രശ്നങ്ങളിൽ ഒരുപക്ഷേ സംസ്ഥാനങ്ങൾ തമ്മിൽ വ്യത്യാസമുണ്ടാകാം. ഭൂമിശാസ്ത്രപരമായ സംസ്ഥാനമോ, കാലാവസ്ഥയോ കേന്ദ്രഗവൺമെന്റ് സംസ്ഥാനങ്ങൾക്ക് കൊടുക്കുന്ന നിക്ഷേപങ്ങളോ ആകാം ഈ വ്യത്യാസത്തിന് കാരണം. കഴിഞ്ഞ മൂന്ന് നാല് മാസങ്ങളായി ആന്ധ്രാപ്രദേശ്, കർണ്ണാടക, തമിഴ്നാട്, കേരള, മഹാരാഷ്ട്ര മുതലായ മിക്ക സംസ്ഥാനങ്ങളിലും കർഷകർ ആത്മഹത്യ ചെയ്ത് കൊണ്ടിരിക്കുകയാണ്. അവരുടെ മാനസിക സമ്മർദ്ദം കാരണമല്ല ഇത്. മറിച്ച് ആത്മഹത്യ ചെയ്യാൻ അവർ നിർബന്ധിക്കപ്പെടുകയാണ്.

ഇതുമായി ബന്ധപ്പെട്ട് ഗവൺമെന്റ് സ്വീകരിച്ച ചില നിലപാടുകളെ പ്രത്യേകിച്ച് ഇറക്കുമതി നയത്തിൽ വരുത്തിയ ചില നയമാറ്റത്തെ ഞാൻ നിശിതമായി വിമർശിക്കുകയാണ്. ഇതെല്ലാം പരസ്പരം ബന്ധപ്പെട്ട് കിടക്കുന്ന വിഷയങ്ങളാണ്. ഒരു പ്രശ്നത്തെ മറ്റൊന്നിൽ നിന്ന് മാറ്റി നിർത്താൻ സാദ്ധ്യമല്ല. WTO അംഗമായതുകൊണ്ട് ശ്രീലങ്കയുമായി കരാർ ഒപ്പിടാൻ നമ്മൾ നിർബന്ധിതരായി. നമ്മൾ കയറ്റുമതിയും ഇറക്കുമതിയും അനുവദിച്ചേ പറ്റൂ. അതൊരു അന്താരാഷ്ട്ര കീഴ്വഴക്കമാണ്. പക്ഷേ, ഇവിടെ, ഇവിടുത്തെ കാർഷിക മേഖലയുടെ യഥാർത്ഥ അവസ്ഥ എങ്ങനെയാണ് കാണാതെ പോവുക. ഈ കരാർ ഏറ്റവും കൂടുതൽ ബാധിച്ചത് കേരളത്തെയാണ്. ഒരു ക്വിന്റൽ കുരുമുളകിന്റെ വില മൂന്ന് വർഷം മുമ്പ് 21,000 രൂപയായിരുന്നു. ഇപ്പോൾ അത് 6,000 മുതൽ 7,000 രൂപ വരെയായി താഴ്ന്നു. ഇത്രയും വലിയ വിലത്തകർച്ചയിൽ എങ്ങനെ അതിജീവിക്കും? അടയ്ക്കയുടെ ഉദാഹരണം നോക്കാം.

കർണ്ണാടക സർക്കാർ രൂപീകരിച്ച ഒരു കമ്മിറ്റിയുടെ റിപ്പോർട്ട് പ്രകാരം 60 രൂപയാണ് ഒരു കിലോഗ്രാം അടയ്ക്ക ഉല്പാദിക്കാൻ വേണ്ട ചെലവ്. മൂന്ന് വർഷം മുമ്പ് വരെ കിലോയ്ക്ക് 160 രൂപ കിട്ടിയ സ്ഥാനത്ത് ഇന്ന് കിട്ടുന്നത് 45 മുതൽ 50 രൂപ വരെയാണ്. അടയ്ക്ക കർഷകർ എങ്ങനെ അതിജീവിക്കും? രണ്ട് കാരണങ്ങളാണ് കർഷകരുടെ ആത്മഹത്യയ്ക്ക് പിന്നിൽ. ഒന്ന് ഇന്ത്യാഗവൺമെന്റിന്റെ നയമാണ്. പ്രത്യേകിച്ച് അനിയന്ത്രിതമായ ഇറക്കുമതിനയം. ഇറക്കുമതിക്ക് ഒരു നികുതിയും നമ്മൾ ചുമത്തുന്നില്ല. സഭയിൽ ചോദിച്ച ഒരു കാര്യത്തിന് കിട്ടിയ രസകരമായ മറുപടി എന്താണെന്ന് വെച്ചാൽ ശ്രീലങ്ക ഇന്ത്യയിലേക്ക് നടത്തുന്ന കയറ്റുമതി ആ രാജ്യത്തിന്റെ യഥാർത്ഥ ഉല്പാദനകണക്കിന്റെ മൂന്ന് മടങ്ങാണ് എന്നുള്ളതാണ്. ഇതെങ്ങനെ സാധിക്കുന്നു? കാരണം ശ്രീലങ്കയ്ക്ക് മറ്റ് രാജ്യങ്ങളുമായുള്ള വ്യാപാര ബന്ധങ്ങളാണ്. ആ രാജ്യങ്ങൾ കുരുമുളക് ശ്രീലങ്കയിലേക്ക് കയറ്റി അയക്കുകയും, ശ്രീലങ്ക അത് ഇന്ത്യയിലേക്ക് കയറ്റിയയക്കുകയും ചെയ്യുന്നു. അവർക്കി

തിൽനിന്നും വൻ ലാഭമാണ് കിട്ടുന്നത്. എന്നാൽ നമ്മൾ വളരെ നില വാരം കുറഞ്ഞ കുരുമുളക് ഇറക്കുമതി ചെയ്യുന്നു. കേരളത്തെ സംബ ന്ധിച്ചിടത്തോളം മലബാർ കുരുമുളക് പ്രസിദ്ധമാണ്. വാസ്കോഡഗാമയ്ക്ക് കോഴിക്കോടിനോട് ഇഷ്ടം തോന്നാൻ കാരണം കറുത്ത മുത്തായ മലബാർ കുരുമുളകാണെന്ന് ചരിത്രം പറയുന്നു. ഇന്ന് കുരുമുളക് കർഷകരുടെ അവസ്ഥ ദയനീയമാണ്.

ഒരു ഭാഗത്ത് ഈ കാർഷിക വിളകൾക്ക് വില കുറയുമ്പോൾ, മറു ഭാഗത്ത് ആരോഗ്യ, വിദ്യാഭ്യാസ, ഗതാഗത മേഖലകളിലെ സേവന ങ്ങൾക്ക് ചെലവ് കുതിച്ച് ഉയരുകയാണ്. ഈ അവസ്ഥ തരണം ചെയ്യാൻ കർഷകർക്ക് കഴിയുന്നില്ല. ഈ കർഷകരെ രക്ഷിക്കാൻ ഒരു ബൃഹ ത്തായ പദ്ധതി സർക്കാർ രൂപീകരിക്കേണ്ട സമയം അതിക്രമിച്ചിരിക്കു ന്നു. ഇന്ത്യൻ രാഷ്ട്രീയ പാർട്ടികളുടെ ആപ്തവാക്യം ഇന്ത്യ കർഷക രുടെ ഭൂമിയാണെന്നും അവരാണ് ഇന്ത്യയുടെ നട്ടെല്ലുമെന്നുമായിരുന്നു. എന്നാൽ വൈരുദ്ധ്യമെന്ന് പറയട്ടെ. ആ കർഷകർ ഇന്ന് ആത്മഹത്യ ചെയ്തുകൊണ്ടിരിക്കുകയാണ്. അതിന്റെ കാരണം ഗവൺമെന്റ് നയ ങ്ങൾ ആയത് കൊണ്ട് തന്നെ ഗവൺമെന്റ് ഈ വിഷയം പുനരാലോ ചന നടത്തുകയും നിലവിലെ നയങ്ങളിൽ പുനഃപരിശോധന നടത്തു കയും ചെയ്യണം.

സർ, ഇതുമായി ബന്ധപ്പെട്ട് വിദർഭ പാക്കേജ് പ്രഖ്യാപിച്ച മന്ത്രിയെ ഞാൻ അഭിനന്ദിക്കാൻ ആഗ്രഹിക്കുന്നു. മറ്റു പല പദ്ധതികളും ഗവൺ മെന്റ് പ്രഖ്യാപിക്കുന്നുണ്ട്. പക്ഷേ, ഇതെല്ലാം താത്കാലിക നടപടികൾ മാത്രമാണ്. രോഗം തിരിച്ചറിയപ്പെട്ടിരിക്കുന്നു. ഇനി വേണ്ടത് താത്ക്കാ ലിക ചികിത്സ അല്ല. കർഷകരെ രക്ഷിക്കാൻ ശരിക്കും ആഗ്രഹിക്കുന്നു വെങ്കിൽ കാർഷിക മേഖലയിൽ സ്വീകരിച്ച നയങ്ങളിൽ പൂർണ്ണമായും മാറ്റം വരുത്തിയേ തീരു.

കഴിഞ്ഞ നാലഞ്ചു വർഷങ്ങളായി പ്രളയവും മറ്റ് പ്രകൃതിദുരന്ത ങ്ങളാലും കഷ്ടപ്പെടുകയാണ് കേരളം. പരിണിത ഫലമായി കർഷകരും. ഒരു ഭാഗത്ത് വിലയിടിവും, മറുഭാഗത്ത് വിളനാശവും സംഭവിക്കുന്നു. ഗവൺമെന്റ് സഹായം ഉണ്ടെങ്കിലേ അവർക്ക് ഈ അവസ്ഥ തരണം ചെയ്യാൻ പറ്റൂ. ഓരോ വർഷം കഴിയുംതോറും കേരളത്തിന്റെ അവസ്ഥ വഷളായിക്കൊണ്ടിരിക്കുകയാണ്. വർഷങ്ങൾക്ക് മുമ്പ് നമ്മുടെ സംസ്ഥാ നത്ത് ധാരാളം നെൽകർഷകരെ കാണാൻ കഴിയുമായിരുന്നു. കാലം കഴിഞ്ഞപ്പോൾ റബ്ബർ, കുരുമുളക് പോലുള്ള തോട്ടവിളകളിലേക്ക് അവർ തിരിഞ്ഞു. പക്ഷേ, സാമ്പത്തികാവസ്ഥയുടെ കാര്യത്തിൽ ഒരു പുരോ ഗതിയും അവർക്കുണ്ടായില്ല എന്ന് മാത്രമല്ല. നെൽക്കൃഷിയിൽ അഭിമു ഖീകരിച്ച അതേ പ്രശ്നങ്ങൾ അവർക്ക് അവിടെയും അനുഭവിക്കേണ്ടി വന്നു. ഇത് കേരളത്തിന്റെ സാമ്പത്തികസ്ഥിരതയെ തകിടം മറിച്ചിട്ടു ണ്ട്.

സർ, കേരള ഗവൺമെന്റ് ഇതിനോടകം തന്നെ ഒരു പദ്ധതി കേന്ദ്ര

ഗവൺമെന്റിന് സമർപ്പിച്ചിട്ടുണ്ട്. സഹായം നല്കാൻ വേണ്ടി വയനാട്, കാസർഗോഡ്, പാലക്കാട് തുടങ്ങിയ മൂന്ന് ജില്ലകൾ കേന്ദ്രം തെരഞ്ഞെടുത്തതിൽ എനിക്ക് സന്തോഷമുണ്ട്. ഈ ജില്ലകൾ കൂടാതെ ആലപ്പുഴ, ഇടുക്കി ജില്ലകളുടെ അവസ്ഥയും പരിതാപകരമാണ്. കഴിഞ്ഞ മഴക്കാലത്ത് എന്റെ ജില്ലയിൽ മാത്രം 18 മനുഷ്യർക്ക് ജീവൻ നഷ്ടപ്പെട്ടു. അനേകം കർഷകർക്ക് വിളകൾ പോയി. പച്ചക്കറികൾ, നെൽപ്പാടങ്ങൾ എന്നിവയ്ക്ക് കേടു സംഭവിച്ചു. കൂടാതെ റോഡുകളും തകർന്നു. ധനകാര്യമന്ത്രിയാണ് ഈ പാക്കേജിന് അനുമതി നല്കേണ്ട അധികാരി. അദ്ദേഹത്തിന് കേരളത്തിന്റെ യഥാർത്ഥ അവസ്ഥ മനസ്സിലായിട്ടുണ്ടാകും എന്നാണ് പ്രതീക്ഷ.

കേന്ദ്രഗവൺമെന്റ് കേരളത്തിൽ നടത്തുന്ന നിക്ഷേപം വർഷം തോറും കുറഞ്ഞു വരുന്നു എന്നുള്ളതാണ് മറ്റൊരു പ്രശ്നം. വിദ്യാഭ്യാസത്തിന്റെയും, ആരോഗ്യത്തിന്റെയും, ഭവനനിർമ്മാണത്തിന്റെയും കാര്യത്തിൽ മറ്റ് സംസ്ഥാനങ്ങളെക്കാൾ മികവുള്ള സംസ്ഥാനമാണ് കേരളം എന്നത് ഒരു വസ്തുതയാണ്. പക്ഷേ, അധിക ധനസഹായവും നിക്ഷേപവും നടത്താറുള്ള സംസ്ഥാനങ്ങളുടെ പട്ടികയിൽ കേരളത്തിന്റെ പേരില്ല. മാറുന്ന സാഹചര്യം കണക്കിലെടുത്ത് പട്ടികയിൽ നിന്ന് കേരളത്തെ ഒഴിവാക്കാനുള്ള തീരുമാനം പുനഃപരിശോധിക്കണം.

പ്രാഥമിക വിദ്യാഭ്യാസത്തിലും, ഉന്നതവിദ്യാഭ്യാസത്തിലും മികച്ചു നില്ക്കുന്ന സംസ്ഥാനമാണ് കേരളം. എന്നാൽ നിയമപഠനത്തിനും, സാങ്കേതിക വിദ്യാഭ്യാസത്തിനും ആവശ്യമായ മികച്ച സൗകര്യങ്ങൾ കേരളത്തിലില്ല. അത്തരം വിഷയങ്ങൾ പഠിക്കാനുള്ള സ്ഥാപനങ്ങൾ കേരളത്തിലില്ല. അതാണ് ഞങ്ങൾക്ക് ആവശ്യം. ആരോഗ്യമേഖലയിലും കേരളം മുന്നിലാണ്. പക്ഷേ, ഈ അടുത്ത കാലത്ത് കേരളത്തിൽ കാൻസർ രോഗികളുടെ എണ്ണത്തിലുണ്ടാകുന്ന വർദ്ധനവ് ആശങ്കാജനകമാണ്. ചികിത്സയ്ക്കായി പ്രധാനമന്ത്രിയുടെ ദുരിതാശ്വാസ നിധിയിലേക്ക് അപേക്ഷിക്കുന്ന രോഗികളിൽ ഏറെയും കാൻസറും, എയ്ഡ്സും ബാധിച്ചവരാണ്. എയ്ഡ്സ് ഒരു പുതിയ രോഗമാണ്. അതുകൊണ്ട് തന്നെ അത്തരം രോഗങ്ങൾക്കെതിരെ പോരാടാൻ കേന്ദ്രസഹായം ഞങ്ങൾക്ക് കിട്ടിയേ തീരു. അതിനായി കേരളത്തിൽ നിക്ഷേപം വർദ്ധിപ്പിക്കണമെന്ന് ഞാൻ അപേക്ഷിക്കുന്നു.

സർ, ധനാഭ്യർത്ഥനകളെ പിന്തുണച്ചുകൊണ്ട് ഇത്രയും പറഞ്ഞു ഞാൻ നിർത്തുന്നു.

(8.8.2006, ബജറ്റ് 2006.07)

കർഷകരാണ് ഇന്ത്യൻ സമ്പദ്ഘടനയുടെ നട്ടെല്ല്

സർ, ഞാനിപ്പോൾ നില്ക്കുന്നത് ധനാഭ്യർത്ഥനകളെ പിന്തുണയ്ക്കാൻ മാത്രമല്ല, ഈ കൂടുതൽ പണം ചെലവഴിക്കുന്നത് ഗ്രാമീണ മേഖലയ്ക്ക് വേണ്ടി ആയതുകൊണ്ട് ധനമന്ത്രിയെ പ്രത്യേകം അഭിനന്ദിക്കാൻ കൂടിയാണ്. ഈ പണം കാർഷിക ദുരിതാശ്വാസത്തിനും, രാസവള ധനസഹായത്തിനും, സാമൂഹ്യ പ്രവർത്തനങ്ങൾക്കും പ്രതിരോധവുമായി ബന്ധപ്പെട്ട ചില പ്രശ്നങ്ങൾക്കുമാണ് വകയിരുത്തിയിരിക്കുന്നത്. ഇതിനായി കേരളത്തിലെ 3 ജില്ലകളടക്കം രാജ്യത്തെ നാല് സംസ്ഥാനങ്ങളിൽ നിന്നായി ഏകദേശം 31 ജില്ലകളെ തെരഞ്ഞെടുത്തിട്ടുണ്ട്. ശരിക്കും ഞാൻ അഭിനന്ദിക്കുന്നു. ഗവൺമെന്റ് ഈ തീരുമാനം കൈകൊള്ളുന്നതിന്റെ തുടക്കത്തിൽ തന്നെ ആലപ്പുഴ, ഇടുക്കി ജില്ലകളെ കൂടി ഇതിൽ ഉൾപ്പെടുത്താൻ കേരള ഗവൺമെന്റ് തുടർച്ചയായി ആവശ്യപ്പെട്ടിരുന്നു. ആലപ്പുഴ ശരിക്കും പ്രയാസത്തിലായതുകൊണ്ടാണ് ആ ജില്ലയുടെ പേര് ഞാൻ എടുത്ത് പറഞ്ഞത്. കശുവണ്ടി വിളകൾക്ക് വിലയിടിവ് സംഭവിച്ചത് കൊണ്ടാണ് ഇടുക്കിയും പ്രശ്നത്തിലായത്. അതുകൊണ്ട് ഞങ്ങളുടെ സർക്കാർ ധനകാര്യമന്ത്രിക്കും, കൃഷിമന്ത്രിക്കും, പ്രധാനമന്ത്രിക്കും നിവേദനം സമർപ്പിച്ചിട്ടുണ്ട്. പ്രത്യേക പാക്കേജിൽ ഉൾപ്പെടുത്തിയിട്ടില്ലെങ്കിലും ഈ രണ്ട് ജില്ലകളുടെ കാര്യം കൂടി പരിഗണനയിൽ എടുക്കണം. കാരണം അധിക ധനാഭ്യർത്ഥന പ്രധാനമായും കർഷകരുടെ പ്രശ്നങ്ങൾ പരിഹരിക്കുന്നതിന് വേണ്ടിയാണ്.

വിദ്യാഭ്യാസ കാര്യത്തിലും, ആരോഗ്യ-ഭവന നിർമ്മാണ കാര്യത്തിലും കേരളം മുന്നിലാണെങ്കിലും നമുക്കറിയാം പ്രൈമറി, സെക്കന്ററി വിദ്യാഭ്യാസ രംഗത്ത് നമ്മുടെ പ്രകടനം മികച്ചതല്ല. പക്ഷേ, വിദ്യാഭ്യാസ, ആരോഗ്യ, പാർപ്പിട മേഖലയിൽ മികവിന്റെ പേര് പറഞ്ഞ് കേരള

ത്തിന് ധനകാര്യ കമ്മീഷൻ സഹായം നിഷേധിച്ചു. പല മേഖലകളിലും മുന്നേറ്റമുണ്ടെങ്കിലും, ആരോഗ്യമേഖലയിൽ പ്രശ്നങ്ങളുണ്ട്. ചിക്കൻഗുനിയ, കാൻസർ മുതലായ പുതിയ രോഗങ്ങൾ കേരളത്തിൽ കൂടി വരികയാണ്. ആലപ്പുഴയിൽ മാത്രം 100 ലധികം ആൾക്കാർ രോഗം ബാധിച്ച് മരിച്ചിട്ടുണ്ട്.

ഉന്നത, സാങ്കേതിക വിദ്യാഭ്യാസ മേഖലയിൽ കേരളം മുന്നിലാണെന്ന് നമുക്ക് ഒരിക്കലും പറയാൻ കഴിയില്ല. അതുകൊണ്ട് തന്നെ ആരോഗ്യമേഖലയിലും, സാങ്കേതിക വിദ്യാഭ്യാസ മേഖലയിലും കേരളത്തിന് സഹായം അത്യാവശ്യമാണ്. ഇക്കാര്യം പരിഗണനയിൽ എടുക്കണം.

വിലക്കയറ്റവുമായി ബന്ധപ്പെട്ട് ഒരു കാര്യം എനിക്ക് ധനമന്ത്രിയുടെ മുമ്പാകെ ഉണർത്തിക്കാനുണ്ട്. പണപ്പെരുപ്പം 4 ശതമാനമായിരുന്നു കഴിഞ്ഞ തവണ ഇക്കാര്യം സംസാരിച്ച സമയത്ത്. ഇപ്പോൾ 5 ശതമാനത്തിന് മുകളിലാണ്. തീർച്ചയായിട്ടും ഒരുപാട് കാരണങ്ങൾ ഉണ്ടാകാം. അതിന്റെ വിശദാംശങ്ങളിലേക്ക് ഞാൻ പോകുന്നില്ല. അതേസമയം അന്താരാഷ്ട്ര വിപണിയിൽ പെട്രോളിന്റെയും, ഡീസലിന്റെയും വില ബാരലിന് 71 ൽനിന്നും 51 ഡോളർ ആയി കുറഞ്ഞു. ധനബെഞ്ചെന്നോ, പ്രതിപക്ഷമെന്നോ വ്യത്യാസമില്ലാതെ സഭയിലും ചർച്ച ചെയ്ത വിഷയമാണ്. ഇവിടുത്തെ വിലക്കുറവ് വെറും 2 രൂപയോ, 1 രൂപയോ ആണെന്നത്. വിലക്കിഴിവ് 4 രൂപയും, 2 രൂപയുമായി ഉയർത്തണം. ഇപ്പോഴത്തെ വിലക്കയറ്റത്തിന്റെ പ്രധാന കാരണം പെട്രോളിനും, ഡീസലിനും വില കൂടുകയും, തത്ഫലമായി ഗതാഗത ചെലവ് കൂടുന്നതുമാണ്. അന്താരാഷ്ട്ര വിപണിയിലെ വിലക്കുറവിന് അനുസരിച്ച് ദേശീയ വിപണിയിൽ വില കുറക്കേണ്ടത് തികച്ചും ന്യായമായ കാര്യമാണ്. ആനുപാതികമായ ഇളവുകൾ നമ്മൾ കർഷകർക്കും മറ്റുള്ളവർക്കും നല്കണം. ഇത്രയും പറഞ്ഞുകൊണ്ട് ഞാൻ നിർത്തുന്നു.

(12.2.2006, സപ്ലിമെന്ററി ഗ്രാന്റ് ബജറ്റ് 2006.07)

സർക്കാരിലെ മാറ്റം ജനങ്ങൾക്ക് അനുഭവവേദ്യമാകണം

നമ്മുടെ ധനമന്ത്രി 30 പേജുകളുള്ള 2007–08 വർഷത്തെ ബജറ്റ് സഭയിൽ അവതരിപ്പിച്ച് കഴിഞ്ഞു. 186 പ്രധാന ഇനങ്ങളെ ബജറ്റ് ഉൾക്കൊള്ളുന്നുണ്ട്. ഏകദേശം എല്ലാ വസ്തുതകളും അദ്ദേഹം ഉൾപ്പെടുത്തിയിട്ടുണ്ട്.

പക്ഷേ, ആ വകുപ്പിനും അനുവദിക്കപ്പെട്ട വിഹിതം പര്യാപ്തമല്ല എന്നതാണ് പ്രധാന പ്രശ്നം. ഈ ബജറ്റിനെക്കുറിച്ച് എനിക്കുള്ള പ്രധാന വിമർശനം അതാണ്.

കേരളത്തിലെ മൂന്ന് ജില്ലകൾ ചില പദ്ധതികളുടെ പ്രത്യേക പാക്കേജിൽ ഉൾപ്പെടുത്തിയിട്ടുണ്ട്. അതേപോലെ രണ്ട് ജില്ലകളെ തൊഴിലുറപ്പ് പദ്ധതിയിലും ഉൾപ്പെടുത്തിയിട്ടുണ്ട്. അതിനുള്ള കൃതജ്ഞത ഞാൻ രേഖപ്പെടുത്തുന്നു.

9.2 ശതമാനം വളർച്ചാനിരക്കുണ്ടെന്നാണ് ബജറ്റിൽ പ്രസ്താവിച്ചത്. സാമ്പത്തിക വിശകലനത്തിൽ 9.2 ശതമാനം തീർച്ചയായും ഒരു നല്ല നിലയാണ്. പക്ഷേ, അതേസമയം പണപ്പെരുപ്പം 6.7 ശതമാനമാണ്. ധനകാര്യമന്ത്രിയും മറ്റനേകം സഹപ്രവർത്തകരും പറയുന്നു. വിലക്കയറ്റം സാമ്പത്തിക വളർച്ചയുടെ ഭാഗമാണെന്ന്. യാഥാസ്ഥിതിക സാമ്പത്തിക സിദ്ധാന്തങ്ങളായ സിമന്റ് - പുഷ് സർഫ്ളെഷൻ, വെയ്ജ് പുഷ് സർഫ്ളെഷൻ തുടങ്ങിയവ അംഗീകരിക്കാൻ കഴിയില്ല. എന്തുകൊണ്ടാണ് ആവശ്യകത - ആഘാത പണപ്പെരുപ്പമോ വേതന ആഘാത പണപ്പെരുപ്പമോ ഉണ്ടാകുന്നത് എന്ന് വിശകലനം ചെയ്യണം. ഈ സിദ്ധാന്തം ശരിയാണെങ്കിൽ കൂടി ചൈനയിൽ നിങ്ങൾക്ക് കാണാൻ കഴിയും. അവിടുത്തെ വളർച്ചാനിരക്ക് ഇന്ത്യയെക്കാൾ കൂടുതലാണ്. പക്ഷേ, വിലക്കയറ്റം ഇവിടുത്തേക്കാൾ രണ്ടോ മൂന്നോ ശതമാനം കുറ

വാണ്. അതുകൊണ്ട് വിലക്കയറ്റവും, കാർഷികോല്പാദനത്തിലെ ഇടിവും കാണിക്കുന്നത് ഇന്ത്യൻ സമ്പദ് വ്യവസ്ഥയുടെ ദയനീയ മുഖ മാണ്. ആ പ്രശ്നം വേണ്ട രീതിയിൽ ബജറ്റിൽ ഉൾപ്പെടുത്തിയിട്ടില്ല.

ഊഹക്കച്ചവടമാണ് വിലക്കയറ്റത്തിന്റെ കാരണങ്ങളിൽ ഒന്ന് എന്ന് ഗവൺമെന്റിന് ബോദ്ധ്യപ്പെട്ടിട്ടുണ്ട് എന്ന് ഞാൻ വിചാരിക്കുന്നു. കാരണം പ്രധാനമന്ത്രി, മുഖ്യമന്ത്രിമാർക്കയച്ച കത്തുകളിലും ശ്രീമതി സോണി യാഗാന്ധിയുടെ വാക്കുകളിലും അത് വ്യക്തമാണ്. ഈ വിഷയം ഞങ്ങൾ നേരത്തെ ഉയർത്തിക്കൊണ്ടു വന്നെങ്കിലും അത് അംഗീകരിക്കാൻ സർ ക്കാരിന് മനസ്സുണ്ടായില്ല. ഊഹക്കച്ചവടവും ഭാവി വ്യാപാരവും ഇപ്പോൾ ഗോതമ്പിന്റെയും, അരിയുടെയും മാത്രമല്ല എല്ലാ മേഖലകളിലും തിരി ച്ചുവന്നു കഴിഞ്ഞു.

കോൺഗ്രസ് പാർട്ടി അതിന്റെ ഹൈദരാബാദ് പാർട്ടി കോൺഫ റൻസിൽ വ്യക്തമാക്കിയതാണ്: ബഹുരാഷ്ട്ര കമ്പനികൾ ചില്ലറ വ്യാപാ രത്തിൽ ഇടപെടരുതെന്ന്. ഏകദേശം 5 കോടി ചില്ലറ വ്യാപാര സ്ഥാപ നങ്ങളുണ്ട്. പക്ഷേ, ബഹുരാഷ്ട്ര കമ്പനികളും, വൻകിട കച്ചവടക്കാരും വരികയും ഭക്ഷണത്തിന്റെയും അരിയുടെയും സംഭരണം പരാജയപ്പെ ടുകയും ചെയ്തപ്പോൾ ഊഹക്കച്ചവടത്തിന്റെ തോത് കൂടി. വിലക്കയറ്റ ത്തിന്റെ ഒരു പ്രധാന കാരണം ഫലപ്രദമായ പൊതുവിതരണ സംവി ധാനം ഇല്ലാത്തതാണ്. വിലക്കയറ്റത്തെ വളർച്ചാനിരക്കുമായി ബന്ധപ്പെ ടുത്താൻ കഴിയില്ല. നിർമ്മാണ രംഗത്ത് മൊത്ത വളർച്ചാനിരക്ക് 11 ശതമാനമാണ്. നിർമ്മാണ മേഖലയിലും സേവനമേഖലയിലും ഇത് മികവ് തന്നെയാണ്. പ്രാദേശിക മേഖലയിൽ പച്ചക്കറികളും, ഗോത മ്പും, പഞ്ചസാരയും ഒക്കെയാണ് ഒരു സാധാരണ മനുഷ്യന് വേണ്ടത്. ഈ മേഖലകളിൽ വിലക്കയറ്റം രൂക്ഷമാണ്. ഉല്പാദനം വളരെ കുറ വും.

കാർഷിക മേഖലയിലെ ദൈന്യതയെക്കുറിച്ചാണ് മറ്റൊരു കാര്യം പറയാനുള്ളത്. കാർഷിക മേഖലയിൽ 2.7 ശതമാനം മാത്രമേ വളർച്ചയുള്ളു എന്ന് പറയുന്നുണ്ട്. അതിന്റെ കാരണത്തെക്കുറിച്ച് നാം വിശകലനം ചെയ്യണം. 2,20,000 കോടിയുടെ ബാങ്ക് നിക്ഷേപം ഉണ്ടെന്ന് ധനകാര്യമന്ത്രി വ്യക്തമാക്കിയിട്ടുണ്ട്. തീർച്ചയായും അതൊരു സ്വീകാ ര്യമായ നടപടി ആണ്. പക്ഷേ, പലിശനിരക്കിന്റെ കാര്യം എന്താണ്. 7 ശതമാനമാണ് പലിശനിരക്ക്. ഉയർന്ന നിരക്കിൽ പാവപ്പെട്ട കർഷകർക്ക് വായ്പ എടുക്കാൻ കഴിയുമോ? ഇതിനെക്കുറിച്ച് സ്വാമിനാഥൻ കമ്മീ ഷന്റെ റിപ്പോർട്ടിൽ പരാമർശം ഉണ്ടായിരുന്നെങ്കിലും ഇതുവരെ നടപ്പി ലാക്കിയിട്ടില്ല. കർഷകരെ സംബന്ധിച്ചിടത്തോളം അവർക്ക് കുറഞ്ഞ നിരക്കിൽ വായ്പ ലഭ്യമാകണം. കൂടാതെ അവരുടെ ഉല്പന്നങ്ങൾക്ക് ന്യായമായ വില കിട്ടിയാലെ വായ്പ തിരിച്ചടയ്ക്കാനും സാധിക്കൂ. കുറഞ്ഞ പലിശനിരക്കും, വായ്പാലഭ്യതയും, കാർഷികോല്പന്നങ്ങൾക്ക് മികച്ച വിലയും ഉണ്ടായാൽ മാത്രമേ നമുക്ക് ഈ മേഖലയെ രക്ഷി

ക്കാൻ കഴിയൂ. പക്ഷേ, പലിശ നിരക്ക് ഇപ്പോഴും 7 ശതമാനമാണ്. വളരെയധികം കർഷകർ ആത്മഹത്യ ചെയ്യാനുള്ള പ്രധാന കാരണം അതാണ്. തന്റെ കൈയിൽ മാന്ത്രിക വടിയൊന്നും ഇല്ലായെന്ന് ധനകാര്യ മന്ത്രി പറയുന്നു. ഇന്ത്യൻ ജനസംഖ്യയുടെ 60–70 ശതമാനം ആശ്രയിക്കുന്നത് കാർഷിക മേഖലയെയാണ്. IT പോലുള്ള മേഖലകൾ കൂടുതൽ വളരുകയും, കാർഷിക മേഖലയിൽ വളർച്ച കുറയുകയും ചെയ്യുന്നത് കാണിക്കുന്നത് ഇന്ത്യൻ സമ്പദ്ഘടനയുടെ ദയനീയ മുഖമാണ്. സർക്കാർ കൈക്കൊണ്ട ചില നടപടികൾ സ്വാഗതം ചെയ്യുമ്പോൾത്തന്നെ അവയൊന്നും പര്യാപ്തമല്ല എന്ന് എനിക്ക് പറയേണ്ടിവരും. വായ്പാലഭ്യത, കുറഞ്ഞ പലിശനിരക്ക്, വിളകൾക്ക് മികച്ച വില എന്നിവയാണ് കാർഷിക മേഖലയുടെ പുരോഗതിക്ക് സർക്കാർ പരിഗണിക്കേണ്ട മൂന്നു കാര്യങ്ങൾ.

മറ്റൊരു പ്രധാന വിഷയമാണ് തൊഴിലില്ലായ്മയുടെ നിരക്ക്. ഈ വിഷയം പരിഹരിക്കാനുള്ള ശക്തമായ നടപടികളൊന്നും ഈ ബജറ്റിൽ ഇല്ല. സാമ്പത്തിക സർവ്വേ പ്രകാരം, പൊതു മേഖലയിലായാലും, സ്വകാര്യമേഖലയിലായാലും, ഗ്രാമീണ മേഖലയിലായാലും, നഗര മേഖലയിലായാലും തൊഴിലില്ലായ്മയുടെ നിരക്ക് വർദ്ധിച്ചുകൊണ്ടിരിക്കുകയാണ്. നമ്മൾ അഭിമുഖീകരിക്കേണ്ട വലിയ പ്രശ്നമായി ഇത് മാറിക്കഴിഞ്ഞു. പൊതുവിഷയങ്ങളിലേക്ക് പോകാൻ എനിക്ക് താത്പര്യമില്ലെങ്കിൽക്കൂടി ഈ ബജറ്റ് പ്രതിരോധമേഖലയെ എങ്ങനെ ബാധിക്കുമെന്നത് ഒരു പ്രധാന പ്രശ്നമാണ്.

ബീഡി വ്യവസായത്തിലെ തൊഴിൽ ഘടനയെക്കുറിച്ചും, എക്സൈസ് നികുതിയെക്കുറിച്ചും പറയുമ്പോൾ അത് കേരളത്തെ മാത്രമല്ല, മറ്റനേകം സംസ്ഥാനങ്ങളെ ബാധിക്കുന്ന വിഷയമാണെന്ന് മനസ്സിലാകും. ആരോഗ്യ ചിന്തകളെക്കുറിച്ച് ധനകാര്യമന്ത്രി പറയുകയുണ്ടായി. പറഞ്ഞത് വളരെ ശരിയാണ്. പക്ഷേ, അതിന് ബദൽ എന്താശയമാണ് നിങ്ങൾ മുന്നോട്ട് വയ്ക്കുന്നത്? ലക്ഷക്കണക്കിന് ആൾക്കാർ ഉൾപ്പെട്ട മേഖലയാണത്. 50 ലക്ഷത്തോളം ആൾക്കാർ ബന്ധപ്പെട്ടിരിക്കുന്ന മേഖലയാണ് ബീഡി വ്യവസായം. കൂടാതെ അതിൽ ഭൂരിഭാഗവും സ്ത്രീകളാണ്. അവർക്ക് കിട്ടുന്നത് തുച്ഛമായ വേതനമാണ്. 7 മുതൽ 11 വരെയാണ് നിർദ്ദേശിക്കപ്പെട്ട എക്സൈസ് നികുതി. കൂടാതെ ഓരോ ആയിരം ബീഡികൾക്കും ചുമത്തുന്നത് 17 മുതൽ 24 വരെയാണ്. ഇത് ശരിക്കും അപകടകരമാണ്. ഞങ്ങൾ കുറയ്ക്കണമെന്ന് അപേക്ഷിച്ച നികുതി കൂട്ടി. ഇത് ബീഡി വ്യവസായത്തെ കൊല്ലാൻ വേണ്ടിയുള്ള നടപടിയാണെന്ന് എനിക്ക് തോന്നുന്നു. അതുകൊണ്ട് ഈ പുതിയ നിർദ്ദേശം പിൻവലിക്കണമെന്ന് ഗവൺമെന്റിനോട് ഞാൻ അപേക്ഷിക്കുന്നു.

കേരളത്തെ സംബന്ധിച്ചിടത്തോളം കേരള മിനറൽ ആൻഡ് മെറ്റൽ ആൻഡ് ടൈറ്റാനിയം നിർമ്മാണങ്ങൾ പൂർണ്ണമായും പൊതുമേഖലയി

ലാണ്. മൊത്ത ഉത്പാദനം ഏകദേശം 66 MT ആണ്. ഇപ്പോൾ ഈ ഉല്പന്നങ്ങളുടെ ഇറക്കുമതി തീരുവ 12.5 ശതമാനത്തിൽ നിന്ന് 10 ശതമാനമാക്കി കുറച്ചു. 12 ശതമാനത്തിൽ നിന്ന് 15.5 ശതമാനമാക്കി ഉയർത്തണമെന്നായിരുന്നു കേരളത്തിന്റെ ആവശ്യം. പക്ഷേ, ഗവൺമെന്റ് അത് കുറയ്ക്കുകയാണുണ്ടായത്. ഇത് ഒരു പൊതുസംരംഭമാണ്. ഈ തീരുമാനം ആ മേഖലയെ സാരമായി തന്നെ ബാധിക്കും. അതുകൊണ്ട് ഈ വിഷയം ഗൗരവമായി പരിഗണിക്കണമെന്ന് ഞാൻ ഗവൺമെന്റിനോട് അപേക്ഷിക്കുന്നു.

കേരളത്തെ സംബന്ധിച്ചിടത്തോളം കേന്ദ്രാവിഷ്കൃത പദ്ധതികൾ വർഷംതോറും കുറഞ്ഞു വരികയാണ്. പ്രത്യേകിച്ച് പൊതുമേഖലയിൽ മുമ്പ് 2.9 ശതമാനമായിരുന്നത് പിന്നീട് 2.5 ആയും, 2.1 ആയും കുറഞ്ഞു. ഇപ്പോൾ 1.9 ശതമാനമായി. കേരളത്തിൽ മികച്ച പഞ്ചായത്ത്രാജ് സംവിധാനമാണുള്ളത് എന്ന് നിങ്ങൾക്കറിയാമല്ലോ. കൂടാതെ മികച്ച വിദ്യാഭ്യാസവും. ആരോഗ്യ, ഭവനനിർമ്മാണ പദ്ധതികളും കേരളത്തിലുണ്ട്. ഈ മേഖലയിലെല്ലാം മുന്നോട്ട് നില്ക്കുന്നു എന്നതിന്റെ പേരിൽ ഞങ്ങളെ ശിക്ഷിക്കരുത്. ഉന്നതവിദ്യാഭ്യാസ മേഖലയിൽ ധനവിഹിതം ഉയർത്താനുള്ള ഗവൺമെന്റ് തീരുമാനത്തെ ഞാൻ സ്വാഗതം ചെയ്യുന്നു. പക്ഷേ, അത്തരം സ്ഥാപനങ്ങൾ കേരളത്തിൽ ഇല്ലാത്തതുകൊണ്ട് ഞങ്ങൾക്കത് ഉപയോഗിക്കാൻ പറ്റുന്നില്ല.

ആരോഗ്യമേഖലയിൽ ഞങ്ങൾ പുരോഗതി കൈവരിച്ചിട്ടുണ്ട്. ഇപ്പോൾ വ്യാപകമായി കാൻസർ, എയ്ഡ്സ്, ചിക്കുൻഗുനിയ പോലുള്ള അസുഖങ്ങൾ വർദ്ധിക്കുകയാണ്. അതുകൊണ്ട് ഞങ്ങൾക്ക് കൂടുതൽ ധനസഹായം ആവശ്യമാണ്. കൂടാതെ തിരുവനന്തപുരം മെഡിക്കൽ കോളേജ് AIIMS നിലവാരത്തിലേക്ക് ഉയർത്തണം.

സാക്ഷരതാനിരക്ക് ഉയർന്ന സംസ്ഥാനമാണ് കേരളം എന്നതൊരു വസ്തുതയാണ്. കേരള സാക്ഷരത 90 ഓ, 100 ഓ ആണ്. പക്ഷേ, ഉന്നത വിദ്യാഭ്യാസ സ്ഥാപനങ്ങൾ കേരളത്തിൽ വളരെ കുറവാണ്. സാങ്കേതിക, ഉന്നത വിദ്യാഭ്യാസ രംഗത്ത് രാജ്യത്തിനും ലോകത്തിനും ഒരുപാട് സംഭാവനകൾ നല്കിയ സംസ്ഥാനമെന്ന നിലയിൽ ഒരു IIT അനുവദിക്കണമെന്നുള്ളത് കേരളത്തിന്റെ ദീർഘകാലത്തെ ആവശ്യമാണ്. ഒരുപാട് പേർ പുറത്ത് പോകുകയും വിദേശനാണ്യം നേടിത്തരികയും ചെയ്യുന്നു. അതു കൊണ്ട് കേരളത്തിന്റെ ഒരു ആവശ്യമാണ് IIT പോലെ ഒരു സ്ഥാപനം. ഇന്ത്യൻ ഗവൺമെന്റ് പല തരത്തിലുള്ള കേന്ദ്രാവിഷ്കൃത പദ്ധതികളും സംസ്ഥാനങ്ങൾക്ക് കൊടുക്കുന്നുണ്ട്. ഇത് അടിസ്ഥാന സൗകര്യ വികസനത്തിനും, സാമൂഹ്യ വികസനത്തിനും, പ്രാഥമിക വിദ്യാഭ്യാസത്തിനും നല്ലതാണ്. പക്ഷേ, അതിനുള്ള മാനദണ്ഡങ്ങളെക്കുറിച്ച് നാം ആലോചിക്കണം. ഓരോ സംസ്ഥാനത്തിന്റെയും ആവശ്യവും, ഭൂമിശാസ്ത്രപരമായ അവസ്ഥയും, പ്രായോഗികസൗകര്യവും വ്യത്യസ്തമാണ്. കേരളത്തിലെ വിദ്യാഭ്യാസ സൗകര്യം മറ്റ് സംസ്ഥാ

നങ്ങളിൽ നിന്ന് വ്യത്യസ്തമായിരിക്കാം. അതുകൊണ്ട് ഈ ധനവിനിയോഗത്തിനുള്ള മാനദണ്ഡങ്ങളിൽ ചില മാറ്റങ്ങൾ വരുത്തണം. കൂടാതെ സംസ്ഥാന സർക്കാരുകൾക്ക് ഈ ധനം നന്നായി ഉപയോഗിക്കാൻ പറ്റണം. കേന്ദ്രസർക്കാർ പണം അനുവദിച്ചു കഴിഞ്ഞാൽ അതിന്റെ ഉപയോഗത്തെക്കുറിച്ച് തീരുമാനം എടുക്കാനുള്ള പൂർണ്ണ അവകാശം സംസ്ഥാനങ്ങൾക്കാണ്.

സർ, കേരളത്തിൽ പൊതുവിതരണസംവിധാനം വളരെ നന്നായി പ്രവർത്തിക്കുന്നുണ്ട്. കാര്യക്ഷമമായി വിപണിയിൽ ഇടപെടാനും, അതുവഴി ഒരു വലിയ പരിധി വരെ വിലസ്ഥിരത നിലനിർത്താനും കഴിയുന്നതിൽ ഞങ്ങൾക്കഭിമാനമുണ്ട്. പക്ഷേ, ഓരോ വർഷവും കേരളത്തിന് തന്നു കൊണ്ടിരിക്കുന്ന ഭക്ഷ്യധാന്യങ്ങളുടെ അളവ് കുറഞ്ഞു കൊണ്ടിരിക്കുകയാണ്. കഴിഞ്ഞ മൂന്ന് വർഷവും APL/BPL അരിവിഹിതം കുറഞ്ഞുകൊണ്ടിരിക്കുന്നു. അതേപോലെ സംസ്ഥാനത്തിന് കിട്ടിക്കൊണ്ടിരിക്കുന്ന മണ്ണെണ്ണയുടെ വിഹിതവും LPG ഗ്യാസ് കണക്ഷനുകളുടെ എണ്ണവും കുറഞ്ഞു വരികയാണ്. ഞങ്ങൾക്ക് പൊതുവിതരണസമ്പ്രദായം വഴി വില നിയന്ത്രിക്കാൻ കഴിയുന്നുണ്ടെങ്കിലും സംസ്ഥാനത്ത് അരിയും, ഗോതമ്പും ആവശ്യത്തിന് ഉല്പാദനം ഇല്ലായെന്നത് വസ്തുതയാണ്. ഞങ്ങൾ കൂടുതലും ഉല്പാദിപ്പിക്കുന്നത് നാണ്യവിളകളാണ്. അതുകൊണ്ട് തന്നെ നമ്മുടെ സംസ്ഥാനത്തെ പൊതുവിതരണ സമ്പ്രദായം കാര്യക്ഷമമായി പ്രവർത്തിക്കാൻ ഈ സാധനങ്ങൾ തരേണ്ട ഉത്തരവാദിത്വം കേന്ദ്രഗവൺമെന്റിന്റേതാണ്.

25,775 MTS മണ്ണെണ്ണ അനുവദിക്കണമെന്ന് കേരള സർക്കാർ അപേക്ഷിക്കുകയും ആവശ്യപ്പെടുകയും ചെയ്തിട്ടുണ്ട്. പക്ഷേ, അനുവദിച്ച മണ്ണെണ്ണ വളരെ കുറവാണ്. ഏകദേശം 15.77 ലക്ഷം അർഹരായ കാർഡുടമകൾ കേരളത്തിലുണ്ട്. എന്നാൽ 9.4 ലക്ഷം കാർഡുടമകളുടെ ആവശ്യം നിറവേറ്റാനുള്ളതേ കിട്ടുന്നുള്ളൂ. പൊതുവിതരണ സംവിധാനം തകരാറിലാകാൻ അത് കാരണമാകുന്നു.

സർ EPF പെൻഷൻകാരുടെ പ്രശ്നം ഞാൻ നേരത്തെ തന്നെ ഉന്നയിച്ചിട്ടുള്ളതാണ്. അത് പരിഗണിക്കാമെന്ന് ഗവൺമെന്റ് സമ്മതിച്ചിരുന്നു. EPF പെൻഷൻ ഉപഭോക്താക്കൾക്ക് ഇപ്പോൾ പെൻഷനായി കിട്ടുന്നത് വെറും 500 രൂപയാണ്. ഈ നിലയിലുള്ള പെൻഷൻ വർദ്ധിപ്പിക്കണമെന്ന് ഏകദേശം എല്ലാ സഭാംഗങ്ങളും ആവശ്യപ്പെട്ടിട്ടുള്ളതാണ്. ധനകാര്യ മന്ത്രിയുടെ ബജറ്റ് മറുപടി പ്രസംഗത്തിൽ, തീർച്ചയായും EPF പെൻഷൻ ഉയർത്തുന്നതിനുള്ള പ്രഖ്യാപനം ഉണ്ടാകുമെന്ന് ഞാൻ പ്രതീക്ഷിക്കുന്നു. 500 എന്നത് വളരെ തുച്ഛമായ തുകയായതുകൊണ്ട് തന്നെ അത് വർദ്ധിപ്പിക്കാൻ ഗവൺമെന്റിന് പ്രയാസമുണ്ടാകില്ല എന്ന് ഞാൻ കരുതുന്നു.

സർ, രാജ്യത്തിന് തന്നെ മാതൃകയാകുന്ന തരത്തിൽ പഞ്ചായത്ത് രാജ് സംവിധാനം പ്രവർത്തിക്കുന്ന സംസ്ഥാനമാണ് കേരളം. മുമ്പ്

പഞ്ചായത്ത് രാജ് സ്ഥാപനങ്ങളുടെ പ്രവർത്തനങ്ങളെക്കുറിച്ച് രണ്ട് മൂന്ന് ദിവസം തുടർച്ചയായ ചർച്ചയുണ്ടായിരുന്നു. ആ ചർച്ചയിൽ ബഹു. ധന കാര്യമന്ത്രി പറഞ്ഞത് കേരളത്തിലെ പഞ്ചായത്ത് രാജ് സ്ഥാപനങ്ങളുടെ പ്രവർത്തനം രാജ്യത്തിന് മുഴുവൻ മാതൃകയാക്കാൻ മാത്രം മികച്ചതാണ് എന്നാണ്. ആ സംവിധാനത്തിന്റെ വിജയത്തിന് കാരണം പൂർണ്ണ മനസ്സോടെയുള്ള സാധാരണ ജനങ്ങളുടെ പങ്കാളിത്തമാണ്. കേന്ദ്രാവിഷ്കൃതവും സംസ്ഥാനാവിഷ്കൃതവുമായ പദ്ധതികളെല്ലാം ചെയ്യുന്നത് പഞ്ചായത്ത് സംവിധാനത്തിലുൾപ്പെട്ട ജില്ലാ പഞ്ചായത്തുകളും, ബ്ലോക്ക് പഞ്ചായത്തുകളും, ഗ്രാമപഞ്ചായത്തുകളും കൂടി ചേർന്നാണ്. പഞ്ചായത്ത്രാജ് സംവിധാനത്തിന്റെ ഉപയോഗപ്രദവും വിജയകരവുമായ പ്രവർത്തനത്തിന് എല്ലാ തലങ്ങളിലുമുള്ള പഞ്ചായത്ത് സ്ഥാപനങ്ങളുടെ ഇടപെടലും പങ്കാളിത്തവും അത്യാവശ്യമാണ്. മാനവവിഭവശേഷിയും സാമ്പത്തിക വിഭവശേഷിയും ഈ സ്ഥാപനങ്ങളുടെ വിജയത്തിന് അത്യന്താപേക്ഷിതമാണ്. അതുകൊണ്ട്, തിരഞ്ഞെടുക്കപ്പെട്ട പ്രതിനിധികൾക്ക് പരിശീലനം കൊടുക്കാൻ വേണ്ടിയുള്ള സ്ഥാപനമായ കില [KILA], പഞ്ചായത്ത്രാജ് സ്ഥാപനങ്ങളുടെ പദ്ധതികളുടെ നടത്തിപ്പിനുതകുന്ന തരത്തിലേക്ക് ഉയർത്തിക്കൊണ്ട് വരണമെന്ന് കേരളം അപേക്ഷിച്ചിട്ടുണ്ട്. ഉദ്യോഗസ്ഥരുടെ പരിശീലനകേന്ദ്രം കൂടിയാണിത്. ഒരു ദേശീയ സ്ഥാപനമായി ഇതിന്റെ നിലവാരം ഉയർത്തണമെന്ന അപേക്ഷ ഇതിനോടകം തന്നെ കേരള സർക്കാർ മുന്നോട്ട് വച്ചിട്ടുണ്ട്. പഞ്ചായത്ത് പദ്ധതികളുടെ നടത്തിപ്പുമായ് ബന്ധപ്പെട്ട ഉദ്യോഗസ്ഥർക്കും, തിരഞ്ഞെടുക്കപ്പെട്ട പ്രതിനിധികൾക്കും പരിശീലനം കൊടുക്കുന്ന ഒരു മാതൃകാ സ്ഥാപനമാണ് 'കില' എന്ന് ബഹുമാനപ്പെട്ട മന്ത്രി കഴിഞ്ഞ തവണ നടത്തിയ പഞ്ചായത്ത് രാജ് ചർച്ചയ്ക്ക് മറുപടിയായി പറഞ്ഞിട്ടുള്ളതാണ്. രാജ്യത്തിന്റെ ഒരു ഭാഗത്തും അത്തരത്തിൽ മികച്ച ഒരു സ്ഥാപനമില്ല. അതുകൊണ്ട് ബഹുമാനപ്പെട്ട മന്ത്രി പറഞ്ഞത് കൂടി പരിഗണിച്ചുകൊണ്ട് കിലയ്ക്ക് ദേശീയ പദവി നല്കണമെന്ന് ഞാൻ അപേക്ഷിക്കുന്നു.

സർ, രാജ്യത്തെ നാല് സംസ്ഥാനങ്ങളിലെ 33 ജില്ലകളിലായി പ്രത്യേക പാക്കേജ് പ്രകാരമുള്ള പദ്ധതികൾ നടപ്പിലാക്കുന്നു എന്നത് ഒരു വസ്തുതയാണ്. കൂടാതെ കൂടുതൽ ജില്ലകളിലേക്ക് ഇത്തരം പാക്കേജുകൾ നല്കാനും തീരുമാനമുണ്ട്. ഇതുമായി ബന്ധപ്പെട്ട് കേരളസർക്കാർ ചില നിർദ്ദേശങ്ങൾ സമർപ്പിച്ചിട്ടുണ്ടായിരുന്നു. ഈ പദ്ധതികൾക്ക് വേണ്ടി സർക്കാർ ധാരാളം പണം ചെലവഴിക്കുന്നുണ്ട്. പക്ഷേ, ചില കാര്യങ്ങളിലുള്ള ധനോപയോഗം വിവേകപൂർവ്വമല്ല. സ്ഥലത്തിന്റെ യഥാർത്ഥ ആവശ്യം പരിഗണിക്കാതെയാണ് പണം ചെലവാക്കപ്പെടുന്നത്. റോഡ് നിർമ്മാണത്തിനാണോ ഉപയോഗിക്കേണ്ടത് അല്ലെങ്കിൽ മറ്റേതെങ്കിലും കാര്യങ്ങൾക്കാണോ ഉപയോഗിക്കേണ്ടത് എന്നത് പരിഗണിക്കപ്പെടുന്നില്ല.

കാർഷിക മേഖലയെക്കുറിച്ചും, ചെറുകിട കർഷകരുടെ പ്രയാസങ്ങളെക്കുറിച്ചും പരിഗണിച്ചതിന് ശേഷമേ ധനവിഹിതം തീരുമാനിക്കാവൂ എന്നതാണ് ഞങ്ങളുടെ നിർദ്ദേശം. കർഷകത്തൊഴിലാളികൾക്ക് കൂലി കൊടുക്കാൻ കഴിയാത്ത കർഷകർക്ക് സഹായമാവാൻ നമ്മൾക്ക് കഴിയും. തൊഴിലില്ലാത്തവർക്ക് തൊഴിൽ കൊടുക്കുന്ന തരത്തിലേക്കും കർഷകരുടെ ഉല്പാദനക്ഷമത വർദ്ധിപ്പിക്കുന്ന തരത്തിലേക്കും പണം അനുവദിക്കാൻ നിലവിലുള്ള മാനദണ്ഡങ്ങൾ മാറ്റുകയോ, മാറ്റം വരുത്തുകയോ ചെയ്യണം. അതൊരു നല്ല നിർദ്ദേശമാണ് എന്നെനിക്ക് തോന്നുന്നു. തീർച്ചയായും ഈ പദ്ധതിവഴി ചെറുകിട കർഷകരെ സഹായിക്കാൻ സാധിക്കും.

സർ, കേരളത്തിലെ തോട്ടംമേഖലയുടെ ദയനീയാവസ്ഥയെക്കുറിച്ചാണ് ഇനി ഞാൻ പറയാനാഗ്രഹിക്കുന്നത്. 22 എസ്റ്റേറ്റുകളാണ് ഇടുക്കിയിൽ മാത്രം പൂട്ടിയത്. കഴിഞ്ഞ മൂന്ന് നാല് വർഷത്തിനുള്ളിൽ 25,000 ആൾക്കാർക്കാണ് ഗ്രാമീണ മേഖലയിൽ തൊഴിൽ നഷ്ടമായത്. തോട്ടം മേഖലയ്ക്കായി പ്രത്യേകം പാക്കേജ് പ്രഖ്യാപിച്ചതിൽ ഞാൻ സന്തുഷ്ടനാണ്. ഇത് ശരിക്കുമൊരു സാമൂഹ്യ പ്രശ്നമായി മാറിയിട്ടുണ്ട്. കർഷകർക്ക് തൊഴിലില്ലാതെ ആയതോടുകൂടി അവരുടെ മക്കളുടെ വിദ്യാഭ്യാസം മുടങ്ങിയിരിക്കുകയാണ്. പുനർകൃഷിയാണ് പ്രധാന വിഷയം. തേയിലത്തോട്ടങ്ങളുടെ മാത്രമല്ല, ഏലം, കാപ്പി മുതലായ മറ്റു വിളകളുടെയും അവസ്ഥ ഇതു തന്നെയാണ്. 21,000 ഹെക്ടർ തേയില തോട്ടങ്ങളിൽ 10,000 ഏക്കറും ഉൾപ്പെടുന്നത് ഈ 22 എസ്റ്റേറ്റുകളിലാണ്. അതായത് ഇടുക്കി ജില്ലയിലെ പകുതി തോട്ടങ്ങളും ഇപ്പോൾ പ്രവർത്തനരഹിതമാണ്. തോട്ടം ഉടമസ്ഥരിൽ ഭൂരിഭാഗവും കൃഷി ഉപേക്ഷിച്ച് പോയി. കുറേക്കാലമായി തൊഴിലാളികൾക്ക് കൂലി കിട്ടുന്നില്ല. ബോണസ്, കൂലി, ഇ എസ് ഐ മുതലായ ഇനങ്ങളെല്ലാം കൂടി കോടിക്കണക്കിന് രൂപയാണ് അവർക്ക് കിട്ടാനുള്ളത്. തത്ഫലമായി ഇടുക്കിയും, മറ്റു പ്രദേശങ്ങളും വളരെ ഗൗരവകരമായ അവസ്ഥയെയാണ് അഭിമുഖീകരിക്കുന്നത്. ഏഴ് വർഷക്കാലയളവിൽ 100 കോടി ഈ മേഖലയ്ക്ക് ഗവൺമെന്റ് കൊടുത്തിട്ടുണ്ട്. ഇതൊരു നീണ്ട കാലയളവാണ് എന്ന് മാത്രമല്ല 100 കോടി വളരെ കുറവാണ്. ഇതിനെ ഞാൻ സ്വാഗതം ചെയ്യുന്നതോടൊപ്പം 500 കോടി എല്ലാ വർഷവും പുനർകൃഷിക്കായി അനുവദിക്കണമെന്ന് അപേക്ഷിക്കുന്നു. ബ്രിട്ടീഷ് കാലത്ത് സ്ഥാപിച്ച പഴക്കം ചെന്ന തോട്ടങ്ങളായത് കൊണ്ടുതന്നെ പുനർ കൃഷി ചെയ്യാതെ തോട്ടം മേഖലയിൽ മാറ്റം കൊണ്ടുവരാൻ കഴിയില്ല. തേയില ഇറക്കുമതി നിരോധിക്കുന്നത് അടക്കമുള്ള നടപടികൾ ഉണ്ടാകണം. അതേപോലെ ചായ, കാപ്പി കയറ്റുമതിക്ക് ഇളവുകൾ അനുവദിക്കണം. അല്ലെങ്കിൽ ഈ വ്യവസായങ്ങളെ രക്ഷിക്കാൻ കഴിയില്ല.

UPA സർക്കാർ അധികാരത്തിൽ വന്നു. നമുക്കറിയാം മുൻ NDA സർക്കാരിന്റെ ജനവിരുദ്ധ സാമൂഹ്യവിരുദ്ധ നടപടികൾക്കെതിരെയുള്ള

ഇന്ത്യൻ ജനതയുടെ പോരാട്ടത്തിന്റെ ഫലമാണിത്. UPA സർക്കാർ തുടരുന്ന പല നടപടികളും NDA സർക്കാരിന്റെ തുടർച്ചയായാണ് എന്ന് പറയേണ്ടി വരുന്നതിൽ എനിക്ക് വിഷമമുണ്ട്. പഞ്ചാബിലും ഉത്തരാഞ്ചലിലും ജനവിധി നടപ്പാക്കി കഴിഞ്ഞു. വിലക്കയറ്റവും മറ്റുമാണ് പ്രധാന കാരണങ്ങൾ എന്ന് കോൺഗ്രസ് അംഗീകരിച്ചു കഴിഞ്ഞു. ഒരു മതേതര ഭരണം വേണമെന്ന് ആഗ്രഹിക്കുന്നത് കൊണ്ടാണ് ഈ സർക്കാരിനെ ഞങ്ങൾ അനുകൂലിക്കുന്നത്. സർക്കാരിനെ പിന്തുണയ്ക്കുന്നതോടൊപ്പം തന്നെ, തിരുത്തലുകളും, പുനരാലോചനകളും അത്യാവശ്യമാണെന്ന് ഓർമ്മിപ്പിക്കുന്നു. ജനപക്ഷ പുരോഗമനപരമായ മാറ്റങ്ങൾ സർക്കാരിന്റെ നയപരിപാടികളിൽ ഉണ്ടാകണം. എന്നാലേ ജനങ്ങളുടെ പിന്തുണ ഉറപ്പുവരുത്താൻ സർക്കാരിന് കഴിയൂ. ഇത്രയും പറഞ്ഞു കൊണ്ട് ഞാൻ നിർത്തുന്നു.

(12.3.2007, ബജറ്റ് 2007.08)

ഗവൺമെന്റ് പദ്ധതികൾ നടപ്പിലാക്കുന്നതിനുള്ള മാനദണ്ഡങ്ങൾ മാറ്റണം

സർ, ബഹുമാനപ്പെട്ട ധനമന്ത്രി അവതരിപ്പിച്ച ബജറ്റിലെ ഭൂരിഭാഗം നിർദ്ദേശങ്ങളെയും അഭിനന്ദിക്കുകയും പിന്തുണയ്ക്കുകയും ചെയ്യുന്നതിനോടൊപ്പം ഭാവിയിൽ കൂടുതൽ ഗൗരവപരമായ ചില പ്രശ്നങ്ങളും കൂടി ഗവൺമെന്റും ധനമന്ത്രിയും പരിഗണിക്കണമെന്ന് പറയാൻ ഈ അവസരം ഉപയോഗിക്കുന്നു.

കഴിഞ്ഞ വർഷത്തെ അപേക്ഷിച്ച് നമ്മൾ വളർന്നു എന്നാണ് പറയുന്നത്. എന്നാൽ വളർച്ചാനിരക്ക് 9.6 ശതമാനത്തിൽ നിന്ന് 8.6 ശതമാനമായി കുറഞ്ഞു. ഒരു കാർഷിക രാജ്യമായ ഇന്ത്യയിൽ വളർച്ചാനിരക്കിൽ കാർഷിക മേഖലയുടെ സംഭാവന വെറും 2.6 ശതമാനമാണ്. പണപ്പെരുപ്പനിരക്ക് പരിശോധിക്കാൻ നമുക്ക് പറ്റുന്നുണ്ടെങ്കിലും വിലക്കയറ്റത്തിന്റെ കാര്യത്തിൽ നടപടി എടുക്കാൻ പറ്റുന്നില്ല.

കർഷകരെ സംബന്ധിച്ചിടത്തോളം ഒരുപാട് നല്ല നിർദ്ദേശങ്ങൾ ബജറ്റിലുണ്ട്. പ്രത്യേകിച്ച് കർഷകരുടെ വായ്പയും പലിശയും എഴുതിത്തള്ളാനുള്ള ഗവൺമെന്റിന്റെ തീരുമാനം വളരെ നല്ലതാണ്. കഴിഞ്ഞ നാല് സമ്മേളനങ്ങളിലും നമ്മൾ ഈ വിഷയം സംസാരിച്ചുകൊണ്ടിരിക്കുകയായിരുന്നു എന്ന് ഞാൻ ഓർക്കുന്നു. അതുകൊണ്ട് ചെറുകിട കർഷകർക്ക് ആശ്വാസം കൊടുക്കാനുള്ള ഈ തീരുമാനം ഒരുപാട് വൈകിപ്പോയി എന്നൊരു അഭിപ്രായം എനിക്കുണ്ട്. അതേസമയം ശ്രീ. രാഹുൽ ഗാന്ധി പറഞ്ഞതുപോലെ കർഷകർക്ക് ആനുകൂല്യം കൊടുക്കുന്നതിൽ ഒരു തരത്തിലുമുള്ള വേർതിരിവ് വെക്കാൻ പാടില്ല. കേരളത്തിലെ അവസ്ഥ ഉദാഹരണമായി എടുക്കാം. കഴിഞ്ഞ വർഷം കേരള സർക്കാർ കടാശ്വാസനിയമം പ്രാബല്യത്തിലാക്കി. പ്രത്യേകിച്ച് കർഷകർക്ക് വേണ്ടി ആ നിയമം അനുസരിച്ച് കർഷകർക്ക് പലിശ ഒഴിവാ

ക്കാൻ തീരുമാനിച്ചു. സംസ്ഥാന സർക്കാർ 60 ഓ, 70 ഓ കോടി കർഷകർക്ക് അനുവദിച്ചു. നമ്മൾ നിലവിലെ നിർവ്വചനത്തിലൂടെ ആനുകൂല്യം കൊടുത്താൽ അവരൊന്നും ഈ പദ്ധതിക്ക് കീഴിൽ ഉൾപ്പെടില്ല.

നെയ്ത്തുകാരുടെയും, മത്സ്യത്തൊഴിലാളികളുടെയും കഷ്ടപ്പാടുകൾ നമ്മൾ കാണുന്നതാണ്. അവരും കൃഷിയുടെ പരിധിയിൽ വരും. അതുകൊണ്ട് ഇപ്പോൾ പ്രഖ്യാപിച്ച വായ്പ ആനുകൂല്യം അവർക്ക് കൂടി കൊടുക്കാൻ പറ്റുമോയെന്ന കാര്യം സർക്കാർ ആലോചിക്കണം. കാർഷിക മേഖലയും, കാർഷികേതര മേഖലയും തമ്മിൽ 1981–82 മുതൽ ഒരു വലിയ വ്യത്യാസമുണ്ടെന്ന് ശ്രദ്ധേയമായ പരാമർശം സ്വാമിനാഥൻ കമ്മീഷൻ നടത്തിയിട്ടുണ്ട്. കൃഷിഭൂമി കുറഞ്ഞുകൊണ്ടിരിക്കുകയാണ്. അതേ പോലെ ഉല്പാദനവും, ഉല്പാദനക്ഷമതയും കുറഞ്ഞുവരുന്നു. ജലസേചന സൗകര്യങ്ങൾ മുതലായ അടിസ്ഥാന സൗകര്യങ്ങൾ വളരെ കുറവാണ്. അതുകൊണ്ട് ഇക്കാലത്ത് നമുക്ക് വേണ്ടത് ഒരു കാർഷിക നയമല്ല, മറിച്ച് കർഷകർക്ക് വേണ്ടിയുള്ള നയം ആണ്. അവരത്രയും പ്രതിസന്ധികൾ അനുഭവിക്കുന്നുണ്ട്.

കൃത്യമായ കണക്കുകൾ പരിശോധിക്കുമ്പോൾ കാണുന്ന ഒരു കാര്യം, കർഷകർ എടുത്ത വായ്പകളിൽ മൂന്നിലൊന്ന് മാത്രമാണ് സാമ്പത്തിക സ്ഥാപനങ്ങളിൽനിന്നും, സഹകരണ ബാങ്കുകളിൽനിന്നും, വാണിജ്യ ബാങ്കുകളിൽനിന്നും ഉള്ളത്. ബാക്കി മൂന്നിൽ രണ്ടു ഭാഗം വായ്പയും എടുത്തിരിക്കുന്നത് സ്വകാര്യ സ്ഥാപനങ്ങളിൽനിന്നും പണമിടപാടുകാരിൽ നിന്നുമാണ്. അവർക്ക് ചെറിയൊരു ആശ്വാസം കൊടുത്തിട്ടുണ്ടെന്ന് ഞാൻ സമ്മതിക്കുന്നു. പക്ഷേ, സ്വകാര്യ സ്ഥാപനങ്ങളിൽ നിന്നും പണമിടപാടുകാരിൽനിന്നും വായ്പയെടുത്ത വലിയ വിഭാഗം ജനങ്ങളുടെ കാര്യത്തിൽ സർക്കാരിന്റെ നയമെന്താണ്? ഇപ്പോൾ കൊടുത്ത ചെറിയ ആശ്വാസത്തിൽ നമ്മൾ സന്തോഷിക്കുന്നു. അതേ സമയം കൂടുതൽ കാര്യങ്ങൾ ഈ മേഖലകൾക്ക് വേണ്ടി സർക്കാർ ചെയ്തേ പറ്റൂ.

സർക്കാരിന്റെ പ്രവർത്തനങ്ങളെക്കുറിച്ചും നടപടികളെക്കുറിച്ചും പറയുമ്പോൾ നമ്മൾ ഏറ്റവും പ്രാധാന്യത്തോടെ ചർച്ച ചെയ്യുന്ന, ചെയ്തുകൊണ്ടിരിക്കുന്ന കാര്യം വിലക്കയറ്റമാണ്. സർക്കാർ പറഞ്ഞത് ഇതൊരു അന്തർദ്ദേശീയ ദേശീയ പ്രതിഭാസമാണെന്നാണ്. എന്നിരുന്നാലും വിലക്കയറ്റത്തിന് കാരണമാകുന്ന മൂന്ന് നാല് കാര്യങ്ങൾ നമ്മൾ വ്യക്തമാക്കിയിട്ടുള്ളതാണ്. പൊതുവിതരണ സംവിധാനം ഒരു വലിയ പരാജയമായി മാറി. ഉദാഹരണമായി കേരളത്തെ എടുക്കാം. നമുക്ക് വളരെ ഫലപ്രദമായ ഒരു പൊതുവിതരണ സംവിധാനമുണ്ട്. ഭക്ഷ്യധാന്യങ്ങളും മറ്റ് അവശ്യസാധനങ്ങളും ന്യായവില ഷോപ്പുകളിലൂടെ വിതരണം ചെയ്യാൻ സാധിച്ചിരുന്നു. പക്ഷേ, ഇപ്പോൾ കേരള സർക്കാരിന് അത് ചെയ്യാൻ കഴിയുന്നില്ല. കാരണം 1,13,000 മെട്രിക് ടൺ കിട്ടിക്കൊണ്ടിരുന്ന വിഹിതം ഇപ്പോൾ 21,000 മെട്രിക് ടൺ ആയി കുറച്ചു. ഭക്ഷ്യധാന്യങ്ങളുടെ കാര്യ

ത്തിൽ ഇത്രയും കുറവു വരുത്തിയാൽ പിന്നെങ്ങനെയാണ് സർക്കാരിന് പൊതുവിതരണ സംവിധാനം മുന്നോട്ട് കൊണ്ടുപോകാൻ കഴിയുക? ഏകദേശം 80 ശതമാനത്തിന്റെ കുറവാണ് വന്നിരിക്കുന്നത്.

ഈ വിഷയവുമായി ബന്ധപ്പെട്ട് കേരള മുഖ്യമന്ത്രിയും പാർലമെന്റംഗങ്ങളും കൂടി കേന്ദ്രഗവൺമെന്റിനെ സമീപിച്ചിട്ടുണ്ട്. മികച്ച പൊതുവിതരണ സംവിധാനം ഉണ്ടായിട്ടും അത് മുന്നോട്ട് കൊണ്ടുപോകാൻ പറ്റാത്ത അവസ്ഥയിലാണ് ഞങ്ങൾ. എന്തുകൊണ്ടാണ് ഇങ്ങനെ? സംഭരണം തുടങ്ങുമ്പോൾ ആദ്യം പോകേണ്ടതും മികച്ച വില കർഷകർക്ക് കൊടുക്കേണ്ടതും സർക്കാരാണ്. എന്നാൽ ഇപ്പോൾ ആദ്യം പോകുന്നത് റിലയൻസും, മറ്റു സ്വകാര്യ സംഘങ്ങളുമാണ്. അവരുടെ സംഭരണശാലകൾ നിറഞ്ഞിരിക്കുകയാണ്. സർക്കാർ സംഭരണശാലകളിൽ ആവശ്യത്തിന് സാധനങ്ങൾ ഇല്ല. അതുകൊണ്ടു തന്നെ ഗോതമ്പുപോലുള്ള സാധനങ്ങൾ ഇറക്കുമതി ചെയ്യണം. പിന്നീട് വിദേശ രാജ്യങ്ങൾക്ക് നമ്മൾ ഉയർന്ന വില കൊടുക്കുകയും നമ്മുടെ കർഷകർക്ക് കുറഞ്ഞ വില കൊടുക്കുകയും ചെയ്യുന്നു. അതുകൊണ്ട് ഇപ്പോഴത്തെ ഭക്ഷ്യധാന്യങ്ങളുടെ സംഭരണനയം പുന:പരിശോധന നടത്തണം. ഉദാരനയം നമ്മുടെ രാജ്യത്തെ പല മേഖലകളെയും സാരമായി ബാധിക്കുന്നു.

NDA സർക്കാർ ചെയ്തത് പോലെ UPA സർക്കാർ പല സാധനങ്ങളെയും അവശ്യസാധന പട്ടികയിൽനിന്നും ഒഴിവാക്കി. മികച്ച പൊതുവിതരണ സംവിധാനത്തിലൂടെയും മികച്ച ഭക്ഷ്യധാന്യ സംഭരണത്തിലൂടെയും വിലനിയന്ത്രണം സാദ്ധ്യമാവും. സർക്കാർ ഈ വിഷയത്തിൽ കൂടുതൽ പ്രാധാന്യം കൊടുക്കണം.

നാളികേര, കുരുമുളക്, കശുവണ്ടി മേഖലകൾക്ക് സഹായം കൊടുക്കുന്നത് കൂടാതെ കേന്ദ്ര സർവ്വകലാശാല അനുവദിക്കുന്നതിനും ശാസ്ത്ര ഗവേഷണ കേന്ദ്രം നിർമ്മിക്കുന്നതിനും അനുകൂലമായി സർക്കാർ തീരുമാനമെടുത്തിട്ടുണ്ട്. എന്നിരുന്നാലും തോട്ടം മേഖലയുടെ കാര്യത്തിൽ കേരളം വലിയ പ്രതിസന്ധിയാണ് നേരിടുന്നത്. ഏകദേശം 17 തോട്ടങ്ങൾ പൂർണ്ണമായും പൂട്ടുകയും ആയിരക്കണക്കിന് ആൾക്കാർക്ക് തൊഴിൽ നഷ്ടപ്പെടുകയും ചെയ്തിട്ടുണ്ട്. കേരള സർക്കാരിന് സ്വന്തം നിലയിൽ ഇക്കാര്യത്തിൽ ഒന്നും ചെയ്യാൻ കഴിയാത്തതുകൊണ്ട് തന്നെ കേന്ദ്രസർക്കാർ ഈ വിഷയങ്ങൾ കാര്യമായി പരിഗണിക്കണം. കുറച്ചു കൂടി സഹായം കേന്ദ്ര സർക്കാരിന്റെ ഭാഗത്തുനിന്ന് ഉണ്ടാകണം. ഈ വിഷയത്തിൽ കേരള സർക്കാർ മുമ്പേ തന്നെ നിവേദനം സമർപ്പിച്ചിട്ടുണ്ട്.

കേരളത്തിൽ മികച്ച ആരോഗ്യ, വിദ്യാഭ്യാസ, പാർപ്പിട സൗകര്യങ്ങളുണ്ട്. പക്ഷേ, അതൊരു കാരണമാക്കിയെടുത്ത് കേരളത്തെ ശിക്ഷിക്കരുത്. മികച്ച ആരോഗ്യ, വിദ്യാഭ്യാസ, പാർപ്പിട സൗകര്യങ്ങൾ ഉണ്ട് എന്നതിന്റെ അടിസ്ഥാനത്തിൽ കേരളത്തിന് വളരെ കുറഞ്ഞ ധനവിഹിതമാണ് കിട്ടുന്നത്. നല്ല സൗകര്യങ്ങൾ ഉണ്ടായതിലൂടെ നമ്മൾ

എന്തെങ്കിലും തെറ്റ് ചെയ്തോ? നൂറു ശതമാനം സാക്ഷരതയുണ്ടെങ്കിലും ഉന്നതവിദ്യാഭ്യാസ രംഗത്ത് ഞങ്ങൾക്ക് ഒരുപാട് പ്രശ്നങ്ങളുണ്ട്. അതു കൊണ്ട് ഉന്നത വിദ്യാഭ്യാസ മേഖലയ്ക്ക് മുതൽക്കൂട്ടാകുന്ന ഒരു IIT കേരളത്തിൽ സ്ഥാപിക്കണമെന്ന് ഞങ്ങൾ ആവശ്യപ്പെടുന്നു. ഞങ്ങൾക്ക് സാങ്കേതിക വിദഗ്ദരെയും ശാസ്ത്രജ്ഞരെയും ആവശ്യമുണ്ട്. IIT, AIIMS മുതലായ ഉന്നത വിദ്യാഭ്യാസ സ്ഥാപനങ്ങളാണ് ഞങ്ങൾക്കാവശ്യം.

ആരോഗ്യമേഖലയുടെ കാര്യമെടുക്കാം. മറ്റ് സംസ്ഥാനങ്ങളുമായി നോക്കുമ്പോൾ മികച്ച ആരോഗ്യമേഖല നമുക്കുണ്ട്. അതേസമയം അർബുദരോഗം എല്ലാ ഗ്രാമങ്ങളിലും പടരുകയാണ്. എന്താണ് കാരണങ്ങൾ എന്നറിയില്ല. അതേപോലെ ചിക്കുൻഗുനിയയും പടരുകയാണ്. അതുകൊണ്ട് കൂടുതൽ പണം അനുവദിക്കണം. (തടസ്സങ്ങൾ) പുകവലിക്കാത്തവരെയും കാൻസർ ബാധിക്കുകയാണ്. പുകവലിക്കാത്ത സ്ത്രീകളെയും കാൻസർ ബാധിക്കുന്നു. പുകവലി മാത്രം കൊണ്ടാണ് കാൻസർ പകരുന്നത് എന്ന് നിങ്ങൾക്ക് പറയാനാകില്ല.

കേന്ദ്രസർക്കാർ വിഹിതവും പൊതുനിക്ഷേപവും ഓരോ വർഷവും കുറയുകയാണെന്ന് കണക്കുകൾ പരിശോധിച്ചാൽ മനസ്സിലാകും. അതു കൊണ്ട് വിദ്യാഭ്യാസ, ആരോഗ്യ, പാർപ്പിട മേഖലകൾക്ക് കേന്ദ്ര സഹായം ലഭിച്ചേ മതിയാവൂ. ജ്യുഡീഷ്യറിയും, പൊലീസും, തീരസേനയും സംസ്ഥാനങ്ങളുടെ ചുമതല മാത്രമല്ല. ശരിക്കും ഇതൊരു സംസ്ഥാന വിഷയം ആണെങ്കിലും സാങ്കേതികമായി ഇത് കേന്ദ്രത്തിന്റെ കാര്യമാണ്. രാജ്യസുരക്ഷയും ഇതിൽ ഉൾപ്പെട്ടിരിക്കുന്നു. ഏകദേശം1000 മൈലുകളുള്ള ഒരു ദൈർഘ്യമേറിയ തീരദേശം നമുക്കുണ്ട്. അതു കൊണ്ട് തീരസേനയിലും ജുഡീഷ്യറിയിലും പൊലീസിലും ആധുനികവല്ക്കരണം അത്യാവശ്യമാണ്. എന്നാൽ അനുവദിക്കപ്പെട്ട പണം വളരെ കുറവാണ്.

പഞ്ചായത്ത് രാജ് സംവിധാനത്തിന്റെ നടത്തിപ്പിൽ മികച്ച വിജയം കൈവരിച്ചതിന്റെ പേരിൽ കേരളത്തെ ഇതേ സഭയിൽ നടന്ന ഒരു ചർച്ചയിൽ ബഹു. പഞ്ചായത്ത് രാജ് മന്ത്രി അഭിനന്ദിക്കുകയുണ്ടായി. ഇത്തരം ഒരുപാട് കേന്ദ്രപദ്ധതികൾ നടപ്പിലാക്കാൻ വേണ്ടി സംസ്ഥാനങ്ങൾക്ക് കൊടുക്കുമ്പോൾ, സംസ്ഥാനങ്ങൾക്ക് എങ്ങനെ വിജയകരമായി അവ നടപ്പിലാക്കാൻ കഴിയും? അധികാര കൈമാറ്റത്തിലൂടെ മാത്രമെ അത് സാദ്ധ്യമാകൂ. ധനവിനിയോഗത്തിനുള്ള അധികാരം, പ്രവർത്തനാധികാരം, ഉദ്യോഗസ്ഥാധികാരം എന്നിവ സംസ്ഥാന സർക്കാരുകൾക്ക് കൈമാറണം. 73 ലും 74 ലും ഭരണഘടനാ ഭേദഗതികൾക്ക് ശേഷമാണ് നമ്മൾ പഞ്ചായത്ത്രാജ് സംവിധാനം നടപ്പിൽ വരുത്തിയത്. എന്നിരുന്നാലും, 1964 ൽ ഉണ്ടായിരുന്ന അതേ ഉദ്യോഗസ്ഥ ഘടനയാണ് നാം ഇന്നും പിന്തുടരുന്നത്. ഭരണഘടന പദവി നമ്മൾ ഇതിന് കൊടുത്തിട്ടുണ്ട്. പക്ഷേ, മറ്റു പല പ്രശ്നങ്ങളും പരിഹരിക്കപ്പെടാതെ നില്ക്കുന്നു.

കേരളത്തിൽ മാനവശേഷി വളരെ കുറവാണ്. കേന്ദ്രാവിഷ്കൃതവും സംസ്ഥാനാവിഷ്കൃതവുമായ എല്ലാ പദ്ധതികളും നടപ്പിലാക്കേണ്ടത് ഇവരാണ്. അതുകൊണ്ട് മാനവവിഭവശേഷി വർദ്ധിപ്പിക്കണം. ഇതിനെല്ലാം ആവശ്യം സാമ്പത്തിക സഹായം ആണ്. ഞങ്ങൾ പഞ്ചായത്ത് രാജ് സംവിധാനം നന്നായി നടത്തുന്നുണ്ട് എന്നത് ഒരു ഒഴിവുകഴിവായി എടുക്കരുത്. ഞങ്ങൾ നടത്തുന്നുണ്ട്, അതേസമയം ജോലിഭാരം വളരെ കൂടുതലാണ്. കുറെ പദ്ധതികൾ കേന്ദ്രാവിഷ്കൃതങ്ങളാണ്. തീർച്ചയായും റോഡ് നിർമ്മിക്കാനും, വിദ്യാലയ അടിസ്ഥാന സൗകര്യങ്ങൾ വികസിപ്പിക്കാനും സംസ്ഥാനങ്ങൾക്ക് കഴിയും. പക്ഷേ, നമ്മുടെ രാജ്യത്തിന്റെ വൈവിദ്ധ്യ സ്വഭാവം മനസ്സിലാക്കണം. സംസ്ഥാനങ്ങൾ തമ്മിൽ സാഹചര്യങ്ങളിൽ വ്യത്യാസമുണ്ട്. PMGSY പദ്ധതിക്ക് കീഴിൽ എട്ട് മീറ്റർ വീതിയിൽ റോഡ് നിർമ്മിക്കാൻ പല സ്ഥലങ്ങളിലും നമുക്ക് കഴിയില്ല. കാരണം ജനസാന്ദ്രത കൂടിയ മേഖലകളാണ് അതിൽ പലതും. അതുകൊണ്ട് റോഡിന്റെ വീതി ആറുമീറ്റർ ആയി കുറയ്ക്കണമെന്ന് ഞങ്ങൾ അപേക്ഷിച്ചിട്ടുണ്ട്. ഞങ്ങൾക്കനുവദിച്ച പണം ഉപയോഗിക്കുന്നില്ല എന്ന് നിങ്ങൾ പറയുന്നു. എങ്ങനെ ഉപയോഗിക്കാൻ കഴിയും? ധനവിഹിതം കൃത്യമായി ഉപയോഗപ്പെടണമെങ്കിൽ മാനദണ്ഡങ്ങളിൽ മാറ്റം വരുത്തണം.

മഹത്തായ SSY പദ്ധതിയുടെ ഉദാഹരണം എടുക്കാം. പ്രാഥമിക, മദ്ധ്യമ വിദ്യാഭ്യാസത്തിന്റെ കാര്യത്തിൽ കേരളം താരതമ്യേന മികച്ച നിലവാരത്തിലാണുള്ളത്. ബഹു. മന്ത്രിക്ക് അതറിയാം. എങ്ങനെ പണം ഉപയോഗിക്കാൻ പറ്റും? ഉപയോഗിക്കണമെങ്കിൽ മാനദണ്ഡങ്ങൾ കാരണം പ്രാഥമിക, മദ്ധ്യമ വിദ്യാഭ്യാസ രംഗത്ത് കൂടുതൽ ശ്രദ്ധ കൊടുക്കേണ്ട സംസ്ഥാനങ്ങളെയും കേരളം പോലുള്ള സംസ്ഥാനങ്ങളെയും തുല്യമായി കാണുന്ന രീതി ശരിയല്ല.

NREG ശരിക്കും മഹത്തായ ഒരു ആശയമാണ്. അതിന്റെ കീഴിൽ നമുക്ക് ഒരുപാട് അടിസ്ഥാന സൗകര്യങ്ങൾ നിർമ്മിക്കാൻ കഴിയും. എന്റെ ജില്ലയിലെ അനുഭവത്തിൽ നിന്ന് ഈ പദ്ധതിയിൽ ഏറ്റവും കൂടുതൽ ജോലിക്ക് പോകുന്നത് സ്ത്രീകളാണ്. ഇതിൽ ഭൂരിപക്ഷം സ്ത്രീകളുടെയും ചുമലിലേക്ക് കുടുംബത്തിന്റെ ഉത്തരവാദിത്വം. ഇതിന്റെ മാനദണ്ഡങ്ങളിൽ മാറ്റം വരുത്തണമെന്ന് കേരള സർക്കാർ മുമ്പേ തന്നെ ആവശ്യപ്പെട്ടിട്ടുണ്ട്. തൊഴിൽ ഉള്ളടക്കം മാത്രം പോര. ഭൗതിക ഉള്ളടക്കം കൂടി കൂട്ടിച്ചേർക്കണം. അല്ലെങ്കിൽ ഒരുപാട് ജോലികൾ തുടരാൻ പറ്റാതെയാകും. അതു മാത്രമല്ല ചെറുകിട കൃഷിഭൂമികളിലെ ജോലിയുടെ കാര്യമെടുക്കാം. അവർക്ക് കൂലി കൊടുക്കാൻ പോലും കഴിവില്ല. വളരെ പ്രയാസകരമായ അവസ്ഥയിലാണ് അവർ. അതുകൊണ്ട് ചെറുകിട കൃഷി സ്ഥലങ്ങളിലെയും വീട്ടുപറമ്പുകളിലെയും ജോലി കൂടി ഈ പദ്ധതിയിൽ ഉൾപ്പെടുത്തണം. എങ്കിൽ മാത്രമേ ഒരു വൻ വിജയമാക്കാൻ NREG പദ്ധതിക്ക് കഴിയൂ. അത് തൊഴിലുറപ്പ് സൃഷ്ടിക്കും ഇടനില

ക്കാരില്ല എന്നതാണ് ഈ പദ്ധതിയുടെ ഏറ്റവും മികച്ച കാര്യം. ബോർഡ് പഞ്ചായത്തോ, ജില്ലാ പഞ്ചായത്തോ ആണ് ഇതിന്റെ ഉത്തരവാദിത്വം എടുക്കേണ്ടത്. അതുകൊണ്ട് ഈ മാനദണ്ഡങ്ങൾ ഒരു പരിധി വരെയെങ്കിലും മാറ്റണം.

അംഗൻവാടി അദ്ധ്യാപികമാർക്കും, ആയമാർക്കും കൊടുക്കുന്ന ബത്ത വർദ്ധിപ്പിച്ചതിൽ എനിക്ക് സർക്കാരിനോട് അതിയായ നന്ദിയുണ്ട്. ആയമാരുടെ ജോലി ഭാരം കൂടുതലായതുകൊണ്ട് തന്നെ അവർക്കുള്ള ബത്ത 760 ഓ 1000 ഓ ആക്കി ഉയർത്തണം. ചില വിഭാഗങ്ങളെ ഉദ്ദേശിച്ച് കൊണ്ട് ഒരു പ്രത്യേക ഭവനനിർമ്മാണ പദ്ധതിയും ഗവൺമെന്റ് പ്രഖ്യാപിച്ചിട്ടുണ്ട്. ഒരുപാട് ഭവനനിർമ്മാണ പദ്ധതികൾ രാജ്യത്തുണ്ട്. പലതും പല വകുപ്പുകളുടെ കീഴിലാണ്. ചിലപ്പോൾ ഒരേ ആൾക്ക് ഒന്നിലധികം ആനുകൂല്യങ്ങൾ കിട്ടിയേക്കാം. അതുകൊണ്ട് ഈ പദ്ധതികളെല്ലാം ഒരു കുടക്കീഴിൽ കൊണ്ടുവരേണ്ടതും ജില്ലാപഞ്ചായത്തുകളോ ഗ്രാമപഞ്ചായത്തുകളോ വഴി നടപ്പിലാക്കേണ്ടതുമാണ്.

IAY പദ്ധതിയെ സംബന്ധിച്ചിടത്തോളം അനുവദിച്ച പണം പര്യാപ്തമല്ല. പദ്ധതിയുടെ ലക്ഷ്യം സാക്ഷാത്ക്കരിക്കണമെങ്കിൽ ആവശ്യമായ വർദ്ധനവ് ധനവിഹിതത്തിൽ വരുത്തണം.

ഈ സഭയിൽ സംസാരിച്ചുകൊണ്ടിരുന്ന ഒരു വിഷയമാണ് വനിതാ സംവരണ നിയമം. എന്നാൽ അദ്ധ്യക്ഷപ്രസംഗത്തിലോ, ബജറ്റ് പ്രസംഗത്തിലോ അതിനെക്കുറിച്ച് ഒരു പരാമർശവും ഉണ്ടായില്ല എന്നത് വളരെയധികം പ്രയാസമുണ്ടാക്കി. വനിതാസംവരണ നിയമം ഈ സമ്മേളന കാലയളവിൽ തന്നെ അവതരിപ്പിക്കുമെന്നും നടപ്പിലാക്കുമെന്നുമുള്ള സ്പഷ്ടമായ മറുപടിയും ഉറപ്പും സർക്കാരിന്റെ ഭാഗത്ത് നിന്ന് ഉണ്ടാകണം.

സർ, ഹൈദരാബാദ്, ബാംഗ്ലൂർ വിമാനത്താവളങ്ങൾ പൂട്ടാൻ ഗവൺമെന്റ് തീരുമാനമെടുത്തിട്ടുണ്ട്. ഇത് സഭയിൽ ചർച്ചചെയ്ത വിഷയമാണ്. ഒരു കരാർ ഉണ്ടായിരുന്നു എന്നത് ശരിതന്നെ. പക്ഷേ, പല കരാറുകളും നമ്മൾ പുനഃപരിശോധിച്ചിട്ടില്ലേ. ENRON ഉം ആയുള്ള കരാർ നമ്മൾ പുനഃപരിശോധിച്ചിട്ടുണ്ട്. കാരണം ആ കരാർ രാജ്യതാത്പര്യത്തിന് എതിരായിരുന്നു. അവിടെ പുതിയ വിമാനത്താവളങ്ങൾ വരുന്നതിന് ഞങ്ങൾ എതിരല്ല. പക്ഷേ, ഈ രണ്ട് വിമാനത്താവളങ്ങൾ മതിയായ സൗകര്യങ്ങൾ ഉള്ളവയാണ്. കൂടാതെ രണ്ട് വർഷം മുമ്പ് ഈ രണ്ട് വിമാനത്താവളങ്ങളുടെയും പരിപാലനത്തിനായി സർക്കാർ കോടികൾ ചെലവഴിച്ചു. പൂട്ടാനായിരുന്നുവെങ്കിൽ ഇത്രയും വലിയ തുക എന്തിനായിരുന്നു ചെലവഴിച്ചത്. ഈ തീരുമാനം പുനഃപരിശോധിക്കണം. രണ്ട് വിമാനത്താവളങ്ങളും നിലനിർത്തണം.

LIC ഉദ്യോഗസ്ഥർ ഒരുപാട് ആവശ്യങ്ങൾ മുന്നോട്ട് വെച്ചിട്ടുണ്ട്. അതിൽ പ്രധാനപ്പെട്ടത് LIC യിൽ FDI യും സ്വകാര്യവല്കരണവും നടപ്പിലാക്കുന്നതിനെ കുറിച്ചായിരുന്നു. സാധാരണക്കാരുമായി അടുത്ത

ബന്ധം സൂക്ഷിക്കുന്ന ഒരു പൊതു സ്ഥാപനമാണ് LIC. അതുമാത്രമല്ല LIC നിക്ഷേപങ്ങൾ രാഷ്ട്രനിർമ്മാണത്തിന് ഉപയോഗിക്കുകയും ചെയ്യാം. അതിന്റെ പശ്ചാത്തലത്തിൽ അവരുടെ ആവശ്യങ്ങൾ പരിഗണിക്കണം.

സ്വാതന്ത്ര്യസമര പോരാളികളുടെ വിഷയത്തെക്കുറിച്ച് സംസാരിക്കാൻ തന്നെ എനിക്ക് മടിയാണ്. കാരണം ഇതേ സഭയിൽ പലതവണ ഞാൻ ഈ വിഷയം ഉന്നയിച്ചിട്ടുള്ളതാണ്. പല അംഗങ്ങളും പലതവണ ഈ വിഷയം അവതരിപ്പിച്ചിട്ടുള്ളതാണ്. ബഹുമാനപ്പെട്ട അദ്ധ്യക്ഷൻ ഇതിനെക്കുറിച്ച് വളരെ നല്ല രീതിയിൽ പ്രതികരിച്ചിട്ടുമുള്ളതാണ്. എനിക്ക് ഒരുപാട് വിഷമമുണ്ട് പറയാൻ. കോടികളാണ് നമ്മൾ മറ്റനേകം ആവശ്യങ്ങൾക്കുവേണ്ടി ചെലവാക്കുന്നത്. എന്നാൽ ധീരന്മാരായ സ്വാതന്ത്ര്യ സമര പോരാളികളെ നമ്മൾ മറയ്ക്കുന്നു. ഏതൊക്കെയാണ് സ്വാതന്ത്ര്യസമരത്തിന്റെ പരിധിയിൽ വരികയെന്നത് സർക്കാർ തിരിച്ചറിഞ്ഞിട്ടുള്ളതാണ്. ആ തീരുമാനത്തിന്റെ അടിസ്ഥാനത്തിലാണ് സംസ്ഥാന സർക്കാരുകൾ പരിശോധന കമ്മിറ്റികളെ നിയമിക്കുകയും അർഹരായ ആൾക്കാരെ കണ്ടെത്തുകയും ചെയ്തത്. സംസ്ഥാന പെൻഷൻ കൈപ്പറ്റുന്ന ചിലർക്ക് കേന്ദ്ര പെൻഷനും കിട്ടുന്നു. പക്ഷേ, അർഹരായ ചിലർക്ക് അതും കിട്ടുന്നില്ല. മന്ത്രിമാരുടെ ഓഫീസുകളിലേക്ക് അപേക്ഷകൾ എത്തുമ്പോൾ അവർ ആവശ്യപ്പെടുന്നത് 1939 ലെയും 1941 ലെയും രേഖകളാണ്. അത് ഒരിക്കലും കിട്ടില്ല. അവർ രോഗശയ്യയിലാണ്. അവരുടെ ജീവിതത്തിലെ അവസാന നാളുകളിൽ വളരെ ചെറിയ തുക മതിയാകും അവർക്ക്. സ്വാതന്ത്ര്യത്തിന്റെ 61-ാം വർഷത്തിൽ എത്തി നില്ക്കുമ്പോൾ എങ്കിലും അത് നമുക്ക് ചെയ്തുകൂടേ? പല കാര്യങ്ങളെക്കുറിച്ചും ബജറ്റിൽ നമ്മൾ സംസാരിക്കുന്നു. പക്ഷേ, സ്വാതന്ത്ര്യ സമര സേനാനികളെയും അവരുടെ ബന്ധുക്കളെയും നാം സൗകര്യപൂർവ്വം മറക്കുന്നു. ഈ വിഷയം പരിഗണിക്കണമെന്നും പരിഹരിക്കണമെന്നും ഒരിക്കൽക്കൂടി ഞാൻ അപേക്ഷിക്കുന്നു.

(13.03.2008, പൊതുബജറ്റ് 2008.09)

രാഷ്ട്രീയ പാർട്ടികളെ നികുതിയിൽനിന്നും ഒഴിവാക്കരുത്

സർ,

ബഹുമാനപ്പെട്ട ധനമന്ത്രി 2009–2010 വർഷത്തെ ബജറ്റ് അവതരിപ്പിച്ച് കഴിഞ്ഞു. ബജറ്റിന്റെ ഉപസംഹാരത്തിൽ പരാമർശിച്ച ഇനങ്ങളെ ഒഴിവാക്കി ഏകദേശം 137 ഇനങ്ങളെ അദ്ദേഹം ബജറ്റിൽ ഉൾക്കൊള്ളിച്ചിട്ടുണ്ട്. എല്ലാ മേഖലകളെയും പരിഗണിക്കാൻ അദ്ദേഹം ശ്രമിച്ചിട്ടുണ്ട്. എന്നാൽ ബജറ്റിന്റെ വിശദാംശങ്ങൾ പരിശോധിക്കുവാൻ വേണ്ട വിവരങ്ങൾ കിട്ടാൻ സാമ്പത്തിക സർവ്വേ കൂടി ഉപയോഗിക്കുന്നത് നല്ലതായിരിക്കും. വരുമാനക്കമ്മി 4.8 ശതമാനമായി ഉയർന്നിരിക്കുന്നു. ധനക്കമ്മി 2.5 ശതമാനത്തിൽനിന്നും 6.8 ശതമാനമായി കൂടി. കൂടാതെ വളർച്ചാ നിരക്ക് 9.1 ശതമാനത്തിൽനിന്നും 6.1 ശതമാനമായി കുറഞ്ഞു. GDP വളർച്ചാനിരക്ക് 9 ശതമാനത്തിൽനിന്നും 6.7 ശതമാനമായി കുറഞ്ഞു.

സർ, വ്യവസായ വളർച്ചയിലും 8.5 ശതമാനത്തിൽനിന്നും 6.7 ശതമാനത്തിലേക്കുള്ള ഇടിവാണ് കാണുന്നത്. വൈദ്യുതോല്പാദനം 3.7 ശതമാനമായി കുറഞ്ഞു. കയറ്റുമതി 28.9 ൽ നിന്ന് 3.6 ശതമാനമായി. കാർഷിക മേഖലയിൽ വളർച്ച 4.9 ശതമാനത്തിൽ നിന്ന് 1.9 ശതമാനമായി. ആകെ പുരോഗതി കാണാൻ കഴിയുന്നത് ഖനനത്തിലും പാറ പൊട്ടിക്കലിലുമാണ്. ആഗോള മാന്ദ്യം ആണ് നമ്മുടെ സമ്പദ്ഘടനയിലും പ്രതിഫലിക്കുന്നത്. അതുകൊണ്ട് സർക്കാരിനെ പൂർണ്ണമായും ഞാൻ കുറ്റപ്പെടുത്തുന്നില്ല.

മറ്റ് അംഗങ്ങൾ പറഞ്ഞതുപോലെ നമ്മൾ പ്രതികൂലമായ പണപ്പെരുപ്പത്തെ ആണ് നേരിടുന്നത്. അനിയന്ത്രിതമായ വിലക്കയറ്റം മൂലം ഒരാൾക്കും അവശ്യസാധനങ്ങൾ വാങ്ങാവുന്ന സാഹചര്യം ഇല്ലാതാ

കുന്നു. ഇതിന്റെ അടിസ്ഥാനത്തിൽ ഈ സാഹചര്യമെങ്ങനെ മറികടക്കാം എന്ന് നാം ചിന്തിക്കേണ്ടിയിരിക്കുന്നു.

മൊത്തം GDP യുടെ 2 ശതമാനം മാത്രമാണ് ഗവൺമെന്റ് നിക്ഷേപം. ഇത് വളരെ തുച്ഛമായ തുകയാണ്. കൃഷിയാണ് ഇന്ത്യൻ സമ്പത്ത് വ്യവസ്ഥയുടെ നട്ടെല്ല്. കഴിഞ്ഞവർഷം നമ്മൾ 70,000 കോടിയുടെ നിക്ഷേപം നടത്തിയെങ്കിലും കാർഷിക മേഖലയിൽ പ്രതീക്ഷിച്ച അത്ര മാറ്റം കൊണ്ടുവരാൻ കഴിഞ്ഞില്ല. ഇതിന് ഗവൺമെന്റിന്റെ ഭാഗത്ത് ഒരു തെറ്റും ഞാൻ കാണുന്നില്ല. പക്ഷേ, നിങ്ങൾ തുടർന്നുകൊണ്ടിരിക്കുന്ന ഇറക്കുമതി നയങ്ങളാണ് കർഷകരുടെ ദുരവസ്ഥയ്ക്ക് കാരണം. എന്റെ സംസ്ഥാനത്ത് തേങ്ങ, അടക്ക, കുരുമുളക് മുതലായ വിളകൾക്കൊന്നും ന്യായമായ വില കിട്ടുന്നില്ല. ഒരു തേങ്ങയുടെ വില ഒരു മുട്ടയുടെ വിലയ്ക്ക് തുല്യമാണെന്ന തമാശ ഞങ്ങളുടെ നാട്ടിലുണ്ട്. അഞ്ചുവർഷം മുമ്പ് ഒരുകിലോ അടക്കയുടെ വില 160 രൂപയായിരുന്നു. എന്നാൽ ഇന്നത് വെറും 40 രൂപയാണ്. ആരും ഇത് വാങ്ങാൻ തയ്യാറല്ല. മറ്റ് ചരക്കുകളുടെയും വിലനിലവാരം ഇതു തന്നെയാണ്. ഇതുമായി ബന്ധപ്പെട്ട് സർക്കാർ കൂടുതൽ കാര്യങ്ങൾ കാർഷിക മേഖലയ്ക്കായി ചെയ്തേ തീരു. ബാങ്ക് വായ്പ 2,87,000 കോടിയായിരുന്നത് ഇപ്പോൾ 3,25,000 കോടിയായി ഉയർന്നു. തീർച്ചയായും ഇത് നല്ലൊരു കാര്യമാണ്. പക്ഷേ, പലിശ 7 ശതമാനമാണ്. സ്വാമിനാഥൻ കമ്മിറ്റി റിപ്പോർട്ടിനെക്കുറിച്ച് എന്താണ് പറയാനുള്ളത്? സർക്കാർ 4 ശതമാനം പലിശയ്ക്ക് കൊടുക്കണമെന്ന് സ്വാമിനാഥൻ കമ്മിറ്റി വ്യക്തമാക്കിയതാണ്. കൂടാതെ 4 ൽ 3 കർഷകർക്ക് മാത്രമേ ബാങ്കുകളിലേക്ക് പോകാൻ കഴിയുന്നുള്ളു. അതുകൊണ്ട് ഇത് കാർഷിക മേഖലയ്ക്ക് വലിയ ഉത്തേജനം നല്കുന്നില്ല.

ജലസേചനത്തിൽ കൂടുതൽ നിക്ഷേപം നടത്തുക എന്നതാണ് നിങ്ങൾക്ക് ചെയ്യാവുന്ന മറ്റൊരു കാര്യം. ഇപ്പോൾ നടത്തിയ വർദ്ധനവ് പര്യാപ്തമല്ല. സാമൂഹ്യമേഖലയിലും മറ്റ് പല മേഖലകളിലും കോടിക്കണക്കിന് രൂപയാണ് അനുവദിക്കുന്നത്. ഇത് പര്യാപ്തമാണോ അല്ലയോ എന്ന് നാം പരിശോധിക്കണം.

200 കോടിക്ക് താഴെയാണ് വിദ്യാഭ്യാസാവകാശത്തിന് വേണ്ടിയുള്ളത്. പ്രാഥമിക വിദ്യാഭ്യാസത്തിന്റെ കാര്യത്തിൽ ഇത് ശരിയാണ്. പൊതുവിദ്യാഭ്യാസത്തിന് അല്പം കൂടുതലുണ്ട്. സർക്കാർ ചില സ്കോളർഷിപ്പുകൾ ഈ വർഷം പ്രഖ്യാപിച്ചിട്ടുണ്ട്. പക്ഷേ, എണ്ണത്തിലോ, അളവിലോ മാറ്റം വരുത്തിയിട്ടില്ല. ഉച്ചഭക്ഷണ പദ്ധതിയും സർക്കാർ പ്രഖ്യാപിച്ചിട്ടുണ്ട്. ഉയർന്ന ക്ലാസുകളിലേക്കും ഈ പദ്ധതി നീട്ടാൻ പോകുകയാണെന്ന് അന്ന് തന്നെ ധനകാര്യമന്ത്രി സഭയ്ക്ക് ഉറപ്പ് നല്കിയതാണ്. പക്ഷേ, ഇത് താഴ്ന്ന ക്ലാസുകളിലായി മാത്രം ചുരുങ്ങി. പല സംസ്ഥാനങ്ങളിലും ഉയർന്ന ക്ലാസുകളിലേക്കും അതിന് മേലേക്കും നടപ്പിലാക്കി കഴിഞ്ഞു.

ഈ സഭ അംഗീകരിച്ച അസംഘടിത തൊഴിലാളി നിയമം വളരെ

മഹത്തരമാണ്. പക്ഷേ, ഇതിനുവേണ്ടി അനുവദിച്ച നൂറുകോടി തുച്ഛമായ തുകയാണ്. കാരണം ലക്ഷക്കണക്കിന് പേരാണ് അസംഘടിത മേഖലയിൽ തൊഴിൽ ചെയ്യുന്നത്. അവർക്ക് കൃത്യമായ സഹായം കിട്ടണമെങ്കിൽ നിലവിലെ വിഹിതം പര്യാപ്തമല്ല.

ഭക്ഷ്യസുരക്ഷാനിയമം ജനങ്ങളുടെ ആവശ്യമാണ്. അതിനെ ഞാൻ അംഗീകരിക്കുന്നു. പക്ഷേ, അതിനുള്ള ബജറ്റ് നിർദ്ദേശം വിഷമമുണ്ടാക്കുന്നതാണ്. ധാരാളം സംസ്ഥാനങ്ങൾ കിലോയ്ക്ക് 2 രൂപ നിരക്കിൽ 35 കിലോ അരി കൊടുക്കുമ്പോൾ 3 രൂപ നിരക്കിൽ 25 കിലോ അരി കൊടുക്കാനാണ് കേന്ദ്രം തീരുമാനിച്ചത്. അളവ് കുറയുകയും ചെയ്തു. വില കൂട്ടുകയും ചെയ്തു. ഇത് സാധാരണക്കാർക്ക് ആശ്വാസമാകുമെന്ന് എങ്ങനെ നിങ്ങൾക്ക് പറയാനാകും? ഇത് സാധാരണക്കാരന്റെ ബജറ്റല്ല.

ചില സംസ്ഥാനങ്ങൾ ചെയ്തത് വെച്ച് നോക്കുമ്പോൾ നിങ്ങൾ ചെയ്തത് വളരെ കുറവാണ്. ന്യൂനപക്ഷങ്ങൾക്കും, സ്വയംസഹായക സംഘങ്ങൾക്കും ഭാരത് നിർമ്മാണത്തിനും വേണ്ടി ചില പദ്ധതികൾ ബജറ്റിൽ ഉൾപ്പെടുത്തിയതിന് അഭിനന്ദനങ്ങൾ. പക്ഷേ, അതേ സമയം NREG പദ്ധതിയിൽ ചില മാറ്റങ്ങൾ വരുത്തണം. ശരിക്കും ഇതൊരു നല്ല പദ്ധതിയാണ്. പക്ഷേ, ഗ്രാമപ്രദേശങ്ങളെ സംബന്ധിച്ചിടത്തോളം ഇത് നടപ്പിലാക്കണമെങ്കിൽ ചില മാറ്റങ്ങൾ വരുത്തേണ്ടതുണ്ട്.

സർക്കാരിനെ സംബന്ധിച്ചിടത്തോളം രണ്ടാമത്തെ പ്രധാന ഉത്തരവാദിത്വം വിഭവസമാഹരണമാണ്. കോർപ്പറേറ്റ് നികുതിയിൽ മാറ്റം വരുത്താത്തത് തികച്ചും സ്വാഗതാർഹമായ കാര്യമാണ്. അധികവരുമാന നികുതി, ചരക്ക് കൈമാറ്റ നികുതി, സമ്മാന നികുതി എന്നിവ ഒഴിവാക്കിയിട്ടുണ്ട്. എനിക്ക് തോന്നുന്നത് സർക്കാരിന് സമ്പന്നരായ ആൾക്കാരെ തൊടാൻ താത്പര്യമില്ല എന്നാണ്. 2007 ൽ നമ്മുടെ രാജ്യത്തെ കോടീശ്വരന്മാരുടെ എണ്ണം വെറും 25 ആയിരുന്നു. 2008 ൽ അത് 52 ആയി. അവർക്ക് നികുതി അടയ്ക്കാനുള്ള കഴിവുണ്ട്. അതുകൊണ്ട് അവരുടെ മേൽ നികുതി കൂട്ടുകയാണ് വേണ്ടത്.

ബഹുമാന്യരായ മറ്റംഗങ്ങൾ സൂചിപ്പിച്ചതുപോലെ പോഷകാഹാരക്കുറവുള്ള സ്ത്രീകളുടെ എണ്ണം 58 ശതമാനമായി ഉയർന്നു. കൂടാതെ ഭാരക്കുറവുള്ള കുട്ടികളും 40 ഓ 48 ഓ ശതമാനമായി ഉയർന്നു. നമുക്ക് പണമാണ് ആവശ്യം. നികുതി കൊടുക്കാൻ കഴിവുള്ളവരെക്കൊണ്ട് പരമാവധി അടപ്പിക്കുക. പക്ഷേ, സർക്കാർ അതിന് തയ്യാറല്ല. അതുകൊണ്ട് സർക്കാരിന്റെ വിഭവസമാഹരണം പൂർണ്ണമായും ആശ്രയിച്ചിരിക്കുന്നത് ഓഹരി വിറ്റഴിക്കലിനെയും, പി പി പിയെയും ആണ്.

PSU ന്റെ 51 ശതമാനം ഓഹരികൾ സർക്കാരിന്റെ കൈവശം വെക്കുമെന്നാണ് സഭയിൽ പറയുന്നത്. എനിക്ക് മനസ്സിലാകാത്ത കാര്യം, നിങ്ങൾക്കെന്ത് അധികാരമാണ് ബാക്കി 49 ശതമാനം ഓഹരികൾ സ്വകാര്യ വ്യക്തികൾക്ക് വില്ക്കാൻ. നിങ്ങൾ അതൊക്കെ വ്യക്തികൾക്ക്

വില്ക്കുമെന്നാണ് പറഞ്ഞത്. പക്ഷേ, ഒരു സാധാരണ വ്യക്തി ഓഹരി വാങ്ങാൻ വരികയോ, എന്തെങ്കിലും വിധത്തിൽ മുതൽക്കൂട്ടാകാനോ പോകുന്നില്ല. PSU കൾ ജനങ്ങളുടെ സമ്പത്താണ്. ഈ രാജ്യത്തിന്റെ സമ്പത്താണ്. ഇൻഷുറൻസ് നിയമം, ബാങ്കിങ് നിയന്ത്രണ (ഭേദഗതി) നിയമം ഒക്കെ നിങ്ങൾ കൊണ്ടുവന്നതാണ്. ഇപ്പോൾ നിങ്ങൾ സംസാരിക്കുന്നത് റെയിൽവേയെക്കുറിച്ചും, പ്രതിരോധത്തെപ്പറ്റിയും കൽക്കരിയെക്കുറിച്ചുമാണ്. ഈ പറഞ്ഞ എല്ലാ പൊതുമേഖലാ ഓഹരികളും നിങ്ങൾ സ്വകാര്യ വ്യക്തികൾക്ക് കൊടുക്കാൻ പോകുന്നു. വളരെ അപകടം നിറഞ്ഞ ഒരു നടപടിയാണിത്.

മറ്റു വിഭാഗത്തിന് നികുതി ഇളവ് പോലുള്ള ഉത്തേജനം നിങ്ങൾ നല്കുന്നുണ്ട്. കഴിഞ്ഞ വർഷം മാത്രം 4.1 ലക്ഷം കോടിയാണ് സ്വകാര്യ മേഖലയ്ക്ക് കൊടുത്തത്. നികുതി ഒഴിവാക്കുന്നതിന്റെ ഒരു രൂപമാണിത്. ഇതേ ഇളവും ഉത്തേജനവും അടുത്ത വർഷവും നിങ്ങൾ കൊടുക്കാൻ പോകുകയാണ്. അതായത് രണ്ട് വർഷംകൊണ്ട് 8.2 ലക്ഷം കോടിയുടെ ഇളവ്. എനിക്ക് തോന്നുന്നത് എന്താണെന്ന് വെച്ചാൽ, ഈ പണം ഉപയോഗിച്ചാൽ സർക്കാരിന്റെ സാമ്പത്തിക പ്രശ്നങ്ങളെല്ലാം പരിഹരിക്കാൻ പറ്റുമെന്നാണ്.

വലിയ കമ്പനികളുടെ നികുതിയടവിന്റെ കാര്യമെടുത്താൽ വളരെ കുറച്ച് കമ്പനികളെ നികുതി അടയ്ക്കുന്നുള്ളൂ എന്നാണ് എനിക്ക് തോന്നുന്നത്. മറ്റുള്ള എല്ലാ കമ്പനികളും പേര് പറയേണ്ട ആവശ്യമില്ല. നല്കുന്നത് വളരെ കുറഞ്ഞ നികുതിയാണ്. കഴിഞ്ഞ ലോക്സഭാകാലത്ത് 2G സ്പെക്ട്രം വില്പനയുമായി ബന്ധപ്പെട്ട അഴിമതി വിവാദവും നമ്മൾ കണ്ടു. ഇപ്പോഴിതാ സർക്കാർ 3G സ്പെക്ട്രം 35,000 കോടിക്ക് വില്ക്കാൻ പോകുന്നു. സർക്കാർ മുതലുകൾ വില്ക്കുക എന്നുള്ളത് ദൈനംദിന വ്യവഹാരം ആയി മാറി. ഇതൊരിക്കലും നമുക്ക് പിന്തുടരാവുന്ന നല്ല സാമ്പത്തിക നയം അല്ല. ഇതു കാണിക്കുന്നത് 6.1 ശതമാനത്തിന്റെ ധനക്കമ്മി പൊതുമുതലുകൾ വിറ്റ് നികത്താനുള്ള സർക്കാരിന്റെ പ്രഖ്യാപിത തീരുമാനമാണ്. ഒരിക്കലും ഇത് നല്ല സാമ്പത്തിക നയം അല്ല. വായ്പ അടച്ചു തീർക്കാൻ സ്വന്തം കൃഷിഭൂമി വിൽക്കുന്ന കർഷകനെ പോലെയാണിത്. അതിന്റെ ഫലമോ ആ കർഷകന്റെയും കുടുംബത്തിന്റെയും പൂർണ്ണ തകർച്ചയും. സർക്കാരും ഇതേ പ്രശ്നം അഭിമുഖീകരിക്കാൻ പോവുകയാണ്.

രാഷ്ട്രീയപാർട്ടികൾക്ക് കിട്ടുന്ന സംഭാവനകൾക്ക് മേൽ നികുതിയിളവ് നടപ്പാക്കാനുള്ള ബജറ്റിലെ നിർദ്ദേശം അത്യന്തം അപകടകരമായ നീക്കമാണ്. കോടീശ്വരന്മാർക്ക് സർക്കാരിനെ സ്വാധീനിക്കാനുള്ള ശക്തി ഇതിലൂടെ കിട്ടും. കോടീശ്വരന്മാരുടെ കൈയിൽ നിന്ന് സംഭാവനകളും പാരിതോഷികങ്ങളും വാങ്ങുന്ന രാഷ്ട്രീയ പാർട്ടി അധികാരത്തിൽ വരുമ്പോൾ സംസാരിക്കുന്നത് അവർക്ക് വേണ്ടി മാത്രമാവും.

അതുകൊണ്ട്, രാഷ്ട്രീയ പാർട്ടികളുടെ ധനസമാഹരണവുമായി

ബന്ധപ്പെട്ട് ശക്തമായ നിർദ്ദേശങ്ങൾ സർക്കാരും തിരഞ്ഞെടുപ്പ് കമ്മീഷനും കൂടി രൂപീകരിക്കണം. രാഷ്ട്രീയപ്രവർത്തനം സുതാര്യമായിരിക്കണം.

കർഷകർക്ക് വളപ്രയോഗത്തിന് ധനസഹായം നല്കുന്നതുമായി ബന്ധപ്പെട്ട് സർക്കാർ പറഞ്ഞത് വ്യക്തമല്ല. ധനസഹായം കർഷകർക്ക് നേരിട്ട് നല്കണമെന്നാണ് സർക്കാർ പറഞ്ഞത്. പക്ഷേ, അതെങ്ങനെ സാധിക്കും? കർഷകർക്ക് വളം പരമാവധി കുറഞ്ഞ, താങ്ങാനാവുന്ന വിലയിൽ കിട്ടണം. കർഷകർക്ക് എങ്ങനെ പണം കൊടുക്കാൻ കഴിയും? ആരൊക്കെയാണ് കർഷകർ? നിങ്ങൾ അവരെ എങ്ങനെ തിരിച്ചറിയും? അതുകൊണ്ട് ഇക്കാര്യങ്ങളിൽ ഒരു വ്യക്തത വേണം. ക്രൂഡോയിൽ വില നിർണ്ണയ അധികാരവും വിദഗ്ദ്ധകമ്മിറ്റിക്ക് കൊടുത്ത് കഴിഞ്ഞു. മുമ്പ് പാർലമെന്റ് സമ്മേളനങ്ങളിലായിരുന്നു പെട്രോളിന്റെയും ഡീസലിന്റെയും വില തീരുമാനിച്ചിരുന്നത്. അതിന് കൃത്യമായ സഭാനടപടികൾ ഉണ്ടായിരുന്നു. നമ്മൾ അത് വിശദമായി ചർച്ച ചെയ്ത വിഷയമായതുകൊണ്ട് വിശദാംശങ്ങളിലേക്ക് ഞാൻ കടക്കുന്നില്ല.

വളരെ വിഷമത്തോടുകൂടി പറയട്ടെ, കേരളത്തെ പൂർണ്ണമായും അവഗണിച്ച ബജറ്റാണിത്. വിദ്യാഭ്യാസത്തിലും, സാക്ഷരതയിലും സംസ്ഥാനം മുന്നിലാണെങ്കിലും IIT എന്ന ദീർഘകാലത്തെ ആവശ്യം അനുവദിക്കപ്പെട്ടിട്ടില്ല. കൂടുതൽ IIT കൾ നിർമ്മിക്കാൻ തീരുമാനിച്ചാൽ അതിലൊന്ന് കേരളത്തിലായിരിക്കുമെന്ന് ബഹുമാനപ്പെട്ട പ്രധാനമന്ത്രി സഭയ്ക്ക് അകത്തും പുറത്തുമായി പല അവസരങ്ങളിലും വാഗ്ദാനം നടത്തിയിരുന്നു. പക്ഷേ, അതിതുവരെ യാഥാർത്ഥ്യമായിട്ടില്ല. ഈ അപേക്ഷ പരിഗണിക്കണമെന്ന് സർക്കാരിനോട് അപേക്ഷിക്കുന്നു.

അതേപോലെ വ്യവസായ വികസനത്തിന് അത്യന്താപേക്ഷിതമാണ് കൊച്ചി മെട്രോയുടെ നിർമ്മാണം. മുംബൈയുമായി വളരെ അടുത്ത ബന്ധമുള്ള ഒരു വ്യാവസായിക കേന്ദ്രമാണ് കൊച്ചി. പക്ഷേ, കൊച്ചി മെട്രോയെക്കുറിച്ച് പരാമർശിക്കുകയോ പണം അനുവദിക്കുകയോ ചെയ്തിട്ടില്ല.

നിങ്ങൾക്കറിയാവുന്നത് പോലെ ആഗോളമാന്ദ്യം കാരണം കേരളത്തിലെ പരമ്പരാഗത വ്യവസായങ്ങളായ കയർ, കശുവണ്ടി, കൈത്തറി, ബീഡി മുതലായവ വൻ പ്രതിസന്ധിയെ നേരിടുകയാണ്. വലിയ വിഭാഗം ജനങ്ങളുടെ ആശ്രയമാണ് ഈ മേഖലകൾ. അതുമായി ബന്ധപ്പെട്ട് ഒരു പദ്ധതിയും ഈ ബജറ്റിൽ ഉൾപ്പെടുത്തിയിട്ടില്ല.

സർ, എല്ലാ വർഷവും കുറഞ്ഞത് 9 ബില്യൺ ഡോളർ ഇന്ത്യാഗവൺമെന്റിന് നേടിക്കൊടുക്കുന്നത് പ്രവാസികളാണ്. അതിൽ തന്നെ 80 മുതൽ 85 ശതമാനം വരെ സംഭാവന ചെയ്യുന്നത് കേരളീയരാണ്. നിർഭാഗ്യവശാൽ ആഗോളമാന്ദ്യത്തിന്റെ ഫലമായി ഒരുപാട് പ്രവാസികൾ ജോലി നഷ്ടപ്പെട്ട് തിരിച്ച് വരികയാണ്. അവരെ സഹായിക്കാനുള്ള ഒരു പദ്ധതിയും പ്രഖ്യാപിക്കപ്പെട്ടിട്ടില്ല. ജോലി നഷ്ടപ്പെട്ട് തിരിച്ച്

വരുന്ന പ്രവാസികളുടെ പുനരധിവാസത്തിനായി കേരളസർക്കാർ ബൃഹത്തായ ഒരു പദ്ധതി ആവിഷ്കരിച്ചിട്ടുണ്ട്. സർക്കാർ ഇക്കാര്യത്തിൽ വേണ്ട ശ്രദ്ധ കൊടുത്ത് അതുപോലുള്ള പുനരധിവാസ പദ്ധതികൾ നടപ്പിലാക്കണമെന്നാണ് എനിക്ക് പറയാനുള്ളത്. നമ്മുടെ രാജ്യത്തിന് അവർ ഒരുപാട് വിദേശപണം നേടിത്തന്നിട്ടുണ്ട്.

സംസ്ഥാന സർക്കാരുകളെ അടിസ്ഥാന സൗകര്യ വികസനത്തിനും, സാമൂഹ്യ മേഖലയുടെ ഉന്നമനത്തിനും സഹായിക്കുന്ന കേന്ദ്രാവിഷ്കൃത പദ്ധതികളെ ഞാൻ സ്വാഗതം ചെയ്യുന്നു. സംസ്ഥാനങ്ങൾ തമ്മിലുള്ള ഭൂമിശാസ്ത്രപരമായതും, സാമൂഹ്യപരമായതും, വിദ്യാഭ്യാസപരമായതുമായ വ്യത്യാസങ്ങളെ കണക്കിലെടുത്തുകൊണ്ട് ഈ പദ്ധതികൾ നടപ്പാക്കുന്നതിലെ സങ്കീർണ്ണത ഒഴിവാക്കണം.

സർ, കേരളത്തിൽ നല്ലൊരു മെഡിക്കൽ സംവിധാനമുണ്ട്. അതേസമയം കാൻസർ, HIV, ചിക്കുൻ ഗുനിയ പോലുള്ള രോഗങ്ങൾ പടരുകയാണ്. അതുകൊണ്ട് ആരോഗ്യ മേഖലയിൽ കേരള സർക്കാരിന് കൂടുതൽ സഹായം ആവശ്യമാണ്.

സർ, ക്രമസമാധാനം ഒരു സംസ്ഥാന വിഷയമാണ്. എന്നാലും മുംബൈ ഭീകരാക്രമണത്തിന്റെ പശ്ചാത്തലത്തിൽ തീവ്രവാദം രാജ്യം മുഴുവൻ പടരുന്നത് തിരിച്ചറിയണം. ഈ സാഹചര്യത്തിൽ പൊലീസ് സേനയെ മുഴുവനായി ആധുനികവല്ക്കരിക്കേണ്ടത് അത്യാവശ്യമാണ്. (തടസ്സങ്ങൾ) പുതിയ ആയുധങ്ങളും സാമഗ്രികളും കൊണ്ടുവരണം. സർ ഇത്രയും പറഞ്ഞുകൊണ്ട് ഞാൻ നിർത്തുന്നു.

(9.07.2009, പൊതുബജറ്റ് 2009.2010)

ഉല്പന്നങ്ങൾക്ക് മികച്ച വില ഉറപ്പാക്കി കർഷകരെ സഹായിക്കുക

ചെയർമാൻ സർ, 2010–11 വർഷത്തെ ബജറ്റ് ബഹുമാനപ്പെട്ട ധനമന്ത്രി സഭയിൽ അവതരിപ്പിച്ചുകഴിഞ്ഞു. കഴിഞ്ഞവർഷം ബജറ്റിൽ ഉൾപ്പെടുത്തിയത് 152 ഓളം ഇനങ്ങളായിരുന്നെങ്കിൽ ഇത്തവണ അത് ഏകദേശം 189 ഇനങ്ങളാണ്. അതുകൊണ്ട് നമ്മൾ ചർച്ച ചെയ്തുകൊണ്ടിരിക്കുന്ന ഏകദേശം എല്ലാ പ്രശ്നങ്ങളും ധനമന്ത്രി ബജറ്റിൽ ഉൾപ്പെടുത്തിയിട്ടുണ്ട് എന്ന് എനിക്ക് തോന്നുന്നു.

ധനക്കമ്മി ഉള്ളതുകൊണ്ടു മാത്രം ഒരു ബജറ്റ് മോശമാണെന്നോ മിച്ച ബജറ്റ് ആയതുകൊണ്ട് മാത്രം അത് നല്ല ബജറ്റാകണമെന്നോ ഞാൻ പറയില്ല. ബഹുമാനപ്പെട്ട ധനമന്ത്രി അദ്ദേഹത്തിന്റെ പ്രസംഗത്തിനിടയിൽ പറഞ്ഞത് 'ആസ്തികളുടെയും ബാദ്ധ്യതകളുടെയും വെറുമൊരു പ്രസ്താവന മാത്രമല്ല ഈ ബജറ്റ്. ഇത് അതിനുമപ്പുറം ചിലതൊക്കെയാണ്. ഒരു കാഴ്ചപ്പാട് ഉണ്ടാകണം എന്നത് അദ്ദേഹം ഊന്നിപ്പറഞ്ഞു. ഞാൻ പൂർണ്ണമായും അദ്ദേഹത്തോട് യോജിക്കുന്നു. ഈ അവസരത്തിൽ ഈ ബജറ്റിന്റെ വീക്ഷണം എന്താണെന്നും ആർക്ക് വേണ്ടിയാണ് ഈ വീക്ഷണം രൂപപ്പെടുത്തിയതെന്നും വിശകലനം ചെയ്യാൻ ഞാൻ ആഗ്രഹിക്കുന്നു.

കഴിഞ്ഞകാലത്ത് ആഗോളമാന്ദ്യം നമ്മൾ അനുഭവിച്ചതാണ്. ഈ പശ്ചാത്തലത്തിൽ നമ്മൾ ബജറ്റ് വിശകലനം നടത്തിയതുമാണ്. അന്ന് 80,000 കോടിയുടെ നികുതിയിളവ് പണക്കാർക്ക് കൊടുത്തിട്ടുണ്ടായിരുന്നു. ഉത്തേജന പാക്കേജ് എന്ന രൂപത്തിലായിരുന്നു അത്രയും വലിയ ഇളവ് കൊടുത്തത്. ഇത് സമ്പദ്ഘടനയ്ക്ക് ഉണർവ്വ് നല്കും എന്നായിരുന്നു അന്ന് പറഞ്ഞത്.

വരുമാന നികുതിയടക്കം ഇളവുകൾ കൊടുത്തതിലൂടെ സർക്കാരിന്

26,000 കോടിയുടെ നഷ്ടം ഉണ്ടെന്ന് ധനകാര്യമന്ത്രി ബജറ്റിൽ പറയുന്നു. ഇതൊരു ചിത്രം. ഒരു വശത്ത് കഴിഞ്ഞകാലത്ത് പണക്കാർക്ക് കൊടുത്ത 80,000 കോടിയുടെ ഇളവ്. ധനകാര്യമന്ത്രി പറയുന്നു. ഇപ്പോൾ ഒരു പുനഃലാഭം ഉണ്ടെന്നും അതേസമയം ഇത്തവണ വീണ്ടും 26,000 കോടിയുടെ ഇളവ് കൊടുത്തിട്ടുണ്ട് എന്നുമാണ്. മറ്റൊരു ഭാഗത്ത്, പെട്രോളിയേതര സാധനങ്ങളുടെ എക്സൈസ് നികുതി 8 ശതമാനത്തിൽനിന്നും 10 ശതമാനമാക്കി തിരിച്ചു കൊണ്ടുവന്നു. കൂടാതെ പെട്രോളിയം ഉല്പന്നങ്ങൾക്ക് 7.5 ശതമാനവും ബജറ്റ് അവതരണത്തിന് ഒരു ദിവസം മുമ്പ് ഇതേ സഭയിൽ ഒരു ദിവസം മുഴുവൻ ചർച്ച ചെയ്ത വിഷയമാണ് വിലക്കയറ്റം. എനിക്ക് തോന്നുന്നു ട്രഷറി ബെഞ്ച് അംഗങ്ങൾ ഉൾപ്പെടെ എല്ലാ അംഗങ്ങളും വിലക്കയറ്റത്തിന്റെ ഗൗരവം ഊന്നിപ്പറഞ്ഞതാണ്. തൊട്ടടുത്ത ദിവസം ബഹുമാനപ്പെട്ട ധനകാര്യമന്ത്രി പൊതു ബജറ്റ് അവതരിപ്പിച്ചു. പെട്രോളിനെ സംബന്ധിച്ച് ധനകാര്യമന്ത്രി എടുത്ത ഈ പിന്തിരിപ്പൻ നടപടിയിൽ ട്രഷറി ബഞ്ച് അംഗങ്ങൾ പോലും ഞെട്ടിയിട്ടുണ്ടാകും എന്ന കാര്യത്തിൽ എനിക്ക് സംശയമില്ല. ഇതാണ് നമ്മൾ കാണുന്ന രണ്ട് കാഴ്ചകൾ.

പ്രത്യക്ഷനികുതി കുറയുകയും, പരോക്ഷനികുതി കൂടുകയും ചെയ്യുന്നു. ഈ ബജറ്റ് പാവപ്പെട്ടവർക്ക് വേണ്ടിയാണെന്ന് പറയുമ്പോൾ തന്നെ, ശരിക്കും ഇതിന്റെ ഗുണഭോക്താക്കൾ ആരാണെന്ന് അറിയാൻ ബജറ്റിന്റെ വിശദാംശങ്ങൾ നോക്കുന്നത് നല്ലതായിരിക്കും. 6.7 ശതമാനത്തിൽനിന്നും 7.2 ശതമാനത്തിന്റെ വളർച്ചാനിരക്കുണ്ടെന്ന് ബജറ്റിൽ പറയുന്നു. കൂടാതെ ഒരു പണപ്പെരുപ്പ വിരുദ്ധ പ്രവണത രാജ്യത്തുണ്ടെന്നും. ഇത് സർക്കാരിന്റെ ഭാഗത്ത് നിന്നുമുള്ള വാദമാണ്. വളരുന്ന ഒരു സമ്പദ്ഘടനയുടെ സാമ്പത്തിക ഘടകങ്ങൾ എങ്കിൽ എന്തുകൊണ്ട് ഈ സൂചനകൾ പാവപ്പെട്ടവർക്ക് ഉപകാരപ്പെടുന്ന പോലെ മാറ്റിയെടുക്കാൻ സർക്കാരിന് കഴിയുന്നില്ല? ഈ ഘടകങ്ങൾ വില കുറയ്ക്കാനും പാവപ്പെട്ടവർക്ക് ഉപകാരപ്രദമാവുംവിധവും രൂപപ്പെടുത്തണം.

സർക്കാർ പറയുന്നു. ഇവിടെ മികച്ച സാമ്പത്തികാവസ്ഥയാണ് ഉള്ളതെന്ന്. പക്ഷേ, അതൊന്നും സാധാരണക്കാരുടെ ജീവിതത്തിൽ കാണാൻ നമുക്ക് കഴിയുന്നില്ല. നമുക്ക് ഒരു ശക്തമായ സാമ്പത്തിക അടിത്തറ വേണമെന്ന് ബഹുമാനപ്പെട്ട ധനകാര്യമന്ത്രിയും മറ്റുള്ളവരും പറയുകയുണ്ടായി. ഞാൻ പൂർണ്ണമായും യോജിക്കുന്നു. പക്ഷേ, അതിന് കൊടുക്കേണ്ട വിലയെന്താണ്? സാധാരണക്കാർ കഷ്ടതകൾ അനുഭവിക്കുക എന്നതാണോ അതിന്റെ വില? പാവപ്പെട്ടവരുടെ മേൽ അടിച്ചേല്പിക്കുന്ന പുതിയ നികുതികൾ അടിച്ചേല്പിച്ചിട്ടാണോ അതുണ്ടാക്കാൻ പോകുന്നത്? പണക്കാർക്ക് നികുതിയിളവ് ചെയ്തിട്ട് വേണോ അത്? കാഴ്ചപ്പാട് വളരെ വ്യക്തമാണ്. ഈ ബജറ്റ് പാവപ്പെട്ടവർക്ക് വേണ്ടിയുള്ളതല്ല.

വളർച്ചാനിരക്ക് 7.22 ശതമാനത്തിൽ നിന്ന് 6.7 ശതമാനമായി കുറഞ്ഞു. എന്നിട്ടും സർക്കാർ പറയുന്നു രാജ്യത്ത് മികച്ച സാമ്പത്തികാവസ്ഥയാണുള്ളതെന്ന്. ശരാശരി പണപ്പെരുപ്പം 9.12 ൽനിന്നും 11.1 ശതമാനമായി ഉയർന്നു. കയറ്റുമതി വളർച്ച പിറകോട്ടാണ്. അതായത് 13.62 ൽ നിന്നും മൈനസ് 20.3 ശതമാനമായി. ഇറക്കുമതി വളർച്ച 27.2 ശതമാനത്തിൽനിന്നും 20.6 ശതമാനമായി കുറഞ്ഞു. നിലവിലെ ബാങ്ക് നീക്കിയിരിപ്പ് മൈനസ് 3.42 ൽനിന്നും മൈനസ് 3.3 ശതമാനമായി കുറഞ്ഞു. ആകെ ഉല്പാദന വളർച്ചയുള്ളത് ഖനനത്തിലും, പാറപൊട്ടിക്കലിലും അതുപോലുള്ള മേഖലകളിലും മാത്രമാണ്.

ഞെട്ടിക്കുന്നതാണ് കാർഷിക രാജ്യമായ ഇന്ത്യയിലെ കൃഷിയുടെ അവസ്ഥ. കാർഷികോല്പാദനം 1.62 ശതമാനത്തിൽനിന്നും മൈനസ് 0.2 ശതമാനമായി കുറഞ്ഞു. അതാണ് കാർഷിക മേഖലയുടെ അവസ്ഥ. 70,000 കോടിയുടെ സഹായം വായ്പ എഴുതിത്തള്ളിയതിലൂടെ കർഷകർക്ക് നമ്മൾ കൊടുത്തതാണ്. എന്നിട്ടുപോലും കൃഷിയിൽ കാതലായ ഒരു മാറ്റവും സംഭവിച്ചിട്ടില്ല. ഇതെന്തുകൊണ്ടാണ് സംഭവിച്ചതെന്ന് അതിന്റെ വിശദാംശങ്ങൾ സർക്കാർ പരിശോധിച്ചിട്ടുണ്ടോ എന്നെനിക്കറിയണം. 70,000 കോടി ചെലവഴിച്ചിട്ടും ഉല്പാദനത്തിൽ വർദ്ധനവില്ല.

ഇവിടെ സർക്കാർ മനസ്സിലാക്കേണ്ട ഒരു കാര്യം, വായ്പയുടെയോ, സഹായധനങ്ങളുടെയോ രൂപത്തിലുള്ള ഒറ്റത്തവണ തീർപ്പാക്കൽ പദ്ധതികളല്ല കർഷകർക്ക് ആവശ്യം. മറിച്ച് കാർഷികോല്പന്നങ്ങൾക്ക് മികച്ച വിലയാണ് ആവശ്യം. ട്രഷറി ബെഞ്ചിന്റെ ഭാഗത്തുനിന്ന് മിസ്റ്റർ റാവു പറഞ്ഞത് ഞാൻ ശ്രദ്ധിച്ചു. അദ്ദേഹത്തിനറിയാം കേരളത്തിലും, കർണ്ണാടകയിലും അടയ്ക്കയ്ക്ക് കിട്ടുന്ന വില. മൂന്നു വർഷം മുമ്പ് 160 രൂപയായിരുന്നു ഒരു കിലോയുടെ വില. ഇപ്പോൾ 40 ഓ, 50 ഓ ആണ്. കുരുമുളക് ക്വിന്റലിന് 21,000 രൂപയായിരുന്നു മൂന്നു വർഷം മുമ്പ്. എന്നാൽ ഇപ്പോൾ 7,000, 8,000 രൂപ മാത്രം. റബ്ബറൊഴിച്ച് എല്ലാ കാർഷിക ഉല്പന്നങ്ങളുടെയും, ധാന്യവിളകളുടെയും വിലയിടിഞ്ഞു. ഒരുഭാഗത്ത് വില കുറയുന്നു. മറുഭാഗത്ത് കാർഷിക മേഖലയിലെ കർഷകരുടെ നിക്ഷേപച്ചെലവ് കൂടുന്നു. വിത്തുകൾ, വളങ്ങൾ പോലുള്ള എല്ലാ സാധനങ്ങൾക്കും വില കൂടുകയാണ്. അതേപോലെ സാമൂഹിക മേഖലയിൽ ഗതാഗതം, ചികിത്സാച്ചെലവുകൾ തുടങ്ങിയവ ഉയർന്നിട്ടുണ്ട്. അതുകൊണ്ട് അത്യന്തം വിഷമകരമായ സാഹചര്യത്തിലാണ് സാധാരണക്കാരന്റെ ജീവിതം.

ബാങ്ക് നിക്ഷേപം മൂന്നോ, രണ്ടോ മടങ്ങായി വർദ്ധിച്ചിരിക്കുന്നു. പക്ഷേ, ആരെയാണ് ഇത് ബാധിക്കുന്നത്? ആർക്കാണ് ഉപകാരം? ഒരു സാധാരണ കർഷകന് 10 ഓ, 25 ഓ കോടി കടം എടുക്കാൻ കഴിയുമോ? തീർച്ചയായും ബാങ്കുകൾ ചിലപ്പോൾ കൊടുത്തേക്കാം. പക്ഷേ, കർഷകരെ സംബന്ധിച്ചിടത്തോളം വേതനമോ, മികച്ച വിലയോ കിട്ടണം.

സർക്കാർ ഈ വിഷയത്തിൽ പൂർണ്ണ പരാജയമാണ്. വിലക്കയറ്റവുമായി ബന്ധപ്പെട്ട് സർക്കാർ ചില നടപടികൾ സ്വീകരിക്കുന്നുണ്ട് എന്നത് സത്യമാണ്. ഞാൻ സമ്മതിക്കുന്നു. പക്ഷേ, അവരുടെ അഭിപ്രായത്തിൽ ഇത് ആഗോള പ്രതിഭാസമാണ്. കൂടാതെ ഇത് സംസ്ഥാന സർക്കാരുകളുടെ ഉത്തരവാദിത്വവുമാണ്. അതിനോട് യോജിക്കാൻ ഞങ്ങൾക്കാവില്ല.

നാലു വിഷയങ്ങളാണ് പ്രധാനമായും ഞങ്ങൾ ഉന്നയിച്ചത്. ഒന്ന്, കോൺഗ്രസ് നേതാവായ നെഹ്റുവിന്റെ കാലം തൊട്ട് സംഭരണ നയം പൂർണ്ണമായും FCI യെയോ, സർക്കാരിനെയോ ആശ്രയിക്കുന്നതായിരുന്നു. നിങ്ങൾ അത് മാറ്റി മറിച്ചു. നിങ്ങളത് സ്വകാര്യ കക്ഷികൾക്ക് കൊടുത്തു. തീർച്ചയായും സ്വകാര്യ പങ്കാളിത്തം ആവശ്യമാണ്. പക്ഷേ, ഇവിടെ അവർ വിപണിയിലിടപെടും. കർഷകരുടെ അടുത്തേക്ക് അവർ നേരിട്ട് പോകും. അവർ ഒരുപക്ഷേ താരതമ്യേന മികച്ച വിലകൊടുത്ത് അവരുടെ സംഭരണശാലകൾ നിറയ്ക്കും. തീർച്ചയായും വില കുറച്ച് ഭക്ഷ്യധാന്യങ്ങൾ വില്ക്കുകയല്ല അവരുടെ ലക്ഷ്യം. പരമാവധി ലാഭം എന്നതാണ് അവരുടെ ലക്ഷ്യം.

ഡൽഹിയിലോ, കൊൽക്കത്തയിലോ, മുംബൈയിലോ, ഇന്ത്യയിലെവിടെയും കാർഷികോല്പന്നങ്ങളുടെയോ, മറ്റ് അവശ്യ സാധനങ്ങളുടെയോ ഉല്പാദനം കുറവാണ് എന്ന് പറയുന്ന ഘട്ടത്തിൽ നമുക്കത് കിട്ടും. പക്ഷേ, ഉയർന്ന വില നമ്മൾ കൊടുക്കേണ്ടി വരും. ഇതിന്റെ അർത്ഥം അവിടെ പൂഴ്ത്തിവെയ്പ്പ് ഉണ്ടെന്നാണ്. കരിഞ്ചന്തയുണ്ട് എന്നാണ്. സർക്കാരിന്റെ ഭാഗത്ത് സംഭവിച്ച ആദ്യത്തെ പിഴവ് കോൺഗ്രസ് നേരത്തേ സ്വീകരിച്ച സംഭരണ നയമാണ്.

രണ്ടാമത്തെ വിഷയം കാര്യക്ഷമമായി നടപ്പിലാക്കാത്ത അവശ്യവസ്തു നിയമമാണ്.

മൂന്നാമത്തെ കാര്യം പൊതുവിതരണ സംവിധാനത്തെക്കുറിച്ചാണ്. പൊതുവിതരണ സംവിധാനം ശക്തിപ്പെടുത്തണമെന്നാണ് സർക്കാർ പറയുന്നത്. എങ്ങനെ നമുക്കത് ശക്തിപ്പെടുത്താൻ കഴിയും? നിങ്ങൾ സംസ്ഥാനങ്ങൾക്ക് പണം നല്കുന്നില്ല. നിങ്ങൾ നല്കണം എന്ന് ഞാൻ പറയില്ല. പക്ഷേ, ഫെഡറൽ ഘടനയുടെ ഒരു രാജ്യമാണ് നമ്മുടേത്. ചില സംസ്ഥാനങ്ങൾ റബറോ, അടയ്ക്കയോ, തേങ്ങയോ ഉല്പാദിപ്പിക്കുന്നു. പഞ്ചാബ് പോലെ ചില സംസ്ഥാനങ്ങൾ ഗോതമ്പും, നെല്ലും ഉല്പാദിപ്പിക്കുന്നു. ദൈനംദിന ജീവിതത്തിന്റെ എല്ലാ വശങ്ങളിലും ഈ വൈവിദ്ധ്യം കാണാം. ഏകോപനം മാത്രമല്ല, കേന്ദ്രസർക്കാരിന്റെ ഉത്തരവാദിത്വം. മറിച്ച് സംസ്ഥാനങ്ങളെ സഹായിക്കേണ്ടതും, പ്രോത്സാഹിപ്പിക്കേണ്ടതും ആവശ്യങ്ങൾ നിറവേറ്റി കൊടുക്കേണ്ടതും എല്ലാം കേന്ദ്രത്തിന്റെ ചുമതലയാണ്. പക്ഷേ, ഇവിടെ നമ്മൾ കാണുന്നത് എന്താണ്? സർക്കാർ പറയുന്നു, ഭക്ഷ്യസുരക്ഷാനിയമം വന്നാൽ, APL കുടുംബങ്ങൾക്ക് കൂടി ഭക്ഷണംകൊടുക്കേണ്ട ഉത്തരവാദിത്വം സംസ്ഥാന

സർക്കാരുകൾക്കാണെന്ന്. ആസൂത്രണ കമ്മീഷനെ സംബന്ധിച്ചിടത്തോളം APL, BPL പരിധി നിശ്ചയിക്കുന്നത് തങ്ങളാണെന്ന് കേന്ദ്രം പറയുന്നു. തത്ഫലമായി ബഹുഭൂരിപക്ഷം ആൾക്കാരും ഇപ്പോൾ BPL പട്ടികയ്ക്ക് പുറത്താണ്.

രാഷ്ട്രീയ, സംസ്ഥാന ഭേദമന്യേ എല്ലാവരും ചൂണ്ടിക്കാണിച്ചിട്ടുള്ളതാണ് APL, BPL വേർതിരിവിലെ തെറ്റുകൾ. പൊതുവിതരണ സംവിധാനത്തിന്റെ സാർവ്വത്രികവല്ക്കരണം മാത്രമാണ് പോംവഴി. പക്ഷേ, അത് സാദ്ധ്യമല്ല എന്ന് വിലക്കയറ്റവുമായി ബന്ധപ്പെട്ട ചർച്ചയിൽ ഇടപെട്ട ബഹുമാനപ്പെട്ട ധനകാര്യമന്ത്രി പറഞ്ഞു. അതേസമയം തമിഴ്നാട്ടിൽ ഇതെങ്ങനെയാണ് നടപ്പിലാക്കിയതെന്ന് ബഹു. അംഗം ശ്രീ. ബാലു വിശദീകരിച്ചിരുന്നു. അതൊരു ഉദാഹരണമാണ്.

കിലോയ്ക്ക് രണ്ട് രൂപാ നിരക്കിൽ 25 ലക്ഷം കുടുംബങ്ങൾക്ക് അരി കൊടുക്കുന്നുണ്ടെന്ന് കേരളത്തെ സംബന്ധിച്ചിടത്തോളം എനിക്ക് പറയാൻ കഴിയും. ഇക്കഴിഞ്ഞ ബജറ്റിൽ അതുയർത്തി 35 ലക്ഷം കുടുംബങ്ങൾക്കാക്കി. 9.80 രൂപ നിരക്കിൽ APL കുടുംബങ്ങൾക്ക് ഞങ്ങൾ അരി നൽകുന്നു. മാവേലി സ്റ്റോറുകൾക്ക് 14 രൂപ നിരക്കിൽ അരി നല്കുന്നു. മാവേലി സ്റ്റോറുകളുടെയും, റേഷൻകടകളുടെയും, സിവിൽ സപ്ലൈ കോർപ്പറേഷന്റെയും വിപുലമായ ഒരു ശൃംഖല അവിടെയുണ്ട്. തത്ഫലമായി മികച്ച ഒരു പൊതുവിതരണ സംവിധാനം കേരളത്തിനുണ്ട്. പക്ഷേ, ഇനിയെങ്ങനെ ഭക്ഷ്യധാന്യങ്ങൾ കൊടുക്കാൻ കഴിയും? 2007 ൽ 1,30,648 മെട്രിക്ടൺ അരി APL കുടുംബങ്ങൾക്ക് സർക്കാർ കൊടുത്തിട്ടുണ്ടായിരുന്നു. ഇപ്പോൾ അത് 17 ലക്ഷമായി കുറഞ്ഞു. അതായത് 82 ശതമാനത്തിന്റെ കുറവ്. സംസ്ഥാനങ്ങൾക്ക് ഇനി അത് തുടരാൻ കഴിയുമോ? (തടസ്സങ്ങൾ)

സർ, 82 ശതമാനത്തിന്റെ കുറവാണ് APL കുടുംബങ്ങൾക്ക് കൊടുക്കുന്ന അരിയിൽ വന്നത്. വളരെയധികം കുറവ് ഉണ്ടായിരുന്നു എന്നത് ഒരു യാഥാർത്ഥ്യമാണ്. എന്തുകൊണ്ടായിരുന്നു അങ്ങനെ? UDF, LDF സർക്കാരുകളുടെ കാലത്തായിരുന്നു അത്. അന്ന് പൊതുവിപണിയിൽ വിലക്കുറവായിരുന്നു. റേഷൻ കടകളിൽ ആവശ്യക്കാർ കുറവായിരുന്നു. സംസ്ഥാന സർക്കാരിന് അവരുടെ മേൽ അടിച്ചേല്പിക്കാൻ കഴിയില്ലായിരുന്നു. അതേസമയം വിലക്കയറ്റം വന്നപ്പോൾ ആവശ്യവും വന്നു. അരിയെ സംബന്ധിച്ചുള്ളത് വെറും കൃത്രിമ വസ്തുതകൾ അല്ല. കേരളം അരി ആവശ്യപ്പെടുമ്പോൾ, കേരളത്തിന് ഇപ്പോൾ ആവശ്യമില്ലായെന്ന് കേരളത്തിൽ നിന്നുള്ള അംഗമായ Mr. സുരേഷിന് എങ്ങനെ പറയാൻ കഴിയുന്നു?

അതു മാത്രമല്ല കേന്ദ്രസർക്കാരിനെ നമ്മൾ സമീപിക്കുന്നത് APL അരിയുടെ പണം കൊടുക്കാൻ തയ്യാറായി കൊണ്ടാണ്. ദയവായി APL അരി അനുവദിക്കുക. അപ്പോൾ സർക്കാർ പറയും, 'പൊതുവിപണിയിലെ

വിലയ്ക്ക് ഞങ്ങൾ അരി തരാം' എന്ന്. പൊതുവിപണിയിലെ വിലയ്ക്ക്, ചിലപ്പോ അതിലുംകുറച്ച് ആന്ധ്രാപ്രദേശിൽ നിന്നോ, തമിഴ്നാട്ടിൽ നിന്നോ അരി നമുക്ക് കിട്ടും. ഇതാണ് കേന്ദ്രസർക്കാരിന്റെ സമീപനം.

സർ, പൊതുവിതരണ സംവിധാനത്തോടുള്ള മനോഭാവം കേന്ദ്ര സർക്കാർ മാറ്റണം. പൊതുവിതരണ സംവിധാനം സാർവ്വത്രികവല്ക്ക രിക്കുകയാണ് ഏറ്റവും നല്ല വഴി. ഓരോ സംസ്ഥാനവും സ്വീകരിക്കുന്ന വ്യത്യസ്ത രീതികൾ കേന്ദ്രസർക്കാർ പരിഗണിക്കണം. UPA അംഗ ങ്ങൾ പഞ്ചാബ്, തമിഴ്നാട്, കേരള മാതൃകകൾ ഉദാഹരണമായി ചൂണ്ടിക്കാണിച്ചിട്ടുണ്ട്. ഒരു ഏകോപനവും സഹായവും ഉണ്ടാകണം. അതാണ് നമ്മൾ പിന്തുടരുന്ന ഫെഡറൽ സംവിധാനത്തിന്റെ യഥാർത്ഥ സത്ത.

അതുകൊണ്ട്, വിലക്കയറ്റം പിടിച്ചു നിർത്തണമെങ്കിൽ സർക്കാർ ഈ നാലു പ്രശ്നങ്ങൾ പരിഹരിക്കണം. പക്ഷേ, ഈ വിഷയത്തിൽ സർക്കാർ പൂർണ്ണമായും പരാജയപ്പെടും. അതുകൊണ്ടാണ് ഇക്കാര്യം ഞാൻ വീണ്ടും വീണ്ടും പറയുന്നത്. 474.45 ലക്ഷം ടൺ ഭക്ഷ്യധാന്യ ങ്ങൾ സംഭരണശാലകളിലുണ്ടെന്നാണ് സർക്കാർ പറയുന്നത്. പക്ഷേ, സഫർ സ്റ്റോക്കിന് ആവശ്യമുള്ളതെത്രയാണ്? അത് വെറും 200 ലക്ഷം ടണ്ണാണ്. അതായത്, പൊതുവിതരണ സംവിധാനം വഴി ഭക്ഷ്യധാന്യ ങ്ങൾ കൊടുക്കാൻ സർക്കാർ തയ്യാറാണെങ്കിൽ APL വില വെട്ടിക്കുറ യ്ക്കാൻ പറ്റുമായിരുന്നു. ഒരു കുടംബത്തിന് കുറഞ്ഞത് നാല് ദിവസ ത്തേക്കുള്ള അരിയെങ്കിലും കിട്ടിയാൽ, ബാക്കി ഉള്ള ദിവസങ്ങൾക്ക് വേണ്ടി പൊതുവിപണിയെ ആശ്രയിച്ചാൽ മതി. അതുപോലും ചെയ്യാൻ ഗവൺമെന്റ് തയ്യാറല്ല. എനിക്കും ശ്രീ. സുരേഷിനും 2007 ൽ ഉണ്ടായി രുന്ന വിഹിതം പുനഃസ്ഥാപിക്കുവാനും ഞാൻ ആവശ്യപ്പെടുന്നു. ഈ പറഞ്ഞതുമായി അദ്ദേഹം യോജിക്കുമെന്നാണ് എനിക്ക് തോന്നുന്നത്.

ഭാരത് നിർമ്മാൺ, അടിസ്ഥാന സൗകര്യം, ന്യൂനപക്ഷം എന്നി വയ്ക്ക് വേണ്ടി കൂടുതൽ വിഹിതം ബജറ്റിൽ മാറ്റിവെച്ചതിനെ ഞാൻ പൂർണ്ണമായും അംഗീകരിക്കുന്നു. GDPയുടെ 6 ശതമാനം വിദ്യാഭ്യാസ ആവശ്യങ്ങൾക്കുവേണ്ടി നീക്കിവയ്ക്കണമെന്ന് 1966 ൽ കോത്താരി കമ്മീ ഷൻ വ്യക്തമാക്കിയിട്ടുണ്ടായിരുന്നു. അതിന് ശേഷം 44 വർഷം കഴി ഞ്ഞു. എന്നിട്ടും വിഹിതം 3.23 ശതമാനം മാത്രമാണ്. ഇക്കാലയളവിൽ ഏറ്റവും കൂടുതൽ ഭരണത്തിലുണ്ടായിരുന്നത് കോൺഗ്രസാണ്. ആരോ ഗ്യവുമായി ബന്ധപ്പെട്ട് GDPയുടെ 3 ശതമാനം വിഹിതം നീക്കി വയ്ക്ക ണമെന്നാണ് കണക്കാക്കിയിരുന്നത്. പ്രത്യേകിച്ച് സ്ത്രീകളുടെയും, കുട്ടി കളുടെയും ആരോഗ്യത്തിന് വേണ്ടി. ഇപ്പോൾ അത് വെറും 1.06 ശതമാ നമാണ്. 2.1 മുതൽ 2.3 വരെയുള്ള വർദ്ധനവ് അവിടെ നടത്തിയിട്ടുണ്ട്. 2010–11 നെ സംബന്ധിച്ചിടത്തോളം അത് നാമമാത്രമായ വ്യത്യാസമാ ണ്.

നമ്മൾ അംഗീകരിക്കുന്ന മറ്റൊരു മാതൃകാപദ്ധതിയാണ് ICDS. പക്ഷേ, ഒരു വിഭാഗത്തിൽ മാത്രം 26 ശതമാനം തസ്തികകൾ ഒഴിഞ്ഞ് കിടക്കുകയാണ്. മറ്റൊരു വിഭാഗത്തിൽ 43 ശതമാനവും റാപ്പിഡ് സർവ്വെ കമ്മിറ്റി റിപ്പോർട്ട് പ്രകാരം 46 ICDS സ്ഥാപനങ്ങൾക്ക് കെട്ടിടമില്ല. അതുകൊണ്ട് ICDS വിഹിതം വർദ്ധിപ്പിക്കേണ്ടത് അത്യാവശ്യമാണ്.

എന്റെ സംസ്ഥാനത്തെക്കുറിച്ച് ചില കാര്യങ്ങൾ ഉന്നയിക്കട്ടെ. സർക്കാരും എല്ലാവരും പറയുന്നത് അവിടെ കേരളത്തിൽ മികച്ച വിദ്യാഭ്യാസവും 100 ശതമാനം സാക്ഷരതയുമുണ്ടെന്നാണ്. അതേസമയം കേരളത്തിൽ ഒരു IIT വേണമെന്നത് ഞങ്ങളുടെ ദീർഘകാലത്തെ ആവശ്യമാണ്. പുതിയ IIT കൾ അനുവദിക്കുന്നുവെങ്കിൽ അതിൽ ഒന്ന് കേരളത്തിൽ ആയിരിക്കുമെന്ന പ്രധാനമന്ത്രിയുടെ ആഹ്വാനം ഈ ബജറ്റിലും യാഥാർത്ഥ്യമായിട്ടില്ല. ഈ വിഷയം പരിഗണിക്കണമെന്ന് ശക്തമായി ഞാൻ ആവശ്യപ്പെടുന്നു.

സർ,

കൊച്ചി ഇന്നൊരു വ്യാവസായിക കേന്ദ്രമാണ്. എല്ലാ സംസ്ഥാനങ്ങളിൽനിന്നും ആൾക്കാർക്ക് വരാൻ കഴിയുന്ന സ്ഥലമാണത്. അതുകൊണ്ട് വ്യാവസായികകേന്ദ്രം എന്ന നിലയിൽ അവിടെ ഒരു മെട്രോ അനിവാര്യമാണ്. ചില മന്ത്രിമാർ പറഞ്ഞത് അത് മാർച്ചിൽത്തന്നെ യാഥാർത്ഥ്യമാകുമെന്നാണ്. എന്നാൽ അതുമായി ബന്ധപ്പെട്ട ഒരു പരാമർശവും ബജറ്റിൽ ഇല്ല. ആ വിഷയം കൂടി പരിഗണനയിൽ എടുക്കണം.

എന്റെ സംസ്ഥാനത്തെ സംബന്ധിച്ചിടത്തോളം ലക്ഷക്കണക്കിന് ആൾക്കാരുടെ ജീവനോപാധിയാണ് ഖാദി, കൈത്തറി, ബീഡി, കരകൗശലം മുതലായ പരമ്പരാഗത വ്യവസായങ്ങൾ. BMS, INTUC, HMS ഉൾപ്പെടെയുള്ള ഏകദേശം എല്ലാ തൊഴിലാളി സംഘടനകളും പ്രധാനമന്ത്രിയെ കണ്ടിരുന്നു. ഈ മേഖലയ്ക്ക് ഒരു പ്രത്യേക പാക്കേജ് അനുവദിക്കണമെന്ന് ആവശ്യപ്പെട്ടുകൊണ്ട് അവർ പ്രധാനമന്ത്രിയെയും ടെക്സ്റ്റയിൽസ് മന്ത്രിയേയും കണ്ടിരുന്നു. പക്ഷേ, ഇപ്പോഴും ഈ വിഷയം പരിഗണിക്കപ്പെടാതെ കിടക്കുകയാണ്. വായ്പ തിരിച്ചടയ്ക്കാൻ ആവാത്ത കൈത്തറി തൊഴിലാളികളുടെ വായ്പകൾ എഴുതിത്തള്ളാനുള്ള ഒരു പ്രത്യേക പാക്കേജ് അനുവദിക്കണം. കൂടാതെ കൈത്തറി സംഘടനകളുടെ നവീകരണത്തിനും പ്രവർത്തന മൂലധനത്തിനും പണം അനുവദിക്കണം. അത്തരത്തിലുള്ള ഒരുപാട് സംഘങ്ങൾ ഇന്ന് പ്രതിസന്ധിയിലാണ്.

കേന്ദ്രവും സംസ്ഥാനങ്ങളും തമ്മിലുള്ള നികുതി പങ്കിടലുമായി ബന്ധപ്പെട്ട ചർച്ച പ്രധാനമന്ത്രിയുടെ അദ്ധ്യക്ഷതയിൽ നടന്ന മുഖ്യമന്ത്രിമാരുടെ യോഗത്തിൽ ഉണ്ടായിരുന്നു. 50:50 അനുപാതത്തിൽ ആകണം എന്നായിരുന്നു അന്ന് പറഞ്ഞത്. എന്നാൽ സംസ്ഥാനങ്ങളുടെ

പങ്ക് 32 ശതമാനമായിട്ടാണ് ബജറ്റിൽ അനുവദിച്ചിട്ടുള്ളത്. ഇതുമായി ബന്ധപ്പെട്ട എല്ലാ ചെലവുകളും വഹിക്കേണ്ടത് സംസ്ഥാനമാണ്. ഏത് കേന്ദ്രപദ്ധതികൾ നടപ്പിലാക്കുമ്പോഴും ഭരണച്ചെലവടക്കം ബാക്കിയെല്ലാ ചെലവുകളും വഹിക്കേണ്ടത് സംസ്ഥാനങ്ങളാണ്. അതുകൊണ്ട് രാഷ്ട്രീയ ഭേദമെന്യേ എല്ലാ മുഖ്യമന്ത്രിമാരും വ്യക്തമാക്കിയതാണ് ഈ അനുപാതം 32 ശതമാനത്തിൽ നിന്ന് 50 ആക്കി മാറ്റണമെന്ന്.

ഗൾഫ് രാജ്യങ്ങളിലോ മറ്റ് വിദേശ രാജ്യങ്ങളിലോ പണിയെടുക്കുന്ന പ്രവാസികളിൽനിന്നും ഓരോ ദിവസവും നമുക്ക് കിട്ടുന്നത് 52 ബില്ല്യൺ ഡോളറുകളാണ്. അതിൽ 92 ശതമാനത്തോളം ആൾക്കാർ കേരളത്തിൽ നിന്നുമാണ്.

അതേസമയം മടങ്ങിവരുന്ന പ്രവാസികൾക്ക് വേണ്ടി ഒരു പദ്ധതിയും ഈ ബജറ്റിൽ പ്രഖ്യാപിച്ചിട്ടില്ല. ദുബായിലെ പ്രതിസന്ധി നമ്മളെല്ലാവരും കണ്ടതാണ്. അമേരിക്കയും, ദുബായും അടക്കമുള്ള രാജ്യങ്ങളിൽനിന്നും ഒരു വലിയ വിഭാഗം ആൾക്കാർ തമിഴ്നാട്, കർണ്ണാടക, കേരളം പോലുള്ള സംസ്ഥാനങ്ങളിലേക്ക് തിരിച്ചു വരികയാണ്. പക്ഷേ, അവർക്ക് വേണ്ടി ഒന്നും ഈ ബജറ്റിൽ വകയിരുത്തിയതായിട്ടില്ല. അവർ വന്ന് പ്രധാനമന്ത്രിയെയും മറ്റ് മന്ത്രിമാരെയും കണ്ടതാണ്. 80,000 കോടിയുടെ നികുതിയിളവ് നമ്മൾ കൊടുത്തിട്ടുണ്ട്. ഇപ്പോൾ 26,000 കോടി ആദായനികുതിയിളവിനത്തിലും നമുക്ക് നഷ്ടപ്പെടുന്നു. വിദേശരാജ്യങ്ങളിൽ പ്രത്യേകിച്ച് ഗൾഫ് രാജ്യങ്ങളിൽ പണിയെടുക്കുന്ന ആൾക്കാർക്ക് ഒരു ചില്ലിക്കാശ് പോലും കൊടുക്കാൻ നിങ്ങൾക്ക് എന്തുകൊണ്ട് കഴിയുന്നില്ല? പണം കൊടുക്കാൻ മാത്രമല്ല, തൊഴിൽ കൊടുക്കാനും ഉത്തരവാദപ്പെട്ട മന്ത്രിമാർ എന്തുകൊണ്ട് ഈ വിഷയത്തെക്കുറിച്ച് ചിന്തിക്കുന്നില്ല എന്ന് എനിക്ക് മനസ്സിലാകുന്നില്ല.

സർ, ഞാൻ ഉപസംഹരിക്കുകയാണ്. ലാഭം ഉണ്ടാക്കുന്ന പൊതുമേഖല സംരംഭങ്ങളുടെ (PSUS) ഓഹരികൾ വിറ്റഴിക്കില്ലായെന്ന തീരുമാനമെടുത്ത ആദ്യ UPA സർക്കാരിൽ ഞങ്ങൾക്ക് അഭിമാനമുണ്ടായിരുന്നു. പക്ഷേ, ഇപ്പോൾ, ലാഭകരമാണോ, അല്ലയോ എന്നുപോലും പരിഗണിക്കാതെ, 41 പൊതുമേഖല സംരംഭങ്ങളുടെ പട്ടിക തയ്യാറാക്കുകയും, അവയുടെ ഓഹരികൾ വിറ്റഴിക്കാൻ തീരുമാനിക്കുകയും ചെയ്തു. തത്ഫലമായി നമുക്ക് നഷ്ടപ്പെടുന്നത് നമ്മുടെ വിലപ്പെട്ട ആസ്തികളാണ്. മാത്രമല്ല, ഈ തീരുമാനം വന്നതിന് ശേഷം ഈ 41 PSUകളുടെ ഓഹരിവില ഇടിയുകയും ചെയ്തു. ഇതൊരിക്കലും സർക്കാരിന് ഭൂഷണമാകുന്ന തീരുമാനമല്ല. അതുകൊണ്ട് ഈ വിഷയത്തിൽ പുനരാലോചന ഉണ്ടാകണം.

ഈ ബജറ്റ് ആംആദ്മി (സാധാരണക്കാരൻ) ബജറ്റ് ആണെന്ന് സർക്കാർ പറയുന്നതിൽ എന്തെങ്കിലും ആത്മാർത്ഥത ഉണ്ടെങ്കിൽ സർക്കാർ മുന്നോട്ട് വരികയും പെട്രോളിന്റെയും ഡീസലിന്റെയും വിലവർദ്ധനവ്

പിൻവലിക്കുകയും വേണം. പാവപ്പെട്ടവരോട് അല്പമെങ്കിലും സ്നേഹം ഉണ്ടെന്ന് അതിനുശേഷം നിങ്ങൾക്ക് അവകാശപ്പെടാം. ഇത്രയും പറഞ്ഞു കൊണ്ട് ഞാനെന്റെ സംസാരം നിർത്തുന്നു.

(11-03-2010 (2010-11 ലേക്കുള്ള പൊതുബജറ്റിൻമേലുള്ള ചർച്ച)

ചില്ലറ വ്യാപാരത്തിൽ വിദേശ മൂലധനത്തിന്റെ വരവ് നിയന്ത്രിക്കണം

സംസാരിക്കാൻ അവസരം തന്നതിന് വളരെ നന്ദി മാഡം.

മാഡം, പൊതുബജറ്റിനെക്കുറിച്ച് വിശദമായി നമ്മൾ സഭയിൽ ചർച്ച ചെയ്തിട്ടുണ്ട്. ബഹു. ധനമന്ത്രി സഭയുടെ അംഗീകാരത്തിന് വേണ്ടി അവതരിപ്പിച്ചിട്ടുണ്ട്. ചെലവുകളുടെയും മറ്റും വിശദാംശങ്ങളിലേക്ക് പോവുക സാദ്ധ്യമല്ലെങ്കിലും ഗവൺമെന്റിന്റെ പ്രവർത്തനങ്ങൾ, പ്രത്യേകിച്ച് കഴിഞ്ഞ ബജറ്റിന് ശേഷമുള്ള പ്രവർത്തനങ്ങൾ വിശകലനം ചെയ്യാനും പരിശോധിക്കാനുമുള്ള സമയമിതാണ് എന്ന് തോന്നുന്നു.

2009–10 വർഷം GDP യുടെ 7.4 ശതമാനം വളർച്ചയാണ് സർക്കാർ അവകാശപ്പെടുന്നത്. പൊതുമേഖലയുടെ മേൽക്കോയ്മകൊണ്ട്, സാമ്പത്തിക മാന്ദ്യത്തിൽ നിന്ന് രക്ഷപ്പെടാൻ ഇന്ത്യയ്ക്ക് കഴിഞ്ഞു എന്നത് ഒരു സത്യമാണ്. എന്നിരുന്നാലും മൊത്തം വളർച്ചാസ്ഥാനം പരിശോധിച്ചാൽ അങ്ങനെ തിളങ്ങുന്ന ഉദാഹരണങ്ങളൊന്നും മിക്ക മേഖലകളിലും കാണാൻ കഴിയില്ല.

മാഡം, ഒരു കാർഷിക രാജ്യമായ ഇന്ത്യയിൽ, കൃഷിയുടെ വളർച്ച വെറും 0.2 ശതമാനമാണ്. 2009–10 കാലയളവിൽ കൂടിയത്. കൂടാതെ, ഭക്ഷ്യധാന്യങ്ങളുടെ ഉല്പാദനം 2009–10 വർഷത്തിൽ 7.5 ശതമാനം കുറഞ്ഞു.

മാഡം, വ്യാപാരകമ്മി വ്യാപിക്കുകയാണ്. ഇത് 2010–11 അവസാനം ആകുമ്പോഴേക്കും 9 ശതമാനം ആകുമെന്ന് പ്രതീക്ഷിക്കപ്പെടുന്നു. 2004–05 കാലയളവുമായി താരതമ്യം ചെയ്യുമ്പോൾ 2009–10 വർഷത്തെ കാർഷിക സംഭാവന 18.9 ശതമാനത്തിൽനിന്നും 14.6 ശതമാനമായി ഇടിഞ്ഞു. സേവന മേഖലയിലും, റിയൽ എസ്റ്റേറ്റ്, വ്യാപാര സേവനം തുടങ്ങിയ ചില മേഖലകളിലും ചെറിയ പുരോഗതി ഉണ്ടെന്നുള്ളത്

യാഥാർത്ഥ്യം തന്നെയാണ്. തീർച്ചയായും അവിടെ പുരോഗതിയും ലാഭവുമുണ്ട്. പക്ഷേ, അതൊക്കെ വരേണ്യവർഗ്ഗം ജീവിക്കുന്ന മേഖലയാണെന്ന് കാണാം. അതേസമയം ഈ മേഖലയിൽ തൊഴിൽ അവസരം കുറവാണ്. ഇത് അദ്ധ്വാനത്തിന് പകരം മൂലധന തീവ്രത കാണിക്കുന്ന മേഖലയാണ്. ഇന്ത്യയിലെ തൊഴിൽ ശക്തിയുടെ പകുതിയും കാർഷിക മേഖലയിലാണ്.

അതേസമയം കാർഷിക മേഖല അത്ര നല്ല അവസ്ഥയിലല്ല ഇപ്പോഴുള്ളത്. 14-ാം ലോക്സഭയിൽ 70,000 കോടി വരെയുള്ള വായ്പായിളവ് കർഷകർക്ക് കൊടുത്തിരുന്നു. എന്നിട്ടും കാർഷികമേഖല പ്രതീക്ഷിച്ചത്ര മികച്ചതായില്ല. അഗാധമായ ഒരു പഠനം ഇക്കാര്യത്തിൽ സർക്കാർ നടത്തണം. കർഷകർക്ക് വേണ്ടി സർക്കാർ ഒരുപാട് പണം ചെലവഴിക്കുന്നുണ്ടെങ്കിലും അതൊന്നും ആ മേഖലയിൽ പ്രതിഫലിച്ചിട്ടില്ല. മദ്ധ്യവർഗ്ഗത്തിന്റെയും ഉയർന്ന മധ്യവർഗ്ഗത്തിന്റെയും ജീവിതത്തിൽ പുരോഗതിയുണ്ടായെങ്കിലും കൃഷിക്കാർ, കൂലിപ്പണിക്കാർ, ചെറുകിടകർഷകർ മുതലായവരുടെ അവസ്ഥ അത്ര നല്ലതല്ല. പുരോഗതി ഒരു പരിധി വരെ കണ്ടിട്ടില്ല. അതുകൊണ്ടാണ് ഒരു ഭാഗത്ത് മികച്ച സാഹചര്യമാണെന്ന് ഇന്നലെ വിലക്കയറ്റത്തെക്കുറിച്ച് ചർച്ച നടന്നപ്പോൾ നമ്മൾ പറഞ്ഞത്. 2004 ൽ രാജ്യത്ത് എത്രയായിരുന്നു കോടീശ്വരന്മാരുടെ എണ്ണം? ഞാനതിനെ കുറ്റപ്പെടുത്തുന്നില്ല. കാര്യം ഇതാണ് അവരുടെ എണ്ണം 9 ൽനിന്നും 59 ആയി ഉയർന്നു. 2004 ൽ ഇത് 9 ആയിരുന്നു. അതായത് 4,600 കോടി ഇപ്പോൾ എണ്ണം കൂടി. മറുഭാഗത്ത്, നിങ്ങളുടെ റിപ്പോർട്ട് പ്രകാരം 70 മുതൽ 75 ശതമാനം ജനങ്ങൾക്ക് ഒരു ദിവസം കിട്ടുന്ന കുറഞ്ഞ വരുമാനം 20 രൂപയാണ്. ഈ ഒരു പിഴവ് നികത്തണം.

നിങ്ങൾ ചിലതൊക്കെ ചെയ്യുന്നുണ്ട് എന്നത് സത്യം തന്നെ. പക്ഷേ, അതൊന്നും അർഹതയുള്ളവരിലേക്ക് എത്തുന്നില്ല. പ്രത്യേകിച്ച് കാർഷിക മേഖലയിലുള്ളവർക്ക് ഒന്നും കിട്ടുന്നില്ല. ഈ കഴിഞ്ഞ മൂന്ന് ദശകങ്ങളിൽ ഏറ്റവും കുറഞ്ഞ തൊഴിൽ വളർച്ചാനിരക്കാണ്. ദേശീയ സാമ്പിൾ സർവ്വെ ഓർഗനൈസേഷന്റെ റിപ്പോർട്ടിൽ വ്യക്തമാക്കുന്നുണ്ട്. 1999-2000, 2004-05 വർഷക്കാലയളവുകളുമായി താരതമ്യം ചെയ്താൽ അന്ന് ഓരോ വർഷവും 12 മില്യൺ ആയിരുന്നു. ഇപ്പോൾ ഒരു വർഷം വെറും 8 മില്യൺ ആണ്. അതുകൊണ്ട് തന്നെ തൊഴിൽ സൃഷ്ടിക്കൽ നല്ല അവസ്ഥയിലല്ല. പാശ്ചാത്യരാജ്യങ്ങൾ പ്രോത്സാഹിപ്പിക്കുന്നതുപോലെ തൊഴിൽ രഹിത വളർച്ചയിലാണ് നാം ശ്രദ്ധിക്കുന്നത്. മന:പൂർവ്വമാണെങ്കിലും അല്ലെങ്കിലും അതാണ് യാഥാർത്ഥ്യം.

ആഗോളമാന്ദ്യം തൊഴിൽമേഖലയെ സാരമായി ബാധിച്ചിട്ടുണ്ട്. ടെക്സ്റ്റൈൽ, തോട്ടം, പരമ്പരാഗത വ്യവസായം, ചെറുകിട വ്യവസായം മുതലായ മേഖലകളിൽ കയറ്റുമതി കുറഞ്ഞു. തത്ഫലമായി ദിനംതോറും വർഷംതോറും തൊഴിലവസരങ്ങൾ കുറയുകയാണ്. അതൊരു വസ്തുതയാണ്. തീർച്ചയായും ജനങ്ങളുടെ ദൈനംദിന ജീവിതത്തെ

ഇത് ബാധിക്കും.

പൊതുമേഖലയെക്കുറിച്ചാണ് മറ്റൊരു പ്രധാന വിഷയം ഞാൻ പറയാനാഗ്രഹിക്കുന്നത്. പൊതുമേഖല സംരംഭങ്ങളാണ് അർത്ഥമാക്കുന്നത്. ജനങ്ങളുടെ ഉടമസ്ഥതയിലുള്ളത് എന്നാണ്. ഇത് ജനങ്ങൾക്ക് വേണ്ടി ജനങ്ങളാൽ നിർമ്മിക്കപ്പെട്ടതാണ്. നിയന്ത്രിക്കുന്നത് ജനങ്ങളാണ്. ലാഭമോ, നഷ്ടമോ എന്ന് നോക്കാതെ പൊതുമേഖല ഓഹരികൾ വിറ്റഴിക്കാനുള്ള തീരുമാനം സർക്കാർ എടുത്തിട്ടുണ്ട്. 25,000 കോടി മൂല്യമുള്ള പൊതുഓഹരികൾ ഇതിനോടകം തന്നെ വിറ്റുകഴിഞ്ഞു. 40,000 കോടിയുടെ ഓഹരി വില്ക്കാനുള്ള പുതിയ തീരുമാനം എടുത്തിട്ടുണ്ട്. എന്നിട്ട് ഇതിന് വളരെ ആകർഷകമായ പേരാണ് സർക്കാർ കൊടുക്കുന്നത്. ജനങ്ങളുടെ പങ്കാളിത്തം എന്ന NCAER റിപ്പോർട്ട് പ്രകാരം 0.5 ശതമാനം ഇന്ത്യൻ കുടുംബങ്ങൾ മാത്രമേ ഓഹരി വിപണിയിൽ നിക്ഷേപം നടത്തുന്നുള്ളു. അതായത് ഓഹരികളിൽ സിംഹഭാഗവും പോകുന്നത് വലിയ വ്യാപാര കുടുംബങ്ങളിലേക്കാണ്. പൊതുമുതൽ കൊള്ളയടിക്കുകയാണ് ഇതുവഴി സർക്കാർ ചെയ്തത്. ഇത് ജനങ്ങൾക്ക് വേണ്ടിയാണെന്ന് എങ്ങനെ പറയും? വൻകിടക്കാർക്കാണ് ഇതിന്റെ പ്രയോജനം ലഭിക്കുക. അങ്ങനെയാണ് കണക്കുകൾ പറയുന്നത്. ഒരു രാഷ്ട്രീയവും ഇതിലേക്ക് ഞാൻ കൊണ്ടുവരുന്നില്ല. PSU കൾ സ്വകാര്യവല്ക്കരിക്കാതെ സംരക്ഷിക്കപ്പെടണം.

ഒരുദാഹരണം പറയാൻ ഞാൻ ആഗ്രഹിക്കുന്നു. ലാഭത്തിൽ പ്രവർത്തിക്കുന്ന 32 PSU കൾ കേരളത്തിലുണ്ട്. ഇപ്പോൾ 8 എണ്ണം കൂടി തുടങ്ങിയിട്ടുണ്ട്. 200 കോടിയാണ് ഈ സ്ഥാപനങ്ങൾ ഖജനാവിലേക്ക് കൊടുത്തത്. അത് ഓഹരി വിറ്റഴിച്ചിട്ടല്ല. മറിച്ച് പ്രവർത്തന മികവിലൂടെയാണ് അവിടുത്തെ സർക്കാർ PSU കൾക്ക് സംരക്ഷണം നല്കുന്നത്.

സർ, എല്ലാ മേഖലകളും വിദേശ നിക്ഷേപത്തിനായി തുറന്നു കൊടുക്കാനാണ് ഇവിടെ സർക്കാർ ശ്രമിക്കുന്നത്. ചില്ലറ വ്യാപാര മേഖലയിൽ ബഹുരാഷ്ട്ര കമ്പനികളുടെ 51 ശതമാനം വരുന്ന FDI (ഫോറിൻ ഡയറക്ട് ഇൻവെസ്റ്റ്മെന്റ്) നേടാനാണ് വാണിജ്യമന്ത്രാലയം ശ്രമിക്കുന്നത്. കോൺഗ്രസിന് തന്നെ എതിർപ്പുള്ള കാര്യമാണിതെന്ന് എനിക്ക് തോന്നുന്നു. നാലോ, അഞ്ചോ കോടി ചില്ലറ വ്യാപാരികൾ നമ്മുടെ രാജ്യത്തുണ്ട്. ഇപ്പോൾ പറഞ്ഞതുപോലെ സംഭവിച്ചാൽ ലക്ഷക്കണക്കിന് ചെറുകിട വ്യാപാരികൾക്ക് ജീവനോപാധി നഷ്ടപ്പെടും. ഈ നയം രൂപപ്പെടുത്തിയത് US, India, CEO ഫോറത്തിൽ വച്ചാണ്. ഗവൺമെന്റ് നല്ല രീതിയിലാണ് പ്രവർത്തിക്കുന്നത് എന്ന് എങ്ങനെ പറയാൻ കഴിയും. വിദ്യാഭ്യാസ മേഖലയിലും വിദേശ മൂലധനം സ്വീകരിക്കാൻ സർക്കാർ തീരുമാനിച്ചിട്ടുണ്ട്.

ഒരു സംശയവും വേണ്ട അഴിമതിയുടെ കേന്ദ്രമാവാൻ പോകുകയാണ്. ആ തീരുമാനവും രണ്ട് ദിവസം മുമ്പ് വളരെ വിശദമായി ചർച്ച ചെയ്ത വിഷയമായതുകൊണ്ട് വിലക്കയറ്റത്തെക്കുറിച്ച് ഇപ്പോൾ സംസാ

രിക്കാൻ ഞാൻ ആഗ്രഹിക്കുന്നില്ല. പൊതുവിതരണ സംവിധാനത്തിന്റെ സാർവ്വത്രികവല്ക്കരണവുമായി ബന്ധപ്പെട്ട് സർക്കാർ നയങ്ങളുടെ ശക്തരായ വക്താക്കൾ എന്തുകൊണ്ട് നിശ്ശബ്ദത പാലിക്കുന്നു എന്ന് എനിക്ക് മനസ്സിലാവുന്നില്ല. DMK ലെ ബാലു അതിനനുകൂലമായി ശക്തമായ നിലപാട് എടുത്തിട്ടുണ്ട്. ഇതുമായി ബന്ധപ്പെട്ട് കേരളം, തമിഴ്നാട് എന്നീ രണ്ട് സംസ്ഥാനങ്ങളുടെ ഉദാഹരണങ്ങൾ ഞാൻ ഇവിടെ പറയാൻ ആഗ്രഹിക്കുന്നു. ഭക്ഷ്യ ധനസഹായമായി തമിഴ്നാടിന് 4000 കോടിയും, കേരളത്തിന് 600 കോടിയും കൊടുക്കുന്നുണ്ട്. എങ്ങനെ വിലക്കയറ്റം നിയന്ത്രിക്കാൻ നമുക്ക് കഴിയും. ഇതാണ് ഞങ്ങൾ തരുന്ന മികച്ച രണ്ട് ഉദാഹരണങ്ങൾ. അതുകൊണ്ട് ഈ രണ്ട് സംസ്ഥാനങ്ങൾക്കും പര്യാപ്തമായ സാമ്പത്തിക സഹായം കേന്ദ്രസർക്കാർ കൊടുക്കണം.

സംഭരണശാലകളിൽ കിടന്ന് ഭക്ഷ്യധാന്യങ്ങൾ ചീഞ്ഞുപോകുന്നതിനെക്കുറിച്ച് സർക്കാരിനെ സുപ്രീംകോടതി രൂക്ഷമായി വിമർശിച്ചിട്ടുണ്ട്. കൂടാതെ ആവശ്യക്കാർക്ക് വിതരണം ചെയ്യണമെന്ന് സർക്കാരിനോട് നിർദ്ദേശിക്കുകയും ചെയ്തു. സർക്കാരിന്റെ ഭാഗത്തുനിന്നും വന്ന വലിയൊരു വീഴ്ചയാണിത്. കൃത്യമായ സംഭരണ സൗകര്യങ്ങൾ ഇല്ലാത്തതിന്റെ പേരിൽ 15 മുതൽ 20 ശതമാനം വരെ പച്ചക്കറികളും, പഴങ്ങളും പാഴായി പോകുന്നതായി എസ്റ്റിമേറ്റ്സ് കമ്മിറ്റിയുടെ റിപ്പോർട്ടിലുണ്ട്.

ഇനി എന്റെ സംസ്ഥാനത്തെ സംബന്ധിക്കുന്ന ചില വിഷയങ്ങൾ പറയാൻ ആഗ്രഹിക്കുന്നു.

പ്രകൃതിദുരന്തങ്ങളുടെ പട്ടികയിൽ നിലവിൽ ഉൾപ്പെടുത്തിയിട്ടില്ലാത്ത ഇടിമിന്നൽ, കടലെടുപ്പ്, ഉരുൾപൊട്ടൽ എന്നിവ കൂടി ഉൾപ്പെടുത്തണമെന്നാണ് സംസ്ഥാനങ്ങളുടെ അപേക്ഷ. ഇത് പരിഗണിക്കണമെന്ന് ഞാൻ സർക്കാരിനോട് അപേക്ഷിക്കുന്നു. സർക്കാർ ദുരിതാശ്വാസ പാക്കേജ് പ്രഖ്യാപിക്കുമ്പോൾ കേരളത്തിലും മറ്റ് അനേകം സംസ്ഥാനങ്ങളിലും ഇത്തരം ദുരന്തങ്ങളിലൂടെ സംഭവിച്ച നാശനഷ്ടങ്ങളും ജീവഹാനിയും പരിഗണനയിൽ എടുക്കുന്നില്ല.

കേരളത്തിൽ ഒരു IIT എന്ന ദീർഘകാലത്തെ ആവശ്യം ഇപ്പോഴും യാഥാർത്ഥ്യമായിട്ടില്ല. പ്രധാനമന്ത്രിയുടെ വാഗ്ദാനമായിട്ടുപോലും അത് പ്രാവർത്തികമായിട്ടില്ല. 100 ശതമാനം സാക്ഷരത കൈവരിച്ച ആദ്യ സംസ്ഥാനമെന്ന നിലയിൽ IIT എന്ന ആവശ്യം എത്രയും പെട്ടെന്ന് കേരളത്തിന് അനുവദിക്കണം.

ഭക്ഷ്യവിഹിതവുമായി ബന്ധപ്പെട്ട് 2007 ൽ കേരളത്തിന് അനുവദിച്ചിരുന്ന വിഹിതം പുനഃസ്ഥാപിക്കണമെന്ന് ഞാൻ സർക്കാരിനോട് അപേക്ഷിക്കുന്നു.

1400 മെഗാവാൾട്ട് വൈദ്യുതിയാണ് മുമ്പ് കേരളത്തിന് അനുവദിച്ചിരുന്നത്. ഇപ്പോൾ അനുവദിക്കുന്നത് വെറും 641 മെഗാവാൾട്ടാണ്. അധികമായി 183 മെഗാവാൾട്ട് വൈദ്യുതി കൂടി ഞങ്ങൾക്ക് ലഭിച്ചിട്ടുണ്ട്. പക്ഷേ,

വിഹിതമായി അനുവദിച്ചതല്ല അത്. കാർഷികമേഖലയ്ക്കും, വ്യവസായങ്ങൾക്കും വളരെ അത്യാവശ്യമായ സാധനം ആയതുകൊണ്ട് കേരളത്തിന്റെ വൈദ്യുതി വിഹിതം പുനഃസ്ഥാപിക്കണമെന്ന് ഞാൻ അപേക്ഷിക്കുന്നു.

2G സ്പെക്ട്രം അനുവദിച്ചതുമായി ബന്ധപ്പെട്ട അഴിമതി ആരോപണ വിഷയങ്ങൾ നമ്മൾ ചർച്ച ചെയ്തു. പക്ഷേ, യാതൊരു നടപടിയും എടുത്തിട്ടില്ല.

ഇന്ത്യയിലെ ജനങ്ങൾ പ്രത്യേകിച്ചും സ്ത്രീജനങ്ങൾ ആകാംക്ഷയോടെ കാത്തിരിക്കുകയാണ് വനിതാ സംവരണ നിയമം നടപ്പിലാക്കാൻ. പക്ഷേ പ്രസ്തുത നിയമം ഈ സമ്മേളനത്തിലും അംഗീകരിക്കപ്പെടാൻ സാദ്ധ്യതയുണ്ടെന്ന് എനിക്ക് തോന്നുന്നില്ല.

IPL നെക്കുറിച്ച് സംസാരിക്കാനുള്ള സമയമല്ലിത്. എന്നാലും APL, BPL ഉം ആയി ബന്ധപ്പെട്ട പ്രശ്നങ്ങൾ സർക്കാർ പരിഗണിക്കണമെന്ന് അഭ്യർത്ഥിക്കുന്നു. ഈ പ്രധാനപ്പെട്ട പ്രശ്നങ്ങൾ പരിഹരിക്കാൻ സർക്കാർ മുന്നോട്ട് വരുമെന്ന് ഞാൻ പ്രതീക്ഷിക്കുന്നു. സർക്കാരിന്റെ ഭാഗത്ത് നിന്നും മികച്ച ആത്മപരിശോധന ഉണ്ടാകേണ്ടത് സർക്കാരിന്റെയും രാജ്യത്തിന്റെയും ഭാവിക്ക് നല്ലതാണ്.

05-08-2010 (2010-11 വർഷത്തെ ബജറ്റുമായി ബന്ധപ്പെട്ട് ഉപധനാഭ്യർത്ഥനകൾ മേലുള്ള ചർച്ച)

പൊതുമേഖലാ സ്ഥാപനങ്ങളെ സംരക്ഷിക്കുക

സർ, ബഹുമാനപ്പെട്ട ധനമന്ത്രി പ്രണബ്മുഖർജി അവതരിപ്പിച്ച പൊതു ബജറ്റിൻമേലുള്ള ചർച്ചയിൽ പങ്കെടുക്കാൻ ഞാൻ ആഗ്രഹിക്കുന്നു.

ധനമന്ത്രി പറഞ്ഞതുപോലെ ഈ ബജറ്റ് ആസ്തികളും, ബാദ്ധ്യതകളും പൊരുത്തപ്പെടുത്താനുള്ള വെറുമൊരു കണക്കവതരണം അല്ല. ഇത് അതിൽ കൂടുതൽ ചിലതൊക്കെയാണ്. ഇത് ഉൾക്കൊള്ളാൻ ഒരു കാഴ്ചപ്പാട് ഉണ്ടാകണം. ഈ ബജറ്റിൽ കാഴ്ചപ്പാടില്ല എന്ന് ഞാൻ പറയില്ല. പക്ഷേ, ആർക്ക് വേണ്ടിയാണ് കാഴ്ചപ്പാടെന്നും എങ്ങനെയാണത് നേടുന്നതെന്നുമാണ് പ്രധാന കാര്യം.

ധനമന്ത്രിയെ പോലെയോ നമ്മുടെ പഠിച്ച മറ്റംഗങ്ങളെ പോലെയോ ഈ ബജറ്റിനെ വിലയിരുത്താൻ ഞാൻ പ്രാപ്തനല്ല. അതേസമയം എന്റെ പരിമിതമായ കഴിവും, പരിമിതമായ സാമ്പത്തിക അറിവും, പ്രായോഗിക അനുഭവവും വെച്ചുകൊണ്ട് ബജറ്റിനെക്കുറിച്ച് ചിലത് പരാമർശിക്കാൻ ആഗ്രഹിക്കുന്നു.

ഏതൊരു രാജ്യത്തെയും ധനകാര്യമന്ത്രിയുടെ മുന്നിലുള്ള പ്രധാന വിഷയം വിഭവസമാഹരണമാണ്. സർക്കാർ സ്വീകരിക്കുന്ന നികുതി ഘടനയാണ് ബജറ്റിനെ വിലയിരുത്താനുള്ള മാനദണ്ഡങ്ങളിൽ ഒന്ന്. നമുക്ക് സ്വീകരിക്കാവുന്ന രണ്ടുതരം നികുതികളുണ്ട്. ഒന്ന് അധോഗമന നികുതി ഘടനയും [regression tax structure] പുരോഗമന നികുതി ഘടനയും [progressive tax structure]. സർക്കാർ സ്വീകരിച്ചിരിക്കുന്നത് അധോഗമന നികുതിഘടനയാണെന്ന് വിഷമത്തോടെ പറയട്ടെ. കാരണം പ്രത്യക്ഷ നികുതിയിൽനിന്നും നമുക്ക് 4,500 കോടി നഷ്ടപ്പെടുകയും പരോക്ഷ നികുതിയിൽ 45,000 കോടി നേടുകയും ചെയ്യുന്നു. അതാ

യത് പണവും അധികാരവും ഉള്ള ആൾക്കാരെ തൊടാൻ സർക്കാർ തയ്യാറല്ല എന്നർത്ഥം.

നികുതി കൊടുക്കാൻ കഴിവുള്ളവരുടെമേൽ നികുതി ചുമത്തണമെന്നാണ് ഏത് ധനമന്ത്രിയും അറിഞ്ഞിരിക്കേണ്ട നികുതിയുടെ തത്വം. യു എസ് ഡോളറിന്റെ അടിസ്ഥാനത്തിൽ 2004 ൽ ഇന്ത്യയിൽ ഒമ്പത് കോടീശ്വരന്മാരോ ശതകോടീശ്വരന്മാരോ ആണുണ്ടായിരുന്നത്. ഇപ്പോൾ അത് 59 ആയി ഉയർന്നു. ഇന്ത്യൻ രൂപയുടെ അടിസ്ഥാനത്തിൽ ഇത് ശരിക്കും 69 ആണ്. എന്തുകൊണ്ടാണ് ഉയർന്ന തട്ടിലേക്ക് പോകാതെ സർക്കാർ പരോക്ഷനികുതിയെ ആശ്രയിക്കുന്നത്? ഈ നികുതി ഘടനയുടെ അടിസ്ഥാനത്തിൽ ഞാൻ പറയുന്നു ഈ ബജറ്റ് പണക്കാർക്ക് വേണ്ടിയുള്ളതാണ് അല്ലാതെ പാവപ്പെട്ടവർക്ക് വേണ്ടിയല്ല.

ധനമന്ത്രിക്ക് കിട്ടാവുന്ന മറ്റൊരു വരുമാന സ്രോതസ്സ് പൊതുമേഖലാ സ്ഥാപനങ്ങളുടെ ഓഹരി വില്പനയാണ്. കഴിഞ്ഞ വർഷം സർക്കാരിന് 22,500 കോടി കിട്ടി. ഇത്തവണ സർക്കാർ ആലോചിക്കുന്നത് 30,000 കോടി നേടാനാണ്. ഇത് സ്വകാര്യവല്ക്കരണമാണ്. കാരണം വില്ക്കുന്നത് രാഷ്ട്രത്തിന്റെ മുതലാണ്. ഇടതുപാർട്ടികൾ അടക്കമുള്ള എല്ലാ പാർട്ടികളും ഇതിനെ എതിർത്തു കൊണ്ടിരിക്കുന്നു. സർക്കാരിന്റെ ഈ തീരുമാനത്തിനെതിരെ രാജ്യവ്യാപകമായി ഫെബ്രുവരി 28 ന് നടത്തിയ സമരത്തിൽ ഇടത് തൊഴിലാളി സംഘടനകൾ മാത്രമല്ല, INTUC, BMC മുതലായ സംഘടനകളും അണിനിരന്നിരുന്നു.

എക്സൈസ് നികുതിയുടെയും, കസ്റ്റംസ് നികുതിയുടെയും വില്പന നികുതിയുടെയും രൂപത്തിൽ ഗണ്യമായ തുക എല്ലാവർഷവും സർക്കാരിലേക്ക് കൊടുക്കുന്നവയാണ് പൊതുമേഖലാ സ്ഥാപനങ്ങൾ. കഴിഞ്ഞ വർഷം അവയുടെ സംഭാവന ഏകദേശം 29,000 കോടി ആയിരുന്നു. കഴിഞ്ഞ 5 വർഷത്തെ കണക്ക് പരിശോധിച്ചാൽ ആ തുക ഏകദേശം 5,00,000 കോടിയോ, 6,00,000 കോടിയോ വരും. പല രൂപത്തിൽ നികുതി അടയ്ക്കുന്ന പൊതുമേഖലാസ്ഥാപനങ്ങൾ വില്ക്കുന്നത് പൊന്മുട്ടയിടുന്ന താറാവിനെ കൊല്ലുന്നത് പോലെയാണ്. സ്വകാര്യമേഖലയെ സഹായിക്കാനാണ് ഈ നടപടി. അതുകൊണ്ട് പൊതുമേഖലാ സ്ഥാപനങ്ങൾ വില്ക്കുന്നതിനെയും, നശിപ്പിക്കുന്നതിനെയും കൊള്ളയടിക്കുന്നതിനെയും ഞങ്ങൾ ശക്തമായി എതിർക്കുന്നു.

രണ്ട് വർഷം മുമ്പ് സർക്കാരിന്റെ അവകാശവാദം 9.6 ശതമാനം വളർച്ചാനിരക്ക് ഉണ്ടെന്നായിരുന്നു. അത് സത്യമായിരുന്നു. പക്ഷേ, അത് 8.4 ശതമാനമായി ചുരുങ്ങി. പിന്നീട് അത് 7.4 ശതമാനമായി. ഇപ്പോൾ വളർച്ചാനിരക്ക് 6.9 ശതമാനമാണ്. കാർഷിക മേഖലയിൽ ലക്ഷ്യം 4 ശതമാനമായിരുന്നു. എന്നാൽ ഇപ്പോഴത് 3 ശതമാനത്തിനും താഴെയാണ്. വ്യവസായ മേഖലയിലെ തകർച്ച ഗുരുതരമാണ്. സേവന മേഖലയിലെ മുന്നേറ്റം ഞാൻ സമ്മതിക്കുന്നു. അതുകൊണ്ട് ഈ സാഹചര്യത്തിൽ ധനകാര്യമന്ത്രി പറഞ്ഞതുപോലെ ഇന്ത്യൻ സമ്പദ്ഘടന മികച്ച

ആരോഗ്യത്തിലാണ് എന്ന് ഉപസംഹരിക്കാൻ നമുക്ക് കഴിയില്ല. ഈ വളർച്ചാനിരക്കിന്റെ ഉപകാരങ്ങൾ പോലും പാവപ്പെട്ടവരുടെ ജീവിതസാഹചര്യങ്ങൾ മെച്ചപ്പെടുത്തുന്ന രീതിയിലേക്ക് മാറ്റിയെടുക്കാൻ സർക്കാരിന് കഴിയുന്നില്ല.

വിലക്കയറ്റം ദൈനംദിന വിഷയമായി മാറിയിട്ടുണ്ട്. വിലക്കയറ്റം വളരെ കൂടുതലാണ്. അവശ്യസാധനങ്ങളുടെ വില അനിയന്ത്രിതമായി ഉയരുകയാണ്. സർക്കാരിന്റെ തെറ്റായ നയങ്ങൾ ആണിതിന്റെ കാരണം. പെട്രോളിയം ഉല്പന്നങ്ങളുടെ വില വർദ്ധനവാണ് അവശ്യവസ്തുക്കളുടെ വിലക്കയറ്റത്തിന് ഒരു പ്രധാന കാരണം. വിലനിയന്ത്രണം എടുത്തു കളഞ്ഞതാണ് പ്രധാന കാരണം. ഇപ്പോഴിതാ ഡീസലിന്റെയും വിലനിയന്ത്രണം എടുത്തു കളയാൻ പോകുന്നു. ഈ ബജറ്റിന്റെ ധനക്കമ്മി 5.1 ശതമാനമാണ്. അതായത് 5 ലക്ഷം 22 കോടി. എന്തുകൊണ്ടാണ് അത്ര ഭീമമായ കമ്മി നേരിടുന്നത്? താങ്കളുടെ ബജറ്റ് അവതരണത്തിൽ 5 ലക്ഷം 28 ആയിരം കോടി രൂപയുടെ നികുതിയിളവുകളാണ് നല്കിയത്. നികുതി പിരിക്കാതിരിക്കാനുള്ള സർക്കാരിന്റെ സ്വമേധയായുള്ള തീരുമാനമാണ് നികുതിയിളവുകൾ. 5 ലക്ഷം 25 ആയിരം കോടി നികുതി സർക്കാർ പിരിച്ചില്ല. ഈ നികുതികൾ കൂടി പിരിച്ചിരുന്നെങ്കിൽ ധനമിച്ചം ഉണ്ടായേനെ. കഴിഞ്ഞ മൂന്നു വർഷത്തെ നികുതിയിളവ് കണക്ക് കൂട്ടിയാൽ ഏകദേശം 50 ലക്ഷം കോടി വരും.

ധനക്കമ്മി കുറയ്ക്കാൻ എന്ത് നടപടിയാണ് സർക്കാർ സ്വീകരിക്കാൻ പോകുന്നത്? ഇന്ധന ധനസഹായം നിങ്ങൾ 25,000 കോടി കുറച്ചു. കൂടാതെ വളങ്ങൾക്കുള്ള ധനസഹായം 6,000 കോടി കുറച്ചു. എവിടെയാണ് നിങ്ങളുടെ സാമ്പത്തിക സുരക്ഷാ സങ്കല്പം? നികുതിയിളവുകൾ വളർച്ചയ്ക്ക് ഉത്തേജനമാണെന്നും, പാവപ്പെട്ടവർക്കുള്ള ധനസഹായ ഇളവുകൾ ഒരു ഭാരമാണെന്നും നിങ്ങൾ കരുതുന്നു. പാവപ്പെട്ടവർ നിങ്ങൾക്കൊരു ഭാരമായി മാറി. പണക്കാർ നിങ്ങൾക്ക് മുതൽക്കൂട്ടും. ഇങ്ങനെയാണ് നിങ്ങൾ നമ്മുടെ രാജ്യത്തിന്റെ സാമ്പത്തിക സുരക്ഷ നിർമ്മിക്കുന്നത്. ഇത് എല്ലാ ജനങ്ങൾക്കുമുള്ള സുരക്ഷയല്ല. മറിച്ച് വളരെ കുറച്ച് ആളുകൾക്ക് വേണ്ടിയുള്ള സുരക്ഷയാണ്.

കോർപ്പറേറ്റുകൾക്കും പണക്കാർക്കും കൂടുതൽ കൂടുതൽ പ്രോത്സാഹനം നിങ്ങൾ നല്കുന്നു. കൂടുതൽ നിക്ഷേപങ്ങൾ കിട്ടുമെന്ന് പ്രതീക്ഷിച്ചിട്ടാണ് നിങ്ങൾ അങ്ങനെ ചെയ്യുന്നത്. ഒരു പരിധി വരെ ഞാൻ അതിനെ പിന്തുണയ്ക്കുന്നു. എന്നാൽ സർക്കാർ വിട്ടുപോകുന്ന, മറന്നുപോകുന്ന ഒരു കാര്യമുണ്ട്. വലിയ നിക്ഷേപങ്ങൾ കിട്ടിയാലും ജനങ്ങളുടെ വാങ്ങാനുള്ള കഴിവ് കൂട്ടാത്തിടത്തോളം വളർച്ചാനിരക്ക് കൂട്ടാൻ കഴിയില്ല. ഇതൊരു ഗൗരവമായ കാര്യമാണ്. ഞാനിത് പറയാൻ കാരണം, 2004 ൽ 9 കോടീശ്വരന്മാരുണ്ടായിരുന്ന സ്ഥാനത്ത് ഇന്ന് 59 പേരാണ്. അതേ സമയം, നിങ്ങളുടെ റിപ്പോർട്ട് പ്രകാരം 80 കോടി അല്ലെങ്കിൽ 73 ശതമാനം ജനങ്ങൾക്ക് വെറും 20 രൂപയാണ് ഒരു ദിവസത്തെ വരുമാനം.

ഈ 20 രൂപകൊണ്ട് എങ്ങനെ ജനങ്ങളുടെ വാങ്ങാനുള്ള കഴിവ് കൂട്ടും? നിക്ഷേപം കൂട്ടാൻ സർക്കാർ ശ്രമിക്കുമ്പോൾ തന്നെ ഈ വസ്തുത പരിഗണിക്കപ്പെടുന്നില്ല.

കോർപ്പറേറ്റുകൾക്ക് എത്ര ലളിതമായി മൂലധനം ലഭ്യമാക്കിയാലും അവരെത്ര കൂടുതൽ നിക്ഷേപം നടത്തിയാലും ജനങ്ങളുടെ കൈയിൽ പണമില്ലെങ്കിൽ രാജ്യം വളരില്ല. അതുകൊണ്ട് ഇപ്പോൾ ധനമന്ത്രി വാഗ്ദാനം ചെയ്ത സാമ്പത്തിക സുരക്ഷ വളരെ ചുരുക്കം ചിലർക്ക് വേണ്ടിയുള്ളതാണ്. അല്ലാതെ രാജ്യത്തിന് മുഴുവൻ വേണ്ടിയല്ല.

സർ, ഇന്ത്യൻ സെൻസസ് റിപ്പോർട്ട് പ്രകാരം 40 ശതമാനത്തിനടുത്ത് ആളുകൾ താമസിക്കുന്നത് ഗ്രാമീണ മേഖലകളിലാണ്. കൂടാതെ ഭൂരിഭാഗവും ജീവിക്കുന്നത് ഓലമേഞ്ഞ വീടുകളിലാണ്. 50 ശതമാനം ജനങ്ങൾക്ക് ജലനിർഗ്ഗമന സംവിധാനം (ഡ്രെയിനേജ്) ഇല്ല. 50 ശതമാനം ആൾക്കാർ ഇപ്പോഴും പാചകത്തിന് വിറകാണ് ഉപയോഗിക്കുന്നത്. പിന്നെങ്ങനെ അവരുടെ വാങ്ങാനുള്ള കഴിവ് കൂടുന്നു എന്ന് പറയാൻ പറ്റും? ഇത് എന്റെ റിപ്പോർട്ട് അല്ല. ഇന്ത്യൻ സെൻസസ് റിപ്പോർട്ടാണ്.

ഒരു സംശയവുമില്ല. ആവശ്യത്തിന് വിഭവങ്ങൾ നമ്മുടെ രാജ്യത്തുണ്ട്. വളരെ പ്രാഗല്ഭ്യമുള്ള ആൾക്കാരാണ് ഇവിടെ. ഗൾഫ് രാജ്യങ്ങളിലോ അമേരിക്കയിലോ ജപ്പാനിലോ പോയാൽ ഇവിടുന്ന് ജോലിക്ക് പോയ മിടുക്കരായ എഞ്ചിനീയർമാരെയും ഡോക്ടർമാരെയും നമുക്ക് കാണാം. ഭൂരിഭാഗവും യുവാക്കളാണ്. ഇത് ശരിക്കുമൊരു സമ്പന്ന രാഷ്ട്രമാണ്. ഏറ്റവും കൂടുതൽ ജനങ്ങൾ ഉള്ളത് ഭാരമല്ല, മറിച്ച് രാജ്യത്തിന് മുതൽക്കൂട്ടാണ്. 40 വർഷം മുമ്പ് കോത്താരി കമ്മീഷൻ നിർദ്ദേശിച്ച വിദ്യാഭ്യാസ വളർച്ച GDP യുടെ 6 ശതമാനമാണ്. 40 വർഷങ്ങൾക്ക് കഴിഞ്ഞിട്ടും നമുക്കത് നേടാൻ കഴിഞ്ഞിട്ടില്ല. അതിന്റെ പകുതി മാത്രമാണ് ഇപ്പോഴുള്ളത്. 2003–04 വർഷത്തിൽ പ്രാഥമിക വിദ്യാഭ്യാസ വളർച്ച വെറും 1.43 ശതമാനവും 2010 ൽ അത് 1.6 ശതമാനവും ആയിരുന്നു. സെക്കന്ററി വിദ്യാഭ്യാസത്തിൽ (Secondary education) 2004 ൽ 0.92 ശതമാനമായിരുന്നത് ഇപ്പോൾ 0.936 ശതമാനമായി വർദ്ധിച്ചു. സർവ്വകലാശാല വിദ്യാഭ്യാസത്തിൽ 0.36 ശതമാനം ആയിരുന്നത് ഇപ്പോൾ 0.38 ശതമാനമായി. പൊതുവിദ്യാഭ്യാസത്തിൽ 0.02 ശതമാനം ആയിരുന്നത് ഇപ്പോൾ 0.03 ശതമാനമായി. ഭാഷയിൽ 0.015 ആയിരുന്നു. ഇപ്പോൾ 0.05. വിശദമായി പരിശോധിച്ചാൽ മാത്രമേ നമ്മൾ മികച്ച സ്ഥാനത്താണെന്ന് പറയാൻ സാധിക്കൂ.

കാർഷിക മേഖലയുടെ ഉദാഹരണം എടുക്കാം. ബാങ്ക് വായ്പ ഒരു ലക്ഷം കോടി ആയി ഉയർത്തിയതിനെ പൂർണ്ണമായി അനുകൂലിക്കുന്നു. പലിശനിരക്ക് എത്രയാണ്? 7 ശതമാനം. കർഷകരുടെ ആത്മഹത്യ 2,58,000 ഉം അതിൽ കൂടുതലും വരുമെന്നാണ് നമുക്ക് കിട്ടിയ റിപ്പോർട്ട്. കഴിഞ്ഞ സമ്മേളനത്തിൽ ഇതുമായി ബന്ധപ്പെട്ട ഒരു ചോദ്യം ഞാൻ

ചോദിച്ചിട്ടുണ്ടായിരുന്നു. ഇത്ര മോശം സാഹചര്യത്തിലുള്ള ഈ ജനങ്ങൾക്കെങ്ങനെ ബാങ്ക് വായ്പ കിട്ടും. വിലയിലെ ഏറ്റക്കുറച്ചിലുകൾ കാണുമ്പോൾ, മറ്റ് അംഗങ്ങൾ ആവശ്യപ്പെട്ട മിനിമം താങ്ങുവില എന്ന വിഷയം പ്രാധാന്യമർഹിക്കുന്നതാണ്. അതു മാത്രമല്ല, നമ്മൾ കൊടുക്കുന്ന ഉയർന്ന ബാങ്ക് വായ്പകളിൽ വലിയ ഭാഗം പോകുന്നത് കോർപ്പറേറ്റ് കർഷകരുടെ കൈകളിലേക്കാണ്. പാവപ്പെട്ട കർഷകർക്കല്ല കിട്ടുന്നത്. ബാങ്ക് വായ്പാ വിതരണത്തിന്റെ വിശദാംശങ്ങളിലേക്ക് പോയാൽ നമുക്ക് അത് മനസ്സിലാകും. സ്റ്റാന്റിംഗ് കമ്മിറ്റി അംഗം എന്ന നിലയിൽ എനിക്ക് ഈ കാര്യം നേരിട്ട് അനുഭവം ഉള്ളതാണ്.

ഇനി നിഷ്ക്രിയാസ്തിയുടെ (Non performa asset) കാര്യം നോക്കാം. ഇവരാണ് അത് തിരിച്ചടയ്ക്കാനുള്ളത്. അല്ലാതെ സാധാരണക്കാരല്ല. കാർഷിക വായ്പ ഉയർന്നു എന്ന് നമ്മൾ പറയുന്നു. ചില കാര്യങ്ങൾ സർക്കാർ ചെയ്യുന്നുണ്ട്. ഞാൻ സമ്മതിക്കുന്നു. പക്ഷേ, ഈ ഗുണങ്ങൾ അർഹതയുള്ള കൈകളിലേക്കല്ല പോകുന്നത്. ഈ പ്രശ്നം ഗൗരവമായി എടുക്കണം.

ആരോഗ്യവുമായി ബന്ധപ്പെട്ട്, 2010–11 വർഷത്തെ കേന്ദ്ര–സംസ്ഥാന സർക്കാരുകളുടെ സംയോജിത ചെലവ് GDP യുടെ ഏകദേശം ഒരു ശതമാനമാണ്. ഇപ്പോൾ അത് 2.3 ശതമാനമായി വർദ്ധിച്ചിട്ടുണ്ട്. നമ്മുടെ ലക്ഷ്യം നാല് ശതമാനമാണ്. ആ നിലവാരത്തിലേക്ക് നമ്മൾ എത്തിയിട്ടില്ല. സാർവ്വത്രിക ആരോഗ്യപരിരക്ഷയുമായി ബന്ധപ്പെട്ട് ഒരു ഉന്നത വിദഗ്ദ്ധ കമ്മിറ്റിക്ക് ആസൂത്രണ കമ്മീഷൻ രൂപംകൊടുത്തിട്ടുണ്ട്. പക്ഷേ, ഒരു ചെറിയ നിർദ്ദേശം പോലും ഇതുവരെ നടപ്പാക്കിയിട്ടില്ല. നിങ്ങൾക്ക് നന്നായി അറിയുന്നപോലെ കേരളത്തിൽ മികച്ച ഒരു ആരോഗ്യ സുരക്ഷ സൗകര്യം ഉണ്ട്. അതേസമയം കൂടുതൽ പണവും സൗകര്യങ്ങളും നമുക്ക് ആവശ്യമുണ്ട്. EMS പദവിക്ക് വേണ്ടി നമ്മൾ ആവശ്യപ്പെട്ടുകൊണ്ടിരിക്കുന്നു. പക്ഷേ, ഇതുവരെ കിട്ടിയിട്ടില്ല.

ഭക്ഷ്യസുരക്ഷയാണ് നമ്മൾ ചർച്ച ചെയ്തുകൊണ്ടിരിക്കുന്ന പ്രധാന വിഷയം. ഭക്ഷ്യസുരക്ഷയെക്കുറിച്ച് സർക്കാരിന് വളരെയധികം അവകാശവാദങ്ങളുണ്ട്. ഭക്ഷ്യ സുരക്ഷാനിയമത്തെ കുറിച്ചാണ് നമ്മൾ ചർച്ച ചെയ്യാൻ പോകുന്നത്. ധനസഹായത്തിന്റെ രൂപത്തിൽ നമ്മൾ പാവപ്പെട്ടവർക്ക് ആശ്വാസം കൊടുക്കുന്നുണ്ട്. ഇന്ധന ധനസഹായം 25,000 കോടിയും, രാസവള ധനസഹായം 6,000 കോടിയും കുറച്ചാൽ എങ്ങനെ ഭക്ഷ്യധനസഹായം എന്ന ലക്ഷ്യം കൈവരിക്കാൻ സാധിക്കും? 128 രാജ്യത്തുള്ള ആഗോള വിശപ്പ് സൂചികയിൽ (Global Hungry Index) ഇന്ത്യ 67–ാം സ്ഥാനത്താണ്. അനേകം ആഫ്രിക്കൻ രാജ്യങ്ങളും, ശ്രീലങ്ക, നേപ്പാൾ, ഘാന മുതലായ രാജ്യങ്ങളും ഇന്ത്യയ്ക്ക് മുകളിലാണ്. ഭക്ഷ്യസുരക്ഷയെക്കുറിച്ച് സംസാരിക്കുമ്പോൾ കേരളത്തെക്കുറിച്ചോ മറ്റ് സംസ്ഥാനത്തെക്കുറിച്ചോ പറഞ്ഞിട്ട് കാര്യമില്ല. ഇന്ത്യയെക്കുറിച്ച് മുഴുവനായിട്ടാണ് ഇവിടെ പറയേണ്ടത്. വാങ്ങാനുള്ള കഴിവും

സൗകര്യങ്ങളും വളരെ പരിമിതമാണ് എന്നാണ് നാം കാണുന്നത്. APL, BPL മാനദണ്ഡങ്ങൾ ഗ്രാമപ്രദേശങ്ങളിൽ 22 രൂപയും നഗരപ്രദേശങ്ങളിൽ 26 രൂപയും ആണെന്ന് ആസൂത്രണ കമ്മീഷന്റെ ഡെപ്യൂട്ടി ചെയർമാൻ ഇന്നലെ നടത്തിയ പ്രസ്താവന ആശ്ചര്യപ്പെടുത്തുന്നതാണ്. സർക്കാരെങ്ങനെ അതുപോലൊരു ആശയം കൈക്കൊണ്ടു എന്നത് അത്ഭുതപ്പെടുത്തുന്നു. ഡെപ്യൂട്ടി ചെയർമാനും മറ്റുള്ളവരും എവിടെയാണ് ജീവിക്കുന്നത് എന്നെനിക്ക് അറിയില്ല. അവർക്ക് ഗ്രാമീണ ഇന്ത്യയെക്കുറിച്ച് എന്തെങ്കിലും അറിയുമോയെന്ന് അറിയാൻ എനിക്കാഗ്രഹമുണ്ട്. അവർ ഇന്ത്യയിലെ മറ്റ് സ്ഥലങ്ങളിൽ എവിടെയെങ്കിലും പോയിട്ടുണ്ടോ? ഇത് അംഗീകരിക്കാൻ കഴിയില്ല. ആ റിപ്പോർട്ട് സർക്കാർ നിരുപാധികം നിരസിക്കണം.

ഗ്രാമീണ വികസനത്തിനുള്ള ബജറ്റ് വിഹിതത്തിൽ കുറവ് വരുത്തിയിട്ടുണ്ട്. നേരത്തെ അത് 74,001 കോടിയായിരുന്നു. ഇപ്പോഴത് 73,150 കോടിയായി കുറഞ്ഞു. കുട്ടികൾ നമ്മുടെ രാജ്യത്തിന്റെ സമ്പത്താണ്. ഏകദേശം 42 ശതമാനം കുട്ടികളാണ് രാജ്യത്ത്. പക്ഷേ, അവർക്കുള്ള വിഹിതം വെറും 4.8 ശതമാനമാണ്. ആ വിഹിതം പര്യാപ്തമാണെന്ന് എനിക്ക് തോന്നുന്നില്ല. 69.5 ശതമാനത്തോളം കുട്ടികൾ അനീമിയ മൂലം കഷ്ടപ്പെടുന്നു. ഭാരക്കുറവ് അനുഭവിക്കുന്ന കുട്ടികൾ 42.5 ശതമാനമാണ്. 22 ശതമാനം കുട്ടികൾ കുറഞ്ഞ ജനനനിരക്ക് മൂലം കഷ്ടപ്പെടുന്നു. ബാലവേല നിരോധിത രാജ്യമായിട്ടും ലക്ഷക്കണക്കിന് കുട്ടികൾ ഹോട്ടലുകളിലും ബസ്സ്റ്റാന്റുകളിലും, മറ്റ് സ്ഥലങ്ങളിലും പണിയെടുക്കുന്നു. ഇതൊരിക്കലും നിരോധിക്കപ്പെട്ടിട്ടില്ല.

പട്ടികജാതി-പട്ടികവർഗ്ഗ മനുഷ്യർക്ക് കൂടുതൽ അധികം ധനസഹായം ആവശ്യമാണ്. കേന്ദ്ര സംസ്ഥാന സർക്കാരുകൾ ഒരുപാട് ചെയ്യുന്നുണ്ട്. മൊത്തം ജനസംഖ്യയുടെ 16.23% പട്ടികജാതിയും, 8.2 ശതമാനം പട്ടികവർഗ്ഗവുമാണ്. പക്ഷേ, അവർ ഇരട്ട വിവേചനം നേരിടുന്നുണ്ട്. സാമ്പത്തികമായും, സാമൂഹികമായും കഴിഞ്ഞ ബജറ്റിൽ 105 ധനാഭ്യർത്ഥനകളിൽ കേന്ദ്രസർക്കാർ അനുവദിച്ചത് വെറും 24 എണ്ണമാണ്. ബാക്കി 81 അഭ്യർത്ഥനകൾ തീരുമാനമാകാതെ 43 വകുപ്പുകളിലായി കുടുങ്ങിക്കിടക്കുന്നു. തീരുമാനങ്ങൾ എടുക്കുന്നുവെന്നല്ലാതെ, കേന്ദ്ര സർക്കാരോ, സംസ്ഥാന സർക്കാരുകളോ അവ നടപ്പിലാക്കുന്നില്ല. ന്യൂനപക്ഷങ്ങളെക്കുറിച്ച് ഒരു പരാമർശം പോലും ബജറ്റിൽ ഇല്ല.

കേരളത്തെക്കുറിച്ച് ചില കാര്യങ്ങൾ പറയാൻ ആഗ്രഹിക്കുന്നു. രാജ്യത്ത് ഏറ്റവും ഉയർന്ന സാക്ഷരതാനിരക്കുള്ള സംസ്ഥാനമാണ് കേരളം. ആറ് കേന്ദ്രമന്ത്രിമാർ കേരളത്തിൽ നിന്നുമാണ്. ഇപ്പോൾ ശ്രീ തോമസ് ഇവിടെ ഇരിക്കുന്നുണ്ട്. മറ്റുള്ളവർ ഇല്ല. കേരളത്തിൽ ഒരു IIT സ്ഥാപിക്കണമെന്ന് നമ്മുടെ ദീർഘകാലത്തെ ആവശ്യമാണ്. ഒരു വലിയ ഭാഗം വിദ്യാർത്ഥികൾ ഉപരിപഠനത്തിനായി പുറത്തേക്ക് പോവുകയാണ്. ഉന്നതപഠനം ആഗ്രഹിക്കുന്ന വിദ്യാർത്ഥികൾക്ക് അത്യാവശ്യമുള്ളതാ

ണ് IIT. സാക്ഷരതയുടെ കാര്യത്തിൽ മുന്നിലാണെങ്കിലും ഉന്നതവിദ്യാഭ്യാസരംഗത്ത് ഞങ്ങൾ മുന്നിലല്ല. ആ പ്രശ്നം പരിഹരിക്കാൻ ഇത്തരം സ്ഥാപനങ്ങൾ നിർമ്മിക്കുന്നതിലൂടെയേ സാധിക്കൂ.

കേരളത്തിന്റെ മുൻ മുഖ്യമന്ത്രിയും ഇപ്പോഴത്തെ മുഖ്യമന്ത്രി ശ്രീ. ഉമ്മൻചാണ്ടിയും കേരളത്തിലെ കർഷകർക്ക് വേണ്ടി ഒരു പ്രത്യേക പാക്കേജ് ആവശ്യപ്പെട്ടിട്ടുണ്ടായിരുന്നു. കഴിഞ്ഞ പത്ത് മാസത്തിനുള്ളിൽ മാത്രം ആത്മഹത്യ ചെയ്തത് 50 കർഷകരാണ്. പക്ഷേ, ഈ ബജറ്റിൽ ഒന്നും അനുവദിച്ചിട്ടില്ല. കൈത്തറി തൊഴിലാളികൾക്ക് വേണ്ടി 3384 കോടി അനുവദിച്ച സർക്കാരിനെ ഞാൻ അഭിനന്ദിക്കുന്നു. അതേസമയം, രണ്ട് ബൃഹത് പദ്ധതികളും, അഞ്ച് ചെറുകിട പദ്ധതികളും സർക്കാർ പ്രഖ്യാപിച്ചുവെങ്കിലും ഒന്നുപോലും കേരളത്തിനില്ല. കൈത്തറിയുടെ നാടാണ് കേരളം. ഈ മേഖലയിൽ തൊഴിൽ ചെയ്യുന്ന ലക്ഷക്കണക്കിന് തൊഴിലാളികളെ മറക്കാൻ നമുക്ക് എങ്ങനെ കഴിയും? രാജ്യത്തിന്റെ വടക്കൻ മേഖലകൾക്ക് കൊടുക്കണം. പക്ഷേ, അതേസമയം മറ്റ് സംസ്ഥാനങ്ങളെ തഴയുന്നത് ശരിയല്ല.

ഞാൻ വരുന്നത് കേരളത്തിന്റെ വടക്ക് ഭാഗത്തുള്ള കാസർഗോഡ് നിന്നാണ്. അവിടുത്തെ എൻഡോസൾഫാനുമായി ബന്ധപ്പെട്ട വിഷയം നിങ്ങൾക്കറിയാമല്ലോ. എൻഡോസൾഫാന്റെ ഇരകളായ ഒരു വലിയ വിഭാഗം ജനമുണ്ടവിടെ. എൻഡോസൾഫാന്റെ ഉപയോഗം ജനീവാ കൺവൻഷൻ നിരോധിച്ചിട്ടുണ്ട്. എൻഡോസൾഫാൻ ഇരകൾക്ക് വേണ്ടി കേരള സർക്കാർ 475 കോടി ആവശ്യപ്പെട്ടിട്ടുണ്ട്. മാനുഷിക പരിഗണന വെച്ചിട്ടെങ്കിലും എൻഡോസൾഫാൻ ഇരകളെ സഹായിക്കണമെന്ന് ഞാൻ സർക്കാരിനോട് അഭ്യർത്ഥിക്കുന്നു.

പ്രധാനമന്ത്രിയുടെ ദുരിതാശ്വാസനിധി ശരിക്കും ഒരു മാതൃകയാണ്. ചില കാര്യങ്ങളിൽ ആൾക്കാർക്ക് 1 മുതൽ 2 ലക്ഷം വരെ ധനസഹായം കിട്ടുന്നുണ്ട്. എന്നാലും ചിലർക്ക് ഒന്നും കിട്ടാത്ത അവസ്ഥയുമുണ്ട്. ഈ പണവുമായി ബന്ധപ്പെട്ട് കൃത്യമായ സംവിധാനം ഏർപ്പെടുത്തണം. സ്വാതന്ത്ര്യസമര സേനാനികളെ സംബന്ധിച്ചിടത്തോളം, സംസ്ഥാന പെൻഷന് അർഹരായ ഭൂരിഭാഗം ആൾക്കാർക്കും അത് കിട്ടുന്നില്ല. ആ വിഷയം കൂടി പരിഗണിക്കണം.

പരസ്പര സംയോജനത്തിനും, ആസ്തി വർദ്ധനവിനും, തൊഴിലിനും സഹായിക്കുന്ന മാതൃകാ പദ്ധതിയാണ് MGNREGA. അതേസമയം, കേരളംപോലുള്ള സംസ്ഥാനത്ത് MGNREGA ക്ക് കീഴിലുള്ള കൂലിയേക്കാൾ കൂടുതലാണ് കുറഞ്ഞ വേതനം. അതുകൊണ്ട് ഇത് 200 രൂപയായി വർദ്ധിപ്പിക്കണമെന്ന് ഒരാവശ്യമുണ്ട്. അല്ലെങ്കിൽ ഇത് പ്രയാസമാണ്.

ഇത്രയും പറഞ്ഞുകൊണ്ട് ഞാൻ നിർത്തുന്നു.

(22.03.2012, പൊതുബജറ്റ് 2012.2013)

പാർശ്വവൽക്കരിക്കപ്പെട്ടവർക്ക് സാമൂഹ്യ നീതി എന്നതാവണം സർക്കാർ നയം

സർ, അവസരം തന്നതിന് നന്ദി. ബഹുമാനപ്പെട്ട ധനകാര്യമന്ത്രി ശ്രീ. പി ചിദംബരം നമ്മൾക്ക് മുന്നിൽ അവതരിപ്പിച്ച ബജറ്റിന് മേലുള്ള ചർച്ചയിൽ പങ്കെടുക്കാൻ ഞാൻ ആഗ്രഹിക്കുന്നു.

5.3 ശതമാനം കമ്മി ബജറ്റാണ് അദ്ദേഹം അവതരിപ്പിച്ചത്. അത് ഏകദേശം 5,20,925 കോടി വരും. കമ്മിയുള്ളത് കൊണ്ട് മാത്രം ബജറ്റ് മോശമാണെന്നോ, മിച്ചമുള്ളത് കൊണ്ട് മാത്രം ബജറ്റ് നല്ലതാണെന്നോ ഞാൻ പറയില്ല. അതേസമയം, ബജറ്റിന് ഒരു വീക്ഷണം ഉണ്ടായിരിക്കണം. വരവും, ചെലവും പറയുന്ന ഒരു കണക്ക് മാത്രമല്ല ബജറ്റ്. വാർഷിക പദ്ധതി കൂടാതെ ഇതിനൊരു ദീർഘവീക്ഷണവും, കാഴ്ചപ്പാടോടെയുള്ള സമീപനവും ഉണ്ടായിരിക്കണം. അങ്ങനെ ഒരു ജ്ഞാനമോ, സമീപനമോ ഈ ബജറ്റിൽ ഇല്ലായെന്ന് വളരെ വിഷമത്തോടെ പറയട്ടെ. ചിലപ്പോൾ ബാഹ്യഘടകങ്ങളുടെ സ്വാധീനവും നിർബന്ധവും കൊണ്ടാവാം.

സർ, ഒരു ബജറ്റിനെ വിലയിരുത്തുമ്പോൾ, എങ്ങനെയാണ് ചെലവ് ചെയ്തിരിക്കുന്നത്, വിഭവസമാഹരണം എവിടെയാണ് നടത്തിയത്, എന്താവശ്യത്തിനാണ് നാം ചെലവാക്കുന്നത്, എന്തായിരിക്കണം ബജറ്റിന്റെ പൊതുവിഷയം എന്നീ കാര്യങ്ങൾ പരിഗണിക്കണം. ഇപ്പോഴത്തെ സാഹചര്യം വിശകലനം ചെയ്താലേ ബജറ്റിനെക്കുറിച്ച് സംസാരിക്കാൻ പറ്റൂ. എല്ലാ വിദഗ്ധരും എല്ലാ ധനമന്ത്രിമാരും ഇപ്പോഴത്തെ സാഹചര്യം മനസ്സിലാക്കാൻ ആശ്രയിക്കുന്നത് സാമ്പത്തിക സർവ്വേയെ ആണെന്നാണ് ഞാൻ കരുതുന്നത്. ഏതെങ്കിലും സ്വകാര്യ സ്ഥാപനങ്ങളല്ല സാമ്പത്തിക സർവ്വേ നടത്തുന്നത്. മറിച്ച് സർക്കാർ തന്നെയാണ്. പക്ഷേ, നമ്മുടെ ധനമന്ത്രിയും, ചില വിദഗ്ദ്ധരും പറയുന്നു. ഈ സാമ്പത്തിക

സർവ്വേ പൂർണ്ണമായും ശരിയല്ല എന്ന്. കഴിഞ്ഞ മൂന്നുമാസം ഒരു കുതിച്ചുചാട്ടം ഉണ്ടെന്നാണ് അവർ കരുതുന്നത്. ശരിക്കു പറഞ്ഞാൽ അത് സർക്കാരിന്റെ ഒരു പ്രതീക്ഷയോ, ആഗ്രഹമോ മാത്രമാണ്. 12 മാസത്തിൽ 9 മാസത്തെ അനുഭവങ്ങൾ പരിഗണിച്ചുകൊണ്ട് എല്ലാ വസ്തുതകളും പ്രശ്നങ്ങളും വിശകലനം ചെയ്തതിന് ശേഷമാണ് ഉദ്യോഗസ്ഥർ സാമ്പത്തിക സർവ്വേ പൂർത്തിയാക്കിയത്. ആ സർവ്വേ പറയുന്നത് ഇതൊരു തൃപ്തികരമായ വർഷം ആയിരുന്നില്ല എന്നാണ്. അതുമാത്രമല്ല, എല്ലാ മേഖലകളിലും പ്രതികൂലമായ വളർച്ചയാണുള്ളതെന്നും സർവ്വെ പറയുന്നു.

സാമ്പത്തിക സർവ്വേ പ്രകാരം 2005–06 ലെ GDP നിരക്ക് 9.5 ശതമാനമായിരുന്നു. ഇപ്പോഴത് 5 ശതമാനമാണ്. കാർഷിക വളർച്ച 5.1 ശതമാനമായിരുന്നത് ഇപ്പോൾ 1.8 ശതമാനമായി.

2011–12 വർഷത്തെ കാർഷിക വളർച്ച 6.2 ആയിരുന്നു. ഇപ്പോൾ 1.8. ഖനനം 4.9 ആയിരുന്നു. ഇപ്പോൾ 0.6. വൈദ്യുതി 6.5 ആയിരുന്നത് ഇപ്പോൾ വെറും 4.9. വ്യാപാരം 7.7 ആയിരുന്നു ഇപ്പോൾ 5.2. ധനസഹായവും സാമൂഹ്യസേവനവും 4.7 ആയിരുന്നു ഇപ്പോൾ 6.8. ഉപഭോഗ ചെലവ് 8.1 ആയിരുന്നത് ഇപ്പോൾ 4.0. സർക്കാർ ഉപഭോഗ ചെലവും കുറഞ്ഞു. കയറ്റുമതി നോക്കുകയാണെങ്കിൽ മുമ്പ് 15.3 ആയിരുന്നു. ഇപ്പോൾ 4.5. ഇറക്കുമതി 21.5 ആയിരുന്നത് ഇപ്പോൾ 5.7. 8.5 ആയിരുന്നു പൊതുമേഖലയിൽ ഏറ്റവും പ്രധാനപ്പെട്ട മൂലധന രൂപീകരണം. ഇപ്പോൾ അത് 7.9. സ്വകാര്യ മൂലധന രൂപീകരണം 26.5 ഇപ്പോൾ 24.9. വിശദാംശങ്ങളിലേക്ക് ഞാൻ കടക്കുന്നില്ല.

ഈ കണക്കുകളുടെ അടിസ്ഥാനത്തിൽ നമുക്ക് ശുഭപ്രതീക്ഷയ്ക്ക് വകയുണ്ടെന്നും, ഭാവി ശോഭനമായിരിക്കുമെന്നും ധനമന്ത്രിക്ക് എങ്ങനെ പറയാൻ കഴിയും? ഇത് വെറും അക്കങ്ങളല്ല. ഈ അക്കങ്ങളിൽ യാഥാർത്ഥ്യം ഉണ്ട്. ധനമന്ത്രി പറഞ്ഞത് അവസാന പാദത്തിൽ നമുക്ക് ഈ വിടവ് നികത്താം എന്നാണ്. 90 മിനുട്ട് ഫുട്ബോൾ കളിയിൽ ആദ്യം 70 മിനുട്ടിൽ 4 ഗോളുകൾ വഴങ്ങിയ ടീമിന്റെ പ്രഗത്ഭനായ പരിശീലകൻ, ഇനിയുള്ള 20 മിനുട്ടിൽ നാല് ഗോളുകളും തിരിച്ചടിച്ച് ഒന്നാമതെത്താം എന്ന് പറയുന്ന പോലെയാണ് ധനമന്ത്രിയുടെ വാക്കുകൾ കേട്ടപ്പോൾ തോന്നിയത്.

ശുഭാപ്തി വിശ്വാസം വേണ്ടതാണ്. അതുള്ളതുകൊണ്ട് ധനമന്ത്രിയെ നമുക്ക് അഭിനന്ദിക്കാം. പക്ഷേ, ഇതെങ്ങനെ സാദ്ധ്യമാകും? പറയുന്നതിന് അടിസ്ഥാനം വേണം. ആദ്യത്തെ 70 മിനുട്ടിൽ തന്നെ മോശമാണെന്ന് തെളിയിച്ച ടീം സ്വയം തെളിയിച്ചു, ഇനിയുള്ള 20 മിനുട്ടിൽ ഒന്നാമതെത്തുക അസാധ്യമാണ്. ധനമന്ത്രി നടത്തിയ പ്രസ്താവനയെ സംബന്ധിച്ചിടത്തോളം അതാണ് സത്യം.

ഈ കണക്കുകളുമായി ബന്ധപ്പെട്ട് നമ്മൾ മനസ്സിലാക്കുന്ന കാര്യം ഭക്ഷ്യവസ്തുക്കളുടെ, പ്രത്യേകിച്ച് പച്ചക്കറികളുടെയും മറ്റ് അവശ്യവ

സ്തുക്കളുടെയും വില ഉയർന്നു എന്നതാണ്. ഇതുമായി ബന്ധപ്പെട്ട് ഒരു നടപടിയും സർക്കാർ എടുത്തിട്ടില്ല. വിലക്കയറ്റം നിയന്ത്രിക്കാനുള്ള ഏറ്റവും ഫലവത്തായ ഉപകരണം പൊതുവിതരണ സംവിധാനമാണ്. മികച്ച രീതികൾ കേരളത്തിലും, തമിഴ്നാട്ടിലുമുണ്ട്. പൊതു വിതരണ സംവിധാനം എല്ലായിടത്തും വ്യാപിപ്പിക്കണം എന്നാണ് ഞങ്ങൾ പറഞ്ഞു കൊണ്ടിരിക്കുന്നത്. പക്ഷേ, നിങ്ങളുടെ സർക്കാർ അതിന് തയ്യാറല്ല എന്നതാണ് സത്യം. സാധാരണക്കാരുടെ ജീവിതം ദിനംതോറും കൂടുതൽ കൂടുതൽ ബുദ്ധിമുട്ടിലാവുകയാണ് എന്നാണ് ഈ കണക്കുകൾ കാണിക്കുന്നത്.

സർക്കാരിന്റെ ആസൂത്രണവും വരുമാന സമാഹരണവും കാണുമ്പോൾ തന്നെ വ്യക്തമാണ് എന്താണ് സർക്കാരിന്റെ പണത്തിന്റെ ഉറവിടം എന്ന്. ഈ സാഹചര്യത്തിൽ വളരെ രൂക്ഷമായ പ്രത്യാഘാതങ്ങളാണ് സർക്കാർ അഭിമുഖീകരിക്കാൻ പോകുന്നത് എന്നെനിക്ക് തോന്നുന്നു. അടുത്ത വർഷത്തെ തിരഞ്ഞെടുപ്പ് മുന്നിൽ കണ്ടുകൊണ്ട് ചില ജനപ്രിയ പദ്ധതികൾ സർക്കാർ ആവിഷ്കരിച്ചിട്ടുണ്ട്. അതുകൊണ്ട് സ്ത്രീകൾ, യുവജനം, കുട്ടികൾ എന്നിവരുമായി ബന്ധപ്പെട്ട ചില പ്രശ്നങ്ങൾ ഏറ്റെടുക്കാൻ സർക്കാർ നിർബന്ധിതരായി എന്ന് വേണം കരുതാൻ. എനിക്ക് അതുമായി വിയോജിപ്പില്ല. അതേ സമയം, സർക്കാർ എടുത്ത നടപടികൾ ഈ ബജറ്റിന്റെ യഥാർത്ഥ സ്വഭാവം വെളിവാക്കുന്നതാണ്.

സർക്കാർ പറയുന്ന ധനക്കമ്മി 5.3 ശതമാനമാണ്. അതാണ് 5,20,920 കോടി. അതോടൊപ്പം നികുതിയിളവ് 5,73,630 കോടിയും. അതായത് പറഞ്ഞ ധനക്കമ്മിയേക്കാൾ 53,000 കോടി കൂടുതൽ. നഷ്ടപ്പെട്ട നികുതി എന്നത് കൊണ്ട് എന്താണ് നിങ്ങൾ അർത്ഥമാക്കുന്നത്? നഷ്ടനികുതി എന്ന് കോർപ്പറേറ്റ് മേഖലയ്ക്ക് സർക്കാർ കൊടുത്ത നികുതിയിളവാണ്. ചെറുകിട യൂണിറ്റുകൾ ഇല്ലായെന്ന് ഞാൻ പറയില്ല. ഉണ്ടാകാം. പക്ഷേ, ഭൂരിഭാഗം നികുതിയിളവുകളും, ഉത്തേജന പദ്ധതികളും കോർപ്പറേറ്റുമാർക്കാണ് കിട്ടുന്നത്. കഴിഞ്ഞ ബജറ്റിൽ തീരുമാനിച്ച നികുതി സമാഹരിക്കാനുള്ള തീരുമാനം സർക്കാർ കൈക്കൊണ്ടിരുന്നുവെങ്കിൽ ഒരു മിച്ച ബജറ്റ് അവതരിപ്പിക്കാൻ നിങ്ങൾക്ക് കഴിഞ്ഞേനെ. ഇപ്പോഴിത് ഒരു കമ്മി ബജറ്റാണ്. കിട്ടേണ്ട പണം പോലും വേണ്ടായെന്നാണ് സർക്കാർ നിലപാട്.

അതേസമയം എന്റെ സുഹൃത്ത് പറഞ്ഞതുപോലെ പൊതുമേഖലാ ഓഹരികൾ വിറ്റഴിക്കുന്നതിലൂടെ 50,000 കോടി സമാഹരിക്കാൻ ധനമന്ത്രി തീരുമാനിച്ചിട്ടുണ്ട്. കൂടാതെ പെട്രോളിയം ധനസഹായത്തിൽ 30,000 കോടിയുടെ കുറവ് വരുത്താനും തീരുമാനിച്ചിട്ടുണ്ട്. പൊതുസ്ഥാപനങ്ങൾ രാജ്യത്തിന്റെ സമ്പത്താണ്. ഓരോ വർഷവും സർക്കാർ അവരുടെ ഓഹരികൾ വിറ്റഴിക്കുകയാണ്. എന്തുകൊണ്ടാണ് അവരിങ്ങനെ ചെയ്യുന്നത്. പൊതുമുതൽ വില്ക്കാനോ, കൊള്ളയടിക്കാനോ എന്തധി

കാരമാണവർക്കുള്ളത്? ഇപ്പോൾ നിങ്ങൾ പ്രതീക്ഷിക്കുന്നത് 50,000 കോടിയാണ്. അതേ പോലെ പെട്രോളിയം ധനസഹായത്തിൽ വരുത്തിയ കുറവിലൂടെ നേടാവുന്ന 30,000 കോടിയും. ഇത് സാധാരണ ജനങ്ങളെ പ്രതികൂലമായി ബാധിക്കും. പെട്രോളിയം ധനസഹായത്തിൽ വരുത്തുന്ന കുറവ് ജനങ്ങളുടെ വാങ്ങാനുള്ള കഴിവിനെ ബാധിക്കും. നിങ്ങൾക്കറിയാവുന്നത് പോലെ പെട്രോളിന്റെയും ഡീസലിന്റെയും, മറ്റ് സാധനങ്ങളുടെയും വില വർദ്ധിക്കും. സർക്കാരിന്റെ തെറ്റായ തീരുമാനം മൂലം ഉണ്ടാവുന്ന വിലക്കയറ്റമാവും അത്. ഈ സർക്കാർ വന്നതിന് ശേഷം 20 തവണ പെട്രോളിന്റെ വില വർദ്ധിപ്പിച്ചു. കൂടാതെ ഡീസലിന്റെയും, മണ്ണെണ്ണയുടെയും, LPG യുടെയും അതുപോലുള്ള മറ്റ് സാധനങ്ങളുടെയും വില വർദ്ധിപ്പിച്ചു. മറ്റൊരു ഭാഗത്ത് ധനസഹായത്തിൽ വരുത്തുന്ന കുറവും ജനങ്ങളെ ബാധിക്കുന്നു.

ശ്രീ. പ്രണവ് മുഖർജി ധനമന്ത്രിയായിരുന്ന കാലത്ത് (ഇപ്പോൾ അദ്ദേഹം രാഷ്ട്രപതിയാണ്), അദ്ദേഹം പറഞ്ഞത് GAAR നടപ്പിലാക്കാൻ വേണ്ടി ഒരു വർഷത്തേക്ക് മാത്രം സർക്കാർ ഇളവ് കൊടുക്കുന്നു എന്നാണ്. ഇപ്പോഴത്തെ ധനമന്ത്രി പറയുന്നതെന്താണ്? GAAR (General Anti-Avoidance Rle) മായി ബന്ധപ്പെട്ട് അതിമനോഹരമായ വിശദീകരണം ധനമന്ത്രിയിൽ നിന്ന് കേട്ടപ്പോൾ ഞാൻ കരുതിയത് അദ്ദേഹം അത് നടപ്പാക്കാൻ പോകുകയാണെന്നാണ്. കൂടാതെ ഭേദഗതി വരുത്താൻ വേണ്ടി പോവുകയാണെന്നും അദ്ദേഹം പറഞ്ഞു. അതിന്റെ പേരിൽ ഒരുപാട് ചർച്ചകൾ നടന്നു. എന്നിട്ട് അദ്ദേഹം പറയുകയാണ് 2016 ൽ ഇത് നടപ്പിലാക്കും എന്ന്. അതായത് രണ്ടോ മൂന്നോ വർഷത്തേക്ക് കൂടി GAAR നിയമം നടപ്പിലാക്കാൻ സർക്കാർ ഉദ്ദേശിക്കുന്നില്ല. ഇതിലുംകിട്ടേണ്ടിയിരുന്ന പണം ഖജനാവിന് നഷ്ടപ്പെടുകയാണ്.

ഭക്ഷ്യസുരക്ഷ പ്രാവർത്തികമാക്കാൻ 10,000 കോടി അനുവദിച്ചിട്ടുണ്ട് എന്നാണ് സർക്കാർ പറഞ്ഞത്. ഈ പറഞ്ഞത് ശരിയല്ല. കാരണം കഴിഞ്ഞ വർഷം തന്നെ 5,000 കോടി മാറ്റിവെച്ചിട്ടുണ്ടായിരുന്നു. അപ്പോൾ നിലവിൽ അനുവദിച്ചത് 5,000 കോടി മാത്രമാണ്. 10,000 കോടിയല്ല. കൂടാതെ ധനസഹായത്തിലെ കുറവ് 26,571 കോടി വരും.

MGNREG തികച്ചും നല്ല പദ്ധതിയാണെന്ന് ഞാൻ സമ്മതിക്കുന്നു. കൂടാതെ ഇതിന്റെ നടത്തിപ്പിനായി പണം അനുവദിച്ചിട്ടുമുണ്ട്. അതേ സമയം പദ്ധതി വിഹിതത്തിൽ എന്തെങ്കിലും വർദ്ധനവ് ഉണ്ടെന്ന് സർക്കാരിന് പറയാൻ കഴിയുമോ? അത് നിശ്ചലമാണ്. MGNREG പദ്ധതിയുമായി ബന്ധപ്പെട്ട് പുതിയ വിഹിതം ഒന്നുമില്ല. ഈ പ്രശ്നം ഗൗരവമായി എടുത്ത് പരിഹരിക്കണം. കൂടാതെ MGNREG ക്ക് കീഴിൽ തൊഴിലവസരങ്ങൾ വർദ്ധിപ്പിക്കാൻ നടപടിയെടുക്കണം.

സാമൂഹിക മേഖലയിൽ ഏറ്റവും പ്രധാനപ്പെട്ടത് ആരോഗ്യ, വിദ്യാഭ്യാസ മേഖലകളാണ്. GDP യുമായി ബന്ധപ്പെടുത്തി നോക്കിയാൽ കഴിഞ്ഞ വർഷത്തേക്കാൾ ബജറ്റ് വിഹിതം കുറവാണ്, ഇത്തവണ

ആരോഗ്യമേഖലയ്ക്ക്. ബഹു. മന്ത്രി അതൊന്ന് വിശകലനം ചെയ്യണം. വിദ്യാഭ്യാസത്തിന് പ്രഖ്യാപിച്ച ബജറ്റ് വിഹിതവും കഴിഞ്ഞ തവണത്തെ അപേക്ഷിച്ച് കുറവാണ്.

നമ്മുടെ ധനമന്ത്രി പുതിയൊരു തന്ത്രത്തിലൂടെയാണ് ബജറ്റ് അവതരിപ്പിക്കുന്നത്. യഥാർത്ഥ എസ്റ്റിമേറ്റിന് പകരം അദ്ദേഹം സംസാരിക്കുന്നത് പുതുക്കിയ എസ്റ്റിമേറ്റിനെക്കുറിച്ചാണ്. അതുമാത്രമല്ല, ഇപ്പോൾ ബജറ്റവതരണത്തിനുള്ള പരമ്പരാഗത രീതികൾ മാറിയിട്ടുണ്ട്. നേരത്തെ എല്ലാ വിധ നികുതികളും പാർലമെന്റിൽ ചർച്ച ചെയ്യുമായിരുന്നു. ഇപ്പോഴാകട്ടെ പാർലമെന്റ് സമ്മേളനത്തിന് മുമ്പ് തന്നെ എല്ലാ തീരുമാനങ്ങളും കൈക്കൊണ്ടതിന് ശേഷമാണ് റെയിൽവേ മന്ത്രിയും ധനകാര്യമന്ത്രിയും സഭയിലേക്ക് വരുന്നത്. റെയിൽവേ യാത്രാനിരക്ക് വർദ്ധനവിന്റെയും, പെട്രോൾ, ഡീസൽ വില വർദ്ധനവിന്റെയും പ്രശ്നങ്ങൾ നമുക്കറിയാം. അപ്പോൾ അവരിങ്ങനെ ചെയ്യുന്നത് വൻനികുതി ചുമത്തുന്നു എന്ന അംഗങ്ങളുടെ വിമർശനത്തിൽനിന്നും രക്ഷപ്പെടാനാണ്. അതാണ് സർക്കാർ സ്വീകരിക്കുന്ന പുതിയ തന്ത്രം.

SC/ST ജനവിഭാഗങ്ങളുടെ കാര്യത്തിൽ സർക്കാരിന്റെ അവകാശവാദങ്ങൾ ഒരുപാടാണ്. എന്നാൽ SC/ST വിഭാഗങ്ങളോട് നീതി കാണിക്കുന്നുണ്ടെന്ന് അവർക്ക് ഉറപ്പിച്ച് പറയാൻ കഴിയുമോ? ഭരണഘടന അനുശാസിക്കുന്നതുമായി താരതമ്യം ചെയ്താൽ ഇപ്പോൾ ഗോത്ര ഉപപദ്ധതിക്ക് വേണ്ടി അനുവദിച്ചിരിക്കുന്ന തുക വളരെ കുറഞ്ഞ 20,900 കോടിയാണ്. SC/ST വിഭാഗങ്ങളെ സംബന്ധിച്ച് കൃത്യമായ ഭരണഘടന അനുശാസനമുണ്ട്. SC/ST വിഭാഗങ്ങൾക്ക് വേണ്ടിയുള്ള പ്രത്യേക ഘടകപദ്ധതിയിൽ (Special Component Plan) കുറവ് വന്നിട്ടുണ്ട്. അതിനാൽ ജനങ്ങളുടെ അത്യാവശ്യങ്ങളോട് പര്യാപ്തമായി പ്രതികരിക്കാത്ത ബജറ്റാണിത്. വേണ്ടത് ചെയ്യുന്നുവെന്ന് അവകാശപ്പെടാൻ സർക്കാരിന് കഴിയില്ല. തീർച്ചയായും പദ്ധതി വിഹിതമായി കോടികൾ അനുവദിച്ചിട്ടുണ്ട്. അതേസമയം കഴിഞ്ഞ വർഷത്തെ വിഹിതവും ജനങ്ങളുടെ ആവശ്യവുമായി താരതമ്യം ചെയ്യുമ്പോൾ ഇപ്പോഴത്തെ പ്രഖ്യാപനം പര്യാപ്തമല്ല.

കള്ളപ്പണവുമായി ബന്ധപ്പെട്ട് ധനമന്ത്രി മൗനം പാലിക്കുന്നു. ഈ കാലത്ത് ഏറ്റവും പ്രധാനപ്പെട്ട പ്രശ്നങ്ങളിലൊന്നായി കള്ളപ്പണം മാറിയിട്ടുണ്ട്. മൊത്തം കള്ളപ്പണത്തിന്റെ കണക്കുമായി ബന്ധപ്പെട്ട് 14–ാം ലോക്സഭയിലും ചർച്ച ചെയ്തിരുന്നു. പ്രത്യേകിച്ച് സംവിധാനങ്ങൾ ഒന്നുമില്ല എന്നാണ് സർക്കാർ പറയുന്നത്. പക്ഷേ, അവർക്കെങ്ങനെ അത് പറയാൻ കഴിയും? ഇംഗ്ലണ്ട്, ഫ്രാൻസ്, അമേരിക്ക, ഇറ്റലി മുതലായ രാജ്യങ്ങൾക്കെല്ലാം അക്കൗണ്ടുകളുടെ വിശദാംശങ്ങൾ കിട്ടുമ്പോൾ നമുക്ക് മാത്രം വിവരങ്ങൾ ഒന്നും കിട്ടുന്നില്ല. എത്രയാണ് കള്ളപ്പണത്തിന്റെ യഥാർത്ഥ കണക്ക്? ആ കള്ളപ്പണത്തെ തൊടാനുള്ള ശേഷി നമുക്കുണ്ടോ?

അഴിമതിയെക്കുറിച്ച് തികഞ്ഞ മൗനം പാലിക്കുകയാണ് മന്ത്രി. സർ, 2G സ്പെക്ട്രം വിഷയം താങ്കൾ തന്നെയാണ് സഭയിൽ കൊണ്ടുവന്നത്. കോമൺവെൽത്ത് ഗെയിംസ്, ആദർശ് ഫ്ളാറ്റ്, കള്ളപ്പണം, പ്രതിരോധ കുംഭകോണം മുതലായവയുമായി ബന്ധപ്പെട്ട വിഷയങ്ങളെല്ലാം നമ്മൾ ചർച്ച ചെയ്തിട്ടുണ്ട്. കാർഷിക കടാശ്വാസ പദ്ധതിയിലെ കോടിക്കണക്കിന് രൂപയുടെ ഇടപാടുമായി ബന്ധപ്പെട്ട റിപ്പോർട്ട് CAG സമർപ്പിച്ചിട്ടുണ്ട്.

ഈ വിഷയങ്ങളിൽ ഉൾപ്പെട്ട ഏതെങ്കിലും വ്യക്തികളെ തൊടാനുള്ള ധൈര്യം സർക്കാരിനുണ്ടോയെന്ന് ചോദിക്കാൻ ഞാനാഗ്രഹിക്കുന്നു. കള്ളപ്പണം തിരിച്ച് പിടിക്കാൻ രാഷ്ട്രീയ ഇച്ഛാശക്തിയുണ്ടോ സർക്കാരിന്? അവർക്കതില്ല.

2G സ്പെക്ട്രം അഴിമതി മുതൽ കാർഷിക കടാശ്വാസ പദ്ധതി ഇടപാടുകൾ വരെയുള്ള ഉദാഹരണങ്ങൾ എടുത്താൽ കോടിക്കണക്കിന് രൂപയാണ് നഷ്ടപ്പെട്ടിരിക്കുന്നത്.

ആവശ്യത്തിന് വിഭവങ്ങൾ നമ്മുടെ രാജ്യത്തിൽ ഉണ്ട് എന്നതിൽ സംശയമൊന്നുമില്ല. പക്ഷേ, വേണ്ടത് രാഷ്ട്രീയ ഇച്ഛാശക്തിയാണ്. എന്നാൽ അത് ഈ സർക്കാരിനില്ല. അതുകൊണ്ടാണ് വിഭവ ദൗർബ്ബല്യമുണ്ടെന്ന് അവർ പറയുന്നത്.

സർ, ഇനി എന്റെ സംസ്ഥാനവുമായി ബന്ധപ്പെട്ട ചില പ്രശ്നങ്ങൾ പറയാൻ ഞാൻ ആഗ്രഹിക്കുന്നു. അവഗണിക്കപ്പെട്ടൊരു സംസ്ഥാനമാണ് കേരളം. കേരള മന്ത്രിമാരും ഇവിടെ ഇരിക്കുന്നുണ്ട്. നമ്മുടെ മുഖ്യമന്ത്രിയും മറ്റ് മന്ത്രിമാരും ധനമന്ത്രിയെ നേരിട്ട് കണ്ട് സംസാരിച്ചിരുന്നു. എനിക്കറിയില്ല. എന്തെങ്കിലും മാറ്റം സംഭവിക്കുമോ എന്ന്.

ഇനി ഞാൻ കേരളത്തിൽ IIT സ്ഥാപിക്കണമെന്ന ആവശ്യത്തെക്കുറിച്ച് പറയട്ടെ. പുതിയ IIT പ്രഖ്യാപിക്കുമ്പോൾ അത് കേരളത്തിൽ ആയിരിക്കുമെന്ന് സംസ്ഥാനം സന്ദർശിച്ച പ്രധാനമന്ത്രി പറഞ്ഞിരുന്നതാണ്. വയലാർജിയും, വേണുഗോപാൽജിയും ഇതിനെക്കുറിച്ച് എന്ത് പറയുന്നു? എവിടെ ആ IIT?

സർ, വിദേശകാര്യ ചുമതല ശ്രീ. വയലാർ രവിക്കാണ്. എല്ലാ വർഷവും യു എസ് 66 ബില്യൺ ഡോളർ നിക്ഷേപം ഏകദേശം 3,33,000 കോടി രൂപ ഗൾഫ് രാജ്യങ്ങളിൽനിന്നും നമുക്ക് കിട്ടുന്നു. എന്ത് പദ്ധതിയാണ് നിങ്ങൾ അവർക്ക് വേണ്ടി കൊടുക്കുന്നത്. കേരള സർക്കാർ ചില കാര്യങ്ങൾ ചെയ്തിട്ടുണ്ട്. പക്ഷേ, ചില്ലിക്കാശുപോലും ഇവിടെ മാറ്റിവച്ചിട്ടില്ല. മറുപടി പ്രസംഗത്തിൽ ഇതിനെക്കുറിച്ച് എന്തെങ്കിലും പറയുമോ? ഞാൻ വരുന്നത് കേരളത്തിലെ കാസർഗോഡ് നിന്നാണ്. എൻഡോസൾഫാൻ വിഷയം ഞങ്ങളെ എന്നും അലട്ടുന്ന ഒരു പ്രശ്നമാണ്. 475 കോടിയുടെ പ്രത്യേക പാക്കേജ് അനുവദിക്കണമെന്ന് സംസ്ഥാന സർക്കാർ ആവശ്യപ്പെട്ടിട്ടുണ്ടായിരുന്നു. പക്ഷേ, അതുമായി ബന്ധപ്പെട്ട് ഒരു സഹായവും ലഭിച്ചിട്ടില്ല.

തൂത്തുക്കുടിയുമായി ബന്ധപ്പെട്ട് ഒരു വലിയ തുക തന്നെ സർക്കാർ കൊടുത്തിട്ടുണ്ട്. ധനസഹായം കൊടുക്കുന്നതിനോ, തൂത്തുക്കുടി പദ്ധതിക്കോ ഞാൻ എതിരല്ല. മറിച്ച് ആ കൊടുത്ത ധനസഹായത്തിന് ഞാൻ സർക്കാരിനെ അഭിനന്ദിക്കുന്നു. അതേസമയം വിഴിഞ്ഞം പദ്ധതിക്ക് വേണ്ടി സർക്കാർ ഒന്നും കൊടുത്തിട്ടില്ല. അതിൽ ഞാൻ അസന്തുഷ്ടനാണ്.

കാർഷിക മേഖലയ്ക്കും, റബർ ഒഴികെയുള്ള നാണ്യവിളകൾക്കും ധനസഹായം നല്കാൻ സർക്കാർ തയ്യാറാണോ എന്നറിയാൻ എനിക്കാഗ്രഹമുണ്ട്. ഈ പറഞ്ഞ മേഖലയും തകർച്ചയിലാണ്. അർഹമായത് നേടിയെടുക്കാൻ കേരളത്തിലെ മന്ത്രിമാർ ഒരുമിച്ച് നില്ക്കാൻ തയ്യാറുണ്ടോ? ഭിക്ഷയല്ല ഞങ്ങൾ ചോദിക്കുന്നത്. അവകാശപ്പെട്ട സഹായമാണ് ആവശ്യപ്പെടുന്നത്.

കേരളത്തിലെ സഹകരണ മേഖല മികച്ച രീതിയിൽ പ്രവർത്തിക്കുന്ന ഒന്നാണ്. രാഷ്ട്രീയ പാർട്ടികളുടെ പ്രതിനിധികളോടൊപ്പം ധനമന്ത്രിയെയും, പ്രധാനമന്ത്രിയെയും കണ്ട അവസരത്തിൽ കേരളത്തിലെ സഹകരണ മേഖലയെക്കുറിച്ച് സംസാരിച്ചിരുന്നു. 70,000 കോടി സഹകരണ മേഖലയിൽനിന്നും സമാഹരിക്കാൻ കഴിഞ്ഞു എന്നത് പ്രധാനമന്ത്രിക്ക് അത്ഭുതമായിരുന്നു. സഹകരണ മേഖലയുടെ യഥാർത്ഥ വിജയമാണത്. അതേസമയം പാർലമെന്റ് പാസാക്കിയ പുതിയ നിയമം സഹകരണ മേഖലയെ ബാധിക്കുന്നതാണ്. ഇതുമായി ബന്ധപ്പെട്ട് ചില ഇളവുകൾ സർക്കാർ അനുവദിക്കണം.

KSRTC എന്ന വളരെ മികച്ചതും ബൃഹത്തായതുമായ ഒരു പൊതുഗതാഗത സംവിധാനം കേരളത്തിലുണ്ട്. ഡീസൽ വിലവർദ്ധനവ് കാരണം ഇതിപ്പോൾ അടച്ചുപൂട്ടേണ്ട അവസ്ഥയിലാണ്. ഒരു ഭാഗത്ത് സർക്കാർ പറയുന്നു ഉയർന്ന വളർച്ചാനിരക്കുണ്ടെന്നും, പണപ്പെരുപ്പം നിയന്ത്രിക്കാൻ അവർ ശ്രമിക്കുകയാണെന്നും. മറുഭാഗത്ത് കേരളം സംസ്ഥാന സർക്കാർ സ്ഥാപിച്ച ട്രാൻസ്പോർട്ട് കോർപ്പറേഷന് കീഴിലുള്ള ബസുകളിൽ പോലും യാത്ര ചെയ്യാൻ ജനങ്ങൾക്ക് കഴിയുന്നില്ല. അടിക്കടിയുള്ള ഡീസൽ വിലവർദ്ധനവ് കാരണം ബസുകൾ ഓടിക്കാൻ പോലും പറ്റാത്ത അവസ്ഥയിലാണ് KSRTC. ഇക്കാര്യത്തിൽ എന്തെങ്കിലും തീരുമാനങ്ങൾ എടുക്കാൻ സർക്കാർ തയ്യാറാണോ എന്നറിയാൻ എനിക്ക് താല്പര്യമുണ്ട്.

അവസാനമായി ഞാൻ ഒരു കാര്യം കൂടി പറയട്ടെ. PMGSY യോ, SSA യോ പോലുള്ള കേന്ദ്രാവിഷ്കൃത പദ്ധതികൾക്കുള്ള മാനദണ്ഡങ്ങൾ എല്ലാ സംസ്ഥാനങ്ങൾക്കും ഒരുപോലെ ബാധകമാക്കുന്നത് ബുദ്ധിമുട്ടാണ്. വിദ്യാഭ്യാസ മേഖലയിൽ മുന്നിൽ നില്ക്കുന്ന സംസ്ഥാനമാണ് കേരളം. കേരളത്തെ മറ്റ് സംസ്ഥാനങ്ങളുമായി ഏകദേശം താരതമ്യം ചെയ്യാം. തമിഴ്നാട്ടിൽ പൊതുവിതരണ സംവിധാനം വളരെ മികച്ചതാണ്. അക്കാര്യത്തിൽ തമിഴ്നാടിനെ എങ്ങനെ മറ്റ് സംസ്ഥാനങ്ങളുമായി താര

തമ്യം ചെയ്യാൻ കഴിയും? ഈ മേഖലകളിൽ വിജയിപ്പിച്ചതിന്റെ പേരിൽ കേരളത്തിനെയും തമിഴ്നാടിനെയും ശിക്ഷിക്കുകയാണ്. അർഹതയുള്ളത് പോലും പല മേഖലകളിലും അവർക്ക് കിട്ടുന്നില്ല. ഫെഡറൽ സംവിധാനമാണ് ഇന്ത്യയിലുള്ളത്. അതിന്റെ അർത്ഥം ഒരു തീരുമാനം എടുത്താൽ അത് എല്ലാ സംസ്ഥാനങ്ങളിലും ഒരുപോലെ നടപ്പിലാക്കണം എന്നല്ല. ഓരോ സംസ്ഥാനത്തിനും അതിന്റേതായ പ്രശ്നങ്ങളുണ്ട്. ഇക്കാര്യങ്ങളിൽ അല്പം കൂടി അയവുണ്ടാവണം. സർക്കാർ ഈ പദ്ധതികൾക്ക് അയവ് വരുത്താനുള്ള തീരുമാനം എടുത്തില്ലെങ്കിൽ ഒരുപാട് സംസ്ഥാനങ്ങൾ ഈ പദ്ധതികളുടെ സങ്കീർണ്ണതകൾകൊണ്ട് കഷ്ടപ്പെടും. ഇത്രയും പറഞ്ഞുകൊണ്ട് ഞാൻ നിർത്തുന്നു.

(13.03.2013, പൊതുബജറ്റ് 2012.2013)

പാവപ്പെട്ടവർക്ക് വേണ്ടിയുള്ള ക്ഷേമപദ്ധതികളിൽ സർക്കാർ ശ്രദ്ധ കേന്ദ്രീകരിക്കണം

സർ, ബഹുമാനപ്പെട്ട ധനമന്ത്രി ശ്രീ. പി ചിദംബരം അവതരിപ്പിച്ച 2013–14 വർഷത്തേക്കുള്ള ഉപധനാഭ്യർത്ഥനകളുമായി ബന്ധപ്പെട്ട ധന വിനിയോഗ ബില്ലിനെ (Appropriation Bill) കുറിച്ചുള്ള ചർച്ചയിൽ പങ്കെടുക്കാൻ അവസരം തന്നതിന് നന്ദി.

സർ, വിനിയോഗ ബില്ലായതുകൊണ്ട് തന്നെ അംഗീകാരം കൊടുക്കുക എന്ന വഴി മാത്രമേ നടപടിക്രമപ്രകാരം പാർലമെന്റിനുള്ളൂ. കാരണം സർക്കാർ മുന്നേതന്നെ നടത്തിയ ചെലവാണിത്. വിവിധ വകുപ്പുകളിലെ ചെലവുകളുടെ അംഗീകാരത്തിനായി ധനമന്ത്രി സഭയുടെ അനുമതി തേടുന്നു. അതേസമയം എല്ലാ വരവുംചെലവും പാർലമെന്റിനെ ബോദ്ധ്യപ്പെടുത്തുന്നത് വളരെ നല്ല കാര്യമാണ്. നമ്മുടെ സംവിധാനത്തെ സംബന്ധിച്ചിടത്തോളം ഇതൊരു മികച്ച കാര്യമാണ്. അതേ സമയം സർക്കാരിന്റെ നയരൂപീകരണത്തെക്കുറിച്ചും, പ്രവർത്തനങ്ങളെക്കുറിച്ചും വിലയിരുത്താൻ പാർലമെന്റ് അംഗങ്ങൾക്ക് കിട്ടുന്ന ഒരു അവസരം കൂടിയാണിത്.

രാജ്യത്ത് നിലനില്ക്കുന്ന ഗൗരവമായ സാമ്പത്തിക സാഹചര്യം സഭയിൽ അടുത്തിടെ ചർച്ച ചെയ്തിരുന്നു. സാഹചര്യം വളരെ മോശമാണെന്ന് പ്രധാനമന്ത്രി തന്നെ സമ്മതിച്ചിരുന്നു. നമുക്കത് ഉടൻ തരണം ചെയ്യാൻ കഴിയുമെന്നും അദ്ദേഹം പറഞ്ഞു. പ്രധാനമന്ത്രിയോട് വിയോജിക്കുന്നില്ല. അതേസമയം, ഈ സാഹചര്യത്തെ അതിജീവിക്കാൻ എന്തൊക്കെ നടപടികളാണ് സർക്കാർ സ്വീകരിക്കുക എന്നതാണ് പ്രധാനം.

സർ, സാമ്പത്തിക വളർച്ചാമാന്ദ്യം, കറന്റ് അക്കൗണ്ട് കമ്മി വർദ്ധനവ്, കറൻസിയുടെ മൂല്യത്തകർച്ച, ഉയർന്ന പണപ്പെരുപ്പം, വളരുന്ന

ധനക്കമ്മി, തൊഴിലില്ലായ്മ തുടങ്ങിയ ഒരുപാട് പ്രശ്നങ്ങളിലൂടെയാണ് ഇന്ത്യൻ സമ്പദ്ഘടന കടന്നുപോകുന്നത്. 2008 ന് ശേഷം ആദ്യമായാണ് വളർച്ചാനിരക്ക് 4.4 ശതമാനത്തിലേക്ക് കൂപ്പ് കുത്തുന്നത്. 2012-13 കാലത്ത് ഇത് 5.4% ആയിരുന്നു. വിവിധ മേഖലകളുടെ മോശം പ്രവർത്തനമാണ് ഈ വളർച്ചാ മുരടിപ്പിന് കാരണം. 8 മേഖലകളിൽ, 7 ഉം വളർച്ചാ മുരടിപ്പോ, കുറഞ്ഞ വളർച്ചാനിരക്കോ അഭിമുഖീകരിക്കുന്നു. 8 മേഖലകളിൽ ആകെ സാമൂഹിക സേവന മേഖല മാത്രമാണ് കാര്യമായ വളർച്ച കാണിക്കുന്നത്. മുൻവർഷത്തെ അപേക്ഷിച്ച് ഇൻഷുറൻസ് ബിസിനസ് സേവനങ്ങൾ കുറഞ്ഞ വളർച്ചാനിരക്കാണ് കാണിച്ചത്. കഴിഞ്ഞ വർഷത്തെ അപേക്ഷിച്ച് രൂക്ഷമായ ഇടിവാണ് നിർമ്മാണ, ഖനന, വൈദ്യുതി, ഗ്യാസ്, ജലവിതരണ മേഖലകളിൽ കാണിക്കുന്നത്. ഈ മേഖലകളിൽ വളർച്ച 3.7 ശതമായി കുറഞ്ഞു. കഴിഞ്ഞ വർഷം 6.2% ആയിരുന്നു. സേവനമേഖല പോലും പതനത്തിന്റെ പ്രവണതയാണ് കാണിക്കുന്നത്. ഈ എല്ലാ ഘടകങ്ങളും കൂടിയാണ് 2008 മുതൽ നമ്മുടെ രാജ്യം കണ്ടുകൊണ്ടിരിക്കുന്ന കുറഞ്ഞ വളർച്ചാനിരക്കിന് ഹേതുവായത്. ഈ സാഹചര്യത്തെ മറികടക്കാൻ സർക്കാരിന് എങ്ങനെ കഴിയും?

മികച്ച വളർച്ചാനിരക്കും, കറന്റ് അക്കൗണ്ട് കമ്മി കുറയ്ക്കാനും ഉദ്ദേശിച്ചാണ് 1991 മുതൽ ഇന്ത്യ ഉദാര സാമ്പത്തികനയത്തെ പ്രോത്സാഹിപ്പിക്കുകയും, ശക്തിപ്പെടുത്തുകയും ചെയ്യുന്നത്. 1991 ൽ കറന്റ് അക്കൗണ്ട് കമ്മി GDP യുടെ 2.5 ശതമാനമായിരുന്നു. ഇപ്പോഴത് 4.8 ശതമാനമായി. പിന്നെന്ത് പ്രയോജനമാണ് സർക്കാർ പിന്തുടർന്നുകൊണ്ടിരിക്കുന്ന നവ ഉദാരനയത്തിന്? നേരിട്ടുള്ള വിദേശ നിക്ഷേപത്തിനും, വിദേശ സ്ഥാപന നിക്ഷേപത്തിനും വേണ്ടി ഇന്ത്യൻ സമ്പദ്ഘടന സർക്കാർ തുറന്നു വെച്ചിരിക്കുകയാണ്. ഇപ്പോൾ കൂടുതൽ വിദേശ നിക്ഷേപം ആകർഷിക്കുവാനുള്ള നിയമ നിർമ്മാണം ഈ സഭയുടെ പരിഗണനയിലുണ്ട്.

സർ, എല്ലാ മനുഷ്യസൂചികകളും പരിഗണിച്ചുകൊണ്ട് മറ്റ് തെക്കൻ ഏഷ്യൻ രാജ്യങ്ങളുമായി താരതമ്യം ചെയ്യുമ്പോൾ നമ്മുടെ സ്ഥാനം ഒട്ടും തൃപ്തികരമല്ല. പോഷകാഹാരക്കുറവും, ഭാരക്കുറവുമുള്ള കുട്ടികളുടെ കാര്യമെടുത്താൽ ഈ രാജ്യങ്ങളുടെ പട്ടികയിൽ നാം ഏറ്റവും താഴെയാണ്. വിദ്യാഭ്യാസം, ആരോഗ്യം എന്നിവയുടെ കാര്യത്തിലും ഭൂരിഭാഗം തെക്കൻ ഏഷ്യൻ രാജ്യങ്ങളെക്കാൾ വളരെ പിന്നിലാണ് നാം.

സർ, ഒരു ജനാധിപത്യ സർക്കാർ രാജ്യത്തെ ജനങ്ങളുടെ പ്രത്യേകിച്ച് പാവപ്പെട്ട ജനങ്ങളുടെ ക്ഷേമം ഉറപ്പാക്കണം. യു എൻ റിപ്പോർട്ട് പ്രകാരം ഇന്ത്യയുടെ 53 ശതമാനം സ്വത്തുക്കളും 10 ശതമാനം വരുന്ന അതിസമ്പന്നരുടെ കൈകളിലാണ്. 10 ശതമാനം വരുന്ന പാവപ്പെട്ട ജനങ്ങളുടെ കൈയിലുള്ളത് 0.2 ശതമാനം സ്വത്തുക്കൾ മാത്രമാണ്. നവ ഉദാര സാമ്പത്തിക നയത്തിന്റെ ഏറ്റവും വലിയ ഗുണഭോക്താക്കൾ സമൂഹത്തിലെ സമ്പന്നരും അതിസമ്പന്നരുമാണെന്ന കാര്യം വ്യക്തമാണ്.

മറ്റൊരു റിപ്പോർട്ട് പറയുന്നത് 2004 ൽ നമ്മുടെ രാജ്യത്തെ ശതകോടീശ്വരൻമാരുടെ എണ്ണം 9 ആയിരുന്നു എന്നും 2012–13 കാലഘട്ടത്തിൽ ഇത് 62 ആയി ഉയർന്നെന്നും ആണ്. അതേസമയം 73 ശതമാനം ജനങ്ങളും ജീവിക്കുന്നത് വെറും 20 രൂപ ദിവസ വരുമാനംകൊണ്ടാണ്. ട്രഷറി ബഞ്ചിലെ ഒരു ബഹുമാന്യനായ അംഗം പറഞ്ഞത് ഇന്ത്യ തിളങ്ങുന്നു എന്നാണ്. പക്ഷേ, ആ തിളക്കം കോർപ്പറേറ്റ് മേഖലയിലാണെന്നും, പാവപ്പെട്ട ജനങ്ങളുടെ ഇടയിലല്ല എന്നും പറയാൻ ഞാൻ ആഗ്രഹിക്കുന്നു.

ആസൂത്രണ കമ്മീഷന്റെ തീരുമാനപ്രകാരം മുമ്പ് ഗ്രാമപ്രദേശങ്ങളിൽ 26 രൂപ ദിവസ വേതനമുള്ളവരേയും, നഗര പ്രദേശങ്ങളിൽ 36 രൂപ ദിവസവേതനക്കാരെയും APL വിഭാഗത്തിൽ പരിഗണിച്ചിരുന്നു. എന്നാൽ ഇപ്പോൾ ആ പരിധി ഗ്രാമപ്രദേശങ്ങളിൽ 45 രൂപയായും, നഗരപ്രദേശങ്ങളിൽ 55 രൂപയായും ഉയർത്തി. ഇത്രയും തുച്ഛമായ വിലയ്ക്ക് ഒരു നേരത്തെ ഭക്ഷണം കിട്ടുമോ? എങ്ങനെയാണ് അവർക്കിത് പറയാൻ കഴിയുന്നത്? ആസൂത്രണ കമ്മീഷൻ അങ്ങനെയൊരു കണക്ക് എങ്ങനെ ഉണ്ടാക്കി? ജനങ്ങളുടെ വാങ്ങാനുള്ള കഴിവ് കുറഞ്ഞു കൊണ്ടിരിക്കുകയാണ്. തൊഴിലില്ലായ്മയാണ് അതിന് പ്രധാന കാരണം. നേരിട്ടുള്ള വിദേശ നിക്ഷേപവും, വിദേശ സ്ഥാപന നിക്ഷേപവും മറ്റെല്ലാ വിദേശ നിക്ഷേപങ്ങളും സർക്കാർ പ്രോത്സാഹിപ്പിക്കുന്നു. എന്നാൽ ഈ പുതിയ നിക്ഷേപങ്ങളിലൂടെ ആവശ്യത്തിന് തൊഴിൽ സൃഷ്ടിക്കാൻ നമുക്ക് കഴിയുന്നില്ല. കണക്കുകളിൽ നിന്ന് നമുക്കത് മനസ്സിലാക്കാം. *The Economic Times* പറയുന്നത് ഉരുക്ക് വ്യവസായ മേഖലയിൽനിന്നും 10 ശതമാനം തൊഴിലാളികളുടെ എണ്ണം കുറച്ചു എന്നാണ്. ടെലികോം, ഷിപ്പിങ് മേഖലകളിൽ 17 ശതമാനം കുറഞ്ഞു. പേപ്പർ മേഖലയിൽ 23 ശതമാനവും തൊഴിൽ കുറഞ്ഞു. കോർപ്പറേറ്റ് മാനേജ്മെന്റുകളുടെ ലക്ഷ്യം 1 കോടി തൊഴിലാളികളെ പിരിച്ച് വിടുക എന്നതാണ്. എന്തുകൊണ്ടെന്നാൽ FDI യും FII യും പോലെയുള്ള പുതിയ നിക്ഷേപങ്ങളുടെ ലക്ഷ്യം ലാഭം മാത്രമാണ്. അല്ലാതെ നമ്മുടെ ജനങ്ങൾക്ക് തൊഴിൽ നല്കുക എന്നതോ, അവരുടെ വിഷമങ്ങൾ തീർക്കുക എന്നതോ അല്ല. സർ, വർദ്ധിച്ച തൊഴിലില്ലായ്മ നമ്മുടെ രാജ്യത്തിന്റെ ഭയപ്പെടുത്തുന്ന പ്രത്യേകതയായി മാറിയിട്ടുണ്ട്.

സർവ്വ സാധനങ്ങളുടെയും വിലക്കയറ്റത്തിനെതിരെ ശക്തമായ പ്രതിഷേധങ്ങൾക്കാണ് സഭ സാക്ഷ്യംവഹിച്ചത്. ഭക്ഷണ സാധനങ്ങളുടെ വില വർദ്ധിച്ചു. ഡൽഹിയിൽ ഉള്ളിയുടെ വില 8 രൂപയായി. കാരറ്റിന്റെ വില 30 രൂപയായി. എല്ലാ പച്ചക്കറികളുടെയും വില 80 രൂപയിലേക്കെത്തി. അവശ്യവസ്തുക്കളുടെതെല്ലാം വില ഉയർന്നു കഴിഞ്ഞു. പെട്രോളിന്റെയും ഡീസലിന്റെയും വില കൂട്ടിയതാണ് ഇതിന്റെ കാരണം.

സർ, വിലക്കയറ്റം നമ്മുടെ മാത്രം വിഷയമല്ല, ഒരു ആഗോള പ്രതി

ഭാസം ആണെന്നാണ് സർക്കാർ പറയുന്നത്. സർ, പാകിസ്ഥാനിൽ പെട്രോളിന്റെ വില 26 ആണ്. ബംഗ്ലാദേശിൽ അത് 22, ക്യൂബയിൽ 19, ഇറ്റലിയിൽ 14, നേപ്പാളിൽ 34, മ്യാൻമറിൽ 30, അഫ്ഗാനിസ്ഥാനിൽ 36, ശ്രീലങ്കയിൽ 34, ഇന്ത്യയിൽ 32. ഇവിടെങ്ങനെ ഇത്രയും ആയി? ഒരു ലിറ്റർ പെട്രോളിന്റെ അടിസ്ഥാന ചെലവ് വെറും 16.5 രൂപയാണ്. കേന്ദ്ര നികുതി 11.80 രൂപ, എക്സൈസ് നികുതി 9.75, VAT 4 ശതമാനം, വിൽപ്പന നികുതി 8 ശതമാനം ആകെ 32. എന്തുകൊണ്ട് ഈ കണക്ക് വിശദീകരിക്കപ്പെടുന്നില്ല. അതായത്, വിലക്കയറ്റത്തിന് പ്രധാന കാരണം സർക്കാർ തീരുമാനങ്ങളാണ്.

ജോലിക്കാരുടെ വേതനം കുറഞ്ഞു കൊണ്ടിരിക്കുകയാണ്. വാങ്ങാനുള്ള കഴിവ് കുറഞ്ഞു കൊണ്ടിരിക്കുന്നു. ആഭ്യന്തര വിപണി ക്ഷയിച്ചു കൊണ്ടിരിക്കുന്നു. അത്തരമൊരു സാഹചര്യത്തിൽ എന്താണ് സർക്കാർ ചെയ്യേണ്ടത്. ഇന്ത്യയിലെ ആദ്യത്തെ ധനമന്ത്രിയായിരുന്ന ശ്രീ. ഷൺമുഖം ചെട്ടിയാരുടെ വാക്കുകൾ ഇവിടെ ഉദ്ധരിക്കാൻ ഞാനാഗ്രഹിക്കുന്നു. അദ്ദേഹം തന്റെ 1947–48 കാലത്തെ പ്രസംഗത്തിൽ പറഞ്ഞു. “സർക്കാർ സാമ്പത്തികമാന്ദ്യം അഭിമുഖീകരിക്കേണ്ടി വരുമ്പോൾ, പൊതു ചെലവിന്റെ ധീരമായ പദ്ധതികൾ ആവിഷ്കരിക്കണം. പൊതുനിക്ഷേപം വർദ്ധിപ്പിക്കാനുള്ള നടപടികൾ കൈക്കൊള്ളണം.” പക്ഷേ, ഇവിടെ നമ്മുടെ പ്രധാനമന്ത്രിയും, ധനകാര്യമന്ത്രിയും ശ്രമിക്കുന്നത് നേരിട്ടുള്ള വിദേശ നിക്ഷേപം വർദ്ധിപ്പിക്കാനാണ്. അല്ലാതെ, പൊതുനിക്ഷേപം വർദ്ധിപ്പിക്കാനല്ല. അത്തരം പ്രശ്നങ്ങൾ പരിഹരിക്കാൻ അവർ സ്വീകരിക്കുന്ന നയങ്ങളും തന്ത്രങ്ങളും കടുത്ത പ്രശ്നം സൃഷ്ടിക്കും.

പൊതുനിക്ഷേപത്തിനാവശ്യമായ വിഭവ ലഭ്യതയില്ലയെന്നാണ് സർക്കാർ പറയുന്നത്. കഴിഞ്ഞ ബജറ്റിൽ നികുതി നഷ്ടത്തെക്കുറിച്ച് നമ്മൾ സംസാരിച്ചിരുന്നു. കഴിഞ്ഞ ബജറ്റിലെ നികുതി നഷ്ടം 5,76,000 കോടിയാണ്. 2012–13 ബജറ്റിൽ പറഞ്ഞതിനേക്കാൾ ഉയർന്ന ധനക്കമ്മിയാണിത്. ആദായനഷ്ടം 5,29,432 കോടിയായിരുന്നു. ഇതും ധനക്കമ്മിയെക്കാൾ കൂടുതലായിരുന്നു. GDP യുടെ 60 ശതമാനം വരും ഇത്. പ്രശസ്ത പത്രപ്രവർത്തകൻ സായിനാഥിന്റെ കണക്കുപ്രകാരം, 2005–06 മുതൽ കോർപ്പറേറ്റ് മേഖലയ്ക്കും സമ്പന്നവിഭാഗത്തിനും കിട്ടുന്ന നികുതിയിളവ് ഓരോ മിനിറ്റിലും ശരാശരി 70 ലക്ഷം രൂപയാണ്.

സർ, ഇത്രയും ഭീമമായ തുക കോർപ്പറേറ്റുകൾക്ക് വേണ്ടിയും പണക്കാർക്ക് വേണ്ടിയും ചെലവഴിക്കുമ്പോൾ സർക്കാർ പറയുന്നത് പൊതു നിക്ഷേപത്തിന് പണമില്ല എന്നാണ്. ഇതാണ് നമ്മുടെ സമ്പദ്ഘടനയുടെ മറ്റൊരു വിഷമമുഖം.

സർ, വിവിധ തരത്തിലുള്ള വിദേശ മൂലധനത്തെ ആശ്രയിക്കുമ്പോൾ നമ്മൾ മനസ്സിലാക്കേണ്ട കാര്യം, അവർക്ക് നമ്മുടെ രാജ്യത്തിന്റെ വികസനത്തിലോ, ദാരിദ്ര്യനിർമ്മാർജ്ജനത്തിലോ താല്പര്യമില്ല. മറിച്ച്

കൂടുതൽ കൂടുതൽ ലാഭമുണ്ടാക്കുന്നതിലാണ് അവരുടെ ശ്രമം. അന്താരാഷ്ട്ര മൂലധനത്തിന്റെ സ്വഭാവം ഒരു രാജ്യത്തോടും ചേർന്നു നില്ക്കുന്നതല്ല. ഇത് രാജ്യങ്ങളിൽ നിന്ന് രാജ്യങ്ങളിലേക്ക് പോകും. കൂടുതൽ ലാഭം കിട്ടുന്ന രാജ്യങ്ങളിലേക്ക് ഇവർ ചേക്കേറും. അതാണ് അന്താരാഷ്ട്ര മൂലധനത്തിന്റെ രീതി. പക്ഷേ, ഈ സർക്കാർ ആശ്രയിക്കുന്നതും ശ്രദ്ധിക്കുന്നതും ഇപ്പോൾ പറഞ്ഞ അന്താരാഷ്ട്ര മൂലധനത്തിന് വേണ്ടിയാണ്. അത് കൂടുതൽ പ്രശ്നങ്ങൾക്ക് വഴിവെക്കും. ഇതുവരെ രാജ്യത്ത് കാണാത്ത തരത്തിൽ രൂപയുടെ മൂല്യം ഇടിഞ്ഞു. ഇപ്പോൾ ഏകദേശം 66 രൂപയാണ് ഒരു ഡോളർ.

സർ, ഞാൻ ഉപസംഹരിക്കുകയാണ്. സമ്പദ്ഘടനയുടെ ശക്തി വർദ്ധിപ്പിക്കുക തങ്ങളുടെ മാത്രം കർത്തവ്യം അല്ലെന്നും, പ്രതിപക്ഷത്തിന്റെ കൂടി ഉത്തരവാദിത്വം ആണെന്നുമാണ് സർക്കാർ പറയുന്നത്. ഞാൻ സമ്മതിക്കുന്നു. പക്ഷേ, പ്രതിപക്ഷം എന്തൊക്കെ ചെയ്തുവെന്നും സർക്കാർ എന്തൊക്കെ ചെയ്തുവെന്നും നമുക്ക് വിലയിരുത്താവുന്നതാണ്. ഇന്ത്യൻ പാർലമെന്റ് ചരിത്രത്തിൽ ഇത്രയും അധികം അഴിമതി ആരോപണങ്ങൾ നേരിട്ട സർക്കാർ ഒരു കാലത്തും ഉണ്ടായിട്ടില്ലായെന്ന് എനിക്ക് തോന്നുന്നു. ഇത് പ്രതിപക്ഷത്തിന്റെ സംഭാവനയാണോ? 2ജി സ്പെക്ട്രം, കുംഭകോണം നോക്കൂ. തുടർന്ന് കോമൺവെൽത്ത് ഗെയിംസ് അഴിമതി വന്നു. പിന്നീട് ആദർശ് ഫ്ളാറ്റ് കുംഭകോണം, ഹെലികോപ്റ്റർ അഴിമതി, റെയിൽവെ അഴിമതി, കൽക്കരി അഴിമതി എത്രയെത്ര അഴിമതികൾ തുടരെത്തുടരെ സംഭവിച്ചു. ഇതിലൂടെയൊക്കെ നിങ്ങളുടെ അന്തസ്സ് ഇടിയുന്നത് തിരിച്ചറിയണം. ഇതൊന്നും പ്രതിപക്ഷത്തിന്റെ നേരിട്ടുള്ള ഗോളല്ല, മറിച്ച് നിങ്ങളുടെ പാർട്ടിയിൽ നിന്ന് തന്നെ കിട്ടിയ സെൽഫ് ഗോളുകൾ ആണ്. എത്ര സെൽഫ് ഗോളുകളാണ് നിങ്ങൾക്ക് കിട്ടിക്കൊണ്ടിരിക്കുന്നത്.

(5.09.2013)

ഗുജറാത്ത് മാതൃക വെറുമൊരു കെട്ടുകഥയാണ്

2014-15 വർഷത്തെ പൊതു ബജറ്റിനെക്കുറിച്ചുള്ള എന്റെ കാഴ്ചപ്പാടുകൾ പറയാനാഗ്രഹിക്കുന്നു.

വൻ ഭൂരിപക്ഷത്തോടെയാണ് ഇപ്പോഴത്തെ BJP സർക്കാർ അധികാരത്തിൽ വന്നത്. തിരഞ്ഞെടുപ്പ് പ്രചരണത്തിൽ പറഞ്ഞതുപോലെ ഈ സർക്കാർ വിലക്കയറ്റത്തിന് കടിഞ്ഞാണിടുമെന്ന് വിശ്വസിച്ചിട്ടാണ് അവർക്കനുകൂലമായി ജനം വിധിയെഴുതിയത്. പക്ഷേ, സർക്കാർ അധികാരത്തിൽ വന്നയുടനെ എടുത്ത നടപടി വില വർദ്ധിപ്പിക്കുക എന്നതാണ്. പെട്രോൾ വില 1.69 – 1.70 രൂപ വരെയും, ഡീസലിന്റെ വില 50 പൈസയും വർദ്ധിപ്പിച്ചു. കൂടാതെ മണ്ണെണ്ണയുടെ ധനസഹായം കുറച്ചു. പാൽ, പഞ്ചസാര, പച്ചക്കറികൾ എന്നിവയുടെ വില വർദ്ധിച്ചു. വിലക്കയറ്റത്തിന് ഹേതുവാകുന്ന തരത്തിൽ റെയിൽവെ നിരക്കും ഉയർത്തി. യാത്രാനിരക്ക് 14.5 ശതമാനവും, പാഴ്സൽ നിരക്ക് 5 ശതമാനവും വർദ്ധിപ്പിച്ചു. എല്ലാ അവശ്യ സാധനങ്ങളുടെയും അസാധാരണമായ വിലക്കയറ്റത്തിന് ഈ തീരുമാനങ്ങൾ കാരണമായി.

പൊതുവിലക്കയറ്റം 6.02 ശതമാനമായി. ഭക്ഷണസാധനങ്ങൾക്ക് 9.8 ശതമാനം വില കൂടി. പച്ചക്കറികൾക്ക് 8.6 ശതമാനവും, പാൽ മുതലായ മറ്റ് വസ്തുക്കൾക്ക് 20 ശതമാനവും കൂടി. ഇതാണ് മോദി സർക്കാരിന്റെ പ്രതിഫലവും അംഗീകാരവും. തന്ത്രപരമായ മേഖലകളിലും നേരിട്ടുള്ള വിദേശ നിക്ഷേപം അനുവദിക്കാൻ തീരുമാനം എടുത്തു. പ്രതിരോധ മേഖലയിലെ നേരിട്ടുള്ള വിദേശനിക്ഷേപം 26 ശതമാനമായിരുന്നത് ഇപ്പോൾ 49 ശതമാനമാക്കി. ആശയ വിനിമയ മേഖലയിലും 49 ശതമാനമാക്കി. കൂടാതെ റെയിൽവെയിൽ നേരിട്ടുള്ള വിദേശനിക്ഷേപം ക്ഷണിക്കാൻ തീരുമാനിച്ചു. ഇത് മുൻ സർക്കാർ നയത്തിന്റെ തുടർച്ച

മാത്രമാണ്.

വിലക്കയറ്റത്തിന്റെയും അഴിമതിയുടെയും കാര്യം ഉയർത്തിക്കൊണ്ടാണ് ഈ സർക്കാർ അധികാരത്തിൽ വന്നത്. മുൻ സർക്കാർ വിലക്കയറ്റം നിയന്ത്രിക്കുന്നതിൽ പരാജയമായിരുന്നു. പക്ഷേ, മോദിയുടെ നയതീരുമാനങ്ങളിലും കാര്യമായ മാറ്റമൊന്നും വന്നിട്ടില്ല.

കാർഷികമേഖലയിലെ ഗുരുതരാവസ്ഥയെക്കുറിച്ചുള്ള റിപ്പോർട്ടുകൾ വന്നു കൊണ്ടിരിക്കുന്നു. കർഷകർക്ക് പലിശരഹിത വായ്പകൾ കൊടുക്കണമെന്ന നിർദ്ദേശം സ്വാമിനാഥൻ കമ്മീഷൻ റിപ്പോർട്ടിലുണ്ടായിരുന്നു. പക്ഷേ, ഈ വിഷയത്തെക്കുറിച്ച് സർക്കാർ മൗനമാണ്.

MGNREGA പദ്ധതിയിൽ വരുത്താനുള്ള മാറ്റങ്ങളെക്കുറിച്ചൊരു സൂചനയുണ്ട്. പക്ഷേ, യഥാർത്ഥ പ്രവർത്തന പദ്ധതി ഇവിടെയില്ല. മഹാത്മാഗാന്ധിയുടെ പേരിലാണ് പദ്ധതിയുള്ളത്. രാഷ്ട്രപിതാവിന്റെ പേര് മാറ്റി മറ്റേതെങ്കിലും പണ്ഡിതരുടെ പേരെങ്ങനെ വെക്കും.

ഈ ബജറ്റിലും കേരളത്തെ പൂർണ്ണമായി തഴഞ്ഞിരിക്കുകയാണ്. കൃഷിയും വ്യാപാരവും, NRI കൾ, പരമ്പരാഗത വ്യവസായങ്ങൾ എന്നിവയാണ് കേരളത്തിന്റെ സമ്പദ്ഘടനയുടെ മൂന്ന് തൂണുകൾ. സർക്കാരിന്റെ ഇറക്കുമതിനയം കാരണം കേരളത്തിലെ കർഷകർ പ്രത്യേകിച്ച് റബർ കർഷകർ ഗുരുതരമായ പ്രതിസന്ധി നേരിടുകയാണ്. കഴിഞ്ഞ വർഷം ഒരു കിലോ റബ്ബറിന് 235 രൂപയായിരുന്നത് ഈ വർഷം 130 രൂപയായി കുറഞ്ഞു. റബ്ബർ ഇറക്കുമതി നയം മൂലമാണിത്. കിലോയ്ക്ക് 100 രൂപയുടെ കുറവ്. മുൻ സർക്കാരിന്റെ അതേ നിലപാടാണ് ഈ സർക്കാരും തുടരുന്നത്.

കേരളത്തിന്റെ സമ്പദ് വ്യവസ്ഥ ഒരു വലിയ പരിധി വരെ ആശ്രയിക്കുന്നത് കയർ, കശുവണ്ടി, കൈത്തറി, ബീഡി പോലുള്ള പരമ്പരാഗത വ്യവസായങ്ങളെയാണ്. പ്രത്യേക പാക്കേജുകളും സംസ്ഥാനത്തിനായി പ്രഖ്യാപിക്കപ്പെട്ടിട്ടില്ല.

കോടികളുടെ വിദേശപണമാണ് പ്രവാസികൾ നേടിത്തരുന്നത്. പക്ഷേ, യാതൊരുവിധ പുനരധിവാസ പദ്ധതികളോ, ക്ഷേമപദ്ധതികളോ അവർക്ക് വേണ്ടി പ്രഖ്യാപിച്ചിട്ടില്ല. ഇറാഖിന്റെ വേദനാജനകമായ അനുഭവം നമുക്ക് മുന്നിലുണ്ട്.

സംസ്ഥാനങ്ങൾക്ക് IIT കൾ അനുവദിച്ചതിൽ സർക്കാരിനെ അഭിനന്ദിക്കുന്നു. പക്ഷേ, കേരളത്തെ എയിംസ് (AIIMS) പദവി സംസ്ഥാനങ്ങളുടെ പട്ടികയിൽ ഉൾപ്പെടുത്തിയിട്ടില്ല. സർക്കാർ സാമ്പത്തിക സഹായം നല്കുകയും വിവിധ സംസ്ഥാനങ്ങളിൽ മികച്ച കൈത്തറി കേന്ദ്രങ്ങൾ തുടങ്ങുകയും ചെയ്തിട്ടുണ്ട്. പക്ഷേ, കൈത്തറിയുടെ നാടായ കേരളത്തെ അവഗണിച്ചു.

സർക്കാർ പിന്തുടരുന്നത് അധോഗമന ഘടനയാണ്. ഇതിൽ ഭാരം സഹിക്കേണ്ടത് സാധാരണ ജനങ്ങളാണ്. വിവിധ മേഖലകളിൽ നടപ്പിലാക്കുന്ന പുതിയ നികുതികളിൽ ഇത് വ്യക്തമാണ്. കസ്റ്റംസ് നികുതി

കുറച്ചത് ഇലക്ട്രോണിക് ഉപകരണങ്ങളുടെ വില കുറയാൻ കാരണമാകും. ഈ മേഖലയ്ക്ക് അത് ചെറിയ ആശ്വാസമാകും. കേരളത്തിലെ പ്രത്യേകിച്ച് കാസർഗോഡ് മേഖലയിലെ എൻഡോസൾഫാൻ ഇരകൾക്ക് വേണ്ടി പ്രത്യേക സാമ്പത്തിക സഹായം അനുവദിക്കണമെന്നത് കേരളത്തിന്റെ ദീർഘകാലത്തെ ആവശ്യമാണ്. 475 കോടിയുടെ സഹായമാണ് കേരളം മുൻ സർക്കാരിനോട് ആവശ്യപ്പെട്ടത്. പക്ഷേ, ഒരു സഹായവും നല്കിയിട്ടില്ല.

5,66,000 കോടിയുടെ നികുതി നഷ്ടമായിരുന്നു. കഴിഞ്ഞ ബജറ്റിൽ വലിയ ബിസിനസുകാർക്കും, പണക്കാർക്കും കൊടുത്ത നികുതിയിളവായിരുന്നു അത്. അതിന് മുമ്പത്തെ വർഷം അത് 5,26,000 കോടിയായിരുന്നു. അതത് കാലത്തെ ബജറ്റ് കമ്മിയേക്കാൾ കൂടുതലായിരുന്നു ഇളവ് കൊടുത്തത്. ഈ സർക്കാരും അതേ ഇളവുകൾ പണക്കാർക്ക് കൊടുക്കാനാണ് തീരുമാനിച്ചത്.

ഭക്ഷ്യസുരക്ഷയാണ് ഏതൊരു സർക്കാരിന്റെയും പ്രധാന വിഷയം. വിലക്കയറ്റം നിയന്ത്രിക്കാനുള്ള ശക്തമായ ഉപകരണമാണ് പൊതുവിതരണ സമ്പ്രദായം. ഭക്ഷ്യസുരക്ഷയുമായി ബന്ധപ്പെട്ട നടപടികൾ വിശദീകരിച്ചപ്പോൾ ഇതിനെക്കുറിച്ച് ഒരു പരാമർശവും ഉണ്ടായില്ല.

സർക്കാർ പറയുന്നത് ഗുജറാത്ത് മാതൃകയെക്കുറിച്ചാണ്. പക്ഷേ, ഗുജറാത്തിനേക്കാൾ മികച്ച രീതിയിൽ മുന്നേറുന്നവയാണ് കേരളം, തമിഴ്നാട് പോലുള്ള സംസ്ഥാനങ്ങൾ. തമിഴ്നാട്ടിലെ പൊതുവിതരണ സമ്പ്രദായം മികച്ച മാതൃകയാണ്. സാക്ഷരതയും, മറ്റ് പദ്ധതികളും കേരളത്തിൽ മികച്ചതാണ്. പിന്നെ എന്ത് മാതൃകയെക്കുറിച്ചാണ് സർക്കാർ പറയുന്നത്? നമുക്ക് വേണ്ടത് ഒരു ഇന്ത്യൻ മാതൃകയാണ്.

കേരളത്തിൽ സഹകരണപ്രസ്ഥാനം ശക്തമാണ്. റിസർവ്വ് ബാങ്ക് ഓഫ് ഇന്ത്യയുടെ ചില തീരുമാനങ്ങളും ബാങ്കിങ് ഭേദഗതി നിയമവും വന്നതോടെ കേരളത്തിലെ സഹകരണ മേഖലയുടെ പ്രവർത്തനം പ്രയാസത്തിലാണ്. ബാങ്കിങ് ഭേദഗതി നിയമം, 80P ബാങ്കിന്റെ കാർഷിക സഹകരണ സംഘങ്ങൾക്ക് ചില ഇളവുകൾ നല്കിയിരുന്നു. ഗ്രാമീണ മേഖലയിലെ കർഷകരോട് ഇടപെടുന്നവയായതുകൊണ്ട് അവയെ 80P നടപ്പാക്കുന്നതിൽ നിന്ന് ഒഴിവാക്കിയിട്ടുണ്ട്. പക്ഷേ, കേരളത്തിലെ സഹകരണ മേഖലയിൽ 80P നടപ്പാക്കണമെന്ന് വകുപ്പ് നിർബന്ധിച്ചു. അത് സഹകരണ മേഖലയുടെ ദൈനംദിന പ്രവർത്തനത്തെ കടിഞ്ഞാണിട്ടു. സ്ഥിരമായി സഹകരണ ബാങ്കുകളെ വേട്ടയാടുന്ന ആദായ നികുതി ഉദ്യോഗസ്ഥർ ആ മേഖലയെ പ്രതിസന്ധിയിലാക്കുകയാണ്. 5 ലക്ഷം രൂപ നിക്ഷേപിക്കുന്ന ഒരാൾ എല്ലാ വിവരങ്ങളും ആദായ നികുതി വകുപ്പിന് നല്കണം. എന്നാൽ ദേശസാല്കൃത ബാങ്കുകൾക്കും, സ്വകാര്യ ബാങ്കുകൾക്കും ഇത് ബാധകമല്ല. സഹകരണ ബാങ്കുകളുടെ പ്രവർത്തനത്തെ ഇത് ദോഷകരമായി ബാധിക്കുന്നു. അതുകൊണ്ട് ഈ വിഷയം പരിഗണനയിൽ എടുക്കണമെന്ന് ഞാൻ അഭ്യർത്ഥിക്കുന്നു.

UPA സർക്കാരിന്റെ തകർച്ചയിൽ നിന്നാണ് ഈ സർക്കാർ വന്നത്. അഴിമതിയും വിലക്കയറ്റവുമായിരുന്നു പ്രധാന വിഷയങ്ങൾ. പുതിയ സർക്കാരും അതേ വഴിയിലൂടെയാണ് പോകുന്നതെങ്കിൽ ഫലവും അനുഭവവും അതു തന്നെയാകും. ഇത്രയും പറഞ്ഞുകൊണ്ട്, ഈ ബജറ്റിനോടുള്ള എന്റെ ശക്തമായ വിയോജിപ്പ് രേഖപ്പെടുത്തുന്നു.

(17.7.2014, പൊതുബജറ്റ് 2014.2015)

PMGSY ക്ക് അനുവദിക്കുന്ന ധനസഹായം വർദ്ധിപ്പിക്കുക

സർ, ഞങ്ങൾക്ക് പത്ത് മിനുട്ട് മുമ്പ് തന്നെ അനുവദിച്ചിട്ടുണ്ട്. പാർട്ടി നേതാവിന്റെ സമയം നിയന്ത്രിക്കാൻ നിങ്ങൾക്കെങ്ങനെ കഴിയും?

സർ, ഈ സഭയ്ക്ക് മുമ്പാകെ ധനമന്ത്രി വെച്ച ഉപധനാഭ്യർത്ഥന ആവശ്യങ്ങളിൽ 54 മന്ത്രാലയങ്ങളും, വകുപ്പുകളും ഉൾപ്പെടുന്നു. മൊത്ത അഘിര ചെലവ് ഏകദേശം 12,52,948 രൂപയും. എന്റെ സുഹൃത്തുക്കൾ പറഞ്ഞത് പോലെ സർക്കാരിനെ വിലയിരുത്താൻ സമയമായിട്ടില്ലെങ്കിലും, പ്രതീക്ഷയുളവാക്കുന്നതോ, പ്രചോദനമാകുന്നതോ അല്ലെന്ന് സാമ്പത്തിക വളർച്ചയുടെ ഘടകങ്ങൾ പരിശോധിച്ചാൽ പറയാൻ കഴിയും. സി എസ് അനുപാതം സൂചിപ്പിക്കുന്നത് നെഗറ്റീവ് പ്രവണതയെയാണ്. ഇറക്കുമതിയും, കയറ്റുമതിയും തമ്മിലുള്ള അന്തരം 21 ശതമാനമാണ്. ഉല്പാദന രംഗം പ്രത്യേകിച്ച് ഊർജ്ജ വ്യവസായ മേഖലകളിലെ വളർച്ച ഗുരുതരമല്ല. ഖനന മേഖലയിലും മറ്റ് മേഖലകളിലും ഉൽപ്പാദനം മോശമാണ്. പരോക്ഷ നികുതി സമാഹരണം വളരെയധികം കുറഞ്ഞ് കമ്മി ഏകദേശം 89.06 ശതമാനത്തിലെത്തി.

കഴിഞ്ഞ സമ്മേളനത്തിൽ നടത്തിയ ബജറ്റ് മറുപടിയിൽ ധനമന്ത്രി പറഞ്ഞത് ധനക്കമ്മിയും വരുമാനക്കമ്മിയും യഥാക്രമം 4.3, 3.2 എന്നിങ്ങനെ തുല്യമായി നിലനിർത്താൻ അദ്ദേഹത്തിന് കഴിഞ്ഞു എന്നാണ്. ധനമന്ത്രിക്ക് അദ്ദേഹത്തിന്റെ വാഗ്ദാനം കാത്തുസൂക്ഷിക്കാൻ കഴിഞ്ഞോ എന്നാണെനിക്കറിയേണ്ടത്.

സഭയിൽ വച്ച CAG റിപ്പോർട്ട് പ്രകാരം വളർച്ചാനിരക്കിൽ ഇടിവാണ് കാണിക്കുന്നത്. വില ഒരു നിയന്ത്രണവും ഇല്ലാതെ കുതിച്ചുയരുകയാണ്. പെട്രോളിയം ഉല്പന്നങ്ങളുടെ വിലവർദ്ധനവാകാം കാരണം. വ്യവസായ മേഖലയിലും പ്രതികൂലമായ വളർച്ചയാണ് കാണി

ക്കുന്നത്. സഭയിൽ ധനമന്ത്രി നടത്തിയ മറുപടിപ്രസംഗത്തിൽ പറഞ്ഞ കാര്യമായിരുന്നു ഇത്. നിലവിലെ സാഹചര്യത്തിൽ ധനക്കമ്മിയും വരുമാനക്കമ്മിയും എങ്ങനെ നിയന്ത്രിക്കുമെന്ന് ധനമന്ത്രി വിശദീകരിക്കണം.

സമ്പദ് വ്യവസ്ഥയുടെ അടിസ്ഥാന ഘടന മാറ്റിമറിക്കാനാണ് സർക്കാർ ശ്രമിക്കുന്നത്. ആസൂത്രണ കമ്മീഷൻ പിരിച്ചുവിടാനാണ് സർക്കാർ തീരുമാനം. വിപുലവും തീവ്രവുമായ ചർച്ചയ്ക്ക് ശേഷമാണ് രാജ്യത്ത് ആസൂത്രണ കമ്മീഷൻ സ്ഥാപിച്ചത്. ഇത് പാർലമെന്റിൽ ചർച്ച ചെയ്തിട്ടില്ല. പകരം പ്രധാനമന്ത്രി നടത്തിയ പൊതു പ്രസംഗത്തിലാണ് രാജ്യത്ത് ആസൂത്രണ കമ്മീഷന്റെ ആവശ്യമില്ലെന്ന് പ്രസ്താവിച്ചത്. പദ്ധതികൾ ആവിഷ്കരിക്കുന്നതുമായി ബന്ധപ്പെട്ട് ഇതിന്റെ പ്രവർത്തനങ്ങളെക്കുറിച്ച് ധനമന്ത്രാലയത്തിന്റെ പ്രതികരണം എന്താണ്? ഇത് ധനമന്ത്രാലയത്തിന്റെ അധികാരപരിധിയിൽ വരുമോ? വിഭവസമാഹരണത്തിലും ദുർബ്ബല വിഭാഗങ്ങൾക്ക് വിഹിതം കൊടുക്കുന്നതിലും സ്തുത്യർഹമായ കർത്തവ്യം ആസൂത്രണ കമ്മീഷനുണ്ടായിരുന്നു. പഞ്ചവൽസര ഏകവർഷ പദ്ധതികളാണ് ആസൂത്രണ കമ്മീഷന്റെ മുഖ്യാകർഷണം. അതിന്റെ ആവശ്യമില്ലെന്നാണ് ഇപ്പോൾ പറയുന്നത്. പൂർണ്ണ ബജറ്റായാലും അനുബന്ധ ബജറ്റായാലും അതിന്റെ ഘടന മാറ്റിമറിക്കാനാണ് സർക്കാർ ശ്രമിക്കുന്നത്. ഘടന മാറിയാൽ ഒരു സംശയവും വേണ്ട, അതിന്റെ മുകളിൽ പണിതുയർത്തിയ കെട്ടിടവും തകർന്നു വീഴും. അതായത് ഇതൊരു അപായ സൂചനയാണ്. ഈ രാജ്യം അഭിമുഖീകരിക്കാൻ പോകുന്ന പ്രതികൂല സാഹചര്യത്തിന്റെ സൂചന.

സർ, NREGA യുമായി ബന്ധപ്പെട്ട് സുപ്രധാനമായൊരു നിയമം 14–ാം ലോക്സഭയിൽ പാസാക്കിയിരുന്നു. ഈ നിയമത്തിന്റെ പ്രധാന ലക്ഷ്യം ആസ്തി വർദ്ധനവും, തൊഴിൽ സൃഷ്ടിയുമായിരുന്നു. ഇതുമായി ബന്ധപ്പെട്ടും പ്രധാനമന്ത്രിയുടെ പൊതു പ്രസംഗത്തിൽ പരാമർശമുണ്ടായിരുന്നു. ഇപ്പോൾ 2500 ബ്ലോക്കുകൾ മാത്രമേ NREG യിൽ പരിമിതപ്പെടുത്തിയിട്ടുള്ളു. നേരത്തെ ലക്ഷക്കണക്കിന് ആൾക്കാർക്ക് തൊഴിൽ കൊടുത്തിരുന്നു. കൂടാതെ തൊഴിൽ ലഭ്യതയും കുറഞ്ഞിരിക്കുന്നു. മുമ്പ് 60:40 ആയിരുന്നത് ഇപ്പോൾ 51.49 ആണ്. അതായത് തൊഴിലാളികൾക്കുള്ള അവസരം കുറഞ്ഞു. അതിന്റെ ഭൗതികച്ചെലവും കൂടി ഇതിലൂടെ നിറവേറ്റപ്പെടുമെങ്കിലും അത് വ്യാപാരികൾക്ക് പോകുന്നു. അതായത്, മറ്റംഗങ്ങൾ പറഞ്ഞത് പോലെ ആ നിയമത്തിന്റെ സാരാംശം അവഗണിക്കപ്പെടുന്നു. വേതനയിനത്തിൽ ഏകദേശം 3500 കോടി കൊടുത്തു തീർക്കാനുണ്ട്. അതൊരു പദ്ധതിയല്ല, നിയമമാണ്. ഈ നിയമത്തിൽ വരുത്തിയ മാറ്റങ്ങൾ സർക്കാർ പുന:പരിശോധിക്കണം.

കേന്ദ്രചെലവിലുള്ള ഒരുപാട് പദ്ധതികളുണ്ട്. SSA ആയാലോ PMGSY ആയാലോ, NRHM ആയാലോ സംസ്ഥാനങ്ങളുടെ അടിസ്ഥാനസൗകര്യ വികസനത്തിനുതകുന്ന പദ്ധതികളാണവ. അതേസമയം പദ്ധതികളുടെ കേന്ദ്ര സംസ്ഥാന വിഹിതങ്ങൾ കേന്ദ്രത്തിനനുകൂലമായി

കുറയ്ക്കാൻ പോവുകയാണ്. അതായത് ചെലവ് സംബന്ധിച്ച് സംസ്ഥാനങ്ങളുടെ ഭാരം കൂടും.

മാത്രമല്ല, വിദ്യാഭ്യാസം, ആരോഗ്യം മുതലായ എല്ലാ മേഖലകളുമായി ബന്ധപ്പെട്ട പദ്ധതികൾ നടപ്പിലാക്കുമ്പോൾ എല്ലാ സംസ്ഥാനങ്ങൾക്കും ഒരേ മാനദണ്ഡങ്ങൾ ബാധകമാക്കുന്നു. സംസ്ഥാനങ്ങളുടെ വ്യത്യാസങ്ങൾ പരിഗണിക്കുന്നില്ല. കേരളത്തെ സംബന്ധിച്ചിടത്തോളം സാക്ഷരത 100 ശതമാനമാണ്. മികച്ച ആസൂത്രണവും, പാർപ്പിട, ആരോഗ്യ സൗകര്യങ്ങളും ഞങ്ങൾക്കുണ്ട്. പക്ഷേ, നിഷ്കർഷിക്കുന്ന മാനദണ്ഡങ്ങൾക്കനുസരിച്ചുള്ള ധനസഹായം ഞങ്ങൾക്ക് കിട്ടുന്നില്ല. അതുകൊണ്ട് ഇതുമായി ബന്ധപ്പെട്ട് തുല്യതയുടെ ആവശ്യമില്ല. എന്നാൽ ഫ്ളെക്സിലിറ്റി ഉണ്ടാകണം.

സർ, ഇക്കാലത്ത് ഭൂരിഭാഗം സർക്കാരുകളും സാമൂഹിക മേഖലയിലെ ചെലവ് കുറയ്ക്കുകയാണ്. പാശ്ചാത്യ രാജ്യങ്ങളുടെ കാര്യത്തിൽ ഇത് ശരിയാണ്. ഗുരുതരമായ സാമ്പത്തിക പ്രതിസന്ധികൾ വരുമ്പോൾ അവർ സാമൂഹിക മേഖലയിലെ ചെലവ് വെട്ടിച്ചുരുക്കുന്നു. ഇപ്പോൾ നമ്മുടെ രാജ്യത്തും സമാനമായ സാഹചര്യമാണുള്ളത്. 2013–2014 ൽ സാമൂഹിക വികസന വിഹിതം 10.8 ശതമാനമായിരുന്നു. എന്നാൽ ഇപ്പോഴത് 4.42 ശതമാനമായി കുറച്ചു. വനിതാ–ശിശുവികസന വിഹിതം 9.8 ശതമാനമാക്കി വെട്ടിക്കുറച്ചു. വികലാംഗരായ കുട്ടികളുടെ വിദ്യാഭ്യാസ, SSA വിഹിതവും കുറച്ചു. PMGSY ക്ക് അനുവദിച്ചത് വെറും 1,000 കോടിയാണ്. മൊത്തം 600 ജില്ലകൾക്ക് വേണ്ടിയാണ് ഈ തുക. അതായത് ഒരു ജില്ലയ്ക്ക് കിട്ടുക വെറും 1.66 കോടി രൂപ. ഇതെങ്ങനെ പര്യാപ്തമാകും? വില സ്ഥിരതാഫണ്ട് കർഷകരെ സഹായിക്കാനുള്ള പദ്ധതിയാണ്. പക്ഷേ, 500 കോടി മാത്രമാണ് ഈ പദ്ധതിക്ക് അനുവദിച്ചത്. ഒരു വിളയ്ക്ക് പോലും പര്യാപ്തമല്ല ഈ വിഹിതം. ക്ഷീരവികസനത്തിനുള്ള ധനസഹായവും കുറച്ചു.

സർ, എന്റെ സംസ്ഥാനവുമായി ബന്ധപ്പെട്ട രണ്ട് വിഷയങ്ങൾ കൂടി സൂചിപ്പിക്കാൻ ഞാനാഗ്രഹിക്കുന്നു. ഞങ്ങൾ തമാശ പറയുകയല്ല കാര്യമാണ് പറയുന്നത്, സർക്കാരിന്റെ അറിവിലേക്കായി.

സർ, കേരളത്തിൽ അതിശക്തമായ സഹകരണ പ്രസ്ഥാനമുണ്ടെന്ന് നമ്മുടെ ധനമന്ത്രിക്കറിയാം. വെറും വ്യാപാര, സാമ്പത്തിക, ലക്ഷ്യങ്ങൾക്ക് വേണ്ടി മാത്രമല്ല കേരളത്തിലെ സഹകരണ പ്രസ്ഥാനങ്ങൾ പ്രവർത്തിക്കുന്നത്. ഒരുപാട് സാമൂഹിക പ്രവർത്തനങ്ങൾ അവ ഏറ്റെടുത്ത് നടപ്പാക്കുന്നു. പക്ഷേ, 2005 ൽ ഈ സഭ പാസാക്കിയ ധനബിൽ അവരുടെ ദൈനംദിന പ്രവർത്തനത്തിൽ ഒരുപാട് ബുദ്ധിമുട്ടുകൾ സൃഷ്ടിക്കുന്നുണ്ട്. ഇതുമായി ബന്ധപ്പെട്ട് ധനകാര്യമന്ത്രിയെ ഞങ്ങൾ കണ്ടിരുന്നു. ആ നിയമത്തിൽ ചില മാറ്റങ്ങൾ വരുത്തണമെന്ന് വീണ്ടും ഞാൻ അപേക്ഷിക്കുന്നു. സഹകരണ സംഘങ്ങളെ വേട്ടയാടുകയാണ് ആദായ നികുതി ഉദ്യോഗസ്ഥർ. ദേശസാൽക്കൃത ബാങ്കുകൾക്ക് 10

ലക്ഷം രൂപ വരെ എവിടെയും നിക്ഷേപിക്കാം. അവിടെ പരിശോധിക്കാൻ അവർക്ക് അധികാരമില്ല. സ്വകാര്യബാങ്കുകൾക്കും പ്രശ്നമില്ല. പക്ഷേ, വെറും 5 ലക്ഷം നിക്ഷേപിച്ചാലും സഹകരണബാങ്കുകൾ എല്ലാ വിവരങ്ങളും നല്കണം. അതായത് സ്വകാര്യ ബാങ്കുകളോടാണ് സർക്കാരിന് പ്രിയം. ഇതുമായി ബന്ധപ്പെട്ട നിയമത്തിൽ മാറ്റം വരുത്തണമെന്ന് ഞാൻ അഭ്യർത്ഥിക്കുന്നു.

ധനക്കമ്മിയും, വരുമാനക്കമ്മിയും നിയന്ത്രിക്കാൻ നമുക്ക് കഴിയുമെന്ന കാര്യത്തിൽ ഒരു സംശയവുമില്ല. അതിനെക്കുറിച്ച് ഒരു വിഷമവും ഇല്ല. എന്നാൽ കള്ളപ്പണത്തെക്കുറിച്ച് എന്ത് പറയുന്നു? 100 ദിവസത്തിനുള്ളിൽ മുഴുവൻ കള്ളപ്പണവും തിരികെ കൊണ്ടുവരുമെന്നാണ് നിങ്ങളുടെ തിരഞ്ഞെടുപ്പ് കാലത്തെ വാഗ്ദാനം. അത് പാലിച്ചിട്ടില്ല. അഴിമതി കേസുകളെക്കുറിച്ച് എന്ത് പറയുന്നു? എല്ലാ ബജറ്റിലും, ഒരു കോളം ഒഴിച്ചിട്ടിരിക്കുകയാണ്. 'നികുതി നഷ്ടം' എന്ന തലക്കെട്ടിൽ. മൊത്തം ധനക്കമ്മിയെക്കാൾ കൂടുതലാണ് 'നികുതി നഷ്ടം' കേരളത്തിലെ തുക. ഇക്കാര്യത്തിൽ കൃത്യമായ നടപടി സർക്കാർ സ്വീകരിച്ചാൽ കള്ളപ്പണത്തെക്കുറിച്ച് വിഷമിക്കേണ്ട കാര്യമില്ല. ഒരു മാന്ത്രികദണ്ഡിന്റെയും ആവശ്യമില്ല ധനമന്ത്രിക്ക്. നല്ല ഇച്ഛാശക്തി ഉണ്ടെങ്കിൽ അവിടെ വഴിയും ഉണ്ടാകും.

നേരിട്ടുള്ള വിദേശ നിക്ഷേപം രാജ്യത്തിന്റെ വാതിൽക്കൽ കാത്തുനില്ക്കുന്നുവെന്നാണ് അധികാരത്തിൽ വന്നപ്പോൾ സർക്കാർ പറഞ്ഞത്. പക്ഷേ, ആ നിക്ഷേപം വരുന്നില്ല. കാരണം കൂടുതൽ ഇളവുകൾ ആവശ്യപ്പെടുകയാണവർ. സർക്കാർ ഇളവുകൾ കൊടുക്കുന്നുണ്ട്. തൊഴിൽ നിയമങ്ങളിൽ ഭേദഗതി വരുത്തി. കൂടാതെ ജനങ്ങളുടെ എതിർപ്പിന് പാത്രമാകുന്ന തരത്തിൽ ഇൻഷൂറൻസ് ബില്ലിൽ മാറ്റം വരുത്താൻ പോകുന്നു. ജനങ്ങളെയും, തൊഴിലാളികളെയും തഴഞ്ഞു കൊണ്ടാണ് ഈവക കാര്യങ്ങളെല്ലാം നിങ്ങൾ ചെയ്യുന്നത്. അതേസമയം കോർപ്പറേറ്റുകളെ തൊടാനോ, മറ്റ് പ്രശ്നങ്ങൾ മനസ്സിലാക്കാനോ നിങ്ങൾ തയ്യാറല്ല. നന്ദി.

(10.12.2014)

HRD ക്കുള്ള ധനവിഹിതം വർദ്ധിപ്പിക്കുക

പ്രാഥമിക വിദ്യാഭ്യാസം മുതൽ ഉന്നതവിദ്യാഭ്യാസം വരെ കൈകാര്യം ചെയ്യുന്ന ഈ മന്ത്രാലയത്തിന് ഏറ്റവും കൂടുതൽ പ്രാധാന്യം കൊടുക്കണമെന്നാണ് തുടക്കത്തിൽ തന്നെ ഞാൻ പറയാനാഗ്രഹിക്കുന്നത്. വിദ്യാഭ്യാസംകൊണ്ട് ജോലി കിട്ടണം എന്നില്ല. മറിച്ച് മറ്റെല്ലാ മേഖലകളിലേയും വികസനത്തോടൊപ്പം മനുഷ്യ വികസനത്തെക്കുറിച്ച് സമൂഹത്തെ ബോധവല്ക്കരിക്കുക എന്നതാണ് വിദ്യാഭ്യാസ ലക്ഷ്യം.

വിദ്യാഭ്യാസവുമായി ബന്ധപ്പെട്ട ചില വിഷയങ്ങൾ ചൂണ്ടിക്കാണിക്കാൻ ഞാൻ ആഗ്രഹിക്കുന്നു. മന്ത്രാലയത്തിന്റെ നേരിട്ടുള്ള നിയന്ത്രണത്തിലാണ് കേന്ദ്രസർവ്വകലാശാലകൾ. സംസ്ഥാനങ്ങൾക്ക് ഒരു പങ്കുമില്ല. പാർലമെന്റ് പാസാക്കിയ ഒരു നിയമത്തിന്റെ അടിസ്ഥാനത്തിലാണിത് പ്രവർത്തിക്കുന്നത്. കേന്ദ്രസർവ്വകലാശാലയുടെ പരിപൂർണ്ണാധികാരം വൈസ് ചാൻസലർക്ക് കൊടുക്കുന്നതിനെ ചൊല്ലി സഭയിൽ തന്നെ ഗൗരവമായ വിമർശനങ്ങൾ ഉയർന്നിരുന്നു. സിൻഡിക്കേറ്റോ, സെനറ്റോ, അക്കാദമിക് കൗൺസിലുകളോ ഇല്ല. VC നിയമിക്കുന്ന ചില ബോഡികൾ മാത്രമുണ്ട്. അധികാരകേന്ദ്രം വി സി മാത്രം ആയതുകൊണ്ട് തന്നെ പലപ്പോഴും തീരുമാനങ്ങൾ സ്വേച്ഛാധിപത്യപരമാകുകയും ചിലപ്പോൾ അധികാര ദുരുപയോഗത്തിന് കാരണമാകുകയും ചെയ്യുന്നു. അവരുടെ മാത്രം ആഗ്രഹത്തിനും തീരുമാനത്തിനും വിധേയമായിട്ടാണ് നിയമനങ്ങൾ നടത്തുന്നത്. കാസർഗോഡ് ജില്ലയിൽ കേന്ദ്രസർവ്വകലാശാലയിൽ സുരക്ഷാ ജീവനക്കാരെ നിയമിച്ചതുമായി ബന്ധപ്പെട്ട് വിജിലൻസ് അന്വേഷണം ഉണ്ടായിരുന്നു. അദ്ധ്യാപക ജീവനക്കാരുടെ കഴിവ് പരിഗണിച്ചല്ല നിയമനങ്ങൾ നടത്തുന്നത്. UGC ചെലവഴിക്കുന്ന കോടിക്കണക്കിന് പണം ദുരുപയോഗം ചെയ്യപ്പെടാനോ, പാഴായിപ്പോകാനോ പാടില്ല. അതുകൊണ്ട് കേന്ദ്ര സർവ്വകലാശാലകളുടെ നടത്തിപ്പുമായി ബന്ധപ്പെട്ട പുനഃപരിശോധന ഉണ്ടാകണം.

കേന്ദ്രസർക്കാർ RMS എന്ന പേരിൽ പുതിയ വിദ്യാലയങ്ങൾ ആരംഭിച്ചു. പക്ഷേ, കെട്ടിടനിർമ്മാണത്തിന് ആവശ്യമായ പണം അനുവദിച്ചില്ല. കൂടാതെ ജീവനക്കാരുടെ നിയമന ഘടന ലക്ഷ്യപൂർത്തീകരണത്തിന് പര്യാപ്തമല്ല. കേരളം മികച്ച വിദ്യാഭ്യാസ സംവിധാനമുള്ള ഇന്ത്യൻ സംസ്ഥാനമാണ്. പക്ഷേ, ഈ പുതിയ വിദ്യാലയങ്ങൾ ഒരുപാട് പ്രശ്നങ്ങൾ സൃഷ്ടിക്കുന്നുണ്ട്. ചില വിദ്യാലയങ്ങളിൽ അധ്യാപകർക്ക് ശമ്പളം കൊടുക്കുന്നത് നാട്ടുകാരോ, PTA യെയോ ഒക്കെയാണ്. അതുകൊണ്ട് സർക്കാർ അടിയന്തര നടപടികൾ കൈക്കൊള്ളണം. HRD മന്ത്രാലയത്തിന്റെ കീഴിൽ തന്നെയാണ് നവോദയ വിദ്യാലയങ്ങൾ. ആവശ്യത്തിന് അദ്ധ്യാപകരില്ലാതെ ഇത്തരം വിദ്യാലയങ്ങളും പ്രയാസത്തിലാണ്. ഭൂരിഭാഗം വിദ്യാലയങ്ങളിലും താല്കാലിക അദ്ധ്യാപകരെയാണ് നിയമിക്കുന്നത്. ഇത് അദ്ധ്യയനത്തിന്റെ ഗുണനിലവാരത്തെ ബാധിക്കുന്നു.

കേന്ദ്രീയ വിദ്യാലയങ്ങൾ ഇന്ത്യയിലുടനീളം പ്രവർത്തിക്കുന്നുണ്ട്. ഇവിടെയും യോഗ്യതയുള്ള അദ്ധ്യാപകരുടെ അഭാവമുണ്ട്. ഈ വിദ്യാലയങ്ങളിലും താല്കാലിക അദ്ധ്യാപകരെയാണ് മിക്കവാറും നിയമിക്കുന്നത്. നവോദയയിലും, കേന്ദ്രീയ വിദ്യാലയങ്ങളിലും മാതൃഭാഷ പഠിപ്പിക്കാൻ സൗകര്യമില്ല. വിദ്യാഭ്യാസ സ്ഥാപനങ്ങളുടെ പാഠ്യപദ്ധതിയിൽ നിന്നും മാതൃഭാഷയെ ഒഴിവാക്കുന്നത് ശക്തമായി എതിർക്കപ്പെടേണ്ടതാണ്. അതുകൊണ്ട് കേന്ദ്രീയ വിദ്യാലയങ്ങളിലും, നവോദയയിലും മാതൃഭാഷ ഉൾപ്പെടുത്തണമെന്ന് ഞാൻ അപേക്ഷിക്കുന്നു. കേന്ദ്രീയ വിദ്യാലയങ്ങളിൽ പ്രവേശനത്തിന് പാർലമെന്റംഗങ്ങൾക്ക് അനുവദിച്ചിട്ടുള്ള സീറ്റുകളുടെ വീതം ഇപ്പോൾ വെറും 6 ആണ്. അതേസമയം നൂറുകണക്കിന് അപേക്ഷകളാണ് ഞങ്ങൾക്ക് കിട്ടുന്നത്. അതുകൊണ്ട് ഞങ്ങളുടെ വീതം 15 ആയെങ്കിലും ഉയർത്തണമെന്ന് മന്ത്രിയോട് ഞാൻ അഭ്യർത്ഥിക്കുന്നു.

തലവരി ഫീസു വാങ്ങുന്നതിനെതിരെയും, പട്ടികജാതി–പട്ടിക വർഗ്ഗക്കാർക്കും മറ്റ് ന്യൂനപക്ഷ വിദ്യാർത്ഥികൾക്കും ബന്ധപ്പെട്ട കോളേജുകളിൽ മിനിമം 25 ശതമാനം സീറ്റുകളെങ്കിലും കൊടുക്കുന്നതിന് വേണ്ടിയും വിവിധ നിയമങ്ങൾ പാസാക്കിയിട്ടുണ്ടെങ്കിലും ഒന്നും നടപ്പിലാക്കിയിട്ടില്ല.

മികച്ച അദ്ധ്യാപകരെ കിട്ടുക എന്നതാണ് നമ്മൾ അഭിമുഖീകരിക്കുന്ന പ്രധാന വിഷയം. ദേശീയതലത്തിലും, അന്തർദ്ദേശീയ തലത്തിലും മത്സരിക്കാൻ വിദ്യാർത്ഥികൾ പ്രാപ്തരാകണം. ഇപ്പോഴത്തെ കാലത്ത് ഇതിന് കൂടിയ മുൻഗണനയുണ്ട്. മറ്റ് മികവുറ്റ സ്ഥാപനങ്ങളിലെ വിദ്യാർത്ഥികളുമായി മത്സരിക്കാൻ സാധാരണ സ്ഥാപനങ്ങളിലെ വിദ്യാർത്ഥികൾക്ക് എങ്ങനെ കഴിയും? അതുകൊണ്ട് അടിയന്തര നടപടികൾ ഇക്കാര്യത്തിൽ എടുക്കണമെന്ന് ബഹുമാനപ്പെട്ട മന്ത്രിയോട് അപേക്ഷിക്കുന്നു. വിദ്യാഭ്യാസ മേഖലയിൽ എടുക്കേണ്ട തീരുമാനങ്ങൾ വൈകിക്കുന്നതിൽ ഒരു ന്യായീകരണവുമില്ല. യുവതലമുറയോട് നാം ചെയ്യുന്ന അപരാധമാണത്.

(27–04–2015)

വൻകിട കമ്പനികൾ പൊതുമുതൽ കൊള്ളയടിക്കുന്നത് അവസാനിപ്പിക്കുക

സർ, എനിക്കവസരം തന്നതിന് വളരെ നന്ദി. ബഹുമാനപ്പെട്ട ശ്രീ. അരുൺ ജയ്റ്റ്ലി അവതരിപ്പിച്ച 2016-17 വർഷത്തെ പൊതുബജറ്റിന് മേലുള്ള ചർച്ചയിൽ പങ്കെടുക്കാൻ ഞാൻ ആഗ്രഹിക്കുന്നു. എൻ ഡി എ സർക്കാരിന്റെ മൂന്നാമത്തെ ബജറ്റാണിത്. സ്വതന്ത്ര ഇന്ത്യയിലെ 86 -ാമത്തെ ബജറ്റും.

സർ, ആസ്തികളുടെയും, ബാദ്ധ്യതകളുടെയും വെറുമൊരു കണക്കല്ല ബജറ്റ്. അത് അതിനുമപ്പുറം ചിലതാണ്. അതിന് വ്യക്തമായ കാഴ്ചപ്പാട് ഉണ്ടാകണം. വികസനത്തെ പ്രോത്സാഹിപ്പിക്കുകയും മികച്ച സാമൂഹിക സാഹചര്യം സൃഷ്ടിക്കുകയുമാണ് അതിന്റെ ലക്ഷ്യം. ബജറ്റിലെ റിപ്പോർട്ട് പ്രകാരം 7.5 ശതമാനം വളർച്ചാനിരക്കും 3.9 ശതമാനം ധനക്കമ്മിയുമാണ്. വരുമാനക്കമ്മി 2.1 ശതമാനവും CPI 5.4 ശതമാനവുമാണ്. ഈ കാര്യങ്ങളെല്ലാം പരിഗണിച്ചാൽ തീർച്ചയായും ഇതൊരു മികച്ച ബജറ്റാണെന്ന് ആരും പറയും. ധനക്കമ്മി നിയന്ത്രിക്കുന്ന കാര്യത്തിൽ ധനമന്ത്രി വളരെ സ്ഥിരചിത്തനായ ആളാണെന്ന് തോന്നുന്നു. ധനക്കമ്മി അല്പംകൂടി ഉയർന്നാൽ പോലും അതൊരു തെറ്റാണെന്ന് എനിക്ക് തോന്നുന്നില്ല. പ്രധാന വിഷയം ഇതൊരു മിച്ച ബജറ്റാണോ, കമ്മി ബജറ്റാണോ എന്നുള്ളതാണ്. ബജറ്റിന്റെ ശ്രദ്ധ സാധാരണക്കാരന് കിട്ടുന്ന ഉപയോഗങ്ങളുടെ മേലെയായിരിക്കണം. ഒരുഭാഗത്ത് ബഹുമാനപ്പെട്ട ധനമന്ത്രി ചില മേഖലകൾക്കുള്ള വിഹിതം വർദ്ധിപ്പിക്കുകയും, ചില മേഖലകൾക്കുള്ള വിഹിതം വെട്ടിക്കുറയ്ക്കുകയും ചെയ്തിട്ടുണ്ട്.

സർ, ബഹുമാനപ്പെട്ട ധനകാര്യമന്ത്രിയുടെ നിർദ്ദേശങ്ങളെക്കുറിച്ച് എന്റെ ചില അഭിപ്രായങ്ങൾ പറയാൻ ആഗ്രഹിക്കുന്നു. ഈ ബജറ്റിൽ

കാർഷിക മേഖലയ്ക്കുള്ള വിഹിതത്തിൽ വൻ വർദ്ധനവുണ്ടെന്ന് ധനകാര്യമന്ത്രി പറഞ്ഞു. അത് ഏകദേശം 35,984 കോടി വരും. വളരെ നല്ലത്. പക്ഷേ, ബജറ്റിലൂടെ ഒന്നു പോയി നോക്കിയാൽ ധനകാര്യമന്ത്രി കാണിച്ച ജാലവിദ്യ മനസ്സിലാകും. 35,984 കോടിയിൽ 15,000 കോടി കർഷകരെടുക്കുന്ന ഹ്രസ്വകാല വായ്പയ്ക്കുള്ള ധനസഹായമാണ്. ധനമന്ത്രാലയത്തിന് കീഴിൽ ഈ സഹായം നേരത്തെതന്നെ ഉണ്ടായിരുന്നു. പിന്നെങ്ങനെ കാർഷിക മേഖലയ്ക്ക് അധികമായി 15,000 കോടി അനുവദിച്ചു എന്ന് ധനകാര്യമന്ത്രിക്ക് പറയാൻ കഴിയും? ഈ തുക കൂടി കൂട്ടിയാണ് 35,984 കോടിയാകുന്നത്. കാർഷിക മേഖലയ്ക്ക് കൂടുതൽ തുക കൊടുക്കുകയും, കൂടുതൽ നിക്ഷേപം നടത്തുകയും ചെയ്യുന്നുണ്ടെന്ന് ജനങ്ങളെയും സഭയെയും തെറ്റിദ്ധരിപ്പിക്കാനാണ് മന്ത്രിയുടെ ശ്രമം. അത് ശരിയല്ല.

സർ, ധനക്കമ്മി കുറയ്ക്കാൻ ആത്മാർത്ഥമായി ശ്രമിക്കുന്നുണ്ട് ധനകാര്യമന്ത്രി. അത് ശരിയാണ്. എന്നാൽ അതെങ്ങനെ സാധിക്കും? ഏത് ധനമന്ത്രിക്കും സ്വീകരിക്കാവുന്ന രണ്ട് രീതികളുണ്ട്. ഒന്ന് കോർപ്പറേറ്റ് മേഖലയ്ക്ക് കൊടുക്കുന്ന ധനസഹായം കുറയ്ക്കുക. രണ്ട് പ്രത്യക്ഷ നികുതി നിരക്ക് വർദ്ധിപ്പിക്കുക. പക്ഷേ, അനുഭവത്തിൽ നിന്ന് മനസ്സിലാകുന്നത് ഈ രണ്ട് മാർഗ്ഗങ്ങളും സ്വീകരിക്കാൻ സർക്കാർ തയ്യാറല്ല എന്നാണ്. പരോക്ഷനികുതി വർദ്ധിപ്പിക്കുക, സാധാരണക്കാർക്കുള്ള ധനസഹായം വെട്ടിക്കുറയ്ക്കുക, കോർപ്പറേറ്റ് നികുതി കുറയ്ക്കുക തുടങ്ങിയ നടപടിക്കാർക്ക് പുറമേ പൊതുമേഖല സ്ഥാപനങ്ങളുടെ ഓഹരി വിറ്റഴിച്ച് പണമുണ്ടാക്കാനും സർക്കാർ ശ്രമിക്കുന്നു. അതായത് സാധാരണ ജനങ്ങളുടെ ജീവിതം തടസ്സപ്പെടുത്തിക്കൊണ്ടാണ് ധനക്കമ്മി കുറയ്ക്കാൻ സർക്കാർ ശ്രമിക്കുന്നത്. ആനുകൂല്യങ്ങളെല്ലാം പണക്കാർക്ക് മാത്രം കിട്ടുന്നു. ആഗോളമാന്ദ്യം ഒരു യാഥാർത്ഥ്യമാണ്. അതിന്റെ അർത്ഥം കയറ്റുമതി വർദ്ധിക്കുന്നു എന്നല്ല. കാർഷിക മേഖലയിലെ സ്തംഭനം മൂലം ജനങ്ങളുടെ വാങ്ങാനുള്ള കഴിവ് കുറയുന്നു എന്നാണ്.

അത്തരമൊരു സാഹചര്യത്തിൽ അടിസ്ഥാന സൗകര്യ വികസന മേഖലയിൽ നിക്ഷേപം നടത്താൻ വൻകിട കമ്പനികൾക്ക് മടിയാണ്. ഈ കമ്പനികൾക്ക് പദ്ധതി നടത്തിപ്പിനായി കൊടുത്ത വൻ വായ്പകൾ അവർ തിരിച്ചടയ്ക്കാത്തതുമൂലം ബാങ്കുകൾ പ്രതിസന്ധിയിലാണ്. ഈ കമ്പനികളിൽനിന്നും വായ്പ തിരിച്ചു പിടിക്കാൻ സാധിക്കാത്ത ബാങ്കുകൾക്ക് 25,000 കോടി സർക്കാർ കൊടുക്കേണ്ട അവസ്ഥയിലാണുള്ളത്. കൂടാതെ ഈ പദ്ധതികൾ സമയബന്ധിതമായി തീർത്തില്ലെങ്കിൽ ബാങ്കുകൾ പിന്നെയും പ്രതിസന്ധിയിലാവും. സർക്കാരിന്റെ നയരൂപീകരണത്തിലെ പോരായ്മയുടെ ഫലമായി 1.14 ലക്ഷം കോടി രൂപയാണ് എഴുതിത്തള്ളുന്നത്.

സർക്കാർ പറയുന്നത് അവർ വലിയ നിക്ഷേപങ്ങൾ നടത്തുന്നു

എന്നാണ്. ചില മേഖലകളെ സംബന്ധിച്ച് സർക്കാരിന്റെ പ്രധാന നയം FDI യും, PPP യും ആണ്. ആരോ ചിലർ PPP യെ വിശദീകരിച്ചത് പ്രോബ്ലം, പ്രോബ്ലം, പ്രോബ്ലം എന്നാണ്. അടിസ്ഥാന സൗകര്യ വികസനവുമായി ബന്ധപ്പെട്ട് അതാണ് നമ്മൾ കാണുന്നത്. ബാങ്കുകൾ പാപ്പരായി വായ്പ എടുത്തവർ തിരിച്ചടയ്ക്കുന്നില്ല. അവരുടെ പേരുവിവരങ്ങൾ എടുത്താൽ കാണാൻ കഴിയും. ഭൂരിഭാഗം പേരും റിയൽ എസ്റ്റേറ്റ് പോലുള്ള മേഖലകളിൽ നിന്നാണ്. മുമ്പ് വ്യക്തികൾക്കും, സ്ഥാപനങ്ങൾക്കും ഹ്രസ്വകാല വായ്പകൾ കൊടുക്കാൻ ബാങ്കുകൾക്ക് അനുവാദമുണ്ടായിരുന്നു. സർക്കാർ ഈ നയം മാറ്റി വിവിധ പദ്ധതികളിൽ നിക്ഷേപിക്കാൻ വായ്പകൾ വൻകിടക്കാർക്ക് മാത്രം കൊടുക്കാൻ നിർദ്ദേശിച്ചു. ഈ പദ്ധതികളുമായി ബന്ധപ്പെട്ട് ഉണ്ടാകുന്ന വലിയ പ്രശ്നമായി ഈ നയം മാറി.

അന്താരാഷ്ട്ര വിപണിയിൽ ക്രൂഡ്ഓയിൽ വില ബാരലിന് 110 ൽ നിന്ന് 30 ആയി ഇടിഞ്ഞത് സർക്കാരിന് തികച്ചും അനുകൂലമായ സാഹചര്യമാണ്. പക്ഷേ, പെട്രോളിനും, ഡീസലിനും വില കുറയ്ക്കാൻ സർക്കാർ തയ്യാറല്ല. അതേസമയം എക്സൈസ് നികുതി വർദ്ധിപ്പിക്കുന്നത് ഏഴാം തവണയാണ്. കുറഞ്ഞത് 1 ലക്ഷം കോടിയാണ് സർക്കാരിന്റെ നേട്ടം. ഈ നേട്ടം ജനങ്ങൾക്ക് കൊടുക്കാൻ സർക്കാർ തയ്യാറല്ല. അന്താരാഷ്ട്ര വിപണിയിൽ വില കുറഞ്ഞപ്പോൾ ബി ജെ പി നേതാക്കൾ പോലും കരുതിയത് ഇവിടെ വില കുറയ്ക്കും എന്നാണ്. എന്നാൽ വില കുറയ്ക്കാനുള്ള ദയ ധനമന്ത്രിക്ക് ഉണ്ടായിരുന്നില്ല. എക്സൈസ് നികുതിയിൽ മാറ്റം വരുത്താനും അദ്ദേഹം തയ്യാറല്ല.

5 ശതമാനം ഇളവാണ് കോർപ്പറേറ്റ് നികുതിയിൽ വരുത്തിയത്. അതായത് 30 ൽനിന്നും 25 ശതമാനമാക്കി കുറച്ചു. കഴിഞ്ഞ വർഷം കൊടുത്ത ആദായ നികുതിയിളവ് 46,000 കോടിയായിരുന്നു. പക്ഷേ, എക്സൈസ് നികുതി വർദ്ധിപ്പിച്ചുകൊണ്ട് മാത്രം നഷ്ടം പരിഹരിക്കപ്പെട്ടു. അതായത് നികുതിഭാരം സാധാരണ ജനങ്ങളുടെ ചുമലിലേക്കായി. ഇങ്ങനെയാണ് മികച്ച വളർച്ചാനിരക്ക് ധനമന്ത്രി കാണിച്ചത്.

വളർച്ചാനിരക്കിനെക്കുറിച്ച് സാമ്പത്തിക വിദഗ്ധർക്ക് വ്യത്യസ്ത അഭിപ്രായങ്ങളാണുള്ളത്. കാരണം സർക്കാർ അടിസ്ഥാന വർഷം 2004–05 ൽനിന്നും 2011–12 ആക്കിയിട്ടുണ്ട്. നമുക്ക് മികച്ച വളർച്ചാനിരക്ക് വേണ്ടത് കൊണ്ട് കണക്കുകളെ എതിർക്കാൻ ഞാനില്ല.

ഇവിടെ ധനമന്ത്രിയോട് ഒരു ചോദ്യം ചോദിക്കാൻ ഞാനാഗ്രഹിക്കുന്നു. 7.5 ശതമാനം വളർച്ചാനിരക്കുണ്ടെന്നും ഉപഭോക്തൃ വിലസൂചിക 5.4 ശതമാനമാണെന്നും നമുക്ക് സമ്മതിക്കാം. ഇതിന്റെ പ്രയോജനം ജനങ്ങൾക്ക് കൊടുക്കാൻ നിങ്ങൾക്ക് കഴിയുമോ? വിലക്കയറ്റത്തിൽ വലയുന്ന ജനങ്ങൾക്ക് 7.5 ശതമാനം ഉള്ള വളർച്ചാനിരക്കിന്റെ പ്രയോജനം അനുഭവിക്കാൻ അവസരമുണ്ടാകുമോ?

മികച്ച വളർച്ചാനിരക്ക് കൈവരിക്കാൻ കഴിഞ്ഞിട്ടുണ്ടോയെന്ന് സർ

ക്കാരിൽ നിന്ന് തന്നെ എനിക്കറിയണം. വിലക്കയറ്റ വിഷയം കൈകാര്യം ചെയ്യാൻ എന്തുകൊണ്ട് നിങ്ങൾ പരാജയപ്പെടുന്നു?

ക്രൂഡ് ഓയിലിന്റെ വില കുത്തനെ ഇടിഞ്ഞു. നിങ്ങൾക്ക് ഏറ്റവും അനുകൂലമായ സാഹചര്യം ആയിട്ടുപോലും ഒരു സാധനത്തിന്റെയും വില കുറയ്ക്കാൻ കഴിയുന്നില്ല. പകരം മുൻസർക്കാരിനെ കുറ്റപ്പെടുത്തുകയാണ് നിങ്ങൾ. 9.6 ശതമാനമായിരുന്നു CPI എന്നും, ഇപ്പോൾ അത് 5.4 ശതമാനമായെന്നും നിങ്ങൾ പറയുന്നു. ഒരു കിലോ അരിയുടെ വില 25.75 രൂപയായിരുന്നത് ഇപ്പോൾ 38 രൂപയായി. കിലോയ്ക്ക് 30 രൂപയായിരുന്ന പഞ്ചസാരയ്ക്ക് ഇപ്പോൾ വില 40.113 രൂപയായിരുന്ന മുളക്പൊടിക്ക് ഇപ്പോൾ 160 രൂപയാക്കി. കിലോയ്ക്ക് 19 രൂപയായിരുന്ന ഉള്ളിക്ക് വില 30 ആയി. ചുവന്നുള്ളിയുടെ വില 26 ആയിരുന്നത് 50 ആയി. വെളുത്തുള്ളി 80 ആയിരുന്നു. ഇപ്പോൾ 200 ആയി. ഒരു കിലോ ഉരുളക്കിഴങ്ങിന് 17 രൂപയായിരുന്നത് 35 രൂപയായി. കിലോയ്ക്ക് 69 രൂപയായിരുന്ന കടലയ്ക്ക് ഇപ്പോൾ 190 ആയി. ഒരു കിലോ തേയിലയ്ക്ക് 215 ആയിരുന്നു. ഇപ്പോൾ 300. പാലിന്റെ വില 23 ആയിരുന്നത് 48 ആയി. വെളിച്ചെണ്ണയുടെ വില 80 ആയിരുന്നത് കൂടി. ഉത്തരം പറയേണ്ടത് നിങ്ങളാണ്. 7.5 ശതമാനം വളർച്ചയുണ്ടെങ്കിൽ എന്തുകൊണ്ട് അതിന്റെ പ്രയോജനം ജനങ്ങൾക്ക് കിട്ടുന്നില്ല? അപ്പോൾ അതിൽ എന്തോ തകരാറുണ്ട്. ഒന്നുകിൽ ആ സംഖ്യ തെറ്റാണ്. അല്ലെങ്കിൽ കണക്ക് തെറ്റാണ്. അതിന്റെ ഉത്തരം കിട്ടിയേ തീരൂ.

നഗരവികസനത്തിനും, ന്യൂനപക്ഷ മേഖലയ്ക്കുമുള്ള ബജറ്റ് വിഹിതത്തിൽ കുറവ് വരുത്തിയിട്ടുണ്ട്. ഒരു സാധാരണ വർദ്ധനവ് മാത്രമേ വിദ്യാഭ്യാസ, ആരോഗ്യ, സാമൂഹ്യ മേഖലകളിൽ വരുത്തിയിട്ടുള്ളു. വനിതാ ക്ഷേമത്തിന് വെറും 56 കോടി മാത്രമേ കൂടുതൽ നല്കിയിട്ടുള്ളു. അംഗൻവാടി അദ്ധ്യാപികമാർക്കും ആയമാർക്കുമുള്ള വേതനം വർദ്ധിപ്പിച്ചിട്ടില്ല.

പട്ടികജാതിക്കാർക്കുള്ള ധനവിഹിതത്തിൽ ഞെട്ടിക്കുന്ന കുറവാണ് വരുത്തിയത്. അവരുടെ ജനസംഖ്യാനുപാതം കണക്കിലെടുത്താൽ 86 ശതമാനം അനുവദിക്കേണ്ടതാണ്. പക്ഷേ, അനുവദിച്ചത് 4.4. ശതമാനം മാത്രം. പട്ടികവർഗ്ഗക്കാരെ സംബന്ധിച്ചിടത്തോളം 16.6 ശതമാനം കൊടുക്കേണ്ടിടത്ത് കൊടുത്തത് 7 ശതമാനം മാത്രം. പട്ടികജാതി-പട്ടികവർഗ്ഗ വിഭാഗങ്ങളെ സംബന്ധിച്ചിടത്തോളം വൻ കുറവാണ് അവരുടെ വിഹിതത്തിൽ വന്നത്.

56,000 കോടി വരുന്ന പൊതുമേഖലാ സ്ഥാപനങ്ങളുടെ ഓഹരി വിറ്റഴിക്കാൻ തീരുമാനിച്ചു. തൊഴിലില്ലായ്മ കൂട്ടാനും പൊതുമുതൽ കൊള്ളയടിക്കാനുമാണ് ഇതുകൊണ്ട് ഉദ്ദേശിക്കുന്നത്.

പാർലമെന്റ് പാസാക്കിയ MGNREGA എന്ന മഹത്തായ നിയമ പ്രകാരം ഗ്രാമീണർക്ക് 100 ദിവസത്തെ തൊഴിൽ കൊടുക്കേണ്ടതാണ്. പക്ഷേ, ഇപ്പോൾ കൊടുക്കുന്നത് വെറും 40 ദിവസത്തേക്കാണ്. 38,000

കോടി അതിനായി അനുവദിച്ചിട്ടുണ്ട്. ആ തീരുമാനത്തെ അഭിനന്ദിക്കുന്നു. അതേ സമയം വരുത്തിയിരിക്കുന്ന വർദ്ധനവ് വെറും 2,000 കോടിയാണ്. 8,880 കോടിയാണ് വേതനയിനത്തിൽ ചെലവാക്കപ്പെടുന്നത്. അതായത് നിലവിലെ വർദ്ധനവ് പര്യാപ്തമല്ല.

ഉയർന്ന ആദായമുള്ളവർക്ക് സർക്കാർ ഇളവ് നൽകിയിട്ടുണ്ട്. പ്രത്യക്ഷ നികുതിയിളവിൽ 1,660 കോടിയുടെ നഷ്ടമാണുള്ളത്. പക്ഷേ, പരോക്ഷ നികുതിയിനത്തിൽ 20,670 കോടിയുടെ നേട്ടം. അതായത് നിങ്ങൾ വീണ്ടും നികുതി ചുമത്തുന്നത് സാധാരണക്കാരുടെ മേലെയാണ്. അതുകൊണ്ട് ഈ സർക്കാരിനെ സംബന്ധിച്ച് ബജറ്റിന്റെ കാഴ്ചപ്പാട് വളരെ വ്യക്തമാണ്.

ഒരു അന്താരാഷ്ട്ര മാസികയിൽ വന്ന റിപ്പോർട്ടിൽ പറയുന്നത് കോടീശ്വരന്മാരുടെ എണ്ണത്തിൽ ഇന്ത്യ ആറാം സ്ഥാനത്താണ് എന്നാണ്. 2020 ൽ ഇന്ത്യ ആ ലിസ്റ്റിൽ നാലാം സ്ഥാനത്ത് എത്തും. പക്ഷേ, മറുഭാഗത്ത് കോടിക്കണക്കിന് ഇന്ത്യക്കാർ ബുദ്ധിമുട്ടുന്നു. ഡിജിറ്റൽ ഇന്ത്യയെക്കുറിച്ചാണ് നമ്മൾ സംസാരിക്കുന്നത്. പക്ഷേ, ഗ്രാമപ്രദേശങ്ങളിൽ മൊബൈൽ കണക്ഷൻ പോലും കിട്ടാത്ത അവസ്ഥയുണ്ട്. പിന്നെങ്ങനെ ഡിജിറ്റൽ ഇന്ത്യ നേടാൻ പറ്റും?

സൈനികരുടെ കഠിനമായ സേവനത്തെക്കുറിച്ച് നമ്മൾ സഭയിൽ ചർച്ച ചെയ്തിട്ടുണ്ട്. സൈനികൻ മരിച്ചാൽ നമ്മൾ സാമ്പത്തിക സഹായം നല്കുന്നു. സാമ്പത്തിക സഹായം മാത്രം കൊടുത്താൽ പോര. മറിച്ച് ആ കുടുംബത്തിലെ ഏതെങ്കിലും ഒരാൾക്ക് തൊഴിൽ കൂടി കൊടുക്കണമെന്ന് ഞാൻ അപേക്ഷിക്കുന്നു. തൊഴിലാണ് അത്യാവശ്യം.

കേന്ദ്രത്തെക്കുറിച്ച് ചില കാര്യങ്ങൾ പറയാനാഗ്രഹിക്കുന്നു. ധനമന്ത്രി ഒരിക്കൽപ്പോലും കേരളത്തോട് ദയ കാണിച്ചിട്ടില്ല എന്ന കാര്യം ഒരുപാട് വിഷമത്തോടെയാണ് ഞാൻ പറയുന്നത്. റബറുമായി ബന്ധപ്പെട്ട വിഷയം കേരളത്തിൽ നിന്നുള്ള എല്ലാ അംഗങ്ങളും ഉന്നയിച്ചിട്ടുണ്ട്. ആത്മഹത്യ ചെയ്യുകയെന്ന ഒറ്റവഴിയേ റബർ കർഷകർക്ക് മുന്നിലുള്ളൂ. 280 രൂപയായിരുന്ന റബറിന്റെ ഇപ്പോഴത്തെ വില 80 ആണ്. അവരെങ്ങനെ അതിജീവിക്കും? ഇറക്കുമതി ചുങ്കം കൂട്ടൽ ഞങ്ങൾ ആവശ്യപ്പെട്ടിരുന്നു. പക്ഷേ, സർക്കാർ തയ്യാറല്ല. ഒരു പ്രത്യേക പാക്കേജും ആവശ്യപ്പെട്ടിരുന്നു. അതും സർക്കാർ അംഗീകരിച്ചിട്ടില്ല. അതിനാൽ ഈ വിഷയത്തിൽ അടിയന്തര നടപടികൾ സ്വീകരിക്കാൻ ഞാൻ അപേക്ഷിക്കുന്നു.

നാണ്യവിളകളും, കൃഷിയും, NRI കൾ പരമ്പരാഗത വ്യവസായങ്ങൾ എന്നിവയാണ് കേരളത്തിന്റെ സമ്പദ്‌വ്യവസ്ഥയുടെ മൂന്ന് തൂണുകൾ. കേരളത്തിലെ പ്രവാസികളുടെ സംഭാവനയായി നമുക്ക് ഒരു ലക്ഷം കോടി വിദേശധനം കിട്ടുന്നു. പക്ഷേ, അവർക്ക് ഒരാനുകൂല്യവും നല്കാൻ സർക്കാർ തയ്യാറല്ല. അവർക്ക് വേണ്ടി പെൻഷൻ, ഇൻഷുറൻസ് ക്ഷേമനിധി എന്നിവ നല്കണമെന്ന് ഞാൻ അപേക്ഷിക്കുന്നു.

വിമാന യാത്രാക്കൂലിയിലെങ്കിലും ഇളവ് കൊടുക്കണമെന്ന് ഞാൻ അഭ്യർത്ഥിക്കുന്നു.

കേരളത്തിൽ അറിയപ്പെടുന്ന മാതൃകാ പ്രസ്ഥാനമാണ് സഹകരണ മേഖല. പക്ഷേ, സഹകരണ നിയമത്തിൽ വരുത്തിയ ചില ഭേദഗതികൾ അവയുടെ പ്രവർത്തനം താളം തെറ്റിക്കുന്നു. ഒരു ബഹുജന മുന്നേറ്റമാണ് കേരളത്തിലെ സഹകരണ പ്രസ്ഥാനം. ആയതിനാൽ സഹകരണ മേഖലയെ പരിരക്ഷിക്കാൻ വേണ്ട നടപടികൾ സ്വീകരിക്കണമെന്ന് ഞാൻ സർക്കാരിനോട് അഭ്യർത്ഥിക്കുന്നു.

ഭൂരിപക്ഷം കേന്ദ്ര പദ്ധതികളുടെയും സാമ്പത്തിക വിഹിത ഘടനകൾ കേന്ദ്ര സർക്കാർ മാറ്റം വരുത്തിയിട്ടുണ്ട്. MGNREGA, SSA, IAY എന്നിവ ഉദാഹരണങ്ങളാണ്. സംസ്ഥാന സർക്കാരുകൾ കൂടുതൽ സാമ്പത്തിക വിഹിതം കൊടുക്കണം. ഇത് സംസ്ഥാനങ്ങൾക്ക് മേൽ അധികഭാരം അടിച്ചേല്പിക്കുകയാണ്. ഈ വിഷയം പരിഗണിക്കണം.

സാമ്പത്തിക പ്രതിസന്ധി നേരിടുന്ന പൊതുമേഖലാ സ്ഥാപനങ്ങളായ KMML, BHEL, KEL, HOCL, കൊച്ചിൻ ഷിപ്പ്യാർഡ്, കൊച്ചിൻ പോർട്ട് എന്നിവയ്ക്കുള്ള ബജറ്റ് വിഹിതം വർദ്ധിപ്പിക്കണം.

ജമ്മു & കാശ്മീരിനും, ഹിമാചൽ പ്രദേശിനും, ആസാമിനും, ബീഹാറിനും, തമിഴ്നാട്ടിനും AIIMS അനുവദിച്ച സർക്കാരിനെ ഞാൻ അഭിനന്ദിക്കുന്നു. പക്ഷേ, ഞങ്ങൾ ചെയ്ത തെറ്റെന്താണ്? കേരളത്തിന് AIIMS അർഹതയില്ലേയെന്ന് സർക്കാരിൽ നിന്ന് തന്നെ അറിയാൻ ആഗ്രഹമുണ്ട്. ഇത് ശരിക്കും കേരളത്തോടുള്ള വിവേചനമാണ്. ഈ വിഷയം സർക്കാർ പരിശോധിക്കണം.

സർ, BJP അധികാരത്തിൽ വരുമ്പോൾ കൊടുത്ത വാഗ്ദാനമാണ് വിദേശ ബാങ്കുകളിൽ നിക്ഷേപിച്ചിട്ടുള്ള കള്ളപ്പണം തിരികെ കൊണ്ടുവരുമെന്നും ഓരോ ഇന്ത്യൻ പൗരന്റെയും അക്കൗണ്ടിൽ 15 ലക്ഷം വീതം നിക്ഷേപിക്കുമെന്നും. കള്ളപ്പണം തിരിച്ചു കൊണ്ടുവരാൻ എന്തെങ്കിലും നടപടികൾ ഉണ്ടാകുമെന്നാണ് ധനകാര്യമന്ത്രി ബജറ്റ് അവതരിപ്പിക്കാൻ വന്നപ്പോൾ ഞാൻ കരുതിയത്. ഏതെങ്കിലും ബി ജെ പി സുഹൃത്തുക്കൾക്ക് 15 ലക്ഷം കിട്ടിയിട്ടുണ്ടോയെന്ന് അറിയാൻ ആഗ്രഹമുണ്ട്. കള്ളപ്പണം തിരികെ കൊണ്ടുവരാനുള്ള ഒരു പദ്ധതിയും ബജറ്റിൽ ഇല്ല. അതേസമയം കള്ളപ്പണം വെളുപ്പിക്കാനുള്ള പദ്ധതികളാണുള്ളത്. നിക്ഷേപങ്ങളെക്കുറിച്ച് സ്വയം വെളിപ്പെടുത്താൻ അവസരം കൊടുത്തതാണ്. സർക്കാർ തീരുമാനം തെരഞ്ഞെടുപ്പ് മുന്നിൽ കണ്ടുള്ള നടപടിയാണോ ഇതെന്ന് ഞാൻ സംശയിക്കുന്നു. കള്ളപ്പണ നിക്ഷേപമുള്ളവർ അതിന്റെ 45 ശതമാനം കൊടുത്താൽ മതിയെന്നാണ് സർക്കാർ വാഗ്ദാനം. ഇത് തീർച്ചയായും തിരഞ്ഞെടുപ്പ് നികുതിയാണെന്ന് ഞാൻ പറയും. ഇത് തീർച്ചയായും അവർ നടത്തിയ തിരഞ്ഞെടുപ്പ് വാഗ്ദാന ലംഘനമാണ്. നിർത്തുന്നു.

(10-03-2016, പാതുബജറ്റ് 2016.2017)

മൻകി ബാത്ത് അല്ല വേണ്ടത്
കാം കി ബാത്ത്

മാഡം, ബജറ്റിനുമേൽ സംസാരിക്കാൻ അവസരം തന്നതിന് നന്ദി. രാജ്യം വിപ്ലവാത്മകമായ പരിവർത്തനത്തിനുതകുന്ന ബജറ്റിനെ നോക്കിയിരിക്കുമ്പോൾ, ഇപ്പോൾ അവതരിപ്പിക്കപ്പെട്ട ബജറ്റ് ഭീരുത്വം നിറഞ്ഞ ഇച്ഛാശക്തി കാണിക്കാത്ത, രാജ്യ പുരോഗതിയുടെ കാഴ്ചപ്പാടില്ലാത്ത ഒന്നാണോ എന്ന് ഞാൻ ഭയപ്പെടുന്നു.

രാജ്യത്തിന്റെ സമ്പദ് വ്യവസ്ഥയുടെ അടിസ്ഥാനഘടകങ്ങൾ അതിശക്തമാണെന്ന് ഈ സഭയിൽ ആദ്യബജറ്റിൽ അവതരിപ്പിച്ച സാമ്പത്തിക സർവ്വേയിൽ പറഞ്ഞ കാര്യം ഇവിടെ ഓർമ്മിപ്പിക്കാൻ ഞാൻ ആഗ്രഹിക്കുന്നു. അങ്ങനെ ഒരു സാമ്പത്തികാന്തരീക്ഷത്തിലാണ് ഈ സർക്കാരിന്റെ ആദ്യ ബജറ്റ് അവതരിപ്പിക്കപ്പെട്ടത്. അതായത് പാരമ്പര്യം നല്ലതാണെങ്കിൽ അത് ചോദ്യം ചെയ്യപ്പെടുമ്പോൾ സങ്കടപ്പെടേണ്ട ആവശ്യമില്ല. പാരമ്പര്യം ദീർഘവീക്ഷണം ഉള്ളതായിരുന്നു. മൂന്ന് വർഷങ്ങൾക്ക് ശേഷം ഈ സർക്കാരിന് പിന്നിലേക്ക് നോക്കി പാരമ്പര്യത്തെ കുറ്റപ്പെടുത്തുന്നതിന് ന്യായീകരണമില്ല. ഇപ്പോൾ നടത്തിയത് വെറും രാഷ്ട്രീയ പ്രസ്താവനയാണ്. നിങ്ങളുടെ ചെറുപ്പക്കാരായ സുഹൃത്തുക്കൾ പറയുന്നത് പോലെ 'ജുംല' ആണിത്.

വളർച്ചാ പശ്ചാത്തലം കുറയുന്നതിന്റെ വെളിച്ചത്തിൽ വളർച്ച പുരോഗതിയ്ക്കുള്ള ഒരു കാഴ്ചപ്പാടും ബജറ്റിൽ ഇല്ല. ബാങ്കിന്റെ നിഷ്ക്രിയാസ്തി എക്കാലത്തെയും ഉയർന്ന നിലയിലാണ്. പരിപാലനവാദം പറഞ്ഞുകൊണ്ട് നമ്മുടെ ഐ ടി വ്യവസായത്തെ പൂർണ്ണമായും അക്രമിച്ചു കൊണ്ട് ട്രംപ് ഫാക്ടർ ഭീഷണി തുടങ്ങി.

നമ്മുടെ സമ്പദ് വ്യവസ്ഥയിൽ നാം തന്നെ ചെയ്ത ആദ്യ ഹരക്കിരി (Suicide) ആണ് നോട്ട് നിരോധനം. അതുകൊണ്ടാണ് ഈ ബജറ്റ്

ചില ഗൗരവതരമായ വിഷയങ്ങളെ പരിഹരിക്കുമെന്ന് ഞങ്ങൾ പ്രതീക്ഷിച്ചത്. ബജറ്റുമായി ബന്ധപ്പെട്ട ആ ചോദ്യം ഇപ്പോൾ നമുക്ക് മുന്നിലുണ്ട്. സർക്കാരിന്റെ വിവിധ വകുപ്പുകൾ തമ്മിലുള്ള ഏകോപനമില്ലായ്മ പലയിടങ്ങളിലും വ്യക്തമാണ്. പ്രധാനമന്ത്രി സഭയ്ക്കകത്തും പുറത്തും നടത്തുന്ന പ്രസ്താവനകൾ തമ്മിൽ പോലും ആ ഏകോപനമില്ലായ്മ കാണാം. അവതരിപ്പിച്ച ബജറ്റും സാമ്പത്തിക സർവ്വേയും തമ്മിൽ ബന്ധമില്ല. അതുകൊണ്ട് നമ്മൾ ഒരു വിഷമവൃത്തത്തിലാണ്. ഏതിനെയാണ് ഇപ്പോൾ അഭിസംബോധന ചെയ്യേണ്ടത്. ബജറ്റിനെയോ അതോ പ്രധാനമന്ത്രിയുടെ പ്രസംഗത്തെയോ. അതുമല്ലെങ്കിൽ സാമ്പത്തിക സർവ്വേയെയോ?

സാമ്പത്തിക സർവ്വേ അവതരിപ്പിക്കുന്നത് കൃത്യമായ കാര്യങ്ങളാണ്. അതിൽ ചില കാര്യങ്ങൾ ഉയർത്തിക്കാണിക്കാൻ ശ്രമിച്ചിട്ടുണ്ട്. പക്ഷേ, ബജറ്റിലേക്ക് നോക്കിയാൽ രാജ്യത്തിന്റെ ഒരു പ്രശ്നങ്ങളും പരാമർശിക്കപ്പെട്ടിട്ടില്ല എന്ന് കാണാം. പ്രതിപക്ഷം ഉന്നയിച്ച കാര്യങ്ങളെക്കുറിച്ചല്ല ഞാൻ പറയുന്നത്. ഉല്പാദന മേഖല തളർച്ചയിലാണ്. സമ്പദ്‌വ്യവസ്ഥയെയും, സമൂഹത്തെയും, രാജ്യത്തെയും തകർത്തുകൊണ്ട് തൊഴിലില്ലായ്മ വാതിൽക്കൽ എത്തിനില്ക്കുന്നു. പൊതുമേഖല നിക്ഷേപം കുറഞ്ഞു കൊണ്ടിരിക്കുന്നു. സ്വകാര്യ നിക്ഷേപങ്ങളും കുറയുന്നു. ഈ സർക്കാർ വരുന്നതിനും ഒരുവർഷം മുമ്പ് സ്വകാര്യ നിക്ഷേപത്തിന് സംഭവിച്ച നിശ്ചലാവസ്ഥ ഇപ്പോഴും തുടരുന്നു. നോട്ടുനിരോധനത്തിന്റെ പരിണിത ഫലമായി മുഴുവൻ മേഖലകളിലും നിക്ഷേപം നിശ്ചലമാണ്.

നോട്ട്നിരോധനം മൂലം കുറഞ്ഞത് ഒരുശതമാനം GDP വളർച്ച ഇടിവാണുണ്ടായത് രാജ്യത്ത്. അതുമൂലമുണ്ടായ സാമ്പത്തിക നഷ്ടത്തെയോ, വർദ്ധിച്ച അളവിലുണ്ടായ തൊഴിൽ നഷ്ടങ്ങളെയോ തരണം ചെയ്യാനുള്ള ഒരു പദ്ധതികളും ബജറ്റിൽ ഇല്ല. ഇപ്പോൾ നടത്തിയ സാമ്പത്തിക നയപ്രഖ്യാപനം പോലും അതിനെ അടിസ്ഥാനപ്പെടുത്തിയല്ല. നിങ്ങൾക്ക് സ്വയം പരിശോധിക്കമെങ്കിൽ ധനക്കമ്മി 3 ശതമാനമല്ല. മറിച്ച് 4.5 ശതമാനത്തിൽ കൂടുതലാണെന്ന് മനസ്സിലാക്കാൻ പറ്റും. കൂടുതൽ വിശദാംശങ്ങളുമായി അതിലേക്ക് പിന്നീട് ഞാൻ വരും.

യഥാർത്ഥത്തിൽ, സാമ്പത്തിക സർവ്വെയിൽ പരാമർശിക്കപ്പെട്ട പ്രത്യക്ഷമായ ഒരു പരാമർശവും ബജറ്റിൽ ഇല്ല. അതുകൊണ്ട് ഇത് വെറുമൊരു ശൂന്യമായ രേഖയാണ്. രണ്ടും തമ്മിൽ ഒരു ചേർച്ചയില്ലായ്മ വ്യക്തമാണ്. ഈ സർക്കാർ എപ്പോഴും പരസ്പരവിരുദ്ധമായിട്ടാണ് പ്രവർത്തിക്കുന്നത്. അതാണ് സർക്കാരിന്റെ പ്രധാന പോരായ്മകളും. ശമ്പളക്കമ്മീഷന്റെ നിർദ്ദേശങ്ങൾ നടപ്പിലാക്കുന്നതിനെക്കുറിച്ചും ബജറ്റിൽ അവ്യക്തമാണ്. കൂടുതൽ വിശദാംശങ്ങൾ ആവശ്യമുണ്ട്. സമ്പദ്‌വ്യവസ്ഥയെ ഉത്തേജിപ്പിക്കലും ഉപഭോഗം പ്രോത്സാഹിപ്പിക്കലുമാണ് ഇതിന്റെ ആവശ്യം. അതിനെക്കുറിച്ച് കാര്യമായൊന്നും ബജറ്റിൽ ഇല്ല.

നോട്ട് നിരോധനത്തിന് ശേഷം വരുന്ന 2017–18 ബജറ്റിൽ സാമൂഹിക മേഖലയ്ക്കുള്ള വിഹിതത്തിൽ കാര്യമായ വർദ്ധനവുണ്ടാകുമെന്ന് ന്യായമായും പ്രതീക്ഷിച്ചിരുന്നു എന്ന് വിദഗ്ദ്ധർ പറയുന്നു. എന്നാൽ ആരോഗ്യ, വിദ്യാഭ്യാസ മേഖലകളിൽ പോലും പ്രധാനപ്പെട്ട ഒരു കാര്യവും ചെയ്തിട്ടില്ല. ആദ്യമായി പദ്ധതി, പദ്ധതിരഹിത വിഭജനം ഒഴിവാക്കുന്നതായി ബജറ്റിൽ പറയുന്നു. കൂടാതെ മൂലധനച്ചെലവിൽ വർദ്ധനവുണ്ടാകുമെന്നും പറയുന്നു. വിപ്ലവകരമായ ഒരു തീരുമാനം എടുത്തില്ലെങ്കിൽ അത് നടപ്പാകില്ല. ഞങ്ങൾ പിന്തുണയ്ക്കുന്നു. പദ്ധതി, പദ്ധത്യേതര ലയനത്തെ ഞങ്ങൾ പിന്തുണയ്ക്കുന്നു. പക്ഷേ, അടുത്ത നീക്കം എന്താണ്? നിങ്ങളത് യോജിപ്പിച്ചോ? സംസ്ഥാനങ്ങളെ ഇക്കാര്യങ്ങൾ അറിയിച്ചിട്ട് കൂടിയില്ല. സംസ്ഥാനങ്ങൾക്ക് കൃത്യമായ മാർഗ്ഗനിർദ്ദേശങ്ങൾ നല്കിയിട്ടില്ല. ഇതുപോലൊരു പുതിയ ആശയത്തെ ബജറ്റിന്റേയോ അടിസ്ഥാനമെങ്ങനെ ആക്കി? മൂലധനച്ചെലവിൽ ഗണ്യമായ വർദ്ധനവ് വരുത്തിയെന്ന തോന്നലുണ്ടാക്കി. ആദായവുമായും, മൂലധനവുമായും ആയി ബന്ധപ്പെട്ട വിവരങ്ങൾ വർഗ്ഗീകരണത്തിന് ആവശ്യമാണ്. എന്നാൽ എങ്ങനെയാണ് വർഗ്ഗീകരണം നടത്തിയതെന്ന് ബജറ്റിൽ പറയുന്നില്ല. അതുകൊണ്ട് ഇത്തരത്തിലുള്ള ഒരു വലിയമാറ്റം കൊണ്ടുവരുമ്പോൾ പദ്ധതി, പദ്ധത്യേതര ലയനം ചിട്ടയായും, ശാസ്ത്രീയമായും നടത്തണം. റെയിൽവേ ബജറ്റ് ലയനം നടത്തുകയും, പദ്ധതി, പദ്ധത്യേതര വിഭജനത്തെ നിരുത്സാഹപ്പെടുത്തുകയും ചെയ്യുന്നതെല്ലാം അത്ഭുതമായി തോന്നുന്നു. മുന്നോട്ടുള്ള മഹത്തായ നീക്കങ്ങൾ ആണിവ. അടിസ്ഥാനപരമായി റെയിൽവേ ബജറ്റും, പൊതുബജറ്റും ലയിപ്പിക്കുന്നതിന് ഞങ്ങൾ എതിരല്ല. പക്ഷേ, കാര്യമെന്താണെന്ന് വെച്ചാൽ, ഈ ലയനങ്ങൾ ആശയക്കുഴപ്പം സൃഷ്ടിക്കുന്നു. തീർച്ചയായും ലക്ഷ്യം നഷ്ടപ്പെട്ടിരിക്കുന്നു.

ഒറ്റനോട്ടത്തിൽ പദ്ധത്യേതര വിഹിതത്തിലുള്ള ഗണ്യമായ വർദ്ധനവ് ബജറ്റിൽ എവിടെയും പ്രതിഫലിച്ചിട്ടില്ല. എത്ര ആഴത്തിൽ പോകുന്നോ അത്രയും പ്രശ്നങ്ങളിൽ പെടും. നോട്ടുനിരോധനവുമായി ബന്ധപ്പെട്ട എല്ലാ അവകാശവാദങ്ങളും 2017 ബജറ്റിൽനിന്നും നീക്കം ചെയ്യണം. ഇത് മുമ്പ് തന്നെ അംഗീകരിക്കപ്പെട്ടതാണ്.

ഞാൻ മറ്റ് പല രാജ്യങ്ങളുടെയും താരതമ്യ ചിത്രങ്ങൾ നോക്കുകയായിരുന്നു. അവരെ അവലംബമാക്കാൻ നമ്മുടെ പ്രധാനമന്ത്രിക്ക് പ്രചോദനമായത് എന്താണ് എന്ന് മനസ്സിലാക്കാൻ അവസാനം മറ്റൊരു രേഖയിൽ നിന്നുമല്ല, സാമ്പത്തിക സർവ്വെയിൽ തന്നെ ഞാനത് കണ്ടെത്തി. തീവ്രവാദത്തിനെതിരെയുള്ള പോരാട്ടം, കള്ളപ്പണത്തിനെതിരായ പോരാട്ടം, വ്യാജനോട്ടിനെതിരെയുള്ള പോരാട്ടം ഈ മൂന്നു വാക്കുകളും പ്രധാനമന്ത്രി കടമെടുത്തത് പാകിസ്ഥാന്റെ നോട്ട് നിരോധന ഉത്തരവിൽ നിന്നുമാണ്. സാമ്പത്തിക സർവ്വെ നോക്കൂ. നമുക്ക് ശേഷമല്ല പാകിസ്ഥാൻ ഉത്തരവിറക്കിയത്. അവരത് ഇറക്കിയത് 2015 ജൂണിലാണ്. രണ്ട്

വർഷങ്ങൾക്ക് ശേഷം നമ്മുടെ പ്രധാനമന്ത്രിക്ക് വെളിപ്പാടുണ്ടായി. പാകിസ്ഥാന്റെ തീരുമാനം ശരിയായിരുന്നു എന്ന്. അതുകൊണ്ട് തനിക്കുമത് തുടരാമെന്ന് നമ്മുടെ രാജ്യത്തിന്റെ ചരിത്രത്തിലാദ്യമായി ഞാൻ പറയുന്നത് തമാശയല്ല മാഡം - നമ്മൾ പാകിസ്ഥാന്റെ പാത പിന്തുടരുകയാണ്. ഇത് ശരിയോ തെറ്റോ എന്ന് തീരുമാനിക്കേണ്ടത് ജനങ്ങളാണ്.

എനിക്കൊരു കാര്യം മനസ്സിലാകുന്നില്ല. ഇതെല്ലാം എന്റെ ഭാവനയാണ്. നോട്ട് നിരോധനം പ്രധാനമന്ത്രിയുടെ ഭാവനയിൽനിന്നും വന്നതുപോലെ, ഈ ചിന്തയും എന്റെ മനസ്സിൽ എവിടെ നിന്നോ വന്നതാണ്. നവംബർ 8 ന് രാവിലെ മൂന്ന് പ്രതിരോധ മേധാവികൾ പ്രധാനമന്ത്രിയുമായി കൂടിക്കാഴ്ച നടത്തി. അവർ തമ്മിൽ ദൈർഘ്യമേറിയ ചർച്ച നടന്നു. സർജിക്കൽ സ്ട്രൈക്കിനെക്കുറിച്ച് വിശദമായി പത്രങ്ങളിലുണ്ട്. അങ്ങനെ സർജിക്കൽ സ്ട്രൈക്ക് എന്ന ആശയം പ്രധാനമന്ത്രിയുടെ ബുദ്ധിയിൽ കയറി. അവരത് നിർദ്ദേശിച്ചിരുന്നോ എന്നും അദ്ദേഹമതിനെക്കുറിച്ച് ആലോചിച്ചിരുന്നോയെന്നും എനിക്കറിയില്ല. വൈകുന്നേരം നമ്മുടെ രാജ്യത്തിന്റെ സമ്പദ്‌വ്യവസ്ഥയ്ക്ക് മേൽ അദ്ദേഹം മറ്റൊരു സർജിക്കൽ സ്ട്രൈക്ക് നടത്തി. ഈ സ്ട്രൈക്ക് സാധാരണക്കാരുടെ മേലെ ആയിരുന്നു. മറ്റേത് നമ്മുടെ ശത്രുരാജ്യത്തിനോടായിരുന്നു.

ഞാനിതെല്ലാം പറയുന്നത് എന്റെ ഭാവനയിൽ നിന്നുമാണ്. പ്രധാനമന്ത്രിയുടെ പാത പിന്തുടർന്നുകൊണ്ട് ഭാവനയിൽനിന്നും കാര്യങ്ങളെല്ലാം ഗ്രഹിക്കുന്ന ഒരു പാരമ്പര്യം നമ്മൾ തുടങ്ങിയിട്ടുണ്ട്. 22 രാജ്യങ്ങൾ ഇതുവരെ നോട്ടുനിരോധനം നടപ്പിലാക്കിയിട്ടുണ്ട്. ആ ലിസ്റ്റ് എന്റെ കൈയിലുണ്ട്. ഏതായാലും ഈ വാദം മുന്നോട്ട് കൊണ്ടുപോകാൻ ഞാനാഗ്രഹിക്കുന്നില്ല. കാരണം, അതുകൊണ്ട് കാര്യമില്ല. പാകിസ്ഥാനെ പിന്തുടരുന്നത് നല്ല പ്രവണതയല്ല. അവരുപയോഗിച്ച അതേ വാക്കുകൾ ഒരു വ്യത്യാസവുമില്ല. ഒരുപക്ഷേ ഉപദേഷ്ടാക്കൾ പാകിസ്ഥാനിൽ നിന്ന് കടമെടുത്ത അതേ വാക്കുകൾ കൊടുത്തതാകാം. വേറൊരു രാജ്യവും ഇക്കാരണങ്ങൾ പറഞ്ഞിട്ടില്ല. മറ്റെല്ലാ രാഷ്ട്രങ്ങളും പറഞ്ഞത് പണപ്പെരുപ്പം, സാമ്പത്തിക പ്രയാസങ്ങൾ പോലുള്ള കാരണങ്ങളാണ്. പക്ഷേ, പാകിസ്ഥാനും, ഇന്ത്യയും മാത്രമാണ് നോട്ട് നിരോധനത്തിന് കാരണമായി ഈ മൂന്നു കാര്യങ്ങൾ പറഞ്ഞത്. ഇതുകൊണ്ട് സാധാരണക്കാരനോ, മറ്റുള്ളവർക്കോ ഒരു നേട്ടവും ഉണ്ടായിട്ടില്ല.

ഇനി നമുക്ക് ബജറ്റ് വിലയിരുത്തലിലേക്കും മറ്റു കാര്യങ്ങളിലേക്കും വരാം. ഭരണകക്ഷിക്ക് ഏറ്റവും നിർണ്ണായകമായ ഒരു ബജറ്റാണിത്. മറ്റ് രണ്ട് ബജറ്റുകളിലും അവർക്കെന്തെങ്കിലും പുതുമയോ, പരിഷ്കാരങ്ങളോ കൊണ്ടുവരാൻ കഴിയുമെന്ന് എനിക്ക് തോന്നുന്നില്ല. പരിഷ്കാരങ്ങൾ പ്രഖ്യാപിക്കപ്പെടേണ്ടത് ഇന്നായിരുന്നു. അങ്ങനെയെങ്കിൽ അടുത്ത രണ്ട് വർഷംകൊണ്ട് അവർക്ക് നടപ്പിലാക്കാനും പറ്റും. പക്ഷേ, അത് സംഭവിച്ചിട്ടില്ല. 3.2 ശതമാനം കർശനമായ ധനക്കമ്മി ലക്ഷ്യവുമായി പൊരുത്തപ്പെടുന്നതിൽ സർക്കാർ കാണിക്കുന്ന വരുമാന സമാ

ഹരണവും, സാമ്പത്തികപരമായ യാഥാസ്ഥിതികതയും ഇതിനെ ഒരു ആന്റി–ക്ലൈമാക്സ് ബജറ്റാക്കി മാറ്റി. മൊത്തം ചെലവ് 2016 ലെ GDP യുടെ 13.4 ശതമാനത്തിൽ നിന്ന് 2017–18 ൽ GDP യുടെ 12.17 ശതമാന മായി കുറയുമെന്ന് പ്രതീക്ഷിക്കപ്പെടുന്നു. സാമ്പത്തിക സർവ്വേ പോലും 2016–17ലെ യഥാർത്ഥ നിക്ഷേപത്തിൽ കുറവുണ്ടായതായി സൂചന നൽകിയിട്ടുണ്ട്.

സാമ്പത്തിക സർവ്വെ തയ്യാറാക്കിയത് ശ്രീ. അരവിന്ദ് സുബ്രഹ്മ ണ്യൻ ആണ്. സർക്കാരിൽ ആകെയുള്ള ഒരു സാമ്പത്തിക വിദഗ്ദ്ധൻ ആണദ്ദേഹം. ധനപരമായ ആക്ടിവിസത്തിനെതിരെ തന്റെ സർക്കാരിന് അപായമുന്നറിയിപ്പ് കൊടുത്തിരുന്നു എന്ന് അദ്ദേഹം പറഞ്ഞിട്ടുണ്ട്. ആരൊക്കെ ഉണ്ടായിട്ടും അവർ ഇത് തന്നെ സ്വീകരിച്ചു.

കൃത്യമായ ഇടവേളകളിൽ പ്രധാനമന്ത്രി തന്റെ പൗരന്മാരോട് നട ത്തുന്ന ആനുകാലികമായ മൻ കി ബാത്തിന് പകരം 'കാം കീ ബാത്ത്' നടത്താൻ ഞാൻ നിർദ്ദേശിക്കുന്നു. (തടസ്സങ്ങൾ) മൻ കി ബാത്ത് നല്ല താണ്. പക്ഷേ, കാം കീ ബാത്ത് വേണം. സർക്കാരിനോട് നിങ്ങൾ ആവ ശ്യപ്പെടണം 'കാം കീ ബാത്ത്' നടത്താൻ. (തടസ്സങ്ങൾ) അദ്ദേഹം ഒരു പ്രവാചകനെ പോലെയുള്ള പ്രധാനമന്ത്രിയാണ്. 'കാം കീ ബാത്ത്' നട ത്താൻ കഴിയില്ല. ഇപ്പോൾ ചെയ്യുന്ന പോലെ മൻ കി ബാത്ത് നടത്താനേ കഴിയൂ. അതുകൊണ്ട് നമ്മൾ വളരെയധികം ശ്രദ്ധിക്കണം.

നോട്ട് നിരോധനത്തെക്കുറിച്ച് കൂടുതൽ സംസാരിക്കാൻ ഞാനില്ല. കാരണം ഇന്നലെയും കൂടി ചർച്ച ചെയ്ത വിഷയമാണ്. കൂടാതെ സമ യാസമയം ആ വിഷയം വീണ്ടും ചർച്ച ചെയ്യപ്പെടുന്നുണ്ട്.

(04–02–2017 2017–18 വർഷത്തെ യൂണിയൻ ബജറ്റിന് മേലുള്ള പൊതുചർച്ച)

കർഷകർക്ക് പലിശരഹിത വായ്പകൾ അനുവദിക്കുക

ഡെപ്യൂട്ടി സ്പീക്കർ സർ, ബഹുമാനപ്പെട്ട ധനമന്ത്രി അവതരിപ്പിച്ച 2017–18 വർഷത്തെ ഉപധനാഭ്യർത്ഥനകളിന്മേലുള്ള ചർച്ചയിൽ പങ്കെടുക്കാൻ അവസരം തന്നതിന് നന്ദി.

സർ, നമ്മൾ സഭയിൽ ചർച്ച ചെയ്ത ബജറ്റിന്റെ തുടർച്ചയാണ് ഉപാഭ്യർത്ഥന. ആഭ്യന്തരം, വ്യവസായം, ഇടത്തര ചെറുകിട വ്യവസായങ്ങൾ, ശാസ്ത്ര സാങ്കേതികം എന്നീ വകുപ്പുകൾക്ക് ഫണ്ട് അനുവദിക്കുന്നതുമായി ബന്ധപ്പെട്ട് ഉപധനാഭ്യർത്ഥനകളാണ് ഇവിടെയുള്ളത്. ഈ വകുപ്പുകൾക്ക് അധിക ഫണ്ടിന്റെ അത്യാവശ്യം ഉള്ളതുകൊണ്ട് ഞാൻ പൂർണ്ണമായും പിന്തുണയ്ക്കുന്നു. ഇതുമായി ബന്ധപ്പെട്ട സംസ്ഥാന ദേശീയ വിഷയങ്ങളെക്കുറിച്ച് ചിലത് സംസാരിക്കാൻ ഞാനാഗ്രഹിക്കുന്നു.

രാജ്യത്തെ സാമ്പത്തിക സാഹചര്യം വിശകലനം ചെയ്യുമ്പോൾ നോട്ട് നിരോധനത്തിന് വേണ്ടി സർക്കാർ പറഞ്ഞ ന്യായവാദങ്ങളൊന്നും തെളിയിക്കപ്പെട്ടിട്ടില്ല. നോട്ട് നിരോധിച്ചതിന്റെ ഫലമായി എത്ര കള്ളപ്പണം തിരികെ വന്നു എന്ന് ബഹുമാനപ്പെട്ട ധനമന്ത്രി ഇനിയെങ്കിലും ജനങ്ങളെ അറിയിക്കാൻ മുന്നോട്ട് വരണം. മുമ്പേ ചർച്ച ചെയ്ത വിഷയങ്ങളുടെ വിശദാംശങ്ങളിലേക്ക് വീണ്ടും കടക്കാൻ ഞാനില്ല. പക്ഷേ, കാര്യങ്ങൾ വിശദീകരിക്കാൻ റിസർവ്വ് ബാങ്ക് ഗവർണറും, ധനമന്ത്രിയും, പ്രധാനമന്ത്രിയും വരെ പരാജയപ്പെട്ടു. യഥാർത്ഥ കണക്കുകൾ അവതരിപ്പിക്കാൻ സർക്കാരിനുള്ള അവസരമിതാണ്. എത്ര കള്ളപ്പണം തിരികെ വന്നു എന്ന് വലിയ പ്രതിപക്ഷ ഗ്രൂപ്പിന്റെ നേതാവ് ഇതിനകം വ്യക്തമാക്കിയിട്ടുണ്ട്. അതുകൊണ്ട് സർക്കാർ ഇക്കാര്യങ്ങൾ വിശദീകരിക്കണം.

അഴിമതിക്കും, വ്യാജനോട്ടിനുമെതിരെ ശക്തമായ നടപടിയെടുക്കുന്നതിനെ ഞങ്ങൾ എന്നും പിന്തുണയ്ക്കുന്നു. ഇത്ര ശക്തമായ നടപടിയിലേക്ക് പോകുന്നതിന് മുമ്പ് ആദായനികുതി വകുപ്പ്, വിജിലൻസ്, എൻഫോ

ഴ്സ്മെന്റ് ഡയറക്ടറേറ്റ്, സി ബി ഐ എന്നീ സ്ഥാപനങ്ങളെ ഉപയോഗിച്ച് അഴിമതിക്കെതിരെ അടിയന്തര നടപടി സ്വീകരിക്കാമായിരുന്നു. നോട്ട് നിരോധനം പോലെ ശക്തമായ നീക്കത്തിന്റെ ഒരാവശ്യവുമില്ലായിരുന്നു. അതു മാത്രമല്ല കള്ളപ്പണത്തിന്റെ 90 ശതമാനവും രാജ്യത്തിന് പുറത്താണെന്ന് പ്രധാനമന്ത്രി തന്നെ പറഞ്ഞിട്ടുള്ളതാണ്. അതുകൊണ്ട് ആ കള്ളപ്പണം തിരികെ കൊണ്ടുവരാൻ സർക്കാർ എന്ത് നടപടി സ്വീകരിച്ചു എന്നറിയാൻ ഞങ്ങൾക്കാഗ്രഹമുണ്ട്. അതുകൂടി വിശദീകരിക്കണം.

വ്യാജനോട്ടുകൾക്കെതിരാണ് ഞങ്ങളുടെ നിലപാട്. പക്ഷേ, സർക്കാർ റിപ്പോർട്ട് പ്രകാരം ഇത് 0.227 ശതമാനം മാത്രമേയുള്ളൂ. രാജ്യത്ത് കള്ളപ്പണം ഉണ്ടെന്നത് സത്യമാണ്. അത് കറൻസി നോട്ടിന്റെ രൂപത്തിലല്ല. മറിച്ച് ഭൂമിയുടെയോ, ആഭരണങ്ങളുടെയോ, കടപ്പത്രങ്ങളുടെയോ രൂപത്തിലാണ്. സർക്കാർ ഇതിന് കാര്യമായ ശ്രദ്ധ കൊടുക്കണം. എല്ലാ അംഗങ്ങളും പറഞ്ഞതുപോലെ നോട്ട് നിരോധനം സമൂഹത്തിലെ എല്ലാ മേഖലകളെയും ദോഷകരമായി ബാധിച്ചിട്ടുണ്ട്. നിർമ്മാണ മേഖല, ഉല്പാദന മേഖല, സേവന മേഖല എന്ന് വേണ്ട ജനങ്ങളുടെ ദൈനം ദിന കാര്യങ്ങളെയും അത് ബാധിച്ചിട്ടുണ്ട്. അതുകൊണ്ടാണ് സാമ്പത്തിക സർവ്വേയിൽ പോലും സാമ്പത്തിക വളർച്ച 7.5 ശതമാനത്തിൽനിന്നും 6.5 ശതമാനമായി കുറഞ്ഞേക്കാം എന്ന് പറയുന്നത്.

സർ, നമ്മുടെ രാജ്യത്ത്, മികച്ച സാമ്പത്തിക വളർച്ചയുണ്ടെന്നാണ് സർക്കാർ പറയുന്നത്. ഇതുമായി ബന്ധപ്പെട്ട ചില ചോദ്യങ്ങൾ ചോദിക്കാനുണ്ട്. സാമ്പത്തിക പുരോഗതി വിലയിരുത്തുമ്പോൾ ഇപ്പോഴുള്ള വിലക്കയറ്റം എത്രയാണ്? അന്താരാഷ്ട്ര വിപണിയിലെ ക്രൂഡോയിൽ വിലയിൽ വൻകുറവുണ്ടായതായി നമ്മുടെ സീനിയർ അംഗം ഖർഗർജി വ്യക്തമാക്കിയിട്ടുണ്ട്. അതേസമയം നമ്മുടെ രാജ്യത്തെ പെട്രോളിന്റെയും, ഡീസലിന്റെയും വില വർദ്ധിക്കുകയാണ് ഉണ്ടായത്. ഇതുമായി ബന്ധപ്പെട്ട് എന്ത് മാനദണ്ഡമാണ് സർക്കാർ സ്വീകരിച്ചത്. പെട്രോളിന്റെയും, ഡീസലിന്റെയും മേലുള്ള എക്സൈസ് നികുതി 10 മുതൽ 12 മടങ്ങ് വരെ നിങ്ങൾ വർദ്ധിപ്പിച്ചു. വിലക്കയറ്റത്തിനുള്ള പ്രധാന കാരണം അതാണ്. അതൊരു സാമ്പത്തിക വളർച്ചയുടെ സൂചനയാണെന്ന് നിങ്ങൾക്ക് പറയാൻ കഴിയുമോ?

ഉദാഹരണത്തിന് തൊഴിലില്ലായ്മയുടെ കാര്യമെടുക്കാം. 3 കോടി ജനങ്ങൾക്ക് തൊഴിൽ കൊടുക്കും എന്നാണ് നിങ്ങൾ പറഞ്ഞത്. പക്ഷേ, 1.30 ലക്ഷം പേർക്ക് മാത്രമാണ് തൊഴിൽ കൊടുത്തത്. അതാണ് യാഥാർത്ഥ്യം. തൊഴിലില്ലായ്മ 4.9 ശതമാനം വർദ്ധിച്ചു. 2015–16 കാലഘട്ടത്തിൽ തൊഴിൽരഹിതരുടെ എണ്ണം 17.1 മില്യൺ ആയിരുന്നു. 2016–17 ൽ അത് 17.8 മില്യൺ ആയി. അടുത്ത വർഷം അത് 18 മില്യണിലേക്കെത്തും. ഇതാണോ വളർച്ചയുടെ സൂചന?

കാർഷിക മേഖലയെടുക്കാം. കർഷകാത്മഹത്യകളെക്കുറിച്ച് ഭൂരിഭാഗം അംഗങ്ങളും സംസാരിച്ചിട്ടുണ്ട്. കർഷകർ അനുഭവിക്കുന്ന പ്രധാന പ്രശ്നം അവരുടെ ഉല്പന്നങ്ങൾക്ക് ന്യായവില കിട്ടുന്നില്ല എന്നുള്ളതും,

വായ്പാസഹായം കിട്ടുന്നില്ല എന്നുള്ളതുമാണ്. ഈ ബജറ്റിൽ വാർഷിക വായ്പയ്ക്കായി 10 ലക്ഷം കോടി നിങ്ങൾ അനുവദിച്ചിട്ടുണ്ട് എന്നത് ശരിയാണ്. അത് നല്ലതാണ്. പക്ഷേ, അതേസമയം പലിശനിരക്കെത്രയാണ്? അത് 12 മുതൽ 14 ശതമാനം വരെയാണ്. അല്ലാതെ സ്വാമിനാഥൻ കമ്മീഷൻ നിർദ്ദേശിച്ച 4 ശതമാനമല്ല. രാജ്യത്തെ കർഷകരുടെ അവസ്ഥ ദയനീയമാണ്. ഉല്പാദന മേഖലയിലും വ്യവസായ മേഖലയിലും നോക്കിയാൽ ശുഭകരമായ വളർച്ച കാണാനില്ല. അതുകൊണ്ട് ഈ ഘടകങ്ങൾ കൊണ്ടാണ് മികച്ച വളർച്ചാനിരക്ക് ഉണ്ടായതെന്ന നിഗമനത്തിലെത്താൻ നമുക്ക് കഴിയില്ല.

സർ, നോട്ട് നിരോധനം കേരളത്തിലെ എല്ലാ മേഖലകളെയും സാരമായി ബാധിച്ചിട്ടുണ്ട്. കേരള ധനമന്ത്രി പറഞ്ഞത് പ്രകാരം 3000 മുതൽ 4000 കോടി വരെയാണ് കേരളത്തിന്റെ വരുമാന നഷ്ടം. നാണ്യ വിളകളുടെയും, കാർഷിക വിളകളുടെയും വിലതകർച്ചയാണ് കാർഷിക മേഖല നേരിടുന്ന പ്രധാന പ്രശ്നം. ഇതുമായി ബന്ധപ്പെട്ട് എന്ത് നടപടികളാണ് സർക്കാർ സ്വീകരിക്കാൻ പോകുന്നത് എന്ന് വ്യക്തമല്ല.

ഞങ്ങളുടെ സംസ്ഥാനത്തിന്റെ പ്രധാന വരുമാന സ്രോതസ്സുകളിൽ ഒന്നാണ് പ്രവാസികൾ. പക്ഷേ, ഈ പ്രവാസികൾക്ക് വേണ്ടി കേന്ദ്ര സർക്കാർ ഒരുരൂപ പോലും അനുവദിച്ചിട്ടില്ല. പെൻഷൻ പദ്ധതിയടക്കം നിരവധി ക്ഷേമപദ്ധതികൾ പ്രവാസികൾക്ക് വേണ്ടി സംസ്ഥാന സർക്കാർ ബജറ്റിൽ പ്രഖ്യാപിച്ചിട്ടുണ്ട്. കോടിക്കണക്കിന് രൂപ സർക്കാരിന് കിട്ടുമ്പോൾ ഉപധനാഭ്യർത്ഥനകൾ അംഗീകരിക്കുന്ന കൂട്ടത്തിൽ ചെറിയ തുകയെങ്കിലും പ്രവാസികൾക്ക് കൂടി അനുവദിക്കുമെന്ന് ഞാൻ പ്രതീക്ഷിക്കുന്നു.

സർ, MGNREGA പദ്ധതികൾക്കുള്ള വിഹിതത്തിൽ വളരെയധികം വർദ്ധനവ് ഉണ്ടെന്നാണ് ധനമന്ത്രി പറഞ്ഞത്. എന്നാൽ കഴിഞ്ഞ വർഷത്തെ അപേക്ഷിച്ച് 5,000 കോടി മാത്രമാണ് വർദ്ധനവ്. കൂടാതെ കോടിക്കണക്കിന് രൂപ വിവിധ സംസ്ഥാനങ്ങൾക്ക് കൊടുക്കാനുമുണ്ട്. രണ്ട് മാസമായി ശമ്പളം കിട്ടുന്നില്ല എന്ന് എന്റെ സംസ്ഥാനത്തെ അംഗങ്ങൾ വിജിലൻസ് മോണിറ്ററിംഗ് കമ്മിറ്റിയിൽ പങ്കെടുക്കാൻ പോയപ്പോൾ പറഞ്ഞിരുന്നു. ആസ്തി വർദ്ധനവിനും തൊഴിൽ സൃഷ്ടിക്കും വേണ്ടി ഈ സഭ പാസാക്കിയ മഹത്തായ നിയമമാണ് MGNREGA. അതുകൊണ്ട് കൂടുതൽ ഫണ്ട് അനുവദിക്കണം. പക്ഷേ, ഉപധനാഭ്യർത്ഥനയിൽ സർക്കാർ അതുൾപ്പെടുത്തിയിട്ടുണ്ടെന്ന് തോന്നുന്നില്ല.

സർ, അവർ ബഹുമാനപ്പെട്ട പ്രധാനമന്ത്രിയോട് നീതി കാണിച്ചില്ല. കാരണം PMGSY പ്രധാനമന്ത്രിയുടെ പേരിലുള്ള പദ്ധതിയാണ്. കഴിഞ്ഞ വർഷം അനുവദിച്ചത് വെറും 1,90,00 കോടിയാണ്. ഇത്തവണയും അതേ തുക മാത്രമേയുള്ളൂ. ഈ പദ്ധതിയുടെ വിഹിതം വർദ്ധിപ്പിക്കണം.

ഇന്ത്യയിലെ പട്ടികജാതി-പട്ടികവർഗ്ഗ ജനസംഖ്യ പരിഗണിച്ചാൽ അവരുടെ ക്ഷേമത്തിനായുള്ള വിഹിതം തുച്ഛമാണ്. ന്യൂനപക്ഷങ്ങളുടെ കാര്യത്തിലും സ്ഥിതി മറ്റൊന്നല്ല. അതുകൊണ്ട് അവർക്കുള്ള വിഹിതം വർദ്ധിപ്പിക്കണം.

സർ, 5 മുതൽ 6 സംസ്ഥാനങ്ങളിതുവരെ അതിതീവ്രമായ വരൾച്ചയാണ് അനുഭവിക്കുന്നത്. കേരളത്തിലും സ്ഥിതി അതുതന്നെ. അതുകൊണ്ട് ഒരു പ്രത്യേക സംഘത്തെ ഈ സംസ്ഥാനങ്ങളിലേക്ക് അയക്കുകയും പര്യാപ്തമായ സഹായം നല്കുകയും ചെയ്യണമെന്ന് ഞാനഭ്യർത്ഥിക്കുന്നു. 10 ലക്ഷം കോടിയുടെ പ്രഖ്യാപനം സർക്കാർ നടത്തിയിട്ടുണ്ട്. അതൊരു നല്ല നീക്കമാണ്. അതേസമയം പലിശരഹിത വായ്പകൾ അനുവദിക്കണം. പ്രത്യേകിച്ച് നെൽക്കർഷകർക്ക് പൂജ്യം മുതൽ പരമാവധി 4 ശതമാനമായിരിക്കണം പലിശ.

കേരളത്തിൽ വലിയഭാഗം ജനങ്ങൾക്കും ഉപകാരപ്പെടുന്ന തരത്തിൽ ഒരു പൊതുവിതരണ സംവിധാനം കാര്യക്ഷമമായി പ്രവർത്തിക്കുന്നുണ്ട്. ഭക്ഷ്യസുരക്ഷാ നിയമം പാസാക്കിയപ്പോൾ അതൊരു മികച്ച കാര്യമാണെന്ന് പറഞ്ഞ് അഭിനന്ദിച്ച ആളാണ് ഞാൻ. പക്ഷേ, മികച്ച പൊതുവിതരണ സംവിധാനം ഉള്ളതിന്റെ പേരിൽ കേരളവും തമിഴ്നാടും ഒരുപാട് അനുഭവിച്ചു. മുമ്പ് ഞങ്ങൾക്കുള്ള ഭക്ഷ്യധാന്യ വിഹിതം 16 ലക്ഷം മെട്രിക് ടൺ ആയിരുന്നു. ഇപ്പോൾ അത് 14 ലക്ഷം മെട്രിക് ടൺ ആയി കുറച്ചു. ഇത്രയും കുറഞ്ഞ വിഹിതംകൊണ്ട് ജനങ്ങൾക്കാവശ്യമായ ഭക്ഷ്യധാന്യം കൊടുക്കാൻ സംസ്ഥാനത്തിനെങ്ങനെ കഴിയും? ഈ വിഷയം അടിയന്തരമായി പരിഹരിക്കണം. ഈ പ്രശ്നവുമായി ബന്ധപ്പെട്ട് ഒരു സർവ്വകക്ഷി സംഘം പ്രധാനമന്ത്രിയെ നേരിട്ട് വന്നു കാണാൻ തീരുമാനിച്ചിരുന്നു. പക്ഷേ, ശരിയോ, തെറ്റോ എന്നറിയില്ല. നിർഭാഗ്യവശാൽ പ്രധാനമന്ത്രിയെ കാണാനുള്ള അനുവാദം കിട്ടിയില്ല. അതുകൊണ്ട് ഇതൊരു ഗൗരവതരമായ പ്രശ്നമായി പരിഗണിക്കണമെന്ന് ബഹുമാനപ്പെട്ട പ്രധാനമന്ത്രിയോടും, സർക്കാരിനോടും അപേക്ഷിക്കുന്നു.

സർ, ഞാൻ നിർത്തുകയാണ്. ബാങ്കുകൾ വായ്പ കൊടുക്കുന്നുണ്ട്. ശരി തന്നെ. അവർ കർഷകർക്കും, വിദ്യാർത്ഥികൾക്കും, മറ്റുള്ളവർക്കും വായ്പ അനുവദിക്കുന്നുണ്ട്. മുതലും പലിശയും കൃത്യമായി അടയ്ക്കുന്നുണ്ടെങ്കിലും പിന്നെയും കൂടുതൽ അടയ്ക്കാനുള്ള നോട്ടീസ് അയക്കുകയാണ് ബാങ്കുകൾ. ഇങ്ങനെ ജനങ്ങളുടെ മേൽ സമ്മർദ്ദങ്ങളും, ഭീഷണികളും പ്രയോഗിക്കാൻ ബാങ്കുകളെ അനുവദിക്കരുത്.

സർ, ബഹുമാനപ്പെട്ട പ്രധാനമന്ത്രിയെ ഞങ്ങൾ കണ്ടിരുന്നു. കേരള സർക്കാർ സ്വന്തം ലോട്ടറി നടത്തുന്നുണ്ട്. അത് സ്വകാര്യ ലോട്ടറി അല്ല. അത് പൂർണ്ണമായും പാവപ്പെട്ടവരുടെ ക്ഷേമത്തിന് വേണ്ടിയുള്ളതാണ്. രോഗികൾക്ക് സാമ്പത്തിക സഹായം കൊടുക്കാൻ വേണ്ടിയുള്ളതാണ്. പക്ഷേ, ഇപ്പോൾ 2008 മുതൽ മുൻകാല പ്രാബല്യത്തോടെ ലോട്ടറിക്കുമേൽ സേവനനികുതി ചുമത്തിയിരിക്കുകയാണ്. അതൊരു ഭാരമായി മാറിയിട്ടുണ്ട്. അതുകൊണ്ട് ഈ വിഷയവുമായി ബന്ധപ്പെട്ട് ചില മാറ്റങ്ങൾ വരുത്താൻ സർക്കാർ തയ്യാറാകണമെന്ന് ഞാനഭ്യർത്ഥിക്കുന്നു.

(20.03.17 ഉപധനാഭ്യർത്ഥന)

സ്വാമിനാഥൻ കമ്മീഷന്റെ ശുപാർശകൾ നടപ്പിലാക്കണം

നന്ദി സർ, ഉപധനാഭ്യർത്ഥനകളുടെ ചർച്ചയിൽ പങ്കെടുക്കാൻ അവസരം തന്നതിന്. ബജറ്റ് ചർച്ചയിലെ പോലെ ഒരു വിശദമായ പ്രസംഗത്തിന് ഞാനാഗ്രഹിക്കുന്നില്ല. മൂന്നോ നാലോ കാര്യങ്ങളിലേക്ക് എന്റെ സംസാരം ചുരുക്കാനാഗ്രഹിക്കുന്നു.

'കിസാൻ' വിഷയത്തിൽ തുടങ്ങാം. എല്ലാവരും പറയുന്നത് കർഷകരാണ് നമ്മുടെ സമ്പദ് വ്യവസ്ഥയുടെ നട്ടെല്ല് എന്നാണ്. ആ നട്ടെല്ല് ഇപ്പോൾ തകർന്നിരിക്കുന്നു. സർക്കാരിന്റെ തീരുമാനങ്ങൾ മൂലമാണിത്. അത് എല്ലാവർക്കും വ്യക്തമാണ്. അദ്ധ്യക്ഷന് അത് നന്നായിട്ട് അറിയാം. കിസാൻ സമരങ്ങൾ നടക്കുന്നത് മദ്ധ്യപ്രദേശിലോ, രാജസ്ഥാനിലോ, മഹാരാഷ്ട്രയിലോ ആയിക്കോട്ടെ. രാഷ്ട്രീയകക്ഷി, വർഗ്ഗഭേദമന്യേ ആണ്. കർഷകർ സംഘടിക്കുന്നതും പ്രതിഷേധിക്കുന്നതും.

കർഷകർ ഒരുമിക്കുന്നു. അവരാത്മഹത്യ ചെയ്യുന്നത് സന്തോഷകരമായ കാര്യമല്ല. കർഷകരെ വെടിവെയ്ക്കാൻ പോലും സർക്കാർ നിർബ്ബന്ധിതരായി. എനിക്കറിയാം അവർ BJP കർഷകരാണ്. കർഷകർ BJP ആണോ, CPM ആണോ, കോൺഗ്രസ് ആണോ എന്നത് പ്രസക്തമല്ല. സ്വാമിനാഥൻ കമ്മീഷൻ നിർദ്ദേശങ്ങൾ നടപ്പിലാക്കുമെന്നാണ് ഈ സർക്കാർ അധികാരത്തിൽ വന്നപ്പോൾ പറഞ്ഞത്. അതായത് ഉല്പാദനച്ചെലവിന്റെ 50 ശതമാനം കൂടുതൽ കൊടുക്കുമെന്ന്. BJP യുടെ വാഗ്ദാനം ഉല്പാദനച്ചെലവിനേക്കാൾ 150 ശതമാനം കൂടുതൽ കൊടുക്കുമെന്നാണ്. പക്ഷേ, ഒന്നും യാഥാർത്ഥ്യമായില്ല. തത്ഫലമായി കർഷകരുടെ ഉല്പാദനച്ചെലവും, വരവും തമ്മിൽ വലിയ അന്തരമാണുള്ളത്. സർക്കാരിന് ഇക്കാര്യത്തിൽ എന്തുത്തരമാണ് തരാനുള്ളത്?

വളർച്ചാനിരക്ക് ഏറ്റവും ഉയർന്ന നിലയിലാണെന്നും, മെയ്ക്ക്-ഇൻ

–ഇന്ത്യയിലേക്കും, തിളങ്ങുന്ന ഇന്ത്യയിലേക്കുമുള്ള പ്രയാണത്തിലാണെന്നുമാണ് സർക്കാരിന്റെ അവകാശവാദം. പക്ഷേ, കർഷകരുടെ ജീവിതം കഷ്ടത്തിലാണ്. വാഗ്ദാനം ചെയ്ത MSP കൊടുക്കാൻ നിങ്ങൾ ബാദ്ധ്യസ്ഥരാണ്. കൂടുതൽ പണം അനുവദിക്കണം. നൂറുകണക്കിന് ജനങ്ങൾ ഉപധനാഭ്യർത്ഥനയിൽ ഉൾപ്പെടുത്തിയിട്ടുണ്ട്. ഏതെങ്കിലും ജനങ്ങളോട് വിയോജിക്കുകയല്ല ഞാൻ. കാർഷിക മേഖലയിൽ മികച്ച നിക്ഷേപം, കർഷകർക്ക് വായ്പാ സൗകര്യം എന്നീ കാര്യങ്ങളാണ് ഞാനിതുമായി ബന്ധപ്പെട്ട് ഉന്നയിക്കുന്നത്.

മി. വേണുഗോപാൽ പറഞ്ഞതുപോലെ എല്ലാവർക്കും 2 കോടി തൊഴിൽ കൊടുക്കാൻ സർക്കാർ സന്നദ്ധമായിരുന്നു. മൂന്ന് വർഷം കഴിഞ്ഞു. അതായത് ഇപ്പോൾ 6 കോടി തൊഴിൽ കൊടുത്തിട്ടുണ്ടാവണം. വിശദാംശങ്ങൾ തരാൻ നിങ്ങൾക്ക് കഴിയുമോ? 6 കോടിക്ക് പകരം നിങ്ങൾ കൊടുത്തത് വെറും 3 ലക്ഷം തൊഴിലാണ്. വളർച്ചാനിരക്ക് കൂടുതലാണെന്ന് നിങ്ങളെങ്ങനെ പറയുന്നു? അതേസമയം തൊഴിൽരഹിതർ തൊഴിൽരഹിതരായിത്തന്നെ തുടരുന്നു.

ഓഹരി വില്പന മൂലം ധാരാളം ആൾക്കാർക്ക് ജോലി നഷ്ടപ്പെട്ടു. നിങ്ങൾ എടുത്ത തീരുമാനം മാത്രമാണതിന്റെ കാരണം. എന്റെ സംസ്ഥാനത്ത് മാത്രം 6 പൊതുമേഖലാ സ്ഥാപനങ്ങളുടെ ഓഹരികൾ വിറ്റഴിക്കാനാണ് സർക്കാർ തീരുമാനിച്ചത്. എല്ലാ സഹായവും ചെയ്യാൻ കേരള സർക്കാർ തയ്യാറാണ്. എന്നാൽ ഒരു പ്രശ്നങ്ങളും കേൾക്കാൻ നിങ്ങൾ തയ്യാറല്ല.

സർക്കാർ ഇക്കാലയളവിൽ കൈക്കൊണ്ട പ്രധാന തീരുമാനങ്ങൾ നോട്ടുനിരോധനവും, ജി എസ് ടിയുമാണ്. നോട്ട് നിരോധനത്തെക്കുറിച്ച് നമ്മളെല്ലാം വിശദമായി ചർച്ച ചെയ്തതാണ്. കാർഷിക, വ്യാപാര മേഖലകളിലടക്കം നോട്ട് നിരോധനത്തിന്റെ പ്രത്യാഘാതം ഉണ്ടെന്ന് അവർ വ്യക്തമാക്കിയതാണ്. നോട്ട് നിരോധനംകൊണ്ട് മാത്രം മുംബൈയിൽ വ്യാപാര മേഖലയിൽ ശക്തമായ കുറവുണ്ടെന്ന് അവർ തന്നെ സഭയിൽ പറഞ്ഞിട്ടുള്ളതാണ്. കാർഷിക മേഖലയിലും അതാണ് യാഥാർത്ഥ്യം. വടക്കൻ സംസ്ഥാനങ്ങളിലെ കാർഷിക പ്രതിസന്ധിയുമായി ബന്ധപ്പെട്ട റിപ്പോർട്ട് നമുക്ക് മുന്നിലുണ്ട്. വിപണിയിൽ പണലഭ്യതക്കുറവുണ്ട്. കിട്ടുന്ന വിലയ്ക്ക് സാധനങ്ങൾ വില്ക്കേണ്ട അവസ്ഥയിലാണവർ.

മറ്റംഗങ്ങളെപ്പോലെ തന്നെ ഞങ്ങൾക്കുമറിയണം സർക്കാർ എത്ര കള്ളപ്പണം തിരിച്ചു പിടിച്ചുവെന്ന്? കള്ളപ്പണം, കള്ളനോട്ട്, തീവ്രവാദം, സാമ്പത്തിക വളർച്ച മുതലായ നാല് കാരണങ്ങൾ നിങ്ങൾ പറഞ്ഞതുകൊണ്ട് നോട്ട് നിരോധനത്തെ ഞങ്ങളോ കോൺഗ്രസ് പാർട്ടിയോ സഭയിൽ എതിർത്തിട്ടില്ല. 8 ശതമാനത്തിന് പകരം 65 ശതമാനമാണ് സാമ്പത്തിക വളർച്ചയെന്ന് സാമ്പത്തിക സർവ്വെ പറയുന്നു. അതായത് 1.5 ശതമാനത്തിന്റെ ഇടിവ്.

കള്ളപ്പണവുമായി ബന്ധപ്പെട്ട് എൻഫോഴ്സ്മെന്റ് വകുപ്പ്, വിജിലൻസ് വകുപ്പ് ഇന്റലിജെൻസ് വകുപ്പ്, സി ബി ഐ മുതലായ സംവിധാനങ്ങൾ നിങ്ങൾക്ക് ഉപയോഗിക്കാമായിരുന്നു. അങ്ങനെയെങ്കിൽ നോട്ട്

നിരോധനത്തിന്റെ ഉപയോഗമെന്താണ്?

തീവ്രവാദവുമായി ബന്ധപ്പെട്ട് എന്താണ് സംഭവിക്കുന്നത് എന്ന് ശ്രീ. വേണുഗോപാൽ വ്യക്തമാക്കിയിട്ടുണ്ട്. കഴിഞ്ഞ തിരഞ്ഞെടുപ്പിൽ, പോളിംഗ് ഔട്ട്പുട്ട് വെറും 7 ശതമാനമായിരുന്നു. ഉപതിരഞ്ഞെടുപ്പിൽ അത് 2 ശതമാനവും. ജമ്മു കാശ്മീരിലെ ജനങ്ങളെ മുഖ്യധാരയിലേക്ക് ഉയർത്തിക്കൊണ്ടു വരാൻ നിങ്ങൾക്ക് കഴിഞ്ഞിട്ടുണ്ടോ? കള്ളപ്പണത്തിന്റെ വിഷയമല്ലിത്. ഈ നാലു വിഷയങ്ങൾക്ക് മേൽ സർക്കാർ എടുത്ത നയം പൂർണ്ണമായി പരാജയപ്പെട്ടു. നിങ്ങൾക്കൊരിക്കലും അത് ന്യായീകരിക്കാൻ കഴിയില്ല. റിസർവ്വ് ബാങ്കിലേക്ക് തിരിച്ചെത്തിയ കള്ളപ്പണമെത്രയാണെന്നെങ്കിലും നിങ്ങൾ പറയൂ. ബഹുമാനപ്പെട്ട പ്രധാനമന്ത്രി കഴിഞ്ഞ ചർച്ചയിൽ ഇവിടെയുണ്ടായിരുന്നു. എത്രയാണ് കള്ളപ്പണമെന്ന് ഞങ്ങൾ ചോദിച്ചിരുന്നു. മിസ്റ്റർ അരുൺ ജെയ്റ്റ്ലി മറുപടിയൊന്നും പറഞ്ഞില്ല. റിസർവ്വ് ബാങ്ക് ഗവർണർ മറുപടി പറഞ്ഞില്ല. അവരിപ്പോഴും എണ്ണിക്കൊണ്ടിരിക്കുകയാണ്. എണ്ണമില്ലാത്തത്രയും എണ്ണൽ നടന്നു കൊണ്ടിരിക്കുകയാണ് കള്ളപ്പണം എത്രയാണെന്ന് കണ്ടുപിടിക്കാൻ. എന്താണ് ഇതിനൊക്കെയുള്ള ന്യായീകരണങ്ങൾ? സർക്കാർ തീരുമാനത്തിന് വിശ്വാസ്യതയും നിയമസാധുതയുമുണ്ടാകണം. സർക്കാർ കാരണങ്ങൾ പറഞ്ഞു. പക്ഷേ, ആ കാരണങ്ങൾ സ്ഥിരീകരിക്കേണ്ടതും അവരുടെ ഉത്തരവാദിത്വം ആണ്.

LPG ക്ക് കൊടുക്കുന്ന ധനസഹായം പിൻവലിക്കാൻ സർക്കാർ തീരുമാനിച്ചു എന്ന് ഇന്നത്തെ ചോദ്യോത്തരവേളയിൽ പറഞ്ഞിരുന്നു. പാചകവാതകത്തിനുള്ള ധനസഹായം എല്ലാ മാസവും സിലിണ്ടറിന് 4 രൂപ കുറയ്ക്കാൻ സർക്കാർ നിയന്ത്രണത്തിലുള്ള എണ്ണക്കമ്പനികളോട് ആവശ്യപ്പെട്ടു. അടുത്ത വർഷം മാർച്ചോടുകൂടി എല്ലാ ധനസഹായങ്ങളും നിർത്താനാണ് തീരുമാനം. ധനസഹായമുള്ള ഗാർഹിക പാചകവാതകത്തിന്റെ വില 2016 മുതൽ രണ്ടു രൂപ വെച്ച് വർദ്ധിപ്പിക്കാൻ പൊതു മേഖല എണ്ണക്കമ്പനികളെ അധികാരപ്പെടുത്തിയിട്ടുണ്ടായിരുന്നു. വീണ്ടും പാചകവാതകത്തിന്റെ വില 4 രൂപ വെച്ച് വർദ്ധിപ്പിക്കാൻ എണ്ണക്കമ്പനികൾക്ക് സർക്കാർ അധികാരം കൊടുത്തു. അതായത് ഇനി മുതൽ ധനസഹായം ഉണ്ടാകില്ല. അതാണോ സാധാരണ ജനങ്ങളുടെ ജീവിതത്തിൽ സർക്കാർ കൊടുക്കുന്ന സംഭാവന?

GST യുമായി ബന്ധപ്പെട്ട് വിശദമായ ചർച്ച നമ്മൾ നടത്തിയിട്ടുണ്ട്. GST യെ ഞങ്ങൾ പിന്തുണയ്ക്കുന്നു. GST നിയമത്തിൽ വരുത്താൻ ഞങ്ങൾ നിർദ്ദേശിച്ച ഭേദഗതികൾ ഒന്നും സർക്കാർ സ്വീകരിച്ചിട്ടില്ല. ഞാൻ തന്നെ വിലക്കയറ്റത്തിന്റെ പ്രശ്നം 193 ചട്ടപ്രകാരം നാല് തവണ സഭയിൽ ഉന്നയിച്ചിരുന്നു. നമ്മുടെ വിലക്കയറ്റം ഒരു സാധാരണ കാര്യമെന്നാണ് നമ്മുടെ ധനമന്ത്രി അന്ന് പറഞ്ഞത്. അത് നിയന്ത്രിക്കാൻ കഴിയില്ലെന്നും എന്നാൽ GST പ്രാബല്യത്തിൽ വന്നാൽ വിലക്കയറ്റം നിയന്ത്രിക്കാമെന്നും പറഞ്ഞു. എന്നിട്ട് എന്ത് സംഭവിച്ചു? ഏകദേശം എല്ലാ സാധനങ്ങൾക്കും നികുതി ചുമത്തി. ഭൂരിഭാഗം സാധനങ്ങളുടെയും വില കൂടി.

ഈ വർഷം ജൂലൈ ഒന്നു മുതൽ GST പ്രാബല്യത്തിൽ വന്നു. സാധാരണ ജനങ്ങളുടെ മേലെ മറ്റൊരു ഭാരം ചുമത്തലായി GST മാറി. ചെറുകിട സംരംഭങ്ങൾ, വ്യാപാരികൾ, അസംഘടിത മേഖലയിലെ വ്യവസായങ്ങൾ, തുണി വ്യവസായം, ബീഡി, മരുന്നുവിപണി, നിർമ്മാണം, ഗതാഗതം, തയ്യൽ, ചെറുകിട പത്രങ്ങൾ, തീപ്പെട്ടി, പടക്കനിർമ്മാണം തുടങ്ങിയ സകലതിനെയും GST ദോഷകരമായി ബാധിച്ചു. അന്യായമായ നികുതി മൂലം നിരവധി സാധനങ്ങളുടെ വില കുറയുന്നതിന് പകരം വൻതോതിൽ വർദ്ധിച്ചു. GST ഒരു തരത്തിലുള്ള പരോക്ഷ നികുതിയാണ്. നികുതി നിരക്കുകളിൽ കുറവു വരുത്തിയെങ്കിലും അതിന്റെ പ്രയോജനം കിട്ടിയത് സാധാരണ ജനങ്ങൾക്കല്ല, മറിച്ച് കോർപ്പറേറ്റുകൾക്കാണ്.

വികലാംഗരായവർ ഉപയോഗിക്കുന്ന ഉപകരണങ്ങൾക്ക് 5 ശതമാനവും, സാനിറ്ററി നാപ്കിനുകൾക്ക് 12 ശതമാനവും, എ സി നോൺ എ സി റസ്റ്റോറന്റുകൾക്ക് 12 ശതമാനവും നികുതി ചുമത്തിയതിൽ ഒരു ന്യായീകരണവുമില്ല. അവശ്യ മരുന്നുകൾക്ക് നികുതി ചുമത്തിയതും അംഗീകരിക്കാൻ കഴിയില്ല. ഇതെല്ലാം ബാധിക്കുന്നത് സാധാരണക്കാരെയാണ്. കൃത്രിമ നൂലുകൾക്ക് 18 ശതമാനം GST ചുമത്തിയത് കുറഞ്ഞ വരുമാനമുള്ള സ്ത്രീകൾ ഉപയോഗിക്കുന്ന സാരികളുടെ വില വർദ്ധിപ്പിക്കും. വൈരാഗ്യബുദ്ധിയോടെയാണ് GST നടപടികൾ എടുത്തത്. കൽക്കരി ഖനനം, ബീഡി, സിഗററ്റ് എന്നീ മേഖലകളിലെ തൊഴിലാളികൾക്കുള്ള ക്ഷേമ, സാമൂഹ്യ സുരക്ഷാ ആനുകൂല്യങ്ങളെല്ലാം നിരാകരിക്കപ്പെട്ടു.

സർ, സർക്കാരിന്റെ ശുദ്ധ ഊർജ്ജ പ്രോത്സാഹന നയത്തെയും ഇത് ദോഷകരമായി ബാധിക്കുന്നു. കാരണം ശുദ്ധ ഊർജ്ജ കാർബൺ നികുതി ജി എസ് ടി നഷ്ടപരിഹാര ഫണ്ടിലേക്ക് തിരിച്ചു വിടാനാണ് തീരുമാനം. 20 ലക്ഷം വരെ വാർഷിക വ്യാപാരം ഉണ്ട്. ചെറുകിട വ്യാപാരികൾ അവരുടെ ആദായവിവരങ്ങൾ ഓൺലൈൻ ചെയ്യണം. ഇതവർക്ക് ബുദ്ധിമുട്ടുണ്ടാക്കും. മുൻകാലാനുഭവം കാണിക്കുന്നത് പണപ്പെരുപ്പത്തിന്റെയും, വിലക്കയറ്റത്തിന്റെയും പ്രത്യാഘാതങ്ങൾ അവിടെയുണ്ടെന്നാണ്.

സർ, രണ്ട് മിനുട്ട് കൂടിയേ ഞാനെടുക്കൂ.

സർ, അടിയന്തരമായി GST കൗൺസിൽ യോഗം ചേർന്ന് GST നികുതി ഘടന പുനഃപരിശോധന നടത്തുകയും, യുക്തിരഹിതമായ നികുതികൾ കുറയ്ക്കുകയോ, ഒഴിവാക്കുകയോ ചെയ്യണമെന്നും ധനമന്ത്രിയോട് അപേക്ഷിക്കുന്നു. വികലാംഗരായവർ ഉപയോഗിക്കുന്ന ഉപകരണങ്ങളുടെ നികുതി എടുത്തുകളയണം. അത്തരം ഉപകരണങ്ങളുടെ മേൽ GST ഉണ്ടാകരുത്.

സാനിറ്ററി നാപ്കിനുകളുടെ നികുതിയും റദ്ദാക്കണം. 20 ലക്ഷം വരെ ആദായമുള്ള ചെറുവ്യാപാരികളെയും GST യിൽ നിന്ന് ഒഴിവാക്കണം.

(1.08.2017 ഉപധനാഭ്യർത്ഥന)

കേന്ദ്ര സംസ്ഥാന ബന്ധങ്ങൾ യജമാന-അടിമ ബന്ധങ്ങളല്ല

സർ, രാഷ്ട്രപതിയുടെ പ്രസംഗത്തിനുള്ള നന്ദിപ്രമേയ ചർച്ചയിൽ സംസാരിക്കാൻ അവസരം തന്നതിന് നന്ദി. സമയക്കുറവ് കൊണ്ട് കേരളത്തിൽ നിന്നുള്ള എന്റെ സുഹൃത്തുക്കൾ ഉന്നയിച്ച ചില പ്രശ്നങ്ങളുടെ മേൽ ഒരു തരത്തിലുമുള്ള രാഷ്ട്രീയ പ്രതിവാദങ്ങളിലേക്ക് കടക്കാൻ എനിക്ക് താത്പര്യമില്ല. ഞാനവർക്ക് കൊടുക്കാൻ ആഗ്രഹിക്കുന്ന ഒരേയൊരു മറുപടി, പൂജ്യത്തിനേക്കാൾ വലുത് നാലാണെന്നാണ്. പതിനാലാം ലോക്സഭയിൽ കേരള കോൺഗ്രസിന് കേരളത്തിൽ നിന്ന് ഒരു സീറ്റ് പോലും ഉണ്ടായിരുന്നില്ല. ഇപ്പോൾ നമുക്ക് നാല് സീറ്റുകൾ ഉണ്ട്. അതു കൊണ്ട് പൂജ്യത്തിനേക്കാൾ വലുത് നാലാണെന്ന് എനിക്ക് തോന്നുന്നു.

കുറച്ച് ദിവസങ്ങൾക്ക് മുമ്പ് നടന്നത് അവസാന തിരഞ്ഞെടുപ്പ് അല്ല. തീർച്ചയായും ഇടതുപാർട്ടികൾക്ക് തിരിച്ചടി നേരിട്ടിട്ടുണ്ട്. ഞങ്ങളത് തിരിച്ചറിഞ്ഞ് തെറ്റുകൾ തിരുത്തി മുന്നേറും.

സർ, വനിതാസംവരണ ബിൽ നടപ്പാക്കാനും പ്രാദേശിക സ്വയംഭരണ സ്ഥാപനങ്ങളിലേക്കുള്ള സംവരണം കൂട്ടാനുമുള്ള സർക്കാരിന്റെ തീരുമാനം തികച്ചും സ്വാഗതാർഹമായ കാര്യമാണ്. ഈ ശുഭകരമായ നീക്കത്തെ ഞാൻ സ്വാഗതം ചെയ്യുകയും പിന്തുണയ്ക്കുകയും ചെയ്യുന്നു.

ഈ സഭയിൽ വന്നേക്കാവുന്ന ഭക്ഷ്യസുരക്ഷാ ബില്ലിനെ സ്വാഗതം ചെയ്യുന്നതോടൊപ്പം, 2007 ൽ നല്കിയിരുന്ന ഭക്ഷ്യവിഹിതം UPA സർക്കാർ പുനഃസ്ഥാപിക്കണമെന്ന് തുടക്കത്തിൽ തന്നെ പറയാനാഗ്രഹിക്കുന്നു. കേരളത്തിന് മാത്രമല്ല മറ്റനേകം സംസ്ഥാനങ്ങൾക്കുമുണ്ടായിരുന്ന ഭക്ഷ്യവിഹിതം ഒരു കാരണവുമില്ലാതെയാണ് UPA സർക്കാർ

വെട്ടിക്കുറച്ചത്. സർക്കാർ അവകാശപ്പെടുന്നത് നമുക്ക് മികച്ച സഫർ സ്റ്റോക്കുണ്ടെന്നാണ്. ഞാൻ സമ്മതിക്കുന്നു. എന്നാൽ ഈ ശേഖരമുണ്ടായത് സംസ്ഥാനങ്ങൾക്കുള്ള വിഹിതം വൻതോതിൽ കുറച്ചിട്ടാണ്. കേരളത്തിന്റെ കാര്യമെടുക്കാം. 2007 ൽ ഞങ്ങൾക്ക് കിട്ടിയത് 1,30,658 മെട്രിക് ടൺ ആണ്. പിന്നീടത് 21 മെട്രിക് ടൺ ആയി ചുരുക്കി. 82 ശതമാനത്തിന്റെ കുറവ്. ഇതിന്റെ വിശദാംശങ്ങളിലേക്ക് ഞാൻ കടക്കുന്നില്ല. കേന്ദ്ര സർക്കാരിനോട് ഞാൻ അപേക്ഷിക്കുന്നു. എന്റെ മാത്രമല്ല, കേരളത്തിൽ നിന്നുള്ള എല്ലാ പാർലമെന്റംഗങ്ങളും മുന്നേതന്നെ അപേക്ഷിച്ചിട്ടുണ്ട് കേരളത്തിനുള്ള ഭക്ഷ്യവിഹിതം പുനഃസ്ഥാപിക്കണമെന്ന്. കേരളത്തിൽ മികച്ച ഒരു പൊതുവിതരണ സംവിധാനമുണ്ട്.

സർ, സ്വാതന്ത്ര്യത്തിന്റെ 61–ാം വാർഷികം ആഘോഷിക്കുകയാണ് നാം. നമ്മുടെ ജനാധിപത്യ സംവിധാനത്തിൽ നമ്മൾ അഭിമാനിക്കുന്നു. ഒരുപാട് നമ്മൾ നേടിയിട്ടുണ്ട്. അതേസമയം സ്വാതന്ത്ര്യസമര സേനാനികളെ നമ്മൾ മറക്കുന്നു എന്ന പ്രധാന പ്രശ്നം 14–ാം ലോക്സഭ മുതൽ ഞങ്ങൾ ഉന്നയിക്കുന്നുണ്ട്. വിവിധ സംസ്ഥാനങ്ങളിലെ സ്വാതന്ത്ര്യസമരങ്ങൾ സർക്കാർ തിരിച്ചറിഞ്ഞിട്ടുള്ളതാണ്. അതിന്റെ അടിസ്ഥാനത്തിലാണ് വിവിധ സംസ്ഥാനങ്ങൾ സ്ക്രീനിംഗ് കമ്മിറ്റികളെ നിയമിച്ചത്. ആ കമ്മിറ്റികൾ അർഹതയുള്ള വ്യക്തികളെ കണ്ടെത്തുകയും അവർക്ക് സംസ്ഥാന സർക്കാർ പെൻഷൻ നല്കുന്നുണ്ടെങ്കിലും കേന്ദ്ര സർക്കാർ അവർക്ക് ഒരുവിധ സഹായവും നല്കുന്നില്ല. കേന്ദ്രസർക്കാരിനെ ഞാൻ കുറ്റം പറയില്ല. പക്ഷേ, ഒന്നല്ലെങ്കിൽ മറ്റൊരു കാരണം പറഞ്ഞ് വരുന്ന അപേക്ഷകൾ എല്ലാം നിരസിക്കുന്നത് ചുമതലയിലുള്ള ഉദ്യോഗസ്ഥരാണ്.

നമുക്കെല്ലാം അറിയുന്നപോലെ വളരെ കുറച്ച് സ്വാതന്ത്ര്യസമര സേനാനികളെ ഉള്ളൂ. പലതും രോഗശയ്യയിലാണ്. സംസ്ഥാന സർക്കാരുകളിൽനിന്നും പെൻഷൻ കിട്ടുന്ന മുഴുവൻ സ്വാതന്ത്ര്യസമര പോരാളികളുടെയും വിവരങ്ങൾ പരിശോധിച്ച് പെൻഷൻ കൊടുക്കാൻ നടപടിയെടുക്കണമെന്ന് കേന്ദ്രസർക്കാരിനോട് ഞാൻ അഭ്യർത്ഥിക്കുന്നു. അവർക്ക് പെൻഷൻ നിഷേധിക്കുന്നതിൽ ഒരു ന്യായവും ഞാൻ കാണുന്നില്ല.

സർ, UPA സർക്കാരിന്റെ മുൻ ഭരണകാലത്ത് തുടങ്ങിയ കടാശ്വാസപദ്ധതി ഒരു വലിയ പരിധി വരെ സ്വാഗതാർഹമായ കാര്യമാണ്. അതേസമയം കൃത്യമായി വായ്പ തിരിച്ചടച്ച പാവപ്പെട്ടവരും അവഗണിക്കപ്പെട്ടവരുമായ ഒരുപാട് കർഷകരുണ്ട് ഈ രാജ്യത്ത്. ആവശ്യത്തിന് ഭക്ഷണം പോലും കിട്ടാത്തവർ. അതുപോലത്തെ കർഷകർ കേരളത്തിലുണ്ട്. വായ്പാ കാലയളവിന് പരിധി നിശ്ചയിച്ചതുകൊണ്ട് ഇവർക്ക് കടാശ്വാസ പദ്ധതിയുടെ ആനുകൂല്യം കിട്ടില്ല.

എല്ലാ പാർലമെന്റംഗങ്ങളും ഈ വിഷയം സൂചിപ്പിച്ചിട്ടുണ്ട്. അതിനാൽ ഈ പദ്ധതിയിൽ ആവശ്യമായ ഭേദഗതികൾ വരുത്തിക്കൊണ്ട്

അർഹതപ്പെട്ട ജനങ്ങൾക്ക് പ്രത്യേകിച്ച് പാർശ്വവൽക്കരിക്കപ്പെട്ട പാവപ്പെട്ട കർഷകർക്ക്, ഈ പദ്ധതിയുടെ പ്രയോജനങ്ങൾ ലഭ്യമാക്കണം. എങ്കിൽ മാത്രമേ ഈ പദ്ധതിയുടെ ലക്ഷ്യം നിറവേറുകയുള്ളൂ.

സർ, അന്തർ സംസ്ഥാന ബന്ധങ്ങളെക്കുറിച്ച് പുനരാലോചന നടത്തേണ്ട സമയമാണിത്. സർക്കാരിൽ കമ്മീഷൻ ഉണ്ടായിരുന്നു. സമയം കടന്നുപോയി. നവ ഉദാര നയങ്ങളുടെ ഫലം നമ്മൾ അനുഭവിച്ചു തുടങ്ങി. ഭൂരിഭാഗം മുഖ്യമന്ത്രിമാരും, ധനമന്ത്രിമാരും കൂടുതൽ സാമ്പത്തിക സഹായങ്ങൾ ആവശ്യപ്പെട്ടു തുടങ്ങി. വിവിധ സാമൂഹ്യക്ഷേമ പദ്ധതികളുടെയും, മറ്റനേകം പദ്ധതികളുടെയും ദൈനംദിന നടത്തിപ്പിന് സംസ്ഥാന സർക്കാരുകൾ ബുദ്ധിമുട്ടുന്നു എന്നത് ഒരു യാഥാർത്ഥ്യമാണ്. രാഷ്ട്രീയ കക്ഷി ഭേദമന്യേ എല്ലാ ധനമന്ത്രിമാരും കൂടുതൽ സഹായത്തിനായി ആവശ്യപ്പെട്ടിട്ടുണ്ടെന്ന് എനിക്ക് തോന്നുന്നു. പുതിയ തലങ്ങളിൽ കേന്ദ്ര സംസ്ഥാന ബന്ധങ്ങളെ പുനർനിർവ്വചിക്കാൻ ഒരു പുതിയ കമ്മീഷനെ നിയമിക്കേണ്ട സമയമായി എന്നെനിക്ക് അഭിപ്രായമുണ്ട്.

വിഭവസമാഹരണം ഒരു പരിധി വരെ കേന്ദ്രസർക്കാരിൽ നിക്ഷിപ്തമാണ്. ഇപ്പോൾ സംസ്ഥാന സർക്കാരുകൾക്ക് മറ്റുള്ളവരിൽ നിന്ന് കടമെടുക്കേണ്ട സാഹചര്യമാണ്. ശക്തമായ സംസ്ഥാനങ്ങളുണ്ടായാലേ ശക്തമായ ഒരു കേന്ദ്രം ഉണ്ടാകൂ. സംസ്ഥാന ഭരണത്തിലുള്ള രാഷ്ട്രീയം പരിഗണിക്കാതെ അവർക്കാവശ്യമായ സഹായം ചെയ്യേണ്ടത് കേന്ദ്ര സർക്കാരിന്റെ ഉത്തരവാദിത്വമാണ്. വളരെ പ്രാധാന്യത്തോടുകൂടി ഈ വിഷയം പരിഗണിക്കണം.

സർ, ഞാൻ ഉപസംഹരിക്കുകയാണ്. സമയം വളരെ പരിമിതമാണെന്ന് എനിക്കറിയാം. സ്ത്രീകൾക്കും, ദുർബ്ബല വിഭാഗങ്ങൾക്കുമാണ് രാഷ്ട്രപതിയുടെ പ്രസംഗത്തിൽ വളരെയധികം പ്രാധാന്യം കൊടുത്തത്. പക്ഷേ, കൊച്ചു കുട്ടികളുടെ ക്ഷേമത്തെക്കുറിച്ച് കാര്യമായി പ്രതിപാദിക്കാൻ അദ്ദേഹം വിട്ടുപോയതിൽ ഖേദമുണ്ട്. ഈ കൊച്ചു കുട്ടികളാണ് ഭാവിയിലെ പ്രധാന ജനങ്ങൾ. അവരുടെ ശാരീരിക മാനസിക ക്ഷമത വളർത്തുകയും സംരക്ഷിക്കുകയും വേണം. ICDC കേന്ദ്രങ്ങൾ വളരെ പ്രധാനപ്പെട്ടതാണ്. സർക്കാർ അവരുടെ എണ്ണം വർദ്ധിപ്പിച്ചിട്ടുണ്ട്. അതേ സമയം ഈ കേന്ദ്രങ്ങളിൽ ജോലി ചെയ്യുന്ന അദ്ധ്യാപകരും, ആയകളും സ്ഥിരം ജോലിക്കാരല്ല. അവർക്ക് കിട്ടുന്ന വേതനവും വളരെ കുറവാണ്. അവർക്ക് വേണ്ടി ക്ഷേമപദ്ധതികൾ ഒന്നും തന്നെയില്ല. മുമ്പ് തന്നെ ഈ സഭയിൽ ചർച്ച ചെയ്ത വിഷയമാണിത്. സ്ത്രീകൾക്കും, മറ്റ് ദുർബ്ബല വിഭാഗങ്ങൾക്കും പ്രാധാന്യം കൊടുക്കുമ്പോൾ, ഇതും അതിൽ ഉൾപ്പെടുന്ന വിഷയമാണ്. അവരെ സ്ഥിരപ്പെടുത്തുകയും, വേതനം വർദ്ധിപ്പിക്കുകയും കൂടാതെ അവർക്ക് വേണ്ടി ക്ഷേമപദ്ധതികൾ രൂപീകരിക്കുകയും വേണമെന്ന് ഞാൻ സർക്കാരിനോട് അഭ്യർത്ഥിക്കുന്നു.

അവസാനമായി എനിക്ക് വ്യക്തമാക്കാനുള്ള കാര്യം, അന്തർസം

സ്ഥാന വിഷയങ്ങളിൽ കേന്ദ്രസർക്കാരിന് കൂടുതൽ സൂക്ഷ്മത ഉണ്ടാകണം എന്നതാണ്. തീർച്ചയായും ഓരോ സംസ്ഥാനത്തിനും അവരുടെതായ കാഴ്ചപ്പാടുകളും, അവകാശവാദങ്ങളും ഉണ്ടാകും. അതുകൊണ്ട് അവരെ കുറ്റപ്പെടുത്താൻ ഞാനില്ല. ഏതെങ്കിലും സംസ്ഥാനങ്ങളുടെ പ്രശ്നങ്ങൾ ഇവിടെ ഞാൻ ഉന്നയിക്കുന്നില്ല. അതേസമയം സംസ്ഥാനങ്ങൾ തമ്മിൽ പ്രശ്നങ്ങൾ ഉണ്ടാകുമ്പോൾ പരിഹരിക്കാൻ പലപ്പോഴും സാധിക്കുന്നില്ല. അത് എല്ലാ സംസ്ഥാനങ്ങളിലും പ്രശ്നങ്ങൾ സൃഷ്ടിക്കുന്നുണ്ട്. പ്രത്യേകിച്ച് കേരളത്തിൽ. തമിഴ്നാടിന് വെള്ളം കൊടുക്കുന്നതിന് ഞങ്ങൾ എതിരല്ല. പക്ഷേ, അണക്കെട്ടിന്റെ സുരക്ഷയാണ് വിഷയം. അണക്കെട്ട് ശക്തിപ്പെടുത്താൻ എന്തുകൊണ്ട് ഞങ്ങളെ അനുവദിക്കുന്നില്ല എന്ന് മനസ്സിലാകുന്നില്ല. അണക്കെട്ട് ശക്തിപ്പെടുത്തിയാൽ അവർക്ക് കൂടുതൽ വെള്ളം കിട്ടും. മുല്ലപ്പെരിയാർ അണക്കെട്ടുമായി ബന്ധപ്പെട്ട് മറ്റ് കാഴ്ചപ്പാടുകളെ നിരാകരിക്കാനോ അംഗീകരിക്കാതിരിക്കാനോ കേരള സർക്കാർ ശ്രമിക്കുന്നില്ല. മറിച്ച് കേരളത്തിലെ എല്ലാ രാഷ്ട്രീയ കക്ഷികളുടെയും UDF അല്ലെങ്കിൽ LDF സർക്കാരുകളുടെയും ആവശ്യം ഇതാണ്. മഴക്കാലത്ത് ഈ അണക്കെട്ട് അതീവ അപകടത്തിലാണ് എന്നത് മാത്രമാണ് പ്രശ്നം. കേന്ദ്രം ഇക്കാര്യത്തിൽ മദ്ധ്യസ്ഥത വഹിക്കുകയും ഇതുമായി ബന്ധപ്പെട്ട് ന്യായമായ ഒരു തീരുമാനം കൈക്കൊള്ളുകയും വേണം. കാരണം ലക്ഷക്കണക്കിന് ജനങ്ങളെ ബാധിക്കുന്ന വിഷയമാണിത്.

1. ഈ സഭയിൽ വന്നേക്കാവുന്ന ഭക്ഷ്യസുരക്ഷാ ബില്ലിനെ സ്വാഗതം ചെയ്യുന്നതോടൊപ്പം, മുമ്പ് വിവിധ സംസ്ഥാനങ്ങൾക്ക് കൊടുത്തിരുന്ന ഭക്ഷ്യവിഹിതം പുനഃസ്ഥാപിക്കണമെന്ന് ഞാൻ അഭ്യർത്ഥിക്കുന്നു. കേരളത്തിന്റെ ഭക്ഷ്യ വിഹിതം 1,13,658 മെട്രിക് ടൺ ആയിരുന്നു. അത് 2008 ൽ 21 മെട്രിക് ടൺ ആയി കുറച്ചു. 82 ശതമാനത്തിന്റെ കുറവ്.

2. ആവശ്യത്തിന് ഭക്ഷ്യശേഖരം ഉണ്ടെന്നാണ് സർക്കാരിന്റെ അവകാശവാദം. എന്നാലത് സംസ്ഥാനങ്ങൾക്ക് കൊടുക്കേണ്ട APL വിഹിതം വെട്ടിക്കുറച്ചതുമാണ്. കേരളത്തിനടക്കം ഉണ്ടായിരുന്ന ഭക്ഷ്യവിഹിതം സർക്കാർ പുനഃസ്ഥാപിക്കണം.

(08-06-2009, നന്ദി പ്രമേയത്തിന്മേലുള്ള ചർച്ച)

അഴിമതി രാജ്യം ഭരിക്കുന്നു

രാഷ്ട്രപതിയുടെ പ്രസംഗത്തെക്കുറിച്ചും, ട്രഷറി ബെഞ്ചിൽ നിന്നുള്ള ഗിരിജാ വ്യാസജി അവതരിപ്പിച്ച പ്രമേയത്തെക്കുറിച്ചുമുള്ള എന്റെ അഭിപ്രായങ്ങൾ രേഖപ്പെടുത്താൻ ആഗ്രഹിക്കുന്നു. ഒരുപാട് വിഷമത്തോടെ പറയട്ടെ, ബഹുമാനപ്പെട്ട രാഷ്ട്രപതി പ്രതിഭാജി നടത്തിയ പ്രസംഗം നമ്മുടെ രാജ്യത്തെ കത്തുന്ന പ്രശ്നങ്ങൾ ഒന്നും തൊടുകയോ, പ്രതിഫലിപ്പിക്കുകയോ ചെയ്തിട്ടില്ല.

കർഷക ആത്മഹത്യ എന്ന ഗുരുതരമായ പ്രശ്നത്തെക്കുറിച്ച് രാഷ്ട്രപതി മൗനം പാലിക്കുന്നു. റിപ്പോർട്ട് പ്രകാരം 2,58,000 ലധികം കർഷകരാണ് കഴിഞ്ഞ പത്ത് വർഷത്തിനുള്ളിൽ ഇന്ത്യയിൽ ആത്മഹത്യ ചെയ്തത്. ഇപ്പോഴും കർഷക ആത്മഹത്യകൾ വിവിധ സംസ്ഥാനങ്ങളിൽ തുടർന്നുകൊണ്ടിരിക്കുന്നു എന്നാണ് കിട്ടുന്ന വാർത്തകൾ. ഈ ദുരന്താദ്ധ്യായത്തിന്റെ പ്രധാന കാരണം കർഷകരെ പാപ്പരാക്കിയ നവ ഉദാര നയമാണ്.

INTUC, BMS ഉൾപ്പെടെയുള്ള എല്ലാ തൊഴിലാളി യൂണിയനുകളും പങ്കെടുത്ത ഒരു ചരിത്രപരമായ ദേശീയ സമരത്തിന് ഫെബ്രുവരി 28 ന് രാജ്യം സാക്ഷ്യം വഹിച്ചു. ഇത് UPA സർക്കാർ പിന്തുടർന്ന തൊഴിലാളി വിരുദ്ധ നയങ്ങൾക്കെതിരെയായിരുന്നു. പണപ്പെരുപ്പവും വിലക്കയറ്റവുമായിരുന്നു അവരുയർത്തിയ മുദ്രാവാക്യങ്ങൾ. അവർക്ക് തൊഴിൽ നിഷേധിക്കപ്പെട്ടു. കൂലി വെട്ടിക്കുറച്ചു.

കേന്ദ്രവും, സംസ്ഥാനങ്ങളും തമ്മിൽ മികച്ച ഏകോപനവും, പരസ്പര ധാരണയും ഉണ്ടായിരിക്കേണ്ട ഒരു ഫെഡറൽ സംവിധാനമാണ് നമുക്കുള്ളത്. കേന്ദ്രത്തിന്റെയും സംസ്ഥാനങ്ങളുടെയും കടമകളും, ഉത്തരവാദിത്വങ്ങളും ഭരണഘടനയിൽ വളരെ വ്യക്തമായി രേഖപ്പെടുത്തി

യിട്ടുണ്ട്. ഇപ്പോഴത്തെ പല പ്രശ്നങ്ങളോടും കേന്ദ്ര സർക്കാരിന്റെ സമീപനം സ്വേച്ഛാധിപത്യപരമാണ്. തീരുമാനങ്ങൾ എടുക്കുന്നതിൽ സംസ്ഥാനങ്ങളുടെ പങ്ക് പൂർണ്ണമായി നിരാകരിക്കപ്പെടുന്നു. സംസ്ഥാനങ്ങളുടെ ചെലവ് വർദ്ധിക്കുമ്പോൾ കേന്ദ്ര സംസ്ഥാന നികുതി വിഹിതം പുനഃപരിശോധിക്കണം. ഇപ്പോൾ സിംഹഭാഗം വിഹിതവും പോകുന്നത് കേന്ദ്രത്തിലേക്കാണ്. സംസ്ഥാനങ്ങൾക്ക് കിട്ടാൻ ബാക്കിയുള്ള നികുതി വിഹിതം പെട്ടെന്ന് കൊടുക്കണം.

NCTC യുമായി ബന്ധപ്പെട്ട് സർക്കാർ അടുത്ത കാലത്തായി എടുത്ത തീരുമാനം അധികാര കേന്ദ്രീകരണത്തിന്റെ മറ്റൊരുദാഹരണമാണ്. കേന്ദ്രച്ചെലവിലുള്ള പദ്ധതികൾ നടപ്പിലാക്കാൻ സംസ്ഥാനങ്ങൾ ഭൂരിഭാഗം ചെലവും വഹിക്കേണ്ട സാഹചര്യമാണുള്ളത്.

ജസ്റ്റിസ് സച്ചാർ കമ്മീഷന്റെയും ജസ്റ്റിസ് നരേന്ദ്രൻ കമ്മീഷന്റെയും പ്രധാനപ്പെട്ട റിപ്പോർട്ടുകളെക്കുറിച്ച് പ്രസംഗത്തിൽ മൗനം പാലിക്കുകയായിരുന്നു രാഷ്ട്രപതി. സാമൂഹികമായി പിന്നാക്കം നില്ക്കുന്ന വിഭാഗങ്ങളെ പ്രത്യേകിച്ച് ന്യൂനപക്ഷങ്ങളെ അഭിവൃദ്ധിപ്പെടുത്തുന്നതിനെക്കുറിച്ചാണ് ഈ റിപ്പോർട്ടുകൾ.

പെട്രോളിയം ഉല്പന്നങ്ങളുടെ വില നിയന്ത്രണം എടുത്തു കളഞ്ഞത് മുതൽ വിലക്കയറ്റം നിയന്ത്രിക്കുന്നതിൽ സർക്കാർ പരാജയമാണ്. മണ്ണെണ്ണയുടെ വില പോലും വർദ്ധിച്ചു. വിലനിയന്ത്രണം നീക്കിയ തീരുമാനം പുനഃപരിശോധിക്കണം. മുമ്പുണ്ടായിരുന്ന നിയന്ത്രണരീതി തിരികെ കൊണ്ടുവരണം.

അഴിമതി ആരോപണങ്ങൾ UPA സർക്കാരിനെതിരെ വ്യാപകമായി ഉയരുന്നു. 2G സ്പെക്ട്രം, കോമൺവെൽത്ത് ഗെയിംസ്, ആദർശ് ഫ്ളാറ്റ്സ്, കള്ളപ്പണം മുതലായ വിഷയങ്ങൾ UPA സർക്കാരിന്റെ പ്രതിച്ഛായ ഇല്ലാതാക്കി. സർക്കാരിന് അത്തരം വിഷയങ്ങളിൽ നടപടിയെടുക്കാൻ സാധിക്കുന്നില്ല. സർക്കാരിന്റെ ജനവിരുദ്ധ നടപടികൾ കാരണമാണ് 5 സംസ്ഥാനങ്ങളിൽ കോൺഗ്രസിനെ തളർത്തിയ തിരഞ്ഞെടുപ്പ് ഫലങ്ങൾ വന്നത്. വർദ്ധിച്ച അഴിമതി ആരോപണങ്ങളോടുള്ള ജനങ്ങളുടെ നേരിട്ടുള്ള പ്രതിഷേധം കൂടിയാണത്. കത്തുന്ന പ്രശ്നങ്ങളായ വിലക്കയറ്റം, പണപ്പെരുപ്പം, കർഷക ആത്മഹത്യ എന്നിവ പരിഹരിക്കപ്പെടണമെങ്കിൽ സർക്കാർ നവഉദാരനയം മാറ്റിയേ തീരൂ.

(04-03-2012 പ്രസിഡന്റിന്റെ പ്രസംഗത്തിന്മേലുള്ള നന്ദിപ്രമേയം)

സർക്കാർ നിലകൊള്ളുന്നത് ആർക്കുവേണ്ടി?

പാർലമെന്റിന്റെ സംയുക്ത സമ്മേളനത്തെ അഭിസംബോധന ചെയ്ത രാഷ്ട്രപതിക്കുള്ള നന്ദി പ്രമേയചർച്ചയിൽ പങ്കെടുക്കാൻ ആഗ്രഹിക്കുന്നു. ബഹു. രാഷ്ട്രപതിയുടെ പ്രസംഗം അക്ഷരാർത്ഥത്തിൽ സർക്കാരിന്റെ നയപ്രഖ്യാപനം ആയിരിക്കണം. പുതിയ സർക്കാരിന്റെ നയങ്ങളുടെയും, പ്രവർത്തനങ്ങളുടെയും ഒരു രൂപരേഖ ആകണം രാഷ്ട്രപതിയുടെ പ്രസംഗം.

സർ, വിഷമത്തോടെ പറയട്ടെ. ഇത് പുതിയ സർക്കാരിന്റെ വെറുമൊരു ലക്ഷ്യപ്രസ്താവന മാത്രമായിരുന്നു. ഇതിൽ പരാമർശിച്ച ഭൂരിഭാഗം വിഷയങ്ങളും NDA തിരഞ്ഞെടുപ്പ് പ്രകടന പത്രികയുടെ ആവർത്തനമായിരുന്നു. തീർച്ചയായും തിരഞ്ഞെടുപ്പ് സമയത്ത് എല്ലാ പാർട്ടികളും വാഗ്ദാനങ്ങൾ കൊടുക്കും. പക്ഷേ, അത് രാഷ്ട്രപതിയുടെ പ്രസംഗത്തിലേക്ക് വരുമ്പോൾ വെറും പൊതുപ്രസ്താവനകളോ, ഉദ്ദേശ്യപ്രസ്താവനകളോ ആയി മാറരുത്. ഈ വാഗ്ദാനങ്ങൾ പ്രവർത്തനങ്ങളിലേക്ക് മാറ്റിയെടുക്കണം. പക്ഷേ, അത് രാഷ്ട്രപതിയുടെ പ്രസംഗത്തിൽ കാണുന്നില്ല. അതാണ് ആദ്യം എനിക്ക് പറയാനുള്ള കാര്യം.

സർ, പ്രത്യക്ഷമായ ഒരു പദ്ധതികളും തയ്യാറാക്കിയിട്ടില്ല. നയാടിസ്ഥാനത്തിലുള്ള വിശകലനം കാണാനില്ല. വിവിധ വിഷയങ്ങളുടെ മുൻഗണനയിൽ പോലും വൈരുദ്ധ്യം ഉണ്ട്. ഒരു പേജിൽ നിങ്ങൾ പ്രഥമസ്ഥാനം കൊടുക്കുന്നത് വൈദ്യുതിക്കാണ് എന്ന് പറയുന്നു. അതേപേജിൽ നിങ്ങൾ പറയുന്നു റെയിൽവെയ്സിനാണ് മുൻഗണന എന്ന്. അപ്പോൾ മുൻഗണനകളുടെ വൈരുദ്ധ്യമാണ് ഈ പ്രസംഗത്തിന്റെ പ്രധാന പ്രത്യേകത. പ്രധാനപ്രശ്നങ്ങൾ എന്തൊക്കെയാണെന്ന് തിരിച്ചറിയാൻ നിങ്ങൾക്ക് സമയം വേണമെന്നുള്ളത് ശരി തന്നെ. ഞാനതി

നോട് വിയോജിക്കുന്നില്ല.

കോൺഗ്രസ് സർക്കാരിന് അധികാരം നഷ്ടപ്പെടാൻ കാരണം കഴിഞ്ഞ പത്തു വർഷത്തെ അവരുടെ ജനവിരുദ്ധ നയങ്ങളാണ്. അതിലെ ആദ്യത്തെ കാര്യം എല്ലാ വിഭാഗം ജനങ്ങളെയും ഒരുപോലെ ബാധിച്ച വിലക്കയറ്റമാണ്. പെട്രോളിയം ഉല്പന്നങ്ങളുടെ വിലക്കയറ്റമാണ് അതിലെ പ്രധാന വിഷയം പെട്രോളിയം ഉല്പന്നങ്ങളുടെ വിലയിൽ റെക്കോർഡ് വർദ്ധനവാണ് കോൺഗ്രസ് സർക്കാർ വരുത്തിയത്. പെട്രോളിന്റെ വില 23 തവണ വർദ്ധിപ്പിച്ചു. ഡീസൽ വില നിയന്ത്രണം നീക്കി. ഈ സർക്കാർ അധികാരത്തിൽ വന്നപ്പോൾ ഞാൻ കരുതിയത് പെട്രോളിയം വിലവർദ്ധനവ് റദ്ദാക്കുന്നതായിരിക്കും നിങ്ങളുടെ ആദ്യത്തെ നടപടി എന്നാണ്. പക്ഷേ, കോൺഗ്രസ് സർക്കാരിന്റെ അതേനയങ്ങളാണ് നിങ്ങളും പിന്തുടരുന്നത്. കോൺഗ്രസിന്റെ ജനവിരുദ്ധ രാഷ്ട്രീയത്തിനെതിരെ സുഷമാസ്വരാജും മറ്റ് ബി ജെ പി നേതാക്കളും നടത്തിയ ആവേശകരമായ പ്രസംഗങ്ങൾ ഞാൻ ഇപ്പോഴും ഓർക്കുന്നു.

വിലക്കയറ്റവുമായി ബന്ധപ്പെട്ട വിഷയത്തിൽ നിങ്ങൾ എന്ത് നടപടിയാണ് സ്വീകരിക്കാൻ പോകുന്നതെന്നറിയാൻ ആഗ്രഹമുണ്ട്. ഇത്രയും ഭൂരിപക്ഷം കിട്ടിയിട്ടും അവയുടെ നടപടികൾ പ്രതീക്ഷയ്ക്കൊത്ത് ഉയരുന്നില്ല.

സർ, UPA സർക്കാരിന് തകരാറുണ്ടായ പ്രധാന വിഷയം അഴിമതിയായിരുന്നു. 15-ാം ലോക്സഭയിൽ നമ്മൾ ഈ വിഷയങ്ങൾ ചർച്ച ചെയ്തതായിരുന്നു. ഞാനതിന് സാക്ഷിയാണ്. 2G സ്പെക്ട്രം, കോമൺവെൽത്ത് ഗെയിംസ്, ആദർശ് സൊസൈറ്റി അഴിമതി തുടങ്ങിയ എല്ലാ വിഷയങ്ങളുടെ മേലും ചർച്ചകൾ നടത്തിയിരുന്നു. നമ്മൾ സി പി ഐ (എം) ഉം മറ്റ് ഇടതു പാർട്ടി അംഗങ്ങളോ മാത്രമല്ല, ബി ജെ പി നേതാക്കൾ പോലും CAG റിപ്പോർട്ട് ഉന്നയിച്ചിരുന്നു. CAG റിപ്പോർട്ട് വ്യക്തമാക്കിയതാണ്. "കുത്തകകളുടെയും സ്വകാര്യ വ്യക്തികളുടെയും, അനിയന്ത്രിതമായ സ്വതന്ത്ര പ്രവർത്തനങ്ങളാണ് ഇത്തരം അഴിമതികളിലേക്ക് എത്തിച്ചത്."

പക്ഷേ, ഈ സർക്കാർ എന്താണ് ചെയ്യുന്നത്? 100 ശതമാനം നേരിട്ടുള്ള വിദേശ നിക്ഷേപം പ്രതിരോധ മേഖലയിലും, റെയിൽവെയ്സിലും, വാർത്താവിനിമയത്തിലും, വ്യവസായങ്ങളിലും സ്വീകരിക്കാൻ പോവുകയാണെന്ന് പ്രസ്താവന വന്നുകഴിഞ്ഞു. പിന്നെന്ത് വ്യത്യാസമാണ് കോൺഗ്രസും, ബി ജെ പിയും തമ്മിൽ? പ്രതിപക്ഷത്തിരുന്നപ്പോൾ ഈ നയങ്ങളെയെല്ലാം വിമർശിച്ചവരായിരുന്നു അവർ. പക്ഷേ, ഇപ്പോൾ അവർ പറയുന്നു, UPA സർക്കാരിന്റെ അതേ നയങ്ങളാണ് നമ്മളും പിന്തുടരാൻ പോകുന്നതെന്ന്.

സർ, ഇന്ത്യ ഒരു കാർഷിക രാജ്യമാണ്. ഇവിടുത്തെ ഭൂരിഭാഗം ജനങ്ങളും കൃഷിയെ ആശ്രയിക്കുന്നു. കാർഷിക മേഖലയിലെ സ്ഥിതി അതീവ ഗുരുതരമാണെന്ന് അവർ വ്യക്തമാക്കിയിട്ടുള്ളതാണ്. രാജ്യ

ത്തിന്റെ വിവിധ ഭാഗങ്ങളിൽ ആത്മഹത്യാനിരക്കുയരുന്നു. എന്ത് നടപടികളാണ് സർക്കാർ ഇതുമായി ബന്ധപ്പെട്ട് കൈകൊള്ളാൻ ഉദ്ദേശിക്കുന്നത് എന്ന ചോദ്യമാണ് പ്രധാനമായും ഞാൻ ഉന്നയിക്കാൻ ആഗ്രഹിക്കുന്നത്.

കൃഷിയെ സംബന്ധിച്ചിടത്തോളം മറ്റംഗങ്ങൾ സൂചിപ്പിച്ചതുപോലെ, കാർഷിക വായ്പയും, ഉല്പന്നങ്ങൾക്ക് ന്യായമായ വിലയുമാണ് കർഷകർക്ക് ആവശ്യം. കേരളത്തിൽ റബറിന്റെ വില കിലോയ്ക്ക് 250 രൂപയായിരുന്നു. ഇപ്പോഴത് 135 രൂപയായി. കർഷകർക്ക് ഒരു കിലോയിൽ 115 രൂപയുടെ കുറവ്. എന്താണിതിന്റെ കാരണം? ഇതിന്റെ കാരണം വിദേശരാജ്യങ്ങളിൽ നിന്നുള്ള റബറിന്റെ അനിയന്ത്രിതമായ ഇറക്കുമതിയാണ്. ഇറക്കുമതിക്കോ, കയറ്റുമതിക്കോ എതിരല്ല ഞാൻ. എന്നാലവിടെ വിലസ്ഥിരതയും, വിലനിർണ്ണയവും ഉണ്ടാകണം. ആഭ്യന്തര വിപണിയിൽ ആവശ്യത്തിന് റബർ ലഭ്യമാകുമ്പോൾ തന്നെ നിങ്ങൾ റബർ ഇറക്കുമതി ചെയ്യുന്നു. അത് റബർ കർഷകർക്ക് നല്ലതല്ല. ചില റബർ കർഷകർ ആത്മഹത്യ ചെയ്തു. ഇതാണ് അവർ അഭിമുഖീകരിക്കുന്ന പ്രധാന വിഷയം. ഇതുമായി ബന്ധപ്പെട്ട് സർക്കാർ വ്യക്തമാക്കേണ്ടത് നിലവിലുള്ള ഇറക്കുമതി നയത്തിൽ മാറ്റം വരുത്താൻ തയ്യാറുണ്ടോ എന്നാണ്. ആ നയമാണ് നിങ്ങൾ ഇനിയും തുടരുന്നതെങ്കിൽ കാർഷിക മേഖലയിൽ എന്തെങ്കിലും മാറ്റംവരുത്താൻ നിങ്ങൾക്ക് കഴിയുമോ എന്ന കാര്യത്തിൽ എനിക്ക് ആശങ്കയുണ്ട്.

പ്രസംഗത്തിൽ രാഷ്ട്രപതി പറഞ്ഞത് രാജ്യത്തിന്റെ ഭാവി കോടിക്കണക്കിന് വരുന്ന യുവജനങ്ങളുടെ കൈകളിലാണ് എന്നാണ്. തീർച്ചയായും വളരെ ആകർഷകമായ പ്രസ്താവനയാണ് രാഷ്ട്രപതി നടത്തിയത്. പക്ഷേ, എന്താണ് പദ്ധതി? ഇതുമായി ബന്ധപ്പെട്ട് എന്ത് കാര്യങ്ങളാണ് സർക്കാർ ചെയ്യാൻ പോകുന്നത്? സാമാന്യവല്ക്കരിച്ച പ്രസ്താവനകൾ എത്ര വേണമെങ്കിലും നടത്താം. പക്ഷേ, എന്ത് നടപടികളാണ് എടുക്കാൻ പോകുന്നതെന്ന് ഈ പ്രസംഗത്തിൽ പരാമർശിക്കുന്നില്ല. രാഷ്ട്രപതിയുടെ മുൻപ്രസംഗങ്ങളിൽ അത്തരം പരാമർശ പ്രസ്താവനകൾ ഉണ്ടായിരുന്നു. എന്നാൽ ഈ പ്രസംഗത്തിൽ ഇല്ല.

സർ, വിദ്യാഭ്യാസ മേഖലയിൽ മാറ്റങ്ങൾ ഉണ്ടാകണമെന്ന് പറഞ്ഞു. വിദ്യാഭ്യാസ മേഖലയെ സംബന്ധിച്ചിടത്തോളം പ്രാഥമിക വിദ്യാഭ്യാസം മുതൽ ഉന്നത വിദ്യാഭ്യാസവും, നൈപുണ്യ പഠനവും സാധാരണ ജനങ്ങൾക്ക് ചെലവേറിയതായി മാറിക്കഴിഞ്ഞു. ഒരു സാധാരണ കുടുംബത്തിന് അവരുടെ കുട്ടികളെ ഉന്നത വിദ്യാഭ്യാസത്തിന് അയക്കാൻ സാധിക്കാത്ത സാഹചര്യമാണ്. വിദ്യാഭ്യാസത്തിന്റെ നിലവാരത്തെക്കുറിച്ചുള്ള ചോദ്യം മാത്രമല്ലിത്. മറിച്ച് പാവപ്പെട്ടവർക്കും വിദ്യാഭ്യാസം നേടാൻ കഴിയുന്നുണ്ടോ എന്നുള്ളതാണ് പ്രധാന വിഷയം. എന്നാൽ മാറ്റങ്ങൾക്കുതകുന്ന ഒരു ബദൽ നയത്തെക്കുറിച്ചോ, നടപടികളെക്കുറിച്ചോ ഉള്ള പരാമർശം പ്രസംഗത്തിലില്ല.

സ്കോളർഷിപ്പുകൾ ബാങ്കുകൾ വഴി നല്കുമെന്ന് മുൻ സർക്കാരുകൾ പറഞ്ഞിരുന്നെങ്കിലും അതിനെക്കുറിച്ചും ഒരു പരാമർശവും ഈ പ്രസംഗത്തിലില്ല.

സർ, വളരെ ദയനീയമായ സാഹചര്യങ്ങളിലാണ് പട്ടികജാതി-പട്ടികവർഗ്ഗങ്ങളും, മറ്റ് പിന്നാക്ക ജാതി വിഭാഗങ്ങളും കഴിയുന്നത്. 2000 ൽ നടന്ന 13-ാം ലോക്സഭയിൽ സച്ചാർ കമ്മിറ്റി റിപ്പോർട്ട് ചർച്ച ചെയ്യപ്പെട്ടിരുന്നു. ബി ജെ പി അംഗങ്ങൾ ആ സമയത്ത് സച്ചാർ കമ്മിറ്റി ചർച്ചയോട് സഹകരിച്ചിരുന്നില്ല. പ്രസ്തുത റിപ്പോർട്ട് പ്രകാരം, ഇന്ത്യയിലെ 90 നഗരങ്ങളിൽ ന്യൂനപക്ഷങ്ങളുടെ ജീവിതസാഹചര്യം SC/ST വിഭാഗങ്ങളുടേതിനേക്കാൾ താഴെയാണ്. കൂടാതെ 370 ഇന്ത്യൻ നഗരങ്ങളിൽ ന്യൂനപക്ഷങ്ങൾക്ക് പര്യാപ്തമായ സൗകര്യങ്ങളോ, പ്രയോജനങ്ങളോ കിട്ടുന്നില്ല. തൊഴിലവസരങ്ങൾ നോക്കൂ. വെറും 01 മുതൽ 02 ശതമാനം വരെ മാത്രമാണ് IAS, IPS, IFS പോലുള്ള തൊഴിലുകളിൽ ന്യൂനപക്ഷങ്ങളുടെ പ്രാതിനിധ്യം.

അതേസമയം, സച്ചാർ കമ്മീഷനോടുള്ള അങ്ങയുടെ സമീപനം എന്താണ്? ന്യൂനപക്ഷങ്ങളെക്കുറിച്ച് അങ്ങ് പറഞ്ഞു. സച്ചാർ കമ്മീഷൻ തന്ന റിപ്പോർട്ട് സഭയിൽ ചർച്ച ചെയ്യപ്പെട്ടിട്ടുണ്ട്. ചില സംസ്ഥാനങ്ങൾ അത് നടപ്പിലാക്കിയിട്ടുമുണ്ട്. അത്തരമൊരു റിപ്പോർട്ട് പ്രസക്തമാണെന്ന് ഇപ്പോൾ സർക്കാർ വിശ്വസിക്കുന്നുണ്ടോയെന്ന് അറിയാൻ ആഗ്രഹമുണ്ട്. മറുപടിയിൽ അങ്ങയുടെ നിലപാട് വ്യക്തമാക്കും എന്ന് എനിക്ക് തോന്നുന്നു.

സ്ത്രീകൾക്കെതിരെയും, കുട്ടികൾക്കെതിരെയുമുള്ള പീഡനങ്ങൾ രാജ്യത്തിന്റെ വിവിധ ഭാഗങ്ങളിൽ വർദ്ധിച്ചു കൊണ്ടിരിക്കുകയാണ്. എന്തു വില കൊടുത്തും നമുക്കവരെ സംരക്ഷിക്കണം. പക്ഷേ, പ്രത്യക്ഷമായ ഒരു നടപടിയും നിർദ്ദേശിക്കപ്പെട്ടിട്ടില്ല. സർക്കാർ പുതിയ നിയമത്തെക്കുറിച്ച് ആലോചിക്കുന്നുണ്ടോ? നിങ്ങൾക്ക് എങ്ങനെ അവരുടെ സുരക്ഷ ശക്തിപ്പെടുത്താൻ കഴിയും? എല്ലാ സംസ്ഥാനങ്ങളിലും നടക്കുന്ന വനിതാ-ശിശുപീഡനങ്ങളുടെയെല്ലാം റിപ്പോർട്ട് കൃത്യമായി കിട്ടുന്നുണ്ടെന്ന് നമുക്ക് വിശ്വസിക്കാൻ കഴിയില്ല. അതുകൊണ്ട് വിപുലമായ വിദ്യാഭ്യാസവും ശക്തമായ നടപടിയുമാണാവശ്യം. അതേസമയം പുതിയ നിയമങ്ങൾ നടപ്പിലാക്കണം. ഇതുമായി ബന്ധപ്പെട്ട് സർക്കാരിന്റെ നിലപാടെന്താണ്?

സർ, നീതിന്യായ വ്യവസ്ഥയെ ശക്തിപ്പെടുത്താനുള്ള വിവിധ നടപടികളെക്കുറിച്ച് നാം ചർച്ച ചെയ്തുകൊണ്ടിരിക്കുകയാണ്. ന്യായാധിപന്മാരുടെ തിരഞ്ഞെടുപ്പിനെക്കുറിച്ചും, നിയമനത്തെക്കുറിച്ചും, സ്ഥലംമാറ്റത്തെക്കുറിച്ചും, ശമ്പളത്തെക്കുറിച്ചുമെല്ലാം ആക്ഷേപങ്ങളുണ്ട്. ഇപ്പോൾ ഇക്കാര്യങ്ങളിലെല്ലാം തീരുമാനം എടുക്കുന്നത് ന്യായാധിപൻമാർ തന്നെയാണ്. ഒരു നാഷണൽ ജുഡീഷ്യൽ കമ്മീഷനെ നിയമിക്കണമെന്ന ആവശ്യം ശക്തമാണ്. എന്താണ് സർക്കാർ നിലപാട്? ചില

നിർദ്ദേശങ്ങൾ വന്നിട്ടുണ്ട്. ഇക്കാലത്ത് പോലും ഹൈക്കോടതികളെയോ, സുപ്രീം കോടതിയെയോ സമീപിക്കാൻ സാധാരണക്കാർക്ക് കഴിയുന്നില്ല. നമുക്കാവശ്യം സർക്കാർ മുൻകൈയെടുത്തുള്ള സൗജന്യ നിയമ വ്യവഹാര രീതിയാണ്. കോടതിയിലേക്ക് പോകാതെയും വക്കീലന്മാർക്ക് വൻതുക കൊടുക്കാതെയും നമുക്കിതെങ്ങനെ പരിഹരിക്കാൻ കഴിയും? അതുകൂടി പരിഗണനയിൽ എടുക്കണം. ന്യായാധിപന്മാരുടെ ശമ്പളമോ, നിയമനമോ മാത്രമല്ല പ്രശ്നം. മറിച്ച് സാധാരണക്കാർക്ക് നീതി കിട്ടുന്നുണ്ടോ എന്നതും പ്രശ്നമാണ്. ആ നീതി കിട്ടാൻ ഇപ്പോൾ സാദ്ധ്യതയില്ല. അവരുടെ കൈയിൽ പണമുണ്ടാകുമ്പോൾ മാത്രമേ നീതി ലഭ്യമാകു.

സർക്കാർ പറഞ്ഞത് നമ്മുടെ രാജ്യത്തിന്റെ സാമ്പത്തികസ്ഥിതി ഭീകരമാണെന്നാണ്. ശരിയാണ്. 5 ശതമാനത്തിൽ താഴെയാണ് GDP വളർച്ച. നികുതി സമാഹരണം കുറഞ്ഞു. ഇതിൽ എന്ത് നടപടിയാണ് സർക്കാർ എടുക്കാൻ പോകുന്നത്? ഈ സംവിധാനത്തിന്റെ തകർച്ചയ്ക്ക് പ്രധാന കാരണം കള്ളപ്പണവും അഴിമതിയുമാണ്. മുൻ സർക്കാർ കോർപ്പറേറ്റുകൾക്ക് ഇളവുകൾ നല്കിയിരുന്നു. എല്ലാ ബജറ്റിലും നികുതി നഷ്ടത്തിന് ഒരു കോളം ഒഴിച്ചിട്ടുണ്ടെന്ന് ഞങ്ങൾക്കറിയാം. നികുതി നഷ്ടം സാധാരണ ജനങ്ങൾക്ക് വേണ്ടിയല്ല. കോർപ്പറേറ്റുകൾക്ക് വേണ്ടിയാണ്. (തടസ്സങ്ങൾ)

ദയവായി രണ്ട് മിനുട്ട് എനിക്ക് തരണം. കഴിഞ്ഞ തവണയും ലക്ഷക്കണക്കിന് രൂപയാണ് വലിയ കോർപ്പറേറ്റുകൾക്ക് കൊടുത്തത്. ഇതൊന്നും സാധാരണക്കാർക്ക് വേണ്ടിയായിരുന്നില്ല. വീണ്ടും നിങ്ങൾ അതേ നടപടിയുമായി മുന്നോട്ട് പോവുകയാണെങ്കിൽ പിന്നെ മുൻ സർക്കാരും നിങ്ങളുടെ സർക്കാരും തമ്മിൽ ഒരു വ്യത്യാസവുമില്ല.

ഖാദി, ബീഡി, കയർ, കൈത്തറി മുതലായ പരമ്പരാഗത വ്യവസായങ്ങളിൽ കോടിക്കണക്കിന് തൊഴിലാളികളാണ് പണിയെടുക്കുന്നത്. കൂലി വളരെ കുറവാണ്. അതിൽ ഭൂരിഭാഗവും സ്ത്രീകളാണ്. അവരുടെ തൊഴിൽ ദിനങ്ങളുടെ എണ്ണം വെട്ടിക്കുറച്ചു. അത്യാധുനിക വ്യവസായങ്ങളെക്കുറിച്ചും, ആധുനിക നഗരങ്ങളെക്കുറിച്ചും നിങ്ങൾ പറഞ്ഞപ്പോൾ പരമ്പരാഗത വ്യവസായങ്ങളെക്കുറിച്ച് ഒന്നും പറഞ്ഞില്ല. ഈ മേഖലയിലെ കോടിക്കണക്കിന് തൊഴിലാളികൾ വളരെ പരിതാപകരമായ സാഹചര്യങ്ങളിലാണ് ജീവിക്കുന്നത്.

സർ, അങ്ങേക്ക് അറിയാവുന്നതുപോലെ ഒരുപാട് വിഭാഗങ്ങളുണ്ട്. ഇതേ സഭയിൽ തന്നെ 10 ഉം, 20 ഉം, നൂറും രൂപ മാസം പെൻഷൻ വാങ്ങുന്ന EPF പെൻഷൻകാരെക്കുറിച്ച് നമ്മൾ ചർച്ച ചെയ്തിട്ടുണ്ട്. മുൻ സർക്കാരിനെ സമീപിച്ചിരുന്നെങ്കിലും യാതൊരു നടപടിയും കൈകൊണ്ടിട്ടില്ല. സർക്കാർ കേൾക്കാൻ തയ്യാറാണോ? ആനുകൂല്യങ്ങൾ നല്കാൻ എല്ലാ പാർട്ടികളും ഒത്തുചേർന്നിട്ടുണ്ട്.

റെയിൽവേയാണ് നമുക്കുള്ള ഏറ്റവും വലിയ പൊതുമേഖല സ്ഥാപ

നം. ഏകദേശം 14 ലക്ഷം ജോലിക്കാരുണ്ട് അതിൽ. എന്നാൽ നിങ്ങളിപ്പോൾ PPP യ്ക്കും, FDI യ്ക്കും വേണ്ടി ശ്രമിക്കുകയാണ്. റെയിൽവേയുടെ പൊതുസ്വഭാവമാണ് ആ സ്ഥാപനത്തിന്റെ വിജയത്തിനുള്ള യഥാർത്ഥ കാരണം. റെയിൽവേ സ്വകാര്യവല്ക്കരിക്കാനാണ് നീക്കമെങ്കിൽ അതൊരു ദേശീയ ഐക്യത്തിന്റെ അടയാളമാണെന്നറിയണം. അത്തരം നടപടികൾ സർക്കാർ എടുക്കരുത്.

രാജ്യത്തിന്റെ വിവിധ ഭാഗങ്ങളിൽ നടന്ന തീവ്രവാദി ആക്രമണങ്ങൾക്കും, നക്സലൈറ്റ് ആക്രമണങ്ങൾക്കും, മറ്റ് കലാപങ്ങൾക്കും നമ്മൾ സാക്ഷിയായി. ഒരു സംശയവും വേണ്ട, സുരക്ഷാക്രമീകരണങ്ങൾ നമ്മൾ നടത്തണം. അതേസമയം നടപടികളിൽ സൂക്ഷ്മതയും കൃത്യതയും ഉണ്ടാകണം.

സർ, കേരളവുമായി ബന്ധപ്പെട്ട് ഒരു കാര്യം കൂടി പറയാൻ അനുവദിക്കണം. ഈ വിഷയം കേരളത്തിലെ മാത്രമല്ല, മറ്റുള്ള ഏഴ് സംസ്ഥാനങ്ങളെയും ഭയപ്പെടുത്തുന്നതാണ്. കസ്തൂരിരംഗൻ റിപ്പോർട്ടും, മാധവ് ഗാഡ്കിൽ റിപ്പോർട്ടും നടപ്പാക്കുന്നതുമായി ബന്ധപ്പെട്ടാണിത്. എന്റെ മാത്രമല്ല. മഹാരാഷ്ട്ര, ഗോവ, തമിഴ്നാട് എന്നീ സംസ്ഥാനങ്ങളുടെയും ആവശ്യമാണിത്. സർക്കാർ പുതിയ ആശയരൂപീകരണത്തിന് ശ്രമിക്കണം. സംസ്ഥാനങ്ങളിലെ എല്ലാ തല്പരകക്ഷികളുമായും, ജില്ലാ പഞ്ചായത്തുകളുമായും, മറ്റുള്ളവരുമായും അഭിപ്രായം തേടണം.

4352 ഗ്രാമങ്ങളിലായി ഏകദേശം 53 ലക്ഷം ജനങ്ങൾ ഇതിൽ ഉൾപ്പെടുന്നു. കേരളത്തെ സംബന്ധിച്ചിടത്തോളം 123 ഗ്രാമങ്ങളിലായി 25 ലക്ഷം ജനങ്ങളെ ബാധിക്കുന്ന വിഷയമാണിത്. അതിലൊരു സംസ്ഥാനത്തിന്റെ പ്രതിനിധി എന്ന നിലയിൽ ബഹുമാനപ്പെട്ട ചെയർപേഴ്സൺ, അങ്ങേയ്ക്കും ഇതിൽ താത്പര്യം കാണുമെന്ന് പ്രതീക്ഷിക്കുന്നു.

ഈ തിരഞ്ഞെടുപ്പിൽ, ഒരു സംശയവുമില്ല. ഈ സർക്കാരിന് ഭൂരിപക്ഷം കിട്ടി. കേവല ഭൂരിപക്ഷവുമായി അധികാരത്തിൽ വന്ന സർക്കാരിനെയും, രാഷ്ട്രപതിയെയും എന്റെ പാർട്ടിയുടെ പേരിൽ അഭിനന്ദിക്കുന്നു. അതേസമയം, 69 ശതമാനം ആൾക്കാർക്ക് നിങ്ങളോട് താത്പര്യമില്ലായെന്ന സത്യം മനസ്സിൽ ഉണ്ടാകണം. വെറും 31 ശതമാനം ആൾക്കാർക്ക് മാത്രമാണ് നിങ്ങളോട് പ്രിയം. കോൺഗ്രസിന് കിട്ടിയത് 44 സീറ്റുകളാണ്. അതായത് 20 ശതമാനം വോട്ടു വിഹിതം. പത്ത് പാർട്ടികൾക്ക് ഓരോ സീറ്റ് വീതമേ കിട്ടിയുള്ളു. 5 പാർട്ടികൾക്ക് 2 സീറ്റ് വീതം കിട്ടി. ഞങ്ങൾ ഇടത് പാർട്ടിക്ക് തിരിച്ചടിയുണ്ടായി. ഇതൊരു പുതിയ പ്രതിഭാസമാണ്. അതുകൊണ്ട് രാജ്യത്തിന്റെ മതേതര സ്വഭാവം അതീവ പ്രാധാന്യമുള്ളതാണെന്ന് സർക്കാർ മനസ്സിലാക്കണം. ആ മതേതരസ്വഭാവം കാത്തുസൂക്ഷിക്കണം. നമുക്ക് ഒരുപാട് ഭാഷകളും, മതങ്ങളും, ജാതികളും, ഉപജാതികളുമുണ്ട്. നിങ്ങളുടെ നയങ്ങൾക്ക് മുൻഗണന നിശ്ചയിക്കുമ്പോൾ ഇക്കാര്യങ്ങൾ കൂടി പരിഗണിക്കണം.

(10-06-2014 രാഷ്ട്രപതിയുടെ അഭിസംബോധന)

രാജ്യത്തിന്റെ മതേതര ഘടന സംരക്ഷിക്കുക

രാഷ്ട്രപതിയുടെ പ്രസംഗം സർക്കാരിന്റെ നയപ്രഖ്യാപനമാണ്. പുതിയ സർക്കാർ അധികാരത്തിൽ വന്നിട്ട് 9 മാസങ്ങൾ കഴിഞ്ഞു.

നമ്മൾ അഭിമുഖീകരിക്കുന്ന ഏറ്റവും പ്രധാനപ്പെട്ട വിഷയം വിലക്കയറ്റമാണ്. അന്താരാഷ്ട്ര വിപണിയിൽ പെട്രോളിയം ഉല്പന്നങ്ങളുടെ വില ഏകദേശം 60 ശതമാനം കുറഞ്ഞിട്ടുണ്ട്. അതിനനുസരിച്ച് പെട്രോളിയത്തിന് മേലുള്ള വിവിധ നികുതികൾ കുറയ്ക്കാനുള്ള തീരുമാനം സർക്കാർ എടുക്കണം. എന്നാൽ വിവിധ നികുതികൾ 2 തവണയാണ് സർക്കാർ വർദ്ധിപ്പിച്ചത്. ആകെ 20 ശതമാനം വിലക്കുറവ് മാത്രമാണ് നല്കിയത്. പാവപ്പെട്ട ജനങ്ങളെ സഹായിക്കാൻ നികുതി ഘടനയിൽ സർക്കാർ കുറവ് വരുത്തണം.

വിവിധ സ്ഥലങ്ങളിൽ കാർഷികമേഖലയുടെ അവസ്ഥ പരിതാപകരമാണ്. കർഷകർ ആത്മഹത്യ ചെയ്യേണ്ടി വരുന്ന അവസ്ഥയിലേക്ക് കേരളത്തിൽ റബർ വിലയിടിഞ്ഞു. കഴിഞ്ഞ വർഷം ഒരു കിലോ റബറിന്റെ വില 250 രൂപയായിരുന്നു. ഇപ്പോഴത് 80 മുതൽ 90 രൂപ വരെയാണ്. റബർ കർഷകരുടെ അവസ്ഥ ഇതിൽനിന്നും മനസ്സിലാകും.

കഴിഞ്ഞ ബജറ്റിൽ ധനമന്ത്രി പറഞ്ഞത് ധനക്കമ്മിയും, വരുമാനക്കമ്മിയും 4.3 നും 3.4 നും ഇടയിലായിരിക്കുമെന്നാണ്. ആ ലക്ഷ്യം നേടുന്നതിൽ സർക്കാർ പരാജയപ്പെട്ടു. നന്നായി ആസൂത്രണം ചെയ്ത ഒരു പൊതുവിതരണ സംവിധാനം കേരളത്തിലുണ്ട്. വിപണിയിൽ ഇടപെടാനും വില നിയന്ത്രിക്കാനും ശേഷിയുള്ള സംവിധാനമായിരുന്നു അത്. പക്ഷേ, പൊതുവിതരണ സംവിധാനം നിർത്തലാക്കാനാണ് പുതിയ സർക്കാരിന്റെ തീരുമാനം. ഇത് സാധാരണക്കാരെ ദോഷകരമായി ബാധിക്കും.

ദേശീയ ഗ്രാമീണ പദ്ധതി മാതൃകാപരമായ ഒന്നായിരുന്നു. പുതിയ സർക്കാർ തിരഞ്ഞെടുത്ത മേഖലകളിലേക്ക് മാത്രമായി പരിമിതപ്പെടുത്തി. കൂടാതെ തൊഴിൽ ഭാഗത്ത് മാറ്റം വരുത്തി. 2500 മേഖലകളിലേക്ക് മാത്രമായിട്ടാണ് ചുരുക്കിയത്. 60:40 ആയിരുന്ന തൊഴിൽ ഭാഗം 51:40 ആയി മാറി. വിഭവസമാഹരണത്തിനും, ദുർബ്ബല വിഭാഗങ്ങൾക്കുമുള്ള വിഭവവിതരണത്തിനും സർക്കാരിനെ ഉപദേശിക്കുന്ന ഫലപ്രദമായ സംവിധാനമായിരുന്നു ആസൂത്രണക്കമ്മീഷൻ. എന്നാൽ ആസൂത്രണക്കമ്മീഷനെന്ന ആശയത്തെ ഇല്ലാതാക്കി ബന്ധപ്പെട്ട മന്ത്രാലയങ്ങളിലേക്കും, ഉദ്യോഗസ്ഥരിലേക്കുമുള്ള അധികം കേന്ദ്രീകരണത്തിലേക്കാണ് ഇത് നീങ്ങുന്നത്. നമ്മുടെ രാജ്യത്തെ ജനാധിപത്യ പ്രവർത്തനത്തിന് ഹാനികരമാണ് ഈ തീരുമാനം.

കേന്ദ്രാവിഷ്കൃത പദ്ധതികളുടെ ഘടനയിൽ മാറ്റം വരുത്താൻ സർക്കാർ തീരുമാനിച്ചിട്ടുണ്ട്. പദ്ധതിച്ചെലവിലുള്ള കേന്ദ്രത്തിന്റെ വിഹിതം കുറച്ചു. അതുകൊണ്ട് പദ്ധതിയുടെ നടത്തിപ്പുമായി ബന്ധപ്പെട്ട ചെലവ് ഭൂരിഭാഗവും സംസ്ഥാനം വഹിക്കണം. PMGSY, SSA, IAY മുതലായ അനേകം പദ്ധതികളുടെ കേന്ദ്രവിഹിതം ഗണ്യമായി കുറച്ചു.

ഇന്ന് നമ്മൾ ചർച്ചചെയ്ത പ്രധാന വിഷയം നമ്മുടെ രാജ്യത്തെ സാമുദായിക ഐക്യമാണ്. വളരെ വിഷമത്തോടെ പറയട്ടെ. മന്ത്രിമാരും, ഭരണകക്ഷിയുടെ നേതാക്കളും നമ്മുടെ രാജ്യത്തിന്റെ മതേതര സ്വഭാവത്തെ ദോഷകരമായി ബാധിക്കുന്ന പ്രസ്താവനകളാണ് നടത്തുന്നത്. കഴിഞ്ഞ സമ്മേളനത്തിലും എന്തിന് ഈ സമ്മേളനത്തിൽ പോലും നമ്മളതിന് സാക്ഷികളായി. നിർബന്ധിത മതപരിവർത്തനം നമ്മുടെ ഭരണഘടന അനുവദിക്കുന്നില്ല. പക്ഷേ, രാജ്യത്തിന്റെ പലഭാഗത്തും അത് നടക്കുന്നുണ്ട്. ഒരുപാട് മതങ്ങളും, ജാതികളും, ഉപജാതികളും നമുക്കുണ്ട്. ഓരോരുത്തരുടെയും വികാരങ്ങളെ നാം മാനിക്കണം. പ്രധാന പ്രശ്നം നമുക്കെങ്ങനെ ദേശീയ ഐക്യം ശക്തിപ്പെടുത്താമെന്നതാണ്. കഴിഞ്ഞ 9 മാസത്തിനുള്ളിൽ 5 ക്രിസ്ത്യൻ പള്ളികൾ ഡൽഹിയിൽ ആക്രമിക്കപ്പെട്ടു എന്നതാണ്. ശ്രദ്ധിക്കേണ്ട വളരെ വിചിത്രമായ കാര്യം. കഴിഞ്ഞ സമ്മേളനത്തിലും, ഈ സമ്മേളനത്തിലും ഞാൻ തന്നെ ഈ വിഷയം ഉന്നയിച്ചിരുന്നു. ഒരു നടപടിയും എടുത്തിട്ടില്ല സർക്കാർ. രാഷ്ട്രപതിയുടെ പ്രസംഗത്തെക്കുറിച്ച് പറയുമ്പോൾ ഈ വിഷയങ്ങളെല്ലാം ഗൗരവമായി പരിഗണിക്കണം. സർക്കാരിന്റെ നയങ്ങളിൽ വിയോജിപ്പ് ഉണ്ടെങ്കിലും ബഹു. രാഷ്ട്രപതിയുടെ പ്രസംഗത്തിനുള്ള നന്ദിപ്രമേയത്തെ ഞാൻ പിന്തുണയ്ക്കുന്നു.

(26-02-2015, രാഷ്ട്രപതിയുടെ പ്രസംഗത്തിന് മേലുള്ള നന്ദിപ്രമേയം)

വർഗ്ഗീയത നമ്മുടെ രാഷ്ട്രത്തിന്റെ ഐക്യത്തിന് ഭീഷണിയാണ്

രാഷ്ട്രപതിയുടെ പ്രസംഗം ഇപ്പോഴത്തെ സർക്കാരിന്റെ നയ പ്രഖ്യാപനമാണ്. ഇന്ന് രാജ്യത്ത് നിലനില്ക്കുന്ന ഗുരുതരമായ പ്രശ്നങ്ങൾ പരാമർശിക്കുന്നതിൽ രാഷ്ട്രപതി പരാജയപ്പെട്ടു എന്ന് പറയേണ്ടി വരുന്നതിൽ വിഷമമുണ്ട്.

Dr. B R അംബേദ്ക്കറുടെ ജന്മവാർഷികത്തോടനുബന്ധിച്ച് ഭരണഘടന സത്യങ്ങളെക്കുറിച്ച് കഴിഞ്ഞ സമ്മേളനത്തിൽ ചർച്ച ചെയ്തിരുന്നു. രാജ്യത്ത് നിലനിൽക്കുന്ന അസഹിഷ്ണുതയെക്കുറിച്ചും നമ്മൾ ചർച്ച ചെയ്തിരുന്നു.

ഇന്ത്യൻ പൗരന്മാരെ ശരിക്കും വേദനിപ്പിക്കുന്ന ചില ഗൗരവകരമായ സംഭവങ്ങൾ രാജ്യത്തുണ്ട്. അത്തരം ഞെട്ടിക്കുന്ന സംഭവങ്ങളെക്കുറിച്ചും, വികസനങ്ങളെക്കുറിച്ചും രാഷ്ട്രപതി ദീർഘമായ തന്റെ പ്രസംഗത്തിൽ ഒന്ന് പരാമർശിക്കുക പോലും ചെയ്തിട്ടില്ല. ഉന്നത വിദ്യാഭ്യാസ സ്ഥാപനങ്ങൾ ആപൽക്കരമായ ആക്രമണങ്ങളെയാണ് നേരിടുന്നത്. പുതിയ സർക്കാർ അധികാരത്തിൽ വന്നത് മുതൽ വർഗ്ഗീയതയെയും, സാമുദായിക ധ്രുവീകരണത്തെയും പ്രോത്സാഹിപ്പിക്കുകയാണവർ. ഉയർന്ന ബഹുമതിയുള്ള സർവ്വകലാശാല കലാലയങ്ങൾ ഇത്തരം പ്രചാരണങ്ങളുടെ വേദിയായി മാറിയിട്ടുണ്ട്.

ഹൈദരാബാദ് കേന്ദ്ര സർവ്വകലാശാലയിലെ ദളിത് വിദ്യാർത്ഥിയുടെ ആത്മഹത്യ അടുത്തിടെ നമ്മൾ സാക്ഷിയായ ദുരന്തസംഭവങ്ങളിൽ ഒന്നാണ്. ഒരുപാട് സ്വപ്നങ്ങളും, ആഗ്രഹങ്ങളും ഉണ്ടായിരുന്ന ഒരു Ph.D വിദ്യാർത്ഥിയായിരുന്നു. അദ്ദേഹം സർവ്വകലാശാലയിൽ നിന്ന് തന്നെ നേരിട്ട സമ്മർദ്ദം മൂലമാണ് ആത്മഹത്യ ചെയ്തത്. HRD മന്ത്രിയുടെ നേരിട്ടുള്ള ഇടപെടൽ മൂലം 5 ദളിത് വിദ്യാർത്ഥികളെ വൈസ്

ചാൻസലർ സസ്പെന്റ് ചെയ്തു. കഴിഞ്ഞ ഒരു വർഷത്തിനുള്ളിൽ പന്ത്രണ്ടോളം വിദ്യാർത്ഥികൾ ആത്മഹത്യ ചെയ്തിട്ടുണ്ട്. ദളിത് വിദ്യാർത്ഥികൾക്ക് എല്ലാ സൗകര്യങ്ങളും അർഹതകളും നിഷേധിക്കപ്പെട്ടു. സ്വന്തം അഭിപ്രായം പറയാനുള്ള അവകാശംപോലും അവർക്ക് നിഷേധിക്കപ്പെട്ടു. സർവ്വകലാശാലയുടെ തന്നെ ഭാഗത്ത് നിന്നുണ്ടായ പീഡനങ്ങൾ കാരണമാണ് രോഹിത് ആത്മഹത്യ ചെയ്തത്. ഇത് ശരിക്കുമൊരു സ്ഥാപനപരമായ കൊലപാതകം ആയിരുന്നു.

JNU സംഭവത്തിൽ അസാധാരണമായ നടപടികളാണ് സർക്കാർ എടുത്തത്. ഡൽഹിയിൽ ദേശവിരുദ്ധ മുദ്രാവാക്യങ്ങളുടെ പേരിൽ ചില വിദ്യാർത്ഥികൾക്കെതിരെ കേസെടുത്തു. ഒന്നാം വർഷ Ph.D വിദ്യാർത്ഥിയും, JNU വിദ്യാർത്ഥി നേതാവും ആയിരുന്ന കനയ്യകുമാറിനെ അറസ്റ്റ് ചെയ്തു. അദ്ദേഹത്തിനെതിരെ കുറ്റങ്ങൾ കെട്ടിച്ചമയ്ക്കുകയും ദേശവിരുദ്ധ പ്രവർത്തനങ്ങൾ നടത്തിയെന്നാരോപിച്ച് അറസ്റ്റ് ചെയ്യുകയുമാണുണ്ടായത്. രാജ്യദ്രോഹക്കുറ്റമാണ് അദ്ദേഹത്തിന്റെ പേരിൽ ചാർത്തിക്കൊടുത്തത്.

പാട്യാല കോടതിയിൽ അദ്ദേഹത്തെ ഹാജരാക്കിയ സന്ദർഭത്തിൽ ഒരുവിഭാഗം വക്കീലന്മാർ പൊലീസിന്റെ സാന്നിദ്ധ്യത്തിൽ അദ്ദേഹത്തെ ക്രൂരമായി മർദ്ദിച്ചു. കോടതിയിലെത്തിയ അദ്ധ്യാപകരെയും, വിദ്യാർത്ഥികളെയും മർദ്ദിച്ചു. രണ്ടാമത്തെതവണ അദ്ദേഹം കോടതിയിലെത്തിയപ്പോഴും പൊലീസുകാർ തൊഴിക്കുകയും മർദ്ദിക്കുകയും ചെയ്തു. മാധ്യമപ്രവർത്തകർക്കും മർദ്ദനമേറ്റു. മാധ്യമസ്വാതന്ത്ര്യത്തിനു മേലെയുള്ള ആക്രമണമാണത്.

ചില രാഷ്ട്രീയ നേതാക്കൾ JNU സന്ദർശിച്ചപ്പോൾ അവരും ആക്രമണത്തിനിരയായി. കോൺഗ്രസിലെ മുതിർന്ന നേതാവായ ആനന്ദ് ശർമ്മയ്ക്കും മർദ്ദനമേറ്റു. രാഹുൽഗാന്ധി തലനാരിഴയ്ക്കാണ് ആക്രമണത്തിൽനിന്നും രക്ഷപ്പെട്ടത്. CPI (M) കേന്ദ്രകമ്മിറ്റി ഓഫീസ് ആക്രമിക്കപ്പെട്ടു. CPI നേതാവ് ഡി രാജയെ ഭീഷണിപ്പെടുത്തി. വിദ്യാർത്ഥികൾക്കും, അദ്ധ്യാപകർക്കുമെതിരെ കള്ളക്കേസുകൾ എടുക്കാൻ ഡൽഹി പൊലീസിനെ സർക്കാർ ഉപകരണമാക്കുകയുണ്ടായിരുന്നു. ജാമ്യമില്ലാ വകുപ്പുകൾ ചുമത്തിയാണ് വിദ്യാർത്ഥികളെ അറസ്റ്റ് ചെയ്തത്. വിദ്യാർത്ഥികൾക്കെതിരെയും, കനയ്യകുമാറിനെതിരെയും ആരോപിച്ച കുറ്റങ്ങൾ തെളിയിക്കാൻ കഴിയാത്ത ഡൽഹി പൊലീസിനെ ഹൈക്കോടതി നിശിതമായി വിമർശിച്ചു.

ആയിരക്കണക്കിന് വിദ്യാർത്ഥികൾ ഡൽഹിയിൽ തെരുവിലാണ്. ഭൂരിപക്ഷം രാഷ്ട്രീയ പാർട്ടികളും ഈ പ്രക്ഷോഭത്തെ പിന്തുണച്ചുകൊണ്ട് മുന്നോട്ട് വന്നു. സഭയെ പോലും തെറ്റിദ്ധരിപ്പിക്കുന്ന തരത്തിൽ വളരെ നിഷേധാത്മകമായ നിലപാടാണ് HRD മന്ത്രി സ്വീകരിച്ചത്. രാജ്യത്തിന്റെ സാമുദായിക ഐക്യം സംരക്ഷിക്കാൻ അടിയന്തരമായ ഇടപെടൽ ബഹുമാനപ്പെട്ട രാഷ്ട്രപതിയുടെ ഭാഗത്തു നിന്നുണ്ടാ

കണം എന്നാണ് ഞങ്ങളുടെ ആവശ്യം. വിദ്യാഭ്യാസ, സാംസ്കാരിക മേഖലകൾ വർഗ്ഗീയവൽക്കരിക്കപ്പെടരുത്.

അതുകൊണ്ട് ഇപ്പോൾ നമ്മുടെ രാജ്യത്ത് സംഭവിക്കുന്ന അസാധാരണമായ സംഭവവികാസങ്ങൾ ആദരണീയനായ രാഷ്ട്രപതി കാണാതെ പോകരുത്. ഇത്രയും പറഞ്ഞുകൊണ്ട് ഞാൻ ഉപസംഹരിക്കുന്നു.

(02-03-2016, രാഷ്ട്രപതിയുടെ അഭിസംബോധനയ്ക്കുള്ള നന്ദിപ്രമേയം)

ഇന്ത്യൻ റെയിൽവേയുടെ സ്വകാര്യവല്ക്കരണം അവസാനിപ്പിക്കുക

റെയിൽവേ മന്ത്രി ശ്രീ. ദിനേഷ് ത്രിവേദി സഭയിൽ വെച്ച റെയിൽവേ ബജറ്റിന് മേലുള്ള ചർച്ചയിൽ പങ്കെടുക്കാൻ ഞാൻ ആഗ്രഹിക്കുന്നു. വളരെ നിർഭാഗ്യകരമെന്ന് പറയട്ടെ, ഈ ചർച്ചയുടെ അടിസ്ഥാനത്തിൽ മറുപടി പറയാൻ അദ്ദേഹമല്ല ഇപ്പോൾ റെയിൽവേ മന്ത്രി. നമ്മുടെ പാർലമെന്റ് ചരിത്രത്തിൽ ആദ്യമായിട്ടാണ് ബജറ്റിലെ നിർദ്ദേശങ്ങളുടെ പേരിൽ ഒരു മന്ത്രി രാജി വെക്കാൻ നിർബ്ബന്ധിതനാകുന്നത്. ഒരു റെയിൽവേ മന്ത്രിയെന്ന നിലയിൽ അദ്ദേഹം ബജറ്റ് അവതരിപ്പിച്ചത് പ്രധാനമന്ത്രിയുടെയും, ധനമന്ത്രിയുടെയും, ചെയർപേഴ്സൺ ശ്രീമതി സോണിയാ ഗാന്ധിയുടെയും അനുമതിയോടെയാണെങ്കിലും ബജറ്റിന്റെ ഉള്ളടക്കത്തെക്കുറിച്ച് വ്യത്യസ്തമായ അഭിപ്രായങ്ങൾ ഉണ്ടാകുന്നതും, പാർലമെന്റ് ചർച്ചയിലൂടെ ഭേദഗതി വരുത്തുന്നതും സ്വാഭാവികമാണ്. അത് ചെയ്യാനുള്ള പരമാധികാരം പാർലമെന്റിനാണ്. അതുകൊണ്ട് എന്റെ അഭിപ്രായത്തിൽ പാർലമെന്റിന്റെ അധികാരത്തിന്മേലുള്ള ബാഹ്യ ഇടപെടലാണിത്. റെയിൽവേ ബജറ്റിനെ വിമർശിക്കാനും, മാറ്റങ്ങൾ നിർദ്ദേശിക്കാനും TMC ക്ക് എല്ലാവിധ അവകാശമുണ്ട്. എന്നാൽ ഇപ്പോൾ സംഭവിച്ചത് അതിനൊക്കെ അപ്പുറമാണ്. അത്ഭുതപ്പെടുത്തുന്ന മറ്റൊരു കാര്യം, ഇന്നത്തെ അനാരോഗ്യകരമായ പ്രവണതകൾക്ക് പ്രധാനമന്ത്രിയും, സർക്കാരും വഴങ്ങിക്കൊടുക്കുന്നു എന്നതാണ്. ഇതിനെക്കുറിച്ച് കൂടുതൽ വിശദീകരിക്കാൻ ഞാനില്ല. എന്തായാലും, ഈ വിഷയം ഇല്ലാതാക്കിയത് ഇന്ത്യയിലെ പാർലമെന്ററി ജനാധിപത്യത്തിന്റെ അന്തസ്സിനെയാണ്.

റെയിൽവേ നിരക്ക് വർദ്ധിപ്പിക്കാനുള്ള ബജറ്റ് നിർദ്ദേശങ്ങളെ ഞാൻ ശക്തമായി എതിർക്കുന്നു. ഇതൊരു ചെറിയ വർദ്ധനവ് മാത്രമാണെന്ന്

മന്ത്രിസഭയിൽ പറഞ്ഞെങ്കിലും, ദീർഘദൂര യാത്രക്കാരെ സംബന്ധിച്ചിടത്തോളം വൻ വർദ്ധനവാണ് സഹിക്കേണ്ടത്. പാഴ്സൽ ചാർജിനത്തിൽ 20 ശതമാനം വർദ്ധനവ് മുമ്പ് തന്നെ റെയിൽവേ വരുത്തിയിട്ടുണ്ട്. സാധാരണക്കാരുടെമേൽ ഭാരം ആകുമെന്നത് കൊണ്ട് തന്നെ ഇപ്പോൾ നടത്തിയ വർദ്ധനവ് പിൻവലിക്കണമെന്ന് ഞാൻ ആവശ്യപ്പെടുന്നു.

മത, ജാതി, വർഗ്ഗ ഭേദമെന്യേ ജനങ്ങൾ യാത്രചെയ്യുന്ന റെയിൽവേ ദേശീയ ഏകീകരണത്തിന്റെ പ്രതീകമാണ്. ഇത് റെയിൽവേയുടെ പൊതു സ്വഭാവത്തെയും കാണിക്കുന്നു. നിർഭാഗ്യവശാൽ, ഘട്ടംഘട്ടമായി റെയിൽവേ സ്വകാര്യവല്ക്കരിക്കാൻ സർക്കാർ തീരുമാനമെടുത്തു. അടിസ്ഥാന സൗകര്യ വികസനത്തിന് PPP മാതൃകയിലുള്ള പങ്കാളിത്തത്തിന് ധാരാളം നിർദ്ദേശങ്ങൾ ഈ ബജറ്റിലുമുണ്ട്. കൂടാതെ റെയിൽവേ ഭൂമിയും റെയിൽവേ തന്നെയും സ്വകാര്യ ആവശ്യങ്ങൾക്ക് വിട്ടുകൊടുക്കാനാണ് തീരുമാനം. തൊഴിലാളികളുടെ എണ്ണം കുറയ്ക്കാൻ പണികൾ പുറത്തുള്ളവർക്ക് കരാർ കൊടുക്കുന്നതാണ് മറ്റൊരു രീതി. പതിനേഴോ, പതിനെട്ടോ ലക്ഷം ആയിരുന്നു വർഷങ്ങൾക്ക് മുമ്പ് റെയിൽവേ ജീവനക്കാരുടെ എണ്ണം. ഇപ്പോഴത് 13 ലക്ഷമായി കുറഞ്ഞു. അതേസമയം റെയിൽവേയുടെ ദൈനംദിന ജോലികൾ കൂടുകയും ചെയ്തു. വിപുലമായ രീതിയിൽ മനുഷ്യശക്തി കുറയ്ക്കുന്നത് മൂലം സുരക്ഷാപ്രശ്നങ്ങൾ വർദ്ധിച്ചു. ഈയിടെയായി ഒരുപാട് അപകടങ്ങൾക്ക് നമ്മൾ സാക്ഷിയാകേണ്ടി വന്നു.

യാത്രക്കാർക്കുള്ള സൗകര്യങ്ങളിൽ കാര്യമായ മാറ്റവും പുരോഗതിയും വരണം. ഭൂരിഭാഗം ദീർഘദൂര ട്രെയിനുകളും ആവശ്യത്തിന് കോച്ചുകളില്ലാതെ ബുദ്ധിമുട്ടുന്നു. ശുചീകരണമാണ് അടിയന്തരമായി പരിഗണിക്കേണ്ട മറ്റൊരു വിഷയം. സുരക്ഷാപ്രശ്നവും പ്രധാനമാണ്. ആവശ്യത്തിന് റെയിൽ സുരക്ഷാ സേനാംഗങ്ങളെ വിന്യസിക്കാത്തതും വിമർശനത്തിന് കാരണമാകുന്നു. യാത്രക്കാർ പ്രത്യേകിച്ച് സ്ത്രീ യാത്രക്കാർ സുരക്ഷിതരല്ല. സ്ത്രീകളുടെ കൊലപാതകം, ബലാത്സംഗം പോലുള്ള കുറ്റകൃത്യങ്ങൾ ധാരാളം സംഭവിക്കുന്നു. റെയിൽവേയിൽ ഈ പ്രശ്നങ്ങളിലെല്ലാം എന്ത് നടപടികളാണ് റെയിൽവേ സ്വീകരിക്കാൻ പോകുന്നത്?

എന്റെ സംസ്ഥാനവുമായി ബന്ധപ്പെട്ട ചില വിഷയങ്ങൾ ഉന്നയിക്കാൻ ആഗ്രഹിക്കുന്നു. കേരളത്തിന് ഒരു യാത്രാട്രെയിൻ മാത്രമനുവദിച്ച ആദ്യത്തെ ബജറ്റാകാം ഇത്. വിഷയങ്ങൾ ചൂണ്ടിക്കാണിച്ചുകൊണ്ട് MP മാർ അനേകം നിവേദനങ്ങൾ സമർപ്പിച്ചിരുന്നെങ്കിലും അതൊന്നും പരിഗണിക്കപ്പെട്ടില്ല. സംസ്ഥാനത്തിന് കൂടുതൽ ട്രെയിനുകൾ അനുവദിക്കാനും, ഡൽഹിയിൽ നിന്ന് കേരളത്തിലേക്കുള്ള രാജധാനി, സമ്പർക്ക്ക്രാന്തി ട്രെയിനുകളുടെ എണ്ണം കൂട്ടാനും മന്ത്രി ഗൗരവമായി ഇടപെടണം. വർദ്ധിച്ച തിരക്ക് ഒഴിവാക്കാൻ തിരുവനന്തപുരത്ത് നിന്ന് മംഗലാപുരത്തേക്ക് പുതിയ ട്രെയിൻ അനുവദിക്കണം.

ബാംഗ്ലൂരിലും, ചെന്നൈയിലും ഒരുപാട് കേരളീയർ ജോലി ചെയ്യുന്ന

കാര്യം പരിഗണിച്ച് തിരുവനന്തപുരത്ത് നിന്ന് മുംബൈയിലേക്കും, മാംഗ്ലൂർ നിന്ന് ബാംഗ്ലൂരിലേക്കും, കൊച്ചിയിൽ നിന്ന് ചെന്നൈയിലേക്കും പുതിയ ട്രെയിനുകൾ അനുവദിക്കണം. ഒരു പാസഞ്ചർ ട്രെയിൻ പോലും ബജറ്റിൽ പ്രഖ്യാപിച്ചിട്ടില്ല. അതുകൊണ്ട് കാലിക്കറ്റ് നിന്നും മംഗലാപുരത്തേക്ക് പാസഞ്ചർ ട്രെയിൻ അനുവദിക്കണം. കൂടാതെ കണ്ണൂർ കാലിക്കറ്റ് ട്രെയിൻ മംഗലാപുരത്തേക്ക് നീട്ടണം. തമിഴ്നാട്, കേരളം, കർണ്ണാടക, ഗോവ എന്നീ നാല് ദക്ഷിണേന്ത്യൻ സംസ്ഥാനങ്ങളെ ബന്ധിപ്പിക്കുന്ന ഒരു ടൂറിസ്റ്റ് ട്രെയിൻ ആരംഭിക്കണമെന്നും ആവശ്യമുണ്ട്. കന്യാകുമാരിയിൽ നിന്നും കേരളത്തിലൂടെ കർണ്ണാടകയിലേക്കും, അവിടെനിന്ന് ഗോവയിലേക്കും പോകുന്ന ട്രെയിൻ സഞ്ചാരികൾക്കടക്കം എല്ലാ വിഭാഗം ജനങ്ങൾക്കും ഉപകാരപ്രദമാവും.

ധാരാളം റെയിൽ മേൽപ്പാലങ്ങൾ ബജറ്റിൽ പ്രഖ്യാപിച്ചിട്ടുണ്ട്. ഈ മേൽപ്പാലങ്ങളുടെ പണി സമയബന്ധിതമായി പൂർത്തീകരിക്കാൻ പദ്ധതി തയ്യാറാക്കണം. കൂടാതെ അനേകം സ്ഥലങ്ങളിൽ അപകടത്തിന് കാരണമാകുന്ന ആളില്ലാത്ത ലെവൽക്രോസുകൾ നീക്കം ചെയ്യാനും നടപടിയുണ്ടാകണം. ബജറ്റിൽ ചില പുതിയ പാതകൾ അനുവദിച്ചിട്ടുണ്ട്. എന്നാൽ ഈ പാതകളിൽ അധികവും കുറേക്കാലമായി ബജറ്റിൽ ഉണ്ടായിരുന്നവയാണ്.

ആസൂത്രണക്കമ്മീഷന്റെ നിർദ്ദേശപ്രകാരം കാഞ്ഞങ്ങാട്-പാണത്തൂർ പാത അനുവദിച്ച റെയിൽവേയുടെ തീരുമാനത്തെ ഞാൻ അഭിനന്ദിക്കുന്നു. കാഞ്ഞങ്ങാട്-പാണത്തൂർ പാതയുടെ തുടർച്ചയായ പാണത്തൂർ-കണിയൂർ പാതയുടെ സർവ്വെ നടപടികൾ പൂർത്തിയാക്കണമെന്ന് ഞാൻ അഭ്യർത്ഥിക്കുന്നു. ഇതൊരു അന്തർസംസ്ഥാന പാതയാണ്. കൂടാതെ ഹസ്സൻ റെയിൽവേ പാതയിൽ ബന്ധിപ്പിക്കുന്നതിലൂടെ ബാംഗ്ലൂരിലേക്കുള്ള ദൂരം കുറയ്ക്കാനും കഴിയും. എന്റെ നിയോജകമണ്ഡലത്തിലെ ആറു സ്റ്റേഷനുകളെ മാതൃകാസ്റ്റേഷനുകളായി തെരഞ്ഞെടുത്തതിനും റെയിൽവേക്ക് എന്റെ അഭിനന്ദനങ്ങൾ.

സംസ്ഥാനത്തിന്റെ അവസാന സ്റ്റോപ്പെന്ന നിലയിൽ രാജധാനി എക്സ്പ്രസ്സിന് കാസർഗോഡ് സ്റ്റോപ്പ് അനുവദിക്കണമെന്ന ഒരാവശ്യം ഞങ്ങൾക്കുണ്ട്.. അതേപോലെ പരശുറാം എക്സ്പ്രസിന് ചെറുവത്തൂരും, ചെന്നൈ മെയിലിന് നീലേശ്വരത്തും സ്റ്റോപ്പ് അനുവദിക്കണമെന്ന് അഭ്യർത്ഥിക്കുന്നു. ധാരാളം വിനോദസഞ്ചാരികൾ വന്നുപോകുന്ന രാജ്യത്തെ പ്രധാന വിനോദസഞ്ചാരകേന്ദ്രങ്ങളിൽ ഒന്നാണ് ബേക്കൽ. എന്നാൽ അങ്ങോട്ട് ട്രെയിൻ സൗകര്യം വളരെ കുറവാണ്. അതുകൊണ്ട് മാവേലി എക്സ്പ്രസിനും, പരശുറാം എക്സ്പ്രസിനും കോട്ടിക്കുളത്തും, ബേക്കലിലും സ്റ്റോപ്പ് അനുവദിക്കണമെന്ന് അപേക്ഷിക്കുന്നു. കോയമ്പത്തൂർ പാസഞ്ചർ ട്രെയിനിന് ചന്തേര സ്റ്റോപ്പ് അനുവദിക്കണം. ഉയർന്ന റെയിൽ സാന്ദ്രതയുള്ള കേരളത്തിന്റെ ന്യായമായ ആവശ്യങ്ങൾ അംഗീകരിക്കണമെന്ന് അഭ്യർത്ഥിക്കുന്നു.

(21-03-2012, ബജറ്റ് ചർച്ച റെയിൽവേ 2012.2013)

യാത്രക്കാരുടെ സൗകര്യങ്ങൾക്കും സുരക്ഷയ്ക്കും മുൻഗണന കൊടുക്കണം

സർ, 2015-16 റെയിൽവേ ബജറ്റിനു മേലുള്ള ധനാഭ്യർത്ഥന ചർച്ചയിൽ പങ്കെടുക്കാൻ ഞാനാഗ്രഹിക്കുന്നു. 13 ലക്ഷത്തോളം ജോലിക്കാരുള്ള ഏറ്റവും വലിയ പൊതുമേഖലാ സ്ഥാപനമാണ് ഇന്ത്യൻ റെയിൽവേ. മറ്റ് ഗതാഗത സംവിധാനങ്ങളുമായി താരതമ്യം ചെയ്യുമ്പോൾ സാധാരണക്കാർക്ക് ആശ്രയിക്കാവുന്ന ഏറ്റവും ചെലവ് കുറഞ്ഞ ഗതാഗത മാർഗ്ഗമാണ് റെയിൽവേ.

ഇതുമായി ബന്ധപ്പെട്ട് റെയിൽവേ സ്റ്റാന്റിംഗ്കമ്മിറ്റി ഇന്നലെ സഭയിൽ സമർപ്പിച്ച റിപ്പോർട്ടിൽ ഇങ്ങനെ പറയുന്നുണ്ട്.

"ഒന്നാമനായി ഇന്ത്യൻ റെയിൽവേക്ക് അതിന്റെ പങ്കിനെക്കുറിച്ചും രാജ്യത്തോടുള്ള കടമകളെക്കുറിച്ചും വ്യക്തവും സ്പഷ്ടവുമായ അവബോധം ഉണ്ടായിരിക്കണമെന്ന് ഈ കമ്മിറ്റിക്ക് തോന്നുന്നു."

ഇത് കാണിക്കുന്നത് റെയിൽവേയുടെ സാമൂഹിക ബാദ്ധ്യതയാണ് വീണ്ടും കമ്മിറ്റി പറയുന്നു. "ലാഭ ലക്ഷ്യമാണ് ഏക മാനദണ്ഡമെങ്കിൽ ഒരു ക്ഷേമരാഷ്ട്രമെന്ന നിലയിൽ സ്വയം അഭിമാനിക്കുന്ന ഈ രാജ്യത്തെ പരാജയപ്പെടുത്തുന്നതിന് പുറമെ ഇന്ത്യൻ റെയിൽവേ സ്വയം പരാജയപ്പെടുകയാണ്." അതുകൊണ്ട് ഇന്ത്യൻ റെയിൽവേയുടെ പ്രവർത്തനവുമായി ബന്ധപ്പെട്ട സ്റ്റാന്റിംഗ് കമ്മിറ്റിയുടെ വിമർശനാത്മക വിശകലനം റെയിൽവേ പരിഗണിക്കണം. സർ, മറ്റ് വിശദാംശങ്ങളിലേക്ക് ഞാൻ പോകുന്നില്ല.

സർ, റെയിൽവേയിൽ ഏറ്റവും കൂടുതൽ പരിഗണന കൊടുക്കേണ്ടത് മികച്ച യാത്രാ സൗകര്യങ്ങൾക്കും സുരക്ഷയ്ക്കുമാണ്. ആധുനിക സാങ്കേതിക വിദ്യകൾ ഉപയോഗിച്ചാൽ അപകടങ്ങൾ ഒഴിവാക്കുവാനും ട്രെയിനുകൾ വൈകിയോടുന്നത് ഇല്ലാതാക്കാനും പറ്റും. അതിന്റെ അർത്ഥം മനുഷ്യവിഭവശേഷിക്ക് പകരം പൂർണ്ണമായും യന്ത്ര

ങ്ങൾ ഉപയോഗിക്കണം എന്നല്ല. 10 വർഷങ്ങൾക്ക് മുമ്പ് 18 ലക്ഷം തൊഴിലാളികൾ ഉണ്ടായിരുന്നു റെയിൽവേയിൽ. ഇപ്പോൾ അത് 13 ലക്ഷമായി കുറഞ്ഞു. അതേ സമയം റെയിൽവേയിൽ ജോലിയുടെ അളവ് കൂടി. അനേകം പുതിയ പദ്ധതികളും, പുതിയ സേവനങ്ങളും, പുതിയ ട്രെയിനുകളും ആരംഭിച്ചു. ശരിക്ക് പറഞ്ഞാൽ തൊഴിലാളികളുടെ എണ്ണം വർദ്ധിപ്പിക്കേണ്ടതാണ്. എന്നാൽ കുറയുകയാണുണ്ടായത്. ജോലിക്കാരുടെ എണ്ണം കുറയ്ക്കാനും, ചെലവ് ചുരുക്കാനും വേണ്ടി യാത്രയ്ക്കാരുടെ സുരക്ഷയിൽ വിട്ടുവീഴ്ച കാണിക്കരുത്. ജോലിക്കാരുടെ എണ്ണം കുറയ്ക്കുന്നത് ബാക്കിയുള്ള ജോലിക്കാരുടെ ജോലിഭാരം കൂട്ടുകയും, അതൃപ്തിയിലേക്ക് നയിക്കുകയും ചെയ്യും. അന്താരാഷ്ട്ര തലത്തിൽ 8 മണിക്കൂർ ജോലിയെന്ന മാനദണ്ഡം അംഗീകരിക്കപ്പെട്ടെങ്കിലും റെയിൽവേയിൽ അത് നടപ്പിലാക്കിയിട്ടില്ല.

സർ, റെയിൽവേ അപകടങ്ങൾക്ക് നിരന്തരം നാം സാക്ഷിയാവുകയാണ്. ഒരുപാട് കാരണങ്ങളുണ്ട്. അത്തരം അപകടങ്ങളുടെ ധാരാളം അന്വേഷണ റിപ്പോർട്ടുകൾ സർക്കാരിന്റെ കൈവശമുണ്ട്. പക്ഷേ, അത്തരം റിപ്പോർട്ടുകളിൽ ഒരു നടപടിയും സ്വീകരിക്കാതെ പൊടിപിടിച്ച് കിടക്കുകയാണ്. ഭാവിയിലെങ്കിലും അപകടങ്ങൾ ഒഴിവാക്കാൻ അത്തരം റിപ്പോർട്ടുകൾ പഠനവിധേയം ആക്കുകയും നടപടികൾ എടുക്കുകയും വേണം. പക്ഷേ, റെയിൽവേക്ക് ഇച്ഛാശക്തി ഇല്ലാത്തത് മൂലം അത്തരം റിപ്പോർട്ടുകൾ നടപടി ഒന്നുമില്ലാതെ മുടങ്ങിപ്പോവുകയാണ്. ഈ വർഷങ്ങളിലെല്ലാം സംഭവിച്ചത് ഇതു തന്നെയാണ്.

യാത്രക്കാരുടെ സുരക്ഷയാണ് റെയിൽവേയ്സിലെ മറ്റൊരു പ്രധാന പ്രശ്നം. വനിതാ യാത്രക്കാർ നിരന്തരം ആക്രമിക്കപ്പെടുന്നു. പാസഞ്ചർ ട്രെയിനിൽ യാത്ര ചെയ്യുകയായിരുന്ന സൗമ്യ എന്ന വനിതാ ഉദ്യോഗസ്ഥ ആക്രമിക്കപ്പെടുകയും ബലാത്സംഗം ചെയ്യപ്പെടുകയും, ട്രെയിനിൽ നിന്ന് തള്ളിയിട്ട് ക്രൂരമായി കൊല്ലപ്പെടുകയും ചെയ്ത ഞെട്ടിക്കുന്ന അനുഭവം നമുക്കുണ്ട്.

റെയിൽവേയിലെ മറ്റൊരു സാധാരണ കുറ്റകൃത്യമാണ് മോഷണം. RPF ഉദ്യോഗസ്ഥരുടെ എണ്ണം പര്യാപ്തമല്ല. വനിത RPF ഉദ്യോഗസ്ഥകളുടെ എണ്ണവും വളരെ തുച്ഛമാണ്. റെയിൽവേ കൂടുതൽ RPF ഉദ്യോഗസ്ഥരെ നിയമിക്കുകയും, സംസ്ഥാന പോലീസുമായി മികച്ച ഏകോപനം ഉണ്ടാക്കുകയും വേണം.

കുറ്റവാളികളെ കണ്ടെത്താനും അത്തരം അനിഷ്ട സംഭവങ്ങൾ ഒഴിവാക്കാനും കമ്പാർട്ട്മെന്റുകളിലും, സ്റ്റേഷനുകളിലും CCTV കൾ ഘടിപ്പിക്കണം.

ഈ അപകടങ്ങളെക്കുറിച്ച് ചിന്തിക്കുമ്പോൾ ഓരോ അപകടവും വേദനിപ്പിക്കുന്നതും, പ്രയാസത്തിലാക്കുന്നതും ഇരകളെ മാത്രമല്ല, മറിച്ച് നമ്മുടെ രാജ്യത്തെ മുഴുവനുമാണ്. ചില ഉദാഹരണങ്ങൾ പരിശോധിക്കാം. 2015 മാർച്ച് 20 ന് നടന്ന വാരണാസി ജനത എക്സ്പ്രസ് അപകടത്തിൽ 39 ആൾക്കാർ മരിക്കുകയും, 150 പേർക്ക് പരിക്ക് പറ്റുകയും

ചെയ്തു. അതേപോലെ 2015 ഫെബ്രുവരി 13 ന് നടന്ന മറ്റൊരു എക്സ്പ്രസ് ട്രെയിനപകടത്തിൽ 12 പേർ മരിക്കുകയും, 100 പേർക്ക് പരിക്ക് പറ്റുകയും ചെയ്തു. 2014 മെയ് 26 ന് നടന്ന മറ്റൊരപകടം 20 പേരുടെ മരണത്തിനും, 50 പേരുടെ പരിക്കിനും കാരണമായി. ഒരു വർഷത്തിനുള്ളിൽ മാത്രം സംഭവിച്ച അപകടങ്ങളാണിതൊക്കെ. അതുകൊണ്ട് ഈ അപകടങ്ങളെ ഗൗരവമായിത്തന്നെ കാണുകയും, സാമ്പത്തിക നഷ്ടവും, ജീവൻ നഷ്ടവും കണക്കാക്കുകയും വേണം.

സാമ്പത്തിക പ്രതിസന്ധിയാണ് റെയിൽവേ അഭിമുഖീകരിക്കുന്ന മറ്റൊരു പ്രശ്നം. റെയിൽവേ അധികാരികൾ തന്നെയാണ് ഇക്കാര്യം പറഞ്ഞത്. തത്ഫലമായി, മറ്റംഗങ്ങൾ പറഞ്ഞതുപോലെ ഒരുപാട് പദ്ധതികൾ ബജറ്റിൽ പ്രഖ്യാപിക്കുന്നുണ്ടെങ്കിലും, ഭൂരിഭാഗവും നടപ്പാക്കപ്പെടുന്നില്ല. പ്രഖ്യാപിച്ച പദ്ധതികൾ സമയബന്ധിതമായി തീർക്കാനുള്ള എന്തെങ്കിലും പദ്ധതി റെയിൽവേക്കുണ്ടോ? പുതിയ പദ്ധതികളെക്കുറിച്ചല്ല ഞാൻ ചിന്തിക്കുന്നത്. മറിച്ച് മുമ്പ് പ്രഖ്യാപിച്ച പദ്ധതികളെക്കുറിച്ചാണ്. ഉദാഹരണത്തിന് കേരളത്തിൽ പ്രഖ്യാപിച്ച ലോകനിലവാരത്തിലുള്ള റെയിൽവേ സ്റ്റേഷനുകൾ, മെഡിക്കൽ കോളേജുകൾ, ആശുപത്രി സൗകര്യങ്ങൾ തുടങ്ങിയവയൊന്നും തുടങ്ങിയിട്ടുപോലുമില്ല. റെയിൽവേ മേൽപ്പാലങ്ങൾ പൂർത്തിയാകാത്തത് ട്രെയിൻ, മറ്റ് മോട്ടോർ വാഹനങ്ങൾ എന്നിവയുടെ സുഗമമായ ഗതാഗതത്തെ ബാധിക്കുന്നുണ്ട്.

സർക്കാർ അവതരിപ്പിച്ച ചെലവ് പങ്കിടൽ സംവിധാനം (Cost Sharing System) സാമ്പത്തിക ബുദ്ധിമുട്ടുകൾ അനുഭവിക്കുന്ന കേരളം പോലെയുള്ള സംസ്ഥാനങ്ങൾക്ക് പ്രയാസമാണ്. അതുകൊണ്ട് പദ്ധതി പൂർത്തീകരണത്തിന് 50 ശതമാനത്തിന്റെ അനുപാതം എന്ന തീരുമാനം ഉപേക്ഷിക്കണം. ഇത് വൈകുകയാണെങ്കിൽ ചെലവ് വർദ്ധിപ്പിക്കുന്ന ഘടകം (Cost escalation factor) കാരണം ഭാവിയിൽ ചെലവ് കൂടുതലായിരിക്കും. അപകടമുണ്ടാക്കുന്ന ആളില്ലാത്ത റെയിൽവേ ഗേറ്റുകൾ ഉണ്ടാകരുത്.

തീർച്ചയായും ട്രെയിനുകളിൽ പഴയ ബോഗികൾ ഘടിപ്പിക്കുന്നത് ശ്രദ്ധയിൽപ്പെട്ടിട്ടുണ്ട്. കേരളത്തെ സംബന്ധിച്ചിടത്തോളം ഇത് വളരെ ഗുരുതരമായ ആരോപണമാണ്.

എല്ലാ സംസ്ഥാനങ്ങളിൽ നിന്നുമുള്ള പാർലമെന്റംഗങ്ങളുമായി കൂടിയാലോചിച്ച് പുതിയ ട്രെയിനുകൾ പ്രഖ്യാപിക്കുമെന്ന് ബഹു. മന്ത്രി ബജറ്റ് പ്രസംഗത്തിൽ വാഗ്ദാനം ചെയ്തിരുന്നു. എന്നാൽ ഈ ദിവസം വരെ ഒരു നടപടിയും സർക്കാരിന്റെ ഭാഗത്ത് നിന്നുണ്ടായിട്ടില്ല.

സർ, സമ്പർക്ക്ക്രാന്തി, രാജധാനി എക്സ്പ്രസ് എന്നീ ട്രെയിനുകളുടെ സേവനം രണ്ട് ദിവസത്തേക്ക് കൂടി ദീർഘിപ്പിക്കണം. കേരളത്തിൽ നിന്നുള്ളവർ ഏകദേശം എല്ലാ സംസ്ഥാനങ്ങളിലും ജോലി ചെയ്യുന്നുണ്ട്. അതുകൊണ്ട് ബാംഗ്ലൂരുവിൽനിന്നും, മുംബൈയിൽനിന്നും, കൊൽക്കത്തയിൽനിന്നും പുതിയ ട്രെയിനുകൾ ആരംഭിക്കണം. കന്യാകുമാരിയിൽനിന്നും ഗോവ വരെ പോകുന്ന ഒരു ടൂറിസ്റ്റ് ട്രെയിനിന് വേണ്ടി

ഞങ്ങൾ കുറേക്കാലമായി ആവശ്യപ്പെടുന്നു. അത് നാല് സംസ്ഥാനങ്ങളെ ബന്ധിപ്പിക്കും. ബന്ദിയൂർ നിന്നും കാസർഗോഡിലേക്ക് പുതിയ പാസഞ്ചർ ട്രെയിൻ തുടങ്ങാനുള്ള തീരുമാനത്തെ അഭിനന്ദിക്കുന്നു. അതേ സമയം ട്രെയിൻ കണ്ണൂരേക്കോ, ഗുരുവായൂരേക്കോ നീട്ടണമെന്നാണ് ഞങ്ങൾ ആവശ്യപ്പെടുന്നത്. അല്ലെങ്കിൽ അത് പ്രായോഗികമാകില്ല. അതാണ് ശരിക്കുമുള്ള പ്രശ്നം.

മറ്റ് സംസ്ഥാനങ്ങളെ അപേക്ഷിച്ച് ട്രെയിൻ സാന്ദ്രത കൂടുതലുള്ള സംസ്ഥാനമായതുകൊണ്ട് കേരളത്തിൽ മെമു സർവ്വീസ് തുടങ്ങണം. മുൻ റെയിൽവേ മന്ത്രി അത്തരത്തിലുള്ള വാഗ്ദാനങ്ങൾ തന്നിരുന്നുവെങ്കിലും നടപ്പിലാക്കിയിട്ടില്ല.

കാഞ്ഞങ്ങാട്-പാണത്തൂർ-കണിയൂർ റെയിൽവേപാത ബജറ്റിൽ ഉൾപ്പെടുത്തിയിട്ടുണ്ട്. അതിന്റെ പ്രാഥമിക സർവ്വെ കഴിഞ്ഞു. പക്ഷേ, ആവശ്യത്തിനുള്ള പണം അനുവദിക്കേണ്ടതുണ്ട്. ഇവിടെയും 50 ശതമാനം ചെലവ് പങ്കിടാൻ ബുദ്ധിമുട്ടാകും. ഇത് കേരളത്തിന്റെ മാത്രം പാതയല്ല. മറിച്ച് കർണ്ണാടകത്തെ കൂടി ഉൾക്കൊള്ളുന്ന പാതയാണിത്. അതുകൊണ്ട് ഈ അന്തർ സംസ്ഥാന റെയിൽപ്പാതയ്ക്ക് കൂടുതൽ പ്രാധാന്യം കൊടുക്കണം.

പാലക്കാട് കോച്ച് ഫാക്ടറിയെയും, ചേർത്തല വാഗൺ ഫാക്ടറിയെയും സംബന്ധിച്ച് നമ്മൾ ചർച്ച ചെയ്തു കൊണ്ടിരിക്കുകയാണ്. ഇതുമായി ബന്ധപ്പെട്ട ധാരണാപത്രം മുമ്പ് തന്നെ ഒപ്പിട്ടതാണെങ്കിലും ഒരു നടപടിയും എടുത്തിട്ടില്ല. പൊതുബജറ്റ് ചർച്ചാവേളയിൽ പ്രാദേശിക പാർലമെന്റടക്കം ഇത് ചൂണ്ടിക്കാണിച്ചിരുന്നു.

പുതിയതായി അനുവദിച്ച സ്റ്റോപ്പുകളെക്കുറിച്ച് ഞാൻ പറയുന്നില്ല. പക്ഷേ, ഒരു കാര്യം ഊന്നിപ്പറയാൻ ഞാനാഗ്രഹിക്കുന്നു. ട്രെയിൻ സ്റ്റോപ്പുകളുടെ കാര്യത്തിൽ റെയിൽവേ ഡിവിഷനുകളുടെ നിർദ്ദേശം റെയിൽവേ ബോർഡ് അംഗീകരിക്കണം. എന്നാലിവിടെ ആ നിർദ്ദേശങ്ങൾക്ക് പ്രാധാന്യം കൊടുക്കാതെ റെയിൽവേ ബോർഡ് സ്വയം തീരുമാനമെടുക്കുന്നു. ഇതുമായി ബന്ധപ്പെട്ട് ഒരേയൊരു കാര്യം മാത്രം സൂചിപ്പിക്കാം. കേരളത്തിലെ കാസർഗോഡ്, മലപ്പുറം എന്നീ രണ്ട് ജില്ലകളുടെ ആസ്ഥാനങ്ങളിൽ രാജധാനി എക്സ്പ്രസിന് സ്റ്റോപ്പില്ല. രാജധാനി എക്സ്പ്രസ് പ്രധാനമായും കേരളത്തിന് വേണ്ടിയുള്ളതാണ്. അതുകൊണ്ട് ഈ രണ്ട് ജില്ലകളെക്കൂടി ഉൾപ്പെടുത്തണം.

മറ്റംഗങ്ങൾ പറഞ്ഞതുപോലെ, കഴിഞ്ഞ ബജറ്റിലും ഒരുപാട് പാതകൾ പ്രഖ്യാപിക്കപ്പെട്ടിട്ടുണ്ട്. എന്നാൽ ഈ പദ്ധതികളുടെ സമയബന്ധിതമായ പൂർത്തീകരണമാണ് നമുക്കാവശ്യം. കൂടാതെ പാർലമെന്റംഗങ്ങളുടെ അഭിപ്രായങ്ങൾ കൂടി കണക്കിലെടുക്കണം. അതാത് സംസ്ഥാനങ്ങളിലെ റെയിൽവേയുടെ പ്രവർത്തനം സംബന്ധിച്ച് പാർലമെന്റംഗങ്ങളുമായി ചർച്ച ചെയ്യണം. ഇത്രയും പറഞ്ഞുകൊണ്ട് ഞാൻ അവസാനിപ്പിക്കുന്നു.

(21.04.2015, 2015-2016 റെയിൽവെ ബജറ്റിന്മേലുള്ള ധനാ ഭ്യർത്ഥന ചർച്ച)

രാകേഷ് മോഹൻ കമ്മിറ്റിയുടെ ശുപാർശകൾ തള്ളിക്കളയുക

സർ, ശ്രീ. സുരേഷ്പ്രഭു അവതരിപ്പിച്ച സർക്കാർ പ്രമേയത്തെ ഞാൻ അനുകൂലിക്കുന്നു. ഇത് 2014 റെയിൽവേ കൺവെൻഷൻ കമ്മിറ്റിയുമായി ബന്ധപ്പെട്ടാണ്. പൊതു വരുമാനത്തിലേക്ക് റെയിൽവേ കൊടുക്കേണ്ട ലാഭവിഹിതത്തിന്റെ അവകാശത്തെക്കുറിച്ച് തീരുമാനിക്കാൻ വേണ്ടി കൂടിയാണിത്.

അതുകൊണ്ട് ഇതിനെ എതിർക്കേണ്ട ആവശ്യമില്ല. കാരണം ലാഭവിഹിതം പോകുന്നത് തൊഴിലാളികൾക്ക് സഹായകമാകും വിധമാണ്. ഇതുമായി ബന്ധപ്പെട്ട് മാറ്റം വരുത്തേണ്ട ആവശ്യമുണ്ടെന്ന് എനിക്ക് തോന്നുന്നില്ല. എന്നാൽ പ്രമേയവുമായി ബന്ധപ്പെട്ട മറ്റു ചില വിഷയങ്ങൾ ചൂണ്ടിക്കാണിക്കാൻ ഞാനാഗ്രഹിക്കുന്നു.

ഓരോ വർഷവും നല്കേണ്ട ലാഭവിഹിതം കുറഞ്ഞുകൊണ്ടിരിക്കുന്നതായി ഞങ്ങൾക്കനുഭവപ്പെട്ടു. പണത്തിന്റെ കാര്യത്തിൽ ഇത് വർദ്ധിച്ചു കൊണ്ടിരിക്കുകയാണെന്ന് ചിലപ്പോൾ മന്ത്രി പറഞ്ഞേക്കാം. എന്നാൽ യഥാർത്ഥത്തിൽ പണപ്പെരുപ്പം മൂലം ഇത് കുറയുകയാണ്. ലാഭവിഹിതത്തിൽ വരുന്ന കുറവ് കൊണ്ട് റെയിൽവേക്ക് കിട്ടുന്ന വിഹിതവും കുറയുകയാണ്. സാമ്പത്തിക പദങ്ങൾ ഉപയോഗിച്ചാൽ ഇത് ഉയരുകയാണ്. എന്നാൽ യഥാർത്ഥത്തിൽ ഇത് കാണിക്കുന്നത് ക്ഷയിക്കാനുള്ള പ്രവണതയാണ്.

റെയിൽവേക്ക് യാതൊരുവിധ ബജറ്റ് പിന്തുണയും ഇല്ല. അത് ശരിയാണ്. നമ്മുടെ രാജ്യത്തെ വളരെ വിപുലമായ സ്ഥാപനമാണ് റെയിൽവേ. പൊതുബജറ്റ്, റെയിൽവേ ബജറ്റ് എന്നിങ്ങനെ രണ്ട് ബജറ്റുകൾക്ക് മേൽ നാം ചർച്ച നടത്തുന്നു. എനിക്ക് തോന്നുന്നത് റെയിൽവേക്ക് മാത്രമാണ് ഒരു ബജറ്റ് അവതരിപ്പിക്കാനുള്ള അനുമതി ഉള്ളതും ഇത്ര വിശദമായ ചർച്ച നടക്കുന്നതും. യാത്രക്കാരുടെ കാഴ്ചപ്പാടിൽ

നിന്നും ചരക്കുകളുടെയും, സേവനങ്ങളുടെയും ഗതാഗത കാഴ്ചപ്പാടിൽ നിന്നും നോക്കിയാൽ റെയിൽ സാമൂഹിക ജീവിതത്തിന്റെ ഒഴിച്ചുകൂടാനാവാത്ത ഭാഗമായി മാറിയിട്ടുണ്ട് എന്ന് മനസ്സിലാകും. റെയിൽവേക്ക് സ്വയം വരുമാനമാക്കേണ്ടതുണ്ട്. യാത്രാ പാഴ്സൽ കൂലിയിനത്തിലാണത്. ചരക്കുകളുടെയും, സേവനങ്ങളുടെയും ഗതാഗതത്തിലൂടെ അല്പം വരുമാനം റെയിൽവേക്കുണ്ട്. അതേസമയം ചെലവേറിയ വിപുലമായ അടിസ്ഥാന സൗകര്യങ്ങളാണ് റെയിൽവേക്കുള്ളത്. പുതിയ പാതകൾ, പുതിയ ട്രെയിനുകൾ, പുതിയ പ്ലാറ്റ്ഫോമുകൾ, ജോലിക്കാരുടെ ശമ്പളം മുതലായവയ്ക്കൊക്കെ പണം ആവശ്യമുണ്ട്. റെയിൽവേ ഒരു പൊതു മേഖലാ സ്ഥാപനമാണ്. അതുകൊണ്ട് തന്നെ ഇതിന് ചില സാമൂഹിക പ്രതിബദ്ധതകളുമുണ്ട്. ഓരോ വർഷവും ചെലവ് വർദ്ധിക്കുന്നതിന്റെ അടിസ്ഥാനത്തിൽ കൂലി വർദ്ധനവിലൂടെയും, മറ്റ് മാർഗ്ഗങ്ങളിലൂടെയും പുതിയ വരുമാന മാർഗ്ഗങ്ങൾ കണ്ടെത്തേണ്ടതായി വരുന്നു. തത്ഫലമായി വരുമാന സ്രോതസ്സാകാവുന്ന പുതിയ പദ്ധതികൾക്ക് വേണ്ടി കൂടുതൽ നിക്ഷേപം നടത്താൻ കഴിയാതെ വരുന്നു. എന്തുകൊണ്ട് ലാഭവിഹിതം കുറയുന്നു? റെയിൽവേയെ സംബന്ധിച്ചിടത്തോളം വരുമാനം ഉണ്ടാക്കുന്ന പദ്ധതികളൊന്നും ഇല്ലാത്തത് കൊണ്ടാണ് ലാഭവിഹിതം കുറയുന്നത്. ശമ്പളം കൊടുക്കണം, ബത്തകൾ കൊടുക്കണം, തുടങ്ങാൻ പോകുന്ന പുതിയ പദ്ധതികൾക്ക് പണം കൊടുക്കണം. എന്നാൽ അത്തരം വലിയ കാര്യങ്ങൾ ഏറ്റെടുക്കാൻ പറ്റിയ സാഹചര്യത്തിലല്ല റെയിൽവേ ഉള്ളത്. കാരണം യാത്രക്കാർക്ക് വേണ്ട സൗകര്യങ്ങൾ ഏർപ്പെടുത്തണമെന്ന സാമൂഹിക ഉത്തരവാദിത്വം കൂടി ഉണ്ട് റെയിൽവേക്ക്.

യാത്രക്കാർക്കാവശ്യമായ സൗകര്യങ്ങളെയും സംവിധാനങ്ങളെയും കുറിച്ചുള്ള വിഷയമാണ് എനിക്ക് രണ്ടാമതായി സൂചിപ്പിക്കാനുള്ളത്. റെയിൽവേയെ സംബന്ധിച്ചിടത്തോളം സമയബന്ധിതമായ പദ്ധതികളാണ് വേണ്ടത്. രണ്ട് ദശാബ്ദങ്ങൾക്ക് മുമ്പ് ആരംഭിച്ച ധാരാളം പദ്ധതികൾ ഇപ്പോഴും പൂർത്തിയായിട്ടില്ല. നടന്നുകൊണ്ടിരിക്കുകയാണ്. കേരളത്തെ സംബന്ധിച്ചിടത്തോളം ചെയ്യേണ്ട പദ്ധതികളെ മുൻഗണന പ്രകാരം ക്രമീകരിച്ചിട്ടുണ്ട്. ഞങ്ങളുടെ മുഖ്യമന്ത്രിയും, പാർലമെന്റംഗങ്ങളും കൂടി റെയിൽവേ മന്ത്രിയുമായി നേരിട്ട് സംസാരിച്ചിരുന്നു. മുൻഗണനയുടെ അടിസ്ഥാനത്തിൽ ആ പദ്ധതികൾ പരിഗണിക്കണം എന്നാണ് എന്റെ അപേക്ഷ. ജനങ്ങൾക്ക് റെയിൽവേയുടെ സൗകര്യങ്ങൾ എളുപ്പത്തിൽ ഉപയോഗിക്കാവുന്നവയാകണം.

റെയിൽവേ ബോർഡ്, റെയിൽവേ സോണുകൾ, റെയിൽവേ ഡിവിഷനുകൾ, മറ്റ് ഓഫീസുകൾ എന്നിവയുള്ള ബ്രിട്ടീഷ് കാലത്തെ ഭരണ സജ്ജീകരണങ്ങളാണ് ഇപ്പോഴും ഇന്ത്യൻ റെയിൽവേ ഉപയോഗിക്കുന്നത് എന്നൊരു വിമർശനമുണ്ട്. തീരുമാനങ്ങൾ എടുക്കുന്നതിൽ സംസ്ഥാന സർക്കാരുകൾക്ക് ഒരവകാശവുമില്ല. വളരെ കയ്പേറിയ അനുഭവം ഇതുമായി ബന്ധപ്പെട്ട് ഞങ്ങൾക്കുണ്ട്. മുഖ്യമന്ത്രിയുടെ

സാന്നിദ്ധ്യത്തിൽ ഒരു ചർച്ച നടത്തുകയും ഭരണ കാര്യാലയം കൊച്ചിയിൽ നിന്ന് മാറ്ററുതെന്ന് അഭിപ്രായം തീരുമാനിക്കുകയും ചെയ്തു. GM, DRM, മുഖ്യമന്ത്രി, റെയിൽവേ മന്ത്രി, മറ്റുള്ള ഉദ്യോഗസ്ഥർ എന്നിവരെല്ലാം ചർച്ചയിൽ പങ്കെടുത്തിരുന്നു. എന്നാൽ ആ ചർച്ചയ്ക്ക് ഒരു പ്രാധാന്യവും കൊടുക്കാതെ ഓഫീസ് വേറെ എവിടേക്കോ മാറ്റി. അതാണ് അത്തരം കാര്യങ്ങളിൽ ഒരു സംസ്ഥാനത്തിനുള്ള അഭിപ്രായ സ്വാതന്ത്ര്യം. സംസ്ഥാനങ്ങൾക്ക് ഒരു വലിയ ബാദ്ധ്യത ഏറ്റെടുക്കേണ്ടി വരുന്നു. സംസ്ഥാനങ്ങൾക്ക് അവരുടെ ഭൂമി വിട്ടു കൊടുക്കേണ്ടതായും മറ്റ് വിഷയങ്ങൾ ശ്രദ്ധിക്കേണ്ടതായും വരുന്നു. ഇപ്പോൾ ചെലവ് പങ്കിടൽ സംവിധാനം വന്നു. അതേസമയം തീരുമാനങ്ങൾ എടുക്കുന്ന പ്രക്രിയയിൽ സംസ്ഥാന സർക്കാരുകൾക്ക് ഒന്നും പറയാൻ അവകാശമില്ല.

ഇനി രാകേഷ്മോഹൻ കമ്മിറ്റി റിപ്പോർട്ടിനെക്കുറിച്ച് ചിലത്. റിപ്പോർട്ട് ഒരത്ഭുതമായിട്ടാണ് തോന്നിയത്. റിപ്പോർട്ട് പറയുന്നത് റെയിൽവേ ബജറ്റിന്റെയോ, സൂക്ഷ്മപരിശോധനയുടെയോ ചർച്ചയുടെയോ ആവശ്യം ഇല്ലായെന്നാണ്. അതായത് നവ ഉദാരനയത്തിന്റെ പാത പിന്തുടരാൻ റിപ്പോർട്ട് നിർദ്ദേശിക്കുന്നു. അത് ഞങ്ങൾക്ക് സ്വീകാര്യമല്ല. റെയിൽവേ ഒരു വലിയ പൊതുമേഖല സ്ഥാപനമാണ്. അതിന്റെ പൊതു സ്വഭാവംകൊണ്ടാണ് ഇത്രയും കാലം വിജയകരമായി പ്രവർത്തിക്കാൻ കഴിഞ്ഞത്. റെയിൽ മാർഗ്ഗം യാത്ര ചെയ്യുമ്പോൾ വ്യത്യസ്ത മതങ്ങളിലും, ജാതികളിലും, സ്ഥലങ്ങളിലുംപ്പെട്ടവരെ കണ്ടുമുട്ടാൻ നമുക്ക് കഴിയും. ശരിക്കും രാജ്യത്തിന്റെ സാമുദായിക ഐക്യത്തിന്റെ പ്രതീകമാണ് റെയിൽവേ. സ്വകാര്യവ്യക്തികളുടെ കൈകളിലേക്കെത്തിയാൽ എന്താകും റെയിൽവേയുടെ ഭാവി?

രാകേഷ് കമ്മിറ്റി ശുപാർശകൾ റെയിൽവേയിൽ നടപ്പിലാക്കാൻ പാടില്ല. നടപ്പിലാക്കിയാൽ പൂർണ്ണ സ്വകാര്യവല്ക്കരണത്തിലേക്കാവും അത് പോവുക. ഇപ്പോൾ തന്നെ പല പദ്ധതികളും സ്വകാര്യ വ്യക്തികളുടെ കൈകളിൽ എത്തിക്കഴിഞ്ഞു. PPP മാതൃകയ്ക്ക് ഞാൻ പൂർണ്ണമായി എതിരല്ല. അതേസമയം റെയിൽവേക്ക് സാമൂഹിക പ്രതിബദ്ധത ഉള്ളതുകൊണ്ട് തന്നെ പൊതുപങ്കാളിത്തം എന്ന കാര്യം മനസ്സിലുണ്ടാകണം. അതേപോലെ സർക്കാരുമായുള്ള ബന്ധം വിച്ഛേദിക്കാനും പാടില്ല.

റെയിൽവേക്ക് വേണ്ടി കുറച്ച് തുക സർക്കാർ മാറ്റി വെക്കണമെന്നതാണ് ഊന്നിപ്പറയാൻ ആഗ്രഹിക്കുന്ന ഒരു കാര്യം. ഏകദേശം മറ്റെല്ലാ വകുപ്പുകൾക്കും നാം ബജറ്റ് വിഹിതം അനുവദിക്കുന്നുണ്ട്. ലാഭവിഹിതം തുടരണമെങ്കിൽ, പൊതുബജറ്റിൽ ഒരു വിഹിതം റെയിൽവേക്ക് വേണ്ടി വെക്കണം. അങ്ങനെയെങ്കിൽ രാജ്യത്തെ സംബന്ധിച്ചിടത്തോളം റെയിൽവേയ്ക്ക് അതിന്റെ പ്രധാന ഉത്തരവാദിത്തം നിറവേറ്റാൻ കഴിയും.

ഇത്രയും പറഞ്ഞുകൊണ്ട് ഞാൻ നിർത്തുന്നു.

(2.08.2016 റെയിൽവേ കൺവെൻഷൻ കമ്മിറ്റിയുടെ ആദ്യ റിപ്പോർട്ട് അംഗീകരിക്കുന്നതുമായി ബന്ധപ്പെട്ട പ്രമേയം)

സർക്കാർ ജനപക്ഷം ആയിരിക്കണം

സർ, ബഹു. ധനമന്ത്രി അവതരിപ്പിച്ച ധനബില്ലിനെ ഞാൻ അനുകൂലിക്കുന്നു. പൊതുബജറ്റ് വിശദമായി നമ്മൾ ചർച്ച ചെയ്തിട്ടുണ്ട്.

സർക്കാർ സ്വീകരിച്ച നികുതി ഘടനയെക്കുറിച്ച് ശ്രീ. സി കെ ചന്ദ്രപ്പൻ പറഞ്ഞ അഭിപ്രായങ്ങൾ ഞാനും പങ്കുവയ്ക്കുന്നു. ഇക്കാലത്തെ സാധാരണക്കാരെ ബാധിക്കുന്ന ഏറ്റവും പ്രധാനപ്പെട്ട വിഷയം വിലക്കയറ്റമാണ്. നമുക്ക് പറയാം നമ്മുടെ വളർച്ചാനിരക്ക് 9.2 ശതമാനമാണെന്നും, നമ്മുടെ രാജ്യത്ത് ഒരുപാട് കോടീശ്വരന്മാർ ഉണ്ടെന്നും. പക്ഷേ, സാധാരണക്കാരന് കുറഞ്ഞ വിലയിൽ അവശ്യ സാധനങ്ങൾ കിട്ടുന്നില്ല. UPA സർക്കാരിന് സമയം കളയാൻ ഇല്ലാത്തതുകൊണ്ട് എത്രയും പെട്ടെന്ന് ഈ വിഷയത്തിൽ അടിയന്തര നടപടികൾ കൈകൊള്ളണം. പൊതു മിനിമം പരിപാടി നടപ്പിലാക്കുന്നതിൽ അനാവശ്യ താലതാമസം വരുത്തിയതിനാൽ ആരും കാത്തുനില്ക്കില്ല. പെട്രോളിന്റെയും, ഡീസലിന്റെയും വില കുറയ്ക്കണം. അല്ലെങ്കിൽ സാധാരണക്കാർക്ക് ഒരാശ്വാസവും കിട്ടില്ല.

പൊതുവിതരണ സംവിധാനവുമായി ബന്ധപ്പെട്ട് ന്യായവില ഷോപ്പുകളിലൂടെ [Fair Price Shops] അവശ്യസാധനങ്ങൾ കുറഞ്ഞ വിലയിൽ കൊടുത്തുള്ള അനുഭവ സമ്പത്ത് കേരളത്തിനുണ്ട്. എന്നാൽ കേരളത്തിനുള്ള ഭക്ഷ്യധാന്യവിഹിതം വെട്ടിക്കുറച്ചതോടെ പൊതുവിതരണ സംവിധാനം മുന്നോട് കൊണ്ടുപോകാൻ പറ്റാത്ത സാഹചര്യത്തിലാണ് ഞങ്ങൾ. അതുകൊണ്ട് ഈ വിഷയം കാര്യമായി പരിഗണിക്കണം.

NDA സർക്കാർ അവശ്യ സാധന നിയമ [Essential Commodity Act] ത്തിന്റെ പരിധിയിൽനിന്നും ഒരുപാട് പ്രധാനപ്പെട്ട വസ്തുക്കളെ ഒഴിവാക്കിയിരുന്നു. അത് ശരിക്കും ഫലപ്രദമല്ലാതായി മാറിയിട്ടുണ്ട്.

അതുകൊണ്ട് ഞാൻ സർക്കാരിനോട് അഭ്യർത്ഥിക്കുന്നതെന്താണെന്ന് വെച്ചാൽ, പൂഴ്ത്തിവെയ്പുകാർക്കെതിരെയും, കരിഞ്ചന്തക്കാർക്കെതിരെയും നടപടിയെടുക്കുന്നതിനു വേണ്ടി ഈ നിയമം ഫലപ്രദമാക്കണമെന്നാണ്. ഇത് സാധിക്കണമെങ്കിൽ സർക്കാരിന് ആവശ്യത്തിന് വിഭവങ്ങളും, വരുമാനങ്ങളും വേണം. പണക്കാരുടെമേൽ നികുതി ചുമത്താൻ സർക്കാർ മടിക്കരുത്. പക്ഷേ, കാണുന്നത് എന്താണെന്ന് വെച്ചാൽ, ഓരോ ബജറ്റിലെ പാവപ്പെട്ടവന്റെ നികുതിഭാരം കൂടിക്കൊണ്ടിരിക്കുന്നതാണ്. അത്തരം ശക്തമായ ഒരു നിലപാട് സ്വീകരിക്കാൻ സർക്കാർ മടിക്കുന്നതെന്തുകൊണ്ടാണ് എന്ന് എനിക്ക് മനസ്സിലാവുന്നില്ല. പ്രത്യേകിച്ച് ഒരുപാട് കോടീശ്വരന്മാർ നമ്മുടെ രാജ്യത്തുണ്ടെന്ന് നമ്മൾ പറയുമ്പോൾ.

ബജറ്റിൽ ഉൾപ്പെടുത്തിയിരിക്കുന്ന ചില നികുതി നടപടികളെക്കുറിച്ച്, പ്രത്യേകിച്ച് കേരളത്തെ ദോഷകരമായി ബാധിക്കുന്നവയെ സംബന്ധിച്ച് സംസാരിക്കാൻ ഞാനാഗ്രഹിക്കുന്നു. പാമോയിലിന്റെ കാര്യമെടുക്കാം. പാമോയിലിന്റെ ഇറക്കുമതി തീരുവ കുറച്ചത് കേരളത്തെ ബാധിക്കും. ഈ വിഷയം സഭയിൽ ഉന്നയിച്ചിരുന്നു. പി ചിദംബരം: വില വർദ്ധിക്കുകയാണ് എന്ന് നിങ്ങൾ ഇപ്പോൾ പറഞ്ഞു. കസ്റ്റംസ് തീരുവ കുറച്ച്....... (തടസ്സങ്ങൾ)

തീർച്ചയായും എല്ലാ സംസ്ഥാനങ്ങൾക്കും അതിന്റേതായ പ്രത്യേകതകളുണ്ട്..(തടസ്സങ്ങൾ)

പി ചിദംബരം: ദയവായി നിങ്ങൾ മനസ്സിലാക്കൂ. കസ്റ്റംസ് തീരുവ കുറച്ചത് വില കുറയാൻ വേണ്ടിയാണ്....(തടസ്സങ്ങൾ)

കേരളത്തെ സംബന്ധിച്ചിടത്തോളം, കൂടുതൽ നാളികേരവും, വെളിച്ചെണ്ണയും ഉല്പാദിപ്പിക്കുന്ന സംസ്ഥാനമാണ് അത്. അതിന്റെ ഫലമായി ഞങ്ങൾ അനുഭവിക്കുന്നു. അതാണ് പ്രധാന വിഷയം. ഓയിൽ ഇറക്കുമതി തീരുവയെ സംബന്ധിച്ച് ബഹു. ധനമന്ത്രി അത് പറയുമ്പോൾ റബറിന്റെ ഇറക്കുമതി തീരുവ 25 ശതമാനത്തിൽ നിന്ന് 5 ശതമാനമായി കുറക്കാനുള്ള അങ്ങയുടെ പ്രസ്താവനയെക്കുറിച്ച് എന്താണ് പറയാനുള്ളത്?..... (തടസ്സങ്ങൾ) പത്രങ്ങളിൽ അത് വന്നിട്ടുണ്ട്. അതേപോലെ കുരുമുളക്, തേയില, കാപ്പി മുതലായവയുടെ ഇറക്കുമതി തീരുവ കുറയ്ക്കുന്നതിനെക്കുറിച്ചും പരാമർശമുണ്ട്. ഇതെല്ലാം പറഞ്ഞത് ബഹുമാനപ്പെട്ട മന്ത്രിമാരാണ്..........(തടസ്സങ്ങൾ)

പി ചിദംബരം: ധനബില്ലിലെ വ്യവസ്ഥകൾ നിങ്ങൾക്കറിയാം. എന്താണ് ഈ കാര്യങ്ങളൊക്കെ പറയുന്നതിന്റെ പ്രയോജനം? നമ്മൾ ചർച്ച ചെയ്യുന്നത് ധനബിൽ ആണ്.........(തടസ്സങ്ങൾ)

തീർച്ചയായും ജനങ്ങൾ അഭിമുഖീകരിക്കുന്ന പ്രശ്നങ്ങളുമായി ധനബില്ലിന് ബന്ധമുണ്ട്. ....(തടസ്സങ്ങൾ)

പി ചിദംബരം ധനബില്ലിൽ അങ്ങനെ എന്തെങ്കിലും വ്യവസ്ഥയുണ്ടോ? അങ്ങത് ചൂണ്ടിക്കാണിക്കൂ. എനിക്കെങ്ങനെ പത്രങ്ങളിൽ വരു

ന്നതിനെക്കുറിച്ച് ഉത്തരം പറയും?........(തടസ്സങ്ങൾ)

ഈ ബിൽ ചിലപ്പോൾ പാസായേക്കാം. അതേസമയം സർക്കാരിന് എക്സിക്യൂട്ടീവ് ഉത്തരവിന്റെ വഴി സ്വീകരിക്കാം. പാർലമെന്റ് സമ്മേളനത്തിന് ശേഷം അവർക്ക് മറ്റ് ചില പ്രശ്നങ്ങൾ നല്കാം. അതാണ് ഞാൻ പറയുന്നത്. ഞാൻ തമാശ പറയുകയല്ല. ഇത് പത്രങ്ങളിൽ വന്നതാണ്. കൂടാതെ അങ്ങയുടെ ക്യാബിനറ്റ് മന്ത്രിമാർ നിർദ്ദേശങ്ങളുമായി മുന്നോട്ട് വന്നിട്ടുമുണ്ട്. അതുകൊണ്ടാണ് ഇക്കാര്യങ്ങളൊക്കെ ഞാൻ പറയുന്നത്.

തോട്ടം മേഖലയുമായി ബന്ധപ്പെട്ട് ബഹു. മന്ത്രി എടുത്ത ചില നടപടികളെ ഞാൻ സ്വാഗതം ചെയ്യുന്നു. കാരണം അത് കേരളത്തിന് പ്രയോജനപ്രദമാണ്. അതേസമയം സർക്കാർ എടുത്ത മറ്റു ചില തീരുമാനങ്ങൾ കേരളത്തിലെ ചില വ്യവസായങ്ങൾക്ക് ഹാനികരമാണ്. ബീഡി മേഖലയുടെ ഉദാഹരണം എടുക്കാം. ബഹു. ധനമന്ത്രി സഭയിൽ പറഞ്ഞത് അദ്ദേഹം ആരോഗ്യ കുടുംബക്ഷേമ മന്ത്രിയുടെ നിർദ്ദേശമാണ് പിന്തുടരുന്നത് എന്നാണ്. തീർച്ചയായും ആരോഗ്യ മന്ത്രാലയത്തെ സംബന്ധിച്ച് നമുക്ക് ആരോഗ്യ സുരക്ഷയുടെ കാര്യം പരിഗണിക്കാം. അപ്പോൾ തൊഴിൽ മന്ത്രാലയത്തെക്കുറിച്ചോ? അവരുമായി ഈ വിഷയത്തിൽ കൂടിയാലോചന നടത്തിയോ? അതോ അവർക്കിതുമായി യാതൊരു ബന്ധവുമില്ലേ?

നിങ്ങൾക്ക് ചിലപ്പോൾ അറിവുണ്ടാകും. കേരളത്തിൽ മാത്രമല്ല ഇന്ത്യയിലുടനീളം ഏകദേശം 50 ലക്ഷം തൊഴിലാളികൾ പണിയെടുക്കുന്നുണ്ട് ബീഡി മേഖലയിൽ. അതായത് 2 കോടിയോളം ജനങ്ങൾ ബീഡി മേഖലയെ ആശ്രയിച്ച് ജീവിക്കുന്നു.

സർ, അങ്ങ് ബജറ്റ് പ്രസംഗത്തിൽ പറയുന്നത്, കൈകൊണ്ടുണ്ടാക്കുന്ന ബീഡിയുടെ നികുതി 7 ൽനിന്ന് 11 ആക്കിയും, യന്ത്രനിർമ്മിത ബീഡിയുടെ നികുതി 17 ൽനിന്ന് 24 ആക്കിയും വർദ്ധിപ്പിക്കുന്നു എന്നാണ്. ഇത്തവണ ബീഡി ഉല്പന്നങ്ങൾക്ക് മേൽ നികുതി ചുമത്തരുതെന്ന് ഞാൻ സർക്കാരിനോട് അഭ്യർത്ഥിക്കുന്നു. വലിയൊരു വിഭാഗം ജനങ്ങൾ ഉപജീവനം നടത്തുന്ന തൊഴിൽ മേഖലയാണ് ബീഡി വ്യവസായം. കൂടാതെ അവരിൽ 90 ശതമാനം പേരും സ്ത്രീകളാണ്. തുച്ഛമായ പ്രതിഫലമാണ് അവർക്ക് കിട്ടുന്നത്. അതുമല്ല ഇപ്പോൾ തൊഴിൽലഭ്യത വൻതോതിൽ കുറയുകയും ചെയ്യുന്നു. അപ്പോഴാണ് ഇങ്ങനെയൊരു നികുതി ഭാരം കൂടി അടിച്ചേല്പിക്കുന്നത്. അതു മാത്രമല്ല, ഈ നികുതി ഘടന ഏറ്റവും കൂടുതൽ ബാധിക്കുക സഹകരണ മേഖലയെയും, സർക്കാർ സംരംഭങ്ങളെയുമാണ്. കാരണം 20 ലക്ഷത്തിൽ താഴെ ബീഡി ഉല്പാദിപ്പിക്കുന്നവരെ നികുതിയിൽനിന്നും ഒഴിവാക്കാനുള്ള വ്യവസ്ഥ ഇതിലുണ്ട്. അതായത് സ്വകാര്യ വ്യക്തികൾ നികുതിയിൽനിന്നും ഒഴിവാകും. കേരളത്തിലെ സാധാരണക്കാരെ ബാധിക്കുന്ന വിഷയമെന്ന നിലയിൽ ഇക്കാര്യം ഗൗരവമായി പരിഗണിക്കണമെന്ന് സർക്കാരിനോട്

ഞാൻ അപേക്ഷിക്കുന്നു.

കേരളത്തിലുള്ള ടൈറ്റാനിയം കോർപ്പറേഷൻ സർക്കാർ ഉടമസ്ഥതയിലുള്ള പൊതുസ്ഥാപനമാണ്. ലാഭത്തിൽ പ്രവർത്തിക്കുന്ന ഒരു സ്ഥാപനമാണിത്. തീരുവ 12.5 ശതമാനത്തിൽനിന്നും 15 ശതമാനമാക്കി ഉയർത്തണമെന്നാവശ്യപ്പെടുന്ന നിവേദനം സംസ്ഥാന സർക്കാർ സമർപ്പിച്ചിട്ടുണ്ട്. പക്ഷേ, വിഷമത്തോടെ പറയട്ടെ, സർക്കാർ എടുത്ത തീരുമാനം 12 ശതമാനത്തിൽനിന്നും 10 ശതമാനമാക്കാനാണ്. അതും പ്രസ്തുത പൊതുസ്ഥാപനത്തെ ബാധിക്കും. അതുകൊണ്ട് ഈ വിഷയം കാര്യമായി പരിഗണിക്കാൻ ബഹു. ധനമന്ത്രിക്ക് ദയവുണ്ടാകണം.

സർ, പിന്നാക്ക വിഭാഗങ്ങൾക്ക് [OBC] 27 ശതമാനം സംവരണം ഏർപ്പെടുത്താനുള്ള ഒരു പ്രമേയം ഈ സഭ പാസാക്കുകയുണ്ടായി. ഇത് സഭയുടെ പ്രത്യേകാധികാരമാണ്. കൂടാതെ മറ്റ് പിന്നാക്ക വിഭാഗങ്ങൾക്ക് 27 ശതമാനം സംവരണം കൊടുക്കാനുള്ള തീരുമാനം സഭയുടെ ചരിത്രത്തിലെ നാഴികക്കല്ലാണ് എന്നെനിക്ക് തോന്നുന്നു. അതുകൊണ്ട്, നമ്മുടെ മന്ത്രിയെ അഭിനന്ദിക്കാൻ നീതിന്യായവ്യവസ്ഥ മുന്നോട്ട് വരണം. കാരണം 60 വർഷങ്ങൾക്ക് ശേഷമാണ് ഈ വിഷയം നമ്മൾ പരിഹരിക്കുന്നത്.

എന്നാൽ ഈ തീരുമാനം നടപ്പിലാക്കണ്ട എന്ന് കോടതി ഉത്തരവിട്ടു. വളരെ വിഷമമുണ്ടാക്കിയ സംഗതിയാണത്. കോടതി ആ തീരുമാനത്തെ തള്ളിക്കളഞ്ഞു. കോടതിയെ വിമർശിക്കുകയല്ല ഞാൻ. പക്ഷേ, ഈ സഭയ്ക്ക് അധികാരമുണ്ട്. കൃത്യമായ നടപടിക്കുള്ള കർമ്മപദ്ധതിയുമായി സർക്കാർ മുന്നോട്ട് വരണമെന്ന് ഞാൻ അഭ്യർത്ഥിക്കുന്നു. പാവപ്പെട്ട ജനങ്ങൾക്ക് അർഹതപ്പെട്ടത് കൊടുക്കണം.

ഒരു കാര്യം കൂടി സൂചിപ്പിച്ചുകൊണ്ട് ഞാൻ നിർത്തുകയാണ്. സച്ചാർ കമ്മീഷൻ റിപ്പോർട്ട് സമർപ്പിച്ചിട്ടുണ്ട്. എന്റെ ചോദ്യത്തിന് സർക്കാർ തന്ന മറുപടി ഇതാണ്. "നിർദ്ദേശങ്ങൾ ഞങ്ങൾ പരിഗണിക്കുകയാണ്. എന്നാൽ തീരുമാനം എടുത്തിട്ടില്ല." റിപ്പോർട്ടിൽ പറയുന്ന പ്രകാരം, തൊഴിലിന്റെയും, വിദ്യാഭ്യാസത്തിന്റെയും കാര്യത്തിൽ മുസ്ലീം ന്യൂനപക്ഷങ്ങൾ വളരെ പിന്നിലാണ്. കൂടാതെ പല സംസ്ഥാനങ്ങളിലും അവരുടെ ജീവിത നിലവാരം പട്ടികജാതി-പട്ടികവർഗ്ഗ ജനങ്ങളെക്കാൾ താഴെയാണ്. അതുകൊണ്ട്, അവരുടെ വിദ്യാഭ്യാസത്തിന്റെയും, തൊഴിലിന്റെയും കാര്യത്തിൽ ഉചിതമായ നടപടികൾ സ്വീകരിക്കണമെന്ന് സർക്കാരിനോട് ഞാനപേക്ഷിക്കുന്നു.

ഞാൻ ഉപസംഹരിക്കുന്നു.

(03-05-2007 ധനകാര്യബിൽ പരിഗണിക്കുന്നതിനുള്ള പ്രമേയത്തിന് മേലുള്ള ചർച്ച)

ശുദ്ധമായ വെളിച്ചെണ്ണയുടെ നികുതി ഒഴിവാക്കി പാമോയിലിന് നികുതി ചുമത്തുക

നന്ദി സർ, പാസാക്കിയ ബജറ്റിന്റെ തന്നെ ഭാഗമാണെന്നിരിക്കെ ധനകാര്യ ബില്ലിന് മേൽ പ്രത്യേക ചർച്ചയുടെ ആവശ്യമുണ്ടോ എന്ന കാര്യത്തിൽ വ്യക്തത വരുത്തിയ ശ്രീ. ജസ്വന്ത് സിങ്ങിന്റെ അഭിപ്രായത്തോട് ഞാൻ യോജിക്കുന്നു. ധനമന്ത്രാലയത്തിന്റെ തന്നെ പ്രവർത്തന രീതിയിൽ ചില മാറ്റങ്ങൾ ഉണ്ടാകേണ്ടതുണ്ട്. സർ, എന്തായാലും നടപടി ക്രമത്തിന്റെ ഭാഗമായി ധനകാര്യ ബില്ലിനെക്കുറിച്ച് നമ്മൾ ചർച്ച ചെയ്യുകയാണ്.

2009-10 വർഷത്തേക്കുള്ള ധനകാര്യബിൽ ആണ് ധനമന്ത്രി അവതരിപ്പിച്ചത്. ഞാൻ ഓർക്കുന്നു. ബജറ്റ് പ്രസംഗത്തിലും അദ്ദേഹം 137 ഇനങ്ങളെ ഉൾപ്പെടുത്തിയിട്ടുണ്ടായിരുന്നു. സർ, ധനകാര്യബില്ലിനെ സംബന്ധിച്ചിടത്തോളം അത് കൈകാര്യം ചെയ്യുന്നത് വർഷംതോറും വർദ്ധിച്ചു കൊണ്ടിരിക്കുന്ന പൊതു ചെലവിന് വേണ്ടി വരുന്ന വരുമാനത്തെക്കുറിച്ചാണ്.

സർ, ആഗോളമാന്ദ്യത്തിന്റെ പശ്ചാത്തലത്തിലാണ് നാം ഈ ചർച്ച നടത്തുന്നത്. USA ഉൾപ്പെടെയുള്ള രാജ്യങ്ങളിൽ പോലും സാമ്പത്തിക പ്രതിസന്ധിയുണ്ടായപ്പോൾ ഇന്ത്യയിൽ വലിയ തിരിച്ചടി ഉണ്ടായില്ല എന്നത് വസ്തുതയാണ്. അതേസമയം, നമ്മുടെ സമ്പദ്‌വ്യവസ്ഥയുടെ എല്ലാ മേഖലകളെയും ഇപ്പോൾ മാന്ദ്യം ബാധിച്ചു തുടങ്ങി. അതുകൊണ്ട് തന്നെ നികുതിഘടനയെക്കുറിച്ചും, സാമ്പത്തിക ഘടനയെക്കുറിച്ചും സംസാരിക്കുമ്പോൾ നാം അതീവ ശ്രദ്ധ പാലിക്കണം.

സർ, ഏതൊരു സമൂഹത്തിലും വിവിധ മേഖലകളിൽ ആവശ്യത്തിന്റെ അപര്യാപ്തത ഉണ്ടാകുമ്പോൾ, നമുക്ക് വേണ്ടത് പൊതു ചെലവിലൂടെ സർക്കാർ നല്കുന്ന ഉത്തേജനമാണ്. അതാണ് നമ്മൾ ചർച്ച

ചെയ്യേണ്ട പ്രധാന വിഷയം. രണ്ടാമത്തെ കാര്യം, സാധാരണക്കാരുടെ അടിസ്ഥാന സൗകര്യ വികസനത്തിനുതകുന്ന നിക്ഷേപങ്ങളാണ്. നമ്മുടെ സമ്പദ്‌വ്യവസ്ഥയ്ക്ക് ഇപ്പോൾ അഭിമുഖീകരിക്കുന്ന ഏത് വെല്ലുവിളിയേയും നേരിടാൻ പര്യാപ്തമായ നിക്ഷേപം ഉണ്ട് എന്ന് ബജറ്റ് പ്രസംഗത്തിൽ ധനമന്ത്രി പ്രത്യേകമായി വ്യക്തമാക്കിയിട്ടുണ്ടായിരുന്നു. സർക്കാർ സ്വീകരിച്ച നികുതി ഘടനയും, നികുതി സമാഹരണ മാർഗ്ഗങ്ങളും നമുക്ക് പരിശോധിക്കാം. ധനമന്ത്രിയുടെ അവകാശവാദങ്ങൾ ശരിയോ, തെറ്റോ എന്ന് എന്റെ പരിമിതമായ കഴിവുപയോഗിച്ച് വിശകലനം ചെയ്യാൻ ഞാനാഗ്രഹിക്കുന്നു.

സർ, ഭൂരിഭാഗം ജനങ്ങൾക്കും മികച്ച തൊഴിൽ, സാമൂഹികാഭിവൃദ്ധിക്ക് വേണ്ടിയുള്ള ആ മേഖലയിലുള്ള നിക്ഷേപം, അടിസ്ഥാന സൗകര്യത്തിലുള്ള നിക്ഷേപം, പ്രത്യേകിച്ച് ഗ്രാമീണ മേഖലകളിൽ എന്നിവയാണ് ഇന്നത്തെ പ്രധാന ആവശ്യങ്ങൾ. ചെലവ് വർദ്ധിച്ചു എന്നത് ശരിയാണ്. 2008–09 പുതുക്കിയ ബജറ്റ് പ്രകാരം ചെലവ് 10.65 ശതമാനമായിരുന്നു. എന്നാൽ 2009–10 വർഷം അത് 13.3 ശതമാനമായിരുന്നു. 2009–10 ലെ GDP അനുപാതവുമായി താരതമ്യം ചെയ്യുമ്പോൾ ഇത് 17.4 ശതമാനമാകുമെന്ന് പ്രതീക്ഷിക്കപ്പെടുന്നു. അതുകൊണ്ട് 13 ഉം, 17 ഉം തമ്മിലുള്ള വിടവ് വരുമാന സമാഹരണത്തിലൂടെ അഭിമുഖീകരിക്കേണ്ടത് ധനമന്ത്രാലയമാണ്. നമ്മുടെ ചെലവിൽ 27.6 ശതമാനം പോകുന്നത് പലിശ അടയ്ക്കാൻ മാത്രമാണ്. 22.61 ശതമാനവും പോകുന്നത് പ്രതിരോധ ചെലവിനാണ്. അതായത് പ്രധാനമായും രണ്ട് ആവശ്യങ്ങൾക്ക് വേണ്ടി വരുന്നത് മൊത്തം നിക്ഷേപത്തിന്റെ 50 ശതമാനം.

മറ്റൊരു പ്രശ്നം സർക്കാർ ജീവനക്കാർക്ക് ശമ്പളം കൊടുക്കാനാവശ്യമായ തുകയില്ലായെന്നാണ്. 2008–09 ലെ പുതുക്കിയ കണക്ക് പ്രകാരം ധനസഹായങ്ങൾക്കുള്ള ചെലവിൽ കുറവ് വന്നിട്ടുണ്ട്. സംസ്ഥാനങ്ങൾക്കും, കേന്ദ്രഭരണ പ്രദേശങ്ങൾക്കുമുള്ള സഹായധനത്തിൽ വർദ്ധനവുണ്ട്. ശരി തന്നെ. എന്നാൽ അത് വെറും 8.22 ശതമാനം മാത്രമാണ്. സംസ്ഥാനങ്ങൾക്ക് കൊടുക്കുന്ന കേന്ദ്രസഹായം നേരിട്ട് പോകുന്നത് NREGA പോലുള്ള പദ്ധതികളിലേക്കാണ്. കൂടാതെ പുതുക്കിയ കണക്കുമായി താരതമ്യം ചെയ്യുമ്പോൾ അത് വെറും 3.7 ശതമാനമാണ്. അതു കൊണ്ട് ബജറ്റ് അവതരിപ്പിച്ചപ്പോൾ ഭാവിയെക്കുറിച്ച് മികച്ച ചിത്രമാണ് കണ്ടത്. എന്നാൽ പുതുക്കിയ കണക്കുമായി താരതമ്യം ചെയ്യുമ്പോൾ വർദ്ധനവ് വെറും 3.7 ശതമാനമാണ്. അതുകൊണ്ട് ആവശ്യങ്ങൾ നിറവേറ്റാൻ മതിയായ പൊതുചെലവ് കൊടുക്കേണ്ടതുണ്ട്. അതെങ്ങനെ സാധിക്കും? 6.8 ശതമാനം ധനക്കമ്മി ഉണ്ടെന്നത് ശരിയാണ്. എന്നാൽ അതിന് കാരണം മുൻവർഷത്തെ ഉയർന്ന ധനക്കമ്മിയോ, ഉയർന്ന പലിശനിരക്കോ ആകാമെന്നുള്ളത് കൊണ്ട് സർക്കാരിനെ ഞാൻ കുറ്റപ്പെടുത്തുന്നില്ല. ഇത് ശരിയാണെങ്കിൽ, കുറഞ്ഞ പലിശ നിരക്കിൽ സർക്കാർ വായ്പ എടുക്കണം. സർക്കാർ ധനസമാഹരണം നടത്തിയ

തെങ്ങനെയെന്ന് ഇവിടെ നമുക്ക് കാണാം. സർക്കാർ ശ്രദ്ധ പതിപ്പിക്കേണ്ട ഒരു മേഖലയിതാണ്.

ഇനി നികുതി നിർദ്ദേശങ്ങളെക്കുറിച്ചും മൊത്തം നികുതി വരുമാനത്തെക്കുറിച്ചും ചിലത് പറയാം. 2008–09 വർഷത്തെ പുതുക്കിയ കണക്കുമായി താരതമ്യം ചെയ്യുമ്പോൾ ഇത് വെറും 2.09 ശതമാനം മാത്രമേ വരുന്നുള്ളൂ. ഇത് വീണ്ടും കാണിക്കുന്നത് കേന്ദ്രത്തിന്റെ വിഹിതം 8.8 ൽ നിന്നും 8.1 ശതമാനമായി കുറഞ്ഞതു മൂലം GDP വളർച്ച 11.8 ൽനിന്നും 10.9 ആയി താഴുമെന്നാണ്. ഇവിടെ രസകരമായ കാര്യം, നികുതി വരുമാന വർദ്ധനവിന്റെ തോത് കുറവാണെങ്കിലും മൊത്ത വരുമാനത്തിൽ 52,324 കോടിയുടെ വർദ്ധനവുണ്ടാകുമെന്ന് പ്രതീക്ഷിക്കപ്പെടുന്നതാണ്. തീർച്ചയായും അതൊരു നല്ല ചിത്രമാണ്. പകരം എങ്ങനെ സാധിക്കും? ഇത് സാധിക്കും. കാരണം പ്രധാന പങ്ക് വരുന്നത് നികുതിയേതര വരുമാനത്തിൽ നിന്നാണ്. നികുതിയേതര വരുമാനം എങ്ങനെ വരുന്നു എന്ന് നമുക്കറിയാം. 14–ാം ലോക്സഭയിൽ 2G സ്പെക്ട്രം വില്പനയെക്കുറിച്ച് നമ്മൾ ചർച്ച ചെയ്തതാണ്. ഇപ്പോൾ 3G സ്പെക്ട്രം ലേലം ചെയ്തിട്ടുണ്ട്. വാർഷിക വരുമാനത്തിൽനിന്നും ഈ തുക നിങ്ങൾ കുറച്ചാൽ, കഴിഞ്ഞ വർഷത്തെ സംബന്ധിച്ച് അവസ്ഥ ദയനീയം ആകുമായിരുന്നു. 4G സ്പെക്ട്രം ഉണ്ടോയെന്നോ അത് സർക്കാർ വില്ക്കാൻ പോകുകയാണോ എന്നൊന്നും എനിക്കറിയില്ല. എന്നാൽ ഒരു കാര്യം വ്യക്തമാണ്. വരുമാന സമാഹരണം അല്ല സർക്കാർ നടത്തുന്നത്. മറിച്ച് പൊതു മുതൽ വില്ക്കുകയാണ് യഥാർത്ഥത്തിൽ ചെയ്യുന്നത്. സർക്കാർ തുടരുന്ന ഒരു മാർഗ്ഗം അതാണ്. ഇന്നത്തെ കാലത്ത് പൊതുമുതൽ വില്ക്കാതെയുള്ള വരുമാന സമാഹരണം ബുദ്ധിമുട്ടായിട്ടാണ് സർക്കാർ കാണുന്നത്.

നികുതി ഘടനയിലേക്ക് പോകുമ്പോൾ, മറ്റൊരു ബഹു. അംഗം പറഞ്ഞതുപോലെ കോർപ്പറേറ്റ് നികുതിയിൽനിന്നും ഗണ്യമായ കൂട്ടിച്ചേർക്കൽ ഇല്ലായെന്ന് വ്യക്തമാണ്. അതേസമയം, കഴിഞ്ഞ കുറച്ച് വർഷങ്ങളായി കോർപ്പറേറ്റ് ലാഭത്തിൽ വൻ വർദ്ധനവാണ് സംഭവിച്ചിട്ടുള്ളത്. നികുതിയടയ്ക്കാവുന്ന കോർപ്പറേറ്റ് ലാഭം നികുതിക്ക് മുമ്പുള്ള പ്രഖ്യാപിത ലാഭത്തേക്കാൾ കുറവായതിനാലാണിത്. നികുതി വെട്ടിപ്പ് പ്രവണത വർദ്ധിച്ച് വരികയാണെന്ന് കണക്കുകൾ വ്യക്തമാക്കുന്നു. പ്രത്യേകിച്ച് കോർപ്പറേറ്റ് നികുതി മേഖലയിൽ. 2007–08 കാലയളവിൽ, കോർപ്പറേറ്റ് മേഖല പ്രഖ്യാപിച്ച നികുതി ചുമത്താവുന്ന വരുമാനം അവരുടെ യഥാർത്ഥ ലാഭത്തിന്റെ മൂന്നിൽ രണ്ട് മാത്രമായിരുന്നു.

ഇതുമാത്രം GDP യുടെ ഏകദേശം 18.44 ശതമാനം വരും. അതായത് 53 ശതമാനം ലാഭവും കേന്ദ്രീകരിച്ചിരിക്കുന്നത് 119 കമ്പനികളിലാണ്. സർക്കാരിന് ഈ പണക്കാരുടെമേൽ നികുതി ചുമത്താം. എന്തുകൊണ്ടാണ് അവരുടെമേൽ നികുതി ചുമത്താൻ സർക്കാരിന് മടി? 2004

ൽ കോടീശ്വരന്മാരുടെ എണ്ണം വെറും 9 ആയിരുന്നത് 2009 ൽ 53 ആയി. അതേസമയം കോർപ്പറേറ്റ് മേഖലയിലെ സമ്പത്ത് 3 മടങ്ങ് വർദ്ധിച്ചു. നികുതി ചുമത്താനും, വരുമാനം വർദ്ധിപ്പിക്കാനും വലിയ അവസരമാണ് സർക്കാരിനുള്ളത്. അനുബന്ധം 12 ൽ സർക്കാർ നൽകിയിരിക്കുന്ന കണക്കുകൾപ്രകാരം, 2008-09 കാലയളവിൽ കോർപ്പറേറ്റ് മേഖലയ്ക്ക് സർക്കാർ കൊടുത്ത വിവിധ ഇളവുകളിലൂടെയുള്ള നികുതി നഷ്ടം 68,914 കോടിയാണ്. അധിക വരുമാനം ഉണ്ടാക്കാനുള്ള വ്യക്തമായ മാർഗ്ഗം എന്താണ്? ഒരു സംശയവുമില്ല. ഈ ആനുകൂല്യങ്ങൾ നിർത്തുക എന്നതാണ് ഒരു വഴി. അതേസമയം ചില ആനുകൂല്യങ്ങളുടെ മേൽ നിയന്ത്രണം കൊണ്ടുവരാനും സർക്കാരിന് കഴിയും. അത് ചെയ്താൽ, സ്വാഭാവികമായും മറ്റു ചില മേഖലകളിൽ നിന്നുകൂടി അധികവരുമാനം പ്രതീക്ഷിക്കാൻ സർക്കാരിന് കഴിയും. ആനുകൂല്യങ്ങൾ മാത്രമല്ല, കോർപ്പറേറ്റ് മേഖലയ്ക്ക് സർക്കാർ നല്കുന്നത്. മറ്റ് വിവിധ രൂപത്തിലുള്ള ഇളവുകളും കോർപ്പറേറ്റ് മേഖലയ്ക്ക് കിട്ടുന്നുണ്ട്. വിശദാംശങ്ങളിലേക്ക് കടക്കാൻ ഞാനാഗ്രഹിക്കുന്നില്ല.

സർ, വ്യക്തിഗത ആദായനികുതിയുടെ കാര്യമെടുക്കാം. ഇളവുകളുടെയും, സഹായങ്ങളുടെയും ഒരു പരമ്പര തന്നെ പ്രഖ്യാപിക്കപ്പെട്ടിട്ടുണ്ട്. നല്ലത് തന്നെ. ഏകദേശം 10,00,000 ആൾക്കാർക്ക് പ്രയോജനപ്പെടും. എന്നാൽ അത്തരം ആനുകൂല്യങ്ങൾ പാർശ്വവല്ക്കരിക്കപ്പെട്ടവർക്ക് പ്രയോജനപ്പെടണമെന്നില്ല. ഈ ജനവിഭാഗങ്ങൾക്കിടയിലെ വമ്പന്മാർക്ക് മേൽ അധികനികുതി വരുന്നതുപോലെ നികുതിയിളവുകൾ രൂപപ്പെടുത്താൻ സർക്കാരിന് കഴിയണം. എന്തിനാണ് അത് ചെയ്യാൻ സർക്കാർ മടിക്കുന്നത്? അത് സർക്കാർ വ്യക്തമാക്കണം.

സർ, സ്വത്ത് നികുതിയാണ് കൂടുതൽ ഇളവുകൾ സർക്കാർ നല്കിയ മറ്റൊരു മേഖല. നേരത്തേയിത് 15 ലക്ഷം ആയിരുന്നു. ഇപ്പോഴത് 30 ലക്ഷമാക്കി ഉയർത്തി. ഇരട്ടിയാക്കിയ ഈ തുകയുടെ പ്രയോജനവും കിട്ടുന്നത് കോർപ്പറേറ്റ് മേഖലയ്ക്കാണ്. ആനുകൂല്യങ്ങളുടെ രൂപത്തിൽ സർക്കാർ മുമ്പ് തന്നെ ഇളവുകൾ കൊടുത്തിട്ടുണ്ട്. അടുത്ത സാമ്പത്തിക വർഷത്തേക്ക് കൂടി ഈ ഇളവുകൾ നീട്ടി നല്കാനാണ് ബജറ്റിൽ സർക്കാരിന്റെ തീരുമാനം. വളരെ രസകരമായ കാര്യം, ബഹു. ഒരംഗം പറഞ്ഞതു പോലെ, ഇളവുകളിലൂടെയും ആനുകൂല്യങ്ങളിലൂടെയും സർക്കാർ കൊടുത്ത തുക 4,18,095 കോടി വരും. രണ്ട് വർഷം കൊണ്ടിത് 8 ലക്ഷം കോടിയിലധികം ആകും.

സർ, ചുരുക്കത്തിൽ ധനമന്ത്രിയുടെ നിർദ്ദേശങ്ങൾ കാണിക്കുന്നത് ഏത് വെല്ലുവിളിയും നേരിടാൻ പര്യാപ്തമായ വരുമാനം ഉണ്ടെന്നാണ്. എന്നാൽ നല്കിയ കണക്കുകൾ നമുക്ക് തരുന്ന തെളിവുകളിൽ നിന്ന് വ്യത്യസ്തതയാണിതെന്ന് നമുക്ക് പറയാൻ കഴിയും. സമൂഹത്തിന്റെ ഉന്നത തലങ്ങളിൽ നിന്ന് നികുതി പിരിക്കാൻ സർക്കാരിന് താല്പര്യമില്ല എന്ന വസ്തുതയാണ് നമ്മുടെ സമ്പദ്‌വ്യവസ്ഥയിലെ മറ്റൊരു

പ്രശ്നം. അതായത് നമുക്ക് കിട്ടുന്നത് വളരെ പരിമിതമായ നികുതിപ്പണമാണ്. വികസന പ്രവർത്തനങ്ങൾക്കുള്ള ചെലവ് പരിമിതപ്പെടുത്തിയാൽ, പ്രതീക്ഷച്ചതിനേക്കാൾ മന്ദത സാമ്പത്തിക വളർച്ചയിൽ ഉണ്ടാകും.

സർ, പ്രധാനമായും രണ്ട് പരിമിതികളാണ് നാം അഭിമുഖീകരിക്കുന്നത്. ഒന്ന് വിലക്കയറ്റവും, രണ്ട് തൊഴിലവസരങ്ങളുടെ കുറവുമാണ്. സാമ്പത്തിക വിദഗ്ദ്ധർ പറയുന്നത് ഇവിടെ പ്രതികൂലമായ പണപ്പെരുപ്പ പ്രവണതയുണ്ടെന്നാണ്. അതായത് ബഹു. അംഗം പറഞ്ഞതുപോലെ GDP വളർച്ച എന്നത് കൊണ്ട് വില കുറയുന്നു എന്നർത്ഥമില്ല. അവശ്യവസ്തുക്കളുടെ ഉയർന്ന വില കാരണം ഏതെങ്കിലും സഭാംഗങ്ങൾ ഇന്ത്യയിലെ ഏതെങ്കിലും വിപണി സ്ഥലത്ത് പോയാൽ ലാഭകരമായി വാങ്ങാവുന്ന ഒന്നും കാണില്ല. എന്താണിതിന് കാരണം? പൂഴ്ത്തിവെപ്പ് കാരണമാണോ ഇതെന്ന് അറിയാൻ ആഗ്രഹമുണ്ട്. അതോ പാർലമെന്റിൽ മുമ്പേ തന്നെ പാസാക്കിയ നിയമങ്ങൾ നടപ്പിലാക്കുന്നതിൽ സർക്കാരിന് സംഭവിക്കുന്ന പരാജയമാണോ കാരണം.

വിലക്കയറ്റത്തിന്റെ കാര്യത്തിൽ ഒഴിഞ്ഞു നില്ക്കാൻ സർക്കാരിന് കഴിയില്ല. പെട്രോൾ, ഡീസൽ പോലുള്ള അവശ്യവസ്തുക്കളുടെ വിലക്കയറ്റമാണ് പ്രധാന പ്രശ്നങ്ങളിൽ ഒന്ന്. നമ്മുടെ രാജ്യത്തിലെ തൊഴിൽ സാഹചര്യത്തിന്റെ പൂർണ്ണമായ ചിത്രം സാമ്പത്തിക അവലോകനത്തിൽ നിന്ന് കിട്ടിയിട്ടില്ല. ചില മാതൃകാ സർവ്വേകൾ ഇവിടെയുണ്ട്. ഏതായാലും, ഈ സർവ്വേകൾ പൊതുവിൽ അംഗീകരിക്കുന്ന കാര്യം, സ്വകാര്യമേഖലയിലായാലും, പൊതുമേഖലയിലായാലും, മറ്റ് മേഖലകളിലായാലും തൊഴിൽ നഷ്ടമുണ്ടെന്ന് തന്നെയാണ്. ലക്ഷക്കണക്കിന് ആൾക്കാർ വിദേശരാജ്യങ്ങളിൽ നിന്ന് പ്രത്യേകിച്ച് ഗൾഫ്രാജ്യങ്ങളിൽ നിന്ന് തിരിച്ചു വരുന്നത് നമ്മൾ കാണുന്നുണ്ട്. ഈ ആൾക്കാരിൽനിന്നും ഓരോ വർഷവും ഇന്ത്യയ്ക്ക് കിട്ടുന്ന വിദേശപണം ഒമ്പത് ബില്ല്യൺ ഡോളറാണ്. പക്ഷേ, തൊഴിൽ നഷ്ടപ്പെട്ട് തിരികെ വരുന്നവർക്ക് യാതൊരു വിധ പുനരധിവാസ പദ്ധതികളും ഈ ബജറ്റിലില്ല. ചുരുങ്ങിയത് അത്തരത്തിലുള്ള ഒരു പദ്ധതിയെങ്കിലും തുടങ്ങണമെന്ന് സർക്കാരിനോട് ഞാൻ അഭ്യർത്ഥിക്കുന്നു.

സർ, നികുതി ഘടനയുമായി ബന്ധപ്പെട്ട് മറ്റു ചില നിർദ്ദേശങ്ങൾ നല്കാൻ ഞാനാഗ്രഹിക്കുന്നു. സഹകരണ മേഖലയെ ആദായ നികുതിയിൽനിന്നും ഒഴിവാക്കണമെന്ന അഭിപ്രായം സഹകരണ സംഘങ്ങളും, നഗര സഹകരണബാങ്കുകളും അറിയിച്ചിട്ടുണ്ട്. സഹകരണ സംഘങ്ങളുടെ പ്രവർത്തനത്തെക്കുറിച്ച് മന്ത്രിക്ക് നല്ല ധാരണയുണ്ടെന്നത് എനിക്ക് ഉറപ്പാണ്. അവ ശരിക്കും ജനങ്ങളുടെ സമ്പത്താണ്. സ്വകാര്യ മാനേജ്മെന്റുകളല്ല അത് ഭരിക്കുന്നത്. ഏതായാലും വിവിധ ആളുകൾക്ക് നിങ്ങൾ നികുതിയിളവ് നല്കിയിട്ടുണ്ട്. പ്രത്യേകിച്ച് സമൂഹത്തിലെ ഉയർന്ന തട്ടിലുള്ളവർക്ക്. ശരിക്കും ജനങ്ങളുടെ സ്വത്തായ അർബൺ കോപ്പറേറ്റീവ് ബാങ്കുകളുടെ മേലുള്ള നികുതി റദ്ദ് ചെയ്യണമെന്ന് സർക്കാ

രിനോട് ഞാനഭ്യർത്ഥിക്കുന്നു.

സർ, വെളിച്ചെണ്ണയ്ക്കുള്ള നികുതി റദ്ദ് ചെയ്യുന്നതിനെക്കുറിച്ചും പാമോയിലിന് നികുതി ചുമത്തുന്നതിനെക്കുറിച്ചും ചില കാര്യങ്ങൾ പറയട്ടെ. 100 ശതമാനമായിരുന്നു പാമോയിലിനുണ്ടായിരുന്ന നികുതി. പിന്നീട് അത് 60 ശതമാനമായും, 25 ശതമാനമായും കുറച്ചു. പിന്നീട് നികുതി പൂർണ്ണമായും എടുത്തു കളഞ്ഞു. ഇത് കേരളത്തിലെ ജനങ്ങളെ പ്രത്യേകിച്ച് കേരകർഷകരെ ദോഷകരമായി ബാധിച്ചിട്ടുണ്ട്. പാമോയിലിന് കൊടുക്കുന്ന നികുതിയിളവിന്റെ കാര്യത്തിൽ ചില നിയന്ത്രണങ്ങൾ ഏർപ്പെടുത്തണമെന്ന് ഞാൻ അഭ്യർത്ഥിക്കുന്നു. അല്ലെങ്കിൽ കേരകർഷകർക്ക് മികച്ച വില കിട്ടാൻ ബുദ്ധിമുട്ടാകും. ശുദ്ധമായ വെളിച്ചെണ്ണ നിങ്ങൾക്ക് ചെറിയ ബോട്ടിലുകളിൽ ഏത് കടയിലും കിട്ടും. എന്നാൽ, സർക്കാർ ഇതിന് ചുമത്തിയിരിക്കുന്ന നികുതി 8.5 ശതമാനമാണ്. അതും കേരമേഖലയെ നേരിട്ട് ബാധിച്ചിട്ടുണ്ട്.

മിക്ക വികസന പ്രവർത്തനങ്ങൾക്കും വേണ്ടി നാം ഭൂമി ഏറ്റെടുക്കാറുണ്ട്. ഏറ്റെടുക്കലിന്റെ സമയത്ത് ജനങ്ങൾക്ക് അവരുടെ ഭൂമി നഷ്ടപ്പെടുകയും തത്ഫലമായി മറ്റ് സ്ഥലങ്ങളിലേക്ക് പോകേണ്ടിയും വരുന്നു എന്നത് നമുക്കറിയാം. ഏഴിമല നാവിക അക്കാദമിക്ക് വേണ്ടി ആളുകളെ ഒഴിപ്പിച്ച അനുഭവം എനിക്കുണ്ട്. അതേസമയം അവർക്ക് കിട്ടുന്ന നഷ്ടപരിഹാരത്തിനു മേൽ 10 ശതമാനം നികുതിയാണ് സർക്കാർ ചുമത്തിയിരിക്കുന്നത്. അത് ശരിക്കും ഗൗരവമായ പ്രശ്നമാണ്. മിക്ക ആളുകളും കോടതിയിൽ പോവുകയും പരിഹാരം കിട്ടുകയും ചെയ്യുന്നു. അതുകൊണ്ട് ഈ 10 ശതമാനം നികുതി റദ്ദ് ചെയ്യണം.

ബഹുമാനപ്പെട്ട അംഗങ്ങൾ പറഞ്ഞത് പോലെ എല്ലാ കാര്യങ്ങളിലും സുതാര്യതയും, ഉത്തരവാദിത്വവും ഉണ്ടാകണം. അതാണ് ധനകാര്യ ബില്ലിന്റെയും ധനമന്ത്രാലയത്തിന്റെയും പ്രധാന ലക്ഷ്യം. പത്രങ്ങളിലും, ഇന്റർനെറ്റിലുമൊക്കെ വലിയ വാർത്തയാവുകയും, രാജ്യസഭയിൽ ഉന്നയിക്കപ്പെടുകയും ചെയ്ത ചില ഞെട്ടിക്കുന്ന സംഭവങ്ങൾ ഇക്കാലത്തുണ്ടായി. ഭക്ഷ്യധാന്യങ്ങളുടെ ഏതെങ്കിലും തരത്തിലുള്ള കയറ്റുമതി ഇന്ത്യൻ സർക്കാർ നിരോധിച്ചു എന്നതായിരുന്നു അത്. മുൻവർഷം ചില സ്ഥലങ്ങളിലുണ്ടായ ഉല്പാദനക്കുറവും, വരൾച്ചയും, വെള്ളപ്പൊക്കവും ഒക്കെയാണ് കാരണമായി പറഞ്ഞത്. അതേ സമയം FCI യിലൂടെ അല്ലാതെ സ്വകാര്യ വ്യക്തികളിലൂടെ 21 സൗത്ത് ആഫ്രിക്കൻ രാജ്യങ്ങളിലേക്ക് ഭക്ഷ്യധാന്യങ്ങൾ കയറ്റി അയക്കാൻ തീരുമാനിച്ചുവെന്നും പ്രസ്താവിക്കപ്പെട്ടുവെന്നും. അഴിമതി ആരോപണങ്ങളുണ്ട് ആ തീരുമാനത്തിൽ. അവർ പറയുന്നത് ശരിയോ, തെറ്റോ എന്നെനിക്കറിയില്ല. പക്ഷേ, നമ്മുടെ പാർലമെന്റിന്റെയും, ധനമന്ത്രാലയത്തിന്റെയും പ്രവർത്തനം സുതാര്യമാവണമെങ്കിൽ രാജ്യസഭയിൽ ഉന്നയിക്കപ്പെടുകയും, പത്രങ്ങളിലും, ഇന്റർനെറ്റിലും വരികയും ചെയ്ത വിഷയത്തെക്കുറിച്ച് സർക്കാർ വ്യക്തത വരുത്തണം. അത്തരം ആരോപണങ്ങൾ

ഉണ്ടാകാൻ പാടില്ലായിരുന്നു. പക്ഷേ, സംഭവിച്ചു. ഈ കാര്യങ്ങൾ പരി ഗണനയിൽ എടുക്കണം.

ബഹു. അംഗം പറഞ്ഞതുപോലെ രാജ്യത്തിന്റെ പല ഭാഗത്തും ഉണ്ടായ വരൾച്ചയെക്കുറിച്ചും, പ്രളയത്തെക്കുറിച്ചുമാണ് അവസാനമായി എനിക്ക് സൂചിപ്പിക്കാനുള്ളത്. ഒരു ഭാഗത്ത് പ്രത്യേകിച്ച് ഉത്തരേന്ത്യ യിൽ വരൾച്ച സംഭവിച്ചു. മറു ഭാഗത്ത്, കേരളത്തെയും, മറ്റ് സംസ്ഥാന ങ്ങളെയും സംബന്ധിച്ച് സംഭവിച്ചത് പ്രളയമാണ്. വരൾച്ചയായാലും, പ്രളയമായാലും ഇപ്പോൾ അനുഭവിക്കുന്നത് പാവപ്പെട്ട കർഷകരാണ്.

എന്റെ സംസ്ഥാനത്ത് മാത്രം രണ്ട് കുട്ടികളടക്കം 115 പേർക്ക് വില പ്പെട്ട ജീവൻ നഷ്ടമായി. ഏകദേശം 660 കോടിയുടെ നഷ്ടം കണക്കാ ക്കുന്നു. അതുകൊണ്ട് ഈ ആൾക്കാരെ സഹായിക്കാൻ സർക്കാർ പ്രത്യേകം ശ്രദ്ധ കൊടുക്കണം. പ്രത്യേകിച്ച് ദേശീയ ദുരിതാശ്വാസ ഫണ്ടിലൂടെ. സർക്കാരിന്റെ സഹായം കിട്ടുന്നതിലുള്ള കാലതാമസം ഒരു പ്രധാന വിഷയമാണ്. അതുകൊണ്ട് പ്രളയത്തിന്റെ പരിണിത ഫല ങ്ങൾ അതീവ ഗുരുതരമാണ്. കേരളത്തിനും, മറ്റ് സംസ്ഥാനങ്ങൾക്കും സഹായം കിട്ടുന്നതിന് വേണ്ട നടപടികൾ അടിയന്തരമായി കൈക്കൊ ള്ളണം. കൂടാതെ ഈ സംസ്ഥാനങ്ങളിലേക്ക് ഒരു പ്രത്യേക സംഘത്തെ അയക്കുകയും വേണം.

ഇത്രയും പറഞ്ഞുകൊണ്ട് ഞാൻ എന്റെ പ്രസംഗം അവസാനിപ്പി ക്കുന്നു.

(24.07.2009,ധനകാര്യബിൽ അംഗീകരിക്കുന്നതിനുള്ള പ്രമേയത്തിന്മേലു ള്ള ചർച്ച {No. 2] 2009)

പൊതുസമ്പത്ത് കൊള്ളയടിക്കാൻ കോർപ്പറേറ്റുകളെ അനുവദിക്കരുത്

സർ, നമ്മൾ ചർച്ചചെയ്യുന്നത് 2010-11 വർഷത്തെ ധനകാര്യ ബില്ലാണ്. ധനകാര്യബിൽ പ്രധാനമായും കൈകാര്യം ചെയ്യുന്നത് പ്രത്യക്ഷ, പരോക്ഷ നികുതി ഘടനകളെക്കുറിച്ചും, ധനമന്ത്രിയുടെ നികുതി നിർദ്ദേശങ്ങളെക്കുറിച്ചുമാണ്. 2010 ഫെബ്രുവരി 26 ന് സഭയിൽ ബജറ്റ് അവതരിപ്പിച്ചപ്പോൾ ധനമന്ത്രി പറഞ്ഞത് ആസ്തികളുടെയും, ബാദ്ധ്യതകളുടെയും വെറുമൊരു കണക്കോ പ്രസ്താവനയോ അല്ല ബജറ്റ് എന്നാണ്. അതിന് ഒരു കാഴ്ചപ്പാട് ഉണ്ടാകണം എന്നാണ്.

സർ, ധനമന്ത്രിയോട് ഞാൻ പൂർണ്ണമായി യോജിക്കുന്നു. കൂടാതെ ധനകാര്യ ബില്ലുമായി ബന്ധപ്പെട്ട്, ഇതിന്റെ വീക്ഷണം പാവപ്പെട്ടവർക്കാണോ, അതോ പണക്കാർക്കാണോ അനുകൂലമെന്ന് നമ്മൾ വിശകലനം ചെയ്യേണ്ടതുണ്ട്. ഒന്നുകൂടി വ്യക്തമാക്കിയാൽ, ആഗോളമാന്ദ്യത്തിന്റെ പശ്ചാത്തലത്തിൽ അവതരിപ്പിച്ച കഴിഞ്ഞ ബജറ്റിൽ, ധനമന്ത്രി പറഞ്ഞത് നമുക്ക് ഒരു പ്രത്യേക സാമ്പത്തിക ഉത്തേജന പാക്കേജ് വേണമെന്നാണ്. കൂടാതെ കോർപ്പറേറ്റ് മേഖലയ്ക്ക് 80,000 കോടിയുടെ സാമ്പത്തിക ഇളവ് കൊടുത്തിട്ടുണ്ടെന്നും പറഞ്ഞു. അന്ന് ധനമന്ത്രി പറഞ്ഞത് നമ്മുടെ സമ്പദ്‌വ്യവസ്ഥ വീണ്ടെടുക്കൽ ഘട്ടത്തിലാണെന്നാണ്. അതുകൊണ്ട് ശരിക്കും ഞാൻ കരുതിയത് സർക്കാർ ഉത്തേജന പാക്കേജ് നിർത്താൻ പോവുകയാണെന്നാണ്. അതങ്ങനെ ആയിരുന്നില്ല. അത് തുടരുകയാണ്. അത് മാത്രമല്ല, ധനമന്ത്രി പറഞ്ഞു, 26,000 കോടി ഇളവിന്റെ രൂപത്തിൽ വീണ്ടും നമുക്ക് നഷ്ടപ്പെടാൻ പോവുകയാണെന്ന്. ധനമന്ത്രി അതോടുകൂടി പ്രസംഗം നിർത്തുമെന്നാണ് ഞങ്ങൾ കരുതിയത്. എന്നാൽ അദ്ദേഹം വീണ്ടും തുടർന്നു. മറുവശത്ത് പെട്രോളിയേതര ഉല്പന്നങ്ങളുടെ നികുതി 8 ശതമാനത്തിൽനിന്നും 10 ശതമാനമാ

യും, പെട്രോളിയം ഉല്പന്നങ്ങൾക്ക് 5 ശതമാനത്തിൽനിന്നും 7.5 ശതമാനമായും മാറ്റി. അതായത് പരോക്ഷ നികുതിയായി 42,000 കോടിയുണ്ടെന്നർത്ഥം. പിന്നെയെങ്ങനെ നിങ്ങൾക്ക് പറയാൻ കഴിയും ബജറ്റിന്റെ വീക്ഷണം പാവപ്പെട്ടവർക്ക് വേണ്ടിയാണെന്ന്?

തൽഫലമായി ധനകാര്യബിൽ സ്വയം വെളിവാക്കുന്നത് അത് പാവപ്പെട്ടവർക്ക് വേണ്ടിയുള്ളതല്ല എന്നാണ്. ധനക്കമ്മിയുള്ളത് കൊണ്ട് മാത്രം ബജറ്റ് മോശമാണന്നോ, ധനമിച്ചമുള്ളതുകൊണ്ട് മാത്രം ബജറ്റ് മികച്ചതാണെന്നോ ഞാൻ പറയില്ല. നികുതി ഘടന വിശകലനം ചെയ്യുകയും വരുമാനം എങ്ങനെ നേടുന്നുവെന്നും എങ്ങനെ ചെലവഴിക്കുന്നു എന്നും മനസ്സിലാക്കുകയും വേണം. ഇവിടെ പരോക്ഷ നികുതി ഗണ്യമായി വർദ്ധിച്ചിരിക്കുകയാണ്. ഒരു ജനാധിപത്യ സംവിധാനം എന്ന നിലയിൽ, പ്രത്യക്ഷ നികുതി കുറയ്ക്കുകയും, പരോക്ഷ നികുതി വർദ്ധിപ്പിക്കുകയും ചെയ്യുന്ന സർക്കാർ പിന്തുടരുന്നത് ഒരു കഠിനമായ നികുതി സമ്പ്രദായമാണെന്ന് പറയേണ്ടി വരും. 2008–09 വർഷത്തിൽ പെട്രോളിയം ഉൽപ്പന്നങ്ങളുടെ നികുതിയിനത്തിൽ ഏകദേശം 70,000 കോടി കേന്ദ്രം സമാഹരിച്ചിട്ടുണ്ടെന്ന് ആസൂത്രണ കമ്മീഷൻ വ്യക്തമാക്കിയിട്ടുണ്ട്. അതായത് അവർക്ക് ഏറ്റവും കൂടുതൽ നികുതി കിട്ടുന്നത് പരോക്ഷ നികുതിയിലൂടെയാണ്. വിലക്കയറ്റത്തിനുള്ള യഥാർത്ഥ കാരണം ഇതാണ്. മറ്റ് രാജ്യങ്ങളുമായി താരതമ്യം ചെയ്ത് സർക്കാർ പറയുന്നത് ഇത് ഒരു സാധാരണ പ്രതിഭാസമാണെന്നാണ്.

2010 ഫെബ്രുവരിയിലെ ഉപഭോക്തൃ വിലക്കയറ്റം പരിശോധിച്ചാൽ മനസ്സിലാകും ജി–2 രാജ്യങ്ങൾക്കിടയിൽ 14.86 ഉപഭോക്തൃ വിലയുള്ള ഇന്ത്യയാണ് മുന്നിലെന്ന്. അത് തുർക്കിയിൽ 10.1, അർജന്റീനയിൽ 9.1, റഷ്യയിൽ 7.2, സൗത്ത് ആഫ്രിക്കയിൽ 5.7, ബ്രസീലിൽ 4.8, മെക്സിക്കോയിൽ 4.8, സൗദി അറേബ്യയിൽ 4.6, ഇന്തോനേഷ്യയിൽ 3.8, യു.കെ.യിൽ 3.1, കൊറിയയിൽ 2.7, ചൈനയിൽ 2.7, ഓസ്ട്രേലിയയിൽ 2.1, അമേരിക്കയിൽ 2.1, കാനഡയിൽ 1.6, ഫ്രാൻസിൽ 1.3, ജർമ്മനിയിൽ 1.1, ഇറ്റലിയിൽ 1.1, ജപ്പാനിൽ –1.1 എന്നിങ്ങനെയാണ്. പിന്നെങ്ങനെ ഇത് ഒരു സാധാരണ പ്രതിഭാസമാണെന്ന് നിങ്ങൾക്ക് പറയാൻ കഴിയും.

സർക്കാർ പിന്തുടരുന്ന നയത്തിൽ എന്തോ കുഴപ്പമുണ്ട്. അതിനെക്കുറിച്ചാണ് ഞങ്ങൾ ചോദിക്കുന്നത്. പെട്രോളിയം ഉല്പന്നങ്ങളെ സംബന്ധിച്ചിടത്തോളം അന്താരാഷ്ട്ര വിപണിയിലെ ഇന്നത്തെ സാഹചര്യത്തിൽ ഒരു ലിറ്റർ പെട്രോളിന്റെ വില വെറും 24 രൂപയാണ്. പക്ഷേ, ഇന്ത്യൻ ഉപഭോക്താക്കൾ കൊടുക്കുന്നത് 48 രൂപയും, അതിൽ കൂടുതലുമാണ്. ഇതിന് കാരണം കസ്റ്റംസ്, എക്സൈസ് നികുതികളാണ്. പെട്രോൾ, ഡീസൽ വിലയിൽ ഏകദേശം 50/51 ശതമാനമോ യഥാർത്ഥത്തിൽ നികുതിയാണ്. സർക്കാർ ഇത് ഗൗരവമായി എടുക്കുന്നില്ലെങ്കിൽ പിന്നെങ്ങനെ വിലക്കയറ്റം നിയന്ത്രിക്കാൻ പറ്റും. ഒരുപാട് വിഷയങ്ങൾ നമ്മൾ ഈ സഭയിൽ ചർച്ച ചെയ്തിട്ടുണ്ട്. എല്ലാത്തിലും ഉപരിയായി

അതീവ പ്രാധാന്യത്തോടെ നമ്മൾ ചർച്ച ചെയ്ത വിഷയം വിലക്കയറ്റ മാണ്. പൊതുവിപണിയിലെ വിലക്കയറ്റത്തിന്റെ പ്രധാന കാരണങ്ങളിൽ ഒന്ന് പെട്രോൾ–ഡീസൽ വില വർദ്ധനവാണ്. അതുകൊണ്ട് പെട്രോൾ –ഡീസൽ വില വർദ്ധനവ് പിൻവലിക്കണമെന്ന് സർക്കാരിനോട് ഞങ്ങൾ ആവശ്യപ്പെടുന്നു. വിലക്കയറ്റം നിയന്ത്രിക്കുന്നതിൽ ആത്മാർത്ഥതയു ണ്ടെങ്കിൽ സർക്കാർ ചെയ്യേണ്ട പ്രധാന കാര്യങ്ങളിലൊന്നിതാണ്.

മറ്റൊരു വിഷയം സർക്കാരിന്റെ വരുമാന സമാഹരണവുമായി ബന്ധ പ്പെട്ടാണ്. ഓഹരി വില്പനയാണ് പ്രധാന പ്രശ്നങ്ങളിലൊന്ന്. 1999–2000 കാലത്ത്, ഓഹരി വില്പനയിലൂടെ സമാഹരിച്ചത് 1,724 കോടിയായി രുന്നു. 2009–10 ൽ 25,000 കോടി. ഇപ്പോഴത് 40,000 കോടി. അതിരട്ടി യായി എന്നർത്ഥം. അതായത് പൊതുമേഖലാ സ്ഥാപനങ്ങളുടെ ഓഹ രികൾ നമ്മൾ വിറ്റുകൊണ്ടിരിക്കുകയാണ്. ജനപങ്കാളിത്തം ഉറപ്പാക്കാ നെന്ന പേരിലാണ് ഇത് ചെയ്യുന്നത്. ജനങ്ങൾ ആരാണെന്ന് ഞങ്ങൾക്ക റിയാം. ഒരു സാധാരണക്കാരൻ ഓഹരികൾ വാങ്ങാറുണ്ടോ? അത് ചെയ്യു ന്നത് സമ്പന്നരാണ്. പൊതുമേഖല സ്ഥാപനങ്ങളിൽ നിന്ന് കൂടുതൽ വരുമാനം ഉണ്ടാക്കാൻ നിങ്ങൾ സ്വീകരിച്ച മാർഗ്ഗങ്ങളിൽ ഒന്നിതാണ്.

ധനമന്ത്രി മറ്റൊരു നീക്കം കൂടി നടത്തിയിട്ടുണ്ട്. നികുതി സ്ലാബിന്റെ യുക്തിസഹമാക്കൽ ആണത്. തീർച്ചയായും അതൊരു നല്ല കാര്യമാ ണ്. 15,000 വരെയോ, 25,000 വരെയോ ഉള്ള വരുമാനത്തിന് നികുതി മാറ്റമില്ല. അത് നല്ലതാണ്. അതേസമയം, 50,000 ത്തിനും, 75,000 മുതൽ 1,00,000 അല്ലെങ്കിൽ 3,00,000 വരെ സ്ലാബ് ഉയർത്തിയിട്ടില്ല. മറിച്ച് ഇവിടെ കുറവാണ്. ഇത്തരത്തിലുള്ള യുക്തിസഹമാക്കലിന്റെ ഫലമായി സമ്പന്ന വിഭാഗത്തിന് ഇളവുകൾ കിട്ടും.

ധനമന്ത്രിമാരുടെ ഒരു യോഗം നടത്തിയിരുന്നു. അതിൽ കേന്ദ്ര സംസ്ഥാന ബന്ധങ്ങൾ പുനരവലോകനം നടത്തണമെന്ന് അവർ തീരു മാനിച്ചിരുന്നു. സംസ്ഥാനങ്ങൾ ഒരുപാട് പ്രശ്നങ്ങൾ അഭിമുഖീകരിക്കു ന്നുണ്ട്. കേന്ദ്രാവിഷ്കൃത പദ്ധതികൾ നടപ്പിലാക്കേണ്ടത് സംസ്ഥാന സർക്കാരുകളാണ്. മറ്റു ചില പ്രശ്നങ്ങളുമുണ്ട്. അതുകൊണ്ട് നികുതി പങ്കിടലുമായി ബന്ധപ്പെട്ട് 50:50 അനുപാതം നടപ്പിലാക്കണമെന്നാണ് അവരുടെ ആവശ്യം..... (തടസ്സങ്ങൾ)

ദേശസാൽക്കൃത ബാങ്കുകളിലേയും, വാണിജ്യ ബാങ്കുകളിലേയും, സഹകരണ ബാങ്കുകളിലേയും നിക്ഷേപകരുടെ വിവരങ്ങൾ ശേഖരി ക്കാൻ ധനമന്ത്രാലയം തീരുമാനിച്ചിട്ടുണ്ട്. അത് വളരെ നല്ല കാര്യമാ ണ്. ദേശസാൽക്കൃത ബാങ്കുകളുടെയും, വാണിജ്യ ബാങ്കുകളുടെയും നിക്ഷേപപരിധി 10 ലക്ഷം രൂപയാണ്. അതേസമയം സഹകരണ ബാങ്കു കളുടെ പരിധി 1 ലക്ഷവും. കേരളത്തിൽ സഹകരണപ്രസ്ഥാനം വിപു ലമായ ഒന്നാണ്. നിക്ഷേപ പരിധിയുമായി ബന്ധപ്പെട്ട് ഏകീകരണമു ണ്ടാകണം.

പേപ്പർ ലോട്ടറി ആദ്യമായി അവതരിപ്പിച്ച സംസ്ഥാനം കേരളമാണ്.

ഏകദേശം 2,50,000 ആൾക്കാർ ഇതിനെ ആശ്രയിക്കുന്നു. നികുതിയിൽ വരുമാനം കൂടിയാണിത്. 1968 ലാണ് ആരംഭിച്ചത്. പക്ഷേ, 1998 ൽ കേന്ദ്ര സർക്കാർ പുതിയ നിയമം കൊണ്ടുവന്നു. ആ നിയമപ്രകാരം ഓൺലൈൻ ലോട്ടറി അവതരിപ്പിക്കപ്പെട്ടു. അത് ശരിക്കും ചൂതാട്ടമാണ്.

അതിന്റെ ഫലമായി ഒരുപാട് സാമൂഹ്യ പ്രശ്നങ്ങൾ ഉണ്ടാകുന്നുണ്ട്. കൂടുതൽ കൂടുതൽ സമ്മാനങ്ങൾ കിട്ടുമെന്ന് കരുതി കളിച്ച 36 ആൾക്കാർ ആത്മഹത്യ ചെയ്തു കേരളത്തിൽ മാത്രം. ജനങ്ങൾ ക്യൂവിലാണ്. ഒരു ദിവസം ലോട്ടറികളുടെ 25 ശ്രേണികളുണ്ട്. ഓരോ പത്തു മിനുട്ടിലും ഒരു ശ്രേണി. ആർക്കും സമ്മാനം കിട്ടില്ല. അതായത് ഇത് ശരിക്കും ചൂതാട്ടമാണ്. അതുകൊണ്ട് ഒന്നുകിൽ കേന്ദ്രസർക്കാർ ഓൺലൈൻ ലോട്ടറി നിരോധിക്കണം. അല്ലെങ്കിൽ സംസ്ഥാന സർക്കാരിന് അതിനുള്ള അധികാരം കൊടുക്കണമെന്ന് ഞാനഭ്യർത്ഥിക്കുന്നു.

മാഡം, ജനവിരുദ്ധനയങ്ങൾ കാരണം UPA സർക്കാരിന്റെ വിശ്വാസ്യത നഷ്ടപ്പെട്ടുകൊണ്ടിരിക്കുകയാണ്. IPL അഴിമതിയിലേക്ക് ഞാൻ പോകുന്നില്ല. ഫോൺ ചോർത്തലിനെക്കുറിച്ചും പറയുന്നില്ല. മറ്റ് പ്രതിപക്ഷ പാർട്ടികൾ ഉന്നയിച്ച അഴിമതി ആരോപണങ്ങളെക്കുറിച്ചും ഞാൻ പറയുന്നില്ല. ഇതൊന്നും ഇടതുപാർട്ടികൾ സൃഷ്ടിച്ചതല്ല. മറ്റ് ഒരു പ്രതിപക്ഷ പാർട്ടികളുടെയും സൃഷ്ടിയല്ല. മിസ്റ്റർ മന്ത്രി, നിങ്ങൾ നിങ്ങളുടെ തന്നെ ശവക്കുഴി തോണ്ടുകയാണ്. അതുകൊണ്ട് ഇതുമായി ബന്ധപ്പെട്ട സർക്കാർ നയത്തെക്കുറിച്ച് നിങ്ങൾ ആത്മപരിശോധന നടത്തണം.

ഈ വാക്കുകളോടെ ഞാൻ ഉപസംഹരിക്കുന്നു.

(പ്രണബ് മുഖർജി 28-04-2018 ൽ അവതരിപ്പിച്ച ധനകാര്യബിൽ അംഗീകാരവുമായി ബന്ധപ്പെട്ട പ്രമേയത്തിന്മേലുള്ള ചർച്ച) 29-04-2018)

2008 ൽ അംഗീകരിച്ച ധനകാര്യബില്ലിലെ ശുപാർശകൾ നടപ്പിലാക്കുക

ചെയർമാൻ സർ, 2014–15 വർഷത്തെ ധനകാര്യബിൽ ചർച്ചയിൽ പങ്കെടുക്കാൻ അവസരം തന്നതിന് നന്ദി. കേരളത്തിലെ സഹകരണ പ്രസ്ഥാനവുമായി ബന്ധപ്പെട്ട ചില പ്രശ്നങ്ങൾ സർക്കാരിനെയും, ബഹു. ധനമന്ത്രിയെയും ബോധിപ്പിക്കാനാണ് ഞാൻ ഇവിടെ നില്ക്കുന്നത്.

ഒരു സംസ്ഥാന സഹകരണ ബാങ്ക്, 14 ജില്ലാ സഹകരണ ബാങ്കുകൾ, ആയിരത്തിലധികം പ്രാഥമിക സഹകരണ ബാങ്കുകൾ എന്നിവയുൾപ്പെടുന്ന വിപുലമായ ഒന്നാണ് കേരളത്തിലെ സഹകരണ പ്രസ്ഥാനം. റിസർവ്വ് ബാങ്ക് ഓഫ് ഇന്ത്യയുടെയും, കേന്ദ്രസർക്കാരിന്റെയും ചില തീരുമാനങ്ങൾ കേരളത്തിലെ സഹകരണ മേഖലയെ സാരമായി ബാധിച്ചിട്ടുണ്ട്. വായ്പ അനുവദിക്കുകയെന്ന ഉത്തരവാദിത്വം മാത്രമല്ല കേരള സഹകരണ മേഖല വഹിക്കുന്നതെന്നും, നേരിട്ട് വിപണിയിലിടപ്പെട്ട് വിലക്കയറ്റം നിയന്ത്രിക്കുന്നതടക്കമുള്ള ഉത്തരവാദിത്വങ്ങൾ നിറവേറ്റുന്നുണ്ടെന്നും ബഹു. ധനമന്ത്രിക്ക് നന്നായി ബോദ്ധ്യമുള്ള കാര്യമാണ്. 2006 ൽ പാസാക്കിയ ധനകാര്യബില്ലിൽ 80 P എന്ന പേരിൽ അവതരിപ്പിച്ച പുതിയ നിബന്ധന സഹകരണ ബാങ്കുകളുടെ പ്രവർത്തനത്തിന് ചില നിയന്ത്രണങ്ങൾ ഏർപ്പെടുത്തി. കർഷകരുടെ ആവശ്യങ്ങളും, അപേക്ഷകളും നിറവേറ്റുന്ന പ്രാഥമിക സഹകരണ സംഘങ്ങൾക്ക് ചില ഇളവുകൾ കൊടുക്കാൻ ആ നിയമത്തിൽ വ്യവസ്ഥയുണ്ടായിരുന്നു. എന്നാൽ ബിസിനസിന്റെ പ്രധാനപങ്ക് കാർഷിക മേഖലയിലല്ലെന്ന ഒറ്റ കാരണം പറഞ്ഞ് ആ ഇളവ് കേരളത്തിൽ നടപ്പിലാക്കിയിട്ടില്ല. എന്നാൽ ഈ കാർഷിക സഹകരണ സംഘങ്ങൾ പ്രവർത്തിക്കുന്നത് ഗ്രാമീണ മേഖലകളിലാണ്. അവിടെ ഈ

സംഘങ്ങൾ കർഷകരുടെ ശക്തിയാണ്. നമ്മൾ കേരളത്തിൽ നിന്നുള്ള പാർലമെന്റംഗങ്ങൾ ധനമന്ത്രിയെ കണ്ടിരുന്നു. 80 P യുടെ പരിധിയിൽ നിന്ന് കാർഷിക സഹകരണ സംഘങ്ങളെ ഒഴിവാക്കുന്ന തരത്തിൽ നിയമഭേദഗതി വരുത്തണമെന്ന് ബഹു. ധനമന്ത്രിയോട് ഞാൻ അഭ്യർത്ഥിക്കുന്നു.

ഞാൻ ഉന്നയിക്കാൻ ആഗ്രഹിക്കുന്ന രണ്ടാമത്തെ വിഷയം, 5 ലക്ഷത്തിലധികം രൂപ ബാങ്കുകളിൽ നിക്ഷേപിക്കുന്ന വ്യക്തികളുടെ അക്കൗണ്ട് വിവരങ്ങൾ സൂക്ഷ്മപരിശോധന നടത്താനുള്ള റിസർവ്വ് ബാങ്കിന്റെയും, സർക്കാരിന്റെയും തീരുമാനത്തെക്കുറിച്ചാണ്. സംസ്ഥാന സഹകരണ ബാങ്കുകൾ, ജില്ലാ സഹകരണ ബാങ്കുകൾ, നഗര സഹകരണ ബാങ്കുകൾ എന്നിവയുടെ കാര്യത്തിൽ ഈ പരിശോധന നടത്തുന്നതിന് ഞാനെതിരല്ല. എന്നാൽ സഹകരണ സംഘങ്ങളെ സംബന്ധിച്ചിടത്തോളം ഇത് പ്രയാസമാണ്. ദേശസാൽക്കൃത ബാങ്കുകളെ സംബന്ധിച്ച് പരിധി 10 ലക്ഷമാണ്. സ്വകാര്യ ബാങ്കുകൾക്ക് പരിധിയേ ഇല്ല. സഹകരണ ബാങ്കുകളുടെ മേൽ മാത്രം നിയന്ത്രണങ്ങൾ കൊണ്ടുവരാനുള്ള ന്യായീകരണം എന്താണെന്ന് എനിക്ക് മനസ്സിലാകുന്നില്ല. അത്തരം പരിശോധനയ്ക്ക് ഞാനെതിരല്ല. എന്നാൽ പരിധി 5 ലക്ഷത്തിൽ നിന്ന് 10 ലക്ഷമായി ഉയർത്തണം. ആദായനികുതി ഉദ്യോഗസ്ഥർ തള്ളിക്കയറുകയാണ് സഹകരണ ബാങ്കുകളിലേക്ക്. അത്തരമൊരു സാഹചര്യം സഹകരണ സംഘങ്ങളുടെ പ്രവർത്തനം ബുദ്ധിമുട്ടിലാക്കുന്നു.

TDS സമാഹരണവുമായി ബന്ധപ്പെട്ടതാണ് ഞാൻ ഉന്നയിക്കാൻ ആഗ്രഹിക്കുന്ന മറ്റൊരു വിഷയം. അതവർക്ക് ബാധകമല്ല എന്നാണ് എനിക്ക് തോന്നുന്നത്. ആയതിനാൽ അക്കാര്യം പരിഗണനയ്ക്കെടുക്കണം.

അവസാനമായി സൂചിപ്പിക്കാനുള്ളത്, ഇപ്പോൾ നടക്കുന്ന ഓൺലൈൻ വ്യാപാരത്തെക്കുറിച്ചാണ്. ഇത് വളരെ ആകർഷകമായി തോന്നാമെങ്കിലും, അതുകൊണ്ട് സംസ്ഥാന ഖജനാവിനുണ്ടാകുന്ന നഷ്ടം ചില്ലറയല്ല. യാതൊരുവിധ നിയന്ത്രണങ്ങളും, നിയമങ്ങളും പാലിക്കാതെയാണ് അത് പ്രവർത്തിക്കുന്നത്. തീർച്ചയായും ചില നിയന്ത്രണങ്ങൾ ഓൺലൈൻ വ്യാപാരത്തിനുമേൽ കൊണ്ടുവരണം.

ഈ വിഷയങ്ങൾ അതീവ പ്രാധാന്യത്തോടെ പരിഗണിക്കാൻ ഞാൻ ധനമന്ത്രിക്ക് മുമ്പാകെ സമർപ്പിക്കുന്നു.

(27-07-2016)

അടിസ്ഥാന സാധനങ്ങളുടെ വിലക്കയറ്റം നിയന്ത്രിക്കുക

മാഡം, തുടക്കത്തിൽത്തന്നെ പറയേണ്ടി വരുന്നതിൽ ഖേദമുണ്ട്. സഭയിൽ ചർച്ച ചെയ്യേണ്ട ഇത്ര ഗൗരവമുള്ള ഒരു വിഷയം ഇങ്ങനെ വളരെ സഹതാപം തോന്നുന്ന രീതിയിൽ അവതരിപ്പിക്കാനായിരുന്നെങ്കിൽ എന്തിനാണ് നമ്മുടെ ബഹുമാനപ്പെട്ട അംഗം Dr. ചിന്താമോഹൻ ആ ഉത്തരവാദിത്വം ഏറ്റെടുത്തത്.

എല്ലാ സമ്മേളനങ്ങളിലും നമ്മൾ ചർച്ച ചെയ്തു കൊണ്ടിരിക്കുന്നതാണ് ഈ വിഷയം. കഴിഞ്ഞ സമ്മേളനത്തിലും ചർച്ച ചെയ്തു. ഭാഗ്യവശാൽ, എന്റെ ഓർമ്മ ശരിയാണെങ്കിൽ, കഴിഞ്ഞ സമ്മേളനത്തിലും ഈ വിഷയത്തിൻമേൽ ചർച്ചയ്ക്കുള്ള പ്രമേയം അവതരിപ്പിച്ചത് Dr. ചിന്താമോഹൻ തന്നെയായിരുന്നു. എനിക്ക് തോന്നുന്നു, ഈ സഭയിൽ ആർക്കും വിലക്കയറ്റവുമായി ബന്ധപ്പെട്ട് ഇത്ര വിശിഷ്ടമായ കാഴ്ചപ്പാട് ഉണ്ടാകാൻ തരമില്ല.

മാഡം, ഒരുപാട് കാരണങ്ങളുണ്ടിവിടെ വിലക്കയറ്റത്തിന്. സർക്കാരിനെ വിമർശിക്കാനോ, അഭിനന്ദിക്കാനോ ഈ അവസരം ഉപയോഗിക്കാൻ ഞാൻ ആഗ്രഹിക്കുന്നില്ല. മറിച്ച് ഗ്രാമങ്ങളിലേയും, നഗരങ്ങളിലേയും, രാജ്യത്തിലെ തന്നെയും ഇപ്പോഴത്തെ അവസ്ഥ എന്താണെന്ന് വ്യക്തമാക്കാനാണ് ഞാൻ ആഗ്രഹിക്കുന്നത്. വിലക്കയറ്റം എന്താണെന്ന് കാണിക്കാൻ മൂന്ന് സൂചികകൾ ആണുള്ളത്. മൊത്ത വ്യാപാര വിലസൂചിക, ഉപഭോക്തൃ വിലസൂചിക, ചില്ലറ വിലസൂചിക എന്നിവയാണവ. നിർഭാഗ്യകരമെന്ന് പറയട്ടെ. ഈ സൂചികകളൊന്നും ശരിയായ വില കാണിക്കില്ല എന്നതാണ് വസ്തുത. അതുകൊണ്ടാണ്, മാക്രോ വിശകലനത്തിനും, നയരൂപീകരണത്തിനും വേണ്ടി ഏകീകൃത ഉപഭോക്തൃ വിലസൂചിക നിർമ്മിക്കാനുള്ള റിസർവ്വ് ബാങ്കിന്റെ നിർദ്ദേശം ഇവിടെ പരിഗണനാർഹമാകുന്നത്.

ഒരു ഏകീകൃത അഖിലേന്ത്യാ സൂചിക തീർച്ചയായും വിലയിൽ വരുന്ന മാറ്റങ്ങളോട് പ്രതികരിക്കാൻ സർക്കാരിനെയും, റിസർവ്വ് ബാങ്കിനെയും സഹായിക്കും. വ്യത്യസ്ത വിലസൂചികകളെക്കുറിച്ച് നമ്മൾ സംസാരിക്കുമ്പോൾ ധനമന്ത്രിയും, കൃഷിമന്ത്രിയും വരെ ആശയക്കുഴപ്പത്തിലാണ്. നമുക്ക് വേണ്ടത്, സാധാരണക്കാരുടെ യഥാർത്ഥ പ്രശ്നങ്ങൾ കാണിക്കുന്ന ഒരു വിലസൂചികയാണ്.

ഞാൻ മുമ്പേ പറഞ്ഞതുപോലെ ഒരുപാട് കാരണങ്ങളുണ്ട്. വിലക്കയറ്റത്തിന്റെ വിശദാംശങ്ങളിലൂടെ കടന്നു പോകുമ്പോൾ സാഹചര്യം വളരെ ഗുരുതരമാണെന്ന് നമുക്ക് മനസ്സിലാകും. മുൻവർഷത്തെ അപേക്ഷിച്ച് രൂക്ഷമായ വർദ്ധനവാണ് എല്ലാ അടിസ്ഥാന സാധനങ്ങളുടെയും വിലയിൽ വന്നിട്ടുള്ളത്. വിവിധ ഇനങ്ങൾക്ക് വന്ന വിലക്കയറ്റം 12 ശതമാനം മുതൽ 84 ശതമാനം വരെയാണ്. മൊത്ത വ്യാപാര വിലയെ സംബന്ധിച്ച് ഇത് വളരെ ശരിയാണ്.

ചില്ലറവ്യാപാരത്തിന്റെ കാര്യത്തിലേക്ക് വന്നാൽ സാഹചര്യം പിന്നെയും മോശമാണ്. ഉപഭോക്തൃ വില വളരെ കൂടുതലാണ്. 2005 ലെ വിലയുമായി താരതമ്യം ചെയ്യുമ്പോൾ പരിപ്പിന്റെയും, ഗോതമ്പിന്റെയും, കടലയുടെയും വില യഥാക്രമം 84 ശതമാനം, 68 ശതമാനം, 28 ശതമാനം എന്നിങ്ങനെ വർദ്ധിച്ചു. ഈ കണക്കുകൾ എടുത്തത് നാഷണൽ കമോഡിറ്റീസ് ആന്റ് ഡെറിവേറ്റീവ് എക്സ്ചേഞ്ചിൽ നിന്നാണ്.

ചേംബർ ഓഫ് കൊമേഴ്സിന്റെ റിപ്പോർട്ട് പ്രകാരം ജൂലൈ 25 മുതൽ 26 വരെ എട്ട് അവശ്യവസ്തുക്കളുടെ വിലയിൽ 19 ശതമാനത്തിന്റെ രൂക്ഷമായ വർദ്ധനവ് സംഭവിച്ചിട്ടുണ്ട്. ഒരു ശരാശരി ഇന്ത്യക്കാരന്റെ വരുമാനം ആറുശതമാനം വർദ്ധിക്കുമ്പോൾ, വിലക്കയറ്റം 19 ശതമാനമാണ് വ്യത്യാസം. നിങ്ങൾ നോക്കൂ. വിലക്കയറ്റം ഉണ്ടാകുമ്പോൾ അതിനാനുപാതികമായ വരുമാന വർദ്ധനവ് ഉണ്ടാകുന്നില്ല. അവശ്യ വസ്തുക്കളുടെ വില വർദ്ധനവും ആളോഹരി വരുമാനത്തിലെ വർദ്ധനവും തമ്മിൽ പൊരുത്തമില്ല.

ഒരുഭാഗത്ത്, അവശ്യ വസ്തുക്കളുടെ വില കുതിച്ചുയരുമ്പോൾ തന്നെ മറുഭാഗത്ത് കാർഷികോല്പന്നങ്ങളുടെയും, നാണ്യവിളകളുടെയും വില ഇടിയുകയാണ്. കേരളത്തിലെ അനുഭവം നമ്മൾക്ക് മുന്നിലുണ്ട്. മൂന്നോ, നാലോ കൊല്ലങ്ങൾക്ക് മുമ്പ് ഒരു ക്വിന്റൽ കുരുമുളകിന്റെ വില 21,000 ആയിരുന്നു. ഇപ്പോഴത് 7,000 ഓ, 8,000 ഓ ആണ്. നാല് വർഷങ്ങൾക്ക് മുമ്പ് ഒരു കിലോ അടയ്ക്കയുടെ വില 160 ആയിരുന്നു. ഇപ്പോൾ വെറും 55 ഓ, 60 ഓ രൂപ കർഷകർക്ക്. ഇതെങ്ങനെ ഗുണകരമാവും?

അതുമാത്രമല്ല, കൃഷി ചെയ്യാനാവശ്യമായ സാധന സാമഗ്രികളുടെ വില ഉയർന്നു. അതായത്, കീടനാശിനികളുടെയും, വളങ്ങളുടെയും, വിത്തുകളുടെയും എല്ലാം വില വർദ്ധിച്ചു. സേവന മേഖലയിൽ, ചികിത്സയുടെയും, വിദ്യാഭ്യാസത്തിന്റെയും, ഗതാഗതത്തിന്റെയും ചെലവ്

വർദ്ധിച്ചു. എന്തുകൊണ്ടാണ് കർഷകർ ആത്മഹത്യ ചെയ്യാൻ നിർബ്ബന്ധിക്കപ്പെടുന്നത് എന്ന ചോദ്യത്തിന്റെ ഉത്തരം നമുക്ക് ഇതിലൂടെ കിട്ടും.

പല സംസ്ഥാനങ്ങളിലും നടക്കുന്ന കർഷക ആത്മഹത്യയുടെ വിഷയം നമ്മൾ സഭയിൽ ചർച്ച ചെയ്തിട്ടുണ്ട്. കേരളത്തിൽ ആത്മഹത്യ ചെയ്ത കർഷകരുടെ എണ്ണം 1,300 ആണ്. മറ്റ് സംസ്ഥാനങ്ങളിലും അതിലുമധികം വരും. ഒരു ഭാഗത്ത് രൂക്ഷമായ വിലക്കയറ്റവും, മറുഭാഗത്ത് എടുത്ത വായ്പ തിരിച്ചടയ്ക്കാൻ പറ്റാത്തതുമാണ് പ്രധാന കാരണങ്ങൾ.

സർക്കാർ ചില നടപടികൾ എടുത്തിട്ടുണ്ടെന്നത് ശരിയാണ്. പ്രത്യേകിച്ച് കൃഷിമന്ത്രി മിക്ക സംസ്ഥാനങ്ങളും സന്ദർശിച്ചിട്ടുണ്ട്. പ്രത്യേക പാക്കേജുകൾ പ്രഖ്യാപിച്ചിട്ടുണ്ട്. തീർച്ചയായും അദ്ദേഹത്തെ ഞങ്ങൾ അഭിനന്ദിക്കുന്നു. എന്നാൽ ഇപ്പോൾ സ്വീകരിച്ച സാമ്പത്തിക നടപടികൾ യഥാർത്ഥത്തിൽ താത്ക്കാലിക നടപടികൾ മാത്രമാണ്. ദേശീയ തലത്തിൽ നമ്മൾ സ്വീകരിക്കേണ്ട അടിസ്ഥാന നടപടി ഇറക്കുമതി നയവും, WTO നയവുമായി ബന്ധപ്പെട്ടതാണ്. നിങ്ങൾ നോക്കൂ. ശ്രീലങ്കൻ കരാറിൽ ഒപ്പുവച്ചത് കേരളത്തിലെ കാർഷിക മേഖലയ്ക്കും, നാണ്യവിളകൾക്കും തിരിച്ചടിയായി.

ഗതാഗത ചെലവാണ് വിലക്കയറ്റത്തിനുള്ള മറ്റൊരു പ്രധാന കാരണം. ഇത് ശരിക്കും എല്ലാ മേഖലയെയും ബാധിക്കുന്നുണ്ട്. ബസ് യാത്രാക്കൂലി വർദ്ധിക്കുന്നു. സ്വകാര്യ വാഹന ചെലവ് വർദ്ധിക്കുന്നു. ഓട്ടോറിക്ഷ യാത്രാച്ചെലവ് വർദ്ധിക്കുന്നു.

അന്താരാഷ്ട്ര വിപണിയിലെ പെട്രോൾ വില വർദ്ധനവ് സഭയിൽ ചർച്ച ചെയ്തപ്പോൾ തന്നെ നികുതിയിൽ ചില ഘടനാപരമായ മാറ്റങ്ങൾ വരുത്തണമെന്ന് ഞങ്ങൾ സി പി ഐ (എം) ഉം മറ്റ് ഇടതുപാർട്ടികളും നിർദ്ദേശിച്ചിരുന്നു. കേന്ദ്ര-സംസ്ഥാന സർക്കാരുകൾ ഒരേ പോലെ നികുതിയിളവ് കൊടുക്കണമെന്ന് ഞങ്ങൾ ആവശ്യപ്പെട്ടിരുന്നു. അതേപോലെ കമ്പനികൾക്ക് നഷ്ടപരിഹാരം കൊടുക്കേണ്ടതില്ലായെന്ന് ഞങ്ങൾ പറഞ്ഞിരുന്നു. എന്നാൽ അത്തരം തീരുമാനങ്ങൾ എടുക്കാൻ സർക്കാർ തയ്യാറായിരുന്നില്ല. അന്താരാഷ്ട്ര വിപണിയിൽ പെട്രോളിയം ഉല്പന്നങ്ങൾക്ക് വില വർദ്ധിക്കുമ്പോൾ ആഭ്യന്തര വിപണിയിലെ വിലയും വർദ്ധിപ്പിക്കാൻ തങ്ങൾ നിർബ്ബന്ധിതരാകുന്നതാണെന്ന് സർക്കാർ പറഞ്ഞിരുന്നു. എന്റെ ബഹുമാന്യനായ സുഹൃത്ത് ചോദിച്ചതുപോലെ ഒരു ചോദ്യം ഞാനും ചോദിക്കട്ടെ? ആ സമയത്ത് ക്രൂഡ് ഓയിലിന്റെ വില ബാരലിന് എഴുപതോ, എഴുപത്തിരണ്ടോ ആയിരുന്നു. ഇപ്പോൾ ബാരലിന് ഇരുപത് മുതൽ ഇരുപത്തിരണ്ട് രൂപയുടെ വരെ കുറവുണ്ട്. പക്ഷേ, സാധാരണക്കാർക്ക് നിങ്ങൾ കൊടുത്ത ആനുകൂല്യം പെട്രോൾ ലിറ്ററിന് രണ്ട് രൂപയും, ഡീസൽ ലിറ്ററിന് ഒരു രൂപയുമാണ്. ഇത് ശരിക്കും തമാശയായിട്ടാണ് തോന്നുന്നത്. ബാരലിന് 20–22 രൂപ വരെ കുറയുമ്പോൾ കൂടുതൽ ആനുകൂല്യം സാധാരണക്കാർക്ക്

കൊടുക്കാൻ കഴിയാത്തത് എന്തു കൊണ്ടാണ്? വില വർദ്ധനവിലുള്ള ഒരു കാരണം ഇതാണ്.

ഭരണപരമായ ചില നടപടികൾ സർക്കാർ എടുക്കേണ്ടതുണ്ട്. ഈ ചർച്ചാപ്രമേയം അവതരിപ്പിച്ച Dr. ചിന്താമോഹൻ പൊതുവിതരണ സമ്പ്രദായത്തെക്കുറിച്ച് പറഞ്ഞിട്ടുണ്ട്. ഇക്കാര്യത്തിൽ കേരളത്തിലെ അനുഭവം നമുക്കുണ്ട്. പൊതുവിതരണ സംവിധാനത്തിന്റെ ഫലവത്തായ ശൃംഖല കേരളത്തിനുണ്ട്. ന്യായവില ഷോപ്പുകളിലൂടെ ഏകദേശം എല്ലാ പലചരക്കുകളും വിതരണം ചെയ്യാൻ കഴിയുന്നുണ്ടായിരുന്നു. എന്നാൽ ഖേദത്തോടെ പറയട്ടെ, APL, BPL വിഭജനത്തിന് ശേഷം റേഷൻ കടകൾ നടത്താൻ കഴിയാത്ത സാഹചര്യം പാർലമെന്റിന് മുമ്പാകെ ഉണർത്തിക്കാൻ റേഷൻകട മാനേജർമാർ ഇവിടെ വന്നിട്ടുണ്ട്. ഭൂരിഭാഗം വ്യാപാരികൾക്കും ധാന്യ വിഹിതം മുഴുവനായി കിട്ടുന്നില്ല. ഗോതമ്പിന്റെ വിഹിതം കുറച്ചിട്ടുമുണ്ട്. മുമ്പ്, അത്തരം പൊതുവിതരണ സംവിധാനത്തിന്റെ പേരിൽ അഭിമാനം ഉണ്ടായിരുന്നു ഞങ്ങൾക്ക്. എന്നാൽ ഇന്നത് ഫലപ്രദമായി പ്രവർത്തിപ്പിക്കാൻ പറ്റാതായി.

പൊതുവിതരണ സംവിധാനത്തിലൂടെ മാത്രമേ വിപണിയിൽ ഇടപെടാനാകൂ. വിപണിയിൽ ഇറങ്ങാതെ വിപണി സ്ഥിരത നിലനിർത്തുകയാണ് സർക്കാർ ഉത്തരവാദിത്വം. വിപണിയിൽ ഇറങ്ങാൻ എങ്ങനെ കഴിയും? ഒരു ഭാഗത്ത്, സർക്കാരിന് നടപടി എടുക്കാം. മറുഭാഗത്ത് സർക്കാരിന് വിപണിയിൽ ഇറങ്ങണം. പിന്നെങ്ങനെ പൊതുവിതരണ സംവിധാനം ഫലപ്രദമായി പ്രവർത്തിക്കും? ആയതിനാൽ ന്യായവില ഷോപ്പുകളിലൂടെ വിതരണം ചെയ്യാൻ കഴിയുന്ന അരിയും, ഗോതമ്പും, മറ്റ് പലചരക്കുകളും സർക്കാർ തരണം.

അതെ ഞാൻ നിർത്തുകയാണ്. ഞങ്ങളുടെ അനുഭവത്തിൽ, ഒരു കുടുംബത്തിന് നാലു ദിവസത്തേക്ക് ആവശ്യമായ റേഷൻ നൽകിയാൽ അവശേഷിക്കുന്ന മൂന്ന് ദിവസങ്ങൾ അവർക്ക് പൊതുവിപണിയിലേക്ക് പോകേണ്ടി വരും. പക്ഷേ, അതിപ്പോൾ സാദ്ധ്യമല്ല. ന്യായവില കടകളിലൂടെ ഇത്തരം അവശ്യവസ്തുക്കൾ കൊടുത്താൽ മാത്രമേ വിപണിയെ നമുക്ക് നിയന്ത്രിക്കാൻ പറ്റൂ. കേരളത്തിൽ മാത്രമല്ല, ഇന്ത്യയിലുടനീളം പൊതുവിതരണ സംവിധാനം ശക്തിപ്പെടുത്താനുള്ള ഉത്തരവാദിത്വം സർക്കാർ ഏറ്റെടുക്കണം.

ഏറ്റവും പ്രധാനപ്പെട്ട മറ്റൊരു വിഷയം ഊഹക്കച്ചവടമാണ്. വൻകിട വ്യാപാരികൾ വിപണിയിലേക്ക് വന്നേക്കാം. ചിലപ്പോൾ ഉയർന്ന വില നല്കി അരിയും, ഗോതമ്പും പോലുള്ള സാധനങ്ങൾ അവർ സംഭരിക്കും. ഗോതമ്പിന്റെ ഉല്പാദനം കുറവാണെന്ന് എനിക്ക് തോന്നുന്നില്ല. എന്നിട്ടും ഗോതമ്പ് ഇറക്കുമതി ചെയ്യാൻ നമ്മൾ നിർബ്ബന്ധിക്കപ്പെടുന്നു. ഇതിനു കാരണം ഒരു ഭാഗത്തുള്ള പൂഴ്ത്തിവെപ്പാണ്. വ്യാപാരികൾ നേരത്തെ തന്നെ വിപണിയിലെത്തിയിട്ടുണ്ട്. കർഷകർക്ക് താരതമ്യേന ഉയർന്ന വില നല്കി അവരിൽനിന്നും ഗോതമ്പ് സ്വന്തമാക്കുന്നു. സംഭരണമാണ് സർക്കാർ ശ്രദ്ധിക്കേണ്ട പ്രധാന കാര്യം. എപ്പോഴും ആവശ്യത്തിന് ധാന്യശേഖരം ഉണ്ടെന്ന് സർക്കാർ ഉറപ്പ് വരുത്തണം.

എന്നാലേ വിപണിയെ നിയന്ത്രിക്കാൻ നമുക്ക് സാധിക്കൂ.

വിലക്കയറ്റത്തിന് പല കാരണങ്ങൾ ഉണ്ടെന്നത് യാഥാർത്ഥ്യമാണ്. സർക്കാരിനെ മാത്രം ഞാൻ കുറ്റം പറയില്ല. ഭക്ഷ്യധാന്യങ്ങളുടെ ഉല്പാദന ക്കുറവും കാരണമാകാം. ജനസംഖ്യ വർദ്ധിക്കുകയും, ആവശ്യം കൂടുകയും ചെയ്യുമ്പോൾ വിതരണം ചെയ്യുന്നത് പര്യാപ്തമാകില്ല. അങ്ങനെയുള്ള സാഹ ചര്യത്തിലും വിലക്കയറ്റം ഉണ്ടാകാം. അതേസമയം വിപണി സ്ഥിരത ഉറപ്പ് വരുത്തേണ്ടതും, നിയന്ത്രിക്കേണ്ടതും ജനങ്ങൾക്ക് ആശ്വാസം കൊടുക്കേ ണ്ടതും സർക്കാരിന്റെ ഉത്തരവാദിത്വമാണ്. ഇത്തരം സാഹചര്യങ്ങളിൽ ബോധപൂർവ്വമായ ചില ശ്രമങ്ങൾ കൂടി സർക്കാർ നടത്തണം.

Dr. ചിന്താമോഹൻ ഈ വിഷയം വളരെ ലഘുവായി എടുത്തത് കൊണ്ടാണ് എനിക്കിത് പറയേണ്ടി വന്നത്. അദ്ദേഹം മിടുക്കനായ പാർല മെന്റംഗമാണ്. ഏത് വിഷയവും അങ്ങേയറ്റം പ്രാധാന്യത്തോടെ എടു ക്കാൻ അദ്ദേഹത്തിന് കഴിയും. അതേസമയം, ചർച്ചയ്ക്ക് ഗൗരവമായ മറുപടി സർക്കാർ നല്കണമെങ്കിൽ ചർച്ചാ പ്രമേയം അവതരിപ്പിക്കുന്ന ആൾ കാര്യങ്ങൾ കുറച്ചുകൂടി വിപുലമായി അവതരിപ്പിക്കണം. കൂടാതെ നടപടി ആവശ്യമായ മേഖലകളിൽ സർക്കാരിനെ വിമർശിക്കുകയും വേണം. അല്ലാത്തപക്ഷം സഭയിൽ ചർച്ച ചെയ്യുന്ന വിഷയങ്ങൾക്ക് അതിന്റെ ഗൗരവസ്വഭാവം നഷ്ടപ്പെടും.

അവസാനമായി ഒരു കാര്യം കൂടി ഒരു ബഹു. അംഗം പ്രസ്താ വിച്ചു, ഞങ്ങൾ ഇപ്പോൾ കമ്യൂണിസ്റ്റുകാരല്ല എന്നും ഇപ്പോൾ പ്രവർത്തി ക്കുന്നത് ജനങ്ങൾക്ക് വേണ്ടിയല്ലായെന്നും. എല്ലാവർക്കും മനസ്സിലാകും ഞങ്ങൾ കമ്യൂണിസ്റ്റുകാരാണെന്ന്. കാരണം ഞങ്ങൾ ഇരിക്കുന്നത് ഇവി ടെയാണ്. അല്ലാത്ത പക്ഷം ഞങ്ങൾ മറുഭാഗത്ത് ഇരുന്നേനെ. ഞങ്ങൾ കമ്യൂണിസ്റ്റുകാരാണ്. അതുകൊണ്ടാണ് നിങ്ങൾ അവിടെ ഇരിക്കുന്നത്. നിങ്ങൾക്ക് ഈ പ്രദേശത്തേക്ക് കടക്കാൻ കഴിയാത്തത്.

കഴിഞ്ഞ രണ്ടര വർഷവും വിലക്കയറ്റം, പെൻഷൻ, മറ്റ് നയപര മായ പ്രശ്നങ്ങൾ എന്നിവ ഞങ്ങൾ സഭയിൽ ഉന്നയിച്ചിട്ടുണ്ട്. പക്ഷേ, നിങ്ങൾക്ക് പറയാൻ ഉണ്ടായിരുന്ന വിഷയങ്ങൾ മതങ്ങൾ പോലുള്ളവ യുമായി ബന്ധപ്പെട്ടായിരുന്നു.

ഗ്രാമങ്ങളിലും, നഗരങ്ങളിലും, മറ്റ് സ്ഥലങ്ങളിലുമുള്ള ലക്ഷക്കണ ക്കിന് ജനങ്ങൾ പറയുന്നത് നിങ്ങൾ കേൾക്കൂ. അവരെല്ലാം ശബ്ദം ഉയർത്തുന്നത് ഈ വിഷയത്തിന് മേലെയാണ്. ജനവിരുദ്ധ നയങ്ങൾ സ്വീകരിക്കുമ്പോൾ സർക്കാരിനെ ഞങ്ങൾ വിമർശിക്കും. വിലക്കയറ്റം പോലുള്ള വിഷയങ്ങളിൽ നിങ്ങളും ഞങ്ങളുടെ കൂടെ ചേർന്നിട്ടുണ്ട്. അതേസമയം, സർക്കാരിനുള്ള പിന്തുണ പിൻവലിക്കാൻ ഞങ്ങൾക്കു ദ്ദേശ്യമില്ല. കാരണം ഞങ്ങൾക്കാവശ്യം ഒരു മതേതര സർക്കാരാണ്. ഒരു ജനവിരുദ്ധ സർക്കാരിനെ ഞങ്ങൾക്കാവശ്യമില്ല.

നന്ദി.

(30–11–2006)

വിലവർദ്ധനവിന്റെ നേട്ടം ആർക്കാണ്?

എല്ലാ അവശ്യ വസ്തുക്കളുടെയും വില കുതിച്ചുയരുകയാണ് എന്നത് എല്ലാവരും അംഗീകരിച്ച ഒരു വസ്തുതയാണ്. 14-ാം ലോക് സഭ മുതൽ എല്ലാ സമ്മേളനങ്ങളിലും നമ്മൾ ചർച്ച ചെയ്തു കൊണ്ടിരിക്കുന്ന ഒരു വിഷയമാണ് വിലക്കയറ്റം. എന്നാൽ വിലക്കയറ്റം നിയന്ത്രിക്കുന്നതിൽ സർക്കാർ വൻപരാജയമാണ് എന്നതാണ് യാഥാർത്ഥ്യം.

സർക്കാർ പറയുന്നത് ഇവിടെ നമ്മുടെ രാജ്യത്ത് 7.6 ശതമാനത്തിന്റെ മികച്ച വളർച്ചാനിരക്കുണ്ടെന്നും, സമ്പദ്‌വ്യവസ്ഥയിൽ നെഗറ്റീവ് പണപ്പെരുപ്പ പ്രവണതയാണ് നിലവിലുള്ളതെന്നുമാണ്. ഇത് സത്യമാണെങ്കിൽ, ഈ രണ്ട് സാമ്പത്തിക ഘടകങ്ങളും കാണിക്കുന്നത് സമ്പദ് വ്യവസ്ഥയുടെ വളർച്ച തന്നെയാണ്. അങ്ങനെയെങ്കിൽ എന്തുകൊണ്ട് ഈ കാര്യങ്ങൾ സാധാരണക്കാരന്റെ ദൈനംദിന ജീവിതത്തിൽ പ്രതിഫലിക്കുന്നില്ല എന്ന ചോദ്യത്തിന് സർക്കാർ ഉത്തരം നല്കണം.

അതുകൊണ്ട്, ഇവിടെ മികച്ച സാമൂഹിക, സാമ്പത്തിക സാഹചര്യമാണുള്ളതെന്ന സർക്കാർവാദവും നമ്മൾ അനുഭവിക്കുന്ന യാഥാർത്ഥ്യവും പരസ്പര വിരുദ്ധങ്ങളാണ്.

വിലക്കയറ്റത്തിന്റെ വിശദാംശങ്ങളിലേക്ക് പോകുമ്പോൾ ഞെട്ടിക്കുന്ന ഒരു കാര്യമെന്താണെന്ന് വെച്ചാൽ ഭക്ഷ്യവിലക്കയറ്റം 20 ശതമാനം ആണെന്നതാണ്. 2009 ആഗസ്റ്റിൽ ഇത് ഒരു ശതമാനം ആയിരുന്നു. അതേ വർഷം ഡിസംബറിൽ 7.81 ശതമാനവും. കഴിഞ്ഞ രണ്ട് മാസത്തിൽ മൂന്നിരട്ടിയാണ് വിലവർദ്ധനവ്.

ഭക്ഷ്യവിലക്കയറ്റം 2009 പതിനൊന്നാം മാസം 19.05 ഉം, പന്ത്രണ്ടാം മാസം 20 ശതമാനവും, 2010 ഒന്നാം മാസം വീണ്ടും 20 ശതമാനവുമാണ്.

മൊത്തവ്യാപാര വിലസൂചിക 2009 ഏപ്രിലിൽ 9.09 ശതമാനമായിരുന്നു. 2009 ഡിസംബറിൽ അത് 20 ശതമാനത്തിലെത്തി.

ഒരു കിലോ അരിയുടെ വില 2007 ൽ 14 രൂപ ആയിരുന്നു. 2008 ൽ 22 രൂപ ആയി. 2009 ൽ 32 രൂപയായി. ഇതേ കാലയളവിൽ 2007 ൽ ഗോതമ്പിന്റെ വില കിലോയ്ക്ക് 12 രൂപയായിരുന്നു. 2008 ൽ 14 രൂപയായി. 2009 ൽ 24 രൂപയായി.

2007 ൽ ഒരു കിലോ പഞ്ചസാരയുടെ വില 16 രൂപയായിരുന്നു. 2008 ൽ അത് 18 രൂപയായി. 2009 ൽ 50 രൂപയായി.

അതേസമയം ഒരു കിലോ കരിമ്പിന് കർഷകർക്ക് കിട്ടിയത് 2007 ൽ 8.5 രൂപയും, 2008 ൽ 9 രൂപയും, 2009 ൽ 10 രൂപയുമാണ്.

ഈ കണക്കുകൾ കാണിക്കുന്നത്, അരിയുടെയോ, ഗോതമ്പിന്റെയോ, കരിമ്പിന്റെയോ വില വിപണിയിൽ വർദ്ധിക്കുമ്പോഴും കർഷകർക്ക് കിട്ടുന്ന വിലയിൽ ആ വർദ്ധനവ് ഇല്ലായെന്നാണ്. ഈ മൂന്ന് സാധനങ്ങളുടെ മാത്രമല്ല, ഏകദേശം എല്ലാ നിത്യോപയോഗ സാധനങ്ങളുടെയും വില വർദ്ധിച്ചു.

ചില വിലവർദ്ധനകൾ ശരിക്കും ഞെട്ടിക്കുന്നതാണ്. 2004 ൽ കിലോയ്ക്ക് 9 രൂപയുണ്ടായിരുന്ന ഗോതമ്പിന് 2010 ആയപ്പോൾ 24 രൂപയായി. അതേ കാലയളവിൽ അരിയുടെ വില 10 ൽനിന്നും 32 ആയി. പഞ്ചസാരയ്ക്ക് 14 ൽനിന്നും 50 ആയി. ഭക്ഷ്യഎണ്ണയ്ക്ക് 14 ൽനിന്നും 100 ആയി. സസ്യഎണ്ണയ്ക്ക് 14 ൽനിന്നും 85 ആയി. കടലപ്പരിപ്പിന് 25 ൽനിന്നും 56 ആയി. ചെറുപയറിന് 24 ൽനിന്ന് 100 ആയി. കടലപ്പൊടിക്ക് 20 ൽനിന്നും 60 ആയി. പാലിന് 16 ൽനിന്നും 30 ആയി. മണ്ണെണ്ണയ്ക്ക് 18 ൽനിന്നും 35 ആയി.

തെൻഡുൽകർ കമ്മിറ്റി റിപ്പോർട്ട് പ്രകാരം ദാരിദ്ര്യം 12 ശതമാനം വർദ്ധിച്ചു. 78 ശതമാനം ജനങ്ങളും അവരുടെ മാസവരുമാനത്തിന്റെ 60 മുതൽ 80 ശതമാനം വരെ ചെലവഴിക്കുന്നത് ഭക്ഷ്യവസ്തുക്കൾക്ക് വേണ്ടിയാണ്. കർഷകർക്ക് കിട്ടുന്ന വിലയുടെ മൂന്നിരട്ടിയാണ് ഉപഭോക്താക്കൾ കൊടുക്കുന്നത്.

ആരൊക്കെയാണ് വിലവർദ്ധനവിന്റെ ഗുണഭോക്താക്കൾ? ഒരു സംശയവും വേണ്ട. ലാഭം കിട്ടുന്നത് ബഹുരാഷ്ട്ര കുത്തകകൾക്കും, കോർപ്പറേറ്റുകൾക്കുമാണ്. 100 മുതൽ 300 ശതമാനം വരെയാണ് അവരുടെ ലാഭം.

എന്തുകൊണ്ട് വിലക്കയറ്റമെന്ന ഗുരുതരമായ സാഹചര്യം നമ്മുടെ സമൂഹത്തിൽ ദൈനംദിന പ്രതിഭാസമായി മാറി? നിസ്സംശയമായി പറയാം. അതിന് കാരണം സർക്കാർ പിന്തുടരുന്ന ഭക്ഷ്യനയത്തിന്റെയും, സാമ്പത്തിക നയത്തിന്റെയും പരാജയമാണ്.

കാരണങ്ങൾ ഇവയാണ്. a) ഭക്ഷ്യ സംഭരണാവകാശം സർക്കാരിൽ നിന്നും FCI യിൽനിന്നും മാറ്റി ബഹുരാഷ്ട്ര കമ്പനികൾക്ക് കൊടുത്തു. b) അവശ്യവസ്തുനിയമം കർശനമായി നടപ്പിലാക്കാത്ത

ത്. c) പൊതുവിതരണ സംവിധാനം പ്രോത്സാഹിപ്പിക്കുന്നതിൽ സർക്കാരിന്റെ നിഷ്ക്രിയത്വം. d) പെട്രോൾ, ഡീസൽ വിലവർദ്ധന.

വരൾച്ചയും, പ്രളയവും ഉല്പാദനത്തെ ബാധിച്ചിട്ടുണ്ട് എന്നത് ശരിയാണ്. ഭക്ഷ്യദൗർലഭ്യം ഉണ്ടാകുമ്പോൾ അത് പരിഹരിക്കാൻ വേണ്ട നടപടികൾ സർക്കാർ സ്വീകരിക്കണം. പക്ഷേ, നമ്മൾ കാണുന്നതെന്താണ്? രാജ്യത്ത് ഉള്ളി ക്ഷാമം അതിരൂക്ഷമായ സമയത്ത്, ആഭ്യന്തര വിപണിയിൽ കിലോയ്ക്ക് 45 രൂപ വിലയുണ്ടായിരുന്ന ഉള്ളി, കിലോയ്ക്ക് 13 രൂപ നിരക്കിൽ സർക്കാർ കയറ്റുമതി ചെയ്തു.

പഞ്ചസാരയുടെ ഉല്പാദനത്തിൽ എഴുപതിനായിരം മില്യൺ ടണ്ണിന്റെ കുറവ് വന്നപ്പോൾ കുറഞ്ഞ വിലയിൽ പഞ്ചസാര കയറ്റുമതി ചെയ്തു സർക്കാർ.

പൊതുവിതരണ സംവിധാനത്തിലൂടെ വിപണിയിൽ ഇടപെടുന്നതാണ് വിലക്കയറ്റം തടയുന്നതിനുള്ള മികച്ച പോംവഴി. എന്നാൽ APL, BPL വേർതിരിക്കലോടുകൂടി ഭൂരിഭാഗം ആളുകൾക്കും നിയമപരമായി കിട്ടിക്കൊണ്ടിരുന്ന റേഷൻവിഹിതം റദ്ദ്ചെയ്യപ്പെടുകയും, സ്ഥിതി അതീവ വഷളാവുകയും ചെയ്തു. പൊതുവിപണിയിലെ വില കുറയ്ക്കാനുള്ള ഏകമാർഗ്ഗം പൊതുവിതരണ സംവിധാനത്തിന്റെ സാർവ്വത്രികവല്ക്കരണം മാത്രമാണ്.

ഈ സംവിധാനം കേരള സർക്കാർ കാലങ്ങളായി നടപ്പിലാക്കിക്കൊണ്ടിരിക്കുകയാണ്. അരി കിലോയ്ക്ക് 2 രൂപ നിരക്കിൽ 25,000 കുടുംബങ്ങൾക്ക് കേരളം കൊടുത്തിട്ടുണ്ട്. APL കുടുംബങ്ങൾക്ക് അരി കിലോയ്ക്ക് 9.80 രൂപ നിരക്കിലും കൊടുത്തിട്ടുണ്ട്. മാവേലി സ്റ്റോറുകളിലൂടെ കൊടുത്തത് കിലോയ്ക്ക് 14 രൂപ നിരക്കിലാണ്. വലിയൊരു ബാദ്ധ്യതയാണ് ഇതുവഴി സർക്കാരിന് വരുന്നത്.

ഈ ഭക്ഷ്യസുരക്ഷ നടപ്പിലാക്കാൻ 500 കോടിയോളം രൂപ സർക്കാരിന് ചെലവ് വന്നിട്ടുണ്ട്. കേരളചരിത്രത്തിലെ ഏറ്റവും ഉയർന്ന ഭക്ഷ്യ പദ്ധതിയാകാം ഇത്.

നിർഭാഗ്യകരമെന്ന് പറയട്ടെ, 2007 ൽ കേരളത്തിനുണ്ടായിരുന്ന 1,13,648 മെട്രിക് ടൺ APL വിഹിതം ഇപ്പോൾ 17500 മെട്രിക് ടൺ ആയി കുറച്ചു. അതായത് 80 ശതമാനത്തിന്റെ കുറവ്. ഇത്ര കർക്കശമായ നിലപാട് കേന്ദ്രം സ്വീകരിച്ചാൽ ഒരു സംസ്ഥാനത്തിനും പൊതുവിതരണ സംവിധാനം മുന്നോട്ട് കൊണ്ടുപോകാൻ കഴിയില്ല.

രാജ്യത്ത് ആവശ്യത്തിന് ഭക്ഷ്യശേഖരം ഉണ്ടെന്നാണ് സർക്കാർ അവകാശവാദം. എന്നാൽ ഈ ഭക്ഷ്യധാന്യങ്ങൾ പൊതുവിതരണ സംവിധാനത്തിലൂടെ വിതരണം ചെയ്യുന്നതിന് പകരം സർക്കാർ തുറന്ന വിപണിയിലെ വ്യാപാരികൾക്ക് കൊടുക്കുകയാണ് ചെയ്യുന്നത്. അതിന്റെ പ്രയോജനം കച്ചവടക്കാർക്കാണ്. കൂടാതെ ഇത് വിലക്കയറ്റത്തിന് കാരണമാകുന്നു.

അതിനാൽ, സർക്കാർ പിന്തുടരുന്ന നയം അടിയന്തരമായി മാറ്റുക

യും, വിലക്കയറ്റം നിയന്ത്രിക്കാൻ ആവശ്യമായ ഭരണപരമായ നടപടികൾ കൈക്കൊള്ളുകയും വേണം. സംസ്ഥാനങ്ങൾക്കുള്ള ഭക്ഷ്യധാന്യ വിഹിതം വർദ്ധിപ്പിച്ചുകൊണ്ട് പൊതുവിതരണ സംവിധാനത്തെ ശക്തിപ്പെടുത്തുകയും വേണം. കർഷകരുടെ ഉല്പന്നങ്ങൾക്ക് ന്യായമായ വില അവർക്ക് കൊടുക്കുകയും വേണം.

പാവപ്പെട്ടവരെ സഹായിക്കുക എന്നതായിരിക്കണം സർക്കാർ ലക്ഷ്യം. അല്ലാതെ ഏത് വിധേനയും ലാഭമുണ്ടാക്കാൻ ശ്രമിക്കുന്ന മിൽ മുതലാളിമാരെയല്ല സഹായിക്കേണ്ടത്.

(25-02-2010, 193-ാം ചട്ടപ്രകാരം)

സർക്കാർ വാഗ്ദാനങ്ങൾ നിറവേറ്റണം

നന്ദി, മാഡം. യഥാർത്ഥത്തിൽ ഈ ചർച്ച ആരംഭിക്കേണ്ടത് ഞാനായിരുന്നു. എന്നാൽ ചെയറിൽ നിന്നുള്ള അപേക്ഷ പരിഗണിച്ചും, സഭാ നടപടികൾ ശാന്തമായി നടക്കാനും വേണ്ടി ഞാനെന്റെ അവസരം വിട്ടു കൊടുക്കുകയായിരുന്നു. ഇപ്പോൾ ഞാൻ ഈ ചർച്ചയിൽ പങ്കെടുക്കുന്നു.

മാഡം, വിലക്കയറ്റമെന്ന വളരെ രൂക്ഷമായ ഒരു പ്രശ്നമാണ് നമ്മളിവിടെ ചർച്ച ചെയ്യുന്നത്. 14–ാം ലോക്സഭയിലും, 15–ാം ലോക്സഭയിലും ഒരുപോലെ വിലക്കയറ്റത്തെക്കുറിച്ചുള്ള ചർച്ചയ്ക്ക് സാക്ഷിയാകുവാൻ എനിക്ക് കഴിഞ്ഞിട്ടുണ്ട്. ഓരോ ചർച്ചയ്ക്ക് ശേഷവും വില കുറയുന്നതിനു പകരം കൂടുകയാണ് ചെയ്തത്. ഇപ്പോൾ ഇവിടെയിരിക്കുന്ന കോൺഗ്രസ് നേതാക്കൾ സർക്കാരിനോട് ഉന്നയിക്കുന്ന ഇതേ വിഷയത്തെപ്പറ്റി അന്ന് ഞങ്ങൾ കോൺഗ്രസുകാരോട് ചോദിച്ചിരുന്നു. എന്നാൽ വിലക്കയറ്റം നിയന്ത്രിക്കാനുള്ള യാതൊരുവിധ നടപടികളും സ്വീകരിക്കാൻ അവർ തയ്യാറല്ലായിരുന്നു.

ഈ വിലക്കയറ്റത്തിന്റെയും, അഴിമതിയുടെയും വിഷയങ്ങൾ മുതലെടുത്ത് കൊണ്ടാണ് ഇപ്പോഴത്തെ സർക്കാർ അധികാരത്തിൽ വന്നത്. BJP യുടെ തിരഞ്ഞെടുപ്പ് പ്രകടനപത്രിക പരിശോധിച്ചാൽ അതിൽ ആദ്യം പരാമർശിച്ചിരിക്കുന്ന കാര്യം, അവർ അധികാരത്തിൽ വന്നാലുടൻ തന്നെ വിലക്കയറ്റം നിയന്ത്രിക്കാനുള്ള എല്ലാ നടപടികളും സ്വീകരിക്കുമെന്നാണ്.

വളരെ വിനയത്തോടെ അവരോട് ഞാൻ ചോദിക്കാൻ ആഗ്രഹിക്കുന്ന കാര്യം അധികാരത്തിൽ വന്നതിന് ശേഷം അവർ സ്വീകരിച്ച നടപടികൾ വില കുറയ്ക്കുന്നതിന് വേണ്ടിയുള്ളതായിരുന്നോ അതോ വില വർദ്ധനവിന് വേണ്ടിയുള്ളതായിരുന്നോ എന്നാണ്. ഈ സമ്മേളനത്തിന്

മുമ്പ് പോലും നയപ്രഖ്യാപനമടക്കമുള്ള ഒരുപാട് നടപടികൾ സർക്കാർ എടുത്തിട്ടുണ്ട്. രാഷ്ട്രീയ പാർട്ടികളുടെയും മറ്റ് സംഘടനകളുടെയും ആവർത്തിച്ചുള്ള അഭ്യർത്ഥനകൾ ശ്രദ്ധിക്കാൻ പോലും സർക്കാർ തയ്യാറായിരുന്നില്ല. പകരം, കോൺഗ്രസ് പാർട്ടിയുടെയും UPA സർക്കാരിന്റെയും അതേ വഴി തെരഞ്ഞെടുക്കുകയാണ് BJP സർക്കാർ ചെയ്തത്. തെരഞ്ഞെടുപ്പിന് ശേഷം BJP സർക്കാർ ജനങ്ങൾക്ക് കൊടുത്ത സമ്മാനം വിലക്കയറ്റമാണ്. നിങ്ങൾക്കതിന് തൃപ്തികരമായ എന്തെങ്കിലും മറുപടി ഉണ്ടാകുമെന്ന് എനിക്ക് തോന്നുന്നില്ല.

രാഷ്ട്രപതിയുടെ അഭിസംബോധനയ്ക്കുള്ള നന്ദിപ്രമേയ ചർച്ചാ വേളയിൽ, നമ്മുടെ പ്രധാനമന്ത്രി വളരെ വളരെ ശ്രദ്ധേയവും, ആകർഷകവുമായ ഒരു പ്രസംഗം നടത്തിയിരുന്നു. അദ്ദേഹം പറഞ്ഞു. ഞാൻ ഒരു പുതിയ അംഗമാണ്. ഞാൻ ചിലപ്പോൾ തെറ്റുകൾ ചെയ്തേക്കാം. എനിക്ക് നിങ്ങളുടെ സഹകരണം ആവശ്യമാണ്. 'വ്യത്യസ്തനായ' ഒരു ബി ജെ പി നേതാവാണ് അദ്ദേഹം എന്നെനിക്ക് തോന്നി. തീർച്ചയായും അദ്ദേഹത്തിന്റെ പ്രസംഗം വളരെ ആകർഷകമായിരുന്നു. മുഴുവൻ മാധ്യമങ്ങളും അദ്ദേഹത്തിന്റെ പ്രസംഗം പകർത്തി. ഒരാൾക്കും ചോദ്യം ചെയ്യാൻ ആവാത്തതരത്തിലുള്ള അവതരണമായിരുന്നു അദ്ദേഹത്തിന്റേത്. അദ്ദേഹം പറഞ്ഞു: "ഈ സഭയുടെ അംഗീകാരം കിട്ടിയതിന് ശേഷമേ ഞാൻ പ്രവർത്തിക്കുകയുള്ളൂ എന്ന്. അതിനുശേഷം ഈ സർക്കാർ ചെയ്തതെന്താണ്? പെട്രോളിന്റെയും, ഡീസലിന്റെയും വില ലിറ്ററിന് യഥാക്രമം 1.69 രൂപയും, 50 പൈസയും വർദ്ധിപ്പിച്ചു. പ്രധാനമന്ത്രി നടത്തിയ വാഗ്ദാനം നിറവേറ്റിയോ?" ഞാൻ പറയുന്നു. "ഇല്ല." സഭയിൽ പറഞ്ഞതിന് എതിരായിട്ടാണ് അദ്ദേഹം ചെയ്തത്.

എന്റെ വളരെ വളരെ അടുത്ത സുഹൃത്ത് ശ്രീ. Dr. സദാനന്ദഗൗഡ ഇവിടെ റെയിൽവേ ബജറ്റ് അവതരിപ്പിച്ചു. അദ്ദേഹവും സംസാരിച്ചത് പാവപ്പെട്ടവരുടെ ക്ഷേമത്തെക്കുറിച്ചായിരുന്നു. റെയിൽവേ യാത്രാക്കൂലിയും, ചരക്കുകൂലിയും അദ്ദേഹം ഒരിക്കലും വർദ്ധിപ്പിക്കില്ലായെന്നുമാണ് ഞാൻ കരുതിയത്. എന്നാൽ റെയിൽവേ യാത്രാക്കൂലി 14.5 ശതമാനവും, ചരക്കുകൂലി 5 ശതമാനവും വർദ്ധിപ്പിക്കുക എന്നതായിരുന്നു അദ്ദേഹത്തിന്റെ സംഭാവന.

ഭൂരിഭാഗം സംസ്ഥാനങ്ങൾക്കും ഭക്ഷ്യസാധനങ്ങളടക്കം അവരുടെ അവശ്യവസ്തുക്കൾ കിട്ടുന്നത് റെയിൽവേയിലൂടെയാണ്. അതുകൊണ്ട്, റെയിൽവേ ചരക്കു ഗതാഗത നിരക്ക് വർദ്ധിപ്പിക്കുന്നത് സാധാരണക്കാരെ ബാധിക്കും. യാത്രാക്കൂലിയുടെ കാര്യത്തിലും അതാണ് വസ്തുത. മന്ത്രി പറഞ്ഞു. റെയിൽവേയുടെ സാമ്പത്തിക സ്ഥിതി വളരെ മോശമാണെന്ന്. അതേസമയം, പെട്രോൾ, ഡീസൽ, മണ്ണെണ്ണ എന്നിവയുടെ വില വർദ്ധിപ്പിക്കുമ്പോഴും, യാത്രാക്കൂലി, ചരക്കുകൂലി എന്നിവ വർദ്ധിപ്പിക്കുമ്പോഴും അതൊക്കെ പരോക്ഷ നികുതികളാണെന്ന് അവരോർക്കണം. സമ്പന്നരായവരെ തൊടാൻ അവർ തയ്യാറല്ല. ഒരു പിന്തിരിപ്പൻ

നികുതി നയമാണ് അവർ പിന്തുടരുന്നത്. വരുന്ന ബജറ്റിലും അതു തന്നെ കാണുമെന്ന് എനിക്ക് തോന്നുന്നു. ഈ പിന്തിരിപ്പൻ നയവും പരോക്ഷ നികുതികളും ദോഷകരമായി ബാധിക്കുന്ന ഒരു വലിയ വിഭാഗം ജനങ്ങൾ ഈ രാജ്യത്തുണ്ട്.

എന്താണ് വിലക്കയറ്റത്തിനുള്ള പ്രധാന കാരണം? നിങ്ങൾക്ക് കൃത്യമായ ഒരു സംവിധാനം വേണമെന്ന് കുറച്ച് മുമ്പ് സംസാരിച്ച ബഹു. അംഗം പറഞ്ഞു. കഴിഞ്ഞ പത്ത് വർഷക്കാലയളവിൽ എന്താണ് സംഭവിച്ചത് എന്ന് മനസ്സിലാക്കാനുള്ള ഒരു സംവിധാനം നിങ്ങൾക്ക് ഇല്ലാത്തതെന്തു കൊണ്ടാണ്? അങ്ങനെ ചെയ്യുന്നതിൽ നിങ്ങൾ പരാജയപ്പെട്ടു. പെട്രോൾ, ഡീസൽ, മണ്ണെണ്ണ തുടങ്ങിയവയുടെ വില വർദ്ധിപ്പിക്കരുതെന്ന് ഞങ്ങൾ പറഞ്ഞു. പക്ഷേ, അത് ശ്രദ്ധിക്കാൻ നിങ്ങൾ തയ്യാറായിരുന്നില്ല.

ഏകദേശം രണ്ട് വർഷങ്ങൾക്ക് മുമ്പ് ഞാൻ ഈ സഭയിൽ ഉന്നയിച്ച ഒരു ചോദ്യത്തിന് കിട്ടിയ മറുപടി എന്റെ കൈയിലുണ്ട്. അതിൽ പറയുന്നത് പെട്രോളിന്റെ അടിസ്ഥാന വില വെറും ഇരുപതോ, ഇരുപത്തിരണ്ടോ രൂപയാണെന്നാണ്. എക്സൈസ്നികുതി, മൂല്യവർദ്ധിത നികുതി, വില്പനനികുതി തുടങ്ങിയവയാണ് വിലയിൽ ഉൾപ്പെടുന്ന മറ്റ് ചാർജുകൾ. അത് മൊത്തം 35 ശതമാനം വരും. എന്താണ് ഈ മറ്റിനങ്ങൾ എന്ന് നമ്മൾക്കറിയില്ല. എന്നിട്ടും, ഈ നികുതികളിൽ നിന്ന് കിട്ടുന്നത് വൻ വരുമാനം ആയതുകൊണ്ട് തന്നെ അത് റദ്ദ് ചെയ്യാൻ ഒരു സർക്കാറും തയ്യാറല്ല. ഇറാഖ് പ്രതിസന്ധിയുടെ സ്വാധീനമുണ്ടെന്ന് ഞാൻ സമ്മതിക്കുന്നു. പക്ഷേ, അതല്ല പ്രധാന കാരണം. പെട്രോളിന്റെയും, ഡീസലിന്റെയും അടിസ്ഥാന വിലയോട് കൂട്ടിച്ചേർക്കുന്ന പ്രധാന നികുതികളാണ് വിലവർദ്ധനവിന്റെ മുഖ്യകാരണം.

തിരഞ്ഞെടുപ്പ് സമയത്ത് വാഗ്ദാനം ചെയ്തത് പോലെ ഈ നികുതികൾ എക്സൈസ് നികുതിയോ, വില്പന നികുതിയോ, മൂല്യവർദ്ധിത നികുതിയോ ഏതെങ്കിലും ഒന്നെങ്കിലും കുറയ്ക്കാനുള്ള രാഷ്ട്രീയ ഇച്ഛാശക്തി ഈ സർക്കാരിനുണ്ടോ എന്നറിയാൻ എനിക്കാഗ്രഹമുണ്ട്. വില്പന നികുതി കിട്ടുന്നത് സംസ്ഥാനങ്ങൾക്കായതുകൊണ്ട് അത് കുറയ്ക്കാനുള്ള ഉത്തരവാദിത്വം അവർക്കും ഉണ്ടെന്ന് തീർച്ചയായും കേന്ദ്രത്തിന് പറയാം. വിലക്കയറ്റത്തിന്റെ സിംഹഭാഗവും പെട്രോൾ, ഡീസൽ വില വർദ്ധനവ് മൂലം ഉണ്ടാകുന്നതാണ്. മുൻ സർക്കാരിന്റെ സംഭാവനയാണ്. അവരുടെ സംഭാവനകളെ വില കുറച്ച് കാണുകയല്ല ഞാൻ. പക്ഷേ, അവർ തന്നെയാണ് പറഞ്ഞത്. വിലക്കയറ്റത്തിന്റെ പ്രധാനകാരണം അതാണെന്ന്. സഭയുടെ ഈ ഭാഗത്തിരുന്നുകൊണ്ട് എല്ലാ വിഷയങ്ങളെയും ഉദ്ധരിച്ചുകൊണ്ട് പെട്രോളിന്റെയും, ഡീസലിന്റെയും വില കുറയ്ക്കാൻ അവർ ആവശ്യപ്പെട്ടത് ഞാൻ ഇപ്പോഴും ഓർക്കുന്നു. പക്ഷേ, അവർ അതിന് തയ്യാറായിരുന്നില്ല. എന്നാൽ ഇപ്പോൾ എന്താണ് അവരുടെ നിലപാട്. അവർ അത് വ്യക്തമാക്കണം. എന്തെ

ങ്കിലും നടപടിയെടുക്കാൻ അവർ തയ്യാറാണോ? അതിനുള്ള രാഷ്ട്രീയ ഇച്ഛാശക്തി അവർക്കുണ്ടോ എന്നറിയാൻ ഞാൻ ആഗ്രഹിക്കുന്നു. നടത്തിയ വാഗ്ദാനങ്ങളെക്കുറിച്ച് എന്തെങ്കിലും ആത്മാർത്ഥത മോദി സർക്കാർ കാണിച്ചിട്ടുണ്ടോ എന്നറിയാൻ ആഗ്രഹമുണ്ട്. പ്രധാനമന്ത്രി അദ്ദേഹത്തിന്റെ കന്നിപ്രസംഗത്തിൽ നടത്തിയ വാഗ്ദാനങ്ങളിൽ എന്തെങ്കിലും ആത്മാർത്ഥതയുണ്ടോ എന്നറിയണം. ഏതെങ്കിലും നികുതി കുറയ്ക്കാൻ തയ്യാറാണെന്ന ഉത്തരവുമായി അദ്ദേഹം തന്നെ മുമ്പോട്ട് വരണം. അങ്ങനെ ചെയ്താൽ അത് വളരെ പ്രയോജനകരമായിരിക്കും. ഏറ്റവും വലിയ ഭൂരിപക്ഷവുമായി ഈ സർക്കാർ അധികാരത്തിൽ വന്നപ്പോൾ അവർ ആദ്യം ചെയ്യുന്ന കാര്യം നികുതി കുറയ്ക്കുക എന്നതായിരിക്കും എന്ന് ഒരു സാധാരണ ബി ജെ പി പ്രവർത്തകൻ പോലും പ്രതീക്ഷിച്ചിട്ടുണ്ടാവും എന്ന് ഞാൻ കരുതുന്നു. എന്നാൽ അവർ പ്രവർത്തിക്കുന്നത് പ്രതിപക്ഷത്തിനെതിരായി മാത്രമല്ല. അവരെ വോട്ട് ചെയ്ത് വിജയിപ്പിച്ച ജനങ്ങൾക്ക് എതിരേയുമാണ്. ഇത് രാജ്യസുരക്ഷയ്ക്ക് വേണ്ടിയാണ് എന്നാണവരുടെ വാദം. ഇത് സമ്പദ് വ്യവസ്ഥയുടെ സുരക്ഷയ്ക്ക് വേണ്ടിയാണെന്നാണ് അവർ പറയുന്നത്. എങ്ങനെ നമുക്കത് പറയാൻ കഴിയും? ഇതിന്റെ വില സാധാരണക്കാരന്റെ ജീവിതമാണ്.

ഇവിടെ വിഭവങ്ങളുടെ കുറവുണ്ടെന്ന് ഞാൻ സമ്മതിക്കുന്നു. ബജറ്റ് ആവശ്യങ്ങൾ നിറവേറ്റാൻ പണത്തിന്റെ കുറവുണ്ട്. എനിക്കത് വ്യക്തമാക്കാൻ കഴിയും. കഴിഞ്ഞവർഷം യു പി എ സർക്കാർ അവതരിപ്പിച്ച ബജറ്റിന്റെ കാര്യമെടുക്കാം. നികുതി നഷ്ടം 5,76,000 കോടിയായിരുന്നു. അതിന് ഒരുവർഷം മുമ്പ് 5,26,00 കോടിയായിരുന്നു. അന്നത്തെ ധനമന്ത്രി സഭയിൽ വെച്ച ബജറ്റ് പ്രകാരം ധനക്കമ്മിയെക്കാൾ കൂടുതലായിരുന്നു അത്. ഈ 5,76,000 കോടി എങ്ങോട്ടാണ് പോകുന്നത്? ഈ തുക പോകുന്നത് സാധാരണക്കാരിലേക്കല്ല. വലിയ ഹോട്ടലുകൾക്കുള്ള നികുതി ഇറക്കുമതി തീരുവ, ആഡംബര നികുതികൾ, etc. എന്നിവയിലുള്ള ഇളവുകളുടെ രൂപത്തിൽ ഇത് കിട്ടുന്നത് സമ്പന്ന വിഭാഗത്തിനാണ്. വിവിധയിനങ്ങളുടെ നികുതിയിനത്തിൽ 5,76,000 കോടിയുടെ നികുതി സമാഹരിക്കാൻ പാർലമെന്റ് ഒരു ബിൽ പാസാക്കിയിരുന്നു. എന്തധികാരമാണ് അതിന് സർക്കാരിനുള്ളത്? ഇത് ആർക്കാണ് പോകുന്നത്? പിന്നെ അവർ പറയുന്നു അവിടെ വിഭവങ്ങളില്ലായെന്ന്. അവരുടെ കൈയിൽ പണമില്ലെന്ന്. പണമെവിടെയുണ്ട്. ആ പണം പോകുന്നത് പക്ഷേ, സമ്പന്നരുടെ അടുത്തേക്കാണെന്ന് മാത്രം. പെട്രോൾ വില 1.69 രൂപയും, ഡീസൽ വില 50 പൈസയും വർദ്ധിപ്പിച്ചതിന് ഒരു ന്യായീകരണവുമില്ല. ഈ സഭയോടും, ഇവിടുത്തെ ജനങ്ങളോടും ആത്മാർത്ഥത ഉണ്ടെങ്കിൽ സർക്കാർ ആദ്യം ചെയ്യേണ്ടത് നിലവിലെ നികുതിഘടന പിൻവലിക്കുക എന്നുള്ളതാണ്.

നമ്മൾ ഇതിന്റെ വിശദാംശങ്ങൾ പരിശോധിക്കുമ്പോൾ ഏപ്രിൽ

മാസത്തെ 8.64 ശതമാനം ഭക്ഷ്യവിലക്കയറ്റത്തിനെതിരെ മേയിൽ ഉണ്ടായത് 9.5 ശതമാനം ആണെന്ന് കാണാം. ബഹുമാനപ്പെട്ട അംഗം പറഞ്ഞത് പോലെ ഉരുളക്കിഴങ്ങിന്റെ വിലക്കയറ്റമാണ് ഏറ്റവും ഉയർന്നത്. 31.4 ശതമാനം. പഴങ്ങളുടെ വിലക്കയറ്റം ഏകദേശം 19.4 ശതമാനം വരും. മുട്ട, ഇറച്ചി, മത്സ്യം എന്നിവയുടേത് ഏകദേശം 12.47 ശതമാനമാണ്. ഉല്പാദനമേഖലയെ സംബന്ധിച്ചിടത്തോളം വിലക്കയറ്റം 5 ശതമാനമാണ്. ഇതൊരു വലിയ പട്ടികയാണ്. സർക്കാരിന്റെ തന്നെ റിപ്പോർട്ട് പ്രകാരം വിലക്കയറ്റം 6.10 ശതമാനമാണ്. മുമ്പ് അത് 5.13 ആയിരുന്നു. അടിസ്ഥാന മേഖലയുടെ കാര്യത്തിൽ അത് 8.50 ശതമാനവും, ഭക്ഷണസാധനങ്ങളുടെ കാര്യത്തിൽ 9.57 ശതമാനവുമാണ്.

വില വർദ്ധനവ് സംഭവിച്ച ഓരോ സാധനങ്ങളുടെയും കാര്യം പരിശോധിച്ചാൽ, ഈ സർക്കാരിന് അധികാരം കിട്ടിയതിന്റെ പേരിൽ ജനങ്ങൾ ശിക്ഷിക്കപ്പെടുകയാണെന്ന് നമുക്ക് പറയേണ്ടി വരും. ജനങ്ങൾ നിങ്ങൾക്കനുകൂലമായി അവരുടെ വോട്ടവകാശം വിനിയോഗിച്ചിട്ടുണ്ട്. മുൻസർക്കാരിന് എടുക്കാൻ കഴിയാത്ത ചില ജനപക്ഷ നടപടികൾ നിങ്ങൾ അധികാരത്തിൽ വന്നാൽ എടുക്കും എന്നായിരുന്നു ജനങ്ങളുടെ ചിന്ത. എന്നാൽ എല്ലാ വസ്തുക്കളുടെയും വില വീണ്ടും വർദ്ധിക്കുന്നതാണ് കാണാൻ കഴിയുന്നത്. വിലക്കയറ്റം നിയന്ത്രിക്കാൻ എന്ത് നടപടികളാണ് നിങ്ങളെടുക്കാൻ പോകുന്നത്?

ഡീസലിന്റെ കാര്യം നോക്കാം. ഡീസൽ വിലസ്ഥിരത ഉറപ്പാക്കാനുള്ള ഒരു സംവിധാനം നമ്മുടെ രാജ്യത്തുണ്ടായിരുന്നു. ആ സംവിധാനം മുമ്പേ പോയി. ആ സംവിധാനത്തെക്കുറിച്ചാണ് ബഹു. അംഗം സൂചിപ്പിച്ചത്. ജനങ്ങൾക്ക് എന്തെങ്കിലും ആശ്വാസം കൊടുക്കാൻ ഈ സർക്കാർ തയ്യാറുണ്ടോ? നേരത്തെയുണ്ടായിരുന്ന NDA സർക്കാർ പിന്തുടർന്ന വിലസ്ഥിരത സംവിധാനം പുനഃസ്ഥാപിക്കാൻ നിങ്ങൾ തയ്യാറുണ്ടോ? ഏത് കമ്പനി വിചാരിച്ചാലും ഡിസൽ വില വർദ്ധിപ്പിക്കാം എന്നതാണ് ഇപ്പോഴത്തെ സ്ഥിതി. വില വർദ്ധനവിന് അതും ഒരു കാരണമാണ്.

LPG, മണ്ണെണ്ണ എന്നിവയുടെ കാര്യമെടുക്കാം. മണ്ണെണ്ണയുടെ കാര്യത്തിൽ വളരെ കയ്പേറിയ അനുഭവമാണ് കേരളത്തിനുള്ളത്. BPL വിലയ്ക്ക് മണ്ണെണ്ണ ആവശ്യമുള്ള ഒരുപാട് മത്സ്യത്തൊഴിലാളികളുണ്ട് കേരളത്തിൽ. എന്നാൽ അവർക്കത് ആവശ്യത്തിന് കിട്ടുന്നില്ല. അവർക്കത് PDS വിഹിതത്തിൽ കിട്ടും എന്നാണ് സർക്കാർ പറയുന്നത്. എന്നാൽ അത് കൊടുക്കാൻ സംസ്ഥാന സർക്കാരിന് സാധിക്കുന്നില്ല. അതിനാൽ അവർക്കത് പൊതു വിപണിയിൽനിന്നും വാങ്ങേണ്ടതായി വരുന്നു. സർക്കാറെടുത്ത നയത്തിന്റെ ഫലമായിട്ടാണ് LPG, പെട്രോൾ, ഡീസൽ, മണ്ണെണ്ണ മുതലായ എല്ലാ സാധനങ്ങളുടെയും വില വർദ്ധിച്ചത്.

മോദിസർക്കാരിലെ ചില നേതാക്കൾ പറഞ്ഞത് സർക്കാർ എന്നത്

ഒരു തുടർച്ചയായ പ്രക്രിയയാണെന്നാണ്. ശരിയാണ്. ഒരു ഭരണ സംവിധാനം എന്ന നിലയിൽ സർക്കാർ എന്നത് ഒരു തുടർച്ചയായ പ്രക്രിയയാണ്. എന്നാൽ നയപരമായ വിഷയങ്ങൾ തീർത്തും വ്യത്യസ്തമാണ്. നയപരമായ കാര്യങ്ങൾ ജനങ്ങളുടെ ആവശ്യത്തിനനുസരിച്ച് മാറ്റണം. നിങ്ങൾക്കതിന് കഴിയില്ല എന്നെനിക്കുറപ്പാണ്. സഭയ്ക്കുള്ളിലോ പുറത്തോ നിങ്ങൾ നടത്തിയ പ്രഖ്യാപനങ്ങൾ പലതും വിലക്കയറ്റം കുറക്കാനുദ്ദേശിച്ച് കൊണ്ടുള്ളതല്ല.

രാജ്യത്തിന്റെ പ്രതിരോധവുമായി ബന്ധപ്പെട്ട് സർക്കാരിന്റെ നിലപാട് നിങ്ങൾ നോക്കൂ. UPA സർക്കാരിന്റെ കാലത്ത് പ്രതിരോധ മേഖലയിലെ FDI 5 ശതമാനം മാത്രമായിരുന്നു എന്നാണ് ശ്രീ. ആന്റണി പറഞ്ഞത്. എന്നാൽ ഈ സർക്കാർ പറയുന്നു വിദേശനിക്ഷേപം 100 ശതമാനമാക്കുക എന്ന്. അപ്പോൾ എന്താണ് നിങ്ങൾ ആഗ്രഹിക്കുന്നത്. ആഭ്യന്തര ആവശ്യങ്ങളോ, വിദേശ ആവശ്യങ്ങളോ? ആശയവിനിമയ മേഖലയെ സംബന്ധിച്ച് അത് വളരെ ശരിയാണ്. രാജ്യസുരക്ഷയുമായി ബന്ധപ്പെട്ടും അത് വളരെ പ്രാധാന്യമർഹിക്കുന്നതാണ്. പ്രതിരോധവും ആശയവിനിമയവും സർക്കാരിൽ നിക്ഷിപ്തമായിരിക്കണമെന്നത് ഈ സഭയിൽ നടന്ന ചർച്ചയിൽ ഉരുത്തിരിഞ്ഞുവന്ന ആശയമാണ്. നമ്മുടെ സൈന്യത്തിനും, നാവികസേനയ്ക്കും ആവശ്യമുള്ള ഉപകരണങ്ങൾ നിർമ്മിക്കുന്നതിൽ വിദേശികളെ എങ്ങനെ വിശ്വസിക്കും? ആശയവിനിമയ മേഖലയെയും സംബന്ധിക്കുന്ന വിഷയമാണിത്.

റെയിൽവേയിലും FDI അനുവദിക്കാനുള്ള സമ്മതം കിട്ടുമെന്നാണ് ഇന്നലെ ക്യാബിനറ്റ് മീറ്റിംഗിൽ പങ്കെടുക്കാൻ പോയ എന്റെ സുഹൃത്ത് ശ്രീ. സദാനന്ദജി കരുതിയത്. ഞാൻ വിഷയത്തിൽനിന്നും വ്യതിചലിക്കുകയല്ല, മറിച്ച് നിങ്ങളുടെ സമീപനത്തെക്കുറിച്ച് പരാമർശിക്കുകയാണ്. ഈ രാജ്യത്തെ ഏറ്റവും വലിയ പൊതുമേഖല സ്ഥാപനമാണ് റെയിൽവേ. സാധാരണ ജനങ്ങളുടെ പങ്കാളിത്തവും സഹകരണവുമാണ് ഈ സ്ഥാപനത്തിന്റെ വിജയത്തിന് കാരണം. ലക്ഷക്കണക്കിന് തൊഴിലാളികൾ ഈ സ്ഥാപനത്തിൽ ജോലി ചെയ്യുന്നു. പക്ഷേ, അവിടെയും സ്വകാര്യ പങ്കാളിത്തവും FDI യും ആണ് സർക്കാർ ലക്ഷ്യം. സ്വകാര്യ പങ്കാളിത്തത്തിന് പൂർണ്ണമായും എതിരല്ല. ഞാൻ FDI യെയും പൂർണ്ണമായി എതിർക്കുന്നില്ല. എല്ലാ കാര്യത്തിലും എല്ലാ സ്ഥാപനങ്ങളിലും സ്വകാര്യ വിദേശ പങ്കാളിത്തം ആവശ്യമാണെന്ന നിലപാടിനെയാണ് ഞാൻ എതിർക്കുന്നത്. ആഭ്യന്തര ഉല്പാദനത്തിന് വേണ്ടിയും, ആഭ്യന്തര ആവശ്യങ്ങൾക്ക് വേണ്ടിയും മുമ്പ് നിർത്താതെ വാദിച്ചവരാണ് BJP നേതാക്കൾ.

ആ പഴയ കാഴ്ചപ്പാടുകളൊക്കെ അപ്പാടെ വിഴുങ്ങിയ നിങ്ങൾ ഇപ്പോൾ പറയുന്നു. FDI യും സ്വകാര്യ ബഹുരാഷ്ട്ര പങ്കാളിത്തവും ആണ് രാജ്യത്തിന് നല്ലതെന്ന്. ഇത് നിങ്ങളുടെ കാഴ്ചപ്പാടായിരുന്നില്ലേ? ഈ രാജ്യത്തെ വിലക്കയറ്റത്തിൽ പ്രതിഫലിക്കുന്നത് ആ കാഴ്ചപ്പാ

ടാണ്. അത് പുനഃപരിശോധിക്കാനോ, മാറ്റങ്ങൾ വരുത്താനോ നിങ്ങൾ തയ്യാറല്ല എന്നാണ് മനസ്സിലാകുന്നത്. അത് സൂചിപ്പിക്കാനാണ് ഇപ്പോഴത്തെ സ്പീക്കർ അദ്ധ്യക്ഷത വഹിച്ച 14 ഉം, 15 ഉം ലോക്സഭയിൽ ഇതേ വിഷയങ്ങളെക്കുറിച്ച് നടന്ന ചർച്ചകൾ ഞാൻ ഇവിടെ പരാമർശിച്ചത്.

UPA സർക്കാരിന്റെ തുടർച്ചയായി അതേ നയങ്ങളാണ് ഈ സർക്കാരും പിന്തുടരുന്നത്. പിന്നെ എന്താണ് വ്യത്യാസം? ജനങ്ങളുടെ കഷ്ടപ്പാട് കൂടി എന്ന ഒറ്റ വ്യത്യാസമേ ഉള്ളൂ. ഈ പ്രശ്നങ്ങൾ പരിഹരിക്കണം. ഈ തീരുമാനങ്ങളെ ഞങ്ങൾ ശക്തമായി എതിർക്കുന്നു. പ്രധാനമന്ത്രി ഈ സഭയിൽ പ്രസംഗത്തിലും, വാഗ്ദാനങ്ങളിലും എന്തെങ്കിലും ആത്മാർത്ഥത ഉണ്ടെങ്കിൽ പുതുതായി ചുമത്തിയ നികുതികൾ പിൻവലിക്കണം. ജനങ്ങൾക്ക് അല്പമെങ്കിലും ആശ്വാസം കൊടുക്കാൻ ആ ഒരു വഴി മാത്രമേ ഉള്ളൂ.

ഇത്രയും പറഞ്ഞുകൊണ്ട് ഞാൻ ഉപസംഹരിക്കുന്നു.

(09-07-2014 193 നിയമപ്രകാരം)

വിലക്കയറ്റ വിഷയത്തിൽ

ഡെപ്യൂട്ടി സ്പീക്കർ സർ, നന്ദി, ചട്ടം 193 പ്രകാരം ചർച്ച ആരംഭിക്കാൻ എനിക്കനുവാദം തന്നതിന് നന്ദി....(തടസ്സങ്ങൾ).

സർ, ജനങ്ങളുടെ ദൈനംദിന ജീവിതത്തെ സാരമായി ബാധിക്കുന്ന വിലക്കയറ്റ വിഷയത്തെക്കുറിച്ചാണ് നമ്മൾ ചർച്ച ചെയ്യുന്നത്. അനിയന്ത്രിതമായി തുടരുന്ന വിലക്കയറ്റം കുടുംബ ബജറ്റിനെയാകെ തകിടം മറിക്കുകയാണ്. കാർഷികോത്പാദനത്തിന്റെ ചെലവ് അനിയന്ത്രിതമായി വർദ്ധിക്കുകയും, അതേസമയം കാർഷിക ഉത്പന്നങ്ങളുടെ വില കുറയുകയും ചെയ്യുന്ന ഇന്നത്തെ സാഹചര്യത്തിൽ ജീവിതത്തിന്റെ രണ്ടറ്റവും കൂട്ടിമുട്ടിക്കാൻ പാടുപെടുകയാണ് സാധാരണ ജനങ്ങൾ. 14-ാം ലോക്സഭ മുതൽ വിലക്കയറ്റത്തെക്കുറിച്ച് ഈ വേദിയിൽ നടന്ന എല്ലാ ചർച്ചകളിലും പങ്കെടുത്ത അനുഭവം എനിക്കുണ്ട്. എല്ലാ സമ്മേളനങ്ങളിലും വിലക്കയറ്റത്തെക്കുറിച്ച് നമ്മൾ സംസാരിക്കുന്നു. പക്ഷേ, വിലക്കയറ്റം ഒരിക്കലും നമ്മുടെ ചർച്ചകളെ ശ്രദ്ധിച്ചില്ല. ജനങ്ങളെ പീഡിപ്പിച്ചുകൊണ്ട് അതതിന്റെ യാത്ര തുടരുന്നു. വിലക്കയറ്റത്തിന് പല കാരണങ്ങൾ ഉണ്ടാകാമെന്നത് ഞാൻ സമ്മതിക്കുന്നു. സാമ്പത്തിക വിദഗ്ധർ ഇതിനെ ചോദനപ്രേരക വിലവർദ്ധനവ് [Demand push inflation] എന്ന് വിളിച്ചേക്കാം.....(തടസ്സങ്ങൾ) ഇതൊരുപക്ഷേ, ചോദന പ്രേരകമോ, വിതരണ പ്രേരകമോ [Supply push inflation], വേതന പ്രേരകമോ [Wage push inflation] ആയ വിലവർദ്ധനവ് ആകാം. അവരതിനെ എന്ത് പേരിട്ട് വിളിച്ചാലും അടിക്കടിയുണ്ടാകുന്ന വിലക്കയറ്റത്തിന്റെ ദുരിതഫലങ്ങൾ അനുഭവിക്കേണ്ടി വരുന്നത് സാധാരണ ജനങ്ങളാണ്. വിലക്കയറ്റത്തിന്റെ കാലഘട്ടമാണിത്. പരിപ്പിന്റെ വില എന്നത്തേക്കാളും ഉയരത്തിലേക്ക് കുതിക്കുകയാണ്. കോഴിയിറച്ചിയേക്കാൾ വില ഇന്ന്

പരിപ്പിനാണ്, കിലോയ്ക്ക് 220/ രൂപയേക്കാൾ അധികം. ഉഴുന്ന് പരിപ്പിനും, തുവരപ്പരിപ്പിനും വില 2014 ൽ ഉണ്ടായതിന്റെ ഇരട്ടിയായി. ഭൂരിഭാഗം ജനങ്ങളും പോഷകാഹാരത്തിനായി ആശ്രയിക്കുന്നത് പയർവർഗ്ഗങ്ങളെയാണ്. ദിവസേന ഒരു വ്യക്തിക്ക് ആവശ്യമായ പയർവർഗ്ഗങ്ങളുടെ അളവ് 50 മുതൽ 60 ഗ്രാം വരെയാണ്. എന്നാൽ ലഭിക്കുന്നത് വെറും 30 ഗ്രാം ആണ്. പാവപ്പെട്ടവന്റെ പോഷകാഹാരമായി കരുതിയിരുന്ന പയർ വർഗ്ഗങ്ങളിന്ന് പണക്കാരന്റെ ആഡംബര ഭക്ഷണമായി മാറിക്കഴിഞ്ഞിരിക്കുന്നു. വിലക്കയറ്റമാണതിന്റെ കാരണം. പയർവർഗ്ഗങ്ങൾ ഉത്പാദിപ്പിക്കുകയും, ഉപയോഗിക്കുകയും, ഇറക്കുമതി ചെയ്യുകയും ചെയ്യുന്ന രാജ്യമാണ് ഇന്ത്യ.

18 മുതൽ 19 മില്യൺ മെട്രിക് ടൺ വരെ പയർവർഗ്ഗങ്ങൾ ഉത്പാദിപ്പിക്കുന്ന നമ്മുടെ ഉപഭോഗം 23 മില്യൺ മെട്രിക് ടൺ വരെയാണ്. കുറവ് നികത്തുന്നത് ഇറക്കുമതിയിലൂടെയാണ്. എന്നാൽ ഉയർന്ന തോതിലുള്ള ഇറക്കുമതി അന്താരാഷ്ട്ര വിപണിയിലേയും വിലവർദ്ധനവിന് കാരണമാകുന്നു. ഈ സാഹചര്യത്തിൽ ആഭ്യന്തര ഉത്പാദനം വർദ്ധിപ്പിക്കാനുള്ള നടപടികൾ സർക്കാർ കൈക്കൊള്ളണം. പയർവർഗ്ഗങ്ങളുടെ കുറഞ്ഞ താങ്ങുവില [Minimum Support Price] ഗണ്യമായി വർദ്ധിപ്പിക്കണം. ഇത് മാത്രം പോര. കർഷകരിൽനിന്നും സർക്കാർ നേരിട്ട് സംഭരണം നടത്തണം. എങ്കിൽ മാത്രമേ താങ്ങുവിലയുടെ ഗുണം കർഷകർക്ക് ലഭ്യമാകു.

സർ, നമ്മുടെ ധനമന്ത്രി പറഞ്ഞത് നാം കരുതൽ ശേഖരത്തിന് (Buffer Stock) പദ്ധതിയിടുന്നു എന്നാണ്. നല്ലതുതന്നെ. പക്ഷേ, കരുതൽ ശേഖരം ആഭ്യന്തര ഉത്പാദനത്തിന്റെ അടിസ്ഥാനത്തിലായിരിക്കണം. മറിച്ച് കരുതൽ ശേഖരം അന്താരാഷ്ട്ര ഇറക്കുമതിയുടെ അടിസ്ഥാനത്തിലായാൽ അതിന്റെ ഗുണം അന്താരാഷ്ട്ര വ്യാപാരികൾക്കായിരിക്കും കിട്ടുക. അതുകൊണ്ട് ആഭ്യന്തര ഉത്പാദനത്തിന്റെ അടിസ്ഥാനത്തിലുള്ള കരുതൽ ശേഖരത്തിന് വേണം സർക്കാർ ഊന്നൽ നൽകാൻ. കഴിഞ്ഞ ഏഴു വർഷത്തിനിടയിൽ പയർവർഗ്ഗങ്ങൾ, ഓയിൽ, മട്ടൻ എന്നിവയുൾപ്പെടെ ഭൂരിഭാഗം സാധനങ്ങളുടെയും വില ഇരട്ടിയായതായാണ് റിപ്പോർട്ട്. 2014–15 ഡൽഹി സാമ്പത്തിക സർവേ കാണിക്കുന്നത് പയർവർഗ്ഗങ്ങളുടെയും മറ്റ് സാധനങ്ങളുടെയും വില രണ്ടിരട്ടിയോ മൂന്നിരട്ടിയോ വർദ്ധിച്ചു എന്നാണ്. പയർവർഗ്ഗങ്ങൾ ഉപയോഗിക്കാത്ത സംസ്ഥാനങ്ങളിലും സസ്യ ഭക്ഷണം ഉപയോഗിക്കുന്നവർക്കും സസ്യേതര ഭക്ഷണം ഉപയോഗിക്കുന്നവർക്കും ഒരുപോലെ പ്രിയപ്പെട്ടതാണ് പയർവർഗ്ഗങ്ങൾ. പയർവർഗ്ഗങ്ങളുടെ വിലവർദ്ധനവ് പാവപ്പെട്ട കുടുംബങ്ങളെ ബുദ്ധിമുട്ടിലാക്കുന്ന കാര്യമാണ്. ഇടത്തരം കുടുംബങ്ങളും വിലക്കയറ്റം മൂലം ഉപയോഗം കുറയ്ക്കാൻ നിർബന്ധിതരാകുന്നു.

ബഹുരാഷ്ട്ര കമ്പനികളും വൻ വ്യാപാരികളും പയർവർഗ്ഗങ്ങൾ

ഇറക്കുമതി ചെയ്യുന്നതുകൊണ്ട് ഇവിടുത്തെ പ്രശ്നം ലഘൂകരിക്കപ്പെട്ടിട്ടില്ല എന്നതാണ് വാസ്തവം. അവർ ഇറക്കുമതി ചെയ്യുന്ന പയർ വർഗ്ഗങ്ങൾ സംഭരിച്ച് വയ്ക്കുകയും മികച്ച വില കിട്ടാൻ കാത്തിരിക്കുകയും ചെയ്യുന്നു. ഇത്തരം പൂഴ്ത്തിവയ്പ്പുകാരിൽനിന്നും 75 ടൺ പയർവർഗ്ഗങ്ങൾ ഈ അടുത്ത കാലത്ത് പിടിച്ചെടുക്കുകയുണ്ടായി. ഇത്തരം പൂഴ്ത്തിവയ്പ്പുകൾ രാജ്യത്തുടനീളം ഉണ്ട്. അതിന്റെ അർത്ഥം അവർ ഇറക്കുമതി ചെയ്യുന്നുണ്ടെങ്കിലും പാവങ്ങൾക്ക് കൊടുക്കാതെ വലിയ വില കിട്ടാൻവേണ്ടി സംഭരിച്ചുവെയ്ക്കുകയാണ് എന്നാണ്. പൂഴ്ത്തിവെപ്പും കരിഞ്ചന്തയും നിർബാധം തുടരുകയാണെന്നും അതിനെതിരെ ശക്തമായ ഒരു നടപടിയും സർക്കാർ സ്വീകരിക്കുന്നില്ലായെന്നും തന്നെയാണ് അതിന്റെ അർത്ഥം.

ഉള്ളിയുടെയും മറ്റ് ഭക്ഷ്യവസ്തുക്കളുടെയും വില റോക്കറ്റ് വേഗതയിൽ കുതിച്ചുയർന്ന് കഴിഞ്ഞ വർഷത്തേതിൽനിന്നും ഇരട്ടിയിലധികം ആയിട്ടുണ്ട്. ഡൽഹിയിലെ ചില പ്രദേശങ്ങളിൽ ഇപ്പോൾ ഉള്ളി വിൽക്കുന്നത് കിലോയ്ക്ക് 80 രൂപ നിരക്കിലാണ്. കഴിഞ്ഞ വർഷം ഓഗസ്റ്റിൽ കിലോയ്ക്ക് 37 രൂപയായിരുന്നു. മിക്ക നഗരങ്ങളിലും ഉള്ളിയുടെയും മറ്റ് ഭക്ഷ്യവസ്തുക്കളുടെയും വില 50 ശതമാനത്തിലേറെ വർദ്ധിച്ചിട്ടുണ്ട്.

അരിയുടെയും ഗോതമ്പിന്റെയും വിലകളും അതേ വർദ്ധനവാണ് കാണിക്കുന്നത്. പല സ്ഥലങ്ങളിലും ഇവയുടെ വില ഇരട്ടിയായിട്ടുണ്ട്. ഭൂരിഭാഗം പച്ചക്കറികളുടെ കാര്യത്തിലും ഇത് തന്നെയാണ് അവസ്ഥ. കരുതൽ ശേഖരത്തിനുള്ള ഒരു പദ്ധതിയും സർക്കാരിനില്ല. അതുകൊണ്ട് കരുതൽ ശേഖരത്തിനുള്ള നടപടികൾ സ്വീകരിച്ചുകൊണ്ട് പാവപ്പെട്ട ജനങ്ങളെ സഹായിക്കാൻ സർക്കാർ തയ്യാറാവണമെന്നതാണ് എന്റെ ആവശ്യം.

പയർവർഗ്ഗങ്ങളുടെ ഉത്പാദനത്തിൽ കുറവുണ്ടാകാനുള്ള കാരണമൊരുപക്ഷേ, ലഭ്യതയിൽ പല സ്ഥലങ്ങളിലും ഉണ്ടായ കുറവാണെന്നത് ഞാൻ അംഗീകരിക്കുന്നു. എന്നാൽ അതു മാത്രമല്ല കാരണം. ഉത്പാദനത്തിൽ 12 ശതമാനത്തിന്റെ മാത്രം ഇടിവുണ്ടായ സമയത്ത് വിലവർദ്ധനവ് 100 ശതമാനമാണെന്ന് നിങ്ങൾക്ക് കാണാം. അതിന്റെ അർത്ഥം നമുക്കൊരിക്കലും കാലവർഷത്തെ മാത്രം കുറ്റപ്പെടുത്താൻ കഴിയില്ലായെന്നും, മറിച്ച് ഇക്കാര്യത്തിൽ കൈക്കൊണ്ട നയത്തിനും പങ്കുണ്ടെന്നുമാണ്.

വിലക്കയറ്റം വലിയ ഭാരമായി ജനങ്ങൾക്ക് മാറാനുള്ള പ്രധാന കാരണങ്ങളിൽ ഒന്ന്, അസാധാരണ വിലക്കയറ്റം ഉണ്ടായപ്പോൾ അതിനാനുപാതികമായി തൊഴിലാളികളുടെയും ജോലിക്കാരുടെയും വേതനത്തിൽ വർദ്ധനവ് ഉണ്ടായില്ലായെന്നതാണ്. മറ്റൊരു കാരണം, ആനുപാതികമായ വർദ്ധനവ് കാർഷികോത്പന്നങ്ങളുടെയും, നാണ്യവിളകളുടെയും വിലകളിൽ ഉണ്ടായില്ലായെന്നതാണ്. എല്ലാ മേഖലകളിലും

ഉത്പാദനച്ചെലവ് ഗണ്യമായി വർദ്ധിച്ചുവെന്നതും കാരണമായി പറയാം. ഔദ്യോഗിക കണക്ക്, പ്രത്യേകിച്ച് മൊത്ത വ്യാപാര വിലസൂചിക ഈ വിലക്കയറ്റം ഒരിക്കലും രേഖപ്പെടുത്തുന്നില്ല. തീർച്ചയായും, ഭൂരിഭാഗം ധനമന്ത്രിമാരും മൊത്ത വ്യാപാരവില സൂചികയിലാണ് ഉദ്ധരിക്കാറ്. മൊത്ത വ്യാപാര വിലസൂചികയിൽനിന്നും കൃത്യമായ വിവരങ്ങൾ നമുക്ക് കിട്ടില്ല. യഥാർത്ഥ വസ്തുതകൾ മനസ്സിലാക്കണമെങ്കിൽ ഉപഭോക്തൃ വിലസൂചിക പരിശോധിക്കണം. സാധാരണ ജനങ്ങൾക്ക് സാധനങ്ങൾ കിട്ടുന്നത് മൊത്ത വ്യാപാര വിലയ്ക്കല്ല.

കർഷകർക്ക് കൃഷി ചെയ്യാൻ പറ്റാത്ത സാഹചര്യമാണ് ഉള്ളത്. കാർഷികോത്പന്നങ്ങളുടെയും നാണ്യവിളകളുടെയും വിലയിടിവ് കൃഷിയെ ലാഭകരമായ തൊഴിൽ മേഖലയല്ലാതെയാക്കി മാറ്റി. ഉത്പാദനം വർദ്ധിപ്പിക്കണമെങ്കിൽ കർഷകരെ സഹായിക്കണം. കുറഞ്ഞ താങ്ങുവിലയും (MSP), ധനസഹായവും, കുറഞ്ഞ പലിശ നിരക്കിൽ ബാങ്ക് വായ്പയും ലഭ്യമാക്കണം.

സർ, നമുക്ക് പര്യാപ്തമായ സംഭരണ സൗകര്യങ്ങളില്ല. ഈ വസ്തുത ഇതേ സഭയിൽത്തന്നെ ഒരു ചോദ്യത്തിനുത്തരമായി വന്നതാണ്. ആവശ്യത്തിന് സംഭരണ സൗകര്യങ്ങൾ ഇല്ലാത്തത് കാരണം 30 മുതൽ 35 ശതമാനം വരെ പച്ചക്കറികളും പഴവർഗ്ഗങ്ങളും നമുക്ക് നഷ്ടപ്പെടുന്നു. സംഭരണ ശാലകൾ നിർമ്മിക്കാൻ മുൻ സർക്കാർ പദ്ധതി ആവിഷ്കരിച്ചിരുന്നു. എന്നാൽ അതിനുശേഷം മറ്റ് നടപടികൾ ഉണ്ടായിട്ടില്ല.

വിലക്കയറ്റം ഹാനികരമായി ബാധിക്കുന്നത് സാധാരണക്കാരായ ജനങ്ങളെയാണ്. കേന്ദ്ര സംസ്ഥാന സർക്കാരുകൾ ഏർപ്പെടുത്തിയ പുതിയ നികുതികളും ജനങ്ങളുടെ ഈ ദുരിതം വർദ്ധിപ്പിക്കുന്നതിന് കാരണമായ ഘടകങ്ങളാണ്. സേവന നികുതിയുടെ ഉദാഹരണമെടുക്കാം. ഇത് 12 ശതമാനത്തിൽനിന്നും 14.5 ശതമാനമായി ഉയർത്തിയത് ജനങ്ങളുടെ മേൽ അധിക ഭാരമാണ്. കോർപ്പറേറ്റ് കോടീശ്വരന്മാരെ സംബന്ധിച്ച് ഇതൊരു വിഷയമല്ല. എന്നാൽ സാധാരണ ജനങ്ങൾക്ക് ഇത് താങ്ങാൻ പ്രയാസമാണ്.

സർ, വിലക്കയറ്റം നിയന്ത്രിക്കാനുള്ള മികച്ച മാർഗ്ഗം പൊതുവിതരണ സംവിധാനമാണ്. ഇക്കാര്യത്തിൽ തമിഴ്നാടിന്റെ മികച്ച ഉദാഹരണം നമുക്ക് മുന്നിലുണ്ട്. കേരളവും ഒരിക്കൽ മികച്ച മാതൃകയായിരുന്നു. എന്നാൽ ഇന്നത് ഏറ്റവും മികച്ചതാണെന്ന് പറയാൻ എനിക്ക് കഴിയില്ല, മെച്ചപ്പെട്ടതാണെന്ന് പറയാമെങ്കിലും, പല കാരണങ്ങൾകൊണ്ട് അത് ഇന്ന് ദുർബ്ബലമാക്കപ്പെട്ടു. അതിന്റെ വിശദാംശങ്ങളിലേക്ക് ഞാൻ കടക്കുന്നില്ല.

അതേപോലെ, പാർലമെന്റ് അംഗീകരിച്ച ഭക്ഷ്യസുരക്ഷാനിയമം [Food Security Act] വളരെ മഹത്തായ ഒരു നിയമം ആയിരുന്നു. എന്നാൽ ഇത് നടപ്പിലാക്കണമെങ്കിൽ കേന്ദ്രം അതിന്റെ ഉത്തരവാദി

ത്വങ്ങൾ നിറവേറ്റണം. ഇതുമായി ബന്ധപ്പെട്ട് ഏകദേശം എല്ലാ സംസ്ഥാനങ്ങൾക്കും അരി, ഗോതമ്പ്, പഞ്ചസാര മുതലായ ഭക്ഷ്യധാന്യങ്ങൾ അധികമായി നൽകണം. അല്ലെങ്കിൽ ഈ നിയമം വിജയകരമായി നടപ്പിലാക്കാൻ കഴിയില്ല.

അന്താരാഷ്ട്ര വിപണിയിലെ പെട്രോളിയം വിലവർദ്ധനവാണ് അവശ്യവസ്തുക്കളുടെ വിലവർദ്ധനവിന് പ്രധാന കാരണമെന്നത് ഈ സഭയിൽ മുമ്പ് നടന്ന എല്ലാ ചർച്ചകളിലും സർക്കാർ ആവർത്തിച്ചു പറഞ്ഞ കാര്യമാണ്. അന്താരാഷ്ട്ര വിപണിയിൽ വിലവർദ്ധനവ് സംഭവിക്കുമെന്ന് കഴിഞ്ഞ യു പി എ ഭരണകാലത്ത് അന്നത്തെ പ്രധാനമന്ത്രിയും ധനമന്ത്രിയും ഒരുപോലെ പറഞ്ഞതിലേക്ക് ഞാൻ നിങ്ങളുടെ ശ്രദ്ധ ക്ഷണിക്കാൻ ആഗ്രഹിക്കുന്നു. പെട്രോൾ, ഡീസൽ വിലവർദ്ധനവ് ഉണ്ടാകുമ്പോൾ ഒരു ശൃംഖലാ പ്രതിപ്രവർത്തനം (Chain reaction) മറ്റ് സാധനങ്ങളുടെ വിലകളിലും ഉണ്ടാകുമെന്നത് വസ്തുതയാണ്. എന്നാൽ, അന്താരാഷ്ട്ര വിപണിയിൽ പെട്രോളിയം ഉത്പന്നങ്ങളുടെ വില 50 മുതൽ 60 ശതമാനം വരെ താഴ്ന്ന വളരെ ആശ്വാസകരമായ സാഹചര്യത്തിലാണ് ഈ സർക്കാർ നില്ക്കുന്നത്. എന്നിട്ടും ആ വിലക്കുറവിന്റെ പ്രയോജനം സാധാരണ ജനങ്ങൾക്കും ഉപഭോക്താക്കൾക്കും നൽകാൻ ഈ സർക്കാരിന് കഴിയാത്തത് എന്തുകൊണ്ടാണെന്ന് എനിക്കറിയണം.

അന്താരാഷ്ട്ര വിപണിയിൽ പെട്രോളിയം വിലയിൽ കുറവുണ്ടാകുമ്പോൾ അതിനാനുപാതികമായ പ്രതിഫലനം ആഭ്യന്തര വിപണിയിലുമുണ്ടാകുമെന്ന് പല ധനമന്ത്രിമാരും ഈ സഭയിൽ പറഞ്ഞിട്ടുണ്ട്. കഴിഞ്ഞ കാലങ്ങളിൽ പെട്രോളിയം ക്രൂഡ് ഓയിലിന്റെ അന്താരാഷ്ട്ര വിപണിയിലുണ്ടായ വ്യതിയാനം പരിശോധിച്ചാൽ വളരെ രസകരമാണ്. 2011 ജനുവരിയിൽ ബാരലിന് 84.47 രൂപയായിരുന്നു. 2012 ജനുവരിയിൽ 91.71, 2013 ജനുവരിയിൽ 86.75, ജനുവരി 2014 ൽ 110, 2014 പകുതിയായപ്പോഴേക്കും 115 ആയി. 2014 നവംബറിൽ അത് 80.16 ആയി കുറഞ്ഞു. 2015 ൽ വീണ്ടും കുറഞ്ഞ് 45 ആയി.

കഴിഞ്ഞ അഞ്ച് വർഷത്തെ ആഭ്യന്തര വിപണിയിലെ പെട്രോൾ, ഡീസൽ വിലകളുമായി ഇതിനെ താരതമ്യം ചെയ്ത് നോക്കാം. 2011 ജനുവരിയിൽ പെട്രോളിന് 58.37, ഡീസലിന് 37.75, 2012 ജനുവരിയിൽ പെട്രോളിന്റെ വില 63.37, ഡീസലിന്റെ വില 41.29. 2013 ജനുവരിയിൽ പെട്രോളിനും ഡീസലിനും യഥാക്രമം 67.24 ഉം 47.15 ഉം. 2014 ജനുവരിയിൽ പെട്രോളിന്റെ വില 72.45 രൂപയും ഡീസലിന്റേത് 54.34 രൂപയും. 2014 മാർച്ചിൽ യഥാക്രമം 72.26 ഉം 50.47 ഉം. 2015 ജനുവരിയിൽ പെട്രോളിന് 61.33 രൂപയും ഡീസലിന് 50.41 രൂപയും ആയിരുന്നു.

നമ്മുടെ ധനമന്ത്രി എക്സൈസ് തീരുവ വർദ്ധിപ്പിക്കുന്നത് ആറാമത്തെ തവണയാണ്. ഇന്നലെ നമ്മളത് അറിഞ്ഞു. പെട്രോളിന്റെയും ഡീസലിന്റെയും വില വീണ്ടും വർദ്ധിപ്പിക്കാൻ എന്താണ് കാരണം?

ബ്രാൻഡ് ചെയ്യാത്ത പെട്രോളിന്റെ എക്സൈസ് നികുതി ലിറ്ററിന് 7.06 രൂപയിൽ നിന്ന് 7.36 രൂപയായും ബ്രാൻഡഡ് പെട്രോളിന്റെ നികുതി 8.24 രൂപയിൽ നിന്ന് 8.54 രൂപയായും സർക്കാർ ഉയർത്തി. അതേപോലെ ബ്രാൻഡ് ചെയ്യാത്ത ഡീസലിന്റെ നികുതി ലിറ്ററിന് 4.66 രൂപയിൽ നിന്ന് 5.83 രൂപയായും ബ്രാൻഡഡ് ഡീസലിന്റെ നികുതി ലിറ്ററിന് 7.02 രൂപയിൽ നിന്ന് 8.19 രൂപയായും ഉയർത്തി. ഇന്നലെയാണ് ഈ തീരുമാനം ധനമന്ത്രി സഭയിൽ അറിയിച്ചത്. അധികാരത്തിൽ വന്ന് വെറും ഒന്നര വർഷമായ ഈ സർക്കാർ എന്തിനാണ് എക്സൈസ് തീരുവ ആറു തവണ ഉയർത്തിയത്? പെട്രോളിന്റെയും ഡീസലിന്റെയും വില കുറഞ്ഞിരിക്കുന്ന സാഹചര്യത്തിലാണിത്. എന്ത് കാരണമാണ് സർക്കാരിന് പറയാനുള്ളത്? കാരണം ഞങ്ങൾക്കറിയാം.

വിലവർദ്ധനവിന് അതിന്റേതായ ഫലങ്ങളും ഉണ്ട്. എക്സൈസ് നികുതി കൂട്ടുന്നതിലൂടെ പെട്രോളിനും ഡീസലിനും വില വർദ്ധിക്കുമ്പോൾ സർക്കാരിനും എണ്ണക്കമ്പനികൾക്കും വരുമാന വർദ്ധനവ് ഉണ്ടാകും. വില കുറഞ്ഞാൽ സർക്കാരിന് നഷ്ടം സംഭവിക്കും. വില കുറയുമ്പോൾ ഉണ്ടാകുന്ന പ്രയോജനം ഉപഭോക്താക്കൾക്ക് കൊടുക്കില്ലായെന്നാണ് ധനമന്ത്രി പറയുന്നത്. അതിന്റെ ഭാഗമായാണ് ആഭ്യന്തര വിപണിയിൽ വിലവർദ്ധനവ് സംഭവിക്കുന്നത്.

"കുറുക്കന്റെ കണ്ണ് എപ്പോഴും കോഴിക്കൂട്ടിൽ ആയിരിക്കും" എന്ന മലയാളം ചൊല്ല് ഇവിടെ ഉദ്ധരിക്കാൻ ഞാൻ ആഗ്രഹിക്കുന്നു. കുറുക്കനെ സംബന്ധിച്ചിടത്തോളം എന്ത് വില കൊടുത്തും കോഴിയെ പിടിക്കുക എന്നതാണ് ലക്ഷ്യം. കാരണം കോഴി അതിന്റെ ഭക്ഷണമാണ്. അതേ പോലെ എന്ത് ചെയ്തിട്ടായാലും പണം ഉണ്ടാക്കണമെന്നതാണ് നമ്മുടെ ധനമന്ത്രിയുടെ ലക്ഷ്യം. അതിന് കൊടുക്കേണ്ടി വരുന്ന വില സാധാരണക്കാരന്റെ ജീവിതമാണെങ്കിൽക്കൂടി അദ്ദേഹത്തിന് മടിയില്ല.

(17-12-2015) (1931-ാം ചട്ടപ്രകാരം)

വിലക്കയറ്റം ഭയപ്പെടുത്തുന്നു

ഡെപ്യൂട്ടി സ്പീക്കർ സർ, 193–ാം ചട്ടപ്രകാരം വിലക്കയറ്റത്തിന് മേലുള്ള ചർച്ചയിൽ പങ്കെടുക്കാൻ ഞാൻ ആഗ്രഹിക്കുന്നു.

സർ, ഇന്ത്യയിലെ സാധാരണ ജനത്തെ സംബന്ധിച്ചിടത്തോളം, വിലക്കയറ്റം എന്നത് അവന്റെ ജീവിതവും മരണവുമായി ബന്ധപ്പെട്ട ചോദ്യമാണ്.

ഈ ചർച്ച അർത്ഥരഹിതമായും തമാശയായും എടുക്കപ്പെടരുത് എന്നാണ് തുടക്കത്തിൽത്തന്നെ ഞാൻ പറയാനാഗ്രഹിക്കുന്നത്. കഴിഞ്ഞ തവണ വിലക്കയറ്റത്തെക്കുറിച്ച് ഒരു ചർച്ചയ്ക്ക് ഞാൻ തുടക്കം കുറിച്ചിരുന്നു. എന്നാൽ ആ ചർച്ചയ്ക്ക് യാതൊരുവിധ മറുപടിയും സർക്കാരിന്റെ ഭാഗത്തുനിന്ന് ഉണ്ടായില്ല. വിലക്കയറ്റം പോലുള്ള അതിപ്രധാനമായ ഒരു വിഷയം പ്രതിപക്ഷ അംഗങ്ങൾ ഉയർത്തിക്കൊണ്ടുവരുമ്പോൾ ആ ചർച്ചയ്ക്ക് മറുപടി പറയാനുള്ള ഉത്തരവാദിത്വം തങ്ങൾക്കുണ്ടെന്ന വസ്തുത സർക്കാർ ഗൗരവമായി എടുക്കണം. ഈ ചർച്ചയുടെ അവസാനം സർക്കാരിൽനിന്നും മറുപടിയുണ്ടാകുമെന്ന് ഞാൻ പ്രതീക്ഷിക്കുന്നു. ബഹുമാനപ്പെട്ട ധനമന്ത്രി ഇവിടെ ഉണ്ട്.

സർ, എൻ ഡി എ തെരഞ്ഞെടുപ്പ് പ്രചരണത്തിൽ ഉയർത്തിയ പ്രധാന മുദ്രാവാക്യങ്ങളിലൊന്ന് വിലക്കയറ്റവുമായി ബന്ധപ്പെട്ട പ്രശ്നമാണ്. തങ്ങളെ അധികാരത്തിലെത്തിച്ചാൽ വിലക്കയറ്റം നിയന്ത്രിക്കുമെന്നും സാധാരണ ജനങ്ങൾക്ക് കുറഞ്ഞ വിലയിൽ അവശ്യവസ്തുക്കളുടെ വിതരണം ഉറപ്പാക്കുമെന്നും അവർ വാഗ്ദാനം ചെയ്തു. എന്നാൽ സാധാരണക്കാരന്റെ ഇന്നത്തെ അനുഭവം തികച്ചും വിഭിന്നമാണ്. സാധാരണ ജനങ്ങൾക്ക് ഒരാശ്വാസവും കിട്ടിയിട്ടില്ല. അവശ്യവസ്തുക്കളുടെ വില നിയന്ത്രണത്തിൽ സർക്കാർ പരാജയ

പ്പെടുകയും വിലക്കയറ്റം രൂക്ഷമായി തുടരുകയും ചെയ്തു. കഴിഞ്ഞ രണ്ടു വർഷമായി ഏകദേശം എല്ലാ അവശ്യവസ്തുക്കളുടെയും വില വർദ്ധിക്കുകയാണ്. സാധാരണ ജനങ്ങളുടെ ജീവിതത്തെ ഇത് സാരമായി ബാധിച്ചിട്ടുണ്ട്.

പയർവർഗ്ഗങ്ങളുടെ വില കഴിഞ്ഞ രണ്ട് വർഷംകൊണ്ട് വളരെയധികം വർദ്ധിച്ചിട്ടുണ്ട്. മുപ്പത് ശതമാനത്തോളം. പോഷകസമൃദ്ധമായ പയർവർഗ്ഗങ്ങൾ സാധാരണക്കാരന്റെ ഭക്ഷണമായി കരുതപ്പെടുന്നവയാണ്. സാധാരണക്കാർക്ക് കുറഞ്ഞ വിലയ്ക്ക് കിട്ടുന്ന ഭക്ഷണമായി കാണുന്നത് പയർവർഗ്ഗങ്ങളെയാണ്. എന്നാൽ ഇന്നത് സാധാരണക്കാരെ സംബന്ധിച്ചിടത്തോളം ആഡംബര ഭക്ഷണമായി മാറിക്കഴിഞ്ഞു. അവർക്ക് പയർവർഗ്ഗങ്ങൾ വാങ്ങാൻ പറ്റാത്ത സാഹചര്യമാണിന്നുള്ളത്. ഇക്കാര്യത്തിലുള്ള സർക്കാർ നയം മനസ്സിലാക്കാൻ ബുദ്ധിമുട്ടുണ്ട്. ഇന്ത്യയിൽ പയർവർഗ്ഗങ്ങളുടെ ഉത്പാദനം കുറഞ്ഞു എന്നത് ഒരു വസ്തുതയാണ്. എന്നാൽ ഉത്പാദനം വർദ്ധിപ്പിക്കാൻ കർഷകർക്ക് സാമ്പത്തിക പിന്തുണ നൽകുന്ന യാതൊരു നയവും സർക്കാർ സ്വീകരിച്ചിട്ടില്ല. ഡൽഹിയിൽ കഴിഞ്ഞ മാസം ഉള്ളിയുടെ വില 300 ശതമാനത്തിലേറെ വർദ്ധിച്ചു. ആവശ്യത്തിന്റെയും വിതരണത്തിന്റെയും സാഹചര്യം കൃത്യമായി മനസ്സിലാക്കാൻ കഴിയാത്ത ഫലപ്രദമല്ലാത്ത സർക്കാർ നയമാണിതിന്റെ പ്രധാന കാരണം. വിതരണശൃംഖലയുടെ അവസാന ഭാഗത്ത് സർക്കാരിന് നിയന്ത്രണം ഇല്ലാത്തതാണിതിന്റെ കാരണം. നമ്മുടെ വ്യാപാരികളുടെ ലാഭം 50 ശതമാനത്തിലേറെയാണ്. അവശ്യവസ്തുക്കളുടെയും മറ്റ് സാധനങ്ങളുടെയും ക്ഷാമം മുൻകൂട്ടി കണ്ടുകൊണ്ട് അവർ പൂഴ്ത്തിവയ്പ്പ് നടത്തുന്നു. കരിഞ്ചന്തയും പൂഴ്ത്തിവയ്പ്പും കാരണം വിലക്കയറ്റം രൂക്ഷമാകുന്നു.

സർ, ഇതുമായി ബന്ധപ്പെട്ട് നമുക്ക് പര്യാപ്തമായ നിയമവ്യവസ്ഥകളുണ്ട്. അതായത്, അവശ്യസാധന നിയമം 1955, 2014, 2015, 2016 വർഷങ്ങളിലെ കണക്ക് പ്രകാരം 1,34,438 മിന്നൽ പരിശോധനകൾ (റെയ്ഡുകൾ) സർക്കാർ നടത്തിയിട്ടുണ്ട്. എന്നാൽ വെറും 38 പേർക്കെതിരെ മാത്രമാണ് നടപടി സ്വീകരിച്ചത്. അവശ്യസാധന നിയമമനുസരിച്ച് സംസ്ഥാന സർക്കാരുകളാണ് നടപടി സ്വീകരിക്കേണ്ടത് എന്നാവും കേന്ദ്രസർക്കാർ പറയുക. എന്നാൽ പല സംസ്ഥാനങ്ങളിലും പരിശോധന നടന്നോ ഇല്ലയോ എന്നതിന്റെ കൃത്യമായ വിവരങ്ങൾ കിട്ടാനില്ല. അതുകൊണ്ട് കരിഞ്ചന്തയും പൂഴ്ത്തിവയ്പ്പും നിയന്ത്രിക്കാനുള്ള ശക്തമായ നടപടികൾ സർക്കാർ സ്വീകരിക്കണം.

ഇതിലും കൂടുതൽ ഭയപ്പെടുത്തുന്ന മറ്റൊരു ഘടകം പെട്രോൾ, ഡീസൽ വില വർദ്ധനവാണ്. യു പി എ സർക്കാരിന്റെ കാലത്ത് പെട്രോളിന്റെയും ഡീസലിന്റെയും വില വർദ്ധിപ്പിക്കുന്നതിന് പറഞ്ഞ കാരണം അന്താരാഷ്ട്ര വിപണിയിലെ ക്രൂഡോയിലിന്റെ വില വർദ്ധനവാണ്. എന്നാലിപ്പോൾ അന്താരാഷ്ട്ര വിപണിയിൽ വില കുറഞ്ഞ

സാഹചര്യമാണുള്ളത്. മുമ്പ് ബാരലിന് 146 ഡോളർ ആയിരുന്നത് 28 ഡോളറായി കുറഞ്ഞിരുന്നു. ഇപ്പോഴത് ബാരലിന് നാല്പത്തിരണ്ടോ, നാല്പത്തി നാലോ ഡോളറാണ്. അത്തരം സാഹചര്യത്തിൽ അതിന്റെ പ്രയോജനം ഇവിടുത്തെ സാധാരണ ജനങ്ങൾക്ക് കൊടുക്കാത്തതിന് എന്ത് ന്യായീകരണമാണ് സർക്കാരിന് പറയാനുള്ളത്? സർക്കാർ ഈ വിഷയത്തിൽ പരാജയപ്പെട്ടു എന്നാണ് മനസ്സിലാകുന്നത്. അന്താരാഷ്ട്ര വിപണിയിൽ വില കുറയുമ്പോൾ പോലും അതിന്റെ പ്രയോജനം ജനങ്ങൾക്ക് കൊടുക്കാൻ സർക്കാർ തയ്യാറല്ല.

രണ്ടു വർഷത്തെ മോദി സർക്കാരിന്റെ ഭരണകാലത്ത് പെട്രോളിന് ആറു തവണയും ഡീസലിന് ഒമ്പത് തവണയും വില വർദ്ധിപ്പിച്ചു. തുടർച്ചയായി വർദ്ധിപ്പിക്കുന്ന എക്സൈസ് തീരുവ ജനങ്ങളുടെ മേൽ അധിക ഭാരമാണ് ഏൽപ്പിക്കുന്നത്. മറുഭാഗത്ത് ഓയിൽ കമ്പനികളും സർക്കാരും ലാഭമുണ്ടാക്കുന്നു. സർക്കാരിനുണ്ടാകുന്ന വരുമാനം ഒരു ലക്ഷം കോടി രൂപയാണ്. കാർഷിക പ്രശ്നങ്ങൾ രൂക്ഷമാകുന്ന ഈ കാലത്ത് വൻ വിലവർദ്ധനവ് സാഹചര്യം കൂടുതൽ മോശമാകാൻ കാര ണമാകും.

ഈ വിഷയത്തിൽ ശക്തമായ നടപടികൾ എടുക്കാൻ സർക്കാർ പരാജയപ്പെട്ടു. പെട്രോളിയം ഉത്പന്നങ്ങളുടെ വില നിയന്ത്രണം എടുത്തു കളഞ്ഞപ്പോൾ അന്നത്തെ സർക്കാർ പറഞ്ഞത് നികുതി പൂജ്യമായി കുറയ്ക്കും എന്നാണ്. ഇപ്പോൾ ഓയിൽ കമ്പനികൾ ലിറ്ററിന് 25,31 രൂപ കൊടുക്കുമ്പോൾ സാധാരണക്കാർ കൊടുക്കേണ്ടത് 65,60 രൂപയാണ്. ഇതെങ്ങനെ സംഭവിക്കുന്നു? സർക്കാർ പല വിധത്തിലുള്ള ധാരാളം നികുതികൾ ചുമത്തുന്നതാണ് ഇങ്ങനെയൊരു സാഹചര്യം ഉണ്ടാക്കു ന്നത്. അതിന്റെ വിശദാംശങ്ങളിലേക്ക് ഞാൻ പിന്നീട് പോകാം.

പെട്രോൾ, ഡീസൽ വില വർദ്ധനവ് മൂലം എല്ലാവിധ അവശ്യ സാധനങ്ങളുടെയും വില വർദ്ധിക്കുകയാണ്.

സർ, ചില ഉദാഹരണങ്ങൾ ചൂണ്ടിക്കാണിക്കാൻ ഞാൻ ആഗ്രഹി ക്കുന്നു. തുവരയുടെ കാര്യമെടുത്താൽ 2014 ൽ കിലോയ്ക്ക് 46.19 രൂപ യായിരുന്നത് ഇപ്പോൾ 92.68 രൂപയാണ്. 100 ശതമാനത്തിന്റെ വർദ്ധനവ്. തുവരപ്പരിപ്പിന്റെ കാര്യമെടുത്താൽ കിലോയ്ക്ക് 70.57 രൂപയായിരുന്നത് ഇപ്പോൾ 141.32 രൂപയാണ്. ഇവിടെയും 100 ശതമാനത്തിന്റെ വർദ്ധനവ്. ഉഴുന്നുപരിപ്പിന്റെ കാര്യത്തിലും ഇത് ശരിയാണ്. 99.34 ശതമാനത്തിന്റെ വർദ്ധനവ്. ചെറുപയർ പരിപ്പിന് 12.48 ശതമാനത്തിന്റെ വർദ്ധനവുണ്ടായി. ചുവന്ന പരിപ്പിന്റെ വിലയിൽ 29.04 ശതമാനത്തിന്റെ വർദ്ധനവും ഉണ്ടായി.

സർ, ഭക്ഷ്യവിലക്കയറ്റം 8 ശതമാനത്തിലെത്തിയിരിക്കുന്നു. ഇന്ത്യയിൽ ഭക്ഷണത്തിന് തീ പിടിച്ചു എന്നാണ് മാധ്യമങ്ങൾ റിപ്പോർട്ട് ചെയ്യുന്നത്. അത് പ്രശ്നത്തിന്റെ ഗൗരവസ്വഭാവം വെളിവാക്കുന്നു. ഉരുളക്കിഴങ്ങിന്റെ വില 65 ശതമാനമാണ് വർദ്ധിച്ചത്. പയർവർഗ്ഗങ്ങൾക്ക് 25 ശതമാനം വരെ വർദ്ധിച്ചു. പച്ചക്കറികൾക്ക് 17 ശതമാനം വില വർദ്ധനവുണ്ടായി. ജനങ്ങൾക്കുമേൽ സർക്കാർ അടിച്ചേൽപ്പിക്കുന്ന ഭാരം

ചെറുതല്ല. ഏതൊക്കെ തരം നികുതികളിലൂടെയാണ് സർക്കാർ വരുമാനം കൂട്ടുന്നത്? സാധാരണക്കാർക്ക് ഈ വിഷയങ്ങളൊന്നും വ്യക്തമായി അറിയില്ല. എന്തിനേറെ പറയുന്നു. ഞങ്ങളിൽത്തന്നെ പലർക്കും പൂർണ്ണമായി അറിയില്ല.

ഉദാഹരണമായി, സേവനനികുതി 12.35 ശതമാനത്തിൽ നിന്ന് 14 ശതമാനമാക്കി ഉയർത്തി. സ്വച്ഛ് ഭാരത് നികുതി 0.5 ശതമാനം. കൃഷി കല്യാൺ നികുതി 0.5 ശതമാനം. അടിസ്ഥാന സൗകര്യനികുതി 20 ശതമാനം വർദ്ധിപ്പിച്ചു. ഉന്നതവിദ്യാഭ്യാസ നികുതിയിനത്തിൽ മാത്രം 2015 ൽ സർക്കാരിന് കിട്ടിയത് 64,000 കോടിയാണ്. അതിൽ ഒരു രൂപ പോലും ചെലവഴിച്ചിട്ടില്ല.

ഇത്തരത്തിലുള്ള എല്ലാ അധിക നികുതികളും കൂടി ജനങ്ങളുടെ മേൽ ഏൽപ്പിക്കുന്ന ഭാരം ചില്ലറയല്ല. അതേസമയം ഇതിൽനിന്നുള്ള വരുമാനം മുഴുവനായും പോകുന്നത് കേന്ദ്രസർക്കാരിലേക്കാണ്. സംസ്ഥാന സർക്കാരുകളിലേക്കല്ല. പ്രത്യേകിച്ച് ഇത്തരം നികുതികളിൽ നിന്നുള്ള വിഹിതം സംസ്ഥാനങ്ങൾക്ക് കിട്ടുന്നില്ല. വളരെ രസകരമായ കാര്യമെന്താണെന്ന് വെച്ചാൽ, ഒരുവശത്ത് സാധാരണക്കാരന്റെ മേൽ കൂടുതൽ കൂടുതൽ ഭാരം അടിച്ചേൽപ്പിക്കുമ്പോൾ, മറുവശത്ത് കോർപ്പറേറ്റ് നികുതി 30 ശതമാനത്തിൽനിന്നും 25 ശതമാനമാക്കി കുറച്ചു കൊടുത്തു. നികുതിയിളവിന്റെ പ്രയോജനം കിട്ടുന്നത് പണക്കാർക്ക് മാത്രമായി മാറി.

സർക്കാർ പറയുന്നത് 1.6 ലക്ഷം യുവാക്കൾക്ക് തൊഴിൽ നൽകിയെന്നാണ്. തൊഴിലന്വേഷകരായ എത്ര യുവാക്കളിൽ നിന്നാണ് ഇത്രയും പേർക്ക് തൊഴിൽ കൊടുത്തത് എന്നറിയാൻ ഞാനാഗ്രഹിക്കുന്നു. 1.3 കോടി തൊഴിൽരഹിതരിൽ 1.5 ലക്ഷം പേർക്കാണ്. ജോലി കൊടുത്തത്. ഇത് വെറും ഒരു ശതമാനം മാത്രമാണ്. നിങ്ങൾ പണം സമാഹരിക്കുന്നുണ്ടെങ്കിലും അത് യുവാക്കൾക്ക് തൊഴിലവസരങ്ങൾ സൃഷ്ടിക്കാൻ വേണ്ടി പോലും ചെലവാക്കുന്നില്ല.

വിലക്കയറ്റം സംഭവിക്കുമ്പോൾ സാധാരണ ജനങ്ങൾക്ക് എന്താണ് സംഭവിക്കുന്നത്. ഉപഭോക്താക്കളുടെ വരുമാനം ഉത്പാദകരിലേക്ക് പുനർവിതരണം നടത്തുന്നതിനെയാണ് വിലക്കയറ്റം എന്നത് കൊണ്ടുദ്ദേശിക്കുന്നത്. ഉപഭോക്താക്കൾ കൂടുതൽ പണം മുടക്കുമ്പോൾ ഉത്പാദകന് കൂടുതൽ വരുമാനം ഉണ്ടാകണം. ഇതാണ് സാമ്പത്തിക സിദ്ധാന്തപ്രകാരം വരുമാനത്തിന്റെ പുനർവിതരണം എന്നതുകൊണ്ട് യഥാർത്ഥത്തിൽ അർത്ഥമാക്കുന്നത്. സാമ്പത്തിക അസമത്വങ്ങൾ നിലനിൽക്കുന്ന നമ്മുടെ രാജ്യത്ത് ഇത്തരത്തിലുള്ള വരുമാന പുനർവിതരണം സാധ്യമാവില്ല. അതായത്, പണക്കാർ കൂടുതൽ പണക്കാരാവുകയും, പാവപ്പെട്ടവർ കൂടുതൽ പാവപ്പെട്ടവരാവുകയും ചെയ്യുന്ന സാഹചര്യമാണ് ഇവിടെയുള്ളത്. മൊത്ത ആഭ്യന്തര ഉത്പാദനത്തിൽ (GDP) വർദ്ധനവ് ഉണ്ടെന്ന് നിങ്ങൾക്ക് അവകാശപ്പെടാം. എങ്ങനെയാണ് GDP മികച്ചതായി കാണുന്നത്. ഇവിടെയുള്ള നൂറു യു എസ്

ഡോളർ ബില്ല്യനയർസിന്റെ സാന്നിദ്ധ്യമാണ് GDP യിൽ വളർച്ച കാണിക്കുന്നത്. ആ നൂറുപേരെ പരിഗണിച്ചാൽ അവരുടെ ആസ്തിമൂല്യം ആകെ GDPയുടെ മൂന്നിൽ ഒന്നോ രണ്ടിൽ ഒന്നോ വരും. അവരുടെ എണ്ണം നൂറിൽനിന്നും നൂറ്റമ്പതായി വർദ്ധിച്ചാൽ GDPയിൽ വളർച്ച കാണിക്കും. പക്ഷേ, അതേസമയം സാധാരണ ജനങ്ങളുടെ അവസ്ഥ എന്താണെന്ന് നിങ്ങൾ കാണണം.

2011 ലെ ജനസംഖ്യ കണക്കെടുപ്പ് പ്രകാരം 90 ശതമാനം ജനങ്ങളുടെ വാർഷിക വരുമാനം പതിനായിരം രൂപയിൽ താഴെയാണ്. ഈ പറഞ്ഞ 100 കോടീശ്വരന്മാർക്ക് കിട്ടുന്നത് ആഭ്യന്തര വളർച്ചാ നിരക്കിന്റെ മൂന്നിലൊന്ന്. എന്നിട്ട് ഇന്ത്യ തിളങ്ങുകയാണെന്ന് നിങ്ങൾക്ക് പറയാം.

വിലക്കയറ്റം രാജ്യത്തെ വിവിധ വിഭാഗങ്ങളെ എങ്ങനെയാണ് ബാധിക്കുന്നതെന്ന് നോക്കൂ. നമുക്ക് പൊതുവായും വിലയിരുത്താവുന്നതാണ്. കർഷകരാണ് നമ്മുടെ സമൂഹത്തിലെ ഏറ്റവും പ്രധാനപ്പെട്ട വിഭാഗം. സർക്കാർ ഉദ്യോഗസ്ഥരുടെയും വ്യവസായ മേഖലയിലെ തൊഴിലാളികളുടെയും അവസ്ഥകൂടി കാണണം. ഈ മൂന്ന് വിഭാഗങ്ങളുടെയും ജീവിതത്തെ വിലക്കയറ്റം എങ്ങനെ ബാധിക്കുന്നുവെന്ന് സർക്കാർ നോക്കണം.

കർഷകരെ സംബന്ധിച്ചിടത്തോളം, അവരുടെ ഉത്പന്നങ്ങൾക്ക് മികച്ച വില കിട്ടുന്നില്ലായെന്നതാണ് പ്രധാന പ്രശ്നം. ഉത്പാദനച്ചെലവ് വളരെയധികവുമാണ്. വളങ്ങൾക്കുള്ള സാമ്പത്തിക സഹായം കുറയ്ക്കുകയും ചെയ്തു. അതേസമയം വിലക്കയറ്റത്തിന് ഒരു കുറവും വന്നിട്ടില്ല. ഈ വിടവ് നികത്താൻ അവർക്കെങ്ങനെ സാധിക്കും? സർക്കാരിന് ഇതിലെന്തെങ്കിലും പരിഹാരം കാണാൻ കഴിയുമോ?

ഇനി സർക്കാർ ഉദ്യോഗസ്ഥരുടെയും വ്യവസായ മേഖലയിലെ തൊഴിലാളികളുടെയും കാര്യമെടുക്കാം. സർക്കാർ ഏഴാം ശമ്പളക്കമ്മീഷൻ പ്രഖ്യാപിച്ചിട്ടുണ്ട്. 23 ശതമാനം വർദ്ധനവിന്റെ പ്രയോജനമാണ് പറയപ്പെടുന്നത്. എന്നാൽ ചില പത്രങ്ങൾ പറയുന്നത് പ്രയോജനം വെറും 17 ശതമാനം മാത്രമെന്നാണ്. വേതന വർദ്ധനവ് പതിനേഴോ ഇരുപത്തി മൂന്നോ ശതമാനമായാൽ പോലും രൂക്ഷമായ വിലക്കയറ്റത്തിന് മുന്നിൽ അത് പര്യാപ്തമല്ല.

വ്യാവസായിക തൊഴിലാളികളുടെ അവസ്ഥ എന്താണ്? വ്യവസായ മേഖലയിലെ തൊഴിലാളികൾ ഭൂരിഭാഗവും അസംഘടിതരാണ്. വളരെ കുറഞ്ഞ വേതനമാണ് അവർക്ക് കിട്ടുന്നത്. യാതൊരുവിധ ആനുകൂല്യങ്ങളും അവർക്കില്ല. അതുകൊണ്ടുതന്നെ വിലക്കയറ്റം അവരുടെ ജീവിതത്തെ സാരമായി ബാധിക്കുന്നുണ്ട്. ഇക്കാര്യത്തിൽ പരിഹാരമാർഗ്ഗങ്ങളുമായി സർക്കാർ മുന്നോട്ട് വരേണ്ടതുണ്ട്.

കർഷകരും സർക്കാർ ഉദ്യോഗസ്ഥരും വ്യാവസായിക തൊഴിലാളികളും രൂക്ഷമായ വിലക്കയറ്റ സാഹചര്യത്തെ അതിജീവിക്കാനാവാത്ത അവസ്ഥയിലാണുള്ളത്. നമ്മുടെ രാജ്യത്ത് മൊത്ത വ്യാപാര

വിലസൂചിക വലിയ വർദ്ധനവ് കാണിക്കുന്നില്ലായെന്ന് നമ്മൾ മുമ്പ് പറയാറുണ്ടായിരുന്നു. അത് ശരിയുമായിരുന്നു. എന്നാൽ ഇന്നത്തെ സാഹചര്യം അതല്ല. 2016 ജൂണിൽ മൊത്ത വ്യാപാര വിലസൂചിക 1.62 ആണ്. എന്നാൽ മുമ്പ് അത് 0.79 ആയിരുന്നു. കാര്യമായ വർദ്ധനവ് സംഭവിച്ചിട്ടുണ്ട് എന്നാണ് ഇതിൽനിന്നും മനസ്സിലാകുന്നത്. മൊത്ത വ്യാപാര വില തീരുമാനിക്കുന്നത് മൂന്ന് വിഭാഗങ്ങൾ ആയിട്ടാണെന്ന് നമുക്കറിയാം.

നമ്മുടെ ബഹു. ധനമന്ത്രി ശ്രീ. ജയ്റ്റലി ഇവിടെയുണ്ട്. പ്രാഥമിക വസ്തുക്കൾക്ക് 21.1 ശതമാനം, നിർമ്മിത വസ്തുക്കൾക്ക് 65 ശതമാനവും മൂന്നാമത്തെ വിഭാഗമായ ഭക്ഷ്യവസ്തുക്കൾക്ക് 40.3 ശതമാനവും ആണ്. ഏറ്റവും പ്രധാനപ്പെട്ട വിഭാഗങ്ങൾ നിർമ്മിതവസ്തുക്കളും ഭക്ഷ്യവസ്തുക്കളും ആണ്. നമ്മുടെ രാജ്യത്ത് മൊത്ത വ്യാപാര വിലവർദ്ധനവ് സർക്കാർ പ്രതീക്ഷിച്ചതിനേക്കാൾ കൂടുതലാണ്. മുമ്പ് ഇതായിരുന്നില്ല സാഹചര്യം.

മൊത്ത വ്യാപാര വില വർദ്ധിച്ചിട്ടില്ലായെന്ന് സർക്കാർ പറഞ്ഞേക്കാം. എന്നാൽ ചില്ലറ വ്യാപാര വില കൂടിയിട്ടുണ്ട്. സാധാരണ ജനങ്ങളെ സംബന്ധിച്ചിടത്തോളം ചില്ലറ വ്യാപാര വിലയാണ് പ്രധാനം. കാരണം അവർ പണം കൊടുക്കേണ്ടത് അതിനനുസരിച്ചാണ്. ഈ പറഞ്ഞ മേഖലകളെല്ലാം തന്നെ തുല്യപ്രാധാന്യമുള്ളവയാണെന്ന് ഞാൻ അംഗീകരിക്കുന്നു. ഈ സാഹചര്യത്തിൽ ഏറ്റവും പ്രധാനപ്പെട്ടത് സർക്കാർ ഈ വിഷയത്തിൽ എടുക്കുന്ന തീരുമാനമാണ്.

അവശ്യവസ്തുക്കളുടെ വില കൃത്യമായി നിരീക്ഷിക്കുന്നത് ഒരു നല്ല ഭരണത്തിൽ പ്രധാനപ്പെട്ട കാര്യമാണെന്ന് 2016-17 ബജറ്റ് പ്രസംഗത്തിൽ ധനമന്ത്രി പ്രഖ്യാപിച്ചിരുന്നു. പ്രസ്തുത സാഹചര്യത്തെ നേരിടാൻ ധാരാളം നടപടികൾ എടുത്തിരുന്നു. പയർവർഗ്ഗങ്ങളുടെ കരുതൽ സംഭരണത്തെക്കുറിച്ചും, കുറഞ്ഞ താങ്ങുവില ഉറപ്പാക്കുന്നതിനെപ്പറ്റിയും, കർഷകർക്ക് സാമ്പത്തിക സഹായം നൽകുന്നതിനെക്കു റിച്ചുമൊക്കെ അദ്ദേഹം പറഞ്ഞിരുന്നു. വിപണിയിൽ കാര്യക്ഷമമായി ഇടപെടുന്നതിനായി 900 കോടിയുടെ സാമ്പത്തിക പദ്ധതിയും അദ്ദേഹം പ്രഖ്യാപിച്ചിരുന്നു. അന്ന് പ്രഖ്യാപിച്ച 900 കോടി ചെലവഴിച്ചോയെന്ന റിയാൻ എനിക്ക് ആഗ്രഹമുണ്ട്. ചെലവഴിച്ചെങ്കിൽ അത് എന്ത് ആവശ്യത്തിനാണ് ചെലവഴിച്ചത്? ചെലവഴിച്ചെങ്കിൽ വിപണിയിൽ അതിന്റെ ഫലം കിട്ടാത്തത് എന്തുകൊണ്ടാണ്? കഴിഞ്ഞ രണ്ട് വർഷം സർക്കാർ പല നടപടികളും എടുത്തിട്ടുണ്ട്. ഞാനതൊക്കെ സൂചിപ്പിച്ചു കഴിഞ്ഞു. സർക്കാർ 900 കോടി അനുവദിച്ചിട്ടും ശുഭകരമായ ഒരു മാറ്റവും സംഭവിച്ചിട്ടില്ല. അതുകൊണ്ട് അനുവദിച്ച തുക ചെലവഴിച്ചിട്ടുണ്ടോയെന്നും ചെലവഴിച്ചിട്ടുണ്ടെങ്കിൽ എന്താവശ്യത്തിനാണ് ചെലവഴിച്ചതെന്നും സർക്കാർ പറയണം. ഇപ്പോഴത്തെ പ്രധാന പ്രശ്നമായ ഭക്ഷ്യവിലക്കയറ്റം നിയന്ത്രിക്കാൻ എന്ത് പദ്ധതിയാണ് സർക്കാരിന്റെ മുന്നിലുള്ളത്?

സാമ്പത്തിക ശാസ്ത്രജ്ഞർക്ക് വ്യത്യസ്തമായ അഭിപ്രായങ്ങളാണു

ള്ളത്. അവരിൽ ചിലർ പറയുന്നത് വിള രീതിയിൽ മാറ്റങ്ങൾ കൊണ്ടു വരണമെന്നാണ്. ദേശീയ ഗ്രാമീണ തൊഴിലുറപ്പ് നിയമത്തിനുകീഴിൽ വരുന്ന തൊഴിലാളികൾക്ക് മികച്ച വേതനം ഉറപ്പുവരുത്തണമെന്ന് മറ്റു ചിലർ പറയുന്നു. മറ്റൊരുപക്ഷം പറയുന്നത് വൻ നിക്ഷേപങ്ങളാണ് ഇപ്പോൾ ആവശ്യം എന്നാണ്. നമുക്ക് ഹ്രസ്വകാല ദീർഘകാല നടപടികൾ ഒരുപോലെ ആവശ്യമാണ്. വിലക്കയറ്റം നിയന്ത്രിക്കാനും ഭക്ഷ്യ ലഭ്യത ഉറപ്പുവരുത്താനും സർക്കാർ ഒരേസമയം ഇടപെടണം. ആവശ്യവും വിതരണവും തമ്മിലുള്ള അന്തരംമൂലം ആവശ്യം ചിലപ്പോൾ കൂടുത ലായിരിക്കും, ചിലപ്പോൾ കുറവായിരിക്കും. മറ്റ് പല കാരണങ്ങളും അതിന് പിന്നിൽ ഉണ്ടാകാം. പഴവർഗ്ഗങ്ങളും പച്ചക്കറികളും കേടുകൂടാതെ സൂക്ഷിക്കാനാവശ്യമായ അടിസ്ഥാന സൗകര്യവികസനവും ദീർഘകാല പദ്ധതികളും നമുക്ക് ആവശ്യമുണ്ട്. സംഭരണ സൗകര്യങ്ങളുടെ അപര്യാപ്തതമൂലം പഴങ്ങളുടെയും പച്ചക്കറികളുടെയും കാര്യ ത്തിൽ വലിയ നഷ്ടം നമുക്ക് സംഭവിക്കുന്നുണ്ട്. സംഭരണ സൗകര്യങ്ങളുടെ അഭാവംമൂലം ഏകദേശം 35 ശതമാനം പഴങ്ങളും പച്ചക്കറികളും നഷ്ടപ്പെടുന്നുണ്ട് എന്നാണ് കണക്ക്. അതുകൊണ്ട്, നടപടികൾക്ക് കേന്ദ്രം മുൻകൈ എടുക്കണം. സംസ്ഥാന സർക്കാരുകളും നടപടി എടുക്കുകയും പൊതു-സ്വകാര്യ പങ്കാളിത്തത്തോടെയുള്ള [PPP-Public-Private Partnership] പദ്ധതികൾ ആവിഷ്കരിക്കുകയും വേണം. സംഭരണ സൗകര്യങ്ങൾ ആവശ്യത്തിന് ഇല്ലാത്തത് ഒരു വലിയ പ്രശ്നമായി നമുക്ക് മുന്നിലുണ്ട്. ഒരുവശത്ത്, നമുക്ക് ആവശ്യത്തിന് ഭക്ഷ്യവസ്തുക്കളുണ്ട്. മറുവശത്ത്, അവ കേടുകൂടാതെ സംഭരിച്ചു വെയ്ക്കാനുള്ള സൗകര്യ ങ്ങളില്ല. കുറഞ്ഞ പലിശയിൽ ബാങ്ക് വായ്പകൾ, മികച്ച ജല വൈദ്യുതി വിതരണ സംവിധാനങ്ങൾ, മികച്ച വിത്തുകൾ സാങ്കേതിക വിദ്യകൾ എന്നിവ ഉറപ്പ് വരുത്തുന്നതിലൂടെ കാർഷിക മേഖലയിൽ വൻ നിക്ഷേപങ്ങൾക്ക് അവസരമൊരുക്കണം. മികച്ച ഉത്പാദനം ഉറപ്പു വരുത്താൻ അത്യന്താപേക്ഷിതമായ കാര്യങ്ങളാണ് ഇവയെല്ലാം.

മികച്ച പൊതുവിതരണ സംവിധാനങ്ങൾ ഉറപ്പാക്കാനുള്ള ഇടപെടലുകൾ സർക്കാർ നടത്തണം. സംസ്ഥാനങ്ങൾക്ക് കൂടുതൽ ധനസഹായവും കൂടുതൽ ഭക്ഷ്യധാന്യങ്ങളും നൽകുന്നതിലൂടെ മാത്രമേ ഇത് സാധ്യമാകൂ. കേന്ദ്രം ഭക്ഷ്യസുരക്ഷാനിയമം പ്രാബല്യ ത്തിലാക്കുന്നതിന് മുമ്പുതന്നെ ഇക്കാര്യത്തിൽ വലിയ കാര്യങ്ങൾ ചെയ്ത തമിഴ്നാട് സർക്കാരിനെ ഈ അവസരത്തിൽ ഞാൻ അഭിനന്ദിക്കുന്നു. തമിഴ്നാട് സർക്കാരിന്റെ പ്രവർത്തനങ്ങൾ മറ്റ് സംസ്ഥാനങ്ങൾ കൂടി മാതൃകയാക്കി എടുക്കണമെന്ന് നമ്മുടെ ഡെപ്യൂട്ടി സ്പീക്കർ സഭയിൽ അഭ്യർത്ഥിച്ചിരുന്നു. ഈ സഭ ഭക്ഷ്യസുരക്ഷാനിയമം പാസാക്കിയിട്ടുണ്ട്. പ്രൊഫ. കെ വി തോമസ് ഇവിടെയുണ്ട്. ഇത് വളരെ നല്ല നിയമം ആണെങ്കിലും പല സംസ്ഥാനങ്ങളിലും നടപ്പിലാക്കിയിട്ടില്ല. കേന്ദ്രത്തിൽ നിന്ന് പര്യാപ്തമായ സാമ്പത്തിക സഹായവും ഭക്ഷ്യധാന്യ

ങ്ങളും കിട്ടിയാൽ മാത്രമേ സംസ്ഥാനങ്ങൾക്ക് ഈ നിയമം നടപ്പിലാക്കാൻ കഴിയൂ. അതുകൊണ്ട്, ഇത് കേന്ദ്രത്തിന്റെ ചുമതലയാണ്.

ഈ പ്രശ്നം ഘടനാപരവും ദീർഘകാല സ്വഭാവം ഉള്ളതുമാണ്. ഒരു ഭാഗത്ത് വില രീതിയിൽ മാറ്റം വരുത്തേണ്ടതായി വരും, മറുഭാഗത്ത് അടിസ്ഥാന സൗകര്യങ്ങളിലുള്ള പരിമിതിയും വിപണി സൗകര്യങ്ങളുമായി ബന്ധപ്പെട്ട പ്രശ്നങ്ങളും പരിഹരിക്കേണ്ടതായി വരും. ഹ്രസ്വകാല നടപടികൾ എന്ന നിലയിൽ, വിതരണ ന്യൂനതകൾ പരിഹരിക്കുന്നതിന് വേണ്ടി പൂഴ്ത്തിവയ്പ്പിനെതിരെയുള്ള ശക്തമായ ഇടപെടലുകളുൾപ്പെടെയുള്ള നടപടികൾ സർക്കാർ കൈക്കൊള്ളണം.

സാമ്പത്തിക നടപടികൾകൊണ്ട് മാത്രം വിതരണ മേഖലയിലെ പ്രശ്നങ്ങൾ പരിഹരിക്കാൻ കഴിയില്ലായെന്ന് ഈ അവസരത്തിൽ നാം തിരിച്ചറിയണം. ധനമന്ത്രി കൃത്യമായി പറഞ്ഞതുപോലെ മികച്ച ഭരണ നിർവ്വഹണമാണ് ഇവിടുത്തെ പ്രധാന വിഷയം. ബജറ്റ് പ്രസംഗത്തിലും അദ്ദേഹമിത് സൂചിപ്പിച്ചിട്ടുണ്ട്. അതുകൊണ്ട്, വിലക്കയറ്റം നിയന്ത്രിക്കുന്നതിനുള്ള വളരെ വേഗത്തിലുള്ള നടപടികളാണ് ഈ സമയത്ത് വേണ്ടത്. എന്നാൽ വളരെ ഖേദത്തോടെ പറയട്ടെ, ഇപ്പോൾ നമ്മൾ കാണുന്നത് ഉദാസീനതയും നിഷ്ക്രിയത്വവുമാണ്. ഈ അഭിപ്രായത്തെ സർക്കാർ എതിർക്കുമെന്ന് ഞാൻ കരുതുന്നില്ല. കാരണം, എന്തെങ്കിലും നടപടികൾ സർക്കാർ സ്വീകരിച്ചിരുന്നുവെങ്കിൽ ഇത്രയും രൂക്ഷമായ വിലവർദ്ധനവ് ഉണ്ടാകുമായിരുന്നില്ല. ഒന്നും ചെയ്യാത്ത ഒരു സർക്കാരാണ് ഇവിടെയുള്ളത്. അതുകൊണ്ടാണ് ഞാൻ പറഞ്ഞത്, ഈ സർക്കാരിന്റെ ഭാഗത്തുനിന്ന് കാണുന്നത് പ്രവർത്തനമല്ല നിഷ്ക്രിയത്വമാണെന്ന്.

വിലക്കയറ്റമാണ് ഏതൊരു സർക്കാരിന്റേയും ശത്രു. സർക്കാർ ഇതിനെതിരെ നടപടി എടുക്കാൻ തയ്യാറായില്ലെങ്കിൽ, ഒരു സംശയവും വേണ്ട, രൂക്ഷമായ പരിണിത ഫലങ്ങൾ ഉണ്ടാകും. ചിലപ്പോളിത് ഈ സംവിധാനത്തെ തന്നെ അസ്ഥിരമാക്കും. യു പി എ സർക്കാരിന് ഈ അനുഭവം ഉണ്ടായതിന്റെ ദൃഷ്ടാന്തം നമുക്ക് മുന്നിലുണ്ട്. തെരഞ്ഞെടുപ്പ് പ്രചാരണ സമയത്ത് ഞങ്ങളും എൻ ഡി എ മുന്നണിയും ഉയർത്തിയ പ്രധാന പ്രശ്നങ്ങളിൽ ഒന്ന് ഈ വിലക്കയറ്റമാണ്. ഇതേ വിഷയത്തിൽ സർക്കാരിന്റെ നിഷ്ക്രിയത്വം ചൂണ്ടിക്കാണിച്ചാണ് സർക്കാരിനെതിരെ വിധിയെഴുതാൻ നിങ്ങൾ ജനങ്ങളെ പ്രേരിപ്പിച്ചത്. ആ ഉദ്യമത്തിൽ നിങ്ങൾ വിജയിച്ചു. ഇപ്പോൾ എൻ ഡി എ സർക്കാരിന്റെ ഊഴം വന്നിരിക്കുന്നു. സന്ദർഭത്തിനൊത്തുയർന്ന് വിലക്കയറ്റം നിയന്ത്രിക്കാനുള്ള നടപടികൾ സ്വീകരിക്കാൻ നിങ്ങൾ തയ്യാറല്ലെങ്കിൽ, ഒരു സംശയവും വേണ്ട, വിലക്കയറ്റം ഈ സർക്കാരിന്റെ ശവക്കുഴി തോണ്ടും. കാരണം, ഈ രാജ്യത്തെ സംബന്ധിച്ചിടത്തോളം, നാം നേരിടുന്ന ഏറ്റവും പ്രധാന വിഷയങ്ങളിലൊന്ന് വിലക്കയറ്റമാണ്.

സർ, മൊത്ത ആഭ്യന്തര ഉത്പാദനത്തിൽ (GDP) വളർച്ചയുണ്ടെന്നാണ് സർക്കാർ അവകാശപ്പെടുന്നത്. ജി ഡി പി വളരുന്നതെങ്ങനെ

യെന്നത് വ്യക്തമാണ്. നൂറ് ശതകോടീശ്വരന്മാരുടെയും അവരുടെ യു എസ് ഡോളറുകളുടെയും സാന്നിദ്ധ്യമാണ് ജി ഡി പിയെ സമ്പന്നമാക്കുന്നത്. വൈകാതെ ശതകോടീശ്വരന്മാരുടെ എണ്ണം 150 ആയി ഉയരും. എന്നിട്ട് ഇതാണ് 'തിളങ്ങുന്ന ഇന്ത്യ' എന്ന് നിങ്ങൾ പറയുന്നു. ഇന്ത്യ തിളങ്ങുന്നത് ഈ ശതകോടീശ്വരന്മാരുടെ സാന്നിദ്ധ്യംകൊണ്ടാണ്. ഒരു ഭാഗത്ത് തിളങ്ങുന്ന ഇന്ത്യയെ നാം കാണുന്നു. മറുഭാഗത്ത് ദുരിതമനുഭവിക്കുന്ന ഇന്ത്യയെ കാണാം. നിങ്ങൾ സംസാരിക്കുന്നത് തിളങ്ങുന്ന ഇന്ത്യയെപ്പറ്റിയാണ്. എന്നാൽ ദുരിതമനുഭവിക്കുന്ന ഇന്ത്യയിൽ ആണ് മഹാഭൂരിപക്ഷം വരുന്ന സാധാരണ ജനങ്ങൾ താമസിക്കുന്നത്. ഇന്ത്യ തിളങ്ങുന്നതിന്റെ ഒരു പ്രയോജനവും അവർക്ക് ലഭിക്കുന്നില്ല.

ഈ സാഹചര്യത്തെ മറികടക്കാൻ അവധി വ്യാപാരവും ഊഹക്കച്ചവടവും പോലുള്ള പ്രശ്നങ്ങൾ പരിഹരിക്കാൻ സർക്കാർ നടപടി സ്വീകരിക്കണം. ഇക്കാലത്ത് പ്രാധാന്യമുള്ള വിഷയങ്ങളാണ് ഇത് രണ്ടും. അവധി വ്യാപാരം നിരോധിക്കുന്നതിനെക്കുറിച്ച് ഒരു ചർച്ച മുമ്പ് ഈ സഭയിൽ നടന്നിരുന്നു. കൃത്രിമ വിലക്കയറ്റം സൃഷ്ടിക്കുന്ന അവധി വ്യാപാരത്തിൽ എന്തിനാണ് ആൾക്കാർ വ്യാപൃതരാകുന്നത്?

അതേപോലെ, അനവധിയായിട്ടുള്ള നികുതികൾ സർക്കാർ പിൻവലിക്കണം. എത്ര നികുതികളുണ്ട് ഇന്ത്യയിലിന്ന്. വിദ്യാഭ്യാസ നികുതി, റോഡ് നികുതി, സ്വച്ഛ് ഭാരത് നികുതി, കൃഷി കല്ല്യാൺ നികുതി ഇങ്ങനെ എത്രയെണ്ണം. വിലക്കയറ്റത്തിന്റെ പ്രധാന കാരണങ്ങളിലൊന്ന് ഇതും കൂടിയാണ്. ഇതൊന്നും പോരാഞ്ഞിട്ട്, അടിക്കടിയുള്ള എക്സൈസ് തീരുവയുടെ വർദ്ധനവ് ജനങ്ങളുടെ ഭാരം കൂട്ടുന്നു.

കർഷകർക്ക് മികച്ച മെച്ചപ്പെട്ട താങ്ങുവില (MSP) ഉറപ്പാക്കണം. നിങ്ങൾ നമ്മുടെ ഗ്രാമങ്ങളെ മറക്കരുത്. കാർഷിക വളർച്ച ഒരു ശതമാനം ഉണ്ടായാൽ ജി ഡി പി 0.75 ശതമാനത്തിലേറെയും വ്യവസായം 0.5 ശതമാനത്തിലേറെയും വർദ്ധിക്കുമെന്ന വസ്തുത നിങ്ങളുടെ മനസ്സിൽ ഉണ്ടാകണം.

ഇന്ത്യ ഇപ്പോഴും ഒരു ഗ്രാമീണ കാർഷികാധിഷ്ഠിത സമ്പദ് വ്യവസ്ഥയാണെന്ന കാര്യം മറക്കരുത്. ഗ്രാമീണ സമ്പദ്‌വ്യവസ്ഥയെ മറന്നുകൊണ്ട് ഡിജിറ്റൽ ഇന്ത്യയിലേക്ക് പോവുക സാധ്യമല്ല. ഡിജിറ്റൽ ഇന്ത്യയിലേക്ക് ചാടാൻ ശ്രമിക്കരുത്. നമുക്ക് വേണ്ടത് ജനങ്ങളുടെ ഇന്ത്യയാണ്, ഡിജിറ്റൽ ഇന്ത്യയല്ല. ഇവിടെ ഉന്നയിച്ച പ്രശ്നങ്ങളെ സർക്കാർ ഗൗരവമായി കാണുകയും പ്രശ്നങ്ങൾ അടിയന്തരമായി പരിഹരിക്കാനുള്ള നടപടികൾ സ്വീകരിക്കുകയും ചെയ്യണമെന്ന് ആവശ്യപ്പെട്ടുകൊണ്ട് ഞാനെന്റെ വാക്കുകൾ ഉപസംഹരിക്കുന്നു.

(28-07-2016 193-ാം ചട്ടപ്രകാരം നടന്ന ഹ്രസ്വസമയ ചർച്ച)

കർഷകർ എടുത്ത വായ്പകളുടെ പലിശ സർക്കാർ എഴുതിത്തള്ളണം

സർ, പി കെ വാസുദേവൻ നായർ അവതരിപ്പിച്ച പ്രമേയത്തിന് ഞാൻ പിന്തുണ നൽകുന്നു. കഴിഞ്ഞ സമ്മേളനത്തേക്കാൾ ഈ പ്രമേയം അവതരിപ്പിക്കാനുള്ള കൃത്യമായ സമയം ഈ സമ്മേളനമാണെന്ന് എനിക്ക് തോന്നുന്നു. കാരണം അടുത്തിടെയാണ് രാജ്യത്തിന്റെ വിവിധ ഭാഗങ്ങളിൽ കർഷക ആത്മഹത്യകളുടെ ഭയപ്പെടുത്തുന്ന റിപ്പോർട്ടുകൾ നമ്മൾ കണ്ടത്. ഇതേ വിഷയം ഞങ്ങൾ കേരളത്തിൽ നിന്നുള്ള എം പിമാർ, സഭയിൽ ഉന്നയിക്കുകയും, തുടർന്ന്, പാർലമെന്റിന് മുന്നിൽ സത്യഗ്രഹം സംഘടിപ്പിക്കുകയും ചെയ്തിട്ടുണ്ട്. വളരെ ഖേദത്തോടെ പറയട്ടെ, സർക്കാർ ഇതുവരെ ഈ പ്രശ്നത്തെക്കുറിച്ച് ആഴത്തിലുള്ള അപഗ്രഥനം നടത്തിയിട്ടില്ല എന്നതാണ് വസ്തുത. തീർച്ചയായും ചില പ്രശ്നങ്ങൾ സർക്കാർ നിയന്ത്രണത്തിനുമപ്പുറം ആണ്. ഉദാഹരണമായി, കഴിഞ്ഞ മൂന്നു വർഷമായി കേരളത്തിൽ ആവശ്യത്തിന് മഴ കിട്ടാത്ത പ്രശ്നം. കഴിഞ്ഞ ഏതാനും വർഷങ്ങളിൽ കേരളത്തിൽ ലഭിച്ച മഴയുടെ അളവ് നോക്കൂ. 2000 ൽ 18, 2001 ൽ 3, 2002 ൽ 17, 2003 ൽ 27. ഇതിന്റെ ഫലമായി വരൾച്ചാ സമാനമായ സാഹചര്യമാണ് കേരളത്തിലുള്ളത്.

സർ, സമയപരിമിതിമൂലം ആദ്യം എന്റെ സംസ്ഥാനത്തിലെ പ്രശ്നങ്ങളിലേക്ക് ശ്രദ്ധ കേന്ദ്രീകരിക്കാൻ ആഗ്രഹിക്കുന്നു. അവിടെ ഒരു വശത്ത് വരൾച്ചാസമാനമായ സാഹചര്യവും, മറുവശത്ത് പ്രളയ സാഹചര്യവുമാണ്. അത്തരം ഒരു സാഹചര്യം സംസ്ഥാനത്തിന്റെ സാമ്പത്തിക രംഗം ഭയാനകമാക്കിയിട്ടുണ്ട്. പ്രളയത്തിന്റെയും വരൾച്ചയുടെയും ഫലമായി കാർഷിക വിളകളായ നെല്ല്, പച്ചക്കറികൾ, മറ്റ് ഭക്ഷ്യവസ്തുക്കൾ എന്നിവ വൻതോതിൽ നശിച്ചു, നെല്ലുല്പാദനം

60 ശതമാനമായി കുറഞ്ഞു. നാളികേര ഉത്പാദനം 60–70 ശതമാനം വരെ ആയി. പച്ചക്കറി ഉത്പാദനം 60–70 ശതമാനം ആയി. കുരുമുളക് ഉത്പാദനം 80 ശതമാനമായി. വാഴപ്പഴം ഉത്പാദനം 60–70 ശതമാനമായി. ഏലം ഉത്പാദനം 60–70 ശതമാനമായി. കാപ്പി ഉത്പാദനം 65 ശതമാനമായി. മറ്റെല്ലാ നാണ്യവിളകളുടെയും ഉത്പാദനം ഗണ്യമായി കുറഞ്ഞിട്ടുണ്ട്.

സർ, ഏറ്റവും ദൗർഭാഗ്യകരമായ വസ്തുത, ബഹു. ധനമന്ത്രിയുടെയും, ബഹു. കൃഷിമന്ത്രിയുടെയും മുന്നിൽ ഈ പ്രശ്നം അവതരിപ്പിച്ചിട്ടും ചില സാങ്കേതിക കാരണങ്ങൾ പറഞ്ഞ്, ഒരു നടപടിയും എടുത്തില്ലായെന്നതാണ്. ചില സമയങ്ങളിൽ ഇത്തരം സാഹചര്യങ്ങളെക്കുറിച്ച് സർക്കാർ കൃത്യമായ റിപ്പോർട്ടുകൾ നൽകുന്നില്ല. പക്ഷേ, ജനങ്ങൾ ദുരിതത്തിലാണ്. അതിന്റെ ഫലമായി ആത്മഹത്യകൾ കൂടുന്നു.

സർ, കേരളത്തിൽ ആത്മഹത്യാ മരണങ്ങൾ ഒന്നുംതന്നെ ഇല്ലായെന്ന് കൃഷി മന്ത്രി പ്രസ്താവന നടത്തിയതായി കേരള സർക്കാർ റിപ്പോർട്ട് നൽകിയതിനെക്കുറിച്ച് ശ്രീ. വാസുദേവൻ നായർ പറഞ്ഞത് വളരെ കൃത്യമാണ്. പക്ഷേ, അവിടെ ആത്മഹത്യകൾ ഉണ്ടായിരുന്നുവെന്ന് ഞങ്ങൾക്കറിയാം. ഇടുക്കി ജില്ലയിൽ മാത്രം 92–ഓളം ആത്മഹത്യകൾ നടന്നു. മറ്റ് കാരണങ്ങൾ കൊണ്ടടക്കം കേരളത്തിൽ കഴിഞ്ഞ മൂന്ന് വർഷത്തിനിടയിൽ ആത്മഹത്യ ചെയ്തവരുടെ എണ്ണം ആയിരത്തോളം വരും.

ഞാൻ വരുന്നത് കേരളത്തിന്റെ വടക്കു ഭാഗത്തുനിന്നാണ്. കർണ്ണാടകത്തിന്റെ വളരെ അടുത്തുകിടക്കുന്ന എന്റെ പ്രദേശം കവുങ്ങ് കൃഷിക്ക് പ്രസിദ്ധവുമാണ്. മികച്ച ഗുണമേന്മയുള്ള അടയ്ക്കയാണ് കേരളത്തിൽ ഉത്പാദിപ്പിക്കുന്നത്. എന്നാൽ കേരളത്തിലെ ഭൂരിഭാഗം കർഷകരും ആത്മഹത്യയുടെ മുന്നിലാണ്. ദേശീയ ദുരന്തങ്ങളായി മാറുന്ന പ്രകൃതി ദുരന്തങ്ങൾ സംഭവിക്കുന്ന നാടാണ് എന്റേത്. വരൾച്ചയും പ്രളയവുമടക്കമുള്ള പ്രകൃതി ദുരന്തങ്ങളെക്കുറിച്ചാണ് ഞാൻ പറയുന്നത്. ദേശീയ ദുരന്തവുമായി ബന്ധപ്പെട്ട് സർക്കാർ നയം ഒരു പ്രശ്നമാണ്. വാണിജ്യ–വ്യവസായ സ്റ്റാന്റിംഗ് കമ്മിറ്റിക്ക് മുമ്പാകെ ഞാൻ ഈ പ്രശ്നം അവതരിപ്പിച്ചിരുന്നു. മറ്റ് രാജ്യങ്ങളുമായി ചില കരാറുകളിൽ നമ്മൾ ഒപ്പിട്ടിട്ടുണ്ട്. കയറ്റുമതിയിൽ വർദ്ധനവ് ഉണ്ടാക്കാൻ കഴിഞ്ഞതിൽ ഞങ്ങൾ അഭിമാനിക്കുന്നു. തീർച്ചയായും കയറ്റുമതികൾ വർദ്ധിപ്പിക്കണം. കയറ്റുമതി വർദ്ധിപ്പിക്കേണ്ടത് കൃഷിയുടെയും വ്യവസായത്തിന്റെയും ചെലവിലാകരുത്.

ഇന്ത്യ–ശ്രീലങ്ക കരാർ കേരളത്തെ ദോഷകരമായി ബാധിച്ചിട്ടുണ്ടെന്ന് വസ്തുതകൾ പരിശോധിച്ചാൽ നിങ്ങൾക്ക് മനസ്സിലാകും. ഒരു ടൺ കുരുമുളകിന്റെ വില 23,000 രൂപയായിരുന്നു. ഇപ്പോഴത് 7,000 ആയി കുറഞ്ഞു. കർഷകന് എങ്ങനെയാണ് അങ്ങനെ ഒരു സാഹചര്യത്തിൽ

ജീവിക്കാനാവുക? അടയ്ക്കയുടെ കാര്യവും വ്യത്യസ്തമല്ല. മുമ്പ് 16,000 രൂപയായിരുന്നത് ഇപ്പോൾ 7,000 മുതൽ 8,000 രൂപ വരെയായി കുറഞ്ഞു. കർണ്ണാടകത്തിലും മറ്റനേകം സംസ്ഥാനങ്ങളിലും ഇത് തന്നെയാണ് വസ്തുത. കാസർഗോഡ് സഹകരണ ഗ്രാമവികസനബാങ്ക് കർഷകർക്ക് നോട്ടീസ് അയച്ചിട്ടുണ്ട്. നിങ്ങൾ എന്തെങ്കിലും ഇടപെടലുകൾ നടത്തിയാൽ ബാങ്കിനും കർഷകർക്കും അത് സഹായകരമാവും.

നിങ്ങൾക്ക് ബോധ്യപ്പെടാൻ വേണ്ടി ഞാൻ കുറച്ച് വിശദാംശങ്ങൾ പറയാം. മിസ്റ്റർ വിറ്റൽ നായ്ക്ക് 3 ലക്ഷത്തിന്റെ വായ്പ എടുത്തിട്ടുണ്ടായിരുന്നു. അയാൾക്ക് തിരികെ അടയ്ക്കേണ്ടത് 5 ലക്ഷം ആണ്. അതേപോലെ മിസ്റ്റർ ഭട്ട് 5 ലക്ഷം എടുത്തത് ഇപ്പോൾ 8 ലക്ഷം തിരിച്ചടയ്ക്കണം. വായ്പ തിരിച്ചടയ്ക്കാൻ സാധിക്കാത്ത കർഷകരുടെ പേരിൽ ആയിരക്കണക്കിന് നോട്ടീസുകളാണ് ബാങ്ക് പുറപ്പെടുവിക്കുന്നത്. സർക്കാരിന്റെ ഇറക്കുമതി നയം പ്രതികൂലമായി ബാധിച്ചതാണ് അവരുടെ ഈ അവസ്ഥയ്ക്ക് കാരണം. മുൻ സർക്കാർ സ്വീകരിച്ച കർഷകവിരുദ്ധ നടപടികളുടെ ഫലമാണ് അവരിന്ന് അനുഭവിക്കുന്നത്. അവിടെ അന്നും ഇന്നും ആത്മഹത്യകൾ ഉണ്ടാകുന്നുണ്ട്. അതേ അവസ്ഥ തുടർന്നുകൊണ്ടിരിക്കുന്നു.

ശ്രീലങ്ക ഗുണനിലവാരം കുറഞ്ഞ കുരുമുളകാണ് നമുക്ക് തരുന്നത്. നമ്മുടെ ഗുണനിലവാരമുള്ള മലബാർ കുരുമുളക് ഇന്ത്യയിൽ മാത്രമല്ല ലോകം മുഴുവൻ പ്രശസ്തമാണ്. ഗുണം കുറഞ്ഞ കുരുമുളക് ഗുണനിലവാരം കൂടിയതുമായി ഇടകലർത്തി നമ്മൾ കയറ്റുമതി ചെയ്യുന്നു. അങ്ങനെ നമ്മുടെ വിപണി വളരെ മോശമായിക്കൊണ്ടിരിക്കുന്നു.

ഏലത്തിന്റെ കാര്യത്തിലും ഇത് തന്നെയാണ് അവസ്ഥ. റബ്ബറിനെ സംബന്ധിച്ച്, മുമ്പ് തെരഞ്ഞെടുത്ത ചില തുറമുഖങ്ങളിൽക്കൂടി മാത്രമേ ഇറക്കുമതി ചെയ്യാൻ അനുവദിച്ചിരുന്നുള്ളു. എന്നാലിപ്പോൾ എല്ലാ തുറമുഖങ്ങളിലൂടെയും റബ്ബർ ഇറക്കുമതി ചെയ്യാം. അതിന്റെ ഫലമായി ഇറക്കുമതി ചെയ്യുന്ന റബ്ബറിന്റെ കൃത്യമായ കണക്കുപോലും കിട്ടാനില്ല. ഒരുവശത്ത് വരൾച്ചയും, മറുവശത്ത് പ്രളയവും കാർഷികവിളകളുടെയും നാണ്യവിളകളുടെയും ഉത്പാദനത്തെ സാരമായി ബാധിച്ചുകൊണ്ടിരിക്കുന്നു. അതേസമയം, ഈ വിളകളുടെ കാര്യത്തിൽ സർക്കാർ സ്വീകരിച്ച ഇറക്കുമതി നയവും പരിശോധിക്കപ്പെടേണ്ടതാണ്.

ഈ വിഷയത്തിൽ ഞാൻ ആരെയും കുറ്റപ്പെടുത്തുന്നില്ല. പക്ഷേ, ഈ കർഷകരെ നമുക്കെങ്ങനെ രക്ഷിക്കാൻ കഴിയും? ഇതാണ് പ്രധാന ചോദ്യം. നിരവധി കർഷകർ ആത്മഹത്യ ചെയ്യുകയാണ്. കേരള സർക്കാർ ഡിസംബർ വരെ മൊറട്ടോറിയം പ്രഖ്യാപിച്ചിട്ടുണ്ട്. ഡിസംബറിനുശേഷം വീണ്ടും നോട്ടീസുകൾ കർഷകരെത്തേടി പോകും. അവർക്കത് തിരിച്ചടയ്ക്കാൻ കഴയില്ല. ഈ സാഹചര്യത്തിൽനിന്നും കർഷകരെ നമുക്കെങ്ങനെ രക്ഷിക്കാൻ കഴിയും?

ഈ വിഷയം ചർച്ച ചെയ്യുന്നതിന് വേണ്ടി ഇന്നലെ ഞങ്ങൾ കേരളത്തിൽ നിന്നുള്ള അംഗങ്ങൾ, പ്രധാനമന്ത്രിയുമായി കൂടിക്കാഴ്ച നടത്തിയിരുന്നു. ആ ചർച്ചയ്ക്ക് ഫലമുണ്ടാകുമെന്നും താങ്കൾ തന്നെ നേരിട്ട് തീരുമാനം സഭയിൽ പ്രഖ്യാപിക്കുമെന്നുമായിരുന്നു എന്റെ ചിന്ത. പക്ഷേ, ചർച്ച നിഷ്ഫലമായി. കൃഷിക്കാർ എടുത്ത വായ്പകളുടെ പലിശ പൂർണ്ണമായും സർക്കാർ ഇളവ് ചെയ്യണം എന്നായിരുന്നു. ഞങ്ങൾ മുന്നോട്ടുവച്ച നിർദ്ദേശം. സംസ്ഥാന സർക്കാരിനോ സഹകരണ സംഘങ്ങൾക്കോ മാത്രം ചെയ്യാൻ കഴിയുന്ന കാര്യവുമല്ല ഇത്.

പത്തോ പന്ത്രണ്ടോ വർഷത്തേക്ക് വായ്പാത്തുകയുടെ പുനഃക്രമീകരണമാണ് അവർ ആവശ്യപ്പെടുന്നത്. നമുക്ക് പുതിയ വായ്പ അനുവദിക്കേണ്ടതുണ്ട്. സംഘങ്ങൾ പുതിയ വായ്പ അനുവദിക്കണം. ഇവിടെ ഒരു കാര്യം സൂചിപ്പിക്കാൻ ഞാൻ ആഗ്രഹിക്കുന്നു. കർഷകർ പലവിധ വായ്പകളും എടുക്കുന്നുണ്ട്. പക്ഷേ, വായ്പകളെല്ലാം കാർഷിക വായ്പകളായി പരിഗണിക്കുന്നില്ല. കർഷകർ എടുക്കുന്ന എല്ലാ വായ്പകളും കാർഷിക വായ്പകളായി പരിഗണിക്കണം.

പുതിയ വായ്പകൾ അനുവദിക്കുന്നത് കുറഞ്ഞ പലിശയ്ക്കായിരിക്കണം. അല്ലാതെ അവർക്ക് അതിജീവിക്കാനാവില്ല. കാർഷിക വിളകളുടെ കാര്യത്തിലായാലും നാണ്യവിളകളുടെ കാര്യത്തിലായാലും കേരളത്തിന്റെ അവസ്ഥ ഭയാനകമാണ്. അത് സമ്പദ് വ്യവസ്ഥയിലും പ്രതിഫലിക്കുന്നുണ്ട്. ഞങ്ങൾ, പാർലമെന്റ് അംഗങ്ങൾ അങ്ങയെ നേരിട്ട് വന്ന് കണ്ടിരുന്നു. കൂടാതെ കേരളസർക്കാർ ഈ വിഷയത്തിൽ മൂന്ന് നിവേദനങ്ങൾ സമർപ്പിച്ചിട്ടുണ്ടായിരുന്നു. ചില വീഴ്ചകൾ സംഭവിച്ചിട്ടുണ്ട് എന്നത് ഞങ്ങൾ അംഗീകരിക്കുന്നു. പക്ഷേ, ഖേദകരമെന്നു പറയട്ടെ പ്രസ്തുത വിഷയത്തിൽ ഇതുവരെ കേന്ദ്രം യാതൊരുവിധ തീരുമാനവും കൈക്കൊണ്ടിട്ടില്ല. തീരുമാനം എടുക്കേണ്ട സമയം അതിക്രമിച്ചിരിക്കുന്നു. അത് മാത്രമാണ് എന്റെ അഭ്യർത്ഥന.

10-12-2004 (സ്വകാര്യ പ്രമേയം)

ന്യൂസ്പ്രിന്റിന്റെ വില വർദ്ധിപ്പിക്കാനുള്ള നീക്കത്തെ നിയന്ത്രിക്കുക

രണ്ടായിരത്തി അഞ്ച് ഏപ്രിൽ മുതൽ പ്രാബല്യത്തിൽ വരുന്ന തരത്തിൽ, ന്യൂസ് പ്രിന്റിന്റെ വില ടണ്ണിന് 1,000 രൂപ വരെ വർദ്ധിപ്പിക്കാനുള്ള ആഭ്യന്തര ന്യൂസ് പ്രിന്റ് നിർമ്മാതാക്കളുടെ തീരുമാനത്തിലേക്ക് സർക്കാരിന്റെ ശ്രദ്ധ ക്ഷണിക്കാൻ ഞാനാഗ്രഹിക്കുന്നു.

ന്യൂസ് പ്രിന്റിന്റെ വില പുതുക്കി നിശ്ചയിക്കാനുള്ള നീക്കത്തിന് ഇന്ത്യൻ ന്യൂസ് പ്രിന്റ് മാനുഫാക്ചറേഴ്സ് അസോസിയേഷൻ അംഗീകാരം നൽകി എന്നാണ് മനസ്സിലാക്കാൻ കഴിഞ്ഞത്. ഏപ്രിൽ ഒന്നു മുതൽ ആരംഭിക്കുന്ന മൂല്യവർദ്ധിത നികുതിയുടെ (VAT) ന്യൂസ്പ്രിന്റിന്റെ മേലുള്ള സ്വാധീനം പരിശോധിച്ചതിനുശേഷം മാത്രമേ വില പുതുക്കി നിശ്ചയിക്കുന്ന കാര്യം പരിഗണിക്കാവൂ. ന്യൂസ് പ്രിന്റിന് മേൽ മൂല്യവർദ്ധിത നികുതി ഏർപ്പെടുത്തിയാൽ വില കുറയുമെന്നുള്ള പ്രതീക്ഷയ്ക്ക് വിരുദ്ധമായി, വില പുതുക്കി നിശ്ചയിക്കുന്ന സാഹചര്യമുണ്ടായാൽ, വില കുറയുന്നതിന്റെ പ്രയോജനം ഉപഭോക്താക്കൾക്ക് ലഭിക്കാതെയിരിക്കുമോ എന്ന ആശങ്ക നിലനില്ക്കുന്നുണ്ട്. ആഭ്യന്തര നിർമ്മാതാക്കൾ കൂടുതലായും ഇറക്കുമതി ചെയ്ത അസംസ്കൃത വസ്തുക്കളെ ആശ്രയിക്കുന്നതുമൂലം ന്യൂസ് പ്രിന്റ് നിർമ്മാണം ഒരു മൂലധന തീവ്ര വ്യവസായം (Capital Intensive Industry) ആയി മാറിയിട്ടുണ്ട്. വിലവർദ്ധനവ് പ്രാബല്യത്തിൽ വന്നാൽ ചെറുകിട പത്രങ്ങൾക്ക് നിലനില്ക്കാനാവില്ല. അങ്ങനെ വന്നാൽ പത്രമാധ്യമരംഗം കുറച്ച് വൻകിടക്കാരുടെ കുത്തകാവകാശമായി മാറും.

ഇപ്പോൾത്തന്നെ സാമ്പത്തിക പ്രതിസന്ധികളാൽ നിലനില്ക്കാൻ പ്രയാസപ്പെടുന്ന ചില ചെറുകിട പത്രസ്ഥാപനങ്ങളെ, ന്യൂസ് പ്രിന്റിന്റെ വിലവർദ്ധനവ് പ്രതികൂലമായി ബാധിക്കും. ആയതിനാൽ, 2005 ഏപ്രിൽ

ഒന്നിന് പ്രാബല്യത്തിൽ വരുന്ന തരത്തിൽ ന്യൂസ്പ്രിന്റിന്റെ വില വർദ്ധിപ്പിക്കാനുള്ള ആഭ്യന്തര ന്യൂസ് പ്രിന്റ് നിർമ്മാതാക്കളുടെ നീക്കത്തെ നിയന്ത്രിക്കാനുള്ള അടിയന്തര നടപടികൾ സർക്കാർ കൈക്കൊള്ളണമെന്ന് ഞാൻ അഭ്യർത്ഥിക്കുന്നു.

(22-03-2005)

പൊതുമേഖലാ സ്ഥാപനങ്ങളെ സംരക്ഷിക്കുക

സർ, ഈ ബിൽ സഭയിൽ അവതരിപ്പിക്കപ്പെടുകയും പിന്നീട് സ്റ്റാന്റിംഗ് കമ്മിറ്റിക്ക് വിടുകയും ചെയ്തു. ബില്ലിനുമേൽ സ്റ്റാന്റിംഗ് കമ്മിറ്റിയിൽ ശക്തമായ ചർച്ചകൾ നടന്നിരുന്നു. അവിടെ ചില ഭിന്നാഭിപ്രായങ്ങളും ഉണ്ടായിരുന്നു. ബില്ലിനെതിരെ വിയോജനക്കുറിപ്പ് രേഖപ്പെടുത്തിയവരിൽ ഒരാൾ ഞാനായിരുന്നു.

സ്റ്റാന്റിംഗ് കമ്മിറ്റിയുടെ റിപ്പോർട്ട് ഈ സഭയിൽ വെച്ചിട്ടുണ്ട്. പക്ഷേ, നിർഭാഗ്യവശാൽ, സ്റ്റാന്റിംഗ് കമ്മിറ്റിയുടെ നിർദ്ദേശങ്ങളോ ചർച്ചകളുടെ വിശദാംശങ്ങളോ റിപ്പോർട്ടിൽ ഉൾപ്പെടുത്തിയിട്ടില്ല. ഞാനിത് പറയാൻ കാരണം ഈ ബിൽ സഭയിൽ വരുന്നതിന് മുമ്പുതന്നെ ഓർഡിനൻസ് ഇറങ്ങിക്കഴിഞ്ഞിരുന്നു. സ്റ്റാന്റിംഗ് കമ്മിറ്റിയുടെ ചർച്ചയിൽ ഉരുത്തിരിഞ്ഞ നിർദ്ദേശങ്ങൾ മന്ത്രാലയം പരിഗണിക്കണം. ടെലികോം മേഖലയിൽ വരുന്ന പല പ്രശ്നങ്ങളും പരിഹരിക്കാൻ മുൻകൈയെടുത്ത ബഹു. മന്ത്രിയെ ഞാൻ അഭിനന്ദിക്കുന്നു.

1885 ൽ ബ്രിട്ടീഷ് ഭരണകാലത്താണ് ഇന്ത്യൻ ടെലഗ്രാഫ് ആക്റ്റ് പാസാക്കിയത്. വാർത്താവിതരണ മന്ത്രാലയം ഈ നിയമത്തിൽ പല തവണ ഭേദഗതി വരുത്തിയിട്ടുണ്ട്. ഇപ്പോൾ പുതിയൊരു ഭേദഗതി വരുന്നു. നമ്മൾ അതിനെക്കുറിച്ചാണ് ചർച്ച ചെയ്യുന്നത്. ഞാൻ മനസ്സിലാക്കിയിടത്തോളം ശരിക്കുള്ള പ്രശ്നം ഇതാണ്. യഥാർത്ഥ നിയമത്തിൽ ബേസിക് (അടിസ്ഥാന) എന്ന പദം ഉപയോഗിച്ചിരുന്നു. ഇപ്പോൾ നിർമ്മിച്ച നിയമത്തിന്റെ ലക്ഷ്യം 'ബേസിക്' എന്ന വാക്ക് ഒഴിവാക്കുക എന്നതാണ്. എന്നാൽ യഥാർത്ഥ നിയമത്തിൽ 'ബേസിക്' എന്ന വാക്കിന് കൃത്യമായ നിർവ്വചനം നൽകിയിട്ടുണ്ടായിരുന്നില്ല. എന്നാൽ ഈ വാക്കുകൊണ്ട് ഉദ്ദേശിക്കുന്നത് ലാൻഡ്‌ലൈൻ എന്നും ഫിക്സഡ്

വയർലെസ് ലൈൻ (Fixed Wireless Line) എന്നുമാണെന്ന് അനുമാനിക്കപ്പെടുന്നു.

BSNLഉം MTNLഉം വളരെയധികം ജോലി ചെയ്യുന്ന മേഖലകളാണ്. ഗ്രാമപ്രദേശങ്ങളിൽ ചെന്നാൽ അവരുടെ ജോലിയുടെ തീക്ഷ്ണത കാണാം. BSNLന്റെ പ്രവർത്തനത്തെക്കുറിച്ചാണ് എടുത്തു പറയേണ്ടത്. സ്വകാര്യ കമ്പനികളൊന്നും ഗ്രാമപ്രദേശങ്ങളിലേക്ക് പോകാറില്ല. അതുകൊണ്ട് ഈ വിഷയത്തിൽ ഞങ്ങളുടെ വിയോജനക്കുറിപ്പ് നൽകിയിട്ടുണ്ട്.

വർദ്ധിച്ചുക്കൊണ്ടിരിക്കുന്ന ടെലിഫോൺ സാന്ദ്രതയെ (tele density) ക്കുറിച്ചാണ് നാം ചർച്ച ചെയ്തുകൊണ്ടിരിക്കുന്നത്. ബഹു. മന്ത്രി പറഞ്ഞതുപോലെ ബൃഹത്തായ മാറ്റങ്ങളാണ് ടെലികോം മേഖലയിൽ ഉണ്ടാകുന്നത്. 2000 ൽ ഇന്ത്യയിലെ ടെലിഫോൺ സാന്ദ്രത 2.5 ആയിരുന്നെങ്കിൽ 2006 ൽ അത് 14.10 ആയി ഉയർന്നു. നഗരപ്രദേശങ്ങളിൽ 8.22 ആയിരുന്നത് 44.05 ആയി മാറി. ഇതുമായി താരതമ്യം ചെയ്യുമ്പോൾ നിസ്സാരമായ വർദ്ധനവ് മാത്രമേ ഗ്രാമപ്രദേശങ്ങളിൽ കാണാൻ കഴിയൂ. 0.7 ൽനിന്നും വർദ്ധിച്ച് 1.86 ആയി.

നഗരപ്രദേശങ്ങളിൽ ഓരോ വർഷവും ചുരുങ്ങിയത് 5000 പുതിയ കണക്ഷനുകൾ കൊടുക്കുന്നുണ്ട്. ഞാൻ മനസ്സിലാക്കുന്നത്, ഈയൊരവസരത്തിലാണ് നിയമ ഭേദഗതിയുമായി സർക്കാർ മുന്നോട്ട് വന്നത് എന്നാണ്. ഈ ഭേദഗതിയുടെ പ്രധാന ലക്ഷ്യം യൂണിവേഴ്സൽ സർവ്വീസ് ഒബ്ലിഗേഷൻ ഫണ്ട് (USOF) ഉപയോഗിക്കുക എന്നതാണ്. ലാൻഡ്‌ലൈൻ സർവ്വീസുകൾക്ക് ഇപ്പോൾത്തന്നെ ഇതുപയോഗിക്കുന്നുണ്ട്. മൊബൈൽ സർവ്വീസുകൾക്ക് കൂടി ഇതുപയോഗിക്കാനാണ് വകുപ്പ് ഇപ്പോൾ പദ്ധതിയിടുന്നത്. ഈ ഭേദഗതി വന്നാൽ BSNL നും MTNLനും കിട്ടുന്ന USO ഫണ്ട് വിഹിതം കുറയുമോയെന്നാണ് എന്റെ ആശങ്ക. ഇവ രണ്ടും പൊതുമേഖലാ സ്ഥാപനങ്ങളാണ്. USO ഫണ്ട് കൂടുതലായി സ്വകാര്യ കമ്പനികൾക്ക് കിട്ടാൻ ഈ ഭേദഗതി വഴിയൊരുക്കും.

ലോക്സഭയിൽ ചോദിച്ച ചോദ്യങ്ങൾക്ക് സർക്കാർ നൽകിയ ചില ഉത്തരങ്ങൾ ഇവിടെ പരാമർശിക്കാൻ ഞാൻ ആഗ്രഹിക്കുന്നു. ഗ്രാമപ്രദേശങ്ങളിൽ ടെലിഫോൺ സൗകര്യം ഒരുക്കിയതിന്റെ ഭാഗമായി 2001-08 BSNLവരുത്തിവെച്ച പ്രവർത്തന നഷ്ടം 2587.79 കോടി രൂപയാണെന്ന് 2004 ഡിസംബർ 5 ന് ഉന്നയിച്ച ചോദ്യത്തിന് (Qn. No. 2281) മറുപടിയായി സർക്കാർ പറഞ്ഞിട്ടുണ്ട്. [R31]

2001-02 കാലയളവിൽ നഷ്ടം 6,913.16 കോടി രൂപയാണ്. 2002-03 കാലത്ത് നഷ്ടം 7,880.80 കോടി. 2004-05 ൽ 9528.88 കോടി. മൊത്ത നഷ്ടം ഏകദേശം 26000 കോടി വരും. അതേ കാലയളവിൽ അവർക്ക് ലഭിച്ച USO ഫണ്ട് ആറായിരമോ, ഏഴായിരമോ കോടി മാത്രമാണ്. അതായത് 20,000 കോടിയുടെ നഷ്ടം BSNL ന് സംഭവിച്ചു. പക്ഷേ, ഒരു

സ്വകാര്യ കമ്പനിപോലും ഗ്രാമപ്രദേശങ്ങളിൽ കണക്ഷൻ നൽകാൻ മുന്നോട്ട് വന്നിട്ടില്ലായെന്ന വസ്തുത നിങ്ങൾ കാണണം. അതേസമയം, ലാഭസാദ്ധ്യത കൂടിയതും റിസ്ക് തീരെയില്ലാത്തതുമായ നഗരപ്രദേശങ്ങളിൽ മാത്രമായി സ്വകാര്യ കമ്പനികൾ അവരുടെ വ്യവസായം കേന്ദ്രീകരിച്ചു. ഗ്രാമപ്രദേശങ്ങളെ സംബന്ധിച്ചിടത്തോളം ഭൂമിശാസ്ത്രപരമായ ബുദ്ധിമുട്ടുകളും വികസനം ഇല്ലാത്തതിന്റെ പ്രയാസങ്ങളും അനവധിയുണ്ട്. അതുകൊണ്ട് സ്വകാര്യ കമ്പനികൾ അങ്ങോട്ട് പോകാൻ തയ്യാറാവുന്നില്ല.

മൊബൈൽ സേവനം വളരെ വേഗത്തിൽ വളരുന്ന കാലമാണിത്. വളരെയധികം ശാസ്ത്രീയ പുരോഗതി കൈവരിച്ച മേഖലയാണ് മൊബൈൽ സേവന മേഖല. എന്നാൽ ഗ്രാമപ്രദേശങ്ങളിലെ ഫോൺ സേവനം നോക്കിയാൽ കാര്യങ്ങൾ പൂർണ്ണമായും വ്യത്യസ്തമാണ്. ഒരു കമ്പനിയും അങ്ങോട്ട് പോകാൻ തയ്യാറല്ല. ഈ സാഹചര്യത്തിൽ USO ഫണ്ട് വിനിയോഗം വഴിമാറ്റി വിട്ടാൽ പൊതുമേഖലാ സ്ഥാപനങ്ങളായ BSNL നും MTNLനും അവരുടെ വിഹിതത്തിൽ വൻ ഇടിവ് സംഭവിക്കും. സ്വകാര്യ സ്ഥാപനങ്ങൾക്കും ഫണ്ട് വിഹിതം കിട്ടും എന്നത് കാര്യമാണ്. പക്ഷേ, അത് പൊതുമേഖലാ സ്ഥാപനങ്ങളെ ദോഷകരമായി ബാധിക്കും. അതുകൊണ്ടാണ് ഞാനെന്റെ ആശങ്ക വിയോജനക്കുറിപ്പിലൂടെ രേഖപ്പെടുത്തിയത്.

സർ, 2000 മുതൽ 2006 വരെയുള്ള വർഷങ്ങളിൽ രണ്ട് പൊതുമേഖലാ സ്ഥാപനങ്ങളും വരുത്തിവെച്ചത് ഭീമമായ നഷ്ടമാണെന്ന് രേഖകൾ പരിശോധിച്ചാൽ അങ്ങയ്ക്ക് മനസ്സിലാകും. പക്ഷേ, ഗ്രാമപ്രദേശങ്ങളിൽ ടെലിഫോൺ സേവനം നൽകാൻ ഒരു സ്വകാര്യ കമ്പനിയും തയ്യാറാകാത്ത സാഹചര്യത്തിൽ, ആ വലിയ ദൗത്യം സ്വയം ഏറ്റെടുത്തവരാണ് രണ്ട് പൊതുമേഖലാ സ്ഥാപനങ്ങളും.

ഈ ബില്ലിനെ ഞാൻ എതിർക്കാതിരിക്കുമ്പോൾത്തന്നെ, രണ്ട് പൊതുമേഖലാ സ്ഥാപനങ്ങൾക്കുള്ള ഫണ്ട് വിഹിതം, അവ 2006 ൽ വരുത്തിവെച്ച നഷ്ടത്തിന്റെ കണക്ക് വെച്ച് മാത്രം തീരുമാനിക്കപ്പെടുന്നതിനോട് ഞാൻ വിയോജിക്കുന്നു. അവയെ സഹായിക്കേണ്ടത് സർക്കാരിന്റെ ഉത്തരവാദിത്വമാണ്. ടെലികോം മേഖലയിൽ ഇത്രയും അടിസ്ഥാന സൗകര്യങ്ങൾ ഒരുക്കിയത് സ്വകാര്യകമ്പനികളല്ല, മറിച്ച് BSNLഉം MTNLഉം കൂടിയാണ്. ഈ പൊതുമേഖലാ സ്ഥാപനങ്ങളെ സഹായിക്കണമെന്നും അവയുടെ നഷ്ടം സർക്കാർ നികത്തണമെന്നും അഭ്യർത്ഥിക്കുന്നു.

ഇത്രയും പറഞ്ഞുകൊണ്ട് ഞാൻ നിർത്തുന്നു.

(08-12-2006)

കർണ്ണാടകജനതയുടെ താല്പര്യം സംരക്ഷിക്കപ്പെടണം

സർ, എന്റെ നിയോജകമണ്ഡലം കർണ്ണാടകയുടെ അതിർത്തിയാണ്. അതുകൊണ്ട് ഈ വിഷയത്തിൽ സംസാരിക്കാനുള്ള അവകാശം എനിക്കുണ്ട്.

സർ, ബഹു. ധനമന്ത്രി അവതരിപ്പിച്ച കർണ്ണാടക ബജറ്റിനെ ഞാൻ പൂർണ്ണമായും പിന്തുണയ്ക്കുന്നു. സംസ്ഥാന ബജറ്റിനെക്കുറിച്ച് ചർച്ച ചെയ്യാൻ പാർലമെന്റിൽ അവസരം കിട്ടുക വിരളമാണ്.

ശരിയാണ് സർ. കർണ്ണാടകയിൽ നിയമസഭയില്ലാത്ത സാഹചര്യത്തിലാണ് ഈ ബജറ്റ് അവതരിപ്പിക്കാൻ ധനമന്ത്രി നിർബന്ധിക്കപ്പെട്ടത്. വിവിധ സംസ്ഥാനങ്ങളിലെ ജനാധിപത്യത്തിന്റെ അനുഭവങ്ങൾ, നമ്മുടെ രാഷ്ട്രീയപ്പാർട്ടികൾക്ക് വലിയ പാഠങ്ങൾ നൽകുന്നുണ്ട്. കർണ്ണാടകയിൽ കഴിഞ്ഞ നിയമസഭ തെരഞ്ഞെടുപ്പിനുശേഷം JDSന്റെയും കോൺഗ്രസിന്റെയും സംയുക്ത മുന്നണി അധികാരത്തിൽ വന്നു. എന്നാൽ ആ സർക്കാരിന് ആയുസ്സ് തീരെ കുറവായിരുന്നു. പ്രസ്തുത സർക്കാർ അസ്ഥിരമാക്കപ്പെട്ടതിന്റെ കാരണങ്ങളിലേക്ക് ഞാൻ കടക്കുന്നില്ല. അതിനുശേഷം, ജെ ഡി എസിന്റെയും, ബി ജെ പിയുടെയും മധുവിധു ആരംഭിച്ചു. എന്നാൽ ആ മധുവിധുവും അധികകാലം നീണ്ടുനിന്നില്ല.

എന്തുകൊണ്ടാണ് ഇങ്ങനെ സംഭവിച്ചത്? കർണ്ണാടകയിലെ അനിശ്ചിതത്വം ഇപ്പോഴും തുടരുന്നു. നിങ്ങളും കോൺഗ്രസും കൂടി ജെ ഡി എസിനെ കുറ്റപ്പെടുത്തും. പക്ഷേ, ആരാണ് യഥാർത്ഥ ദുരിതബാധിതർ? കർണ്ണാടകയിലെ ജനങ്ങളാണ് യഥാർത്ഥ ദുരിതബാധിതർ...... (തടസ്സങ്ങൾ) എന്തുതന്നെ ചെയ്താലും നിങ്ങൾ പ്രതീക്ഷിക്കുന്നതുപോലെ നടക്കാൻ പോകുന്നില്ല. ദേശീയ വിഷയങ്ങളിലും സംസ്ഥാന വിഷയങ്ങളിലും നിങ്ങൾ സ്വീകരിച്ച നിലപാടുകൾ അത്തരത്തിലുള്ള

താണ്. ജനങ്ങൾ നിങ്ങളെ പലതും പഠിപ്പിക്കാൻ പോവുകയാണ്.

സർ, എല്ലാ വിശദാംശങ്ങളിലേക്കും കടക്കാൻ എനിക്ക് താൽപ്പര്യമില്ല. ഈ അനുഭവങ്ങളിൽ നിന്ന് കോൺഗ്രസ് പഠിക്കണമെന്നാണ് എനിക്ക് തോന്നുന്നത്. എങ്കിൽ മാത്രമേ കർണ്ണാടകയിൽ ഒരു മതേതര സർക്കാർ നിലവിൽ വരൂ. ജെ ഡി എസ് എന്തുകൊണ്ടാണ് ബി ജെ പിയുടെ കൂടെ പോയതെന്നും, ജെ ഡി എസുമായിട്ടുള്ള അവിഹിത കൂട്ടുകെട്ടിന് ബി ജെ പി ശ്രമിച്ചതെന്തിനാണെന്നും ഇതുവരെ വ്യക്തമായിട്ടില്ല. ഇത് തീർച്ചയായും സ്വാർത്ഥ താൽപ്പര്യം സംരക്ഷിക്കാനും അധികാരം പങ്കുവെക്കാനും വേണ്ടിയാണ്...... (തടസ്സങ്ങൾ)

സർ, ഇത് ഞങ്ങൾ മുമ്പ് തന്നെ ചൂണ്ടിക്കാണിച്ചതാണ്. പറഞ്ഞത് സത്യമാണെന്ന് തെളിഞ്ഞു.

കർണ്ണാടക ബജറ്റുമായി ബന്ധപ്പെട്ട് രണ്ട് മൂന്ന് കാര്യങ്ങൾ ചൂണ്ടിക്കാണിക്കാൻ ഞാൻ ആഗ്രഹിക്കുന്നു. കർണ്ണാടകയിലെ ജനങ്ങളിൽ അറുപത് ശതമാനവും കൃഷിയെ ആശ്രയിച്ച് ജീവിക്കുന്നവരാണ്. ആ സംസ്ഥാനത്തെ കാർഷിക മേഖലയിലെ വാർഷിക വളർച്ചാനിരക്ക് 1995 ൽ 39 ശതമാനമായിരുന്നു. 2006 ആയപ്പോഴേക്കും അത് 0.9 ശതമാനമായി കുറഞ്ഞു. പല കാരണങ്ങൾകൊണ്ടും മിക്ക സംസ്ഥാനങ്ങളിലും ദുരിതമനുഭവിക്കുന്നത് കാർഷിക മേഖലയാണ്.

സർ, ബജറ്റിൽ വകയിരുത്തിയതിന്റെ 14 ശതമാനമാണ് 2007–08 കാലത്ത് ചെലവാക്കിയത്. എന്നാൽ ജനങ്ങളുടെ ദുരിതത്തിന് അറുതി വരുത്തുന്ന ഒരു മാറ്റവും അവിടെ സംഭവിച്ചില്ല. സംസ്ഥാനത്തെ 79 ലക്ഷം കർഷകരിൽ വെറും 23 ലക്ഷം പേർക്ക് മാത്രമാണ് കാർഷിക വായ്പ ലഭിക്കുന്നത് എന്നതാണ് പ്രധാന കാരണം. ചെറുകിട കർഷകരിൽ ഭൂരിഭാഗംപേർക്കും വായ്പാ സഹായം കിട്ടുന്നില്ല. സംസ്ഥാനത്താകെ 2800 ഗ്രാമീണ ബാങ്ക് ശാഖകൾ ഉണ്ട്. ഇപ്പോൾ കൊടുക്കുന്നതിന്റെ ഇരട്ടി ആൾക്കാർക്ക് കൂടിയെങ്കിലും വായ്പ അനുവദിക്കാൻ സഹകരണ ഗ്രാമീണ ബാങ്കുകൾക്കും ഷെഡ്യൂൾഡ് ബാങ്കുകൾക്കും സാധിക്കണം.

സർ, കാർഷിക മേഖലയ്ക്ക് അർഹമായ പ്രാധാന്യം കൊടുക്കാതെ കർണ്ണാടകയിലെ ജനങ്ങളുടെ ദുരിതത്തിന് ആശ്വാസം വരുത്താൻ കഴിയില്ല.

സർ, രണ്ട് പ്രധാന വിഷയങ്ങൾ കൂടി ശ്രദ്ധയിൽപ്പെടുത്താൻ ഞാനാഗ്രഹിക്കുന്നു. ബഹു. അംഗം ശ്രീ. ആനന്ദ്കുമാർ പറഞ്ഞതുപോലെ, ബാംഗ്ലൂരിൽ ഒരു അന്താരാഷ്ട്ര വിമാനത്താവളം ഉള്ളത് വളരെ നല്ലതാണ്.

സർ, നമ്മുടെ രാജ്യത്തെ സംബന്ധിച്ചിടത്തോളം ഏറ്റവും മികച്ച നഗരമാണ് ബാംഗ്ലൂർ. അവിടുത്തെ മികച്ച കാലാവസ്ഥ കാരണം രാജ്യത്തിന്റെ പല ഭാഗത്തുനിന്നും ആൾക്കാർ അങ്ങോട്ട് പോകുന്നുണ്ട്. അതുകൊണ്ട് തന്നെ പുതിയ ഗ്രീൻഫീൽഡ് വിമാനത്താവളം സ്വാഗതം

ചെയ്യപ്പെടേണ്ടതാണ്. ഇതിനോടകം തന്നെ അതിന്റെ നിർമ്മാണം പൂർത്തീകരിച്ചിട്ടുണ്ട്. ഉദ്ഘാടനത്തിന് പങ്കെടുക്കാനുള്ള ക്ഷണക്കത്ത് ഞങ്ങൾക്ക് കിട്ടിയിട്ടുണ്ട്.

അതേസമയത്ത്, രാജ്യത്തെ 126 വിമാനത്താവളങ്ങളിലെ എയർ പോർട്ട് അതോറിറ്റിയിലെ ജീവനക്കാർ ഇന്നു മുതൽ നിസ്സഹരണ സമരം ആരംഭിക്കുകയാണ്. ഇവരുടെ സംഘടനകൾ സർക്കാരിനെ സമീപിച്ചിരുന്നു. അവർ പുതുതായി വന്ന ഗ്രീൻഫീൽഡ് വിമാനത്താവളത്തിന് എതിരല്ല. പക്ഷേ, അതേസമയം, വളരെ വലിയ ചരിത്രമുണ്ട് ബാംഗ്ലൂർ, ഹൈദരാബാദ് വിമാനത്താവളങ്ങൾക്ക്. അനവധി പ്രശ്നങ്ങളാണ് അവിടെയുള്ളത്. വ്യാപാരികളും, മറ്റുള്ളവരും ഈ ദുരുദ്ദേശ്യം വച്ചാണ് വന്നത്. പുതിയ വിമാനത്താവളത്തിനെതിരെ ഒരു ദുരുദ്ദ്യേശവും സർക്കാരിനുണ്ടാകാൻ പാടില്ല. ഇപ്പോഴുള്ള ബാംഗ്ലൂർ വിമാനത്താവളം ആഭ്യന്തര ആവശ്യങ്ങൾക്ക് ഉപയോഗിക്കാം. അല്ലെങ്കിൽ അത് വലിയ ബുദ്ധിമുട്ടുണ്ടാക്കും. അതുകൊണ്ട് ഈ വിഷയം ഗൗരവമായിത്തന്നെ സർക്കാർ എടുക്കണം.

രണ്ടാമത്തെ വിഷയം തുളു ഭാഷയുമായി ബന്ധപ്പെട്ടതാണ്. കേരള സർക്കാർ തുളു അക്കാദമി രൂപീകരിച്ചിട്ടുണ്ട്. കർണ്ണാടക നേതാക്കന്മാരെയും ഉദ്ഘാടനച്ചടങ്ങിലേക്ക് ഞങ്ങൾ ക്ഷണിച്ചിട്ടുണ്ട്. കർണ്ണാടകയിലും അത്തരം അക്കാദമികൾ ഉണ്ടെന്നാണ് എനിക്ക് തോന്നുന്നത്. കേരളത്തിലും കർണ്ണാടകയിലുമായി ഏകദേശം 15 ലക്ഷം ആൾക്കാർ തുളു ഭാഷ സംസാരിക്കുന്നുണ്ട്. ഞാൻ വരുന്നത് കാസർഗോഡ് നിന്നാണ്. കർണ്ണാടകയിൽ എന്നപോലെ അവിടെയും ധാരാളംപേർ തുളു സംസാരിക്കുന്നുണ്ട്. തുളു ഭാഷയ്ക്ക് നിലവിൽ ലിപി ഇല്ല. അത് വികസിപ്പിക്കുന്നുണ്ട്. തുളു ഭാഷ ഭരണഘടനയുടെ എട്ടാം പട്ടികയിൽ ഉൾപ്പെടുത്തണമെന്നതാണ് ജനങ്ങളുടെ ആവശ്യം. ട്രഷറി ബെഞ്ചിലേയും പ്രതിപക്ഷ ബെഞ്ചിലേയും മുഴുവൻ ആളുകളും ഇതിനെ പിന്തുണയ്ക്കുമെന്നാണ് ഞാൻ കരുതുന്നത്. ഒരുപാട് കാലമായി അവർ ഉയർത്തുന്ന ആവശ്യമാണിത്. ജെ ഡി എസ് – കോൺഗ്രസ് സർക്കാരോ, ജെ ഡി എസ് – ബി ജെ പി സർക്കാരോ ഈ വിഷയം ഉന്നയിച്ചിട്ടുണ്ടോ എന്നെനിക്കറിയില്ല. എനിക്കതറിയില്ല....(തടസ്സങ്ങൾ)

സർ, കർണ്ണാടകയിലും കാസർഗോഡിലെ ബദിയടുക്കയിലും നടന്ന വൻ സമ്മേളനങ്ങളിൽ ഞാൻ പങ്കെടുത്തിട്ടുണ്ട്. എല്ലാ രാഷ്ട്രീയ പാർട്ടികളും ഇതാവശ്യപ്പെട്ടിട്ടുണ്ട്. ഈ വിഷയം പരിഗണിക്കണമെന്ന് സർക്കാരിനോട് ഞാൻ അപേക്ഷിക്കുന്നു. മഹത്തായ പാരമ്പര്യമുള്ള ഒരു ഭാഷയാണിത്. ഒരുപാട് പണ്ഡിതന്മാരും പി എച്ച് ഡി ബിരുദധാരികളും കലാകാരന്മാരും ഇതേ ആവശ്യം ഉന്നയിച്ചിട്ടുണ്ട്. ഈ വിഷയം കൂടി പരിഗണിക്കണമെന്ന് ഞാൻ അഭ്യർത്ഥിക്കുന്നു.

സർ, രണ്ട് വിഷയങ്ങൾ കൂടി സൂചിപ്പിക്കാൻ ഞാനാഗ്രഹിക്കുന്നു. അയൽ സംസ്ഥാനങ്ങൾ എന്ന നിലയിൽ കേരളവും കർണ്ണാടകയും

തമ്മിൽ പരസ്പര ധാരണയും സമ്പർക്കവും പുലർത്തണം. നിങ്ങൾക്കറിയാവുന്നതുപോലെ, കാഞ്ഞങ്ങാടിനും പാണത്തൂരിനും കാണിയൂരിനും ഇടയിൽ പുതിയ റെയിൽവെ പാതയ്ക്കുള്ള നിർദ്ദേശം ഞങ്ങൾ മുന്നോട്ട് വെച്ചിട്ടുണ്ട്. പ്രസ്തുത പാത സുബ്രഹ്മണ്യത്തേക്ക് നീട്ടണമെന്ന് ഞാൻ നിർദ്ദേശിക്കുന്നു. വടക്കൻ കേരളത്തെ സംബന്ധിച്ചിടത്തോളം അതൊരു വിനോദ സഞ്ചാരകേന്ദ്രം കൂടിയാണ്. സുബ്രഹ്മണ്യം ഒരു തീർത്ഥാടന കേന്ദ്രം കൂടിയാണ്. ഇവിടേക്ക് എത്താൻ റോഡോ മറ്റ് മാർഗ്ഗങ്ങളോ ഇല്ല. തീർച്ചയായും ഇക്കാര്യത്തിൽ കർണ്ണാടകയുടെ സഹകരണം നിങ്ങൾക്ക് അത്യാവശ്യമാണ്.

അതേപോലെ, ഈ പാത യാഥാർത്ഥ്യമാക്കിയാൽ അത് രണ്ട് സംസ്ഥാനങ്ങൾക്കിടയിലുള്ള ഗതാഗതത്തിനും ഊർജ്ജം പകരും. രണ്ട് സംസ്ഥാനങ്ങളിലും വനമുണ്ട്. റോഡ് വഴി പോവുമ്പോഴും റെയിൽവേ വഴി പോകുമ്പോഴും വനം പ്രശ്നമാണ്. നിർദ്ദിഷ്ട പാത യാഥാർത്ഥ്യമായാൽ കണ്ണൂരിൽ നിന്നോ, കാസർഗോഡ് നിന്നോ ബാംഗ്ലൂരിലേക്കുള്ള യാത്രാദൂരം കുറയ്ക്കാൻ കഴിയും. കണ്ണൂർ വഴി ബാംഗ്ലൂരിലേക്ക് ഏകദേശം 800 കിലോമീറ്ററും കാസർഗോഡ് വഴി ബാംഗ്ലൂരിലേക്ക് ഏകദേശം 500 കിലോമീറ്ററും ദൂരമുണ്ട്. എന്നാൽ നിർദ്ദിഷ്ട പാത വഴി 172 കിലോമീറ്റർ മാത്രമേ ഉള്ളൂ. രണ്ട് സംസ്ഥാന സർക്കാരുകളും മുൻകൈ എടുക്കേണ്ട വിഷയമാണിത്. രണ്ട് സംസ്ഥാനങ്ങളിലെയും ജനങ്ങൾക്ക് ഒരുപോലെ പ്രയോജനപ്പെടുന്ന പാതയാണിത്.

ഈ വിഷയങ്ങൾ കൂടി പരിഗണിക്കണമെന്ന് ആവശ്യപ്പെട്ടുകൊണ്ടും ഒരിക്കൽക്കൂടി, ബജറ്റിനുള്ള പിന്തുണ അറിയിച്ചുകൊണ്ടും ഞാൻ ഉപസംഹരിക്കുന്നു.

(11-03-2008 (2008-09 വർഷത്തെ കർണ്ണാടക സംസ്ഥാന ബജറ്റിനുമേലുള്ള പൊതുചർച്ച)

പ്രസാർ ഭാരതിയും ദൂരദർശനും സംരക്ഷിക്കുക

സർ, വാർത്താവിതരണ പ്രക്ഷേപണ മന്ത്രാലയത്തിന്റെ 2008–09 വർഷത്തേക്കുള്ള ധനാഭ്യർത്ഥനയ്ക്കുമേൽ നടക്കുന്ന ചർച്ചയിൽ പങ്കെടുക്കാൻ കഴിഞ്ഞതിൽ സന്തോഷം.

മാസ് മീഡിയയുടെ ആരോഗ്യകരമായ വികസനത്തിന് നയരൂപീകരണം നടത്തുക, സർക്കാർ നയങ്ങളെക്കുറിച്ചും പദ്ധതികളെക്കുറിച്ചും ജനങ്ങളെ ബോധവാന്മാരാക്കുക, സർക്കാർ പ്രവർത്തനങ്ങളിൽ പങ്കാളികളാകാനുള്ള വിദ്യാഭ്യാസവും പ്രോത്സാഹനവും കൊടുക്കുക, സർക്കാരും പത്രമാധ്യമങ്ങളും തമ്മിലുള്ള ബന്ധം ശക്തിപ്പെടുത്തുക തുടങ്ങിയവയാണ് വാർത്താവിതരണ പ്രക്ഷേപണ മന്ത്രാലയത്തിന്റെ പ്രധാന ലക്ഷ്യങ്ങൾ എന്ന് ഞാൻ കരുതുന്നു.

മന്ത്രാലയത്തിന്റെ പ്രവർത്തനങ്ങൾ കാര്യക്ഷമമാക്കാൻ വേണ്ടി 14 ഉപകാര്യാലയങ്ങളും ഉണ്ട്. സെൻട്രൽ ബോർഡ് ഓഫ് ഫിലിം സർട്ടിഫിക്കേഷൻ, ചിൽഡ്രൻ ഫിലിം സൊസൈറ്റി, ഡയറക്ടറേറ്റ് ഓഫ് ഫീൽഡ് പബ്ലിസിറ്റി, ഡയറക്ടറേറ്റ് ഓഫ് അഡ്വർടൈസിംഗ് ആൻഡ് വിഷ്വൽ പബ്ലിസിറ്റി, ഡയറക്ടറേറ്റ് ഓഫ് ഫിലിം ഫെസ്റ്റിവൽ എന്നിവയാണ് അതിൽ പ്രധാനപ്പെട്ടവ. മന്ത്രാലയത്തിന് കീഴിൽ വരുന്ന മറ്റൊരു പ്രധാനപ്പെട്ട വകുപ്പാണ് ഫിലിംസ് ഡിവിഷൻ. ഡോക്യുമെന്ററികൾ, അനിമേഷൻ ഫിലിംസ്, ഷോർട്ട് കാർട്ടൂൺ ഫിലിംസ് തുടങ്ങിയവ വിതരണം ചെയ്യുകയാണ് ഈ വകുപ്പിന്റെ പ്രധാന ലക്ഷ്യം. അതായത്, നമ്മുടെ രാജ്യത്തെ സംബന്ധിച്ചിടത്തോളം വിദ്യാഭ്യാസം, വാർത്താവിതരണം, സാംസ്കാരിക പ്രവർത്തനങ്ങൾ എന്നിവയിൽ മർമ്മപ്രധാനമായ പങ്ക് വഹിക്കുന്നത് ഈ മന്ത്രാലയമാണ്. കൂടാതെ സിനിമ, റേഡിയോ, ടി വി ചാനലുകൾ, ഷോർട്ട് ഫിലിംസ് എന്നിവ മാസ് മീഡിയ

യുടെ പ്രധാന വിഭാഗങ്ങളുമാണ്. ഇവിടെയാണ് പ്രസാർ ഭാരതിയുടെ പ്രാധാന്യം.

പത്ത് വർഷങ്ങൾക്ക് മുമ്പാണ് പ്രസാർ ഭാരതി നിലവിൽ വന്നത്. അതിനുശേഷം ധാരാളം മാറ്റങ്ങൾ ഇതിന് സംഭവിച്ചിട്ടുണ്ട്. ആഗോളവൽക്കരണത്തിന്റെയും സ്വകാര്യവൽക്കരണത്തിന്റെയും നവ ഉദാരനയത്തിന്റെയും കാലഘട്ടത്തിലാണ് നാം ജീവിക്കുന്നത് എന്ന വസ്തുത മറക്കാൻ പാടില്ല. ഈ നയങ്ങൾക്ക് ഗുണഫലങ്ങളും ദോഷഫലങ്ങളും ഉണ്ടായേക്കാം. നമുക്കിതിന്റെ ദോഷഫലങ്ങളെ അവഗണിക്കാൻ കഴിയില്ല. പ്രത്യേകിച്ച് മാസ് മീഡിയയുടെ കാര്യത്തിൽ. അതുകൊണ്ട്, സ്വകാര്യ ഓപ്പറേറ്റർമാർ ഉയർത്തുന്ന വെല്ലുവിളികളെ അതിജീവിക്കാനുതകും വിധത്തിൽ പ്രസാർ ഭാരതി നിയമത്തിൽ ചില മാറ്റങ്ങളോ ഭേദഗതികളോ വരുത്തണം. ഈ മന്ത്രാലയത്തിന്റെ പ്രവർത്തനങ്ങൾ വിലയിരുത്തേണ്ടത് പാർലമെന്റിന്റെ കർത്തവ്യമാണ്. ഈ വകുപ്പിന്റെ പ്രവർത്തനങ്ങൾക്ക് വേണ്ടി പാർലമെന്റ് അനുവദിക്കുന്ന പണം കൃത്യമായി ചെലവഴിക്കുന്നതിൽ വിജയിച്ചോയെന്നും അല്ലെങ്കിൽ ദോഷകരമാണോയെന്നും വിലയിരുത്തേണ്ടത് അത്യാവശ്യമാണ്.

ബഹു. ശ്രീമതി സുമിത്ര മഹാജനോട് ഞാൻ പൂർണ്ണമായി യോജിക്കുന്നു. 2002–03 വർഷത്തിൽ അനുവദിച്ച തുക 823 കോടി രൂപയായിരുന്നു. ചെലവാക്കിയത് 674 കോടി. 2004 ൽ അനുവദിച്ചത് 841 കോടി. ചെലവാക്കിയത് 495 കോടി. 2005 ൽ അനുവദിച്ചത് 895 കോടി. ചെലവഴിച്ചത് 390 കോടി മാത്രം. 2005–06 ൽ അനുവദിച്ചത് 1037 കോടി, ചെലവഴിച്ചത് 807 കോടി മാത്രം. 2006–07 ൽ 844 കോടി അനുവദിച്ചതിൽ ഉപയോഗിച്ചത് 701 കോടി. കഴിഞ്ഞ വർഷം 2007 ൽ 390 കോടി അനുവദിച്ചതിൽ 252 കോടി മാത്രം ചെലവഴിച്ചു. കഴിഞ്ഞ വർഷങ്ങളിലെ കുറഞ്ഞ ധനവിനിയോഗംമൂലമാണ് ഇത്തവണ 390 കോടി മാത്രം അനുവദിച്ചത് എന്ന് ഞാൻ കരുതുന്നു. 2008–09 വർഷത്തെ ബജറ്റ് വിഹിതം 1497.74 കോടിയായിരുന്നു. ഇതുമായി ബന്ധപ്പെട്ട്, കൃത്യമായ ഫണ്ട് വിനിയോഗത്തിൽ മന്ത്രാലയമോ പ്രസാർ ഭാരതിയോ പരാജയപ്പെട്ടത് എന്തുകൊണ്ടാണെന്ന് വ്യക്തമാക്കണം. ഒരു വശത്ത് കൂടിയ ബജറ്റ് വിഹിതം, മറുവശത്ത് തീരെ കുറഞ്ഞ ചെലവ്. എന്നാൽ ഒരുപാട് പദ്ധതികൾ പണം കാത്തുനിൽക്കുന്ന സമയമാണിത്. കൊൽക്കത്തയിലെ സത്യജിത്ത് ഫിലിം ഇൻസ്റ്റിറ്റ്യൂട്ടിന്റെയോ, പൂനെ ഫിലിം ഇൻസ്റ്റിറ്റ്യൂട്ടിന്റെയോ കാര്യമെടുക്കാം. ബഹു. മന്ത്രി ശ്രീ. പല്ലം രാജു ഇൻഫർമേഷൻ ടെക്നോളജിയുടെ സ്റ്റാന്റിംഗ് കമ്മിറ്റി ചെയർമാൻ ആയിരുന്ന കാലത്ത് ഈ പറഞ്ഞ സ്ഥാപനങ്ങൾ സന്ദർശിക്കാൻ ഞങ്ങൾക്ക് അവസരം കിട്ടിയിരുന്നു.

ആവശ്യത്തിന് അധ്യാപകരോ, അടിസ്ഥാന സൗകര്യങ്ങളോ ഈ സ്ഥാപനങ്ങളിൽ ഇല്ലായെന്ന് ഞങ്ങൾക്ക് ബോധ്യപ്പെട്ടതാണ്. ഇപ്പോഴും ആ അവസ്ഥയിൽ മാറ്റം വന്നിട്ടില്ല. വകുപ്പിന്റെ കയ്യിൽ പണം

ഉണ്ടായിട്ടും അവർക്കത് ഉപയോഗിക്കാൻ സാധിക്കുന്നില്ല. സത്യജിത് റായ് ഫിലിം ഇൻസ്റ്റിറ്റ്യൂട്ടിനെക്കുറിച്ച് കംപ്ട്രോളർ & ഓഡിറ്റർ ജനറൽ ഒരു പ്രസ്താവന നടത്തിയിരുന്നു. ഇൻസ്റ്റിറ്റ്യൂട്ടിന്റെ പ്രവർത്തനങ്ങൾ പരിമിതികളാൽ ബുദ്ധിമുട്ടുകയാണെന്നും ആകെയുള്ളത് 40 കുട്ടികളുള്ള ഒരു ബിരുദാനന്തര ബിരുദ കോഴ്സ് മാത്രമാണെന്നുമായിരുന്നു ആ പ്രസ്താവന. ഹ്രസ്വകാല കോഴ്സുകൾ തുടങ്ങാനുള്ള പദ്ധതികളൊന്നും നടപ്പിലാക്കിയിട്ടില്ല. മന്ത്രാലയത്തിന്റെ പക്കൽ ആവശ്യത്തിന് പണമുണ്ടായിട്ടും ഒന്നും നടപ്പിലാക്കാൻ അവർക്ക് കഴിയുന്നില്ല. ഞാൻ വായിച്ച മന്ത്രാലയത്തെക്കുറിച്ചുള്ള ഒരു റിപ്പോർട്ട് പറയുന്നത്, വിദേശ വിദഗ്ധന്മാരെ കൊണ്ടുവന്നാലേ അവരുടെ പ്രവർത്തനങ്ങൾ മുന്നോട്ട് പോകുവെന്നാണ്. അതേസമയം സ്വകാര്യ വ്യക്തികൾ മികച്ച രീതിയിൽ ഇക്കാര്യങ്ങൾ നടത്തുന്നുണ്ട്. പക്ഷേ, സിനിമ നിർമ്മിക്കാനും, വാർത്തകൾ കവർ ചെയ്യാനും അതുപോലുള്ള മറ്റ് കാര്യങ്ങൾക്കും വിദേശത്തുനിന്നും സഹായം കിട്ടിയാലേ നടക്കൂ എന്നാണ് മന്ത്രാലയത്തിന്റെ നിലപാട്. എന്തുകൊണ്ടാണ് പ്രസാർ ഭാരതിക്കും ഈ വകുപ്പിനും ഇങ്ങനെ ഒരവസ്ഥ ഉണ്ടായതെന്നതിനെക്കുറിച്ച് ആത്മപരിശോധന നടത്തേണ്ടത് അത്യാവശ്യമാണ്. ഈ സ്ഥാപനത്തിന്റെ ലക്ഷ്യങ്ങൾ പൂർത്തീകരിക്കണമെങ്കിൽ, പ്രസാർ ഭാരതി നിയമത്തിൽ ചില ഭേദഗതികൾ വരുത്താൻ തയ്യാറാകണം. സ്വന്തം നിലയിൽ വികസനം നടത്താനുള്ള സാമ്പത്തിക സ്വയംപര്യാപ്തത ഈ സ്ഥാപനത്തിനില്ല. ഇതിലെ ജോലിക്കാർ അസംതൃപ്തരാണ്. ആവശ്യത്തിന് പരിപാടികൾ ഇല്ല. സർഗ്ഗാത്മകതയും ഗുണനിലവാരവും ഇല്ലാത്തവയാണ് പരിപാടികൾ. ചില കാര്യങ്ങളിൽ പൂർണ്ണമായ രീതിയിൽ കെട്ടുറപ്പുപോലും ഇല്ല സ്ഥാപനത്തിന്. ഞാനീ വിമർശനങ്ങൾ ഉന്നയിക്കുമ്പോൾ തന്നെ വകുപ്പ് നടത്തി ക്കൊണ്ടിരിക്കുന്ന ആസാദ് ട്രെയിൻ പ്രദർശനം മികച്ച ഗുണനിലവാരം ഉള്ളതാണെന്ന വസ്തുത ഇവിടെ രേഖപ്പെടുത്തട്ടെ. രാജ്യം മുഴുവനായി എഴുപതോളം സ്റ്റേഷനുകളിൽ ട്രെയിൻ എത്തിക്കഴിഞ്ഞു. കാന്തി യാത്രയും ഒരു നല്ല പരിപാടിയാണ്. സത്യഗ്രഹത്തിന്റെ നൂറാം വാർഷികത്തിൽ നടത്തിയ പ്രദർശനവും മികച്ചതാണ്. അതേസമയം തന്നെ, പ്രസാർ ഭാരതി അതിന്റെ സ്ഥാപക ലക്ഷ്യങ്ങൾ നിറവേറ്റിയിട്ടില്ലായെന്നതാണ് യാഥാർത്ഥ്യം.

സർ, പത്ത് വർഷമായി പ്രസാർ ഭാരതി നിലവിൽ വന്നിട്ട്. ഏകദേശം 40,000 ജോലിക്കാർക്ക് തിരികെ പ്രധാന മന്ത്രാലയത്തിലേക്ക് പോകാനാണ് താല്പര്യപ്പെടുന്നത്. മന്ത്രാലയത്തിന്റെ കണക്ക് പ്രകാരം ജോലിക്കാരുടെ കുറവ് വളരെയധികമാണ്. ഏകദേശം 8,450 പോസ്റ്റുകൾ ഒഴിഞ്ഞു കിടക്കുന്നുണ്ട്. സർക്കാർ നയങ്ങൾ പ്രചരിപ്പിക്കുക, സാമൂഹിക പ്രശ്നങ്ങളിലും വിദ്യാഭ്യാസ വിഷയങ്ങളിലും ജനങ്ങളെ ബോധവാന്മാരാക്കുക, വിവര വിനിമയവുമായി ബന്ധപ്പെട്ട വിഷയങ്ങളിൽ ഔദ്യോ

ഗിക കാര്യങ്ങൾ പ്രചരിപ്പിക്കുക മുതലായ പ്രധാന കർത്തവ്യങ്ങൾ നിറവേറ്റാൻ ചുമതലപ്പെടുത്തിയ സ്ഥാപനമാണ് ഈ മന്ത്രാലയം. അവിടെയാണ് ഇത്രയധികം പോസ്റ്റുകൾ ഒഴിഞ്ഞു കിടക്കുന്നത്. ഉള്ളവർക്ക് ജോലിഭാരം കൂടുതലാണ്. ഇപ്പോൾ ഏകദേശം മുപ്പതോളം ചാനലുകളും, അറുപത് നിർമ്മാണ സാമഗ്രികളും ഉണ്ട്. എന്നാൽ സോഫ്റ്റ് വെയർ നിർമ്മാണത്തിനുള്ള ഫണ്ട് കുറച്ചു. മികച്ച പ്രക്ഷേപണ സംവിധാനങ്ങൾ ഒരുക്കാൻ അവർക്ക് ഫണ്ട് വേണം. ഒരു ഭാഗത്ത് അവർക്ക് ആവശ്യത്തിന് ഫണ്ട് കിട്ടുന്നില്ല. മറുഭാഗത്ത് കിട്ടുന്ന ഫണ്ട് ഉപയോഗിക്കാനും കഴിയുന്നില്ല എന്നാണ് പരാതി.

സർ, ദൂരദർശനിലെ താല്ക്കാലിക ജീവനക്കാർക്ക് കിട്ടുന്ന പരിഗണന എ ഐ ആറിലെ താല്ക്കാലിക ജീവനക്കാർക്ക് കിട്ടുന്നില്ല. ഞാൻ വിവര സാങ്കേതിക വിദ്യയുമായി ബന്ധപ്പെട്ട പാർലമെന്ററി സ്റ്റാന്റിംഗ് കമ്മിറ്റി അംഗമായിരുന്ന സമയത്ത്, എ ഐ ആറിലെ താല്ക്കാലിക ജീവനക്കാരുടെ ധാരാളം പരാതികൾ കിട്ടിയിരുന്നു. രാവും പകലും ഒരുപോലെ ജോലി ചെയ്തിട്ടും ദൂർദർശനിലെ താല്ക്കാലിക ജീവനക്കാരുടെ തുല്യപദവി തങ്ങൾക്ക് കിട്ടുന്നില്ലായെന്നായിരുന്നു അവരുന്നയിച്ച പ്രശ്നം. മന്ത്രിമാരുടെ ശ്രദ്ധയിൽ ഈ വിഷയം വന്നിരുന്നുവെങ്കിലും പിന്നീട് യാതൊരു നടപടിയും എടുത്തിട്ടില്ല. ഇതുമായി ബന്ധപ്പെട്ട് ആകാശവാണിയുടെയും ദൂരദർശന്റെയും ചില പ്രശ്നങ്ങൾ ചൂണ്ടിക്കാണിക്കാൻ ഞാൻ ആഗ്രഹിക്കുന്നു. ഈ രണ്ട് സ്ഥാപനങ്ങളിലെയും ജീവനക്കാരുമായി പലതവണ കൂടിയാലോചനകൾ നടത്തിയ മന്ത്രാലയവും പ്രസാർ ഭാരതിയും പറഞ്ഞത് അവരുടെ പ്രശ്നങ്ങളിൽ കാര്യമായ പരിഹാരം കാണുമെന്നാണ്. എന്നാൽ പിന്നീട് എഞ്ചിനീയറിംഗ്, പ്രോഗ്രാം ജീവനക്കാർക്ക് മാത്രമാണ് പുതുക്കിയ ശമ്പളം അനുവദിച്ചത്. എന്നാൽ തുല്യപ്രാധാന്യമുള്ള ഭരണസംബന്ധമായ ജോലിക്കാർക്ക് വേതന വർദ്ധനവ് നടപ്പാക്കിയില്ല. അതിന് ഒരു ന്യായീകരണവും പറയാനില്ല.

ഒരേ മന്ത്രാലയത്തിന് കീഴിലെ രണ്ട് സ്ഥാപനങ്ങളിൽ തുല്യ ജോലി ചെയ്യുന്നവർക്ക് തുല്യ പരിഗണന കൊടുക്കാത്തതിന് എന്ത് ന്യായീകരണമാണ് പറയാനുള്ളത്? ഇതുമായി ബന്ധപ്പെട്ട മന്ത്രിയോടാണ് ഞാൻ ചോദിക്കുന്നത്. എന്നാൽ മന്ത്രിക്ക് ഇക്കാര്യത്തെക്കുറിച്ച് എന്തെങ്കിലും അറിയുമോയെന്ന് എനിക്കറിയില്ല.......(തടസ്സങ്ങൾ)

ഈ രണ്ട് വർഷത്തിനിടയിൽ സർക്കാർ ഈ വിഷയത്തിൽ കാര്യമായ ഇടപെടൽ നടത്തുമെന്ന് ബന്ധപ്പെട്ട മന്ത്രി ഉറപ്പ് നൽകിയിരുന്നു. ഈ വിഷയം അജൻഡയിൽ ഉണ്ടായിരുന്നുവെങ്കിലും ചർച്ചയ്ക്കെടുത്തില്ല......(തടസ്സങ്ങൾ) ഏപ്രിൽ 22 മുതൽ ആകാശവാണി ജീവനക്കാർ അനിശ്ചിതകാല നിരാഹാരസമരം ആരംഭിക്കുന്ന ഈ സാഹചര്യത്തിൽ ഞാൻ ഈ വിഷയത്തെ ഗൗരവമായി കാണുന്നു. ദീർഘകാലമായി അവരാവശ്യപ്പെടുന്ന ഈ വിഷയത്തിൽ സർക്കാർ ഇടപെടണമെന്ന്

ഞാൻ അഭ്യർത്ഥിക്കുന്നു.

പ്രസാർ ഭാരതിയുടെ കാര്യത്തിലായാലും ദൂരദർശന്റെ കാര്യത്തിലായാലും സ്വതന്ത്രമായ നിലപാട് എടുക്കാൻ നമുക്ക് കഴിയണം. ഈ രണ്ട് സ്ഥാപനങ്ങൾക്കും ഫണ്ട് അനുവദിക്കുന്നതും അവയുടെ കാര്യത്തിൽ നയപരമായ തീരുമാനങ്ങൾ എടുക്കുന്നതും സർക്കാരാണ്. ഖേദകരമെന്ന് പറയട്ടെ, ഈ വിഷയം നന്ദിഗ്രാം പ്രശ്നവുമായി ബന്ധപ്പെട്ടതാണെന്ന ഒരു ധാരണ വെസ്റ്റ് ബംഗാളിൽ ഉണ്ടായിരുന്നു. നന്ദിഗ്രാമുമായി ബന്ധപ്പെട്ട് കോൺഗ്രസിലും ഇടതുപാർട്ടികൾക്കും വ്യത്യസ്തങ്ങളായ കാഴ്ചപ്പാടാണുള്ളത് എന്ന് നമുക്കറിയാം. എന്നാൽ ദൂരദർശനേയും പ്രസാർ ഭാരതിയേയും സംബന്ധിച്ച് അത്തരം കാര്യങ്ങൾ ജനങ്ങൾക്ക് നൽകാൻ എങ്ങനെ സാധിക്കും? അത് സർക്കാരിന് എതിരെയുമാണ്. വെസ്റ്റ് ബംഗാളുമായോ, കേന്ദ്ര സർക്കാരുമായോ പ്രസാർ ഭാരതിയുമായോ ബന്ധപ്പെട്ട വിഷയമായി ഞാൻ ഇതിനെയെടുക്കുന്നില്ല. ബഹു. മന്ത്രി പറഞ്ഞതുപോലെ ഈ വിഷയവുമായി ബന്ധപ്പെട്ട് നമുക്ക് സ്വാതന്ത്ര്യം ഉണ്ട്. അത് ഉപയോഗിക്കണം. ദേശീയ ഐക്യവും രാജ്യത്തിന്റെ അന്തസ്സുമായിരിക്കണം അവയുടെ പ്രധാന ലക്ഷ്യം. തീർച്ചയായും ചില വിഷയങ്ങളിൽ അഭിപ്രായ സ്വാതന്ത്ര്യം ഉണ്ട്. അഭിപ്രായ സ്വാതന്ത്ര്യത്തെ ഞാൻ ഒരിക്കലും വില കുറച്ച് കാണുന്നില്ല. എന്നാൽ ഇത്തരത്തിലുള്ള അയഥാർത്ഥ്യമായ കാഴ്ചപ്പാടുകളും, തെറ്റായ വിവരവും നൽകുന്നത് സാമുദായിക അസ്വാരസ്യങ്ങളിലേക്കും സംഘട്ടനങ്ങളിലേക്കും നയിക്കും. അതുകൊണ്ട് സർക്കാർ ഈ വിഷയത്തെ ഗൗരവമായി എടുക്കണം.

സർക്കാർ കൊണ്ടുവന്ന ഇലക്ട്രോണിക് നിരീക്ഷണ സംവിധാനം ഇവിടെയുണ്ട്. എന്നാൽ ഇലക്ട്രോണിക് മാധ്യമങ്ങളും, ദേശീയ മാധ്യമങ്ങളും, സംസ്ഥാന മാധ്യമങ്ങളും, പ്രാദേശിക മാധ്യമങ്ങളും ദിനംപ്രതി വർദ്ധിച്ചുവരുന്ന സാഹചര്യത്തിൽ ഇതിനെയെല്ലാം നിയന്ത്രിക്കാൻ ഈ സംവിധാനത്തിനാകുമെന്ന് ഞാൻ കരുതുന്നില്ല. ബഹു. മന്ത്രി പറഞ്ഞതുപോലെ ഒരു നിയന്ത്രണവുമില്ല. ഫാഷൻ പരേഡ് പോലുള്ള സ്ത്രീകളെ അപമാനിക്കുന്ന മാന്യമല്ലാത്ത പല പരിപാടികളും സംപ്രേഷണം ചെയ്യപ്പെടുന്നുണ്ട്. സ്വകാര്യ ചാനൽ ഉടമസ്ഥരെ സംബന്ധിച്ചിടത്തോളം അവർക്ക് സാമൂഹ്യ പ്രതിബദ്ധതകൾ ഒന്നുമില്ല. അവർക്ക് വേണ്ടത് ലാഭം മാത്രമാണ്. അമ്പത് ശതമാനം വാർത്തയും അമ്പത് ശതമാനം പരസ്യവുമാണ് ഇന്ന് അവർ സംപ്രേഷണം ചെയ്യുന്നത്. ഭാവിയിൽ 15 ശതമാനം പരസ്യവും 25 ശതമാനം വാർത്തയുമായി മാറാൻ സാധ്യതയുണ്ടെന്നുള്ള ആശങ്ക എനിക്കുണ്ട്. അതാണ് സ്വകാര്യ ചാനൽ മേഖലയിൽ കാണുന്ന പ്രവണത. പ്രസാർ ഭാരതിയായാലും, ഓൾ ഇന്ത്യ റേഡിയോ ആയാലും പ്രതിദിനം 10 മില്യൺ ശ്രോതാക്കൾ അവയ്ക്കുണ്ട്. ആ രണ്ട് സ്ഥാപനങ്ങളുടെയും പ്രാധാന്യം ഇതിൽനിന്നും വ്യക്തമാണ്. മാധ്യമങ്ങളെ നിയന്ത്രിക്കാൻ അതിശക്തമായ നടപടികൾ സർക്കാർ

കൈക്കൊള്ളണം.

മറ്റു ചാനലുകളെ അപേക്ഷിച്ച് മികച്ച രീതിയിൽ സംപ്രേഷണം നടക്കുന്ന ചാനലാണ് ദൂരദർശൻ. അതുകൊണ്ട്, ദൂരദർശനേയും, പ്രസാർ ഭാരതിയേയും നമ്മൾ അഭിനന്ദിക്കുകയും സംരക്ഷിക്കുകയും വേണം. ഈ സ്ഥാപനങ്ങളെ വില കുറച്ചു കാണുകയല്ല ഞാൻ ചെയ്യുന്നത്. മറിച്ച് ചില പോരായ്മകൾ ചൂണ്ടിക്കാണിക്കുക മാത്രമാണ്. സിനിമകളും സീരിയലുകളും കാണിക്കുന്നുണ്ടെങ്കിൽക്കൂടി വളരെ ഗൗരവതരമായ വിഷയങ്ങൾ അവതരിപ്പിക്കുന്ന ചാനലാണ് ലോക്സഭാ ചാനൽ. പക്ഷേ, സ്വകാര്യ ചാനലുകളുടെ കാര്യത്തിൽ അതല്ല അവസ്ഥ.

ആഗോളവൽക്കരണത്തെക്കുറിച്ചും ഉദാരവൽക്കരണത്തെക്കുറിച്ചും നാം ആലോചിക്കേണ്ടതുണ്ട്. സർക്കാർ ആഗോള ഉദാരവൽക്കരണ നയങ്ങളെ പൂർണ്ണമായും പിന്തുണയ്ക്കുന്ന സാഹചര്യമാണുള്ളത്. ബഹുമാനപ്പെട്ട അംഗങ്ങൾ പറഞ്ഞതുപോലെ, മാസ് മീഡിയ, സംസ്കാരം, വിദ്യാഭ്യാസം തുടങ്ങിയവയ്ക്ക് മേൽ ഈ സ്വാധീനം കാത്തിരുന്ന് കാണേണ്ടതാണ്. അതുകൊണ്ട് ഈ വിഷയം സർക്കാർ പരിഗണനയിൽ എടുക്കണം.

ബജറ്റ് അനുവദിച്ച തുകയും വിനിയോഗിച്ച തുകയും തമ്മിൽ വലിയ അന്തരമുണ്ടെന്ന് ആരംഭത്തിൽ ഞാൻ പറഞ്ഞിരുന്നു. അടുത്ത വർഷത്തേക്ക് നമ്മൾ 1,49,7,74 കോടി അനുവദിച്ചിട്ടുണ്ട്. ഇതെങ്ങനെയാണ് മന്ത്രാലയം ചെലവഴിക്കാൻ പോകുന്നത്? എന്തെങ്കിലും നല്ല പദ്ധതികൾ ഉണ്ടോയെന്നറിയാൻ ആഗ്രഹമുണ്ട്. ഈ പറഞ്ഞ വിഷയങ്ങളെല്ലാം പരിഗണിക്കണമെന്ന് അഭ്യർത്ഥിക്കുന്നു.

(24-04-2008,(2008-09 വർഷത്തേക്കുള്ള വാർത്താവിതരണ പ്രക്ഷേപണ മന്ത്രാലയത്തിന്റെ ധനാഭ്യർത്ഥനയ്ക്ക് (നം. 59) മേലുള്ള ചർച്ച)

തൊഴിലാളികളുടെ താൽപ്പര്യങ്ങൾ സംരക്ഷിക്കുകയും ഇന്ത്യയിൽനിന്നുള്ള മനുഷ്യക്കടത്ത് അന്വേഷിക്കുകയും ചെയ്യുക

സർ, യു എസ് എയിൽ ഇന്ത്യൻ തൊഴിലാളികൾ അഭിമുഖീകരിക്കുന്ന ഗൗരവമായ ഒരു വിഷയത്തിലേക്ക് സർക്കാരിന്റെ ശ്രദ്ധ ക്ഷണിക്കാൻ ഞാനാഗ്രഹിക്കുന്നു. ഇന്ത്യയിലെ ചില റിക്രൂട്ടിംഗ് ഏജൻസികൾ പത്രപരസ്യങ്ങളിലൂടെയും മറ്റും ധാരാളം തൊഴിലാളികളെ തെരഞ്ഞെടുക്കുകയും അമേരിക്കയിലേക്ക് അയക്കുകയും ചെയ്തിട്ടുണ്ട്. അവർക്ക് നൽകുന്നത് H2B വിസയാണ്. ഈ വിസയുടെ കാലാവധി വെറും പത്തു മാസം മാത്രമാണ്. അതേപോലെ ഇത് ഏത് സമയത്തും റദ്ദ് ചെയ്യപ്പെടാവുന്നതുമാണ്. ജോലിസ്ഥിരതയും, മികച്ച ശമ്പളവും മറ്റ് സൗകര്യങ്ങളും അവർക്ക് വാഗ്ദാനം ചെയ്തിട്ടുണ്ടെങ്കിലും, അമേരിക്കയിലെ സാഹചര്യം വളരെ മോശമാണ്.

സർ, ഇന്ത്യയിലും അമേരിക്കയിലും ശക്തമായ തൊഴിൽ നിയമങ്ങൾ ഉണ്ട്. റിക്രൂട്ടിംഗ് ഏജൻസികളാണ് തൊഴിലാളികളെ ചൂഷണം ചെയ്യുന്നത്. അതുകൊണ്ട് ഇന്ത്യയിലെ അമേരിക്കൻ സ്ഥാനപതിയുമായി ഈ വിഷയം ചർച്ച ചെയ്യണമെന്ന് ഞാൻ അഭ്യർത്ഥിക്കുന്നു. തൊഴിലാളികളിൽ ഭൂരിഭാഗവും കേരളത്തിൽ നിന്നുള്ളവരാണ്. അവരുടെ ബന്ധുക്കൾ വളരെ ദയനീയമായ അവസ്ഥയിലുള്ളവരാണ്. ജോലി നഷ്ടപ്പെട്ട് തിരിച്ച് വരേണ്ടിവരുമോയെന്ന ആശങ്ക അവർക്കുണ്ട്. H2B വിസ ആയതുകൊണ്ട് തന്നെ മറ്റ് സ്ഥാപനങ്ങളിൽ ജോലി ലഭിക്കുന്നുമില്ല. അമേരിക്കൻ സ്ഥാനപതിയുമായി ഈ വിഷയം സംസാരിക്കാനും ഇന്ത്യൻ തൊഴിലാളികളെ സഹായിക്കാനും സർക്കാർ മുൻകൈയെടുക്കണം.

(28-04-2008)

പൊതുമിനിമം പരിപാടി ലംഘിച്ചതുമൂലം വിശ്വാസപ്രമേയം തള്ളിക്കളയുക

സർ, നമ്മുടെ ബഹു. പ്രധാനമന്ത്രി Dr. മൻമോഹൻ സിംഗ് അവതരിപ്പിച്ച വിശ്വാസപ്രമേയത്തെ ഞാൻ എതിർക്കുന്നു. ഇടതു പാർട്ടികളുടെ പുറമേ നിന്നുള്ള പിന്തുണയോടെയാണ് നാല് വർഷം മുമ്പ് ഈ സർക്കാർ അധികാരത്തിൽ വന്നത്. ആദരണീയനായ ഇന്ത്യൻ രാഷ്ട്രപതിയാണ് സംയുക്ത പാർലമെന്റ് സമ്മേളനത്തിൽ വെച്ച് യു പി എ സർക്കാരിന്റെ നയപ്രഖ്യാപനം നടത്തിയത്.

ഇടതു പാർട്ടികളും യു പി എയും അംഗീകരിച്ച പൊതുമിനിമം പരിപാടിയുടെ അടിസ്ഥാനത്തിലാണ് നയരൂപീകരണം നടത്തിയത്. പൊതുമിനിമം പരിപാടിയിൽ ആണവക്കരാറിനെക്കുറിച്ച് ഒരു പരാമർശവും ഉണ്ടായിരുന്നില്ല.

പൊതുമിനിമം പരിപാടിയിൽ ഇങ്ങനെ പറയുന്നുണ്ട്. "നമ്മുടെ രാജ്യത്തിന്റെ പാരമ്പര്യം മറക്കാതെയുള്ള ഒരു സ്വതന്ത്ര വിദേശനയം യു പി എ സർക്കാർ പിന്തുടരും. പ്രസ്തുത നയം ലോകബന്ധങ്ങളിൽ ബഹുധ്രുവത്വം (Multipolarity) പ്രോത്സാഹിപ്പിക്കുകയും ഏകപക്ഷീയതയ്ക്കുള്ള (Unilateralism) ശ്രമങ്ങളെ എതിർക്കുകയും ചെയ്യും.

പൊതുമിനിമം പരിപാടിയിലെ വിദേശനയവുമായി ബന്ധപ്പെട്ട പ്രധാന നിർദ്ദേശത്തിന് ഘടകവിരുദ്ധമാവും എന്നതുകൊണ്ടുതന്നെ യു എസുമായുള്ള തന്ത്രപരമായ ബന്ധങ്ങളെക്കുറിച്ച് അതിൽ പരാമർശം ഉണ്ടായിരുന്നില്ല എന്നത് വ്യക്തമാണ്.

നിങ്ങൾ അധികാരത്തിൽ വന്നതിനുശേഷം, പൊതുമിനിമം പരിപാടിയിലെ ശക്തമായ തീരുമാനത്തിന് വിരുദ്ധമായി, യു എസുമായുള്ള 123 കരാറിൽ ഒപ്പുവെച്ചു. ഇടതു പാർട്ടികളുമായോ പാർലമെന്റിലോ ചർച്ച നടത്താതെയാണ് അങ്ങനെയൊരു കരാറിൽ ഒപ്പുവെച്ചത്. 2007 ൽ

പ്രാഥമിക കരാറിൽ നിങ്ങൾ ഒപ്പു വെച്ചിരുന്നു. അന്ന്, ഇടതു പാർട്ടികളുടേയും മറ്റ് പാർട്ടികളുടേയും ശക്തമായ എതിർപ്പിനെ തുടർന്ന് പാർലമെന്റിന്റെ ഇരു സഭകളിലും ആണവ വിഷയം ചർച്ച ചെയ്യാൻ നിങ്ങൾ നിർബന്ധിക്കപ്പെട്ടു.

ചർച്ചകളുടെ ഫലം എന്തായിരുന്നുവെന്ന് ഞാൻ നിങ്ങളെ ഓർമ്മിപ്പിക്കാം. രണ്ട് സഭകളിലേയും ഭൂരിപക്ഷം അംഗങ്ങളും അവരുടെ കാഴ്ചപ്പാടുകൾ വ്യക്തമാക്കിയിരുന്നു. അവർ എല്ലാവരും ഈ കരാറിനെ എതിർത്തു. പാർലമെന്റിനാണ് ഈ രാജ്യത്ത് പരമാധികാരം. അതുകൊണ്ട് തന്നെ ദേശീയ താല്പര്യം മാനിച്ചുകൊണ്ട് ആണവക്കരാർ ഉപേക്ഷിക്കാനുള്ള നല്ല അവസരമായിരുന്നു അത്. പക്ഷേ, കരാറുമായി മുന്നോട്ട് പോകുന്ന നയമാണ് നിങ്ങൾ സ്വീകരിച്ചത്.

കഴിഞ്ഞ നാലു വർഷവും ഞങ്ങളുടെ പൂർണ്ണ പിന്തുണ നിങ്ങൾക്ക് നൽകിയിട്ടുണ്ട്. പല കാര്യങ്ങളിലും വ്യത്യസ്ത അഭിപ്രായങ്ങൾ ഉണ്ടായിരുന്നിട്ടും സർക്കാരിന്റെ പ്രവർത്തനങ്ങൾ സുഗമമായി മുന്നോട്ട് പോകുന്നതിനുവേണ്ടി ഞങ്ങൾ പിന്തുണ തുടർന്നും നൽകി. വർഗ്ഗീയ ശക്തികളെ അധികാരത്തിൽ നിന്ന് മാറ്റിനിർത്തുക മാത്രമായിരുന്നു ഞങ്ങളുടെ ലക്ഷ്യം. ആ രാഷ്ട്രീയസമരത്തിൽ ജയിച്ചുവെന്നതിൽ ഞങ്ങൾക്ക് അഭിമാനമുണ്ട്.

കരാറിനെക്കുറിച്ചുള്ള ഞങ്ങളുടെ ശക്തമായ അഭിപ്രായങ്ങൾ പരിഗണിച്ചുകൊണ്ട് യു പി എ ലെഫ്റ്റ് പാർട്ടീസ് കോ–ഓർഡിനേഷൻ കമ്മിറ്റി എന്നൊരു സംവിധാനം നമ്മൾ ഉണ്ടാക്കി. വീണ്ടും പ്രശ്നങ്ങൾ വിശദമായിത്തന്നെ നിങ്ങൾക്ക് മുന്നിൽ അവതരിപ്പിച്ചു. ഞങ്ങളുടെ അഭിപ്രായങ്ങളും നിർദ്ദേശങ്ങളും വ്യക്തമായിത്തന്നെ എഴുതി നൽകുകയും ചെയ്തു.

അന്താരാഷ്ട്ര ആണവോർജ്ജ ഏജൻസിയുമായി കരാർ ചർച്ച ചെയ്യാൻ മാത്രമാണ് പോകുന്നതെന്നും തിരിച്ചുവന്ന് ഇടതു പാർട്ടികളോട് ചർച്ച ചെയ്തതിന് ശേഷം മാത്രമേ അവസാന തീരുമാനം എടുക്കുകയുള്ളുവെന്നുമാണ് അന്ന് പ്രണാബ് മുഖർജി പറഞ്ഞത്.

കരാർ വിഷയത്തിൽ തങ്ങൾക്ക് ഇടതു പാർട്ടികളെ വിശ്വാസത്തിലെടുക്കാൻ കഴിഞ്ഞിട്ടില്ലായെന്ന കാര്യം നമ്മുടെ വിദേശകാര്യമന്ത്രി സഭയിൽ വ്യക്തമാക്കിയിട്ടുണ്ട്. ഇത്രയുംകാലം പിന്തുണ നൽകിയ ഏത് പാർട്ടിയേയും വേദനിപ്പിക്കുന്ന കാര്യമാണിത്. കരാർ രേഖകൾ ഇടതു പാർട്ടികളെ കാണിച്ചിട്ടില്ലെങ്കിലും അത് ജൂലൈ 7 ന് അന്താരാഷ്ട്ര ആണവോർജ്ജ ഏജൻസിക്കും ഗവർണർമാരുടെ ബോർഡിനും സമർപ്പിച്ചിട്ടുണ്ട്.

പ്രധാനമന്ത്രിയും സർക്കാരും പറയുന്നത് അന്താരാഷ്ട്ര ആണവോർജ്ജ ഏജൻസിയിൽ ചർച്ച ചെയ്തതിനുശേഷം തങ്ങൾ സഭയിൽ വരുമെന്നാണ്. അങ്ങനെ ഒരുകാര്യം ചെയ്യുന്നതുകൊണ്ട് എന്താണ് ഉപയോഗം? ആണവോർജ്ജ ഏജൻസിയുടെ അനുമതിക്ക് വേണ്ടി അയക്കുന്നതിന്

മുമ്പ് കരാർ ചർച്ച ചെയ്യാൻ ഇടതു പാർട്ടികളെയും പാർലമെന്റിനെയും അനുവദിക്കാത്തത് ആശ്ചര്യകരമാണ്. യഥാർത്ഥത്തിൽ, ഇടതു പാർട്ടികളോടും, പാർലമെന്റിനോടും, രാജ്യത്തോടും ചെയ്യുന്ന ചതിയാണത്. പാർലമെന്റിൽ ചർച്ച ചെയ്യാതെ ഗാട്ട് കരാർ (General Agreement on Tariffs and Trade-GATT) ഒപ്പിട്ടപ്പോഴും ഇതേ അനുഭവം നമുക്കുണ്ടായി. അന്ന് കോൺഗ്രസും, എൻ ഡി എയും സഭയിൽ ഏറെ അഭിമാനത്തോടെ പറഞ്ഞത് കരാർ ഇന്ത്യൻ കർഷകർക്ക് വലിയ ആശ്വാസം നൽകുമെന്നായിരുന്നു. നാഷണൽ ക്രൈം റിപ്പോർട്ടനുസരിച്ച് കാർഷിക മേഖലയിലെ പ്രശ്നങ്ങൾ കാരണം ആത്മഹത്യചെയ്ത കർഷകരുടെ എണ്ണം 1,66,000 ആണ്. അതാണ് സഭയിൽ ചർച്ച ചെയ്യാതെ നടപ്പിലാക്കിയ ഗാട്ട് കരാർ ഇന്ത്യയ്ക്ക് നൽകിയ പാരിതോഷികം.

സഭയിൽ അത്തരം ചർച്ചകളുടെ ആവശ്യം ഇല്ലായെന്നാണ് പ്രണാബ് മുഖർജി പറഞ്ഞത്. അതിന് ഭരണഘടനയിൽ വ്യവസ്ഥ ഇല്ല. അധികാരത്തിൽ ആരായാലും, കരാറുകൾ ഉണ്ടാക്കുന്നത് രാജ്യത്തിനു വേണ്ടിയും ജനങ്ങൾക്കുവേണ്ടിയും ആണ്. ജനങ്ങളുടെ ജനാധിപത്യ അവകാശങ്ങളുടെ യഥാർത്ഥ സംരക്ഷകൻ പാർലമെന്റാണ്. ആ പാർലമെന്റിനെ വിശ്വാസത്തിൽ എടുത്തില്ലെങ്കിൽ പിന്നെ ആരെയാണ് വിശ്വാസത്തിൽ എടുക്കേണ്ടത്. ആരാണ് ഇതിന്റെയൊക്കെ ഉത്തരവാദിത്വം ഏറ്റെടുക്കുക? ജനങ്ങളുടെ സഭയാണ് ചർച്ച ചെയ്യേണ്ടതും തീരുമാനം എടുക്കേണ്ടതും. ഭരണ നിർവ്വഹണസമിതി [The Executive] വരുന്നത് അതിന് ശേഷമാണ്. എക്സിക്യൂട്ടീവ് ഒരു തീരുമാനമെടുക്കുകയും അത് പാർലമെന്റിൽ അടിച്ചേൽപ്പിക്കുകയും ചെയ്യുമ്പോൾ നശിക്കുന്നത് ജനാധിപത്യ തത്ത്വങ്ങളാണ്. ഇത്തരത്തിലുള്ള ഭരണ നിർവ്വഹണത്തെ അതിശക്തമായി ഞങ്ങൾ എതിർക്കുന്നു. അതുകൊണ്ടാണ് പൊതു മിനിമം പരിപാടി ആവിഷ്കരിക്കുമ്പോൾ അതിനെ ഞങ്ങൾ അനുകൂലിക്കുന്നത്. ആ പരസ്പര ധാരണയാണ് സർക്കാർ ഇപ്പോൾ ലംഘിച്ചത്. ഈ സാഹചര്യം സൃഷ്ടിച്ചതിന്റെ പൂർണ്ണ ഉത്തരവാദിത്വം യു പി എ സർക്കാരിനാണ്.

123 കരാറിന്റെ വിശദാംശങ്ങളിലേക്ക് ഞാൻ കടക്കുന്നില്ല. അമേരിക്കൻ പാർലമെന്റ് പാസാക്കിയ ഹൈഡ് ആക്റ്റിലെ (Hyde Act) നിർദ്ദേശങ്ങളും നിബന്ധനകളും പാലിച്ചുകൊണ്ട് മാത്രമേ 123 കരാർ നടപ്പിലാക്കാൻ കഴിയൂ എന്നത് വ്യക്തമാണ്.

യു എസ് എയുമായി കരാർ ഉണ്ടാക്കിയതിന്റെ മുന്നനുഭവം നമുക്കുണ്ട്. നാം രണ്ട് ആണവ പരീക്ഷണങ്ങൾ നടത്തിയ താരാപൂർ ആണവ പദ്ധതിയുമായി ബന്ധപ്പെട്ട കരാർ അമേരിക്ക ലംഘിക്കുകയും യുറേനിയം വിതരണം നിർത്തുകയും ചെയ്തു. ഇതുമായി ബന്ധപ്പെട്ടല്ലേ നാം ഒരുപാട് പ്രയാസങ്ങൾ അനുഭവിച്ചത്?

ഹൈഡ് ആക്റ്റിൽ ഉൾപ്പെടുത്തിയിരിക്കുന്ന ചില നിബന്ധനകൾ നമ്മുടെ വിദേശ നയത്തിന്റെ പരമാധികാരത്തെ ചോദ്യം ചെയ്യുന്നതാണ്.

യുറേനിയം വിതരണം അവർ തുടരുമെന്നതിന് യാതൊരു ഉറപ്പും ഇല്ല. യു എസ് എയ്ക്ക് എപ്പോൾ വേണമെങ്കിലും കരാർ ലംഘനം നടത്താം. എന്നാൽ, കരാർ റദ്ദ് ചെയ്യാനുള്ള അധികാരം നമുക്കില്ല. അന്താരാഷ്ട്ര ആണവോർജ്ജ ഏജൻസിയാണ് കരാറിന്റെ സംരക്ഷകർ. അവർക്ക് പതിവായി പരിശോധന നടത്താനുള്ള അനുമതി നൽകണം. റിയാക്റ്ററുകളും മറ്റ് സാമഗ്രികളും തിരിച്ചെടുക്കാനുള്ള അധികാരം അവർക്കുണ്ട്. അതിന്റെ നഷ്ടപരിഹാരം നമ്മൾ കൊടുക്കണം. ഏറ്റവും അധികം അപമാനിക്കുന്ന നിബന്ധനയെന്താണെന്ന് വെച്ചാൽ, എല്ലാ വർഷവും അമേരിക്കൻ പാർലമെന്റിൽ വിശദാംശങ്ങൾ റിപ്പോർട്ട് ചെയ്യുകയും ഇന്ത്യൻ വിദേശനയം വിശദീകരിക്കുകയും വേണമെന്നതാണ്. അൽപ്പമെങ്കിലും ആർജ്ജവമുള്ള ഒരു രാജ്യത്തിന് ഇത്തരത്തിലുള്ള വ്യവസ്ഥകളുമായി പൊരുത്തപ്പെടാൻ എങ്ങനെ കഴിയും.

ഹൈഡ് ആക്റ്റിൽ പറഞ്ഞിരിക്കുന്ന നിബന്ധനകൾ അംഗീകരിക്കാൻ ഒരു സ്വതന്ത്ര രാഷ്ട്രത്തിനും കഴിയില്ല. അമേരിക്കൻ സാമ്രാജ്യത്വത്തിന് മുന്നിലുള്ള കീഴടങ്ങൽ ആണത്.

വികസന ആവശ്യങ്ങൾക്കുവേണ്ടി ആണവോർജ്ജം ഉപയോഗിക്കുന്നതിന് എതിരല്ല ഞങ്ങൾ. നമുക്ക് ഉപയോഗിക്കാവുന്ന ഊർജ്ജ വിഭവങ്ങളിലൊന്നാണ് ആണവോർജ്ജവും.

കൽക്കരി, ജലം തുടങ്ങിയവയാണ് ഇന്ത്യയിൽ ഊർജ്ജ സുരക്ഷയ്ക്കായി പ്രാഥമികമായി ആശ്രയിക്കാവുന്ന തദ്ദേശീയ ഊർജ്ജ വിഭവങ്ങൾ. ഇറാൻ, മദ്ധ്യേഷ്യ മുതലായ ഭാഗങ്ങളിലേക്കുള്ള ഊർജ്ജ വിതരണം അതീവ പ്രാധാന്യമുള്ളതാണ്. അടുത്ത 20 മുതൽ 50 വർഷം വരെ, ആണവ റിയാക്ടറുകളും യുറേനിയവും ഇറക്കുമതി ചെയ്യുന്നതിനേക്കാൾ പ്രധാനമാണ് ഇറാൻ വാതക പൈപ്ലൈൻ വഴിയുള്ള വാതക വിതരണ സുരക്ഷ ഉറപ്പാക്കുക എന്നുള്ളത്. കോടിക്കണക്കിന് ഡോളർ കൊടുത്ത് അമേരിക്കയിൽനിന്നും ആണവ റിയാക്ടറുകൾ വാങ്ങുന്നത്. ഇന്ത്യയുടെ ഊർജ്ജ സുരക്ഷ ഉറപ്പാക്കാൻ പര്യാപ്തമല്ല. ഇത് ഇപ്പോൾ ആരും തന്നെ യു എസിൽനിന്നും വാങ്ങുന്നുമില്ല.

ഇന്ത്യയുടെ ഊർജ്ജ ആവശ്യത്തിന് സഹായകമാവുന്ന ഇന്തോ–ഇറാൻ വാതക ലൈൻ പദ്ധതി സർക്കാർ വൈകിപ്പിച്ചതെന്തിനാണ്?

ഊർജ്ജ മേഖലയിലെ പ്രതിസന്ധിക്ക് കാരണം പൊതു നിക്ഷേപം ഗണ്യമായി കുറച്ചതും സ്വകാര്യമേഖലയെ പ്രോത്സാഹിപ്പിച്ചതുമാണ്. പൊതുമേഖലയിൽ കൂടുതൽ നിക്ഷേപം നടത്താൻ തുടർന്നു വന്ന സർക്കാരുകൾ താല്പര്യം കാണിക്കുകയോ മുൻകൈയെടുക്കുകയോ ചെയ്തിട്ടില്ലായെന്നാണ് കണക്കുകൾ വ്യക്തമാക്കുന്നത്. ഇപ്പോഴും തദ്ദേശീയ ഊർജ്ജ നിർമ്മാണത്തിന് സർക്കാർ പ്രാധാന്യം കൊടുക്കുന്നില്ല.

പതിനൊന്നാം പഞ്ചവത്സര പദ്ധതിക്ക് വേണ്ടിയുള്ള അപ്രോച്ച് പേപ്പറിൽ ആണവപദ്ധതിയുടെ കോസ്റ്റ് ബെനഫിറ്റ് അനാലിസിസ് (Cost

Benefit Analysis) തയ്യാറാക്കിയിട്ടില്ല. അതുകൊണ്ട് പരമ്പരാഗത ഊർജ്ജ മേഖലയിൽ കൂടുതൽ നിക്ഷേപം നടത്തുകയാണ് നമ്മൾ ചെയ്യേണ്ടത്. കണക്കുകൾ സൂചിപ്പിക്കുന്നത് ആണവോർജ്ജ പദ്ധതിയിൽ 188 കോടി രൂപയുടെ കുറവുണ്ടെന്നാണ്. തദ്ദേശീയമായ വൈദ്യുതി ഉല്പാദനത്തിൽ സർക്കാർ കാണിക്കുന്ന അലംഭാവമാണ് ഇത് സൂചിപ്പിക്കുന്നത്.

ഈ കരാർകൊണ്ട് എല്ലാ ഗ്രാമങ്ങളിലും വൈദ്യുതി എത്തിക്കാൻ കഴിയുമെന്നാണ് സർക്കാർ പറയുന്നത്. ഇത് തികച്ചും അപ്രായോഗികമാണ്. കരാറിന്റെ കാലാവധി 40 വർഷമാണ്. ഈ കാലയളവ് വരെ കണക്കാക്കപ്പെടുന്ന വൈദ്യുതി ഉല്പാദനം 8% ആണ്. ഇപ്പോൾ നമ്മൾ ഉത്പാദിപ്പിച്ചത് 1.44 ലക്ഷം മെഗാവാട്ട് വൈദ്യുതിയാണ്. അതിൽ 3 ശതമാനം മാത്രമാണ് ആണവ വൈദ്യുതി. ഈ കരാർ യാഥാർത്ഥ്യമായാൽ തന്നെ 7 മുതൽ 8 വർഷം വരെയെടുക്കും വൈദ്യുതി ഉത്പാദനം ആരംഭിക്കാൻ. അന്താരാഷ്ട്ര അനുഭവം വെച്ച് കൽക്കരി അധിഷ്ഠിത പ്ലാന്റ് ആണെങ്കിൽ മൂന്ന് മുതൽ നാല് വർഷം വരെ മാത്രമേ എടുക്കൂ. അതായത് ആണവ നിലയം കമ്മീഷൻ ചെയ്യാൻ എടുക്കുന്ന സമയത്തിന്റെ പകുതി. വാതകാധിഷ്ഠിത പ്ലാന്റാണെങ്കിൽ അതിലും വേഗത്തിൽ നടക്കും. അതുകൊണ്ട്, ചുരുങ്ങിയ സമയത്തിനുള്ളിൽ വൈദ്യുതി വിതരണം നടത്തുമെന്ന സർക്കാരിന്റെ അവകാശവാദം അടിസ്ഥാന രഹിതമാണ്.

ആണവോർജ്ജം ചെലവ് കുറഞ്ഞതാണെന്ന വാദവും അസത്യമാണ്. ശാസ്ത്രജ്ഞരും വിദഗ്ധരും പറയുന്ന പ്രകാരം കൽക്കരി ഊർജ്ജത്തിന്റെ യൂണിറ്റ് ചെലവ് 2.50 രൂപയും, അതേസമയം, ആണവോർജ്ജത്തിന്റെ യൂണിറ്റ് ചെലവ് 5.50 രൂപയുമാണ്. ഈ ചെലവ് താങ്ങാൻ പാവപ്പെട്ട കർഷകർക്കും തൊഴിലാളികൾക്കും എങ്ങനെ കഴിയും? മഹാരാഷ്ട്രയിൽ എൻറോൺ (ENRON) കോർപ്പറേഷനിൽ നിന്നുമുണ്ടായ അനുഭവം നമുക്ക് മുന്നിലുണ്ട്. വൈദ്യുതി ചാർജ്ജ് 5.50 രൂപയിൽനിന്നും 6.00 രൂപയാക്കി ഉയർത്തിയതുമൂലം മഹാരാഷ്ട്ര വൈദ്യുതി ബോർഡിന് വൻ നഷ്ടമാണ് സംഭവിച്ചത്. ഞങ്ങൾ ആദ്യം തന്നെ ഈ വിഷയം ചൂണ്ടിക്കാണിക്കുകയും വിമർശിക്കുകയും ചെയ്തിരുന്നു.

ഒരു പുതിയ റിയാക്റ്റർ ഇറക്കുമതി ചെയ്താൽ 40,000 മെഗാവാട്ട് ആണവ വൈദ്യുതി കൂടി ഉത്പാദിപ്പിക്കാമെന്നാണ് സർക്കാരിന്റെ മറ്റൊരു വാദം. ഇതിനുവേണ്ടിവരുന്ന ചെലവ് 3,624 ലക്ഷം കോടിയാണ്. അതായത് ഒരു കിലോവാട്ട് വൈദ്യുതി ഉത്പാദിപ്പിക്കാൻ ആണവോർജ്ജ പ്ലാന്റിന് ചെലവാകുന്ന കുറഞ്ഞ തുക 2000 ഡോളർ, ഇതേ നിക്ഷേപം കൽക്കരിയധിഷ്ഠിത തെർമൽ പ്ലാന്റിലാണ് മുടക്കുന്നതെങ്കിൽ 40,000 മെഗാവാട്ടിന് പകരം ഒരു ലക്ഷം മെഗാവാട്ട് വൈദ്യുതി ഉത്പാദിപ്പിക്കാം. ഒരു ആണവോർജ്ജ നിലയം സ്ഥാപിക്കുന്ന പണംകൊണ്ട് മൂന്ന്

കൽക്കരി വൈദ്യുത പ്ലാന്റുകൾ സ്ഥാപിക്കാം എന്നതാണ് മറ്റൊരു വസ്തുത. ഇങ്ങനെ ലാഭിക്കുന്ന പണം നിരക്ഷരത തുടച്ച് നീക്കാനുള്ള പദ്ധതികൾക്കും സൗജന്യ വിദ്യാഭ്യാസത്തിനും ആരോഗ്യ മേഖല മെച്ചപ്പെടുത്താനും സാർവ്വത്രിക ഭക്ഷ്യസുരക്ഷ ഉറപ്പാക്കാനും ഉപയോഗി ക്കാം. അതുകൊണ്ട് ഇപ്പോൾ നടപ്പാക്കാനുദ്ദേശിക്കുന്ന ആണവക്കരാർ രാജ്യ താല്പര്യത്തേക്കാൾ സംരക്ഷിക്കുന്നത് ആണവോർജ്ജ വ്യവസായത്തിന്റെ താത്പര്യമാണ്.

പാശ്ചാത്യ രാജ്യങ്ങളിലെ ആണവോർജ്ജ ഉപയോഗം നോക്കൂ. ആണവോർജ്ജത്തിന് പകരം ആണവ നവോത്ഥാനത്തിനാണ് അവർ മുൻഗണന നൽകുന്നത്. മൂന്ന് ആണവ നിലയങ്ങൾ മാത്രമാണ് യു എസിലും വെസ്റ്റേൺ യൂറോപ്പിലും ജപ്പാനിലും ഉള്ളത്. 1980 കളിൽ 20 എണ്ണം ഉണ്ടായിരുന്നു. യു എസ് പോലും അവസാനമായി ആണവ നിലയം കമ്മീഷൻ ചെയ്തത് 1996 ലാണ്. കഴിഞ്ഞ 20 വർഷങ്ങളിൽ അങ്ങനെയൊരു ആവശ്യമേ ഉയർന്നിട്ടില്ല. അതായത്, പാശ്ചാത്യ രാജ്യങ്ങൾക്ക് പോലും ആണവോർജ്ജ ഉപയോഗത്തിൽ വലിയ താല്പര്യമില്ല.

നമ്മുടെ രാജ്യം അഭിമുഖീകരിക്കുന്ന പ്രധാന പ്രശ്നങ്ങൾ വിലക്കയറ്റവും, കർഷക ആത്മഹത്യയും, പൊതുവിതരണ സംവിധാനത്തിന്റെ തകർച്ചയും മറ്റുമാണ്. നമുക്ക് മികച്ച വളർച്ചാനിരക്കുണ്ടെന്നാണ് സർക്കാർ പറയുന്നത്. എന്നാൽ ജനങ്ങൾ അനുഭവിക്കുന്ന വിലക്കയറ്റത്തെക്കുറിച്ച് എന്താണ് പറയാനുള്ളത്. എല്ലാ സമ്മേളനങ്ങളിലും ഈ വിഷയങ്ങൾ നമ്മൾ ചർച്ച ചെയ്യുന്നുണ്ട്. എന്നാൽ പ്രത്യക്ഷമായ ഒരു നടപടിയും സർക്കാർ സ്വീകരിച്ചിട്ടില്ല. നമ്മൾ പിന്തുടരുന്ന ഭക്ഷ്യനയത്തിന്റെ പ്രശ്നമാണിത്.

പൊതുവിതരണ സംവിധാനം തകർന്നു. ഭക്ഷ്യധാന്യങ്ങളുടെ സംഭരണവും പര്യാപ്തമല്ല. ഒരുപാട് നടപടികൾ ഞങ്ങൾ ചൂണ്ടിക്കാണിച്ചിരുന്നു. പക്ഷേ, നിങ്ങളത് ഗൗനിച്ചില്ല. ലക്ഷക്കണക്കിന് കർഷകർ ആത്മഹത്യ ചെയ്തിട്ടുണ്ട് എന്നത് യാഥാർത്ഥ്യമാണ്. സർക്കാർ പല ആശ്വാസ പദ്ധതികളും പ്രഖ്യാപിച്ചിട്ടുണ്ടെങ്കിലും അതൊന്നും കിട്ടാത്ത ധാരാളം കർഷകർ ഉണ്ട്.

സർക്കാരിനെ അസ്ഥിരപ്പെടുത്താൻ എൻ ഡി എയെയോ, ബി ജെ പിയെയോ ഇടതു പാർട്ടികൾ നിർബന്ധിച്ചു എന്നാണ് സർക്കാർ പറയുന്നത്. എന്നാൽ ഈ വിശ്വാസപ്രമേയം അവതരിപ്പിച്ചത് ബി ജെ പിയോ ഇടതു പാർട്ടികളോ അല്ല, നിങ്ങൾ തന്നെയാണ്. നിരവധി വിഷയങ്ങളിൽ അഭിപ്രായ വ്യത്യാസങ്ങൾ ഉണ്ടായിട്ടും കഴിഞ്ഞ നാലു വർഷവും ഞങ്ങൾ നിങ്ങൾക്ക് പിന്തുണ നൽകിയിട്ടുണ്ട്. വർഗ്ഗീയ ശക്തികളെ എക്കാലത്തും എതിർത്തിട്ടുള്ളത് ഇടതു പാർട്ടികൾ മാത്രമാണ്. അതുകൊണ്ട് മാത്രമാണ് വെസ്റ്റ് ബംഗാളിലും കേരളത്തിലും ത്രിപുരയിലും അവർ ദുർബലമായത്. പക്ഷേ, നിങ്ങൾക്ക് ജനപിന്തുണ വൻതോതിൽ കുറഞ്ഞു. അതിന് കാരണം സി പി ഐ (എം) അല്ല,

മറിച്ച് നിങ്ങളുടെ നയങ്ങളാണ്.

ഇടതു പാർട്ടികളുടെ പിന്തുണ നിരാകരിച്ചുകൊണ്ട് അവരെ വഞ്ചിച്ചുകൊണ്ട്, യു എസ് എയുമായി കരാറുണ്ടാക്കാൻ എന്തുകൊണ്ടാണ് സർക്കാർ ഇത്ര ധൃതി കാണിക്കുന്നത്? നവംബറിൽ അമേരിക്കയിൽ തെരഞ്ഞെടുപ്പ് നടക്കാൻ പോവുകയാണ്. ഇതുവരെ നടത്തിയ എല്ലാ അഭിപ്രായ വോട്ടെടുപ്പുകളിലും ബുഷ് ഭരണകൂടത്തിനെതിരെയുള്ള അപ്രീതിയാണ് കാണുന്നത്. ഈ കരാർ അത്യാവശ്യമാണെങ്കിൽ ഇലക്ഷൻ കഴിയുന്നതുവരെ എന്തുകൊണ്ട് കാത്തിരിക്കുന്നില്ല? ഒരു വലിയ തീവണ്ടിയിൽനിന്നും വേർപെടുത്താവുന്ന ഒരു കമ്പാർട്ട്മെന്റ് പോലെയല്ല ഈ ആണവക്കരാർ. ഒരുപാട് വ്യവസ്ഥകളും ഇടപാടുകളും ഉണ്ട് ഈ കരാറിൽ. രണ്ട് രാഷ്ട്രങ്ങളും സംയുക്തമായി നടത്തിയ നയതന്ത്ര പ്രസ്താവനകളാണ് സി ഇ ഒയുടെ രൂപീകരണത്തിലേക്ക് നയിച്ചത്. വ്യാവസായിക മേഖലയിലും കാർഷിക മേഖലയിലും ഒരുപോലെ തീരുമാനങ്ങൾ എടുക്കുന്നത് സി ഇ ഒ ആണ്. ഈ രണ്ടു രാജ്യങ്ങളിലെയും ബഹുരാഷ്ട്ര കമ്പനികളുടെ ഡയറക്ടർമാരാണ് സി ഇ ഒയിലെ അംഗങ്ങൾ. അവർ ഇതുവരെ മുന്നോട്ടുവച്ച 30 നിർദ്ദേശങ്ങളിൽ 26 എണ്ണവും ഇന്ത്യയുടെ താല്പര്യത്തിന് എതിരാണ്. വ്യവസായ മേഖലയിലും, കാർഷിക മേഖലയിലും, ചില്ലറ വ്യാപാരത്തിലും വിദേശ മൂലധന നിക്ഷേപങ്ങൾക്ക് കൂടുതൽ സ്വാതന്ത്ര്യമാണ് അവർ ആവശ്യപ്പെടുന്നത്.

ഇന്ത്യ, അമേരിക്ക, ഫ്രാൻസ്, ജപ്പാൻ എന്നീ രാജ്യങ്ങളുടെ സംയുക്ത സൈനികാഭ്യാസത്തിന് നമ്മുടെ രാജ്യം സാക്ഷിയായി. ഇന്ത്യൻ നാവികസേനയും വ്യോമസേനയും ഉപയോഗിക്കേണ്ട ആയുധങ്ങളുടെയും യുദ്ധോപകരണങ്ങളുടെയും കാര്യംവരെ അമേരിക്ക തീരുമാനിക്കുന്നു. ഇന്ത്യൻ സേനകൾക്കാവശ്യമുള്ള ആയുധങ്ങൾ വിതരണം ചെയ്യാനുള്ള ഓർഡറുകൾ ഏറ്റവും കൂടുതൽ കിട്ടിയത് അമേരിക്കൻ ബഹുരാഷ്ട്ര കമ്പനികൾക്കാണ്.

സർക്കാർ അമേരിക്കയുമായി ഉണ്ടാക്കിയ ഭൂരിഭാഗം കരാറുകളും ഇന്ത്യയുടെ സ്വാശ്രയശീലത്തെ പ്രോത്സാഹിപ്പിക്കുന്നതോ, വർഗ്ഗീയ ശക്തികൾക്കെതിരെ പ്രതിരോധിക്കാൻ സഹായിക്കുന്നതോ അല്ല. ആണവോർജ്ജത്തിന് ഞങ്ങളെതിരല്ല. പക്ഷേ, പരമ്പരാഗത ഊർജ്ജ സ്രോതസ്സുകളെ പ്രോത്സാഹിപ്പിക്കുന്നതിലൂടെ മാത്രമേ നമ്മുടെ രാജ്യത്തിന് ഊർജ്ജ മേഖലയിൽ സ്വയം പര്യാപ്തത കൈവരിക്കാൻ സാധിക്കുകയുള്ളൂ.

നമ്മുടെ ജനങ്ങളുടെ ദയനീയാവസ്ഥയെപ്പറ്റി ചിന്തിക്കൂ. 72% ജനങ്ങൾക്ക് ശുദ്ധമായ കുടിവെള്ളം കിട്ടാനില്ല. 75% ജനങ്ങൾക്ക് നല്ല വീടുകൾ ഇല്ല. 57% സ്ത്രീകൾ പോഷകാഹാരക്കുറവുമൂലം ദുരിതമനുഭവിക്കുന്നു. ന്യൂനപക്ഷ വിഭാഗങ്ങളിൽ വിദ്യാഭ്യാസം ലഭിക്കാത്തവരുടെ ശതമാനം കൂടുതലാണ്. സച്ചാർ കമ്മിറ്റി റിപ്പോർട്ട് പ്രകാരം

രാജ്യത്തെ 9 ജില്ലകളിൽ ന്യൂനപക്ഷങ്ങളുടെ ജീവിത സാഹചര്യം എസ് സി/എസ് ടിയേക്കാൾ താഴെയാണ്. ന്യൂനപക്ഷ സാന്ദ്രത കൂടുതലുള്ള 330 നഗരങ്ങളിൽ അടിസ്ഥാന സൗകര്യങ്ങളില്ല. സ്വാതന്ത്ര്യാനന്തര ഇന്ത്യയിൽ, വർഗ്ഗീയ കലാപങ്ങൾക്ക് ഏറ്റവും കൂടുതൽ ഇരകളായത് ന്യൂനപക്ഷ വിഭാഗങ്ങളിലെ ജനങ്ങളാണ്. ഇതാണ് ഇന്ത്യയിലെ ജനങ്ങളുടെ അവസ്ഥയുടെ നേർച്ചിത്രം. അതുകൊണ്ടു തന്നെ, രാജ്യത്തിന് മുന്നിലുള്ള പ്രധാന പ്രശ്നം ഊർജ്ജ ദൗർലഭ്യം അല്ല, മറിച്ച് പാവപ്പെട്ട ജനങ്ങളുടെ പ്രശ്നങ്ങളാണ്.

ആണവോർജ്ജം ശേഖരിക്കാൻ അതിവേഗ ട്രെയിൻ പിടിച്ച് വാഷിംഗ്ടണ്ണിലേക്ക് പോകുന്നതിന് പകരം സഹവർത്തിത്വം വർദ്ധിപ്പിക്കുകയാണ് വേണ്ടത്. ഏകധ്രുവത്വ ലോകത്തിലേക്ക് ഇന്ത്യൻ വിപണികൾ തുറന്നുകൊടുക്കാൻ നമുക്ക് കഴിയില്ല. മറ്റുള്ളവരുമായി പരസ്പര വ്യവഹാരങ്ങളിൽ ഏർപ്പെടാനും ആശയവിനിമയം നടത്താനും സാധിക്കുന്ന ബഹുമുഖത്വ ലോകമാണ് [Multipolar World] വിഭാവനം ചെയ്യുന്നത്. ഈ കരാർ ബഹുധ്രുവത്വ ലോകത്തിന്റെ ആവിർഭാവത്തിന് തടയിടുന്നതാണ്.

പണത്തിന്റെ ശക്തിയും കായികശക്തിയും ഉപയോഗിച്ച് വിശ്വാസ പ്രമേയം ജയിക്കുന്നത് ഇന്ത്യൻ പാർലമെന്റ് ചരിത്രത്തിന് നാണക്കേടാണ്. രണ്ട് ബി ജെ പി എം പിമാർക്ക് മുൻകൂർ നൽകിയ ഒരു കോടി രൂപ അവർ സഭയിൽ കൊണ്ടുവന്നിട്ടുണ്ട്. പാർലമെന്റിന്റെയും പാർലമെന്റ് അംഗങ്ങളുടെയും അന്തസ്സ് നശിപ്പിക്കപ്പെട്ടു. സ്പീക്കർ ഇക്കാര്യത്തിൽ കൃത്യമായ നടപടി എടുക്കണം. ഒന്നുകിൽ അന്വേഷണ ക്കമ്മിറ്റിയെ നിയമിക്കുകയോ, അല്ലെങ്കിൽ പോലീസ് അന്വേഷണത്തിന് വിടുകയോ ചെയ്യണം. ഈ സഭയുടെ അന്തസ്സ് കാത്തുസൂക്ഷിക്കുന്ന നടപടിയുണ്ടാകണം.

വില്യം ഷേക്സ്പിയറിന്റെ വാക്കുകൾ കടമെടുത്താൽ "വേണമോ, വേണ്ടയോ?(to be or not to be) എന്നതാണ് ചോദ്യം. നാല് വർഷം മുമ്പ് വേണമെന്ന് ജനങ്ങൾ തീരുമാനിച്ചു. പക്ഷേ, ആ തീരുമാനത്തിനും ഇഷ്ടത്തിനും എതിരെയാണ് സർക്കാർ ഇപ്പോൾ. ഇനി ബുഷ് ഭരണ കൂടത്തിന്റെ സഹായത്തോടെ ഇന്ത്യൻ ജനതയെ വളർത്താനാണ് സർക്കാർ ശ്രമിക്കുന്നത്.

ഇതിനോടകം തന്നെ വിശ്വാസ്യത നഷ്ടപ്പെട്ട വിശ്വാസപ്രമേയത്തെ ഈ സഭ നിഷ്കരുണം തള്ളിക്കളയുമെന്ന് എനിക്കുറപ്പുണ്ട്.

(27-07-2008 മന്ത്രിസഭയിൽ അവതരിപ്പിച്ച വിശ്വാസപ്രമേയത്തിന് മേലുള്ള ചർച്ച)

സാമ്പത്തിക മാന്ദ്യം എന്നന്നേക്കുമായി അവസാനിച്ചിട്ടില്ല, അത് വീണ്ടും വരും

ബഹു. അദ്ധ്യക്ഷന്റെ അവസരോചിതമായ നിർദ്ദേശപ്രകാരം, നമ്മുടെ രാജ്യം ഇന്ന് അഭിമുഖീകരിക്കുന്ന വളരെ പ്രധാനപ്പെട്ട വിഷയം നമ്മൾ ചർച്ച ചെയ്യുകയാണ്. ആഗോള സമ്പദ് വ്യവസ്ഥ രൂക്ഷമായ പ്രതിസന്ധിയെ നേരിടുകയാണെന്നത് എല്ലാ വിഭാഗങ്ങളും അംഗീകരിക്കുന്ന വസ്തുതയാണ്. 2008 മായി താരതമ്യം ചെയ്യുമ്പോൾ 2009 ലെ വളർച്ചാ നിരക്ക് 0.9 ശതമാനം ആയിരിക്കുമെന്നാണ് ലോക ബാങ്കിന്റെ പ്രവചനം. അതിന്റെ സ്ഥിതിവിവര കണക്കിലേക്ക് ഞാനിപ്പോൾ കടക്കുന്നില്ല. നവ ഉദാര നയത്തിന് എല്ലാ പ്രശ്നങ്ങളും പരിഹരിക്കാൻ കഴിയുമെന്നൊരു മുദ്രാവാക്യം ഇന്ത്യയിലും ആഗോളതലത്തിലും നിലവിലുണ്ട്. വിപണിക്ക് എല്ലാം അറിയാം. സർക്കാരിന്റെ ഭാഗത്തുനിന്ന് യാതൊരുവിധ ഇടപെടലും ഉണ്ടായിട്ടില്ല. ആഗോള സാമ്പത്തിക പ്രശ്നങ്ങൾ നിരീക്ഷിക്കുകയും ചർച്ച ചെയ്യുകയും നിർദ്ദേശങ്ങൾ നൽകുകയും ചെയ്യുന്ന അമേരിക്കയിൽ വാൾ സ്ട്രീറ്റ് നയത്തിന്റെ കാര്യത്തിൽ എന്താണ് സംഭവിച്ചതെന്ന് നമ്മൾ കണ്ടതാണ്. അമേരിക്കൻ ബാങ്കിംഗ് സംവിധാനം പൂർണ്ണമായും തകർന്നു. പിന്നീട് സ്വകാര്യ മേഖലയെ രക്ഷിക്കാൻ സർക്കാർതന്നെ പണം മുടക്കേണ്ടതായി വന്നു.

പെട്ടെന്നുള്ള ഒരു തിരിച്ചടി ഇന്ത്യയിൽ സംഭവിച്ചില്ലായെന്നതാണ് സത്യം. ഇടതു പാർട്ടികളുടെ പിന്തുണയ്ക്ക് സർക്കാർ നന്ദി പറയണം. അതേസമയം, എല്ലാ മേഖലകളിലും നേരിട്ടുള്ള വിദേശ നിക്ഷേപം [FDI] കൊണ്ടുവരുന്നതിനെയും തൊഴിലാളി വിരുദ്ധ നിയമങ്ങൾ നടപ്പിലാക്കുന്നതിനെയും ഞങ്ങൾ ശക്തമായി എതിർത്തു. ബാങ്ക് റെഗുലേഷൻ അമെന്റ്മെന്റ് ആക്റ്റ്, പെൻഷൻ അമെന്റ്മെന്റ് ആക്റ്റ്

എന്നിവ നടപ്പിലാക്കാനും ഏറക്കുറെ എല്ലാ മേഖലകളിലും നേരിട്ടുള്ള വിദേശനിക്ഷേപം കൊണ്ടുവരാനും സർക്കാർ ശ്രമിച്ചു. ഇടതുപാർട്ടികളുടെ ശക്തമായ എതിർപ്പും പുരോഗമന പ്രസ്ഥാനങ്ങളുടെ ചെറുത്തുനിൽപ്പും കാരണമാണ് നമ്മുടെ സമ്പദ് വ്യവസ്ഥ കാര്യമായ രീതിയിൽ ഇളക്കം തട്ടാതെ നിലനില്ക്കുന്നത്. എന്നാൽ, ഇപ്പോഴത്തെ സാമ്പത്തിക പ്രതിസന്ധികളിൽ നിന്ന് നാം പൂർണ്ണമായും മോചിതരാണ് എന്നല്ല ഉദ്ദേശിച്ചത്. ലക്ഷക്കണക്കിന് ആൾക്കാർക്ക് തൊഴിൽ നഷ്ടപ്പെട്ടുകൊണ്ടിരിക്കുകയാണെന്ന് മറ്റംഗങ്ങൾ ചൂണ്ടിക്കാണിച്ചിട്ടുണ്ട്. തോട്ടം, തുണി തുടങ്ങിയ വ്യവസായ മേഖലകളിൽനിന്നും മറ്റ് അർദ്ധ വ്യവസായ മേഖലകളിൽ നിന്നുമായി 65,000 പേർക്ക് തൊഴിൽ നഷ്ടപ്പെട്ടിട്ടുണ്ട് എന്നാണ് ഒരു ചോദ്യത്തിന് കിട്ടിയ ഉത്തരം. ഇതാണ് തൊഴിൽ മേഖലയുടെയും വ്യവസായ മേഖലയുടെയും അവസ്ഥ.

ഏറ്റവും പ്രധാനപ്പെട്ട വിഷയം കൃഷിയുമായി ബന്ധപ്പെട്ടതാണെന്ന് ഞാൻ കരുതുന്നു. ഇന്നത്തെ ആഗോള പ്രതിസന്ധി, 1930 ൽ ലോകം സാക്ഷ്യംവഹിച്ച മഹാ മാന്ദ്യത്തിന് (The Great Depression) തുല്യമാണെന്ന് അന്താരാഷ്ട്ര നാണയനിധി (IMF) ചൂണ്ടിക്കാണിച്ചിട്ടുണ്ട്. ആ സമയത്ത് ഏറ്റവും കൂടുതൽ ബാധിക്കപ്പെട്ട മേഖല കൃഷിയാണ്. ഇവിടെയും, 20,000 കോടിയുടെ പാക്കേജ് സർക്കാർ പ്രഖ്യാപിച്ചിരുന്നു.

പക്ഷേ, കാർഷിക മേഖലയുടെ പ്രോത്സാഹനത്തിനായി ഒന്നും ചെയ്തതായി ഞാൻ കാണുന്നില്ല. നാണ്യവിളകൾ പോലുള്ള ഭൂരിഭാഗം കാർഷികോത്പന്നങ്ങളുടെയും വില കുത്തനെ കുറഞ്ഞു. റബ്ബറിന്റെ വില 160 ൽ നിന്ന് 60 രൂപയായി. അടയ്ക്കയുടെ വില 160ൽ നിന്നും 50 ആയി. കുരുമുളകിന് 20,000 ൽനിന്ന് 8,000 ആയി. ഇതാണ് ഭൂരിഭാഗം ഉത്പന്നങ്ങളുടെയും അവസ്ഥ. കർഷകരെങ്ങനെ ഈ സാഹചര്യത്തെ അതിജീവിക്കും? വിദർഭ പാക്കേജ് പോലുള്ള നടപടികൾ ഉണ്ടായിട്ടുണ്ട് എന്നത് സത്യമാണ്. എന്നാൽ അതുകൊണ്ട് മാത്രം പ്രശ്നം പരിഹരിക്കപ്പെടുന്നില്ല.

രാസവളങ്ങൾ, വിത്തുകൾ, മരുന്നുകൾ, കാർഷികോപകരണങ്ങൾ എന്നിവയുടെ വില വർദ്ധനവുമൂലം ഉത്പാദനച്ചെലവ് കുതിച്ചുയരുകയാണ്. ഏറ്റവും കൂടുതൽ ബാധിക്കപ്പെട്ടത് കാർഷിക മേഖലയെയാണ്. കാർഷിക മേഖലയിൽ കൂടുതൽ നിക്ഷേപം നടത്തുകയും ഉത്പാദനം വർദ്ധിപ്പിക്കുകയും വേണം. ബഹുമാനപ്പെട്ട മറ്റംഗങ്ങൾ പറഞ്ഞതുപോലെ ദേശീയ തൊഴിലുറപ്പ് പദ്ധതിയിലും കൃഷിയിലും കൂടുതൽ നിക്ഷേപം അനിവാര്യമാണ്.

20,000 കോടിയുടെ പാക്കേജുമായി ബന്ധപ്പെട്ട്, സർക്കാർ എങ്ങനെയാണ് ഈ തുക നാല് മാസംകൊണ്ട് ചെലവഴിക്കുക എന്നറിയണം. ഫെഡറൽ സംവിധാനമാണ് രാജ്യത്ത് നിലവിലുള്ളത്. എന്നാൽ സംസ്ഥാനങ്ങളെക്കുറിച്ച് ഒരു പരാമർശവും ഇവിടെ കാണുന്നില്ല. ചൈനയിലെ കാര്യമെടുത്താൽ, ഇതുപോലൊരു പാക്കേജ് അവരും

ഉണ്ടാക്കിയിട്ടുണ്ട്. അതിൽ 50 ശതമാനം പോകുന്നത് സംസ്ഥാനങ്ങളിലേക്കും മറ്റ് പ്രദേശങ്ങളിലേക്കുമാണ്. ഇവിടെ 20 ശതമാനം തന്നാൽ പോലും സംസ്ഥാനങ്ങൾക്കത് അപര്യാപ്തമാണ്. അത് GDP യുടെ 0.5 ശതമാനം മാത്രമാണ്. അതേസമയം 20,000 കോടിയുടെ അവകാശവും കേന്ദ്രത്തിനാണ്. സംസ്ഥാനങ്ങൾക്ക് യാതൊരു വിഹിതവും ഇല്ല.

ഇന്നലെ, സംസ്ഥാന ധനമന്ത്രിമാർ വന്ന് 20,000 കോടി രൂപയെങ്കിലും സംസ്ഥാനങ്ങൾക്ക് അനുവദിക്കണമെന്ന് ആവശ്യപ്പെട്ടിരുന്നു എന്നാണ് ഞാൻ അറിഞ്ഞത്. അല്ലെങ്കിൽ സംസ്ഥാനങ്ങൾക്ക് ഒന്നും ചെയ്യാൻ കഴിയില്ല. സംസ്ഥാനങ്ങളെ ശക്തിപ്പെടുത്താതെ സ്വയം ശക്തിപ്പെടാൻ കേന്ദ്രത്തിന് എങ്ങനെ കഴിയും? അതുകൊണ്ട് സംസ്ഥാനങ്ങളുടെയും തദ്ദേശ സ്ഥാപനങ്ങളുടെയും കാര്യത്തിൽ സർക്കാർ പരമാവധി ശ്രദ്ധ കൊടുക്കണം.

ചില സാധനങ്ങൾക്ക് കൂടി നികുതിയിളവ് നൽകിയത് തീർച്ചയായും നല്ല കാര്യമാണ്. ലക്ഷക്കണക്കിന് തൊഴിലാളികൾ നാണ്യവിളകളെയും, കയർ വ്യവസായത്തേയും ആശ്രയിച്ചാണ് ജീവിക്കുന്നത്. പ്രത്യേകിച്ച് കേരളത്തിൽ. പക്ഷേ, ഈ മേഖലകൾക്ക് യാതൊരുവിധ ഇളവുകളും നൽകിയിട്ടില്ല. വരുമാനം, തൊഴിൽ, ഉത്പാദനക്ഷമത, ഉത്പാദനം എന്നിവ വർദ്ധിപ്പിക്കാനുള്ള നടപടികൾ സർക്കാർ കൈക്കൊള്ളണം. നിങ്ങൾ പിന്തുടർന്നു വരുന്ന നവ ഉദാര നയത്തിന് പ്രസക്തി നഷ്ടപ്പെട്ടു കഴിഞ്ഞു. ആഗോള സമ്പദ് വ്യവസ്ഥയിലും അതിന്റെ പ്രസക്തി ഇല്ലാതായിക്കഴിഞ്ഞു. അതുകൊണ്ട്, സർക്കാർ ഈ അനുഭവങ്ങളിൽനിന്നും പാഠം പഠിച്ചുകൊണ്ട് മുന്നോട്ട് പോകണം. ഇത്രയും പറഞ്ഞുകൊണ്ട് ഞാൻ ഉപസംഹരിക്കുന്നു.

(18-12-2008 ചട്ടം 193 പ്രകാരമുള്ള ചർച്ച)

സംസ്ഥാന സർക്കാരുകളെ വിശ്വാസത്തിലെടുക്കുക

ന്യൂനപക്ഷ സമുദായങ്ങൾ ഇപ്പോഴും ധാരാളം പ്രശ്നങ്ങൾ അഭിമുഖീകരിക്കുന്നുണ്ടെന്നത് സത്യമാണ്. 30(1A) വകുപ്പ് പ്രകാരം ന്യൂനപക്ഷ സമുദായങ്ങൾക്ക് ഭരണഘടനാപരമായ അവകാശമുണ്ട്. സ്വാതന്ത്ര്യം കിട്ടി 61 വർഷങ്ങൾ കഴിഞ്ഞിട്ടും ഈ വിഷയം സഭയിൽ ചർച്ച ചെയ്തുകൊണ്ടിരിക്കുന്നതേയുള്ളൂ.

ബഹുമാനപ്പെട്ട മറ്റംഗങ്ങൾ പറഞ്ഞതുപോലെ, ന്യൂനപക്ഷങ്ങൾക്ക് അർഹമായ പ്രാധാന്യം കൊടുക്കണം. ഇതിന്റെ അടിസ്ഥാനത്തിലാണ് സച്ചാർ കമ്മിറ്റി റിപ്പോർട്ട് പാർലമെന്റിൽ സമർപ്പിച്ചത്. രാജ്യത്തെ നിരവധി ജില്ലകളിലും നഗരങ്ങളിലും ന്യൂനപക്ഷങ്ങളുടെ ജീവിത നിലവാരം എസ് സി/എസ് ടി സമുദായങ്ങളെക്കാൾ താഴെയാണെന്ന് റിപ്പോർട്ടിൽ നിന്ന് വ്യക്തമാണ്. ചില സർക്കാരുകൾ അവരുടെ പ്രശ്നങ്ങൾ പരിഹരിക്കാനുള്ള നടപടികൾ സ്വീകരിച്ചിട്ടുണ്ട്. ഞാനഭിമാനത്തോടെതന്നെ പറയട്ടെ. സച്ചാർ കമ്മിറ്റി റിപ്പോർട്ടിന്റെ അടിസ്ഥാനത്തിൽ ന്യൂനപക്ഷങ്ങളുടെ പ്രശ്നങ്ങൾ പഠിക്കാൻ കേരളം ഒരു കമ്മിറ്റിയെ നിയമിച്ചിട്ടുണ്ടായിരുന്നു. പാലൊളി മുഹമ്മദ് കുട്ടി കമ്മിറ്റി. ന്യൂനപക്ഷ വിദ്യാർത്ഥികൾക്ക് സ്കോളർഷിപ്പ് അനുവദിക്കുക, വിദ്യാഭ്യാസ സ്ഥാപനങ്ങളിലും തൊഴിലവസരങ്ങളിലും ന്യൂനപക്ഷ സംവരണം ഏർപ്പെടുത്തുക തുടങ്ങിയ കമ്മിറ്റി ശുപാർശകൾ കേരളത്തിൽ നടപ്പിലാക്കിത്തുടങ്ങിയിട്ടുണ്ട്.

കഴിഞ്ഞ നാലു വർഷത്തിനിടയിൽ പല പ്രായോഗിക ബുദ്ധിമുട്ടുകളും കമ്മീഷന് നേരിടേണ്ടി വന്നിട്ടുണ്ടെന്ന് ഞാൻ മനസ്സിലാക്കുന്നു. കമ്മീഷൻ അംഗങ്ങളുടെ എണ്ണം വർദ്ധിപ്പിക്കണമെന്നും മറ്റ് ചില പ്രശ്നങ്ങൾക്ക് പരിഹാരം കാണണമെന്നും ബഹു. മന്ത്രി വ്യക്തമാക്കി

യിട്ടുണ്ട്. മന്ത്രി മുന്നോട്ടുവെച്ച ഭൂരിഭാഗം നിർദ്ദേശങ്ങളോടും ഞാൻ യോജിക്കുന്നു. അതേസമയം, വിദ്യാഭ്യാസ നിലവാരത്തിന്റെ കാര്യത്തിൽ സംസ്ഥാനങ്ങൾ തമ്മിൽ അന്തരമുണ്ടെന്ന വസ്തുത നമ്മൾ തിരിച്ചറിയണം. കേരളത്തിൽ നൂറു ശതമാനം വിദ്യാഭ്യാസമുണ്ട്. എന്നാൽ മറ്റ് സംസ്ഥാനങ്ങളിലെ സ്ഥിതി അതല്ല. ചില സംസ്ഥാനങ്ങളിൽ ഭൂരിഭാഗം വിദ്യാഭ്യാസ സ്ഥാപനങ്ങളും സർക്കാർ അധീനതയിലാണ്. എന്നാൽ മറ്റ് പല സംസ്ഥാനങ്ങളിലും ഭൂരിഭാഗം വിദ്യാഭ്യാസ സ്ഥാപനങ്ങളും സ്വകാര്യ മാനേജ്മെന്റുകളുടെ നിയന്ത്രണത്തിലാണ്. നമുക്കുള്ളത് ഫെഡറൽ സംവിധാനമാണ്. നമ്മുടെ രാജ്യത്ത് വിദ്യാഭ്യാസമടക്കമുള്ള വിഷയങ്ങൾ സങ്കീർണ്ണമാണ്. വിദ്യാഭ്യാസമായാലും മറ്റ് മേഖലയിലായാലും സംസ്ഥാനങ്ങൾക്ക് അർഹമായ പ്രാധാന്യം കൊടുക്കണം.

ന്യൂനപക്ഷങ്ങളുടെ നിലവാരം ഉറപ്പാക്കുന്നതുമായി ബന്ധപ്പെട്ട് സംസ്ഥാന സർക്കാരുകളുമായി ചർച്ച നടത്തിയാൽ കൂടുതൽ പ്രശ്നങ്ങൾ ഉണ്ടാകുമെന്നാണ് മന്ത്രിയുടെ അഭിപ്രായം. ചില സംസ്ഥാനങ്ങൾക്ക് മറ്റ് സംസ്ഥാനങ്ങളിൽനിന്നും വ്യത്യസ്തമായ അഭിപ്രായങ്ങൾ ഈ വിഷയവുമായി ബന്ധപ്പെട്ടുണ്ടാകാം എന്നദ്ദേഹം പറഞ്ഞു. പക്ഷേ, ഈ കാര്യങ്ങളിൽ മികച്ച വിശകലനങ്ങൾ നടത്താൻ സംസ്ഥാന സർക്കാരുകൾക്ക് കഴിയും എന്നാണ് ഞാൻ കരുതുന്നത്. പ്രശ്നങ്ങൾ ഉണ്ടാകാം. ഞാനത് നിരാകരിക്കുന്നില്ല. എന്നാൽ ന്യൂനപക്ഷങ്ങളുടെ നിലവാരവും മറ്റ് പ്രശ്നങ്ങളും ചർച്ച ചെയ്യുകയും തീരുമാനങ്ങൾ എടുക്കുകയും ചെയ്യുന്ന പ്രവർത്തനത്തിൽനിന്നും സംസ്ഥാന സർക്കാറുകളെ ഒഴിവാക്കി നിർത്താൻ എങ്ങനെ കഴിയും? രണ്ട് സംസ്ഥാനങ്ങൾക്ക് പരസ്പര വിരുദ്ധ കാഴ്ചപ്പാടുകൾ ഉണ്ടെങ്കിൽ കേന്ദ്രസർക്കാരിന് ഇടപെടാനും തീരുമാനമെടുക്കാനും കഴിയും.

2004 ൽ സഭയിൽ അവതരിപ്പിച്ച കരട് നിയമത്തിൽ സംസ്ഥാനങ്ങളുടെ പങ്കിനെക്കുറിച്ച് ഒരു പരാമർശവും ഉണ്ടായിരുന്നില്ലായെന്നത് ഞാൻ ഓർക്കുന്നു. എല്ലാ രാഷ്ട്രീയ പാർട്ടികളുടെയും അഭിപ്രായങ്ങൾ പരിഗണിച്ചതിനുശേഷം, ഈ കാര്യത്തിൽ എല്ലാ സംസ്ഥാന സർക്കാരുകളുമായും കൂടിയാലോചന നടത്തണമെന്ന വ്യവസ്ഥ ഉൾപ്പെടുത്തി. എല്ലാ സംസ്ഥാനങ്ങളുമായി കൂടിയാലോചന നടത്തിയതിന് ശേഷവും കമ്മീഷന് സ്വന്തം കാഴ്ചപ്പാട് സ്വീകരിക്കാവുന്നതാണ്. എന്നാൽ സംസ്ഥാനങ്ങൾക്ക് നൽകിയിരിക്കുന്ന കൂടിയാലോചന, പക്ഷേ, പ്രസ്തുത നിയമത്തിൽനിന്നും നീക്കം ചെയ്തിരിക്കുന്നു. അത് പുനഃസ്ഥാപിക്കണമെന്നാണ് ഞാൻ ആവശ്യപ്പെടുന്നത്. അല്ലെങ്കിൽ, സംസ്ഥാനങ്ങളും കേന്ദ്രവും തമ്മിലുള്ള ബന്ധത്തിൽ ചില തെറ്റായ കീഴ്‌വഴക്കങ്ങൾ സൃഷ്ടിക്കപ്പെടും.

കേന്ദ്ര-സംസ്ഥാന സർക്കാരുകൾ ന്യൂനപക്ഷ വിഷയങ്ങൾക്ക് തക്കതായ പ്രാധാന്യം നൽകണം. ന്യൂനപക്ഷങ്ങൾക്ക് പ്രാധാന്യം കൊടു

ക്കുന്നത് കേന്ദ്ര സർക്കാർ മാത്രമാണെന്നും സംസ്ഥാന സർക്കാരുകൾ അതിനെതിരാണെന്നും നമുക്ക് പറയാൻ കഴിയില്ല. ഒരു ഫെഡറൽ സംവിധാനത്തിൽ ആ കാഴ്ചപ്പാട് ഭൂഷണമല്ല. സംസ്ഥാനങ്ങൾ ശക്തമാകുമ്പോൾ മാത്രമാണ് കേന്ദ്രത്തിന് ശക്തമാവാൻ കഴിയുക. അല്ലെങ്കിൽ അവിടെ പ്രശ്നങ്ങൾ ഉണ്ടാകും. കേന്ദ്രസർക്കാർ ഈ വിഷയം പരിഗണിക്കണമെന്നും സംസ്ഥാനങ്ങളുമായി കൂടിയാലോചന നടത്തുക എന്ന ആശയം പുനരവതരിപ്പിക്കണമെന്നും അഭ്യർത്ഥിക്കുന്നു.

ഇത്രയും പറഞ്ഞുകൊണ്ട്, പ്രസ്തുത ബില്ലിനെ ഞാൻ അനുകൂലിക്കുന്നു.

(24-02-2009 നാഷണൽ കമ്മീഷൻ ഫോർ മൈനോറിറ്റി എജ്യുക്കേഷണൽ ഇൻസ്റ്റിറ്റ്യൂഷൻസ് (അമെന്റ്മെന്റ്) ബിൽ, 2009, പരിഗണിക്കുന്നതിനുള്ള പ്രമേയത്തിന് മേലുള്ള ചർച്ച)

വാക്സിൻ ക്ഷാമം പരിഹരിക്കണം

രാജ്യത്തെ ജനങ്ങൾ വാക്സിൻ ക്ഷാമംമൂലം നേരിടുന്ന പ്രശ്ന ത്തിലേക്ക് ഈ സഭയുടെ ശ്രദ്ധ ക്ഷണിക്കാൻ ഞാനാഗ്രഹിക്കുന്നു. കുട്ടികൾക്ക് നൽകുന്ന പരമ്പരാഗത വാക്സിനുകളായ ഡിഫ്തീരിയ/ ടെറ്റനസ്/പെർട്ടുസിസ് (DTP), സർക്യൂ ലോസിസ് [BCG], ഓറൽ പോളി യോ വാക്സിൻ [OPV], ടെറ്റനസ് റ്റോസോയിഡ് [TT], മീസിൽസ്, യെല്ലോ ഫീവർ, മെനിഞ്ചൈറ്റിസ് എന്നിവയടക്കമുള്ള വാക്സിനുകളുടെ ക്ഷാമം ഫലത്തിൽ എല്ലാ വിഭാഗം ജനങ്ങളെയും ബാധിക്കുന്നുണ്ട്. TT, DTP, OPV, Measles, BCG മുതലായ വാക്സിനുകൾ 7534.77 ലക്ഷം ഡോസുകൾ വേണ്ട സ്ഥലത്ത്, 2008–09 ൽ വിതരണം ചെയ്തത് വെറും 6412.62 ലക്ഷം ഡോസുകളാണ്. 1122.15 ലക്ഷം ഡോസുകളുടെ കുറവ്. വിവിധ വാക സിനുകളുടെ ദൗർലഭ്യത പാവപ്പെട്ട കുട്ടികളേയും മറ്റ് അത്യാവശ്യക്കാരെ യുമാണ് ബാധിക്കുന്നത്. 1998 നും 2001 നും ഇടയിൽ വികസ്വര രാഷ്ട്രങ്ങളിൽ ഉപയോഗിച്ചിരുന്ന പരമ്പരാഗതമായ ചെലവ് കുറഞ്ഞ വാക്സിനുകളുടെ ഉത്പാദനം വാക്സിൻ നിർമ്മാതാക്കൾ ഘട്ടം ഘട്ടമായി നിർത്തിയതാണ് ഇത്രയും രൂക്ഷമായ ക്ഷാമം ഉണ്ടാകാൻ കാരണം. 14 ൽ 10 നിർമ്മാതാക്കളും പരമ്പരാഗത വാക്സിൻ ഉത്പാദനം ഭാഗികമായോ പൂർണ്ണമായോ നിർത്തി. തത്ഫലമായി UNICEF ന് അടക്കം വാക്സിൻ ലഭ്യതയിൽ വൻ കുറവുണ്ടായി. അതേസമയം വാക്സിൻ വില വർദ്ധിപ്പിക്കുകയും ചെയ്തു. ഉദാഹരണമായി, DTP വാക്സിന്റെ വില 15% വർദ്ധിപ്പിച്ചു. BCG യുടെ വില 27 ശതമാനവും, മീസിൽസിന്റെ വില 15 ശതമാനവും, TT യുടെ വില 23 ശതമാനവും വർദ്ധിപ്പിച്ചു. ആയതിനാൽ, ഇതുമായി ബന്ധപ്പെട്ട് ആവശ്യമായ നടപടികൾ സ്വീകരിക്കാൻ സർക്കാരിനോട് ഞാൻ അഭ്യർത്ഥിക്കുന്നു.

(15–04–2010)

റെയിൽവേ ജീവനക്കാരുടെ പ്രശ്നങ്ങൾ പരിഹരിക്കണം

നമ്മുടെ രാജ്യത്തെ റെയിൽവേ ജീവനക്കാരുമായി ബന്ധപ്പെട്ട ചില പ്രധാന പ്രശ്നങ്ങൾ ഈ സഭയ്ക്ക് മുന്നിൽ വയ്ക്കാൻ ഞാനാഗ്രഹിക്കുന്നു. റെയിൽവേയിൽ ഏകദേശം 2 ലക്ഷം തസ്തികകൾ ഒഴിഞ്ഞുകിടക്കുന്നു. എല്ലാ ബജറ്റിലും പുതിയ റെയിൽപ്പാതകളും പുതിയ റെയിൽ സേവനങ്ങളും പ്രഖ്യാപിക്കുന്നു. അതേസമയം ജീവനക്കാരുടെ എണ്ണം കുറഞ്ഞു വരുന്നു. ഏകദേശം നാലോ അഞ്ചോ വർഷങ്ങൾക്ക് മുമ്പ് 17 ലക്ഷം ഉണ്ടായിരുന്ന റെയിൽവേ ജീവനക്കാരുടെ സ്ഥാനത്ത് ഇന്നുള്ളത് 13 ലക്ഷം. സുരക്ഷാവിഭാഗത്തിലെയടക്കം 2 ലക്ഷം തസ്തികകൾ ഇപ്പോൾ ഒഴിഞ്ഞുകിടക്കുന്നു. അടിയന്തരമായി ഈ ഒഴിവുകൾ നികത്തണം. ആയിരക്കണക്കിന് റെയിൽവേ ജീവനക്കാർ ഡൽഹിയിലേക്ക് വന്ന് പ്രതിഷേധ സമരങ്ങൾ നടത്തുകയാണ്. അവർ ഈ വിഷയങ്ങളാണ് സർക്കാരിന് മുന്നിൽ വയ്ക്കുന്നത്. അതുകൊണ്ട് ഈ ഒഴിവുകൾ നികത്തുന്ന കാര്യം ഗൗരവത്തിലെടുക്കണം.

പുറംപണി കരാർ കൊടുക്കുന്നതാണ് റെയിൽവേയിലെ മറ്റൊരു പ്രധാന പ്രശ്നം. സ്വകാര്യവൽക്കരണം പല രൂപത്തിൽ റെയിൽവേയിൽ എത്തിക്കഴിഞ്ഞു. ശരിക്കുള്ള തൊഴിലവസരങ്ങളെ ഇത് ബാധിക്കുന്നുണ്ട്. ആദായ നികുതിയുടെ പരിധി 5 ലക്ഷമാക്കി ഉയർത്താനും അധികാനുകൂല്യ നികുതിയിൽ നിന്ന് ഒഴിവാക്കാനുമാണ് അവർ ആവശ്യപ്പെടുന്നത്.

റെയിൽവേ ജീവനക്കാർ അംഗങ്ങളായ നിരവധി സഹകരണ സംഘങ്ങൾ പ്രവർത്തിക്കുന്നുണ്ട്. അതേസമയം ഇതേ സഹകരണ സംഘങ്ങൾ നിരവധി സ്ഥാപനങ്ങളിൽ പ്രവർത്തിക്കുന്നവയാണ്. അതുകൊണ്ട് റെയിൽവേ ജീവനക്കാർക്ക് പുതിയ ഷെയറുകൾ കിട്ടുന്നില്ല. ഇത്തരം

സംഘങ്ങളിൽ കൃത്യമായി തെരഞ്ഞെടുപ്പ് നടക്കുന്നുണ്ടെന്ന് ഉറപ്പാക്കണം. നമ്മുടെ രാജ്യത്ത് ദേശീയ ഏകീകരണത്തിന് ഏറെ സംഭാവന ചെയ്യുന്നവരാണ് റെയിൽവേ ജീവനക്കാർ. അതുകൊണ്ട് ഈ പ്രശ്നങ്ങൾ പരിഹരിക്കാൻ സർക്കാർ ഇടപെടണം. സുരക്ഷയുമായി ബന്ധപ്പെട്ടതാണ് പ്രധാന പ്രശ്നം. ആയതിനാൽ, നിലവിലുള്ള ഒഴിവുകൾ എത്രയും പെട്ടെന്ന് നികത്തണം. ജീവനക്കാരുടെ നേതാക്കളുമായി ഈ വിഷയങ്ങൾ സംസാരിക്കാൻ റെയിൽവേ മന്ത്രി അൽപ്പം സമയം കണ്ടെത്തണം.

(21-04-2010)

സർവ്വകക്ഷി പ്രതിനിധി സംഘം ജമ്മു & കാശ്മീർ സന്ദർശിക്കണം

ഡെപ്യൂട്ടി സ്പീക്കർ സർ, ജമ്മു & കാശ്മീരിലെ സാഹചര്യത്തെക്കുറിച്ച് സംസാരിക്കാൻ അവസരം തന്നതിന് നന്ദി അറിയിക്കുന്നു.

സർ, വളരെ ഗൗരവമുള്ളതും തന്ത്രപ്രധാനമായതുമായ ഒരു വിഷയത്തെക്കുറിച്ചാണ് നാം ചർച്ച ചെയ്യുന്നത്. സ്വാതന്ത്ര്യം കിട്ടിയിട്ട് 63 വർഷങ്ങൾക്ക് ശേഷമാണ് ഈ വിഷയം നമ്മൾ ചർച്ച ചെയ്യുന്നത്. ആ താഴ്വരയിൽ ജീവൻ നഷ്ടപ്പെട്ടവർക്ക് എന്റെ അനുശോചനം രേഖപ്പെടുത്തുകയും അക്രമ സംഭവങ്ങളെ അപലപിക്കുകയും ചെയ്യുന്നു. 1947 ന് ശേഷം, ജമ്മു & കാശ്മീരിൽ പല ഉയർച്ച താഴ്ചകളും സംഭവിച്ചിട്ടുണ്ട്. 1963–64 കാലഘട്ടത്തിലാണ് ഏറ്റവും ഗൗരവമായ സാഹചര്യം ഉണ്ടായത്. അതിശൈത്യത്തിൽ പോലും പ്രക്ഷോഭം ഒരു മാസത്തോളം നീണ്ടുനിന്നു. ജനങ്ങളെല്ലാം റോഡിലിറങ്ങി പ്രതിഷേധിച്ചു. വൻ പ്രക്ഷോഭത്തിനാണ് നാം സാക്ഷിയായത്. ജമ്മു & കാശ്മീരിലെ ഇപ്പോഴത്തെ സാഹചര്യവും ഗുരുതരമാണ്. ഈ പ്രശ്നങ്ങൾക്ക് ശാശ്വതമായ ഒരു പരിഹാരമാണ് നാം ആലോചിക്കേണ്ടത്.

ഇന്ന്, ഈ വിഷയം ചർച്ച ചെയ്യാനുള്ള വിശേഷാധികാരം സഭയ്ക്കുണ്ട്. ജമ്മു & കാശ്മീരിന്റെ പ്രശസ്തരായ രണ്ട് മുൻ മുഖ്യമന്ത്രിമാർ നമ്മുടെ ആഭ്യന്തര മന്ത്രിയുടെ സമീപം ഇരിക്കുന്നുണ്ട്. തീർച്ചയായും അവരുടെ കൂടി അഭിപ്രായങ്ങൾ ഈ പ്രശ്നപരിഹാരത്തിന് സഹായകമാവും എന്ന് പ്രതീക്ഷിക്കാം.

കഴിഞ്ഞ രണ്ട് മൂന്ന് മാസങ്ങൾ കൊണ്ടാണ് സാഹചര്യം ഇത്ര വഷളായത്. അറുപതോളം ആൾക്കാർക്ക് ജീവൻ നഷ്ടപ്പെട്ടിട്ടുണ്ട്. ജൂൺ 11 നാണ് പ്രശ്നങ്ങൾ തുടങ്ങിയത് എന്ന് ഞാൻ കരുതുന്നു. 17 വയസ്സുള്ള തുഫൈൽ മാട്ടുവിന് കണ്ണീർവാതക ഷെല്ല് പൊട്ടിത്തെറിച്ച് മാരകമായി

പരിക്കേറ്റു. ആഗസ്റ്റ് ആദ്യവാരം 49 പൗരന്മാർ കൊല്ലപ്പെട്ടു. പോലീസ് മർദ്ദനത്തിലും മറ്റ് വിഷയങ്ങളിലുമായി രണ്ട് പേർ കൂടി മരിച്ചു എന്ന പത്രവാർത്ത ഇന്ന് നമ്മൾ കണ്ടു. ഇത്രയധികം ഭീകരമായ ഒരു രാഷ്ട്രീയ അരക്ഷിതാവസ്ഥ ഇതിനുമുമ്പ് അവിടെ കണ്ടിട്ടില്ല. ആയിരക്കണക്കിന് പ്രതിഷേധക്കാർ തെരുവിലിറങ്ങുകയും പോലീസിനെയും, സി ആർ പി എഫിനെയും പ്രകോപിപ്പിക്കുകയും ചെയ്യുന്നു.

പോലീസ്സ്റ്റേഷനുകൾ, സർക്കാർ കെട്ടിടങ്ങൾ, കടകൾ മുതലായവയ്ക്ക് പ്രതിഷേധക്കാർ തീയിടുന്നു. ഇതിനുമുമ്പ് ഇത്തരമൊരു സാഹചര്യം ഉണ്ടായിട്ടില്ല. പുതുതലമുറ മുഖ്യധാരയിൽ നിന്ന് സാവകാശം അകന്നുകൊണ്ടിരിക്കുന്നു എന്ന യാഥാർത്ഥ്യം സർക്കാർ തിരിച്ചറിയണം. എന്തുകൊണ്ടാണ് അങ്ങനെ? ചെറിയ കുട്ടികളിൽനിന്നും വ്യാപകമായ കല്ലേറുണ്ടാകുന്നുവെന്നും അതിനെ ബുള്ളറ്റുകൾകൊണ്ട് നേരിടാൻ കഴിയില്ലെന്നും ആഭ്യന്തരമന്ത്രി അവതരിപ്പിച്ച റിപ്പോർട്ടിൽ പറയുന്നുണ്ട്. കണ്ണീർവാതകവും, ലാത്തിച്ചാർജ്ജും പ്രയോഗിച്ചിട്ടുണ്ട് എന്നത് സത്യമാണ്. അതേസമയം, കഴിഞ്ഞ നാല് മാസങ്ങൾക്കുള്ളിൽ കല്ലെറിഞ്ഞുകൊണ്ടുള്ള ആക്രമണം 890 തവണ ഉണ്ടായി എന്ന് റിപ്പോർട്ടിലുണ്ട്. എന്തുകൊണ്ടാണ് പുതുതലമുറ മുഖ്യധാരയിൽനിന്നും അകന്നുപോകുന്നത്? ഇത് ഗൗരവമായി കാണണം. ജമ്മു & കാശ്മീരിൽ നമ്മൾ കാണുന്നത് വെറുമൊരു ക്രമസമാധാന പ്രശ്നമല്ല. സംസ്ഥാന ഭരണ സംവിധാനത്തിലുള്ള വിശ്വാസം പുതുതലമുറയ്ക്ക് നഷ്ടപ്പെട്ടു എന്ന വസ്തുത സർക്കാർ മനസ്സിലാക്കണം. അടുത്തിടെയുണ്ടായ അക്രമ സംഭവങ്ങളുടെ പ്രധാന കാരണങ്ങളിലൊന്ന് ഇതാണ്. സർക്കാരിന്റെ അടിയന്തര ശ്രദ്ധ ഈ പ്രശ്നത്തിലുണ്ടാകണം.

ഏകദേശം ഒന്നര വർഷം മുമ്പാണ് ജമ്മു & കാശ്മീരിലെ നിയമസഭയിലേക്കുള്ള തെരഞ്ഞെടുപ്പ് നടന്നത്. 2009 മേയിൽ ലോക്സഭ തെരഞ്ഞെടുപ്പും നടന്നു. വോട്ടെടുപ്പിൽ വലിയ ശതമാനം ആൾക്കാരും പങ്കെടുത്തിരുന്നു. കൂടാതെ, പൊതുവിൽ സമാധാനപരമായിട്ടാണ് വോട്ടെടുപ്പ് കഴിഞ്ഞത്. ഇതൊരു നല്ല സന്ദേശമായി സർക്കാർ കരുതണം. കാശ്മീർ താഴ്വരയിലെ ജനങ്ങളുടെ ഈ സന്ദേശം മനസ്സിലാക്കിക്കൊണ്ട് അവിടുത്തെ ജനാധിപത്യ സംവിധാനങ്ങൾ ശക്തിപ്പെടുത്തുന്നതിൽ സംസ്ഥാന സർക്കാരും കേന്ദ്രസർക്കാരും ഒരുപോലെ പരാജയപ്പെട്ടു. ആ വിഷയമാണ് നമ്മളിവിടെ പ്രധാനമായും വിശകലനം നടത്തേണ്ടത്. ഒരു വലിയ വിഭാഗം ജനങ്ങൾ പോളിംഗ് ബൂത്തുകളിലേക്ക് പോയി അവരുടെ സമ്മതിദാനാവകാശം വിനിയോഗിച്ചിട്ടാണ് അവരുടെ സർക്കാരിനെ തെരഞ്ഞെടുത്തത്. എന്നിട്ട് വെറും 12 വർഷത്തിനുശേഷം ആയിരക്കണക്കിന് ജനങ്ങൾ തെരുവിലിറങ്ങി സി ആർ പി എഫ് അംഗങ്ങളെയും, പോലീസ് സേനയേയും ലക്ഷ്യമാക്കി കല്ലുകൾ എറിയുകയും മുദ്രാവാക്യങ്ങൾ മുഴക്കുകയും ചെയ്യുന്നു. ഞാൻ ഇക്കാര്യത്തിൽ ഏതെങ്കിലും സർക്കാരിനെ കുറ്റപ്പെടുത്തുന്നില്ല. പക്ഷേ,

അതേസമയം, തെരഞ്ഞെടുത്ത സർക്കാരിനെ സ്വീകരിക്കാൻ തയ്യാറായ ആ ജനതയുടെ വികാരം ജമ്മു & കാശ്മീർ സർക്കാരും കേന്ദ്രസർക്കാരും മനസ്സിലാക്കണമായിരുന്നു. ഈയൊരു കാര്യത്തിൽ രണ്ട് സർക്കാരുകൾക്കും വലിയ പിഴവ് സംഭവിച്ചിരിക്കുന്നു.

സർ, ഏകദേശം രണ്ട് വർഷം മുമ്പ് നടന്ന വട്ടമേശ സമ്മേളനത്തിൽ നമ്മുടെ പ്രധാനമന്ത്രിയും എല്ലാ രാഷ്ട്രീയകക്ഷി പ്രതിനിധികളും പങ്കെടുത്തിരുന്നു. അതൊരു നല്ല തുടക്കമായിരുന്നു. കാശ്മീർ താഴ്വരയിലെ മനുഷ്യാവകാശ ലംഘനങ്ങൾക്കെതിരെ സീറോ ടോളറൻസ് നയം പിന്തുടരുമെന്ന് പ്രധാനമന്ത്രി അന്ന് ഉറപ്പ് നൽകിയിരുന്നു. അതെല്ലാവരും അംഗീകരിക്കുകയും ചെയ്തിരുന്നു. പക്ഷേ, കാശ്മീരിൽ അതിനുശേഷം നടന്ന മനുഷ്യാവകാശ ലംഘനങ്ങൾക്കെതിരെ പോലും ഒരു നടപടിയും എടുത്തിട്ടില്ല.

ഇപ്പോൾ, ജമ്മു & കാശ്മീരിലെ സാഹചര്യം വീണ്ടും മോശമായപ്പോൾ ഒരു സർവ്വകക്ഷി യോഗം വിളിച്ചിരുന്നു. എന്നാൽ ചില രാഷ്ട്രീയ കക്ഷികൾ ആ യോഗത്തിൽ പങ്കെടുത്തില്ല. എന്നിരുന്നാലും അങ്ങനെയൊരു യോഗം നടത്തിയത് ശരിയായ ഒരു നടപടിയായിരുന്നു. അതേസമയം, മനുഷ്യാവകാശ ലംഘനങ്ങളെ അതീവ ഗൗരവമായി എടുക്കണം. സർക്കാരിനെ സംബന്ധിച്ചിടത്തോളം കഴിഞ്ഞ തെരഞ്ഞെടുപ്പിന്റെ സമയത്ത് നല്ല രീതിയിൽ നടപടികൾ ആരംഭിക്കാൻ കഴിഞ്ഞിരുന്നു. പക്ഷേ, രണ്ടോ മൂന്നോ മാസങ്ങൾക്കുശേഷം, സഖാവ് ഗുരുദാസ് ദാസ്ഗുപ്ത പറഞ്ഞതുപോലെ, ചില ദൗർഭാഗ്യകരമായ സംഭവങ്ങൾ അരങ്ങേറുകയും സാഹചര്യം മോശമാവുകയും ചെയ്തു. രണ്ട് യുവാക്കൾക്ക് ജീവൻ നഷ്ടപ്പെടുകയും ചില അസ്വാരസ്യങ്ങൾ ഉണ്ടാവുകയും ചെയ്തു. നിശാനിയമം നടപ്പിലാക്കിയതുകൊണ്ടോ, പോലീസ് സേനയെ ഉപയോഗിച്ചതുകൊണ്ടോ നിലവിലെ സാഹചര്യം മാറ്റാൻ കഴിയില്ലായെന്നതാണ് വസ്തുത. ജമ്മു & കാശ്മീർ നിയമസഭയിലെ പ്രാതിനിധ്യത്തിന്റെ അടിസ്ഥാനത്തിലല്ലാതെ, അവിടുത്തെ മുഴുവൻ വിഭാഗങ്ങളുമായും ചർച്ച നടത്തുകയാണ് ഇപ്പോൾ ചെയ്യേണ്ടത്. കാശ്മീർ താഴ്വരയിലെ ജനങ്ങളുടെ വിശ്വാസ്യത നമ്മൾ നേടേണ്ടതുണ്ട്. ജമ്മു & കാശ്മീർ സർക്കാരും, കേന്ദ്ര സർക്കാരും ശ്രദ്ധ കൊടുക്കേണ്ട പ്രധാന വിഷയമിതാണ്.

ജമ്മു & കാശ്മീർ സർക്കാരിന് കൂടുതൽ അധികാരങ്ങൾ കൊടുക്കണോയെന്നും അവിടെ അടിയന്തരമായി പരിഹരിക്കേണ്ട മറ്റ് പ്രശ്നങ്ങൾ നിലവിലുണ്ടോയെന്നും സർക്കാർ ആലോചിക്കണം.

കാശ്മീരിൽ വിഘടനവാദികളുടെ സാന്നിദ്ധ്യവും ചില വിഷയങ്ങളിൽ പാകിസ്ഥാൻ ഇടപെടുന്ന സാഹചര്യവും ഉള്ളതിനാൽ അവിടുത്തെ ക്രമസമാധാന പരിപാലനം വളരെ പ്രധാനപ്പെട്ട കാര്യമാണ്. അതുകൊണ്ട് അത്തരം കാര്യങ്ങളിൽ സർക്കാർ എടുക്കുന്ന നടപടികളിൽ ഞാൻ ഇടപെടുന്നില്ല. അതേസമയം തന്നെ, ജനങ്ങളെ വിശ്വാസ

ത്തിലെടുക്കുക എന്നത് പ്രധാനമാണ്. അതിനുവേണ്ടി ഭരണപരവും രാഷ്ട്രീയപരവുമായ നടപടികൾ സർക്കാർ സ്വീകരിക്കണം. ഈ രണ്ടു നടപടികളുമായി നമുക്ക് മുന്നോട്ടുപോകാൻ കഴിയുമെന്നാണ് ഞാൻ കരുതുന്നത്.

നമ്മൾ എല്ലാവരും താഴ്വരയിലെ ജനതയോടൊപ്പം എപ്പോഴും ഉണ്ടാകുമെന്ന ശക്തമായ സന്ദേശം അവിടുത്തെ ജനങ്ങൾക്ക് ഈ മഹനീയമായ സഭ കൊടുക്കണം. ജനാധിപത്യ പ്രക്രിയകളുമായി അവർ പൊരുത്തപ്പെടണം. ഇന്ത്യാരാജ്യത്തിന്റെ മുഖ്യധാരയിലേക്ക് അവർ കടന്ന് വരണം. അത് മാത്രമാണ് പോംവഴി. അവർ അക്രമം ഉപേക്ഷിക്കണം. യുവജനങ്ങളടക്കം അവരുമായി യോജിക്കണം. എങ്കിൽ മാത്രമേ ഈ പ്രശ്നം ശുഭകരമായ രീതിയിൽ പരിഹരിക്കാൻ നമുക്ക് കഴിയൂ.

സർ, ഇതോടൊപ്പം മറ്റൊരു നിർദ്ദേശംകൂടി മുന്നോട്ട് വയ്ക്കാൻ ഞാനാഗ്രഹിക്കുന്നു. ഈ വിഷയത്തിൽ സാധ്യമായതെല്ലാം നമ്മൾ ചെയ്യണം. ഈ വിഷയവുമായി ബന്ധപ്പെട്ട് പാർലമെന്റിന്റെ ഒരു സർവ്വകക്ഷി പ്രതിനിധി സംഘം താഴ്വര സന്ദർശിക്കുന്നതിന്റെ സാധ്യത പരിശോധിക്കണം. അവിടുത്തെ ജനങ്ങളുമായി ആശയവിനിമയം നടത്താനുള്ള നല്ലൊരു മാർഗ്ഗമാണത്. അങ്ങനെ ചെയ്യുന്നതിലൂടെ അവർക്ക് പാർലമെന്റിലുള്ള വിശ്വാസം വളർത്താനും സാധിക്കും.

ഇത്രയും പറഞ്ഞുകൊണ്ട് ഞാനെന്റെ വാക്കുകൾ ഉപസംഹരിക്കുന്നു.

(26-08-2010 193-ാം ചട്ടപ്രകാരം)

പ്രവാസികൾക്ക് വേണ്ടി പ്രത്യേക പദ്ധതി തയ്യാറാക്കുക

മാഡം, ഞാൻ വളരെ സന്തോഷവാനാണ്. ഈ നിയമം മഹനീയമായ ഈ സഭയിൽ കൊണ്ടുവന്ന ബഹു. മന്ത്രിയെ ഞാൻ അഭിനന്ദിക്കുന്നു. ഇത് ഇന്നത്തേക്ക് നിശ്ചയിച്ചതല്ലെങ്കിൽക്കൂടി അദ്ദേഹം നടത്തിയ പ്രത്യേക ശ്രമത്തിന്റെ ഭാഗമായിട്ടാണ് ഇന്ന് ചർച്ചക്കെടുത്തത്.

ഒരുപാട് കാലമായി ചർച്ച ചെയ്യുന്ന ഒരു വിഷയമാണിത്. നമ്മൾ അവരുടെ സമ്മതിദാനാവകാശം ഒരു കാരണവുമില്ലാതെ നിഷേധിക്കുകയായിരുന്നു. ഇപ്പോഴത്തെ നിയമമനുസരിച്ച് സ്വന്തം വീട്ടിലോ പ്രദേശത്തോ താമസിക്കുന്ന ഒരാളെ വോട്ടർ ലിസ്റ്റിൽ ഉൾപ്പെടുത്താവുന്നതാണ്. തൊഴിലിനോ വിദ്യാഭ്യാസത്തിനോ വേണ്ടി രാജ്യത്തിന് പുറത്ത് താമസിക്കുന്നവരെ ഉൾപ്പെടുത്താൻ കഴിയില്ല. ഈ രാജ്യത്ത് കുടുംബവും സമ്പാദ്യങ്ങളുമുള്ള ലക്ഷക്കണക്കിന് ആൾക്കാർ വിദേശരാജ്യങ്ങളിൽ ജോലി ചെയ്യുന്നുണ്ട്. അവർ നികുതി അടയ്ക്കുന്നുമുണ്ട്. പക്ഷേ, സർക്കാർ പറയുന്നു അവർക്ക് സമ്മതിദാനാവകാശം ഇല്ലെന്ന്. മുമ്പെടുത്ത അത്തരം നിലപാടിന് യാതൊരു അടിസ്ഥാനവുമില്ല. വൈകിയെങ്കിലും പ്രവാസി ഇന്ത്യക്കാരുടെ അവകാശത്തെ അംഗീകരിക്കുന്ന ഈ നിയമത്തെ ഞാൻ പൂർണ്ണമായും പിന്തുണയ്ക്കുന്നു.

മാഡം, മറ്റ് ചില അംഗങ്ങൾ സൂചിപ്പിച്ചതുപോലുള്ള, ഈ നിയമവുമായി ബന്ധമില്ലാത്ത മറ്റ് രാഷ്ട്രീയ വിഷയങ്ങളെക്കുറിച്ചല്ല എനിക്ക് സംസാരിക്കാനുള്ളത്. മറിച്ച്, ഈ നിയമത്തിലെ ചില വ്യവസ്ഥകളെ കുറിച്ചാണ്.

ലക്ഷക്കണക്കിന് ആൾക്കാർ രാജ്യത്തിന് പുറത്ത് ജോലി ചെയ്യുന്നത് കൊണ്ടുതന്നെ ഈ നിയമത്തിലെ ചില വ്യവസ്ഥകൾ നടപ്പിലാക്കാൻ പ്രയാസം നേരിടുമെന്നാണ് ഞാൻ മനസ്സിലാക്കുന്നത്.

ഇന്ത്യയിലോ കേരളം പോലുള്ള സംസ്ഥാനങ്ങളിലോ തെരഞ്ഞെടുപ്പ് നടക്കുന്നത് നിർദ്ദിഷ്ട തീയതികളിലാണ്. ജോലി ചെയ്യുന്ന സ്ഥാപനങ്ങളിൽനിന്നോ തൊഴിൽ ദാതാക്കളിൽ നിന്നോ കൃത്യസമയത്ത് അവധി കിട്ടാനുള്ള സാധ്യതയില്ലാത്തതുകൊണ്ട് പ്രവാസികൾക്ക് ഇവിടെയെത്താനും സമ്മതിദാനാവകാശം വിനിയോഗിക്കാനും സാധിക്കണമെന്നില്ല. അതാണ് ഒരു ബുദ്ധിമുട്ട്. സഭയുടെ വിലപ്പെട്ട സമയം അധികം ഉപയോഗിക്കാൻ ഞാനില്ല. നിയമത്തെ പിന്തുണയ്ക്കുന്നതോടൊപ്പം, പ്രവാസി ഇന്ത്യക്കാർ അഭിമുഖീകരിക്കുന്ന ചില പ്രശ്നങ്ങൾ കൂടി ചൂണ്ടിക്കാണിക്കാൻ ഞാനാഗ്രഹിക്കുന്നു.

വിവിധ രാജ്യങ്ങളിലെ നയതന്ത്രകാര്യാലയങ്ങളുടെ പ്രവർത്തനങ്ങൾ ശക്തിപ്പെടുത്തേണ്ടതുണ്ട്. പ്രത്യേകിച്ച് ഗൾഫ് രാജ്യങ്ങളിലെ നയതന്ത്രകാര്യാലയങ്ങളിൽ ആവശ്യത്തിന് ജീവനക്കാരില്ലാത്ത സാഹചര്യമാണുള്ളത്. 25 മില്ല്യനോളം വരുന്ന പ്രവാസി ഇന്ത്യക്കാരിൽ 32 ലക്ഷവും കേരളത്തിൽ നിന്നാണ്. അവരവിടെ ഉല്ലാസ യാത്രാ മധുവിധു ആഘോഷിക്കാനോ അതുപോലുള്ള മറ്റ് ആവശ്യങ്ങൾക്കോ പോയതല്ല. സ്വന്തം കുടുംബത്തിനേയും അതിലൂടെ സ്വന്തം രാജ്യത്തേയും സഹായിക്കാൻ വേണ്ടി ഒരു തൊഴിൽ അന്വേഷിച്ച് പോയതാണവർ. കഴിഞ്ഞ വർഷം ഗൾഫ് രാജ്യങ്ങളിൽ നിന്ന് മാത്രമായി ഇന്ത്യയിലേക്ക് വന്ന വിദേശ പണം 24,000 കോടിയാണ്. അതിന് മുമ്പത്തെ വർഷം അത് 32,000 കോടിയായിരുന്നു. പക്ഷേ, നമ്മൾ എന്താണ് അവർക്ക് വേണ്ടി ചെയ്തിട്ടുള്ളത്? അതാണ് പ്രധാന ചോദ്യം. കഴിഞ്ഞ മൂന്ന് ബജറ്റുകളിലും പ്രവാസി ഇന്ത്യക്കാർക്ക് വേണ്ടി പ്രത്യേകിച്ച് കേരളത്തിൽ നിന്നുള്ളവർക്ക് വേണ്ടി, യാതൊരുവിധ പുനരധിവാസ പദ്ധതികളും പ്രഖ്യാപിച്ചിട്ടില്ല. ആഗോള സാമ്പത്തിക മാന്ദ്യത്തിന്റെ സമയത്തുപോലും അവർ കൊണ്ടുവന്ന വിദേശ പണം 80,000 കോടിയായിരുന്നു. അവർ പുറംരാജ്യത്ത് കഷ്ടപ്പെടുന്നതിന്റെ ഫലമായി കോടിക്കണക്കിന് രൂപയാണ് ഒരു രൂപത്തിലല്ലെങ്കിൽ മറ്റൊരു രൂപത്തിൽ ഇന്ത്യയിലേക്ക് ഒഴുകിയെത്തുന്നത്. എന്നാൽ അവർക്ക് വേണ്ടി ഒന്നും ചെയ്യാൻ നമുക്ക് കഴിയുന്നില്ല. അതുകൊണ്ട് കേരളം ഉൾപ്പെടെയുള്ള സംസ്ഥാനങ്ങളിലെ ജനങ്ങൾക്കുവേണ്ടി എന്തെങ്കിലും പദ്ധതികൾ ആവിഷ്കരിക്കണമെന്ന് അഭ്യർത്ഥിക്കുന്നു. പെൻഷൻ പദ്ധതികളും മറ്റു ചില ക്ഷേമപദ്ധതികളും കേരള സംസ്ഥാനം നടപ്പിലാക്കിയിട്ടുണ്ട്. പക്ഷേ, സംസ്ഥാനങ്ങൾ മാത്രം വിചാരിച്ചാൽ അത്തരം പദ്ധതികൾ പൂർണ്ണമായി നടപ്പിലാക്കാൻ കഴിയില്ല. അതുകൊണ്ട്, സർക്കാർ അവർക്കുവേണ്ടി ഒരു പ്രത്യേക പദ്ധതി ആവിഷ്കരിക്കണമെന്നാണ് ഞാൻ ആവശ്യപ്പെടുന്നത്. കൂടാതെ, നയതന്ത്ര കാര്യാലയങ്ങളുടെ പ്രവർത്തനം മെച്ചപ്പെടുത്തുകയും വേണം.

മാഡം, ഇന്ത്യയിൽ പ്രവർത്തിക്കുന്ന സ്പോൺസർമാരെയും ഏജന്റുമാരെയുംകുറിച്ചുള്ളതാണ് പ്രധാന പ്രശ്നം. അവരാണ് ഇന്ത്യയിൽനിന്നും ആൾക്കാരെ റിക്രൂട്ട് ചെയ്യുന്നത്. അവരിൽ രണ്ടു തരം

ആൾക്കാരുണ്ട്. നല്ലവരും മോശക്കാരും. ചില സ്പോൺസർമാരും ഏജന്റുമാരും ആൾക്കാരെ റിക്രൂട്ട് ചെയ്യുമ്പോൾ ഉയർന്ന വേതനവും, മറ്റ് സൗകര്യങ്ങളും വാഗ്ദാനം ചെയ്യുന്നുണ്ട്. പക്ഷേ, നമ്മൾ കാണുന്ന യാഥാർത്ഥ്യം എന്താണെന്ന് വെച്ചാൽ, അവർ പാവപ്പെട്ട തൊഴിലന്വേഷകരെ വഞ്ചിക്കുന്നതാണ്. അവരുടെ ചതിയിൽപ്പെട്ട് വിദേശ രാജ്യങ്ങളിൽ എത്തുന്നവർ തിരിച്ച് നാട്ടിലേക്ക് വരാനുള്ള പണം പോലുമില്ലാതെ കഷ്ടപ്പെടുകയാണ്. ഇത്തരം ഏജന്റുമാരേയും, സ്പോൺസർമാരേയും നിയന്ത്രിക്കാനുള്ള ശക്തമായ നടപടികൾ സർക്കാർ സ്വീകരിക്കണം. അതേസമയം ജോലി ചെയ്യുന്നതിന്റെ പേരിൽ ആരെയും അപമാനിക്കാനും പാടില്ല. അവർ ചെയ്യുന്നത് നല്ല കാര്യമാണ്. ഈ നിയമത്തെ ഞാൻ അഭിനന്ദിക്കുകയും സ്വാഗതം ചെയ്യുകയും ചെയ്യുന്നു.

(03–08–2010,ജനപ്രാതിനിധ്യ ഭേദഗതി) നിയമം, 2010, പരിഗണിക്കുന്നതിനുള്ള പ്രമേയത്തിന്മേലുള്ള ചർച്ച)

വിദേശ നയത്തിന്റെ നിഷ്പക്ഷത കാത്തുസൂക്ഷിക്കുക

അദ്ധ്യക്ഷൻ, വിദേശകാര്യ മന്ത്രാലയത്തിന്റെ പ്രധാന ലക്ഷ്യത്തെക്കുറിച്ച് ബഹുമാനപ്പെട്ട അംഗങ്ങൾ പറഞ്ഞതിനോട് ഞാൻ പൂർണ്ണമായി യോജിക്കുന്നു. അത് രാജ്യത്തിന്റെ ഭദ്രതയും വിശ്വാസവും കാത്തുസൂക്ഷിക്കുക എന്നതാണ്. വിദേശകാര്യ മന്ത്രാലയത്തിന്റെ പ്രസക്തി വിദേശ കാര്യങ്ങളിൽ മാത്രം ഒതുങ്ങുന്നതല്ല. ഇതിന് ചില ആഭ്യന്തര വിഷയങ്ങളുമായും ബന്ധമുണ്ട്. ആഭ്യന്തര മന്ത്രാലയവും പ്രതിരോധ മന്ത്രാലയവും വിദേശകാര്യ മന്ത്രാലയവും നമുക്കുണ്ട്. രാജ്യത്ത് സമാധാനം സൂക്ഷിക്കുക, സുരക്ഷ ഉറപ്പാക്കുക, വിദേശ രാജ്യങ്ങളുമായി നല്ല ബന്ധം നിലനിർത്തുക എന്നിവയാണ് പൊതുവിൽ ഈ മന്ത്രാലയങ്ങളുടെ ഉത്തരവാദിത്വം.

അനേകം വിഷയങ്ങളിൽ നാം യു എസ് അനുകൂല നയമാണ് പിന്തുടരുന്നത് എന്ന് മറ്റ് ചില അംഗങ്ങളുടെ പ്രസ്താവനയെ ഒരു പരിധി വരെ ഞാൻ അനുകൂലിക്കുന്നു. സോവിയറ്റ് യൂണിയന്റെയും, കിഴക്കൻ രാജ്യങ്ങളുടെയും തകർച്ചയ്ക്ക് ശേഷം അന്താരാഷ്ട്ര തലത്തിൽ ഒരു വലിയ ശൂന്യത സൃഷ്ടിക്കപ്പെട്ടുവെന്നത് വസ്തുതയാണ്. എന്നാലിപ്പോൾ ആ സാഹചര്യത്തിന് മാറ്റം വന്നിട്ടുണ്ട്. അതുകൊണ്ട് തന്നെ, അമേരിക്ക വൻ ശക്തിയായി മാറുന്ന ഒരു ഏക ധ്രുവത്വ ലോകം ഉണ്ടാകുമെന്ന് നമുക്ക് പറയാൻ കഴിയില്ല. ലാറ്റിൻ അമേരിക്കയിലും, യൂറോപ്യൻ രാജ്യങ്ങളിലും, ഷാങ്ഗായി കോർപ്പറേഷനിലും, ഏഷ്യൻ രാജ്യങ്ങളിലും ഒരു പ്രാദേശിക സഹകരണം ആഗോള തലത്തിൽ നമുക്ക് കാണാൻ കഴിയും. ആജ്ഞാപന ശക്തിയുള്ള രാഷ്ട്രം അമേരിക്ക മാത്രമല്ല എന്ന യാഥാർത്ഥ്യം നമ്മൾ തിരിച്ചറിയണം.

സാമ്പത്തിക താല്പര്യം മുൻനിർത്തിയാണ് നമ്മുടെ വിദേശനയം വളരെ വേഗത്തിൽ മാറ്റിക്കൊണ്ടിരിക്കുന്നതെന്നാണ് ഡോ. ശശി തരൂർ തന്റെ

പ്രസ്താവനയിലൂടെ വ്യക്തമാക്കിയത്. എന്ത് സാമ്പത്തിക താല്പര്യമാണ് ഇതിന്റെ പിന്നിലുള്ളത്? എന്ത് രാഷ്ട്രീയ താല്പര്യമാണ് നമുക്കിതിൽ ഉള്ളത്? ഇക്കാരണം കൊണ്ടാണ് കഴിഞ്ഞ കുറേ വർഷങ്ങളായി നിരവധി രാജ്യങ്ങളുമായുള്ള ബന്ധത്തിൽ ഉലച്ചിൽ സംഭവിച്ചത്.

നയം മാറ്റത്തിന്റെ നിരവധി ഉദാഹരണങ്ങൾ നമുക്ക് മുന്നിലുണ്ട്. യു എസും സഖ്യരാജ്യങ്ങളുംകൂടി ഇറാഖിനെ ക്രൂരമായി ആക്രമിച്ചപ്പോൾ അതിനെതിരെ ശക്തമായി ശബ്ദമുയർത്തുന്നതിൽ നമ്മൾ പരാജയപ്പെട്ടു. പണ്ഡിറ്റ് ജവഹർലാൽ നെഹ്റുവിന്റെ കാലത്ത് ആഗോള പ്രതിഷേധങ്ങളിൽ നമ്മളും പങ്കാളികളായിരുന്നു. പാലസ്തീനെ വെട്ടിനുറുക്കിയപ്പോഴും അതിനെതിരെ ശബ്ദമുയർത്താൻ നമുക്ക് സാധിച്ചില്ല. ചേരിചേരാ പ്രസ്ഥാനം (Non-Aligned Movement) നിലവിലുണ്ടായിരുന്ന കാലത്ത് പ്രതികരിക്കാൻ സാധിച്ചിരുന്നു. രണ്ട് തവണയും ഇറാനെതിരെ വോട്ട് ചെയ്യാൻ എന്തായിരുന്നു കാരണം? ഇറാനിൽ നിന്നും ടർക്മെനിസ്ഥാൻ വഴി ഇന്ത്യയിലേക്ക് വാതക പൈപ്പ് ലൈൻ സ്ഥാപിക്കാനുള്ള കരാറിൽ നിന്ന് പിന്തിരിയാനുണ്ടായ കാരണമെന്താണ്? ഇതെല്ലാം ചെയ്തത് യു എസിൽ നിന്നുള്ള സമ്മർദ്ദം മൂലമാണ്. അതുകൊണ്ടാണ് ഞാൻ പറയുന്നത്, പല വിഷയങ്ങളിലും സർക്കാർ പിന്തുടർന്നത് യു എസ് അനുകൂല നയമാണെന്ന്. അതേസമയം പ്രകടമായ മാറ്റങ്ങൾ ലോകത്ത് സംഭവിച്ചു. യു എസിന് സ്വന്തം രാജ്യത്തെ തൊഴിലില്ലായ്മ പരിഹരിക്കാൻ കഴിയുന്നില്ല; വരുമാന നഷ്ടം നിയന്ത്രിക്കാൻ കഴിയുന്നില്ല; സാമ്പത്തിക സ്ഥിരത നിയന്ത്രിക്കാൻ കഴിയുന്നില്ല. ഈ മാറ്റങ്ങൾ ഇന്ത്യ തിരിച്ചറിയണം.

മറ്റ് രാജ്യങ്ങളുമായി ഒരു ബന്ധവും പാടില്ലായെന്നല്ല ഞാൻ പറയുന്നത്. യു എസും റഷ്യയും ചൈനയുമായൊക്കെ നമ്മൾ നല്ല ബന്ധം സൃഷ്ടിക്കണം. അതുപക്ഷേ, ചില രാഷ്ട്രീയ, സാമ്പത്തിക താല്പര്യങ്ങൾക്കു വേണ്ടി മാത്രം, നമ്മുടെ രാജ്യത്തിന്റെ പരമാധികാരം അടിയറ വെച്ചുകൊണ്ടും, നമ്മൾ മുൻകാലങ്ങളിൽ പിന്തുടർന്നുവന്ന സ്വതന്ത്ര വിദേശനയത്തെ നശിപ്പിച്ചുകൊണ്ടും ആകരുതെന്നാണ് എന്റെ വാദം.

പല മേഖലകളിലും അമേരിക്കൻ സാമ്രാജ്യത്വത്തിനാണ് മേൽക്കോയ്മ എന്നത് ശരിയാണ്. മറ്റു രാജ്യങ്ങളുമായുള്ള ബന്ധങ്ങളിൽ മാത്രമല്ല അമേരിക്ക ഇടപെടാൻ ശ്രമിക്കുന്നത്. വേറെയും വിഷയങ്ങളിൽ അമേരിക്കയ്ക്ക് താല്പര്യം ഉണ്ട്. ആണവക്കരാർ ചർച്ച ചെയ്ത് കഴിഞ്ഞ് പതിനാലാം ലോക്സഭയിൽ ഞാനും അംഗമായിരുന്നു. ആ നിയമത്തിന് വേണ്ടി സഭയുടെ പിന്തുണ നേടിയതെങ്ങനെയാണെന്ന് നമുക്കറിയാം. ന്യൂക്ലിയർ സിവിൽ ലയബിലിറ്റി ബില്ലും അതേ സഭയിൽ നമ്മൾ ചർച്ച ചെയ്തിട്ടുണ്ടായിരുന്നു. ആ നിയമത്തിലെ പല വ്യവസ്ഥകളിലും അമേരിക്കയ്ക്ക് അതൃപ്തി ഉണ്ടായിരുന്നുവെന്നത് നമുക്ക് മനസ്സിലായ കാര്യമാണ്.

അമേരിക്കയെ സംബന്ധിച്ചിടത്തോളം, അവരുടെ മാത്രം താല്പര്യ സംരക്ഷണത്തിനാണ് എപ്പോഴും മുൻഗണന കൊടുക്കുന്നതെന്ന് നമുക്ക് കാണാൻ കഴിയും. തീർച്ചയായും അതാണ് സത്യം. അതേസമയം

ഇന്ത്യയ്ക്ക് എപ്പോഴും ഒരു സ്വതന്ത്ര നിലപാട് എടുക്കേണ്ടതുണ്ട്. ആഗോള സാഹചര്യങ്ങൾ പരിഗണിച്ചുകൊണ്ട് നമ്മുടെ സ്വതന്ത്ര നയത്തിൽ വേഗത്തിൽ മാറ്റം വരുത്തിക്കൊണ്ടിരിക്കുകയാണെന്നാണ് ഡോ. ശശി തരൂർ പറഞ്ഞത്. അത് മറ്റ് രാജ്യങ്ങളുടെ താല്പര്യം അനുസരിച്ചാകരുത്. സമയക്കുറവുമൂലം മറ്റ് വിഷയങ്ങളിലേക്ക് ഞാൻ കടക്കുന്നില്ല.

നമ്മുടെ രാജ്യത്തെ സംബന്ധിച്ചിടത്തോളം സമീപകാലത്ത് കിഴക്കൻ രാജ്യങ്ങളിൽ നടന്ന സംഭവവികാസങ്ങളെ ഗൗരവമായി കാണണം. ഈജിപ്തിൽ സംഭവിച്ചത് ചരിത്രപരമായ മാറ്റമാണ്. മുസ്ലീം, കമ്യൂണിസ്റ്റ്, ക്രിസ്ത്യൻ വിഭാഗങ്ങളടക്കമുള്ള എല്ലാ ജനവിഭാഗങ്ങളും മുബാറക്കിനെതിരെയുള്ള പോരാട്ടത്തിൽ ഒത്തുചേർന്നു. ലിബിയയിലും മറ്റു ചില രാജ്യങ്ങളിലും സമാനമായ സംഭവങ്ങൾ നമ്മൾ കണ്ടു. വളരെ പ്രധാനപ്പെട്ടൊരു കാര്യം ഇവിടെ ചൂണ്ടിക്കാണിക്കേണ്ടതുണ്ട്. മുസ്ലീം രാജ്യങ്ങളെ സംബന്ധിച്ചിടത്തോളമുള്ള വിശ്വാസം, മതപരമായ വിഷയങ്ങളിൽ അവർ സ്വമേധയാ ഒരുമിക്കുമെന്നതാണ്. എന്നാലിവിടെയുള്ളത് മതപരമായ വിഷയമല്ല. ഇവിടുത്തെ പ്രശ്നം തൊഴിലില്ലായ്മയുടേതാണ്, ഭക്ഷണത്തിന്റേതാണ്, വിലക്കയറ്റത്തിന്റേതാണ്. അങ്ങനെ പല പ്രശ്നങ്ങളാണ്. ഈ സമീപകാല സംഭവവികാസങ്ങളിൽ നമ്മുടെ നിലപാട് എന്താണ്?

ആ രാജ്യങ്ങളിലെ ജനങ്ങളാണ് തീരുമാനം എടുക്കേണ്ടത് എന്നാണ് ഞാൻ കരുതുന്നത്. അവരുടെ കാര്യങ്ങളിൽ ഇടപെടുന്നത് ഔചിത്യമാണെന്ന് തോന്നുന്നില്ല. അമേരിക്കയും ബ്രിട്ടനും മറ്റു ചില യൂറോപ്യൻ രാജ്യങ്ങളും ലിബിയയുടെ വിഷയത്തിൽ ഇടപെടാൻ തീരുമാനിച്ചതായി റിപ്പോർട്ടുണ്ട്. പ്രശ്നങ്ങൾ കൂടുതൽ സങ്കീർണ്ണമാക്കാനേ അതുപകരിക്കുവെന്നാണ് എനിക്ക് തോന്നുന്നത്. ലിബിയയിൽ നിന്നും മറ്റ് രാജ്യങ്ങളിൽ നിന്നും ഇന്ത്യക്കാരെ തിരികെയെത്തിക്കാൻ സാധ്യമായ എല്ലാ നടപടികളും സ്വീകരിച്ച സർക്കാരിനെ ഞാൻ അഭിനന്ദിക്കുന്നു.

പാകിസ്ഥാനിലെ രാഷ്ട്രീയ സാഹചര്യം കൂടുതൽ കലുഷിതമായ നിലയിലാണ്. വൻ സമ്മർദ്ദത്തിലാണ് പാകിസ്ഥാൻ സർക്കാർ. അടുത്തിടെ നടന്ന പഞ്ചാബ് ഗവർണറുടെയും മറ്റ് ന്യൂനപക്ഷ വിഭാഗങ്ങളുടെ നേതാക്കളുടെയും കൊലപാതകം കാണിക്കുന്നത് പാകിസ്ഥാനിൽ മതമൗലികവാദശക്തികൾ പിടിമുറുക്കി കഴിഞ്ഞുവെന്നാണ്. കറാച്ചിയിൽ രണ്ട് പാകിസ്ഥാനികളെ അമേരിക്കൻ സി ഐ എ ഉദ്യോഗസ്ഥൻ വധിച്ചത് സ്ഥിതി കൂടുതൽ വഷളാക്കിയിട്ടുണ്ട്. തീവ്രവാദത്തോട് നമ്മൾ ഒരിക്കലും വിട്ടുവീഴ്ച ചെയ്യരുത്. അതേസമയം പാകിസ്ഥാനുമായുള്ള ബന്ധം മെച്ചപ്പെടുത്താൻ സാധ്യമായതെല്ലാം ചെയ്യുകയും വേണം. നടക്കുന്ന ചർച്ചകളിൽ നിന്ന് പിന്തിരിയരുത്. അതേസമയം തീവ്രവാദ വിഷയത്തെ അവഗണിക്കാനും പാടില്ല.

ശ്രീലങ്കയെ സംബന്ധിച്ചിടത്തോളം അവിടുത്തെ യുദ്ധം അവസാനിച്ചു. എന്നാൽ ശ്രീലങ്കൻ തമിഴന്മാരെ പൂർണ്ണമായും പുനരധിവസിപ്പിക്കുമെന്ന സർക്കാർ വാഗ്ദാനം ഇതുവരെ സമ്പൂർണ്ണമായി നടപ്പിലാക്കിയിട്ടില്ല. ശ്രീലങ്കൻ ജനതയുടെ വലിയൊരു വിഭാഗം ഇപ്പോഴും

ദുരിതത്തിലാണ് എന്നാണ് റിപ്പോർട്ട്. രണ്ട് മത്സ്യത്തൊഴിലാളികൾ കൊല്ലപ്പെടുകയും 136 മത്സ്യത്തൊഴിലാളികളെ തടങ്കലിലാക്കുകയും ചെയ്തതാണ് സമീപകാലത്ത് പ്രശ്നങ്ങൾ വീണ്ടും മോശമാകാൻ കാരണം. ശ്രീലങ്കൻ തൊഴിലാളികൾക്ക് അവരുടെ അവകാശങ്ങൾ സംരക്ഷിക്കപ്പെടുന്നില്ല എന്ന അഭിപ്രായമാണുള്ളത്. അതുകൊണ്ട് ശ്രീലങ്കയിലെ തമിഴ് മത്സ്യത്തൊഴിലാളികളുടെ പ്രശ്നപരിഹാരത്തിനായി സർക്കാർ ഇടപെടണം.

നയതന്ത്ര കാര്യാലയങ്ങളുടെ പ്രവർത്തനവുമായി ബന്ധപ്പെട്ട് ഒരു പ്രധാന വിഷയം ചൂണ്ടിക്കാണിക്കാൻ ഞാനാഗ്രഹിക്കുന്നു. 1967 ലെ പാസ്പോർട്ട് നിയമപ്രകാരം, പൗരന്മാർക്ക് ഏറ്റവും പ്രധാനപ്പെട്ട രേഖയാണ് പാസ്പോർട്ട്. പാസ്പോർട്ടിന്റെ രഹസ്യസ്വഭാവം കാത്തുസൂക്ഷിക്കണം. ഈ നിയമത്തിൽ 6, 7, 22, 24 വകുപ്പുകൾപ്രകാരം പാസ്പോർട്ടിന്റെ അധികാരം സ്വകാര്യ ഏജൻസികൾക്കോ വ്യക്തികൾക്കോ കൈമാറാനുള്ള അധികാരം സർക്കാരിനോ നയതന്ത്ര കാര്യാലയത്തിനോ ഇല്ല. മസ്കറ്റ്, ഒമാൻ പോലെയുള്ള ചില രാജ്യങ്ങളിലെ നയതന്ത്ര കാര്യാലയങ്ങൾ പാസ്പോർട്ടുമായി ബന്ധപ്പെട്ട ജോലികൾ ചെയ്യാനോ ജോലികളുമായി സഹകരിക്കാനോ താല്പര്യമുള്ള വ്യക്തികളിൽനിന്നും അപേക്ഷകൾ ക്ഷണിച്ചതായി പരാതികൾ ഉയർന്നു വന്നിട്ടുണ്ട്. 20-10-2010 നാണ് അപേക്ഷകൾ ക്ഷണിച്ചത്.

26-10-2010 മുതൽ ഇത് പ്രാവർത്തികമായി. സ്വകാര്യ കക്ഷികളെ ജോലി ഏൽപ്പിച്ചുകഴിഞ്ഞു. ബഹ്റിനിൽ പ്രസ്തുത ജോലി ചെയ്യുന്ന വ്യക്തിക്ക് മറ്റു ചില സ്വകാര്യ സംഘങ്ങളുമായും, ഐ എസ് ഐ യുമായും ബന്ധമുണ്ട് എന്നാണ് പരാതി. ഒരു വ്യക്തിയുടെയും പേര് ഞാനിവിടെ പറയുന്നില്ല. അതേസമയം മലയാളം പത്രങ്ങളിൽ വാർത്തകൾ വന്നിട്ടുണ്ട്. പാസ്പോർട്ടിന്റെ സേവനാധികാരം സ്വകാര്യ വ്യക്തിയെ ഏൽപ്പിച്ചാൽ അത് ദുരുപയോഗം ചെയ്യപ്പെടാനുള്ള സാധ്യതയുണ്ട്. നമ്മൾ എത്ര സുരക്ഷ ഉറപ്പാക്കിയാലും ഇത്തരം വ്യക്തികൾക്ക് ധാരാളം പാസ്പോർട്ടുകൾ കൈവശംവയ്ക്കാൻ സാധിക്കും. ഇത് സർക്കാരിന്റെയോ, കോടതിയുടെയോ മുന്നിൽ എത്തുമ്പോൾ മാത്രമാണ് നടപടിയെടുക്കാൻ സാധിക്കുക. പാസ്പോർട്ടിന്റെ വിതരണം, പുനർവിതരണം, കാലാവധി നീട്ടൽ തുടങ്ങിയ ജോലികൾ സ്വകാര്യ വ്യക്തികളെ ഏൽപ്പിക്കാനുള്ള അവകാശം നയതന്ത്രകാര്യാലയങ്ങൾക്കുണ്ടോയെന്ന് എനിക്കറിയണം. വൻതുകയാണ് ഈ വ്യക്തികൾ സേവനങ്ങൾക്കായി ഈടാക്കുന്നത്. പക്ഷേ, ഇത് പണത്തിന്റെ മാത്രം വിഷയമല്ല, പൗരന്മാരുടെ സുരക്ഷയുടെയും സംരക്ഷണത്തിന്റെയും കൂടി വിഷയമാണ്. ഈ വിഷയത്തിൽ ഗൗരവമായി ഇടപെടണമെന്ന് ബഹുമാനപ്പെട്ട മന്ത്രിയോട് ഞാൻ അഭ്യർത്ഥിക്കുന്നു.

(15-03-2011 വിദേശ കാര്യമന്ത്രാലയത്തിന്റെ ധനാഭ്യർത്ഥന നമ്പർ 31 ന് മേലുള്ള ചർച്ച)

അഴിമതി രോഗത്തിന് കടിഞ്ഞാണിടുക

ഇന്ത്യയിൽ ഇക്കാലത്ത് വളരെ ഗൗരവമുള്ള ഒരു വിഷയമായി അഴിമതി മാറിക്കഴിഞ്ഞു. വിലക്കയറ്റം പോലെ ഈ വിഷയവും നിരവധി തവണ ഈ സഭയിൽ നമ്മൾ ചർച്ച ചെയ്തിട്ടുണ്ട്. പ്രതിപക്ഷ അംഗങ്ങൾ നൽകിയ ഉപക്ഷേപത്തിന്റെ അടിസ്ഥാനത്തിൽ മാത്രമല്ല ചർച്ച നടത്തിയത്. മറിച്ച്, സുപ്രീം കോടതി വിധിയെ ആധാരമാക്കിയുള്ള സി എ ജി റിപ്പോർട്ടിന്റെകൂടി അടിസ്ഥാനത്തിലാണ്. ഗൗരവമായ ഈ വിഷയം സഭയിൽ ഉന്നയിച്ചിട്ടും സർക്കാർ ഈ വിഷയത്തെ അവഗണിക്കുന്നതാണ് നമ്മൾ കണ്ടത്. കോമൺ വെൽത്ത് ഗെയിംസ്, ആദർശ് ഫ്ളാറ്റ്, കുഴൽപ്പണം എന്നിവയുമായി ബന്ധപ്പെട്ട് ഉയർന്നുവന്ന വൻ അഴിമതി ആരോപണങ്ങളെക്കുറിച്ച് സർക്കാർ ഒരു മറുപടിയും ഇതുവരെ നൽകിയിട്ടില്ല. കുറച്ച് പണം ചില വ്യക്തികൾക്ക് കൊടുക്കുകയോ, വാങ്ങുകയോ ചെയ്യുന്നതിൽനിന്നും വ്യത്യസ്തമായി അഴിമതിക്ക് പുതിയ രൂപവും ഭാവവും കൈവന്നിരിക്കുന്നുവെന്നാണ് 2 ജി സ്പെക്ട്രവുമായി ബന്ധപ്പെട്ട വിഷയത്തിൽനിന്ന് മനസ്സിലാകുന്നത്. ചില കോർപ്പറേറ്റ് മാനേജ്മെന്റുകളുടെയും, ഉദ്യോഗസ്ഥരുടെയും, രാഷ്ട്രീയക്കാരുടെയും സ്വാധീനത്തിനും സമ്മർദ്ദത്തിനും വഴങ്ങി സർക്കാർ എടുക്കുന്ന നയതീരുമാനങ്ങൾ അഴിമതിക്കുവേണ്ടി വാതിൽ തുറന്നു കൊടുക്കുകയാണ്. പ്രധാനമന്ത്രിയടക്കം ഈ വിഷയത്തിൽ നിശ്ശബ്ദനാണ്. നിയമമന്ത്രിയുടെയും ധനമന്ത്രിയുടെയും പ്രധാനമന്ത്രിയുടെ പോലും ഓഫീസുകൾക്ക് അഴിമതി വിഷയങ്ങളിൽ അറിവുണ്ട്. പക്ഷേ, നിയന്ത്രിക്കാൻ ഇവിടെയാരുമില്ല. ഹസ്സാരെയുടെ സമരം പ്രസക്തമാവുന്നത് ഈ സാഹചര്യത്തിലാണ്. സർക്കാർ എങ്ങനെയാണ് ഈ വിഷയം കൈകാര്യം ചെയ്തതെന്ന് നമ്മൾ കണ്ടതാണ്. ഇപ്പോൾ സമരക്കാരുടെ എണ്ണം കൂടി വരികയാണ്. അഴിമതിക്കെതിരെ ശക്തമായ നടപടിയെടുക്കാനുള്ള

രാഷ്ട്രീയ ഇച്ഛാശക്തിയാണ് സർക്കാരിന്റെ ഭാഗത്തുനിന്ന് സമരക്കാർ ആവശ്യപ്പെടുന്നത്. ഈ സർക്കാരിന് അതിനുള്ള പ്രാപ്തിയുണ്ടോ യെന്നത് നിർണ്ണായകവും സംശയകരവുമാണ്.

അന്നാഹസാരെ അഴിമതിക്കെതിരെ നിരാഹാര സമരം ആരംഭിച്ചിട്ടുണ്ട്. അദ്ദേഹത്തിന്റെ മുദ്രാവാക്യത്തിൽ ധാരാളം ആളുകൾ ആകൃഷ്ടരാകുന്നു. അഴിമതിയെന്നത് സാധാരണ ജനങ്ങളുടെ മനസ്സിൽ വലിയ വിഷയമായി മാറിയെന്നതാണ് അതിന്റെ കാരണം. മുദ്ര കോഴ, ബോഫേർസ് കോഴ, പെട്രോൾ പമ്പ് കോഴ പോലുള്ള അനുഭവങ്ങൾ നമുക്കുണ്ട്. എന്നാൽ ഇപ്പോൾ അഴിമതി അതിന്റെ ഉച്ചസ്ഥായിയിൽ എത്തിനിൽക്കുന്നു. ഇന്ത്യയിലിതുവരെ ഉണ്ടായ അഴിമതികളുടെയെല്ലാം മാതാവാണ് 2ജി സ്പെക്ട്രം അഴിമതിയെന്നാണ് സുപ്രീംകോടതി പോലും അഭിപ്രായപ്പെട്ടത്. കോമൺവെൽത്ത് ഗെയിംസ്, ആദർശ് ഫ്ളാറ്റ്, കൽക്കരി ഖനനം എന്നിവയുമായി ബന്ധപ്പെട്ട അഴിമതി വിഷയങ്ങൾക്കും നമ്മൾ സാക്ഷി യായി. കുഴൽപ്പണ വിഷയം എല്ലാ കാലത്തേക്കാളും ഗുരുതരമായി മാറി. ശക്തമായ ഒരു ലോക്പാൽ നിയമം ഈ അവസരത്തിൽ അനിവാര്യമാണ്. അന്നാഹസാരെ മുന്നോട്ടുവെച്ച എല്ലാ നിബന്ധനകളോടും പൂർണ്ണമായി ഞങ്ങൾ യോജിക്കുന്നില്ല. പാർലമെന്റിനാണ് പരമാധികാരം എന്നതിൽ ഒരു സംശയവുമില്ല. പാർലമെന്റ് ഈ വിഷയം വിശദമായി ചർച്ച ചെയ്യണം. സ്റ്റാന്റിംഗ് കമ്മിറ്റിക്കും ഈ വിഷയം ചർച്ച ചെയ്യാവുന്നതാണ്. പൗരന്മാർക്കും അവരുടെ അഭിപ്രായങ്ങൾ രേഖപ്പെടുത്താം. പാർലമെന്റിനകത്തും പുറത്തും ആഴത്തിലുള്ള ചർച്ചകൾ ഈ വിഷയത്തിൽ നടത്തണം. ശക്തമായ ഒരു ലോക്പാൽ നിയമം ഈ ചർച്ചകളിലൂടെ രൂപപ്പെടുത്തിയെടുക്കണം.

ജുഡീഷ്യറിയുമായി ബന്ധപ്പെട്ടും അഴിമതി വിഷയങ്ങൾ ഉണ്ടാകു ന്നുണ്ട്. ജുഡീഷ്യറി സ്വയം ഭരിക്കുന്ന സാഹചര്യം ഒഴിവാക്കപ്പെടണം. അവയെ നിരീക്ഷിക്കാനും നിയന്ത്രിക്കാനും ഒരു നാഷണൽ ജുഡീഷ്യൽ കമ്മീഷൻ രൂപീകരിക്കണം. അഴിമതിയുടെ നിർവ്വചനവും വിപുലപ്പെടു ത്തണം. അഴിമതി എന്നത് ഒന്നോ രണ്ടോ അതിലധികമോ വ്യക്തികൾ ഉൾപ്പെടുന്ന വിഷയമെന്നതിലുപരി സർക്കാരിന്റെ നയ തീരുമാനങ്ങളുടെ തന്നെ ഭാഗമായി മാറിയിരിക്കുന്നു. ചില ഉദ്യോഗസ്ഥർക്കും, കോർപ്പറേറ്റു കൾക്കും, രാഷ്ട്രീയക്കാർക്കും ഇതിൽ പങ്കുണ്ട്. ഇവർക്കിടയിൽ ശക്ത മായ ഒരു ബന്ധം നിലനിൽക്കുന്നുണ്ട്. നവ ഉദാരനയത്തിന്റെ ഫലമായാണിത്. സംസ്ഥാനതലത്തിൽ ഒരു ലോകായുക്ത നിലവിൽ വരണമെന്നാണ് സാധാരണ പൗരന്മാർ ആഗ്രഹിക്കുന്നത്. എം പിമാരുടേയും, എം എൽ എമാരുടേയും പ്രവർത്തനങ്ങൾ പരിശോധിക്കപ്പെടണം. ആണവ നിയമവുമായി ബന്ധപ്പെട്ട വോട്ടിംഗിൽ എം പിമാർ ഉയർത്തിയ കോഴ വിവാദത്തിന്റെ അനുഭവം നമുക്കുണ്ട്. അതുകൊണ്ട്, ഇത്തരം ഭീകരമായ അഴിമതികളെ നേരിടാൻ അതിശക്തമായ ഒരു ലോക്പാൽ നിയമമാണ് നമുക്കാവശ്യം.

(24-08-2011 ചട്ടം 193 പ്രകാരം)

രാഷ്ട്രീയ ലക്ഷ്യങ്ങൾക്കുവേണ്ടി സി ബി ഐയെ ഉപയോഗിക്കുന്നത് അവസാനിപ്പിക്കുക

രാജ്യത്തെ ക്രമസമാധാനം നിലനിർത്തുകയെന്നതാണ് ആഭ്യന്തര വകുപ്പിന്റെ പ്രധാന ലക്ഷ്യം. വളരെ വിഷമത്തോടെ പറയട്ടെ, സ്വാതന്ത്ര്യം കിട്ടി 63 വർഷങ്ങൾ കഴിഞ്ഞിട്ടും ആ ലക്ഷ്യം പൂർത്തീകരിക്കാൻ കഴിഞ്ഞിട്ടില്ല. പഴയ പ്രശ്നങ്ങൾ പരിഹരിക്കപ്പെടാതെ കിടക്കുന്നതോടൊപ്പം വർഷംതോറും പുതിയ പ്രശ്നങ്ങൾ ഉണ്ടായിക്കൊണ്ടിരിക്കുകയാണ്. മൂന്നു വർഷം മുമ്പ് മുംബൈയിലെ വ്യവസായ നഗരം തീവ്രവാദികൾ ആക്രമിച്ചപ്പോൾ രാജ്യം നടുങ്ങിപ്പോയി. നിഷ്കളങ്കമായ ധാരാളം മനുഷ്യർക്കും, ചില പ്രഗത്ഭരായ ഉദ്യോഗസ്ഥർക്കും ജീവൻ നഷ്ടപ്പെട്ടു. ഈ വിഷയം സഭയിൽ വിശദമായി ചർച്ച ചെയ്യുകയും തീവ്രവാദത്തെ ഫലപ്രദമായി നേരിടാൻ ചില പുതിയ നിയമങ്ങൾ മുന്നോട്ടു വയ്ക്കുകയും ചെയ്തിരുന്നു. ദേശീയ സുരക്ഷാനിയമം ശക്തിപ്പെടുത്തുകയും മറ്റു ചില നടപടികൾ കൈക്കൊള്ളുകയും ചെയ്തു. പ്രസ്തുത സംഭവം വിരൽചൂണ്ടുന്നത് നമ്മുടെ രാജ്യത്ത് ദീർഘകാലമായി നിലനിന്നിരുന്ന ദുർബ്ബലമായ സുരക്ഷാ നടപടികളിലേക്കാണ്.

സർക്കാരിന് പരിപൂർണ്ണാധികാരം നൽകുന്ന നിയമം പാർലമെന്റിൽ ഐക്യകണ്ഠേന പാസാക്കിയിട്ടും നിലവിലുള്ള അവസ്ഥയിൽ വലിയ മാറ്റമൊന്നും സംഭവിച്ചിട്ടില്ല. കഴിഞ്ഞ വർഷവും മുംബൈ ആക്രമിക്കപ്പെട്ടു. ഡൽഹി ഹൈക്കോടതിയിലും മറ്റു ചില സ്ഥലങ്ങളിലും ബോംബ് സ്ഫോടനങ്ങൾ ഉണ്ടായി. അതിന്റെ അർത്ഥം സുരക്ഷാസംവിധാനങ്ങൾ മെച്ചപ്പെട്ടിട്ടില്ലയെന്നാണ്. കോടിക്കണക്കിന് രൂപ ചെലവഴിച്ചിട്ടും രാജ്യസുരക്ഷയുടെ അവസ്ഥ ഇതാണ്.

ആഭ്യന്തര സുരക്ഷാക്രമീകരണങ്ങളുമായി ബന്ധപ്പെട്ട് നിരവധി പ്രശ്നങ്ങൾ നമ്മളിപ്പോഴും അഭിമുഖീകരിക്കുന്നുണ്ട്. വിവിധ സംസ്ഥാന

ങ്ങളിൽ പ്രത്യേകിച്ച് വടക്ക്-കിഴക്കൻ സംസ്ഥാനങ്ങളിൽ, മാവോയിസ്റ്റ്, നക്സലൈറ്റ് ആക്രമണങ്ങൾ ശക്തമായി കൊണ്ടിരിക്കുകയാണ്. സർക്കാരിനും രാജ്യത്തിനും വലിയ ഭീഷണിയായി ഇതു മാറിയിട്ടുണ്ട്. വെസ്റ്റ് ബംഗാൾ, ബീഹാർ, ഛത്തീസ്ഗഢ്, യു പി, ഒറീസ്സ, മണിപ്പൂർ, ആസ്സാം തുടങ്ങിയ ഒട്ടുമിക്ക വടക്ക് കിഴക്കൻ സംസ്ഥാനങ്ങളിലും ഈ പ്രശ്നം പരിഹരിക്കുന്നതിൽ സർക്കാർ പരാജയപ്പെട്ടത് എന്തുകൊണ്ടാണ് ഇത്തരം ശക്തികളുടെ ഭീഷണി വർദ്ധിച്ചു കൊണ്ടിരിക്കുകയാണ്. തെക്കേ ഇന്ത്യയിൽ ആന്ധ്രയിലേയും, കർണ്ണാടകയിലേയും ഉദാഹരണങ്ങൾ നമുക്കുണ്ട്. മാവോയിസ്റ്റുകൾ ഒറീസ്സയിൽ ഒരു എം എൽ എ യെ തട്ടിക്കൊണ്ട് പോയതും ഛത്തീസ്ഗഢിൽ ഒരു കളക്ടറെ തടവിലാക്കിയതും അടുത്ത കാലത്ത് നടന്ന സംഭവങ്ങളാണ്. എം എൽ എ യുടെയും, കളക്ടറുടെയും ജീവൻ രക്ഷിക്കാൻ വേണ്ടി കുപ്രസിദ്ധ കുറ്റവാളികളെ ജയിൽ മോചിതരാക്കാൻ സർക്കാർ നിർബന്ധിക്കപ്പെട്ടു. ഇതാണ് സംസ്ഥാനങ്ങളിലെ യഥാർത്ഥ സ്ഥിതി.

അടുത്ത കാലത്ത് സർക്കാർ പാസാക്കിയ ചില നിയമങ്ങൾ സംസ്ഥാനങ്ങൾക്കും കേന്ദ്രത്തിനുമിടയിൽ തർക്കവിഷയങ്ങൾ ഉണ്ടാകാൻ കാരണമായി. വിദേശ ഇടപെടലുകൾക്ക് സാധ്യതയുണ്ടായിരുന്ന സാഹചര്യത്തിൽ, അതിർത്തി പ്രദേശങ്ങളെ സംരക്ഷിക്കാനും കടന്നു കയറ്റങ്ങളെ ചെറുക്കാനും വേണ്ടി ഒരു പുതിയ ബിൽ സർക്കാർ അവതരിപ്പിച്ചിരുന്നു. ശക്തമായ ചില നടപടികൾ സർക്കാർ സ്വീകരിക്കേണ്ടതാണെന്ന് ഞാനും അംഗീകരിക്കുന്നു. എന്നാൽ അതേസമയം സംസ്ഥാന സർക്കാരുകളെ വിശ്വാസത്തിലെടുക്കുകയും വേണം. സംസ്ഥാനങ്ങളുമായി കൂടിയാലോചന നടത്താതെയും അവരുടെ അഭിപ്രായങ്ങൾ പരിഗണിക്കാതെയും ഇത്തരം കാര്യങ്ങൾ നടപ്പിലാക്കാൻ ശ്രമിക്കുന്നത് അനുചിതവും രാജ്യതാല്പര്യത്തിന് എതിരുമാണ്. കേന്ദ്രനീക്കത്തിനെതിരെ ശക്തമായ വിയോജിപ്പുമായി മിക്ക സംസ്ഥാനങ്ങളും രംഗത്ത് വന്നിട്ടുണ്ട്. കേന്ദ്രസർക്കാർ തങ്ങളുടെ ഏകാധിപത്യ സമീപനം പുനഃപരിശോധിക്കണം.

പല കേസുകളിലും സി ബി ഐയുടെ ഇടപെടൽ വിവാദ വിഷയമായിട്ടുണ്ട്. സി ബി ഐയെ ലോക്പാൽ നിയമത്തിന്റെ പരിധിയിൽ കൊണ്ടുവരുന്നതിൽ സർക്കാർ പരാജയപ്പെട്ടു. രാഷ്ട്രീയ താല്പര്യങ്ങൾ നടപ്പിലാക്കാനുള്ള ഒരു ഉപകരണമായി സി ബി ഐയെ മാറ്റുകയെന്നതാണ് കേന്ദ്രത്തിന്റെ ലക്ഷ്യം. സി ബി ഐ എന്നത് യശസ്സുള്ള ഒരു സ്ഥാപനമായിരുന്നു മുമ്പ്. എന്നാലിപ്പോൾ കേന്ദ്ര സർക്കാരിന്റെ ഇടപെടൽമൂലം ആ സ്ഥാപനത്തിന്റെ അന്തസ്സ് നഷ്ടപ്പെട്ടിരിക്കുകയാണ്. നിരവധി വിഷയങ്ങളിൽ ചില രാഷ്ട്രീയ പാർട്ടികളെ സഹായിക്കാനോ മറ്റു ചില പാർട്ടികളെ നിയന്ത്രിക്കാനോ നിഷ്ക്രിയമാക്കാനോ വേണ്ടി കേന്ദ്ര സർക്കാർ സി ബി ഐയെ ഉപയോഗിച്ചിട്ടുണ്ടെന്ന വസ്തുത ഞങ്ങൾക്കറിയാം. സർക്കാരിന്റെ സ്ഥിരത ഉറപ്പാക്കുക എന്നതായിട്ടുണ്ട് സി ബി

ഐയുടെ ലക്ഷ്യം. ക്രമസമാധാന പരിപാലനത്തിന് സഹായിക്കാൻ ഈ സ്ഥാപനത്തെക്കൊണ്ട് കഴിയുന്നില്ല.

കേരളത്തിലെ രാഷ്ട്രീയ നേതാക്കൾക്കെതിരെ സി ബി ഐയെ ഉപയോഗിച്ചതിന്റെ അനുഭവം ഞങ്ങൾക്കുണ്ട്. സി പി ഐ (എം) സെക്രട്ടറിക്കെതിരെ ചില രാഷ്ട്രീയ പാർട്ടികൾ ആരോപണമുന്നയിച്ചതിന്റെ അടിസ്ഥാനത്തിൽ വിജിലൻസ് അന്വേഷണം നടത്തുകയും ആരോപണം വസ്തുതാപരമല്ലെന്ന് കണ്ടെത്തുകയും ചെയ്തു. എന്നാൽ കഴിഞ്ഞ തെരഞ്ഞെടുപ്പിന് തൊട്ടു മുമ്പ്, അതേ കേസ് സി ബി ഐയ്ക്ക് വിടുകയും, സി ബി ഐ തികച്ചും രാഷ്ട്രീയ ഉദ്ദേശ്യത്തോടെയുള്ള നീക്കം നടത്തുകയും ചെയ്തു. തുടർന്ന് നടന്ന സി ബി ഐ അന്വേഷണത്തിലും കേസിനനുകൂലമായ ഒന്നും കണ്ടെത്താൻ കഴിഞ്ഞില്ല. പിന്നീട്, കണ്ണൂർ ജില്ലയിലെ ചില സി പി എം പ്രവർത്തകരെ കള്ളക്കേസുകളിൽ കുടുക്കാൻ സി ബി ഐ ശ്രമിച്ചു. അതിനുവേണ്ടി പത്തും പതിനഞ്ചും വർഷങ്ങൾക്ക് മുമ്പുള്ള കേസുകൾ വീണ്ടും തുറക്കാൻ സി ബി ഐയോട് ആവശ്യപ്പെട്ടു. പ്രസ്തുത വ്യക്തികൾക്ക് ആ കേസുകളുമായി യാതൊരു ബന്ധവും ഉണ്ടായിരുന്നില്ല. സി പി എം നെയും ഇടതു പാർട്ടികളെയും തകർക്കാനുള്ള രാഷ്ട്രീയ ഗൂഢാലോചന നടപ്പിലാക്കാനാണ് സി ബി ഐ ശ്രമിച്ചത്. ഇത് സി ബി ഐയുടെ ഭാഗത്ത് നിന്ന് ഒരിക്കലും പ്രതീക്ഷിക്കാത്തതും വളരെ അപകടകരവുമായ നീക്കമാണ്. അതുകൊണ്ട്, ക്രമസമാധാന പരിപാലനത്തിൽ സി ബി ഐയുടെ അന്തസ്സും പ്രശസ്തിയും കാത്തുസൂക്ഷിക്കണമെന്ന് സർക്കാരിനോട് ഞാനഭ്യർത്ഥിക്കുന്നു.

(02-05-2012 ആഭ്യന്തര കാര്യമന്ത്രാലയത്തിന്റെ 52 മുതൽ 56 വരെയും, 96 മുതൽ 100 വരെയും ഉള്ള ധനാഭ്യർത്ഥനകളുടെ മേലുള്ള ചർച്ച)

സർക്കാർ നയം വ്യോമയാന വകുപ്പിനെ തകർക്കുന്നു

മുങ്ങിക്കൊണ്ടിരിക്കുന്ന കപ്പലിനെ രക്ഷിക്കാൻ അതേ കപ്പലിൽ യാത്ര ചെയ്യുന്ന പുതിയ മന്ത്രിക്ക് കഴിയട്ടെ എന്ന് ഞാൻ ആഗ്രഹിക്കുന്നു. ആഭ്യന്തര തലത്തിലായാലും അന്താരാഷ്ട്ര തലത്തിലായാലും വളരാൻ ഉതകുന്ന വ്യക്തവും സമൃദ്ധവുമായ വിഭവശേഷി നമ്മുടെ ആഭ്യന്തര വ്യോമയാന വകുപ്പിനുണ്ട്. അതേസമയം വെല്ലുവിളികളെ നേരിടാൻ നമുക്ക് സാധിക്കണം. ആ വെല്ലുവിളികളെ നേരിടാൻ സർക്കാരിന് കഴിയുമോ എന്നുള്ളതാണ് പ്രധാന ചോദ്യം.

സർ, ആഭ്യന്തര വ്യോമയാന മേഖലയിൽ വൻ നഷ്ടം സംഭവിച്ചിട്ടുണ്ട് എന്നത് സ്റ്റാന്റിംഗ് കമ്മിറ്റിയുടെയും, PUCയുടെയും (Committee in Public Undertakings) എസ്റ്റിമേറ്റ് കമ്മിറ്റിയുടെയും റിപ്പോർട്ടുകളിൽ നിന്ന് വ്യക്തമാണ്. വ്യോമയാന മന്ത്രാലയം സാമ്പത്തികമായി നഷ്ടത്തിലായിട്ടും 40,000 കോടി വിലമതിക്കുന്ന പുതിയ വിമാനങ്ങൾ വാങ്ങിയതായി മറ്റംഗങ്ങൾ ഇവിടെ പറഞ്ഞിട്ടുണ്ട്. അതിന്റെ യഥാർത്ഥ കാരണം അറിയണമെന്ന് ഞങ്ങൾക്കാഗ്രഹമുണ്ട്. ധനമന്ത്രാലയം പോലും ആ തീരുമാനത്തെ എതിർത്തിരുന്നു. വ്യോമയാന മന്ത്രാലയം ആ എതിർപ്പിനെ അവഗണിച്ചു. എന്തായിരുന്നു അതിന്റെ കാരണം? ഇത്രയും ഭീമമായ തുകയ്ക്ക് വിമാനങ്ങൾ വാങ്ങാനുണ്ടായ അടിയന്തര സാഹചര്യം എന്തായിരുന്നു?

സ്വകാര്യമേഖലയെ സഹായിക്കാൻ വേണ്ടി ലാഭകരമായ പല റൂട്ടുകളും റദ്ദ് ചെയ്തതാണ് ഇത്രയും വലിയ നഷ്ടം വ്യോമയാന മേഖലയ്ക്കുണ്ടാകുവാനുള്ള മറ്റൊരു കാരണം. ഇത് ആഭ്യന്തര മേഖലയിൽ മാത്രമാണെന്നാണ് മന്ത്രി പറഞ്ഞത്. ഒരുപാട് ഉദാഹരണങ്ങൾ നൽകാൻ എനിക്ക് കഴിയും. സമയക്കുറവുമൂലം അതിലേക്ക് ഞാൻ പോകുന്നില്ല. ആഭ്യന്തര മേഖലയിലും അന്താരാഷ്ട്ര മേഖലയിലുമായി

31 റൂട്ടുകളാണ് കഴിഞ്ഞ വർഷം റദ്ദ് ചെയ്തത്. അതിൽ ചിലത് ഇവയാണ്. കൊച്ചി-ദോഹ, കൊച്ചി-ബഹ്റിൻ റൂട്ടുകളിൽ 85 ശതമാനം വീതം സീറ്റുകൾ ജെറ്റ് എയർവെയ്സിന് കൊടുത്തു. മസ്കറ്റ്-കാലിക്കറ്റ്, കൊച്ചി-കാലിക്കറ്റ് റൂട്ടുകൾ ഒമാൻ എയറിന് കൊടുത്തു.

നമുക്ക് സാമ്പത്തിക ലാഭം കിട്ടുമായിരുന്ന മുപ്പത്തിയൊന്ന് റൂട്ടുകൾ റദ്ദു ചെയ്തതിന്റെ കാരണമെന്തായിരുന്നു? താല്ക്കാലികമായാണ് ഈ റൂട്ടുകളെല്ലാം റദ്ദ് ചെയ്യപ്പെട്ടതെങ്കിലും പിന്നീടൊരിക്കലും അവ പുനഃസ്ഥാപിക്കപ്പെട്ടില്ല. കാരണം, അപ്പോഴേക്കും സ്വകാര്യ ഓപ്പറേറ്റർമാർ ആ റൂട്ടുകൾ കൈയടക്കിയിരുന്നു. ഇത്രയും ഭീമമായ നഷ്ടം സംഭവിക്കാനുണ്ടായ പ്രധാന കാരണങ്ങളിലൊന്ന് ലാഭകരമായ റൂട്ടുകൾ സ്വകാര്യ മേഖലയ്ക്ക് കൊടുത്തതാണ്. എന്തായിരുന്നു ഇതിന്റെ കാരണം? ആരാണ് ഈ തീരുമാനം എടുത്തത്? മന്ത്രി ഇതിന് കൃത്യമായ വിശദീകരണം നൽകണം.

പ്രത്യേകിച്ച് സുരക്ഷയുമായി ബന്ധപ്പെട്ട് സ്റ്റാന്റിംഗ് കമ്മിറ്റി നൽകിയ റിപ്പോർട്ട് ആശങ്കാജനകമാണ്. വ്യാജപൈലറ്റുമാർ എന്നുദ്ദേശിച്ചത് മതിയായ യോഗ്യതയും സർട്ടിഫിക്കറ്റുകളും ഇല്ലാതെ സർവ്വീസിൽ തുടരുന്നവരെയാണ്. അവർക്ക് സർട്ടിഫിക്കറ്റുകൾ ഇല്ലാതെ എങ്ങനെയാണ് ജോലി കിട്ടിയത്? സർക്കാർ ഇതിന് വിശദീകരണം നൽകണം. ഡയറക്ടറേറ്റ് ജനറൽ ഓഫ് സിവിൽ ഏവിയേഷൻ (DGCA) ആണ് സർട്ടിഫിക്കറ്റ് നൽകാൻ അധികാരമുള്ള സ്ഥാപനം. വ്യാജ പൈലറ്റുമാരിൽ ചിലർ ഇതേ സ്ഥാപനത്തിലെ ഉദ്യോഗസ്ഥരുടെ അടുത്ത ബന്ധുക്കളാണെന്നുള്ളതാണ് റിപ്പോർട്ടിലുള്ള മറ്റൊരു ഞെട്ടിക്കുന്ന വസ്തുത. പിന്നെയെങ്ങനെ ഈ മേഖലയെ രക്ഷിക്കും? എന്ത് ലക്ഷ്യത്തിന് വേണ്ടിയാണ് അവരവിടെ ജോലി ചെയ്യുന്നത്? ഇത്തരം വ്യാജ പൈലറ്റുമാർ പറപ്പിക്കുന്ന വിമാനങ്ങളിലല്ലേ നമ്മൾ യാത്ര ചെയ്യേണ്ടത്. എന്ത് സുരക്ഷയാണ് ആ യാത്രയ്ക്കുള്ളത്?

സർട്ടിഫിക്കറ്റ് ലഭിക്കാത്ത നിരവധി വിമാനത്താവളങ്ങളുണ്ട്. വിമാനത്താവളങ്ങൾക്ക് പ്രവർത്തിക്കണമെങ്കിൽ DGCA യുടെ സർട്ടിഫിക്കറ്റ് ലഭിക്കണം. പക്ഷേ, DGCA അത് കൊടുക്കുന്നില്ല.

സുരക്ഷാവിഷയവുമായി ബന്ധപ്പെട്ട് മറ്റൊരു കാര്യം എനിക്ക് ചൂണ്ടിക്കാണിക്കുവാനുണ്ട്. പൈലറ്റ് പരിശീലനം കൊടുക്കുന്ന ധാരാളം സ്വകാര്യ സ്ഥാപനങ്ങൾ ഇന്ത്യയിൽ പ്രവർത്തിക്കുന്നുണ്ട്. എന്നാൽ DGCA പറയുന്നത് അവർക്കതിനെപ്പറ്റി അറിയില്ലായെന്നാണ്. ഈ സ്ഥാപനങ്ങൾ പരിശീലനം കൊടുക്കുന്നത് രാജ്യ തലസ്ഥാനമായ ഡൽഹിയിൽത്തന്നെയാണ്. എന്നിട്ടും ഇക്കാര്യത്തിൽ DGCA യുടെ നില പാട് അപലപനീയമാണ്. സുരക്ഷയുടെ കാര്യത്തിൽ ഒരിക്കലും പാടില്ലാത്ത വിട്ടുവീഴ്ചയാണ് DGCA യും വ്യോമയാന മന്ത്രാലയവും കാണിക്കുന്നത്.

അവസാനിപ്പിക്കുന്നതിന് മുമ്പ്, എനിക്കുണ്ടായ ഒരനുഭവം ഇവിടെ

പങ്കു വെക്കാൻ ആഗ്രഹിക്കുന്നു. പ്രസ്തുത വിഷയം രണ്ട് തവണ ഈ സഭയിൽ ഞാൻ ഉന്നയിച്ചിട്ടുണ്ട്. രണ്ട് വർഷം മുമ്പ് രാജ്യത്തെ ഞെട്ടിച്ച വിമാനദുരന്തം മംഗലാപുരത്ത് സംഭവിച്ചപ്പോൾ ശ്രീ. വീരപ്പ മൊയ്‌ലി അടക്കമുള്ള എല്ലാ മന്ത്രിമാരും അപകടസ്ഥലം സന്ദർശിച്ചിരുന്നു. ദുബായിൽനിന്നും മംഗലാപുരത്തേക്ക് വന്ന വിമാനമായിരുന്നു അത്. ആ വിമാനത്തിലുണ്ടായിരുന്ന 164 യാത്രക്കാരിൽ 158 പേർക്കും ജീവൻ നഷ്ടപ്പെട്ടിരുന്നു. ഭാഗ്യവശാൽ ആറോ എട്ടോ പേർ സുരക്ഷിതരാണ്. താൻ വിവരങ്ങൾ ശേഖരിച്ച് വരികയാണെന്നാണ് അന്നത്തെ വ്യോമയാന വകുപ്പ് മന്ത്രി ശ്രീ. പ്രഫുൽ പട്ടേൽ വിമാനദുരന്തത്തിന്റെ പശ്ചാത്തലത്തിൽ നടന്ന യോഗത്തിൽ അറിയിച്ചത്.

മൊൺട്രിൻ ഉടമ്പടിയിൽ അംഗമാണ് ഇന്ത്യ. വിമാനത്തിന്റെ തകരാർകൊണ്ടോ അതിലെ ജീവനക്കാരുടെ അശ്രദ്ധകൊണ്ടോ ഒരു അന്താരാഷ്ട്ര വിമാനത്തിന് അപകടം സംഭവിച്ചാൽ അപകടത്തിൽപ്പെട്ട ഓരോരുത്തർക്കും 75 ലക്ഷം രൂപ വീതം കിട്ടും. പ്രധാനമന്ത്രി സാമ്പത്തിക സഹായം നൽകുന്നുണ്ട്. കേരള, കർണ്ണാടക മുഖ്യമന്ത്രിമാർ സഹായം നൽകി. എന്നാൽ വ്യോമയാന മേഖല പ്രത്യേകിച്ച് എയർ ഇന്ത്യയോ റിലയൻസോ അവരുടെ വിഹിതം നൽകിയിട്ടില്ല. നാല് പ്രധാന ഇൻഷ്വറൻസ് കമ്പനികളുണ്ട്. എയർ ഇന്ത്യ ഇൻഷുറൻസിന് ആശ്രയിച്ചത് റിലയൻസ് കമ്പനിയെയാണ്. പക്ഷേ, അവർക്ക് 75 ലക്ഷം രൂപ നഷ്ടപരിഹാരം നൽകാൻ കഴിഞ്ഞില്ല. ഈ വിഷയവുമായി ബന്ധപ്പെട്ട് രണ്ടോ മൂന്നോ തവണ ഞാൻ അവിടെ പോയിരുന്നു. കോടതിയെ സമീപിച്ച് ചിലരുടെ കേസുകൾ രണ്ട് വർഷത്തിനുശേഷം പരിഹരിക്കപ്പെട്ടു.

യാത്രക്കാരുടെ ജീവൻ നഷ്ടപ്പെട്ടിട്ടും എയർ ഇന്ത്യ അത് ഗൗരവമായി എടുക്കുന്നില്ല. അവർക്ക് റിലയൻസിനെ പോലെയുള്ള സ്വകാര്യ സ്ഥാപനങ്ങളെയാണ് വിശ്വാസം.

ആഭ്യന്തര വ്യോമയാനവുമായി ബന്ധപ്പെട്ട് ധാരാളം വിഷയങ്ങൾ ഉയർന്നുവന്നിട്ടുണ്ട്. മറ്റംഗങ്ങൾ പറഞ്ഞതുപോലെ ആദ്യമായി ഉണ്ടായ ഒരു സംഭവമല്ലിത്. പക്ഷേ, ഇത് സംഭവിച്ചത് വ്യോമയാന വകുപ്പിന്റെ തെറ്റായ നയം കാരണമാണ്. ദീർഘവീക്ഷണം ഇല്ലാത്തതുകൊണ്ടാണ്. കെടുകാര്യസ്ഥത കൊണ്ടാണ്. ജനങ്ങളുടെ പണം കൊള്ളയടിക്കുന്ന നയമാണിത്. അതുകൊണ്ട്, സർക്കാർ മറുപടി പറയണം. ഒരു ഭാഗത്ത് നമുക്ക് മനുഷ്യജീവനുകൾ നഷ്ടപ്പെടുന്നു. മറുഭാഗത്ത് ജനങ്ങളുടെ പണവും നഷ്ടപ്പെടുന്നു. അതുകൊണ്ടാണിത് മുങ്ങുന്ന കപ്പലാണെന്നും, പുതിയ മന്ത്രിക്ക് ഈ കപ്പലിനെ രക്ഷിക്കാൻ കഴിയട്ടെയെന്നും ഞാൻ പറഞ്ഞത്. ഈ മേഖലയുമായി ബന്ധപ്പെട്ട ഒട്ടുമിക്ക കാര്യങ്ങളിലും സമ്പൂർണ്ണമായ അഴിച്ചുപണിയും ധ്രുതഗതിയിലുള്ള നടപടികളും ആവശ്യമാണ്. ഇത്രയും പറഞ്ഞുകൊണ്ട് ഞാൻ ഉപസംഹരിക്കുന്നു.

(10-05-2012, ആഭ്യന്തര വ്യോമയാന മേഖലയിൽ സമഗ്രമായ നയമാറ്റങ്ങൾ കൊണ്ടു വരുന്നതുമായി ബന്ധപ്പെട്ട ചർച്ച)

രാഷ്ട്രത്തിന്റെ ജനാധിപത്യം സംരക്ഷിക്കുക

പതിനഞ്ചാം ലോക്സഭാ കാലയളവിലെ ഏറ്റവും മനോഹരവും അപൂർവ്വവുമായ നിമിഷമിതാണ്. ഇന്ത്യൻ പാർലമെന്റ് ആദ്യമായി ചേർന്നതിന്റെ അറുപതാം വാർഷികമാണിന്ന്. ഈ അവസരത്തിൽ എല്ലാ ആദരണീയരായ പാർലമെന്റംഗങ്ങളെയും സർവ്വോപരി ഈ രാജ്യത്തെയും ഞാൻ അഭിനന്ദിക്കുന്നു. നമ്മുടെ രാഷ്ട്രപിതാവ് മഹാത്മാ ഗാന്ധി, ഭരണഘടനാശില്പി ശ്രീ. ബി ആർ അംബേദ്കർ, ആദ്യ രാഷ്ട്രപതി ഡോ. രാജേന്ദ്രപ്രസാദ്, ആദ്യ ഉപരാഷ്ട്രപതി ഡോ. രാധാകൃഷ്ണൻ, ആദ്യ പ്രധാനമന്ത്രി ശ്രീ. ജവഹർലാൽ നെഹ്റു, ആദ്യ പ്രതിപക്ഷ നേതാവ് ശ്രീ. എ കെ ഗോപാലൻ, രാഷ്ട്രീയ, സാമൂഹിക, ഭരണ സാരഥ്യം വഹിച്ച മറ്റ് വിശിഷ്ട വ്യക്തികൾ എല്ലാവരോടുമുള്ള കൃതജ്ഞതയും ബഹുമാനവും ഈ അവസരത്തിൽ രേഖപ്പെടുത്തട്ടെ. അതേപോലെ, ഇന്ത്യൻ സ്വാതന്ത്ര്യ സമരത്തിൽ പങ്കെടുത്ത ലക്ഷക്കണക്കിന് വരുന്ന ജനങ്ങളെയും നാം ബഹുമാനിക്കണം.

പാർലമെന്ററി ജനാധിപത്യ സംവിധാനത്തിലൂടെ നാം മുന്നോട്ട് പോവുകയാണ്. ഉയർച്ച താഴ്ചകൾ ഒരുപാടുണ്ടായിട്ടുണ്ട്. എങ്കിലും, ഈ ജനാധിപത്യ സംവിധാനത്തിന്റെ അത്യധികം പ്രശംസിക്കപ്പെട്ട അന്തസ്സ് നാം കാത്തുസൂക്ഷിക്കണം.

മതേതരത്വ സ്വഭാവമാണ് നമ്മുടെ ഭരണഘടനയുടെ ഏറ്റവും പ്രധാന സവിശേഷത. ഇന്ത്യ ഒരു ജനാധിപത്യ, മതേതര രാഷ്ട്രമാണ്. വ്യത്യസ്തങ്ങളായ മതങ്ങളും ഭാഷകളും ജാതികളും ഉപജാതികളും കൊണ്ട് സമ്പന്നമാണ് നമ്മുടെ രാജ്യം. ഇത്തരം വൈവിധ്യങ്ങൾക്കിടയിലും രാജ്യത്തിന്റെ ഐക്യവും ദേശീയ ബോധവും നാം ഉയർത്തിപ്പിടിക്കുകയും സംരക്ഷിക്കുകയും വേണം. ജനാധിപത്യ

സംവിധാനം ശക്തിപ്പെടുത്തുന്ന ഒരു സ്വതന്ത്ര തെരഞ്ഞെടുപ്പ് കമ്മീഷൻ നമുക്കുണ്ട്. സുപ്രീംകോടതിയും ന്യൂനപക്ഷ കമ്മീഷനും നമുക്കുണ്ട്. പിന്നാക്ക കമ്മീഷനും സ്ത്രീകൾക്ക് വേണ്ടിയുള്ള പ്രത്യേക കമ്മീഷനും നിലവിലുണ്ട്.

കഴിഞ്ഞ 60 വർഷത്തിനുള്ളിൽ നിരവധി നിയമനിർമ്മാണങ്ങൾ നമ്മൾ നടത്തിയിട്ടുണ്ട്. കാലാനുസൃതമായ മാറ്റം ഭരണഘടനയിലും വരുത്തിയിട്ടുണ്ട്. ആവശ്യാനുസരണം നിയമത്തിൽ ഭേദഗതി വരുത്താനും പുതിയവ നിർമ്മിക്കാനുമുള്ള നമ്മുടെ ജനാധിപത്യ രാജ്യത്തിന്റെ ശക്തിയാണ് ഇതിലൂടെ വെളിവാകുന്നത്.

വിദ്യാഭ്യാസത്തിനുള്ള അവകാശം, വിവരാവകാശം, MNRIG, ട്രൈബൽ നിയമങ്ങൾ എന്നിവയാണ് അടുത്ത കാലത്ത് നടപ്പിലാക്കിയ ചരിത്രപ്രധാന കാര്യങ്ങൾ. വികേന്ദ്രീകരണം നടപ്പിലാക്കുന്നതിന്റെ ഭാഗമായി എഴുപത്തി മൂന്ന്, എഴുപത്തി നാല് ഭരണഘടനാ ഭേദഗതികൾ വിജയകരമായി നടപ്പിലാക്കി. നമ്മൾ നടപ്പിലാക്കിയ നാഴികക്കല്ലായ മറ്റൊരു കാര്യം പഞ്ചായത്ത് രാജ് സംവിധാനമാണ്. എങ്കിലും വനിതാ സംവരണ ബിൽ പാസാക്കാൻ കഴിയാത്തത് നമ്മുടെ ഭാഗത്ത് സംഭവിച്ച വലിയ പിഴവാണ്. നമ്മുടെ ജനസംഖ്യയിൽ ഏതാണ്ട് 60 ശതമാനവും സ്ത്രീകളായതുകൊണ്ട് തന്നെ ഈ വലിയ പരാജയത്തിന് ഒരു ന്യായീകരണവുമില്ല.

വിവിധ മേഖലകളിലെ വളർച്ച വിലയിരുത്തുന്നതിനായി പഞ്ചവത്സര പദ്ധതിയും ധനകാര്യക്കമ്മീഷനും മറ്റനേകം കമ്മിറ്റികളും നമുക്കുണ്ട്. എന്നാൽ, ധനികരായവരുടെ സമ്പത്ത് പിന്നെയും പിന്നെയും വർദ്ധിക്കുന്നതും ദരിദ്രരായവർ വീണ്ടും വീണ്ടും ദരിദ്രരാവുന്നതുമാണ് നമ്മൾ കണ്ടത്. 2004 ലെ സർക്കാർ റിപ്പോർട്ട് അനുസരിച്ച് ഇന്ത്യയിലെ കോടീശ്വരന്മാരുടെ എണ്ണം ഒമ്പതായിരുന്നു. ഇപ്പോഴത് 69 ആയി. അർജ്ജുൻ കമ്മീഷൻ റിപ്പോർട്ട് പ്രകാരം 73 ശതമാനം ജനങ്ങളും ജീവിക്കുന്നത് ദിവസം 20 രൂപ വരുമാനത്തിലാണ്. പാവപ്പെട്ടവനും പണക്കാരനും തമ്മിലുള്ള അന്തരത്തെയാണിത് കാണിക്കുന്നത്. ബാങ്ക് വായ്പകൾമൂലമുണ്ടായ സാമ്പത്തിക പ്രയാസങ്ങൾകൊണ്ട് 2 ലക്ഷത്തി അമ്പത്താറായിരത്തിലധികം കർഷകർ ആത്മഹത്യ ചെയ്തിട്ടുണ്ട് എന്നാണ് റിപ്പോർട്ട്.

ജനാധിപത്യ സംവിധാനത്തെ ശക്തിപ്പെടുത്താനുള്ള അവസരം നമുക്കുണ്ടായിട്ടും അതിന്റെ ഗുണഫലങ്ങൾ സാധാരണ ജനങ്ങളുടെ ദൈനംദിന ജീവിതത്തിൽ ലഭ്യമാക്കാൻ സാധിക്കുന്നില്ല. വിവിധ നിയമനിർമ്മാണങ്ങളുടെയും ഭരണപരമായ തീരുമാനങ്ങളുടെയും ഗുണഭോക്താക്കൾ സാധാരണ ജനങ്ങളായിരിക്കണം. അവരുടെ ജീവിത നിലവാരം മെച്ചപ്പെടുത്താനുള്ള നടപടികളാണുണ്ടാകേണ്ടത്. സ്വാതന്ത്ര്യ സമരത്തിൽ പങ്കെടുക്കുകയും ജീവൻ ബലിയർപ്പിക്കുകയും ചെയ്ത ലക്ഷക്കണക്കിന് മനുഷ്യരുടെ ലക്ഷ്യം അതായിരുന്നു. ഭരണഘടന രൂപ

പ്പെടുത്തുകയും ഇന്ത്യയെ ഒരു ജനാധിപത്യ രാജ്യമായി സംരക്ഷിക്കുകയും ചെയ്ത നമ്മുടെ മഹാന്മാരായ മുൻഗാമികളുടെ ലക്ഷ്യവും അതായിരുന്നു. രാജ്യത്തിന്റെ സാമ്പത്തിക സുസ്ഥിതിയെ അപകടത്തിലാക്കുന്ന അഴിമതിയെ ഇല്ലാതാക്കാനുള്ള നടപടികൾ സ്വീകരിച്ചില്ലെങ്കിൽ നമ്മുടെ ഭാവി അനിശ്ചിതത്വത്തിലാകും.

എബ്രഹാം ലിങ്കന്റെ നിർവ്വചനപ്രകാരം ജനാധിപത്യം എന്നത് ജനങ്ങൾ, ജനങ്ങൾക്ക് വേണ്ടി, ജനങ്ങളാൽ തെരഞ്ഞെടുക്കപ്പെടുന്ന സർക്കാരാണ്. അതുകൊണ്ട്, അധികാരത്തിലുള്ള ഏത് സർക്കാരിന്റെയും പ്രതിപക്ഷത്തുള്ള എല്ലാ രാഷ്ട്രീയ കക്ഷികളുടെയും മനസ്സിൽ ഇക്കാര്യം ഉണ്ടാകണം. ഈ ലക്ഷ്യം നേടാനുള്ള പ്രചോദനവും മാർഗ്ഗവുമാകട്ടെ ഓരോ പാർലമെന്റ് സമ്മേളനവും.

എനിക്ക് അത്യധികം അഭിമാനമുണ്ട്. ഇന്ത്യൻ സ്വാതന്ത്ര്യസമരത്തിന്റെ ധീരനായകന്മാരായിരുന്ന ഭഗത്സിംഗ്, ചന്ദ്രശേഖർ ആസാദ്, രാജ്ഗുരു എന്നിവരുടെ ജ്വലിക്കുന്ന രക്തസാക്ഷിത്വത്തിന് മുന്നിൽ ആദരാഞ്ജലി അർപ്പിച്ചുകൊണ്ട് ഞാൻ ഉപസംഹരിക്കുന്നു.

(13-05-2012)

കേന്ദ്രാവിഷ്കൃത പദ്ധതികളിൽ തൊഴിലിൽ ഏർപ്പെട്ടിരിക്കുന്നവരെ സംബന്ധിച്ച്

ചെയർമാൻ സർ, കേന്ദ്രാവിഷ്കൃത പദ്ധതികളിൽ ജോലി ചെയ്യുന്നവർ അഭിമുഖീകരിക്കുന്ന ഗൗരവതരമായ പ്രയാസങ്ങളും, പ്രശ്നങ്ങളും സർക്കാരിന്റെയും ബന്ധപ്പെട്ട മന്ത്രിയുടെയും ശ്രദ്ധയിൽ കൊണ്ടുവരാൻ ഞാനാഗ്രഹിക്കുന്നു. കേന്ദ്രാവിഷ്കൃത പദ്ധതികൾ കേന്ദ്രസർക്കാരിന്റെ മഹത്തായ സംഭാവനകൾ ആണെന്ന കാര്യത്തിൽ ഒരു സംശയവുമില്ല. ബ്ലോക്ക് പഞ്ചായത്തുകളിലൂടെയും ഗ്രാമപഞ്ചായത്തുകളിലൂടെയുമാണ് ഈ പദ്ധതികൾ നടപ്പിലാക്കപ്പെടുന്നത്. ഈ പദ്ധതികളുടെ ഭാഗമായി ആയിരക്കണക്കിനാളുകൾ തൊഴിൽ ചെയ്യുന്നുണ്ട്. എന്നാൽ അവർക്ക് ചില പ്രയാസങ്ങളുണ്ട്. ഉദാഹരണമായി, അംഗൻവാടി അദ്ധ്യാപകരുടെയോ, ആയമാരുടെയോ, എസ് എസ് എയുടെ കീഴിൽ തൊഴിൽ ചെയ്യുന്നവരുടെയോ, ആശാ ജോലിക്കാരുടെയോ കാര്യമെടുക്കാം. ആയിരക്കണക്കിന് ജോലിക്കാരുണ്ട് കേന്ദ്രാവിഷ്കൃത പദ്ധതികളിൽ. പക്ഷേ, അവർക്ക് കിട്ടുന്നത് തുച്ഛമായ വേതനമാണ്. അവർക്ക് മിനിമം വേതനമോ, ബോണസോ, പ്രൊവിഡന്റ് ഫണ്ടോ ലഭിക്കുന്നില്ല. വളരെ തുച്ഛമായ പ്രതിഫലം മാത്രമാണവർക്ക് കിട്ടുന്നത്.

രണ്ട് ദിവസം മുമ്പ് ഏകദേശം 50,000 ജോലിക്കാർ രാജ്യതലസ്ഥാനമായ ഡൽഹിയിലേക്ക് വരികയും, മിനിമം വേതനം 10,000 രൂപയാക്കുകയെന്നതടക്കമുള്ള ആവശ്യങ്ങൾ ഉന്നയിച്ചുകൊണ്ട് രണ്ട് ദിവസം ധർണ്ണ നടത്തുകയും ചെയ്തിരുന്നു. സമൂഹത്തിലെ ഉന്നത വിഭാഗത്തിൽപ്പെട്ടവർക്കും മറ്റും വൻ നികുതിയിളവുകൾ നൽകാൻ മാത്രം സാമ്പത്തിക ഭദ്രത നമ്മുടെ സർക്കാരിനുണ്ട്. പക്ഷേ, ഈ ജോലിക്കാരെ സഹായിക്കാൻ സർക്കാരിന് സാധിക്കുന്നില്ല. കേന്ദ്രാവിഷ്കൃത പദ്ധതികൾ വിജയകരമായി നടപ്പിലാക്കുന്നത് ഈ ജോലിക്കാരുടെ സഹായംകൊണ്ട്

മാത്രമാണ്. ഇവരിൽ 95 ശതമാനവും സ്ത്രീകളാണ് എന്നതാണ് മറ്റൊരു പ്രത്യേകത. സർക്കാർ ഇവരുടെ കാര്യം ഗൗരവമായി പരിഗണിക്കണം. ബഹു. പ്രധാനമന്ത്രിക്ക് ഈ തൊഴിലാളികൾ ഒരു നിവേദനവും നൽകിയിട്ടുണ്ട്.

ഇതുമായി ബന്ധപ്പെട്ട് അടിയന്തര നടപടികൾ സ്വീകരിക്കണമെന്ന് സർക്കാരിനോട് ഞാനഭ്യർത്ഥിക്കുന്നു.

(29-11-2012)

പട്ടികജാതി/പട്ടികവർഗ്ഗ സമുദായങ്ങൾക്ക് ഭരണഘടനാ സംരക്ഷണവും പ്രത്യേകാനുകൂല്യങ്ങളും ഉറപ്പാക്കുക

സർ, 2013 ലെ ബിൽ നമ്പർ 139 – ഭരണഘടന (പട്ടികജാതി) ഉത്തരവുകൾ (രണ്ടാം ഭേദഗതി) നിയമം, 2002 മായി ബന്ധപ്പെട്ട ചർച്ചയിൽ പങ്കെടുക്കാൻ കഴിഞ്ഞതിൽ സന്തോഷം.

മുമ്പ് പരാജയപ്പെട്ട ഈ ബിൽ വീണ്ടും സഭയിൽ കൊണ്ടുവരാൻ മനസ്സ് കാണിച്ച ബഹുമാനപ്പെട്ട മന്ത്രി ശ്രീ. കിഷോർ ചന്ദ്ര ഡിയോജിയെ അഭിനന്ദിക്കാൻ ഈ അവസരം ഞാൻ ഉപയോഗിക്കുന്നു. ഈ വിഷയം ഉയർത്തിക്കൊണ്ടുവരാൻ 2009 മുതൽ ഞാൻ ശ്രമിച്ചുകൊണ്ടിരിക്കുകയാണ്. അതിനുശേഷം നാല് മന്ത്രിമാർ ഈ മന്ത്രാലയത്തിന്റെ ചുമതല വഹിച്ചു. ഒടുവിൽ ഇപ്പോഴത്തെ മന്ത്രി പ്രസ്തുത ബിൽ വീണ്ടും കൊണ്ടുവരാനുള്ള ആർജ്ജവം കാണിക്കുകയും മുൻകൈയെടുക്കുകയും ചെയ്തു.

സർ, ഈ ബില്ലുമായി ബന്ധപ്പെട്ട് രണ്ട് വിഷയങ്ങളുണ്ട്. ഒന്ന് കേരള സംസ്ഥാനവുമായും, മറ്റേത് ഛത്തീസ്ഗഢ് സംസ്ഥാനവുമായും ബന്ധപ്പെട്ടതാണ്. 1952 മുതൽ പട്ടികവർഗ്ഗ സ്ഥാനം ലഭിച്ചിരുന്നവരാണ് കാസർഗോഡ് ജില്ലയിലെ കാസർഗോഡ്, ഹോസ്ദുർഗ്ഗ് താലൂക്കുകളിലുള്ള മറാത്തി സമുദായം. എന്നാൽ, കൃത്യമായ കണക്കെടുപ്പോ, വിശകലനമോ നടത്താതെ, മറാത്തി സമുദായത്തിന്റെ പട്ടികവർഗ്ഗ സ്ഥാനം, 2002 ലെ ഭേദഗതിയിലൂടെ സർക്കാർ എടുത്തുകളഞ്ഞു.

സർ, പ്രസ്തുത ഭേദഗതി കൊണ്ടുവന്ന ദിവസത്തെ സഭാനടപടിക്രമങ്ങളുടെ വിശദാംശങ്ങൾ പരിശോധിച്ചതിൽനിന്നും, അന്നത്തെ കാസർഗോഡ് പാർലമെന്ററി മണ്ഡലത്തിന്റെ പ്രതിനിധിയായിരുന്ന ശ്രീ. ടി ഗോവിന്ദൻ, ഭേദഗതിക്കുള്ള സർക്കാർ നീക്കത്തെ ശക്തമായി എതിർത്തിരുന്നു എന്ന് എനിക്ക് ബോധ്യപ്പെട്ടിട്ടുണ്ട്. കർണ്ണാടക

സംസ്ഥാനത്തിലുള്ള ഇതേ സമുദായത്തിൽപ്പെട്ട ജനങ്ങൾക്ക് പട്ടിക വർഗ്ഗ പദവിയുടെ ആനുകൂല്യങ്ങൾ ഇപ്പോഴും ലഭിക്കുന്നുണ്ട്. അന്ന് സർക്കാർ എടുത്ത തീരുമാനം തെറ്റായിരുന്നു. പ്രസ്തുത വിഷയം പല തവണ ഉയർത്തിക്കൊണ്ടു വന്നിട്ടും പരിഹാരമുണ്ടായില്ല. 2002 മുതൽ മറാത്തി സമുദായത്തിലെ പാവപ്പെട്ട ജനങ്ങൾ കഷ്ടപ്പെടുകയാണ്. പതിമൂന്ന് വർഷത്തോളമായി ഈ സമുദായത്തിലെ വിദ്യാർത്ഥികൾക്ക് സ്കോളർഷിപ്പ് ലഭിക്കുന്നില്ല. അവർക്ക് ഭവനവായ്പകളോ മറ്റാനുകൂല്യ ങ്ങളോ കിട്ടുന്നില്ല. ആരാണ് ഇതിനുത്തരവാദി? പട്ടികജാതികളുടെയും, പട്ടികവർഗ്ഗങ്ങളുടെയും ക്ഷേമത്തെക്കുറിച്ച് സംസാരിക്കുമ്പോൾ, ചരിത്രപരമായ കാരണങ്ങൾകൊണ്ട് ഭരണഘടന അവർക്കുറപ്പ് നൽകിയിരിക്കുന്ന സംരക്ഷണത്തെക്കുറിച്ചും പ്രത്യേകാനുകൂല്യങ്ങളെ ക്കുറിച്ചും നമ്മൾ ബോധവാന്മാരാകണം. എന്നാൽ സ്വാതന്ത്ര്യം കിട്ടി 67 വർഷങ്ങൾക്ക് ശേഷവും ഭരണഘടന ഉറപ്പുനൽകുന്ന തരത്തിലുള്ള സംരക്ഷണം അവർക്ക് കൊടുക്കാൻ നമുക്ക് കഴിഞ്ഞിട്ടില്ല എന്നതാണ് പ്രധാന വിഷയം. പട്ടികജാതിയിലും, പട്ടികവർഗ്ഗത്തിലും ഉൾപ്പെടു ത്തേണ്ട നിരവധി സമുദായങ്ങളെക്കുറിച്ച് തങ്ങൾക്ക് ഒരു ധാരണയും ഇല്ലെന്ന് അവരുമായി ബന്ധപ്പെട്ട ബില്ലിനെക്കുറിച്ചുള്ള ചർച്ചയിൽ ബഹുമാനപ്പെട്ട മന്ത്രി സമ്മതിച്ചിരുന്നു. സ്വാതന്ത്ര്യം കിട്ടി ഒരു വർഷത്തിന് ശേഷമുള്ള അവസ്ഥയല്ലിത്. മറിച്ച്, 67 വർഷങ്ങൾക്ക് ശേഷമുള്ള അവസ്ഥയാണ്. ഇത്രയും വർഷങ്ങൾ കഴിഞ്ഞിട്ടും പട്ടികജാതികളുടേയും, പട്ടികവർഗ്ഗങ്ങളുടേയും ലിസ്റ്റിൽ ഉൾപ്പെടു ത്തേണ്ട സമുദായങ്ങളെ തിരിച്ചറിയാൻ നമുക്ക് കഴിഞ്ഞിട്ടില്ല. നീതി വൈകുന്നത് നീതിനിഷേധം തന്നെയാണ്. നീതി വൈകുന്നതിന്റെ ഉദാഹരണമാണിവിടെ ചൂണ്ടിക്കാണിച്ചത്. പട്ടികവർഗ്ഗ പദവി എടുത്തുകളയാനുണ്ടായ കാരണമെന്തായിരുന്നു? ഇത്രയും കാലം വിദ്യാർത്ഥികൾക്കും കർഷകർക്കും മറ്റുള്ളവർക്കും സംഭവിച്ച നഷ്ടം നികത്താൻ ഏതെങ്കിലും അധികാരിക്കോ മന്ത്രിക്കോ സർക്കാരിനോ കഴിയുമോ?

ഇനി ഈ ബില്ലിനെക്കുറിച്ച് തന്നെ സംസാരിക്കാം. ചില മാന ദണ്ഡങ്ങൾ വെച്ചുകൊണ്ടാണ് ഗോത്രങ്ങളെ വിലയിരുത്തേണ്ടത്. ഗോത്രത്തിന്റെ സ്വഭാവ സവിശേഷതകൾ, ഭൂമിശാസ്ത്രപരമായ ഒറ്റ പ്പെടൽ, വിദ്യാഭ്യാസ പിന്നോക്കാവസ്ഥ, സാമൂഹിക പിന്നോക്കാവസ്ഥ, സാമ്പത്തിക പിന്നോക്കാവസ്ഥ, പുരാതന സ്വഭാവം എന്നിവ നിർബന്ധ മായും പരിഗണിക്കണം. ഏതെങ്കിലും സമുദായത്തെ പട്ടികജാതിയോ, പട്ടികവർഗ്ഗമോ ആയി തരം തിരിക്കാൻ നമുക്ക് കഴിയില്ല എന്ന് പറയുന്നത് ശരിയല്ല. പേരുകൊണ്ട് മാത്രമല്ല ഒരു സമുദായത്തെ തരംതിരിക്കേണ്ടത്. അവരുടെ ജീവിതസാഹചര്യങ്ങളും പിന്നോക്കാവസ്ഥയും വിദ്യാഭ്യാസ നിലവാരവും പ്രധാനമാണ്. പല സാഹചര്യങ്ങളിലും പേരുകൾ വ്യത്യ സ്തമായിരിക്കാം. ചില സംസ്ഥാനങ്ങളിൽ പട്ടികജാതി പട്ടികയിൽ ഉൾ

പ്പെടുത്തിയിരിക്കുന്നവരെ മറ്റ് ചില സംസ്ഥാനങ്ങളിൽ പട്ടികവർഗ്ഗ പട്ടികയിൽ ഉൾപ്പെടുത്തിയിരിക്കുന്നു. അവർ പട്ടികജാതിയാണോ പട്ടികവർഗ്ഗമാണോ എന്നുപോലും തിരിച്ചറിയാൻ സാധിക്കുന്നില്ല. ഒഡീഷയുടേയും വെസ്റ്റ് ബംഗാളിന്റേയും കാര്യത്തിൽ ഇതാണവസ്ഥ. കേരളത്തിന്റേയും മറ്റു ചില സംസ്ഥാനങ്ങളുടേയും കാര്യത്തിലും സ്ഥിതി വ്യത്യസ്തമല്ല.

അതുകൊണ്ട്, പട്ടികജാതിയുടെയോ, പട്ടികവർഗ്ഗത്തിന്റേയോ മറ്റ് സമുദായങ്ങളുടേയോ കണക്കെടുപ്പുമായി ബന്ധപ്പെട്ട നടപടി ക്രമങ്ങൾ കുറ്റമറ്റതാക്കണമെന്ന് ഞാനാവശ്യപ്പെടുന്നു. സർക്കാരിന് അത് ചെയ്യാൻ കഴിയും. തീരുമാനമെടുക്കേണ്ടത് സംസ്ഥാന സർക്കാരാണെന്നത് ശരിയാണ്. നടപടി ക്രമങ്ങൾ കഠിനമാണെന്ന് എനിക്കറിയാം. കാരണം 2004 മുതൽ ഞാൻ ഈ ജോലി ചെയ്യുന്നുണ്ട്. ആദ്യം തീരുമാനം എടുക്കേണ്ടത് സംസ്ഥാന സർക്കാരാണ്. പിന്നീടത് പട്ടികജാതി/പട്ടിക വർഗ്ഗ കമ്മീഷൻ, രജിസ്ട്രാർ ജനറൽ ഓഫ് ഇന്ത്യ, സ്റ്റാന്റിംഗ് കമ്മിറ്റി എന്നിവരുടെ മുമ്പാകെ വരുന്നു. അവരിലാരെങ്കിലും സംശയം ഉന്നയിച്ചാൽ വീണ്ടും സംസ്ഥാന സർക്കാരിലേക്ക് വരും. മറാത്തികളുടെ ചരിത്ര പശ്ചാത്തലം അറിയുന്നതിനായി ഞാൻ കർണ്ണാടകയിലേക്ക് പോയിട്ടുണ്ടായിരുന്നു. വിശദാംശങ്ങൾ നൽകാൻ സാധിക്കില്ല എന്നായിരുന്നു കർണ്ണാടക സർക്കാർ അന്ന് പറഞ്ഞത്. അവരുടെ കൈവശം വിശദാംശങ്ങൾ ഉണ്ടായിരുന്നില്ല. പിന്നീട് ഞാൻ കാസർഗോഡ് ഉണ്ടായിരുന്ന സമയത്ത് കർണ്ണാടകയിലേക്ക് വീണ്ടും പോവുകയും ഈ വിഷയത്തിൽ പി എച്ച് ഡി ചെയ്ത നിരവധി പ്രൊഫസർമാരെ നേരിട്ട് കണ്ട് വിവരങ്ങൾ ശേഖരിക്കുകയും ചെയ്തു. ആ റിപ്പോർട്ടുകൾ കേന്ദ്രസർക്കാരിന് നൽകിയിട്ടുണ്ട്.

ആ രേഖകളെല്ലാം വിശദമായി പരിശോധിച്ച മന്ത്രിയെ ഞാൻ അഭിനന്ദിക്കുന്നു. നിരവധി സമുദായങ്ങളുടെ ഇത്തരത്തിലുള്ള പരാതികൾ പരിഹരിക്കപ്പെടാതെ കിടക്കുന്ന സാഹചര്യം സർക്കാരിനെ അറിയിക്കാൻ ഞാൻ ആഗ്രഹിക്കുന്നു. അവരുടെ അപേക്ഷകൾ നിരസിച്ചോ ഇല്ലയോ എന്നെനിക്കറിയില്ല. പക്ഷേ, സർക്കാർ ഈ കാര്യത്തിൽ ആവശ്യമായ നടപടികൾ സ്വീകരിക്കണം. കാരണങ്ങൾ കണ്ടുപിടിക്കാൻ കഴിയുന്നില്ലെന്ന് നമ്മൾ എങ്ങനെ പറയും? ഒരു മന്ത്രിക്കും അങ്ങനെ പറയാൻ കഴിയില്ല.

ഒമ്പത് വർഷം വൈകിയെങ്കിലും അവരെ ഉൾപ്പെടുത്താനുള്ള നടപടികൾ നിങ്ങൾ സ്വീകരിച്ചു. ഈ ഭേദഗതിയുമായി മുന്നോട്ടുവെച്ച് മന്ത്രിയെ ഞാൻ പ്രത്യേകം അഭിനന്ദിക്കുന്നു.

(24-08-2013, ഭരണഘടന (പട്ടികജാതി) ഉത്തരവുകൾ (രണ്ടാം ഭേദഗതി) ബിൽ, 2012 പരിഗണിക്കുന്നതിനുള്ള പ്രമേയത്തിന് മേലുള്ള ചർച്ച)

പട്ടികജാതി/പട്ടികവർഗ്ഗ, ന്യൂനപക്ഷ കമ്മീഷനുകളോടുള്ള സർക്കാർ സമീപനത്തിൽ ആത്മാർത്ഥതയില്ല

നന്ദി, സ്പീക്കർ മാഡം, സമയക്കുറവുമൂലം ഒരു ദീർഘമായ പ്രസംഗത്തിന് ഞാൻ മുതിരുന്നില്ല. ചില പ്രധാനപ്പെട്ട കാര്യങ്ങളെക്കുറിച്ച് മാത്രം സംസാരിക്കാനാണ് ഞാൻ ആഗ്രഹിക്കുന്നത്.

പഴയ ആചാരമായ തൊട്ടുകൂടായ്മ, പ്രാകൃതമായ കാർഷിക രീതികൾ, അടിസ്ഥാന സൗകര്യങ്ങളുടെ അഭാവം, ഭൂമിശാസ്ത്രപരമായ ഒറ്റപ്പെടൽ എന്നിവമൂലം ചില സമുദായങ്ങൾ അങ്ങേയറ്റത്തെ സാമൂഹിക, വിദ്യാഭ്യാസ, സാമ്പത്തിക പിന്നോക്കാവസ്ഥയാൽ കഷ്ടപ്പെടുന്നുണ്ടെന്ന വസ്തുത ഭരണഘടനാശില്പികളുടെ ശ്രദ്ധയിൽപ്പെട്ടതാകാം പട്ടികജാതി–പട്ടികവർഗ്ഗ കമ്മീഷന്റെ ആവിർഭാവത്തിന് കാരണം. ഇപ്പോൾ ഒ ബി സി കമ്മീഷനെക്കുറിച്ച് നമ്മൾ ആലോചിക്കുന്നു.

ഒ ബി സി കമ്മീഷന് സർക്കാർ ഭരണഘടന പദവി നൽകിയിട്ടുണ്ട്. അതൊരു സ്വാഗതാർഹമായ നടപടിയാണ്. ഒ ബി സി കമ്മിറ്റിയിൽ നമ്മൾ ചർച്ച ചെയ്തുകൊണ്ടിരുന്ന വിഷയമാണിത്. ഒ ബി സി കമ്മീഷന് ഭരണഘടനാ പദവി നൽകുക എന്നുള്ളത് പാർലമെന്റിന് അകത്തും പുറത്തും നമ്മൾ ആവശ്യപ്പെട്ടുകൊണ്ടിരുന്ന കാര്യമായിരുന്നു. അതേസമയം, ഭരണഘടനാപദവി നൽകുന്നത് മാത്രം പര്യാപ്തമല്ല. നിരവധി കമ്മീഷനുകളും നിയമങ്ങളും നമുക്കുണ്ട്. എന്നിട്ട് എന്താണ് അവസ്ഥ? പട്ടികജാതി കമ്മീഷനായാലും പട്ടികവർഗ്ഗ കമ്മീഷനായാലും ന്യൂനപക്ഷ കമ്മീഷനായാലും ചെയർമാൻ, വൈസ് ചെയർമാൻ അടക്കമുള്ള ഭൂരിഭാഗം തസ്തികകളും ഒഴിഞ്ഞുകിടക്കുകയാണ്. സാധാരണ ജനങ്ങളുടെ പ്രശ്നപരിഹാരത്തിനാണ് ഈ കമ്മീഷനുകൾ. ചെയർമാനും, വൈസ് ചെയർമാനും, മറ്റംഗങ്ങളും ഇല്ലാതെ എങ്ങനെ ഈ കമ്മീഷനുകൾക്ക് പ്രവർത്തിക്കാനാകും? അതുകൊണ്ട്, സർക്കാർ

ഇക്കാര്യം ഗൗരവമായി എടുക്കണം.

കേന്ദ്രസർക്കാർ നടപടിയെടുക്കുന്നതിന് മുമ്പുതന്നെ, പല സംസ്ഥാനങ്ങളും സ്വന്തം നിലയ്ക്ക് സംവരണനയം നടപ്പിലാക്കിയിട്ടുണ്ടായിരുന്നു. തമിഴ്നാട്ടിൽ നിന്നുള്ള അംഗം പറഞ്ഞതുപോലെ, അവരുടെ സംസ്ഥാനം മുമ്പുതന്നെ ഈ വിഷയം ഗൗരവമായി എടുത്തിട്ടുണ്ട്. കേരളത്തെ സംബന്ധിച്ച്, ഈ വിഷയം പഠിക്കാൻ ശ്രീ. ദാമോദരന്റെ കീഴിൽ കമ്മീഷനെ നിയമിച്ചിരുന്നു. പ്രസ്തുത കമ്മീഷന്റെ റിപ്പോർട്ട് പ്രകാരമുള്ള കാര്യങ്ങൾ കേരളത്തിൽ നടപ്പിലാക്കിയിട്ടുണ്ട്. കേരളത്തിൽ 50 ശതമാനം സംവരണം ഏർപ്പെടുത്തി. അതിൽ 27 ശതമാനം ഒ ബി സിക്കും ബാക്കി പട്ടികജാതി/പട്ടികവർഗ്ഗം പോലെയുള്ള വിഭാഗങ്ങൾക്കും നൽകിയിട്ടുണ്ട്. ഇവിടെ ഒരു ഫെഡറൽ സംവിധാനമാണ് നിലവിലുള്ളത്. ഒരു സംസ്ഥാനത്ത് സംവരണാനുകൂല്യം ലഭിക്കുന്ന വിഭാഗത്തിന് മറ്റൊരു സംസ്ഥാനത്ത് സംവരണം ലഭിക്കാത്ത സാഹചര്യമുണ്ട്. എനിക്ക് അനുഭവമുള്ള കാര്യമാണിത്. 2004 ൽ ഞാൻ പാർലമെന്റിൽ ഉണ്ടായിരുന്ന കാലത്ത് പട്ടികവർഗ്ഗ ലിസ്റ്റിൽനിന്നും മറാത്തികളെ ഒഴിവാക്കിയിരുന്നു. അതേ സമയത്ത് കർണ്ണാടകയിൽ മറാത്തികൾ എസ് ടി ലിസ്റ്റിൽ ഉണ്ടായിരുന്നു.

അവരെ പട്ടികയിൽ ഉൾപ്പെടുത്താൻ ഞാൻ ശ്രമിച്ചുവെങ്കിലും ഒരിക്കൽ പുറത്താക്കപ്പെട്ടതായതുകൊണ്ട് സാധ്യമായിരുന്നില്ല. എന്നിരുന്നാലും പത്തുവർഷം തുടർച്ചയായി ഞാൻ പൊരുതി. വിഷയം പലതവണ കേന്ദ്രസർക്കാരിന്റെയും ന്യൂനപക്ഷ കമ്മീഷന്റെയും സംസ്ഥാന സർക്കാരിന്റെയും ശ്രദ്ധയിൽപെടുത്തി. നിയമ നിർമ്മാണത്തെ സംബന്ധിച്ചിടത്തോളം കഠിനമായ ജോലിയായിരുന്നു അത്.

ഒരു ഫെഡറൽ സംവിധാനത്തിൽ ഓരോ സംസ്ഥാനത്തിനും അതിന്റേതായ പ്രവർത്തനരീതിയുണ്ട്. യോഗ്യരായ ശാസ്ത്രജ്ഞരും മറ്റും ഉൾപ്പെടുന്ന KIRTADS കമ്മിറ്റി കേരളത്തിലുണ്ട്. പട്ടികജാതി, പട്ടികവർഗ്ഗ, ഒ ബി സി ലിസ്റ്റുകളിൽ ആരെയൊക്കെ ഉൾപ്പെടുത്തണമെന്ന വിഷയം പരിഗണിക്കുന്നത് അവരാണ്. പിന്നീടത് പിന്നോക്ക വിഭാഗ കമ്മീഷന്റെ മുന്നിൽ വരും. അവിടുന്ന് സർക്കാരിന്റെ അതായത്, മന്ത്രിസഭയുടെ പരിഗണനയ്ക്ക് വരും. അങ്ങനെയാണ് പിന്നോക്ക വിഭാഗങ്ങളെ പട്ടികയിൽ ഉൾപ്പെടുത്തുന്നത്. ഈ ബിൽ പ്രകാരം, സമുദായങ്ങളെ പിന്നോക്ക വിഭാഗ പട്ടികകളിൽ ഉൾപ്പെടുത്താനോ പുറത്താക്കാനോ ഉള്ള അവകാശം കേന്ദ്രത്തിൽ നിന്നെടുത്ത് സംസ്ഥാന സർക്കാരുകൾക്ക് നൽകുകയാണ്. സംസ്ഥാന സർക്കാരുകളുമായി കൂടിയാലോചന നടത്തണമെന്ന നിയമം നമ്മൾ പാസാക്കിയെങ്കിലും അത് ടെലിഫോൺ വഴിയുള്ള ആശയവിനിമയം ആയാലും മതിയെന്ന് പറയുന്നുണ്ട്. അതേസമയം സംസ്ഥാനത്ത് ഏതൊക്കെ സമുദായമാണ് പിന്നോക്ക വിഭാഗ പട്ടികകളിലുൾപ്പെടുന്നതെന്ന് എനിക്കറിയാം. KIRTADS കമ്മിറ്റിക്കും സംസ്ഥാന പിന്നോക്ക വിഭാഗകമ്മിറ്റിക്കും

അതറിയാം. തീരുമാനങ്ങൾ ഇവിടെ വന്നാലും വീണ്ടുമത് എസ് സി കമ്മിറ്റിയിലേക്കോ, എസ് ടി കമ്മിറ്റിയിലേക്കോ ചിലപ്പോൾ ന്യൂനപക്ഷ കമ്മിറ്റിയിലേക്കോ സാമൂഹിക നീതി മന്ത്രാലയത്തിലേക്കോ പോകണം. പിന്നീടത് രജിസ്ട്രാർ ഓഫ് ഇന്ത്യ, മന്ത്രിമാർ എന്നിവർക്കും അവസാനം മന്ത്രിസഭയുടെ പരിഗണനയ്ക്കും വരും. അത്യന്തം ദുഷ്കരമായ നടപടി ക്രമങ്ങളാണത്. അതുകൊണ്ട് ഈ ബില്ലിനെ പിന്തുണയ്ക്കണമെന്നാണ് ഞാൻ കരുതിയത്. എന്നാൽ ഈ ബില്ലിലൂടെ സംസ്ഥാനങ്ങൾക്ക് പ്രസ്തുത വിഷയത്തിന്മേൽ അധികാരം കൊടുക്കുന്നത് 334(മ) വകുപ്പിനെതിരാണ്. അതുകൊണ്ട് സംസ്ഥാനങ്ങളുടെ അവകാശം എടുത്തുകളയുന്ന പ്രസ്തുത വകുപ്പ് എടുത്തുകളഞ്ഞ് ഇക്കാര്യത്തിൽ വ്യക്തത വരുത്തണമെന്ന് സർക്കാരിനോട് ഞാനഭ്യർത്ഥിക്കുന്നു. അല്ലെങ്കിൽ പിന്നോക്ക വിഭാഗങ്ങളെ സംബന്ധിച്ചിടത്തോളം പ്രയാസങ്ങൾ സൃഷ്ടിക്കും. നന്ദി.

(10-04-2017 (ദേശീയ പിന്നോക്ക വിഭാഗ കമ്മീഷൻ (റദ്ദാക്കൽ) ബിൽ 2017 പരിഗണിക്കുന്നതിനുള്ള പ്രമേയത്തിന്മേൽ നടന്ന കൂടുതൽ ചർച്ച)

ദേശീയ ഭക്ഷ്യസുരക്ഷാനിയമം നടപ്പിലാക്കാൻ വേണ്ടി സംസ്ഥാനങ്ങൾക്ക് കൂടുതൽ ധനസഹായം അനുവദിക്കുക

ബഹുമാനപ്പെട്ട മന്ത്രി അവതരിപ്പിച്ച ഭക്ഷ്യസുരക്ഷ ബിൽ 2013 നെ സംബന്ധിച്ചുള്ള എന്റെ കാഴ്ചപ്പാടുകൾ രേഖപ്പെടുത്താൻ ആഗ്രഹിക്കുന്നു. പ്രസ്തുത ബില്ലിനെക്കുറിച്ച് നിരവധി ആലോചനകളും ചർച്ചകളും ഉണ്ടായിട്ടുണ്ട്. സ്റ്റാന്റിംഗ് കമ്മിറ്റിയും അവരുടെ റിപ്പോർട്ട് സമർപ്പിച്ചിട്ടുണ്ട്.

1948 ലെ സാർവ്വത്രിക മനുഷ്യാവകാശ പ്രഖ്യാപനത്തിലും [Universal Declaration of Human Rights] സാമ്പത്തിക, സാമൂഹിക, സാംസ്കാരിക അവകാശങ്ങൾ സംബന്ധിച്ചുള്ള അന്താരാഷ്ട്ര ഉടമ്പടിയിലും, [International Covenant of Economic, Social and Cultural Rights] ഇന്ത്യ പങ്കാളിയാണ്. ആവശ്യമായ ഭക്ഷണം ലഭിക്കുകയെന്നത് പൗരാവകാശം ആണെന്ന് ഈ സമ്മേളനങ്ങൾ പ്രഖ്യാപിച്ചു. പോഷകാഹാര ലഭ്യത ഉറപ്പാക്കുകയെന്നതും, ജനങ്ങളുടെ ജീവിതനിലവാരം ഉയർത്തുകയെന്നതും പൊതുജനാരോഗ്യം മെച്ചപ്പെടുത്തുകയെന്നതും സർക്കാരിന്റെ ഉത്തരവാദിത്വമാണെന്ന് ഭരണഘടനയിലെ മാർഗ്ഗനിർദ്ദേശക തത്വങ്ങളും വ്യക്തമാക്കുന്നുണ്ട്

ടാർജറ്റഡ് പബ്ലിക് ഡിസ്ട്രിബ്യൂഷൻ സിസ്റ്റം [TPDS] ആരംഭിക്കുമെന്നതാണ് ഈ ബില്ലിന്റെ പ്രധാന പ്രത്യേകത. ഈ ബിൽ പ്രകാരം TPDSന് കീഴിൽ ഗ്രാമീണ ജനസംഖ്യയിൽ 75 ശതമാനം പേർക്കും നഗരജനസംഖ്യയിൽ 50 ശതമാനം പേർക്കും ഭക്ഷ്യധാനങ്ങൾ ലഭിക്കും. പദ്ധതിയുടെ ഗുണഭോക്താക്കളിൽ ഗ്രാമീണ മേഖലയിലെ 46 ശതമാനം പേരെയും നഗര മേഖലയിലെ 20 ശതമാനം പേരെയും മുൻഗണനാ വിഭാഗത്തിലും ബാക്കിയുള്ളവരെ പൊതുവിഭാഗത്തിലും ഉൾപ്പെടുത്തും.

ഗർഭിണികൾ, മുലയൂട്ടുന്ന അമ്മമാർ, കുട്ടികൾ, നിരാലംബർ, ഭവനരഹിതർ, പട്ടിണി കിടക്കുന്നവർ മുതലായ പ്രത്യേക വിഭാഗങ്ങളെയും

ഈ ബിൽ പരിഗണിക്കുന്നു.

ഓരോ സംസ്ഥാനത്തും മുൻഗണനാവിഭാഗത്തിലും പൊതുവിഭാഗത്തിലും ഉൾപ്പെടുത്തേണ്ട ജനസംഖ്യാ ശതമാനം തീരുമാനിക്കുന്നതിനുള്ള ചുമതല കേന്ദ്ര സർക്കാരിനാണെന്നും ബില്ലിൽ വ്യക്തമാക്കുന്നു.

ഈ ബില്ലിനെ പിന്തുണയ്ക്കുന്നതോടൊപ്പം ഏന്റേതായ ചില നിരീക്ഷണങ്ങളും അഭിപ്രായങ്ങളും രേഖപ്പെടുത്താൻ ആഗ്രഹിക്കുന്നു. ജഉടലൂടെ ഭക്ഷ്യസുരക്ഷ ഉറപ്പാക്കാനാണ് ഈ ബിൽ വിഭാവനം ചെയ്യുന്നത്. അതേസമയം PDS ന് പകരം പണം നേരിട്ട് കൈമാറാനോ ക്യാഷ് കൂപ്പണുകളായിട്ട് നൽകാനോ ആണ് ആസൂത്രണ കമ്മീഷനും ജസ്റ്റിസ് വാധ്വാക്കമ്മിറ്റിയും ആവശ്യപ്പെടുന്നത്.

ദുരുപയോഗം ചെയ്യാനോ മറ്റ് സാധനങ്ങൾ വാങ്ങാനോ സാധ്യതയുള്ളതിനാൽ പണം നേരിട്ട് കൈമാറുന്ന രീതികൊണ്ട് ഉദ്ദേശിച്ച ഫലം കിട്ടില്ല. സബ്സിഡി നിരക്കിലുള്ള ഭക്ഷ്യധാന്യങ്ങൾ ലഭിക്കുന്നതിനായി മൂന്ന് വിഭാഗങ്ങളായി തിരിച്ചിട്ടുണ്ട്.

എന്റെ അഭിപ്രായത്തിൽ ഇത്തരം തരംതിരിവുകൾ നടത്തേണ്ട കാര്യമില്ല. പകരം സാർവ്വത്രികമായി വേണം നടപ്പിലാക്കാൻ. ഭക്ഷ്യസുരക്ഷ ഓരോ പൗരന്റെയും മൗലികാവകാശമായതുകൊണ്ട് തന്നെ, ഗ്രാമീണ മേഖലയിൽ 75 ശതമാനം, നഗരമേഖലയിൽ 50 ശതമാനം എന്ന ആസൂത്രണ കമ്മീഷന്റെ തീരുമാനം സ്വീകാര്യമല്ല. അതുകൊണ്ട് പൊതുവിതരണ സംവിധാനത്തിന് പരിധി നിശ്ചയിക്കരുതെന്നും അത് സാർവ്വത്രികമാക്കണമെന്നും ശക്തമായി ഞാനാവശ്യപ്പെടുന്നു.

ഗുണഭോക്താക്കളെ തിരിച്ചറിയുന്നതിനായി മുൻഗണനാ വിഭാഗം, പൊതുവിഭാഗം, മറ്റുള്ളവർ എന്നിങ്ങനെ ജനസംഖ്യയെ മൂന്നായി തരംതിരിക്കാനാണ് ബിൽ വ്യവസ്ഥ ചെയ്യുന്നത്. ജനങ്ങളെ വിഭാഗങ്ങളായി വേർതിരിക്കുന്ന ഏത് പദ്ധതിക്കും കൃത്യമായ മാനദണ്ഡങ്ങൾ ഉണ്ടാകണം. അല്ലാത്തപക്ഷം ഗുണഭോക്താക്കളെ ഉൾപ്പെടുത്തുന്നതിലും പുറത്താക്കുന്നതിലും നിരവധി പിശകുകൾ സംഭവിക്കാൻ സാധ്യതയുണ്ട്. ഉദാഹരണത്തിന്, 2009 ലെ ബി പി എൽ പട്ടികയിൽ അർഹരായ 61 ശതമാനം ആൾക്കാരെ ഉൾപ്പെടുത്തിയില്ലെന്നും, അതേസമയം പട്ടികയിൽ ഉൾപ്പെടുത്തിയവരിൽ 25 ശതമാനം അനർഹരായിരുന്നുവെന്നും ഒരു വിദഗ്ധ സമിതിയുടെ റിപ്പോർട്ടിൽ ചൂണ്ടിക്കാണിച്ചിട്ടുണ്ട്. ഉൾപ്പെടുത്തുന്നതിലും പുറത്താക്കുന്നതിലും വരാവുന്ന പിശകുകൾ പരിഹരിക്കുന്നതെങ്ങനെയെന്ന് ബില്ലിൽ വ്യക്തമാക്കിയിട്ടില്ല. പദ്ധതി സാർവ്വത്രികമായി നടപ്പിലാക്കിയാൽ അത്തരം തെറ്റുകൾ സംഭവിക്കില്ല.

ഇനി സാമ്പത്തികവുമായി ബന്ധപ്പെട്ട ചില കാര്യങ്ങൾ ഈ പദ്ധതി സംസ്ഥാനങ്ങളുടെ മേൽ വൻ സാമ്പത്തിക ബാധ്യത അടിച്ചേൽപ്പിക്കുന്നതാണ്. ചില സാഹചര്യങ്ങളിൽ ചെലവ് കേന്ദ്ര സംസ്ഥാന സർക്കാരുകൾ പങ്കിടും. എന്നാൽ ഇക്കാര്യത്തിൽ ഭൂരിഭാഗം ചെലവുകളും വഹി

ക്കേണ്ടത് സംസ്ഥാനമാണ്. ഗർഭിണികൾക്കും മുലയൂട്ടുന്ന അമ്മമാർക്കുമുള്ള പോഷകാഹാരം, ഉച്ചഭക്ഷണം, അംഗൻവാടികളുടെ അടിസ്ഥാന സൗകര്യം, കുട്ടികൾക്കുള്ള ഭക്ഷണം, പട്ടിണി കിടക്കുന്നവർക്കുള്ള ഭക്ഷണം, ഭക്ഷ്യധാന്യങ്ങളുടെ ഗതാഗതവും വിതരണവും സംഭരണ സൗകര്യങ്ങൾ, സംസ്ഥാന ഭക്ഷ്യകമ്മീഷനുമായി ബന്ധപ്പെട്ട ചെലവുകൾ എന്നിവ അതിൽ ഉൾപ്പെടുന്നു. അതായത്, ഈ കാര്യങ്ങൾക്കുവേണ്ടി വരുന്ന തുക സംസ്ഥാനങ്ങൾ അവരുടെ വാർഷിക ബജറ്റിൽ വകയിരുത്തണം. തത്ഫലമായി മുൻഗണനയുടെ അടിസ്ഥാനത്തിൽ കാര്യങ്ങൾ ചെയ്യാൻ സാധിക്കാത്ത കൈകൾ കൂട്ടിക്കെട്ടിയാലുള്ള അവസ്ഥ സംജാതമാവും.

പര്യാപ്തമായ ഫണ്ട് അനുവദിക്കാൻ സംസ്ഥാനങ്ങൾക്ക് സാധിക്കാതെ വന്നാൽ, ഈ ബിൽ നടപ്പിലാക്കാൻ ബുദ്ധിമുട്ടാവും. വിദ്യാഭ്യാസ അവകാശനിയമം (RTE Act, സൗജന്യവും നിർബന്ധിതവുമായ വിദ്യാഭ്യാസത്തിനുള്ള കുട്ടികളുടെ അവകാശ നിയമം 2009) നടപ്പിൽ വരുത്തുന്നതിൽ ഉണ്ടായ ബുദ്ധിമുട്ട് ഉദാഹരണമായി നമുക്ക് മുന്നിലുണ്ട്. എന്നാൽ അത്തരം പ്രയാസങ്ങൾക്കുള്ള പരിഹാരവും RTE നിയമത്തിലുണ്ടായിരുന്നു. പക്ഷേ, ഇപ്പോൾ അവതരിപ്പിച്ച ബില്ലിൽ സംസ്ഥാനങ്ങളുടെ കൈവശം ആവശ്യത്തിന് പണമില്ലാതെ വന്നാൽ, ആ സാഹചര്യത്തെ എങ്ങനെ നേരിടുമെന്ന് വ്യക്തമാക്കിയിട്ടില്ല.

ഫിനാൻഷ്യൽ മെമ്മോറാണ്ടത്തെക്കുറിച്ച് ചിലത് പറയാനാഗ്രഹിക്കുന്നു. ഈ ബിൽ നടപ്പിലാക്കാൻ ആവശ്യമായ വലിയ തുക സർക്കാർ എങ്ങനെ കണ്ടെത്തുമെന്ന് വ്യക്തമാക്കിയിട്ടില്ല എന്നു മാത്രമല്ല ഇതിൽ നിർദ്ദേശിച്ചിരിക്കുന്ന ചെലവ് പര്യാപ്തവുമല്ല. 26 ഇനങ്ങളെക്കുറിച്ച് ഫിനാൻഷ്യൽ മെമ്മോറാണ്ടത്തിൽ പറയുന്നുണ്ട്. എന്നാൽ, കരുതൽ ശേഖരം (ബഫർ സ്റ്റോക്ക്), ഭക്ഷ്യധനസഹായം, പ്രസവകാല ആനുകൂല്യം എന്നീ മൂന്ന് കാര്യങ്ങൾക്ക് മാത്രമുള്ള ചെലവാണ് ബില്ലിൽ വകയിരുത്തിയിട്ടുള്ളത്. ഈ മൂന്ന് കാര്യങ്ങൾക്കും കൂട്ടി വകയിരുത്തിയ ആകെ വാർഷിക ചെലവ് തൊണ്ണൂറ്റിയഞ്ചായിരം കോടി രൂപയാണ്. അതൊരിക്കലും പര്യാപ്തമല്ല. ചില വിദഗ്ധർ പറയുന്നത് ഈ കാര്യങ്ങൾ നടപ്പിലാക്കാൻ 2 ലക്ഷം മുതൽ 3.5 ലക്ഷം കോടി വരെ ചെലവ് വരുമെന്നാണ്.

ബില്ലിലെ ഒന്നാമത്തെ ഷെഡ്യൂളിൽ സബ്സിഡി ഭക്ഷ്യധാന്യങ്ങളുടെ വില നിശ്ചയിച്ചിട്ടുണ്ട്. പക്ഷേ, ഈ വില സമയാസമയങ്ങളിൽ പുതുക്കണം. വിവിധ സാധനങ്ങൾക്കുള്ള മിനിമം താങ്ങുവില വർദ്ധിക്കാൻ സാധ്യതയുണ്ട്. അത് വിലക്കയറ്റത്തിന് ഇടവരുത്തും. തത്ഫലമായി സബ്സിഡിക്ക് ആവശ്യമായ ചെലവ് വർദ്ധിക്കും. മെമ്മോറാണ്ടത്തിൽ ഇക്കാര്യം പരിഗണിച്ചിട്ടില്ല.

സബ്സിഡിയുള്ള ഭക്ഷ്യധാന്യങ്ങൾക്ക് അർഹരായ ജനസംഖ്യയെക്കുറിച്ച് ബില്ലിലെ മൂന്നാമത്തെ ക്ലോസിൽ പറയുന്നുണ്ട്. അതുപ്രകാരം

ഗ്രാമീണ മേഖലയിൽ 75 ശതമാനം വരെ ജനങ്ങൾക്കും നഗരമേഖലയിൽ 50 ശതമാനം വരെ ജനങ്ങൾക്കും ആനുകൂല്യം കിട്ടുമെന്നാണ് പറയുന്നത്. എന്നാൽ അർഹരായവരുടെ കൃത്യമായ കണക്ക് നൽകിയിട്ടില്ല. അതായത് ഗ്രാമീണ നഗര മേഖലകളിൽ യഥാക്രമം 75 ശതമാനത്തിനും 50 ശതമാനത്തിനും താഴെയാകാം ആനുകൂല്യത്തിന് അർഹരാകുന്നവരുടെ കണക്ക്.

അർഹരായവരുടെ കണക്കുമായി ബന്ധപ്പെട്ട് രണ്ട് പ്രശ്നങ്ങൾ ഉണ്ട്. (1) ജനങ്ങളെ മുൻഗണന വിഭാഗത്തിലോ, പൊതുവിഭാഗത്തിലോ ഉൾപ്പെടുത്താൻ കൃത്യവും യുക്തിസഹവുമായ മാനദണ്ഡമില്ല. (2) ഗ്രാമീണ ജനസംഖ്യയുടെ 46 ശതമാനത്തിന്റെയും നഗരജനസംഖ്യയുടെ 26 ശതമാനത്തിന്റെയും കുറഞ്ഞ ആവശ്യങ്ങൾ നിശ്ചയിച്ചതിൽ വ്യക്തതയില്ല.

ഈ ബില്ലിലെ ക്ലോസ് എട്ട് പ്രകാരം, നിരാലംബരായ വ്യക്തികൾക്ക് ദിവസം ഒരു നേരത്തെ ഭക്ഷണവും പട്ടിണി കിടക്കുന്നവർക്ക് ദിവസം രണ്ട് നേരത്തെ ഭക്ഷണവും സൗജന്യമായി ലഭിക്കും. പട്ടിണി കിടക്കുന്നവരും നിരാലംബരും യഥാർത്ഥത്തിൽ ഒരേ വിഭാഗത്തിൽപ്പെടുന്നവരാണ്. പിന്നെന്തിനാണ് ഇവരെ തരം തിരിക്കുന്നത്? ഇവരെ രണ്ട് വ്യത്യസ്ത വിഭാഗങ്ങളായി പരിഗണിക്കുന്നതെന്തിനാണെന്ന് ബില്ലിൽ വ്യക്തമാക്കിയിട്ടില്ല.

ക്ലോസ് 18 ഉം, 32 ഉം ഭക്ഷ്യധാന്യങ്ങളുടെ വിതരണത്തെക്കുറിച്ച് വിശദീകരിക്കുന്നു. ഭക്ഷ്യധാന്യങ്ങൾ വീട്ടിൽ എത്തിക്കേണ്ട ചുമതല സംസ്ഥാന സർക്കാരിനാണെന്ന് ക്ലോസ് 32 ൽ പറയുന്നു. ക്ലോസ് 18(2) (മ)യിൽ പറയുന്നത്, കേന്ദ്ര സംസ്ഥാന സർക്കാരുകൾ സംയുക്തമായി ഡോർ സ്റ്റെപ്പ് ഡെലിവറി പ്രോത്സാഹിപ്പിക്കണം എന്നാണ്. അതായത്, ഡോർസ്റ്റെപ്പ് ഡെലിവറി അടിയന്തരാവശ്യമായി നടപ്പിലാക്കാൻ ഈ ബിൽ ലക്ഷ്യമാക്കുന്നുണ്ടോയെന്നത് അവ്യക്തമാണ്.

ചില ഉദ്ദേശ്യങ്ങൾ ഭക്ഷ്യസുരക്ഷയുമായി നേരിട്ട് ബന്ധമില്ലാത്തവയാണ്. ഷെഡ്യൂൾ മൂന്നിൽ പറയുന്നത്, ചില ലക്ഷ്യങ്ങൾ നടപ്പിലാക്കാൻ കേന്ദ്ര–സംസ്ഥാന സർക്കാരുകളും പ്രാദേശിക ഭരണസംവിധാനങ്ങളും പുരോഗമന നടപടികൾ കൈക്കൊള്ളണമെന്നാണ്. ശുദ്ധമായ കുടിവെള്ളം, ശുചീകരണം, ആരോഗ്യപരിപാലനം, കൗമാരക്കാർക്ക് പോഷകാഹാര, ആരോഗ്യ, വിദ്യാഭ്യാസ പിന്തുണ, മുതിർന്ന പൗരന്മാർക്ക് പര്യാപ്തമായ പെൻഷൻ എന്നിവ അതിലുൾപ്പെടുന്നു. ഇവയൊക്കെ സർക്കാരുകൾ നടപ്പിലാക്കേണ്ട സാമൂഹികമായ ചുമതലകളാണ്. ഈ ബില്ലിൽ, നേരിട്ട് ബന്ധമില്ലാത്ത അത്തരം കാര്യങ്ങളെക്കുറിച്ച് വിശദീകരിക്കേണ്ട ആവശ്യമില്ല.

മുൻഗണനാ വിഭാഗത്ത തീരുമാനിക്കുന്നതെങ്ങനെയാണ്? രംഗരാജൻ കമ്മിറ്റി നടത്തിയ ജനസംഖ്യ ശതമാനത്തിന്റെയും മുൻഗണന വിഭാഗത്തിന്റെയും കണക്കെടുപ്പ് എന്തിന്റെ അടിസ്ഥാനത്തിൽ നടത്തിയ

താണ്? അവരുടെ കണക്കെടുപ്പിന് ശാസ്ത്രീയ രീതികൾ സ്വീകരിച്ചിരുന്നോ? സംസ്ഥാനങ്ങളുമായി കൂടിയാലോചന നടത്താതെ ഡൽഹിയിൽ ഇരുന്നുകൊണ്ട് എങ്ങനെയാണ് ബി പി എൽ, എ പി എൽ ശതമാന പരിധികൾ നിശ്ചയിച്ചത്? മൂന്നാമത്തെ പട്ടികയിൽ വിവിധ കണക്കുകൾ കൊടുത്തിട്ടുണ്ട്. കേരളത്തിലത് യഥാക്രമം 22.2 ഉം, 20.2 ഉം ആണ്. ഇതിന് യഥാർത്ഥ വസ്തുതകളുമായി ബന്ധമുണ്ടെന്ന് എനിക്ക് തോന്നുന്നില്ല.

ഫിനാൻഷ്യൽ മെമ്മോറാണ്ടത്തിൽ ഉൾപ്പെടുത്തിയ ചെലവുകൾ കരുതൽ ശേഖരണത്തിന് 2,061 കോടി, ഭക്ഷ്യസബ്സിഡിക്ക് 79,800 കോടി, പ്രസവകാല ആനുകൂല്യത്തിന് 3,500 കോടി എന്നിങ്ങനെയാണ്. ആകെ തൊണ്ണൂറ്റി അഞ്ചായിരം കോടി.

കമ്മീഷൻ ഫോർ അഗ്രിക്കൾച്ചർ കോസ്റ്റ്സ് ആൻഡ് പ്രൈസസ് ചെയർമാൻ അശോക് ഗുലാട്ടിയുടെ കണക്കുപ്രകാരം അടുത്ത മൂന്ന് വർഷത്തേക്ക് വേണ്ടിവരുന്ന ചെലവ് ആറു ലക്ഷം കോടിയാണ്. *ടൈംസ് ഓഫ് ഇന്ത്യ*യുടെ റിപ്പോർട്ടിനെ ഉദ്ധരിച്ചുകൊണ്ട് 2011 ഡിസംബർ 17 ന് നമ്മുടെ മന്ത്രിയായ കെ വി തോമസ് തന്നെ പറഞ്ഞിട്ടുണ്ട്. ഈ ബിൽ നടപ്പിലാക്കണമെങ്കിൽ 3.5 ലക്ഷം കോടി ചെലവ് വരുമെന്ന്. മൂന്ന് വർഷം കൊണ്ട് ആറുലക്ഷം കോടിയോ ഭക്ഷ്യസുരക്ഷയോ നേടാൻ നമ്മ ളെക്കൊണ്ട് സാധിക്കുമോയെന്ന സംശയം അശോകും ജ്യോതി ഗുജ്റാളും ഉന്നയിച്ചിട്ടുണ്ട്. 2011 ഡിസംബർ 17ലെ *ഇക്കണോമിക് ടൈംസിൽ* ഇത് റിപ്പോർട്ട് ചെയ്തിട്ടുണ്ട്.

ഈ ബിൽ ഇപ്പോഴത്തെ രൂപത്തിൽ പാസാക്കിയാൽ സംസ്ഥാനത്തിനുമേൽ വൻ സാമ്പത്തിക ബാദ്ധ്യത വരുമെന്ന് കേരളം സമർപ്പിച്ച മെമ്മോറാണ്ടത്തിൽ പറഞ്ഞിട്ടുണ്ട്.

2011 ലെ സെൻസസ് പ്രകാരം കേരളത്തിലെ ഗ്രാമീണ ജനസംഖ്യ 1,74,55,506 ഉം നഗരജനസംഖ്യ 1,59,32,171 ഉം ആണ്. നിലവിലെ ബിൽ പ്രകാരം ഗ്രാമീണ മേഖലയിലെ 25 ശതമാനം പേരെയും നഗരമേഖലയിലെ 50 ശതമാനം പേരെയും ഗുണഭോക്തൃ പട്ടികയിൽനിന്നും ഒഴിവാക്കിയിട്ടുണ്ട്. അതായത് പൊതുവിതരണ സംവിധാനത്തിന്റെ പരിധിയിൽനിന്ന് 123 ലക്ഷം ജനങ്ങളെ പുറത്താക്കി. ഭക്ഷ്യക്ഷാമം നേരിടുന്ന സംസ്ഥാനമാണ് കേരളം. പൊതുവിതരണ സംവിധാനത്തെ ആശ്രയിച്ചുകൊണ്ടാണ് കേരളത്തിൽ ഭക്ഷ്യസുരക്ഷ ഉറപ്പാക്കുന്നതും അവശ്യ ഭക്ഷ്യധാന്യങ്ങളുടെ വില നിയന്ത്രിക്കുന്നതും. കേരളത്തിൽ ആകെ 80.2 ലക്ഷം റേഷൻ കാർഡുകൾ അനുവദിച്ചിട്ടുണ്ട്. അതിൽ 14.58 ലക്ഷം ബി പി എൽ കാർഡുകളും, 5.91 ലക്ഷം എ എ വൈ കാർഡുകളും, 42.20 ലക്ഷം എ പി എൽ സബ്സിഡി കാർഡുകളും, 17.5 ലക്ഷം 29.211.2908. നോൺ–സബ്സിഡി കാർഡുകളും ആണുള്ളത്. ഒരു കാർഡിലെ ശരാശരി അംഗസംഖ്യ 4.16 ആണ്. അതായത്, 123 ലക്ഷം ജനങ്ങൾക്കുള്ളത് 29.535 ലക്ഷം റേഷൻ കാർഡുകൾ.

ഇപ്പോഴത്തെ വ്യവസ്ഥ അംഗീകരിച്ചാൽ ാജഉട ന്റെ പരിധിയിൽ നിന്ന് 29.53 ലക്ഷം കുടുംബങ്ങൾ പുറത്താക്കപ്പെടും. ഈ കണക്കിന്റെ അടിസ്ഥാനത്തിൽ കാർഡുടമകളുടെ എണ്ണം ഗണ്യമായി വെട്ടിച്ചു രുക്കുന്നത് കേരളത്തെ സംബന്ധിച്ചിടത്തോളം സ്വീകാര്യമായ കാര്യമല്ല.

85,67,175 കുടുംബങ്ങൾക്ക് അർഹതപ്പെട്ടത് 3 കി.ഗ്രാം വീതം ഭക്ഷ്യ ധാന്യമാണ്. അതായത്, മുൻഗണനാ വിഭാഗത്തിൽപ്പെട്ട കുടുംബ ങ്ങൾക്ക് ഒരു മാസത്തേക്ക് ആവശ്യമായ ആകെ ഭക്ഷ്യധാന്യം 25,702 മെട്രിക് ടൺ ആണ്. ഈ ബിൽ പാസാക്കിയാൽ മാസവിഹിതമായി 1,13,136 മെട്രിക് ടൺ ഭക്ഷ്യധാന്യമാണ് കേരളത്തിന് കിട്ടുക. കേരളത്തിൽ ഒരു വർഷത്തേക്ക് ആവശ്യമായ ഭക്ഷ്യധാന്യം 2,11,015 മെട്രിക് ടൺ ആണ്. ആ സ്ഥാനത്ത് അനുവദിക്കുന്നത് വെറും 10,5,289 മെട്രിക് ടൺ ഭക്ഷ്യധാന്യം. അതായത്, 10,5,726 മെട്രിക് ടണ്ണിന്റെ കുറവ്. ആവശ്യമായ തിന്റെ 50 ശതമാനം മാത്രമാണ് നിലവിലെ TPDS ന്റെ കീഴിൽ കേരളത്തിന് കിട്ടുന്നത്. അധികമായി ആവശ്യം വരുന്ന ഭക്ഷ്യധാന്യം വൻവില കൊടുത്താണ് കേരളം വാങ്ങുന്നത്. അക്കാരണത്താൽ കേരളത്തിന്റെ സമ്പദ് വ്യവസ്ഥ താറുമാറാകാനുള്ള സാധ്യതയുണ്ട്.

0.90 ലക്ഷം മെട്രിക് ടണ്ണിന്റെ നാമമാത്രമായ സംഭരണശേഷിയാണ് കേരളത്തിനുള്ളത്. അതേസമയം കേരളത്തിന്റെ ത്രൈമാസ ആവശ്യകത 6.91 ലക്ഷം മെട്രിക് ടണ്ണാണ്. ഫുഡ് കോർപ്പറേഷൻ ഓഫ് ഇന്ത്യയുടെ സംഭരണ ശേഷി 5.13 ലക്ഷം മെട്രിക് ടൺ മാത്രമാണ്. ഈ ബിൽ പാസാക്കിയാൽ നിലവിലെ സംഭരണ സൗകര്യങ്ങൾ അപര്യാപ്തമായിത്തീരും.

വീടുതോറുമുള്ള വിതരണ സംവിധാനത്തെക്കുറിച്ച് കൂടുതൽ വ്യക്തത ആവശ്യമാണ്. അതേപോലെ നേരിട്ട് സാമ്പത്തിക സഹായം കൈമാറുന്നതിനെക്കുറിച്ച് കൃത്യമായ തീരുമാനം സർക്കാർ എടുത്തിട്ടു ണ്ടോയെന്നും വ്യക്തമാക്കണം.

കേരളത്തിൽ നിലവിലുള്ള പൊതുവിതരണ സംവിധാനം ശക്തമാണ്. ധാരാളം റേഷൻകടകളും, മാവേലി സ്റ്റോറുകളും, കൺ സ്യൂമർ ഫെഡ് വിപണനകേന്ദ്രങ്ങളും കേരളത്തിൽ പ്രവർത്തി ക്കുന്നുണ്ട്. ഏകദേശം 25,000 റേഷൻകട വ്യാപാരികൾ അവിടെയുണ്ട്. നമ്മുടെ ബഹുമാന്യനായ മന്ത്രി പണ്ട് കേരള റേഷൻ ഷോപ്പ് ഡീലേർസ് അസോസിയേഷൻ പ്രസിഡന്റായിരുന്നു. ഒരുപാട് ആവശ്യങ്ങൾ അവർ മുന്നോട്ട് വെച്ചിട്ടുണ്ട്. തൊഴിലാളികൾ എന്ന നിലയിലായിരുന്നു അവരുടെ ആവശ്യങ്ങൾ. എന്നാൽ അവരുടെ ഇന്നത്തെ നിലപാട് എന്താണ്? ദീർഘകാലമായി കേരളത്തിൽ പ്രവർത്തിക്കുന്ന റേഷൻകട വ്യാപാരികളെക്കുറിച്ച് ഒരു പരാമർശവും ബില്ലിലില്ല. ജോലി സ്ഥിരതയെ ക്കുറിച്ചുള്ള ആശങ്കമൂലം അവരിപ്പോൾ പ്രക്ഷോഭത്തിലാണ്.

(26-08-2013 (ദേശീയ ഭക്ഷ്യസുരക്ഷാ ഓർഡിനൻസ്, 2013 (No. 7), ദേശീയ ഭക്ഷ്യസുരക്ഷാ ബിൽ, 2013 എന്നിവയുടെ നിരാകരണവുമായി ബന്ധപ്പെട്ട സ്റ്റാറ്റ്യൂട്ടറി പ്രമേയത്തിന് മേലുള്ള ചർച്ച)

www.ingramcontent.com/pod-product-compliance
Lightning Source LLC
LaVergne TN
LVHW090311051026
849518LV00005B/1741